वाग्देवी
पुरस्कार
प्रतीक

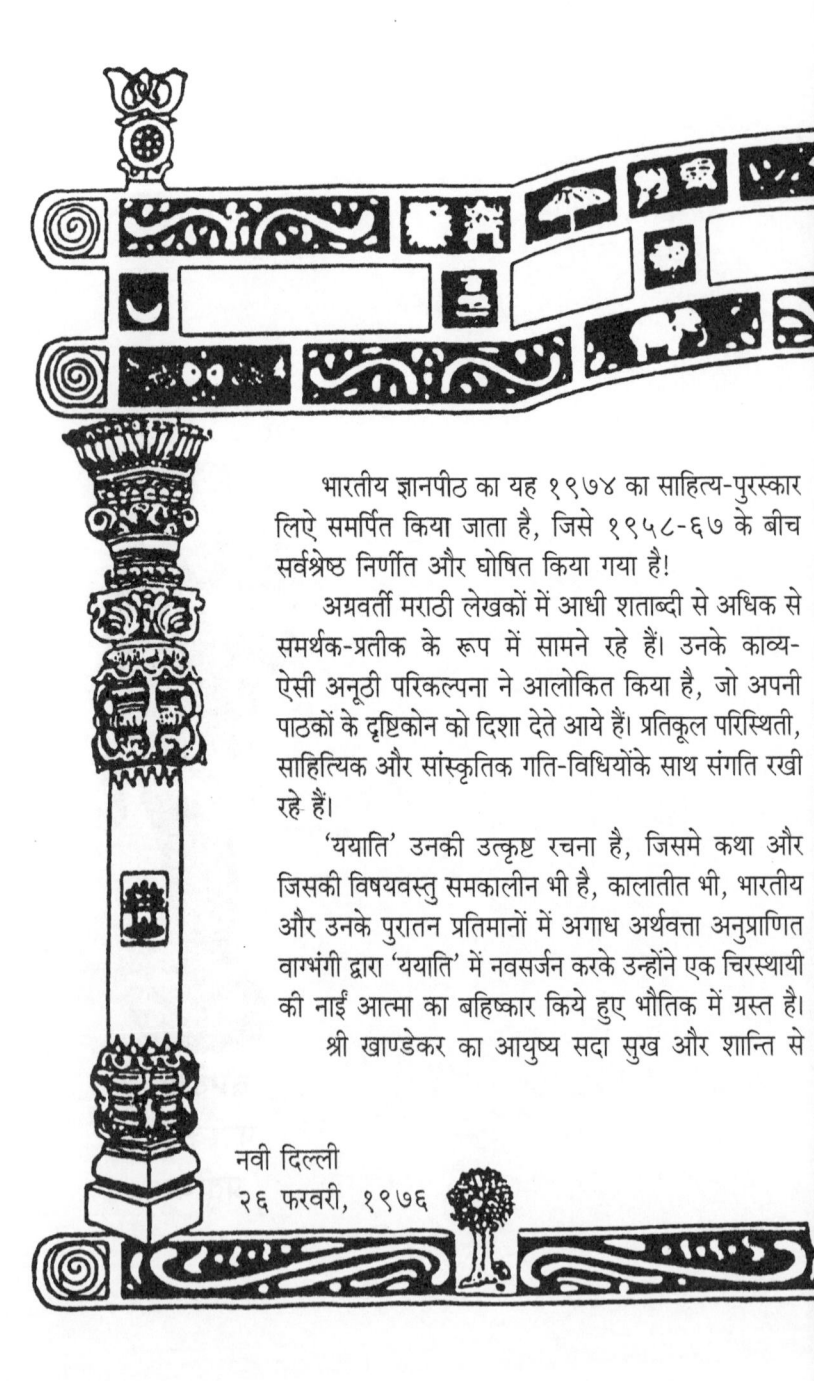

भारतीय ज्ञानपीठ का यह १९७४ का साहित्य-पुरस्कार
लिऐ समर्पित किया जाता है, जिसे १९५८-६७ के बीच
सर्वश्रेष्ठ निर्णीत और घोषित किया गया है!

अग्रवर्ती मराठी लेखकों में आधी शताब्दी से अधिक से
समर्थक-प्रतीक के रूप में सामने रहे हैं। उनके काव्य-
ऐसी अनूठी परिकल्पना ने आलोकित किया है, जो अपनी
पाठकों के दृष्टिकोन को दिशा देते आये हैं। प्रतिकूल परिस्थिती,
साहित्यिक और सांस्कृतिक गति-विधियोंके साथ संगति रखी
रहे हैं।

'ययाति' उनकी उत्कृष्ट रचना है, जिसमे कथा और
जिसकी विषयवस्तु समकालीन भी है, कालातीत भी, भारतीय
और उनके पुरातन प्रतिमानों में अगाध अर्थवत्ता अनुप्राणित
वाग्भंगी द्वारा 'ययाति' में नवसर्जन करके उन्होंने एक चिरस्थायी
की नाईं आत्मा का बहिष्कार किये हुए भौतिक में ग्रस्त है।

श्री खाण्डेकर का आयुष्य सदा सुख और शान्ति से

नवी दिल्ली
२६ फरवरी, १९७६

प्रशस्ति

श्री विष्णु सखाराम खाण्डेकर को उनके मराठी उपन्यास 'ययाति' के
प्रकाशित भारतीय भाषाओं के सर्जनात्मक साहित्य में विधिवत्

प्रतिष्ठित, श्री खाण्डेकर साहित्यिक निष्ठा और दायित्व-भावना के
साहित्य और गद्य को गान्धीवाद और समाजवाद के समन्वय की एक
सशक्तता से महाराष्ट्र एवं, अनुवादों के माध्यम से, देश में अनगिनत
अस्वास्थ्य और अब दृष्टि-विहीनता के रहते भी खाण्डेकरजी ने
है और आप भारत की नवचेतना एवं प्रगतिशीलता के दृढ समर्थक

काव्य, मनोविज्ञान और दर्शन ताना-बाना बनकर समाये हैं; और
नी है, सार्वभौमिक भी। इसके मुख्य चरित्र जिवन्तता के प्रतीक हैं
करने में खाण्डेकर सफल हुए हैं। एक प्राचीन मिथक का आधुनिक
सन्देश आज के मानव जगत् को दिया है, जो श्रान्त-क्लान्त दानव

मण्डित रहे!

उमाशंकर जोशी	शान्तिप्रसाद जैन
अध्यक्ष	अध्यक्ष
प्रवर परिषद	भारतीय ज्ञानपीठ

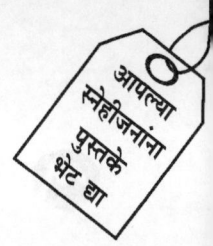

ययाति

वि. स. खांडेकर

मेहता पब्लिशिंग हाऊस

YAYATI by V. S. KHANDEKAR
ययाति / कादंबरी
वि. स. खांडेकर

प्रकाशक : सुनील अनिल मेहता, मेहता पब्लिशिंग हाऊस,
१९४१, सदाशिव पेठ, माडीवाले कॉलनी, पुणे – ४११०३०.

अक्षरजुळणी : एच्. एम्. टाईपसेटर्स – ११२० सदाशिव पेठ, पुणे – ४११०३०.

मुद्रित-शोधन: मोहन वेल्हाळ

मुखपृष्ठरचना: मेहता पब्लिशिंग हाऊस, पुणे.

प्रकाशनकाल : १९५९ /१९६१ /१९६४ /१९६७ /१९६७ /१९७६/१९८०/
१९८८/१९८९/१९९०/१९९०/१९९१/१९९२/१९९२/
१९९३/१९९४/१९९५/१९९६/१९९७/१९९८/१९९८/
१९९९ / सप्टेंबर, २०००/ जुलै, २००५ / डिसेंबर, २००६/
सप्टेंबर, २००७/ ऑगस्ट, २००८/ मे, २००९/ जानेवारी, २०१०/
जून, २०१०/ सप्टेंबर, २०११/ मे, २०१२/ जानेवारी, २०१३
जून, २०१३/ जानेवारी, २०१४ / सप्टेंबर, २०१४ /
एप्रिल, २०१५ / जानेवारी, २०१६ / जुलै, २०१६ /
चाळीसावी आवृत्ती : नोव्हेंबर, २०१७

P Book ISBN 9788171615889
E Book ISBN 9788184987225
E Books available on : play.google.com/store/books
www.amazon.in/b?node=15513892031

मराठी कादंबरीचे शिल्पकार

व मराठी ललित गद्याला

सामर्थ्याची जोड देणारे कलाकार

हरि नारायण आपटे

आणि मराठी विनोदाचे शिल्पकार

व मराठी ललित गद्याला

सौंदर्याची जोड देणारे कलाकार

श्रीपाद कृष्ण कोल्हटकर

यांस...

दोन शब्द

माझी 'अश्रू' कादंबरी १९५४ साली प्रसिद्ध झाली. त्यानंतर जवळजवळ सहा वर्षांनी 'ययाति' प्रकाशित होण्याचा योग येत आहे.

मी दैववादी नाही. पण 'योग' हा शब्द इथे मी जाणून-बुजून योजीत आहे. मुलाला चांगली नोकरी लागणे, मुलीला चांगले स्थळ मिळणे या किंवा अशा प्रकारच्या साऱ्या जन्माचा संबंध असणाऱ्या गोष्टीच योगायोगावर अवलंबून असतात, असे नाही! आगगाडीच्या डब्यात न घोरणारे सोबती मिळणे आणि आपल्या व्याख्यानाला एखादा अरण्यपंडित अध्यक्ष नसणे या गोष्टीसुद्धा योगायोगावर अवलंबून असतात!

तसे नसते, तर 'ययाति' कादंबरीच्या प्रकाशनाला इतका विलंब का लागला असता? 'अश्रू' लिहिण्यापूर्वीच १९५२ मध्ये या कादंबरीचे पहिले थोडे लेखन मी केले होते. १९५६ साली कादंबरीची बैठक चांगली जमली. आता कादंबरी संपली, अशा खात्रीने प्रकाशक तिची जाहिरात देऊ लागले. त्यांनी तिची छपाईही सुरू केली. २८० पृष्ठे छापून झाली, आणि– आणि गाडे एकदम अडले! कादंबरीची २८० पृष्ठे छापून झाली, तेव्हा कुठले तरी एक 'परिसंवाद' प्रकरण निघाले. मिळतील तिथून ज्ञानाचे कण संपादन करावेत, या भावनेच्या आहारी जाऊन मी त्या परिसंवादाला गेलो. त्याच्या पाठोपाठ नेहमीचे प्रकृतीच्या अस्वास्थ्याचे आणि कौटुंबिक आपत्तींचे चक्र सुरू झाले. या चक्राचा वेग किंचित मंदावल्यावर, मन

थोडे स्थिर झाल्यावर, आणि संपूर्ण 'ययाति' पहिल्या सहजतेने त्यात फुलू लागल्यावर ही कादंबरी पुरी करून मी रसिकांच्या सेवेला सादर केली.

'ययाति'ची ही जन्मकथा सांगताना नाइलाजाने वैयक्तिक आपत्तींचा मी उल्लेख केला आहे. संसार हा संकटांनी भरलेला असावयाचाच! कुणाचे हे ओझे थोडे हलके असते, कुणाचे थोडे जड असते. कुणाच्या पायात चार काटे अधिक मोडतात, कुणाच्या चार कमी मोडतात. एवढाच काय तो माणसा-माणसांत फरक असतो! आपण सारेच नियतीच्या जात्यात भरडले जाणारे दाणे आहोत. अशा स्थितीत लेखकाने वैयक्तिक अडचणींचा पाढा वाचण्यात काय अर्थ आहे?

हे मला पूर्णपणे कळते; पण गेल्या तीन वर्षांत या कादंबरीच्या बाबतीत परिचित आणि अपरिचित वाचकांनी इतक्या पृच्छा केल्या आणि ठिकठिकाणी भेटणाऱ्या लोकांनी तिच्याविषयी प्रश्न विचारून मला इतके भंडावून सोडले की, काही दिवसांनी मी या पृच्छांची व प्रश्नांची उत्तरे द्यायचे सोडून दिले! मुलाने बापाचा छळ केल्याच्या हकीकती जगात आपण ऐकतो; पण माझा हा मानसपुत्र अशा रीतीने हात धुऊन माझ्या मागे लागेल, याची मला कल्पना नव्हती! 'ययाति' केव्हा पुरी होईल, हे मला परवा-परवापर्यंत कुणालाच– प्रकाशकांनाही– सांगता येत नव्हते. म्हणून खुलाशादाखल हे सर्व लिहिले आहे. वाचकांची ती पत्रे आणि लोकांचे ते प्रश्न माझ्यावरल्या प्रेमाच्या पोटीच निर्माण झाले होते, याची मला पूर्ण जाणीव आहे. त्या प्रेमाबद्दल मी अत्यंत कृतज्ञ आहे.

या कादंबरीप्रमाणे दुसरेही काही संकल्प गेली अनेक वर्षे मी उराशी बाळगून आहे. प्रकृतीची बहुविध अवकृपा थोडी कमी व्हावी आणि त्यांतले एक-दोन तरी साकार करण्याचे सामर्थ्य लाभावे, एवढीच इच्छा आहे. भोवताली दाटणाऱ्या संध्याछायांची मला पूर्ण जाणीव आहे. पण वाढत्या संधिप्रकाशात पायांखालची वाट दिसेनाशी झाली, तरी क्षितिजावरली चांदणी आपली सोबत करू लागते! शिरोड्यात संध्याकाळी समुद्रावर फिरायला गेल्यानंतर वर्षानुवर्ष हा अनुभव मी घेतला आहे. उरलेल्या वाङ्मयीन सहलीतही तो कदाचित येईल! नाही कुणी म्हणावे?

कोल्हापूर, २९-८-६१   **वि. स. खांडेकर**

'ययाति' या कादंबरीचा हिंदी, इंग्रजी, मल्याळम आणि गुजराथी या भारतीय भाषांमध्ये अनुवाद झाला आहे.

भाग पहिला

ययाति

१

माझी कहाणी मी का सांगत आहे? माझे मलाच नीट कळत नाही.

मी राजा आहे, म्हणून का मी हे सारे सांगत आहे? मी राजा आहे? छे! होतो.

राजे-राण्यांच्या गोष्टी लोक मोठ्या आवडीने ऐकतात. त्यांच्या प्रेमकथांत तर जगाला फार-फार गोडी वाटते. मोठेमोठे कवी त्या कथांवर काव्ये रचतात.

माझी कहाणी हीसुद्धा एक प्रेमकथा– छे! ती कसली कथा आहे, कुणाला ठाऊक! एखाद्या कवीचे मन वेधून घेण्यासारखे तिच्यात काही नाही, हे मला कळते, पण केवळ एखाद्या राजाची कथा म्हणून काही ती सांगायला मी सिद्ध झालेलो नाही. या कहाणीच्या मुळाशी कोणत्याही प्रकारचा अभिमान नाही, अहंकार नाही, प्रदर्शन नाही. शेल्याची लक्तरे आहेत ही; त्यांत प्रदर्शन करण्यासारखे काय आहे?

राजाच्या पोटी मी जन्माला आलो, म्हणून राजा झालो, राजा म्हणून जगलो. यात माझा गुणदोष नाही. हस्तिनापूरच्या नहुषमहाराजांच्या पोटी परमेश्वराने मला जन्म दिला. पित्याच्या मागून सरळ सिंहासनावर बसलो मी. त्यात कसले आहे मोठेपण? राजवाड्याच्या शिखरावर बसलेल्या कावळ्याकडेसुद्धा लोक कौतुकाने पाहतात!

राजपुत्र न होता मी ऋषिकुमार झालो असतो, तर माझे जीवन कसे झाले

असते? शरद ऋतूतल्या नृत्यमग्न चांदण्या रात्रीसारखे, की शिशिरातल्या अंधाऱ्या रात्रीसारखे? कुणी सांगावे? आश्रमात जन्माला येऊन मी अधिक सुखी झालो असतो? छे! या प्रश्नाचे उत्तर शोधशोधूनही मला मिळत नाही. एक गोष्ट मात्र राहून-राहून मनात येते. कदाचित माझी जीवनकहाणी अगदी साधी झाली असती– एखाद्या वल्कलासारखी. अनेक रंगांनी आणि विविध धाग्यांनी नटलेल्या राजवस्त्रांचे रूप तिला कधीच आले नसते; पण त्या वस्त्राचे सारेच रंग काही मला सुखद वाटत नाहीत.

२

असे असूनही माझी जीवनकथा सांगायला मी प्रवृत्त झालो आहे, ते का? या प्रवृत्तीच्या मागे कोणती प्रेरणा आहे? जखम उघडी करून दाखविली, म्हणजे माणसाचे दुःख हलके होते. कुणी जवळ बसून विचारपूस केली, की आजाऱ्याला बरे वाटते. आपुलकीच्या अश्रूंनी दुर्दैवी माणसाच्या मनातला वणवा विझतो. मलासुद्धा ते अश्रूच हवे आहेत का?

ते काही असो. एक गोष्ट सत्य आहे. या कहाणीने माझे मन भरून गेले आहे! आषाढातल्या ढगाळ आभाळासारखे! रात्रंदिवस मी विचारच विचार करीत आहे. ही कहाणी ऐकून एखाद्याला आयुष्याच्या मार्गातले खाचखळगे दिसतील, त्याला मी वेळेवर सावध केल्यासारखे होईल, अशी कल्पना मनाला सुखवून जाते; पण ती क्षणभरच! लगेच माझे मलाच वाटते, ही शुद्ध आत्मवंचना आहे. गुरुपत्नीच्या मोहाने कायमचा कलंक लावून घेणाऱ्या चंद्राची कथा कुणाला ठाऊक नाही? अहल्येच्या सौंदर्याने वेडावून गेलेल्या इंद्राला सहस्र भगांचा प्रसाद मिळाला, हे काय जगाला माहीत नाही? जग चुकते, त्या चुकीविषयी ऐकते, पण शिकत मात्र नाही! प्रत्येक मनुष्य आयुष्याच्या शेवटी थोडासा शहाणा होतो; पण तो दुसऱ्याला लागलेल्या ठेचांनी नाही, तर स्वतःला झालेल्या जखमांनी. हे मनात आले, म्हणजे वाटते, कशाला सांगायची ही आपली विचित्र कहाणी? वेलीवर पुष्कळ फुले फुलतात, त्यांतली काही देवदेवतांच्या मूर्तींवर विराजमान होतात. त्यांना भक्तीने नमस्कार मिळतात. काही फुले राणीच्या केशकलापांचे सौंदर्य वृद्धिंगत करतात. महालातल्या मंचकांवरचे विविध विलास ती आपल्या चिमुकल्या डोळ्यांनी पाहतात. काही फुले एखाद्या वेड्या माणसाच्या हाती पडतात. तो क्षणार्धात त्यांचा चोळामोळा करून टाकतो. या जगात जन्माला येणारी माणसेही अशीच असतात. कुणी दीर्घायुषी होतात, कुणी अकाली मरण पावतात; कुणी वैभवाच्या शिखरावर चढतात; कुणी दारिद्र्याच्या दरीत कोसळून पडतात. कुणी दुष्ट, कुणी सुष्ट! कुणी कुरूप,

कुणी सुरूप! पण अंती ही सारी फुले मातीत मिसळून जातात. त्यांच्यामध्ये एवढे साम्य असते. ही सारी फुले कधी आपल्या कहाण्या सांगतात का? मग माणसाने आपल्या जीवनाला इतके महत्त्व का द्यावे?

३

मागे किर्र रान, पुढे गर्द अरण्य, असे आहे हे जीवन! अज्ञाताच्या अंधकारात तर ते अधिकच भयाण भासते. कुठल्या तरी चांदण्याचा मिणमिणणारा प्रकाश अधूनमधून या अरण्यातल्या पाउलवाटेपर्यंत येऊन पोचतो. या पायवाटेवरून होणाऱ्या माणसाच्या प्रवासाला आपण जीवन म्हणतो.

माझ्या या प्रवासात वर्णन करून सांगण्यासारखे काही थोडेसे घडले आहे. कदाचित हा माझा भ्रम असेल! पण मला तसे वाटते खरे. बालपणीचा ययाति, कुमारवयातील ययाति, यौवनात पदार्पण करणारा ययाति आणि प्रौढ झालेला ययाति हे सारे एक होते; पण आजचा ययाति त्यांच्यापेक्षा थोडा निराळा झाला आहे. त्यांच्याच शरीरात तो राहत आहे; पण त्यांना जे दिसत नव्हते, ते त्याला दिसू लागले आहे. सर्वांनाच अगदी अंधूक का होईना– दिसावे, म्हणून स्वतःची कहाणी सांगायचा मोह त्याला अनावर होत आहे.

४

लहानपणाच्या आठवणी किती नाजूक, किती मोहक; पण किती बहुरंगी असतात! जणू काही मोरपिसेच! माझ्या पहिल्यावहिल्या आठवणींत अग्नी आणि फुले ही परस्परांना बिलगून बसली आहेत. अगदी जुळ्या भावंडांसारखी!

पहिल्यापासून मला फुले फार फार आवडायची. अगदी लहान होतो, तेव्हापासून घटका-घटका राजवाड्यातून दिसणाऱ्या प्रफुल्ल उद्यानाकडे मी टक लावून पाहत बसत असे, म्हणे! रात्र झाली, की मी ओक्साबोक्शी रडू लागे. मला थोपटून झोपविणाऱ्या दासीला मी खूप त्रास देत असे. कधी चिमटे काढ, कधी लाथा झाड, कधी चावा घे, असा माझा क्रम चाले. 'बागेतली सारी फुलं माझ्या मंचकावर आणून ठेव, मग मी झोपतो', असे मी एका दासीला म्हटले होते. तिने हसत-हसत दुसरीला ते सांगितले. दुसरीने कौतुक करीत ते उद्गार तिसरीच्या कानांवर घातले. साऱ्या दासींच्या आणि सेवकांच्या तोंडी तोच विषय झाला.

आईलाही माझ्या बोलण्याचे कौतुक वाटले. बाबांच्यापुढे मला उभा करीत ती म्हणाली,

'आमचा बाळ मोठा कवी होणार हं!'

बाबा तुच्छतेने हसले आणि उद्गारले,

'कवी? कवी होऊन काय मिळणार आहे ययूला? कवींनी जगातल्या सौंदर्याचं वर्णन तेवढं करावं! पण त्या सर्व सुंदर गोष्टींचा मनसोक्त उपभोग केवळ वीरपुरुषच घेऊ शकतात. आपला ययु श्रेष्ठ वीर झाला पाहिजे. त्यानं एक नि दोन नाहीत, शंभर अश्वमेध करायला हवेत! आपल्या पूर्वजांपैकी पुरूरवामहाराजांनी उर्वशीसारख्या अप्सरेला आपल्या भजनी लावलं होतं. मी स्वतः देवांचा पराभव केला आहे. इंद्रपदावर आरूढ होण्याचा आनंद उपभोगला आहे. ही परंपरा ययूनं चालवायला हवी.'

बाबांचे हे सर्व संभाषण मी ऐकले; पण तेव्हा त्यातले मला काय कळले असेल, देव जाणे! पुढे मोठेपणी माझ्या पराक्रमाचे कौतुक करताना आई बाबांच्या या बोलण्याचा उल्लेख करी, त्यामुळे त्यातला शब्द न् शब्द मला पाठ झाला.

अग्नीची आठवण अशीच आहे. आई ती वारंवार सांगे. माझे धनुर्विद्येचे शिक्षण संपल्यावर बाबांनी वर्षभर मला एका आश्रमात ठेवण्याचे ठरविले. मी आश्रमात जायला निघालो, तेव्हा काही अगदी कुक्कुबाळ नव्हतो; पण आईची माया अंधळी असते, हेच खरे. सोळा वर्षांचा ययु वर्षभर आपल्यापासून दूर राहणार, म्हणून आई एखाद्या लहान मुलासारखी डोळ्यांत उभे राहणारे पाणी पुनःपुन्हा पुशीत होती. तिने आपला कंप पावणारा हात माझ्या तोंडावरून किती वेळा फिरविला असेल, याची गणतीच करता येणार नाही. टिपे गाळीत तिने माझ्या मस्तकाचे अवघ्राण केले. मग सद्गदित स्वराने ती म्हणाली,

'ययु, मला तुझी फार काळजी वाटते, बाबा! तू अगदी वेडा आहेस. लहानपणी अग्निशाळेत या ज्वाळा पाहून तू नाचायला लागायचास. एकदा त्या ज्वाळांतून ठिणग्या उडत होत्या. त्या पाहून तू टाळ्या पिटीत ओरडलास, 'फुलं, फुलं!' त्या वेळी मी तुला आवरलं, म्हणून बरं; नाही तर ती फुलं तोडायला तू धावला असतास.' आवंढा गिळून ती पुढे म्हणाली, 'मूल किती मोठं झालं, तरी आईच्या दृष्टीनं ते लहानच असतं. आश्रमात जिवाला जपून राहा हं! तिथल्या नदीत सुसरी असतील, अरण्यात श्वापदं दिसतील; कुठंही जीव धोक्यात घालू नकोस उगीच!'

५

ही फार पुढची आठवण झाली, पण तिच्या आधीच्या अर्धवटपणे आठवणाऱ्या आणि अर्धवट ऐकलेल्या अशा कितीतरी आठवणी माझ्या मनाच्या तळाशी पडून

आहेत. मात्र त्यांचा आस्वाद घेण्यात आता रस वाटत नाही मला. काळ्याकुट्ट ढगांनी झाकळून गेलेल्या आभाळातून मंद चांदणे झिरपावे, तशा वाटतात त्या. तथापि, त्या वेळची एक आठवण माझ्या मनात अगदी घर करून राहिली आहे. जखमेचा व्रण राहतो ना? तशी ती आहे. त्या आठवणीचा अर्थ परवा-परवापर्यंत मला कळला नव्हता; पण आता–

आयुष्याच्या आरंभी ज्यात काही अर्थ नाही, असे वाटते, त्यातच खोल अर्थ भरलेला आहे, असे आयुष्याच्या शेवटी आढळून येते.

माझ्या आईची एक आवडती दासी होती. कलिका तिचे नाव. मलासुद्धा ती फार आवडे– अधूनमधून स्वप्नातसुद्धा दिसे. का, ते मात्र काही कळत नसे. मी जी आठवण सांगतोय्, त्या वेळी फार तर सहा वर्षांचा असेन मी. खेळता-खेळता कलिकेने मला धरले. अगदी घट्ट पोटाशी धरले. मी तिच्या मिठीतून सुटण्याची धडपड करू लागलो. तिने आपल्या बाहूंचा विळखा अधिकच दृढ केला. तिला कडकडून चावावे नि 'कशी झाली!' असे म्हणून टाळ्या पिटीत निसटून जावे, असे माझ्या मनात आले. इतक्यात आपल्या छातीशी माझे मस्तक दाबून धरीत ती म्हणाली,

'अलीकडं फार अवखळ झालात हं, युवराज! तान्हेपणी दूध पिताना कलिका हवी होती तुम्हांला! तेव्हा कसे देवासारखे पडून राहत होता माझ्या खांद्यावर! आणि आता–'

मी चकित होऊन प्रश्न केला,

'मी तुझं दूध पीत होतो?'

कलिकेने हसत मान हलवली. पलीकडेच तिची मुलगी अलका उभी होती. माझ्याच वयाची. तिच्याकडे बोट दाखवीत कलिका म्हणाली,

'या पोटच्या पोरीला वरचं दूध घातलं मी. नि तुम्हांला– ते सारं विसरला, वाटतं?'

मी अधिकच अस्वस्थ झालो. मी तिला विचारले,

'लहान मुलं आईचं दूध पितात ना?'

'हो.'

'तू माझी आई आहेस?'

इकडेतिकडे भयभीत दृष्टीने पाहत ती हळूच म्हणाली,

'असं भलतं-सलतं बोलू नये, युवराज!'

धुमसणाऱ्या यज्ञकंडातून नुसता धूर निघत राहावा, तशी माझ्या बालमनाची स्थिती झाली. मी हस्तिनापूरचा राजपुत्र होतो, युवराज होतो; मग तान्हेपणी मी एका

क्षुद्र दासीचे दूध का प्यालो? आईने आपले दूध मला का पाजले नाही? कलिकेचे दूध मी प्यालो आहे; मग तिला मी आई म्हणून का हाक मारू नये?

ही कल्पना सुचताच माझ्या बालमनावरले दडपण दूर झाले. मी कलिकेला मिठी मारून म्हणालो,

'आजपासून मी तुला आई म्हणणार!'

माझ्या तोंडावर हात ठेवीत ती म्हणाली,

'युवराज, महाराणी आपल्या आई आहेत. त्यांची सर मला कशी येईल? मी त्यांच्या पायाची धूळ आहे!'

मी चिडून प्रश्न केला,

'मग आईनं मला, आपलं दूध का पाजलं नाही?'

कलिका स्तब्ध राहिली.

मी रागारागाने ओरडलो,

'तिनं मला आपलं दूध का पाजलं नाही?'

सशाच्या डोळ्यांनी आजूबाजूला पाहत कलिका माझ्या कानात कुजबुजली,

'मूल अंगावर पाजलं, की बायकांचं रूप कोमेजून जातं, म्हणे!'

कलिकेच्या त्या उद्गारांचा त्या वेळी मला नीटसा अर्थ कळला नाही; पण एक गोष्ट मात्र माझ्या अगदी जिव्हारी लागून राहिली! माझ्या हक्काचे काही तरी माझ्यापासून हिरावून घेतले गेले होते. मला एका मोठ्या सुखाला वंचित केले होते, आणि ते कुणी? तर प्रत्यक्ष जन्मदात्या आईने! नि ते कशासाठी? तर आपले रूप टिकावे, म्हणून! आईसुद्धा इतकी स्वार्थी असते? छे! आईचे माझ्यावर प्रेम नाही. तिचे प्रेम आहे स्वतःच्या सौंदर्यावर!

६

जाणूनबुजून मी आईवर पहिल्यांदा रागावलो, तो त्या दिवशी. दिवसभर मी तिच्याशी अबोला धरला. रात्री माझ्या मंचकापाशी येऊन तिने 'बाळराजा, ययु-' अशा किती तरी हाका मारल्या. मग माझ्या मस्तकावरून तिने हळुवारपणे हात फिरवला. त्या स्पर्शात प्राजक्ताच्या फुलांचा नाजुकपणा होता. मी थोडासा विरघळलो; पण मुकाच राहिलो. मी डोळे उघडले नाहीत. माझे चिडलेले मन म्हणत होते, मोठमोठ्या ऋषींसारखी शाप द्यायची शक्ती माझ्या अंगी हवी होती, म्हणजे आईची तत्काळ शिळा करून टाकली असती मी!

शब्दापेक्षा स्पर्श अधिक बोलका असतो. पण त्याला काही माणसाच्या काळजाला हात घालता येत नाही. ते काम अश्रूंनाच साधते. माझ्या गालांवर ऊन आसवे

पडताच मी डोळे उघडले. आईला रडताना कधीच पाहिले नव्हते मी. माझे बालमन गडबडून गेले. तिच्या गळ्याला मिठी मारून गालाला गाल घाशीत मी विचारले, 'आई, काय झालं तुला?'

ती काहीच बोलेना. मला पोटाशी घट्ट धरून माझे केस कुरवाळीत आणि आसवे गाळीत ती मंचकावर तशीच बसून राहिली.

'माझ्या गळ्याची शपथ आहे तुला!' असे शेवटी मी म्हटले.

थरथर कापणाऱ्या हातांनी माझे मुख तिने वर उचलले. पाणावलेल्या डोळ्यांनी माझ्याकडे पाहत ती सद्गदित स्वराने म्हणाली,

'माझं दुःख... कसं सांगू तुला ते, बाळ?'

'बाबा तुझ्यावर रागावले?'

'अं हं.'

'बाबांना बरं वाटत नाही?'

'छे!'

'तुझा आवडता मोर महालातून कुठं उडून गेला?'

'त्या मोराची नाही मला काळजी.'

'मग?'

'माझा दुसरा मोर केव्हा कुठं उडून जाईल–'

'दुसरा मोर? कुठं आहे तो?'

'हा–' असा उद्गार काढून तिने मला घट्ट– अगदी घट्ट– पोटाशी धरले.

फुलांचा वास घेताना मी असेच करीत असे. कितीही वास घेतला, तरी माझे समाधान होत नसे. त्या फुलांचा चोळामोळा करून त्यांतला सारा सारा सुगंध एका क्षणात आपल्याकडे ओढून घ्यावा, असे माझ्या मनात येई.

आई आता तेच करीत होती. मी तिचे फूल झालो होतो.

तिच्या त्या मिठीत माझे अंग दुखू लागले. पण मन मात्र सुखावले. तिच्या डोळ्यांतले पाणी बोटाने निपटीत मी म्हटले,

'नाही, मी तुला सोडून कुठंही जाणार नाही, आई.'

'कध्धी कध्धी?'

बाळपण एकच काळ जाणते– वर्तमानकाळ. मी मोठ्या उत्साहाने उद्गारलो,

'कध्धी कध्धी मी तुला सोडून जाणार नाही.'

ही भीती तिला का वाटावी, हे मला कळेना! मी पुन्हा पुन्हा खोदून तिला विचारू लागलो. शेवटी ती म्हणाली,

'आज दिवसभर तू माझ्यावर रुसला आहेस. एक शब्दसुद्धा बोलला नाहीस तू माझ्याशी. बागेत फिरायला चल, म्हणून संध्याकाळी मी तुझा हात धरला. तो

झिडकारून दिलास तू. माझ्याकडं असे डोळे वटारून पाहिलंस! आत्ता तू जागा होतास; पण माझ्या हाकांना ओ दिली नाहीस. माझ्यावर का रागावला आहेस तू? ययु, आईबापांची दुःखं मुलांना कधीच कळत नाहीत! पण तू मला एक भिक्षा घाल. तू तरी त्याच्यासारखं करू नकोस.'

'त्याच्यासारखं? तो कोण?'

लहानपणी राक्षसांच्या कथा ऐकताना 'पुढं काय झालं?' असे मी मोठ्या अधीरपणाने विचारीत असे. त्याच उत्सुकतेने मी आईला प्रश्न केला,

'तो कोण?'

महालात आई आणि मी यांच्याविषयी दुसरे कुणीही नव्हते. दाराबाहेर दासी झोपली असावी. कोपऱ्यातल्या सोन्याच्या समईतील ज्योतसुद्धा पेंगुळली होती.

असे असून आई चोहींकडे कातर दृष्टीने का पाहत होती, ते मला कळेना. ती हळूच उठली. दरवाजा लोटून परत आली. मग माझे मस्तक मांडीवर घेऊन ते थोपटीत मृदू, कंपित स्वरात ती म्हणाली,

'ययु, तू खूप मोठा झाल्यावर हे सांगणार होते मी तुला. पण– आज तू माझ्यावर रुसलास. उद्या रागावशील, परवा डोक्यात राख घालून निघून जाशील. तो गेला, तसा! म्हणून–'

'तो? तो कोण?'

'तुझा थोरला भाऊ.'

'मला भाऊ आहे?'

'आहे, बाळ!'

'थोरला भाऊ आहे?'

'होय.'

'कुठं आहे तो?'

'देव जाणे! जिथं असेल, तिथं देवानं त्याला सुखी ठेवावं, एवढीच प्रत्येक दिवशी मी प्रार्थना करते.'

अगदी लहानपणी अलकेसारखी अनेक मुले राजवाड्यात माझ्याबरोबर खेळत असत. किंचित मोठा झाल्यावर अमात्य, सेनापती, राजकवी, कोशपाल, अश्वपाल, इत्यादिकांच्या मुलांशी मी खेळू लागलो; पण राजवाड्यात माझ्या बरोबरीचे असे कुणी नाही, याचे राहून-राहून मला दुःख वाटे. बागेतली फुलझाडे तुडवीत फुलपाखरांचा पाठलाग करायचा धीरही त्यांना होत नसे. आपला थोरला भाऊ इथे असता, तर असल्या साऱ्या खेळांचे सुख कसे द्विगुणित झाले असते, हा विचार करण्यात मी दंग होऊन गेलो.

७

बाळपण किती सरळ, किती निर्मळ, किती एकमार्गी असते! तो भाऊ केवढा होता, हे काही आईला विचारायचे मला सुचले नाही. तो इथे असता, तर बाबांच्या मागून राज्यावर तोच बसला असता, आपल्याला साधा राजपुत्र म्हणूनच सारा जन्म कंठावा लागला असता, असा मत्सराचा विचारही त्या वेळी माझ्या मनाला शिवला नाही. मला माझा तो थोरला भाऊ हवा होता. खेळायला आणि भांडायलासुद्धा मला हवा होता तो! तो कुठे आहे? काय करतो? आईला भेटायला तो का येत नाही?

मधमाश्यांचे मोहोळ उठावे, तसा असल्या अनेक प्रश्नांनी माझ्या मनाला दंश करायला सुरुवात केली. मी भीत-भीत आईला विचारले,

'त्याचं नाव काय?'

'यति.'

'किती दिवस झाले त्याला जाऊन?'

'तू व्हायच्या आधी वर्ष, दीड वर्ष तो निघून गेला. अगदी एकटा निघून गेला!'

हे शब्द उच्चारताना आईचा स्वर अतिशय व्याकूळ झाला असावा! पण ते काही माझ्या लक्षात आले नाही. 'अगदी एकटा निघून गेला तो!' या तिच्या शब्दांनी यति अतिशय धीट असला पाहिजे, हा एकच भाव माझ्या मनात निर्माण झाला.

मी आईला विचारले,

'तुला न सांगता गेला तो?'

तिने नुसती मान हलविली. तो गेला, त्या दिवसाच्या आठवणीने तिच्या काळजातले शल्य हलविले होते. पण माझे मन आईला न सांगता राजवाड्यातून निघून जाणाऱ्या साहसी यतीभोवती पिंगा घालीत होते. मी पुन्हा आईला प्रश्न केला,

'तो कोणत्या वेळी गेला?'

'ऐन मध्यरात्री. घनदाट अरण्यात! चांगली दीड प्रहर रात्र होईपर्यंत जागी होते मी. त्याची सारखी समजूत घालीत होते. मग माझा डोळा लागला. पहाटे जागी होऊन पाहते, तो यति आपल्या अंथरुणावर नाही! काळोखात सगळीकडं शोधलं त्याला सेवकांनी; पण तो कुठंच सापडला नाही.'

मी स्वतःशी म्हणालो,

'भाऊ असावा, तर असा!'

लगेच कथेतल्या चमत्कृतीविषयी वाटणारे आकर्षण माझ्या मनात जागे झाले. मी आईला म्हटले,

'यतीला घेऊन कुठं गेली होतीस तू?'

'एका महर्षींच्या दर्शनाला. लग्न होऊन अनेक वर्षं झाली, तरी मला मूल

होईना. म्हणून आम्ही दोघं त्या ऋषींच्या आश्रमात जाऊन राहिलो होतो. त्यांच्या आशीर्वादानंच यति झाला मला. प्रत्येक वर्षी त्याच्या वाढदिवशी मी त्याला त्या ऋषींच्या दर्शनाला घेऊन जात असे. तो निघून गेला, तेव्हा मी अशीच परत येत होते. यतीचं मन स्थिर नाही, हे मला ठाऊक होतं. तिथंच राहायचा हट्ट धरून बसला होता तो. त्यामुळं मी त्याच्यावर संतापले. त्याला नाही नाही ते बोलले. वांड खोंडाला गाडीच्या मागं बांधून नेतात ना? तसंच जवळजवळ आश्रमातून ओढून आणलं मी त्याला. त्याच्या रुसव्याफुगव्यांकडं मी लक्ष दिलं नाही. त्याला काय हवं होतं?'

'काय हवं होतं यतीला?' मी उत्सुकतेने मध्येच प्रश्न केला.

टपटप टिपे गाळीत ती म्हणाली,

'अजूनही मला नीट कळलं नाही ते. त्याला देवाधर्माचा नाद फार होता. दासी ताजी, टपोरी फुलं प्रत्येक दिवशी सकाळी पुढं आणून ठेवीत. पण यतीनं झटून त्यांतली काही उचलली नि त्यांचा पोटभर वास घेतला, असं कधी घडलं नाही. केव्हा तरी चार-दोन फुलं तो हळू घ्यायचा आणि कुठल्या तरी दगडाचा देव करून त्याला ती वाहायचा! तो खेळ खेळायचा, तेसुद्धा किती विचित्र होते! समाधी लावून डोळे मिटून बसण्यात, किंवा कसली तरी दाढी लावून लुटूपुटीचा ऋषी होण्यात त्याला आनंद वाटे. दोन्ही कुळांतलं राजेपण त्याच्या रक्तात उतरलं नव्हतं. राजसभेत सशासारखा तो चोहींकडं भीत-भीत पाहत राही. पण कुणी योगी, तपस्वी, संन्यासी राजवाड्यात आला, की त्याच्याशी मात्र त्याची गट्टी होई. खूप खूप शोध केला आम्ही त्याचा; पण आभाळातून गळून पडलेली चांदणी कधी कुणाला दिसते का? माझा यतीही तसाच–'

माझ्या जन्मापूर्वीचे आपले हे दुःख आई शक्य तितक्या शांतपणाने मला सांगत होती. पण शेवटच्या क्षणी तिच्या मनाचा बांध फुटला. 'माझा यतीही तसाच–' हे शब्द तोंडातून बाहेर पडताच घनदाट अरण्यातली ती क्रूर पहाट तिच्या डोळ्यांसमोर मूर्तिमंत उभी राहिली असावी. बोलता-बोलता ती अडखळली, थांबली, कापू लागली. करुण स्वर आळविणाऱ्या सतारीची तार एकदम तुटावी, तसा भास झाला मला! क्षणभर तिने माझ्याकडे शून्य दृष्टीने पाहिले. त्या दृष्टीचे भय वाटले मला. लगेच तिने एका मोठा सुस्कारा सोडला आणि मला पोटाशी धरून ती स्फुंदून-स्फुंदून रडू लागली. तिचे सांत्वन कसे करायचे, ते मला कळेना.

'आई, आई' असे मी तोंडाने म्हणत होतो आणि तिला बिलगून स्पर्शाने माझे हृद्गत व्यक्त करीत होतो. मनाचा कढ थोडासा ओसरल्यावर ती मला म्हणाली,

'ययु, यति तुझ्याएवढा होता, तेव्हा पहिल्यांदा माझ्यावर रुसला. त्या रुसव्याकडं मी लक्ष दिलं नाही, पण आज तुझा रुसवा पाहताच माझ्या काळजाच्या जखमेची

खपली उडून गेली. तिच्यातून भळभळ रक्त वाहू लागलं. जे कुठंही बोलायचं नाही, असं आम्ही दोघांनी ठरविलं होतं, जे लहानपणी तुझ्या कानांवर पडू नये, म्हणून आम्ही धडपड करीत होतो, ते तुझ्यापाशी मी बोलून गेले; भीतीमुळं बोलून गेले. तू यतीसारखाच एखाद्या दिवशी निघून गेलास, तर? ययु, मूल हे आईच्या डोळ्यांतली बाहुली असतं, रे!'

मी स्फुंदत म्हणालो,

'नाही, आई, यतीसारखा मी तुला सोडून जाणार नाही. तुला दुःख होईल, असं मी काही करणार नाही!'

'मला वचन दे.'

मी माझा हात तिच्या हातावर ठेवून म्हणालो,

'आई, मी कध्धी-कध्धी संन्यासी होणार नाही!'

८

अजून ती रात्र माझ्या डोळ्यांपुढे उभी आहे. पाषाणातून कोरून काढलेल्या मूर्तीसारखी! इतके उन्हाळे गेले. इतके पावसाळे गेले, पण तिची स्मृती अद्यापि कोमेजली नाही. त्या मूर्तीची एक रेषासुद्धा पुसट झालेली नाही.

त्या रात्री आईचे आणि माझे जे बोलणे झाले, त्यात माझ्या मनाचे रंग किती आहेत आणि ते कुठेकुठे मिसळले आहेत, हे काही मला आज सांगता येणार नाही; पण एक गोष्ट मात्र निश्चित आहे. त्या एका रात्रीत मी मोठा झालो. स्वप्नाच्या जगातून सत्याच्या जगात आलो. दुःखाशी माझी त्या रात्री पहिली ओळख झाली. ज्या आईच्या साध्या स्पर्शात स्वर्गसुख आहे, असे मी मानीत होतो, तिला टपटप टिपे गाळताना मी पाहिले. तिला दुःख देणाऱ्या गोष्टींचा नकळत मी द्वेष करू लागलो.

त्या रात्री शांत अशी झोप मला लागलीच नाही. मी मधूनमधून दचकून जागा होत होतो. मधूनच मला स्वप्ने पडत होती. त्या स्वप्नांतले एक आजही मला आठवते. ते आठवले, म्हणजे हसू येते. त्या स्वप्नात मी साऱ्या जगाचा राजा झालो होतो. चाबूक हातात घेऊन मी प्रत्येक नगरातून हिंडत होतो. तापसी, संन्यासी, बुवा, बैरागी कुणीही दिसला, की त्याच्या पाठीवर सपासप फटके मारीत होतो. एखाद्याच्या पाठीतून रक्ताची चिळकांडी उडली, म्हणजे टाळ्या पिटीत होतो.

९

होय, त्या रात्री मी मोठा झालो, जीवनाचे खरे स्वरूप अंधाराने भरलेल्या त्या

रात्रीच्या दोन प्रहरांत मला स्पष्ट दिसले. मला थोरला भाऊ होता, तो संन्यासी होण्याकरिता पळून गेला होता, ही गोष्ट सर्वांनी माझ्यापासून लपवून ठेवली होती, ती का? या लपवालपवीचे कारण काय? की सारीच माणसे एकमेकांशी अशी लपंडाव खेळत असतात?

ही जाणीव होईपर्यंत माझे जग फुलांच्या, वाऱ्याच्या किंवा पाण्याच्या जगाहून निराळे नव्हते. सकाळी फुले फुलतात, तसा मी झोपेतून जागा होत असे. एखाद्या वेळी वादळ झाले, तरी त्याचे मला कधीच भय वाटत नसे. पाण्याप्रमाणे वाऱ्यालाही अधूनमधून अकांडतांडव करण्याची लहर येत असावी, असे मला वाटे. झुळूझुळू वाहणारे पाणी पाहिले, म्हणजे माझ्याप्रमाणे तेही कुठले तरी गाणे स्वतःशीच गुणगुणत आहे, असे माझ्या मनात येई. देव-दैत्यांच्या आणि यक्ष-गंधर्वांच्या गोष्टी मला आवडत; पण ते काही माझे नित्याचे जग नव्हते. स्वप्ने आणि फुलपाखरे, फुले आणि चांदण्या, ढग पाहून नाचणारे मोर आणि नाचणारे मोर पाहून गाणारे ढग, उमलणाऱ्या फुलांप्रमाणे हसणारी सकाळ आणि कोमेजणाऱ्या फुलांप्रमाणे भासणारी संध्याकाळ, वसंतातल्या वृक्षवेलींचे आणि वर्षा ऋतूतल्या इंद्रधनुष्याचे रंग, टापांचा टपटप असा आवाज करीत जाणारे घोडे आणि देवळातल्या घणघण वाजणाऱ्या घंटा. नदीकाठची मऊ मऊ वाळू आणि मंचकावरली मऊ मऊ उशी या सर्वांचे मिळून एक सलग जग माझ्या मनात निर्माण झाले होते. त्या रात्रीपर्यंत निसर्ग आणि मनुष्य हे दोघे माझ्या दृष्टीने एकरूप होते.

त्या स्वप्नाळू जगातील माझे अनुभव किती गोड होते! एकदा आभाळात ढगांचे इवले इवले पांढरे पुंजके मी पाहिले. माझ्या मनात आले, आमच्या बागेतल्या सशाची आकाशाच्या आरशात ही प्रतिबिंबे पडली आहेत! एकदा उन्हाळ्यात फार उकडत होते. अंगातून घामाच्या धारा वाहत होत्या. त्या वेळी मला खेळायची लहर आली. सेवकांचा डोळा चुकवून मी राजवाड्यातून बाहेर पडलो. पण थोडा वेळ उन्हात भटकताच मी दमून गेलो. पलीकडेच एक सुंदर वृक्ष आपला पर्णभार पसरून उभा होता. त्याच्या सावलीत माझे शरीर सुखावले. आईच्या पदराखाली हसत-हसत झोपी जात असल्याचा भास झाला मला. निघताना त्या झाडाचा नुसत्या नजरेने निरोप घेणे माझ्या जिवावर आले. मी त्या वृक्षाच्या एका फांदीवर डोके ठेवून त्याला घट्ट मिठी मारली.

त्या रात्रीपर्यंतचे माझे जग असे होते. ते एक अद्भुत आणि रमणीय स्वप्न होते. कुणाचाही राग आला, तर झरझर झाडावर चढावे आणि तिथून देवबाप्पाला हाक मारावी! आपली हाक ऐकून तो लगेच खाली येईल आणि त्या अपराधी माणसाला शिक्षा करील, अशी श्रद्धा बाळगणारे जग होते ते!

पण कितीही गोड, कितीही अद्भुत असले, तरी एका कळीचे मिटलेले

चिमुकले जग होते ते! त्या जगाने भ्रमरांचा गुंजारव ऐकला नव्हता. सूर्यकिरणांच्या सोनेरी स्पर्शाने ते कधी पुलकित झाले नव्हते. विशाल आकाशाकडे त्या कळीने कधीच कटाक्ष फेकला नव्हता. देवतेच्या रमणीय मूर्तीचे आणि रमणीच्या कमनीय केशकलापाचे स्वप्नातही दर्शन झाले नव्हते त्या कळीला!

कळी सदैव कळी राहू शकत नाही. आज ना उद्या तिला फुलावेच लागते, मोठे व्हावे लागते.

१०

त्या रात्रीपासून मी फुलू लागलो, मोठा होऊ लागलो. कधी ना कधी यतीला आपण शोधून काढू, त्याला आईच्या भेटीला घेऊन येऊ, 'तू वडील भाऊ आहेस. हे सारं राज्य तुझंच आहे, भावाभावांनी खाऊ वाटून घेण्याच्या आनंदाचा आता तरी आपण उपभोग घेऊ,' असे त्याला म्हणू. या कल्पनेने माझ्या मनात त्या रात्री मूळ धरले.

केवळ या कल्पनेमुळे माझे बालपण संपले, असे नाही. मी सहा वर्षांचा झालो होतो. राजपुत्र म्हणून मला अनेक विद्या आणि कला हस्तगत करणे आवश्यक होते. बाबांनी माझ्यासाठी नाना प्रकारच्या गुरूंची योजना केली. पहिल्या-पहिल्यांदा ते सारे मला माझे शत्रू वाटत. मला मल्लविद्या शिकविणारे गुरू एखाद्या राक्षसासारखे दिसत. ती विद्या शिकविण्याचा त्यांचा अधिकार त्यांच्या शरीरावरूनच सिद्ध होई; पण भल्या पहाटे उठायचा आणि आखाड्यातल्या मातीत लोळायचा कंटाळा येई मला. पहिले काही दिवस अंग असे दुखे, की सांगून सोय नाही. मी आईपाशी कुरकूर केली. 'ज्याला पुढं राजा व्हायचंय्, त्यानं हे सारं सोसायला हवं' अशी तिने माझी समजूत घातली. 'मला राजा व्हायचंय्' हा मंत्र मी मनाशी घोकू लागलो. प्रथम प्रथम मल्लयुद्धात माझ्या वाट्याला हटकून पराभव येई. आपल्याला ही विद्या कधीच साध्य होणार नाही, या विचाराने माझे मन खट्टू होई; पण माझे गुरू मला धीर देत. ते म्हणत,

'तुझ्याएवढा मी होतो, तेव्हा मी नुसता लोण्याचा गोळा होतो. आता माझा दंड पाहा. लोखंडाची कांब विसविशीत वाटेल, तितका घट्ट झाला आहे.'

त्या सात-आठ वर्षांत किती किती गुरूंनी, मित्रांनी, ग्रंथांनी माझ्या शरीराला आणि मनाला आकार दिला.

मला चौदावे वर्ष लागले, तेव्हाची गोष्ट. आरशापुढे उभे राहून स्वतःच्या सुदृढ,

मोहक आणि घाटदार शरीराकडे मी अतृप्त डोळ्यांनी पाहत होतो. त्या प्रतिबिंबाचा पुष्ट बाहू धरून तो जोरजोराने हलवावा, इतकेच नव्हे, तर त्याच्यावर डोके ठेवून स्वस्थ झोपी जावे, अशी कल्पना अकस्मात माझ्या मनात आली. इंद्र वृत्राचा वध करून परत आला आहे आणि महालात इंद्राणीच्या बाहूवर मस्तक टेकून विश्रांती घेत आहे, असे चित्र मी पाहिले होते. ते मला एकदम आठवले.

अशा कल्पनांत मद्यासारखीच मोहक धुंदी असते. त्या धुंदीत मी किती वेळ तसाच उभा होतो, कोण जाणे! मी दचकून वळून पाहिले. कुणी तरी बोलत होते. आईचे शब्द होते ते. आई म्हणत होती,

'पुरुषसुद्धा स्वतःकडं घटका नि घटका पाहत राहतात, म्हणायचे! मला वाटत होतं, बायकांनाच काय तो आपल्या रूपाचा गर्व असतो. ययु मोठा झालाय् आता! हे पाहिलं, तर काय म्हणेल तो!'

वळून पाहिले नसते, तर आई तशीच बोलत राहिली असती! माझी मुद्रा दिसताच 'अग बाई!' असा उद्गार काढून ती थोडीशी लाजली. मग स्वतःशीच हसली. जवळ येऊन माझ्या पाठीवरून हात फिरवीत ती म्हणाली,

'ययु, हां हां म्हणता किती, रे, मोठा झालास तू! माझीच दृष्ट लागेल, बाबा, तुला! तू पाठमोरा उभा होतास. मला वाटलं, तिकडची स्वारी आरशापुढं–'

ती मधेच थांबली. तिचे डोळे भरून आले. माझ्याकडे पाणावलेल्या डोळ्यांनी पाहत ती म्हणाली,

'माझी एक काळजी दूर झाली!'

'काळजी?'

'इतक्या वर्षांत तुझ्याशी बोलले नव्हते. पण माझं मन सारखं धगधगत होतं.'

'तू हस्तिनापूरची पट्टराणी आहेस, आई. एखाद्या दरिद्री ऋषीची किंवा दुर्दैवी दस्यूची पत्नी नाहीस. तुला कसली आलीय् काळजी!'

'मी आई आहे, ययु!'

'नाही कोण म्हणतं? पण तू माझी आई आहेस!'

'माझी' हा शब्द अभिमानाने उच्चारताना माझी दृष्ट माझ्या सुदृढ आणि सुंदर प्रतिबिंबाकडे गेली.

आईही ते प्रतिबिंब पाहून हसली. क्षणभराने गंभीर होऊन ती म्हणाली,

'ते खरं आहे, रे! पण ज्याच्या कलशातल्या अमृताचं विष झालं आहे, त्याला दुसऱ्या कलशाची काळजी वाटू लागते.'

आई यतीविषयी बोलत आहे, हे उघड होते. मी अगदी लहान असताना आपले हे दुःख तिने मला सांगितले, तेव्हा मी ते दूर करू शकत नव्हतो. आता मी मोठा झालो होतो. मल्लविद्या, धनुर्विद्या, अश्वारोहण, युद्धकला या सर्वांत मी निपुणता

संपादन केली होती. यतीचा शोध करायला साऱ्या आर्यावर्तभर फिरायला मग आता कोणतीच अडचण नव्हती. मी आईला म्हटले,

'आई, तू बाबांची संमती मिळव. मी सारी पृथ्वी पालथी घालून यतीचा शोध करतो आणि त्याला तुझ्या दर्शनाला घेऊन येतो.'

तिचे ओठ हलले; पण डोळे पाणावले. मन शांत करण्याचा प्रयत्न करीत ती म्हणाली,

'वेड्या, तुला यतीचा शोध कसा लागणार? आज अचानक तो माझ्यापुढं येऊन उभा राहिला, तर मलासुद्धा त्याची ओळख पटणार नाही. तू तर त्याला कधीच पाहिलं नाहीस. तो कुठं असेल, कोणत्या स्थितीत दिवस कंठीत असेल, कोणत्या नावानं वावरत असेल, या जगात असेल, की नसेल–'

बोलता-बोलता तिला गहिवर आला. तिच्या तोंडातून शब्द फुटेना. यति तिच्या हृदयाला फार मोठी जखम करून गेला होता. ती जखम तिला कुणाला– अगदी बाबांनासुद्धा दाखवायची चोरी असावी. स्वैर उधळलेल्या घोड्यावरून पडून मुका मार बसावा, पण सारे अंग ठणकत असताना कण्हण्याचीदेखील बंदी असावी, तशी तिची स्थिती झाली होती. सात वर्षे मी इतक्या निरनिराळ्या गुरूंपाशी शिकलो, कैकदा शिकारीला गेलो, नाना प्रकारच्या उत्सवांत युवराज म्हणून मिरवलो; पण कुठेही, केव्हाही यतीचा उल्लेख मी ऐकला नाही. मला एक थोरला भाऊ आहे, ब्रह्मर्षी होण्याच्या नादाने लहानपणीच तो निघून गेला आहे, ही गोष्ट जवळजवळ विसरून गेलो होतो.

११

आईच्या बोलण्याने ती सारी स्मृती जागृत झाली.

माझ्याकडे टक लावून पाहत आई म्हणाली,

'ययु, तू लवकर मोठा झालास, हाडापेरानं भरलास, कला आणि विद्या शिकलास, आता तुझ्या दोन हातांचे चार हात करून टाकायला हरकत नाही. म्हणजे तुझ्याविषयी माझी उरलीसुरली काळजी नाहीशी होईल. आजच तिकडं ही गोष्ट काढते मी!'

यतीविषयी कुणीही चकार शब्द काढायचा नाही, असा बाबांचा दंडक होता; पण इतर गोष्टींत बाबा अगदी आईच्या मुठीत होते.

तिची कुठलीही इच्छा ते सहसा अमान्य करीत नसत. मधे एका गुरूंनी काही दिवस मला एखाद्या ऋषीच्या आश्रमात ठेवावे, असे बाबांना सुचविले.

'तुम्ही म्हणता, ते खरं आहे. झाड चांगल्या रीतीनं वाढायला पावसाइतकंच

ऊनही आवश्यक असतं.'

असे बाबांनी त्यांना उत्तर दिले.

माझ्यासमोरच हे संभाषण झाले होते. मी मनात चरकलो. यतीने आईला दिलेल्या दुःखाची जाणीव झाल्या दिवसापासून आश्रमजीवनाविषयी माझ्या मनात नकळत तिरस्कार निर्माण झाला होता. जटा आणि दाढ्या वाढविलेले ते कुरूप ऋषी, त्यांची ती भिकार वल्कले, त्यांचे ते भस्माचे भयंकर पट्टे आणि रानटी लोकांना शोभणारी त्यांची ती राहणी! कळू लागल्यापासून प्रत्येक वर्षी ऋषिजीवनाविषयी माझे मन अधिकाधिक विटत गेले होते. असल्या ऋषीच्या तपश्चर्येला वश होऊन त्यांना वर किंवा शाप देण्याची शक्ती महादेव का देतो, हे कोडे मला काही केल्या उलगडत नव्हते. सौंदर्य आणि सामर्थ्य यांची पूजा करायला माझ्या बहुतेक गुरूंनी मला शिकविले होते. आश्रमीय जीवनात ही दोन्ही पूजास्थाने नव्हती. देहदंड हा तिथला पाचवा वेद. कंदमुळे ही तिथली पंचपक्वान्ने. मंत्रघोष या तिथल्या वीरगर्जना. भाजीपाला चिरणे ही तिथली मृगयेची कल्पना. झोपडी हा तिथला महाल. इथल्या दासी अप्सरा ठराव्यात, असे तिथल्या स्त्रियांचे रूप!

हे सारे मनात येऊन आपल्याला आश्रमात राहायला जावे लागणार, या कल्पनेने त्या दिवशी मी फार अस्वस्थ झालो.

दुसऱ्या दिवशी बाबांचे आणि या गुरूंचे बोलणे सुरू झाले, तेव्हा दाराआड उभे राहून मी ते सारे ऐकले, प्रथम माझी छाती धडधडत होती. शेवटी बाबा गुरुजींना एवढेच म्हणाले,

'ययु आश्रमात गेला, तर बरं होईल, असं मलाही वाटतं; पण महाराणींची तशी इच्छा नाही.'

त्या दिवशी एका संकटातून आईने मला वाचविले होते; पण आज तीच मला दुसऱ्या संकटात घालीत होती. ती माझे लग्न करायला निघाली होती. सारी माणसे लग्न करतात. आपल्यालाही ते करावे लागेल, एखादी सुंदर राजकन्या आपली राणी होईल, अशा प्रकारचे विचार माझ्या मनात अलीकडे येऊ लागले होते, नाही, असे नाही. पण ते केवळ विचारतरंग होते. या तरंगांना मोठ्या लाटांचे स्वरूप प्राप्त झाले नव्हते. या लाटा निराळ्याच होत्या!

दिवसभर बुद्धी आणि शरीर कामाला जुंपूनही रात्री मंचकावरल्या मऊ शय्येत मला स्वस्थ झोप येत नसे. मधूनच मी एकदम जागा होई. पराक्रमाची, अश्वमेधाची, देवदैत्यांच्या युद्धात भाग घेतल्याची, अशी नाना प्रकारची स्वप्ने माझ्या अर्ध्या उघड्या, अर्ध्या मिटलेल्या डोळ्यांपुढे नाचू लागत. माझे पणजोबा पुरूरवा अतुल पराक्रमी पुरुष होते. उर्वशीचे हरण करणाऱ्या राक्षसाचा पराभव करून त्यांनी तिला आपले पत्नीपद दिले होते. त्यांच्या या विषयाचे वर्णन करणारे काव्य मी लहानपणीच

तोंडपाठ केले होते. गंधर्व लोकातून यज्ञक्रियेसाठी त्यांनी आणलेल्या तीन अग्नींचे मंदिर तर हस्तिनापूरचे भूषण होते. माझे वडील नहुषमहाराजही आपल्या आजोबांसारखेच शूर होते. पूर्ववयात त्यांनी दस्यूंचा संहार केला. ऋषींना अभय दिले. पुढे देवांचा पराभव करून त्यांनी इंद्रपदसुद्धा जिंकले होते, म्हणे. या दोघांप्रमाणे आपणही काही तरी अद्भुत आणि अपूर्व करून दाखवावे, या इच्छेने माझे मन व्यापून टाकले होते; आणि आई तर माझे लग्न करायला निघाली होती. तिची ही लग्नघाई मला मुळीच मान्य नव्हती.

मी तिला हसत-हसत म्हटले,

'आई, तुला माझ्या लग्नाची घाई का झालीय्, सांगू?'

'सूनमुख पाहण्यासाठी अधीर झालेय् मी!'

'अंहं! यतीसारखा मीही कुठं तरी नाहीसा होईन, असं तुला भय वाटतंय्! म्हणून मला बांधून टाकायला आपल्या दोन हातांना आणखी दोन हातांचं साहाय्य हवंय् तुला! पण खरं सांगू? आईच्या नखात जे बळ असतं, ते बायकोच्या मुखात...'

'मोठा मनकवडा आहेस तू, बाबा!'

'तुझं हे भय अगदी खोटं आहे, आई!'

'नाही, रे, राजा! माझ्या सावलीइतकंच ते खरं आहे.'

'मी वीर होणार आहे, संन्यासी नाही!'

'पण–'

'पण नाही नि बीण नाही.'

'तुझ्या जन्मकाळी एका मोठ्या ज्योतिष्यानं तुझं भविष्य मला सांगितलंय्.'

मी उत्सुकतेने विचारले,

'मी किती राक्षस मारीन, असं त्याचं गणित म्हणतं? कोटी-खर्व-निखर्व–'

'चल! वेडा कुठला!'

'मी किती अश्वमेध करीन, हे तरी त्यानं लिहून ठेवलं असेल, की नाही?'

तिने नकारार्थी मान हलविली. मी निराश होऊन म्हणालो,

'मग त्या कुडबुड्या जोश्याचं भविष्य म्हणतं तरी काय?'

तिच्या मुद्रेवरून माझे हे बोलणे तिला आवडले नसावे. क्षणभर स्तब्ध राहून ती म्हणाली,

'ययु, तो ज्योतिषी म्हणाला, 'हा मुलगा मोठा भाग्यवान आहे. तो राजा होईल. सर्व प्रकारची सुखं त्याला लाभतील; पण तो सुखी मात्र होणार नाही.''

त्या ज्योतिष्याचे हे वेडगळ भविष्य ऐकून मी हसत सुटलो. आपल्या बोलण्याचा अर्थसुद्धा कळत नसावा त्याला! सर्व प्रकारची सुखे मिळून, जो सुखी होणार नाही,

तो स्वतः वेडा असला पाहिजे! शेवटी मी आईला म्हणालो,

'आई, पुढं एक सोडून शेकडो बायका करीन मी, हवं तर; पण आज मला तहान लागली आहे, ती प्रेमाची नाही. ती पराक्रमाची आहे. मला रंगमहालात लोळत राहण्याची इच्छा नाही. रणांगणावर झुंजायची हौस आहे. देवांचं आणि राक्षसांचं युद्ध पुन्हा सुरू होणार आहे, म्हणतात. त्या युद्धात मला जाऊ दे. हवं तर, बाबा अश्वमेध करू देत. मी अश्वमेधाच्या घोड्यावर साऱ्या आर्यावर्तात फिरेन. शेकडो वीरांचा पराभव करून परत येईन. मग मी लग्नाचा विचार करीन!'

१२

वीरपुरुष म्हणून जग गाजविण्याच्या इच्छेने माझ्या शरीराचा आणि मनाचा कण नि कण धुंद करून टाकला आहे, हे आईच्या लक्षात आले असावे. तिने बाबांकडे माझ्या लग्नाची गोष्ट काढली नाही.

मधल्या विद्यार्जनाच्या काळात मी किती बदललो, याची माझी मला कल्पना नव्हती. भोवतालच्या भूमिभागाचा परिणाम होऊन नदीचे पात्र बदलले जावे, तसे माझे मन झपाट्याने पालटत गेले होते. धनुर्विद्येचे पहिले धडे घेताना दृष्टी आणि चित्त एकाग्र करण्यातला अलौकिक आनंद मी पहिल्यांदा अनुभवला. लहानपणी महालाची खिडकी उघडली, की बागेतली नाना रंगांची फुले पाहून माझ्या अंगावर रोमांच उभे राहत; पण बाणाचा नेम धरताना बरोबर उलटा अनुभव आला. सभोवतालचे सारे जग झरझर विरू लागले. धुके जसे क्षणात नाहीसे होते, तसे! असत्याचे नसते झाले. जांभळ्या टेकड्या, हिरवी झाडे, निळे आकाश, काही काही माझ्या जगात उरले नव्हते. केवळ त्यात एक काळा ठिपका दिसत होता. माझ्या बाणाचे लक्ष्य असलेला सूक्ष्म काळा ठिपका हे त्या क्षणी माझे विश्व झाले होते.

या नव्या अनुभवानेही माझ्या अंगावर रोमांच उभे राहिले. निर्जीव वस्तूवर अचूक नेम धरण्यात मी फार लवकर निपुण झालो. साहजिकच सजीव प्राण्यावर नेम धरण्याची पाळी माझ्यावर आली. इतकी वर्षे झाली! पण त्या पहिल्या अचूक नेमाची आठवण झाली, की मनाचा अजून थरकाप होतो. एका उंच वृक्षावर शांतपणे बसलेली पक्षीण होती ती. पक्षीण? छे! ध्यानमग्न योगिनी! निळ्या आकाशाच्या पार्श्वभूमीवर ती एखाद्या मनोहर चित्रासारखी दिसत होती. पुढच्या क्षणी हे चित्र सजीव होऊन भर्‌कन उडून जाईल, असे क्षणाक्षणाला वाटत होते. सूर्य पश्चिमेकडे कलला होता. कुठल्यातरी घरट्यात पंख न फुटलेली पिले तिची वाट पाहत असावीत; पण मला व माझ्या गुरूंना तिच्या कुटुंबाशी आणि सुखदुःखांशी काही कर्तव्य नव्हते. मला धनुर्विद्येत प्रवीण व्हायचे होते. त्यांना मला शिकवून आपला

चरितार्थ चालवायचा होता.त्या निष्पाप, चिमुकल्या जीवावर बाण सोडताना मला प्राणांतिक यातना झाल्या; निसर्गाशी असलेले माझे निकटचे नाते त्या क्षणी तुटले. तोपर्यंत, हृदयाच्या अगदी कोपऱ्यात का होईना, मी कवी होतो. त्या क्षणी तो कवी मेला!

मी वीर झालो होतो; पण तो सुखासुखी नव्हे. माझ्यातल्या कवीची हत्या करून त्याच्या समाधीवर या वीराने आपले सिंहासन थाटले होते. त्या शरसंधानाचे कौतुक झाले त्या रात्री! राजवाड्यात आईने स्वतः त्या पाखरांचे मांस शिजविले. मोठे रुचकर करून तिने ते बाबांना नि मला वाढले, स्वतःही खाल्ले. बाबांनी ते मिटक्या मारीत, घासा-घासाला माझे कौतुक करीत खाल्ले. मला मात्र प्रत्येक घास गिळताना कोण कष्ट पडले! रात्री झोपेत दोन-चारदा मी जागा झालो. जिव्हारी बाण लागून ती पक्षीण आक्रोश करीत आहे, असा मला एकदा भास झाला. पुन्हा जागा झालो, तेव्हा तिच्या पिलांचा चिवचिवाट ऐकू आला. अनेक वर्षांपूर्वी नाहीशा झालेल्या मुलाच्या आठवणीने आपली आई अजून व्याकूळ होते; पण तीच आई पाखरातल्या एका आईचा मृत्यू हसतमुखाने पाहते! त्या निष्पाप प्राण्याचे शरीर विच्छिन्न करणाऱ्या मुलाचे कौतुक करते, त्या मुक्या मातेचे मांस मिटक्या मारीत खाते, त्या मांसाचा कण नि कण शेवटच्या क्षणापर्यंत आपल्या पिलांकरिता धडपडत होता, हे सहज विसरते. जीवनातल्या या विचित्र विरोधाने मी गोंधळून गेलो.

दुसऱ्या दिवशी संध्याकाळी देवदर्शनानंतर वृद्ध अमात्य वाड्यावर आले. माझी शंका मी त्यांच्यापुढे मांडली. ते हसले आणि म्हणाले,

'युवराज, फार लहान आहात तुम्ही अजून; पण जगरहाटी पाहत-पाहत माझे केस काळ्याचे पांढरे झाले आहेत. या म्हाताऱ्याचे हे आनुभविक बोल नीट लक्षात ठेवा. जग माणसाच्या मनातल्या दयेवर चालत नाही. ते त्याच्या मनगटातल्या बळावर चालतं. माणूस केवळ प्रेमावर जगू शकत नाही. तो इतरांचा पराभव करून जगतो. मनुष्य या जगात जी धडपड करतो, ती भोगासाठी! त्यागाची पुराणं देवळात ठीक असतात; पण जीवन हे देवालय नाही! ते रणांगण आहे.'

त्या दिवशी अमात्यांनी अनेक वैदिक कथा मला सांगितल्या, पशु-पक्ष्यांच्या मजेदार गोष्टी ऐकवल्या. त्या सर्वांचे सार एकच होते– जग शक्तीवर चालते, स्पर्धेवर जगते, भोगासाठी धडपडते.

त्या दिवसापासून मी शक्तीचा उपासक झालो. क्रौर्य आणि शौर्य ही जुळी भावंडे आहेत, असे मानू लागलो.

१३

बाळपणी राजवाड्यात बागडणाऱ्या हरिणशावकांचा मी सवंगडी होतो. आता अरण्यातल्या प्रत्येक हरिणाचा मी शत्रू बनलो. मृगाच्या चपळपणाचे लहानपणी मला कौतुक वाटे. आता त्याच्या गतीचा राग येऊ लागला मला. पाच वर्षांचा असताना आईच्या महालाच्या दारावर मी उडी मारणाऱ्या हरिणाचे वेडेवाकडे चित्र काढले होते. विचित्र रंगांनी ते रंगविले होते. आता ते चित्र मी त्याच्याच रक्ताने रंगवू लागलो. एकदा आईच्या आवडत्या हरिणीच्या पाठीला कसली तरी जखम झाली होती, त्या जखमेवर माशी बसली, की ती अतिशय अस्वस्थ होई. बाबांचा आवडता मोरपिसांचा पंखा घेऊन मी घटका-घटका त्या हरिणीला वारा घालीत बसे. आता माझा हरिणाच्या अंगाशी संबंध येई, तो मी मारलेल्या हरिणांची कातडी कमावून ती सेवक मला दाखविण्याकरिता घेऊन येत, तेव्हा. अभिमानाने हळूहळू मी त्यांच्यावरून क्षणभर हात फिरवीत असे. त्यांच्या मृदू स्पर्शाने मला गुदगुल्या होत. बाणाने विद्ध झालेल्या हरिणाची तडफड. त्याच्या जात्या जिवाची डोळ्यांतली शेवटची धडपड, त्याच्या जखमेतून भळभळ वाहणारे रक्त, यांपैकी कुठलीही गोष्ट मला आठवेनाशी झाली. मी ती कातडी गुरूंना, आप्तांना, मित्रांना भेट म्हणून देत असे. ते सारे मृगयेतल्या माझ्या कुशलतेचे कौतुक करीत.

१४

या शौर्याची कसोटी लागायची वेळ अनायासे आली.

देव-दानवांच्या कलहाच्या वार्ता क्वचित नारदमुनी, क्वचित दुसरे कुणी ऋषी बाबांना वारंवार सांगत. त्या कलहाला युद्धाचे स्वरूप आले नव्हते. पण दोन्ही पक्षांच्या चकमकी वरच्या वर उडत. अशा एखाद्या चकमकीत देवांच्या बाजूने आपण भाग घ्यावा, राक्षसांचा संपूर्ण पराभव करावा आणि आपला भावी राजा किती पराक्रमी आहे, हे साऱ्या प्रजेला दाखवून द्यावे, ही इच्छा माझ्या मनात वारंवार प्रबळ होई; पण बाबा राक्षसपक्षाइतकाच देवपक्षाचाही तिरस्कार करीत.

'इंद्राला बंदिवान करून, वृषपर्व्यानं त्याला आपला राजवाडा झाडायला लावलं, तरी मी त्यांच्या साहाय्याला तुला पाठविणार नाही!' असे ते म्हणत.

इंद्रावर आणि देवपक्षावर त्यांचा इतका राग का आहे, हे मला कुणीच सांगत नसे.

वृद्ध अमात्यांना याविषयी अनेकवार मी खोदून विचारले; पण प्रत्येक वेळी त्यांचे उत्तर एकच असे,

'जगात सर्व गोष्टी योग्य वेळी माणसाला कळतात. झाडांना काही पानांबरोबर फुलं आणि फुलांबरोबर फळं येत नाहीत.'

अशा वेळी माझ्या मनात येई, आपली युद्धाची हौस अन्य प्रकारच्या साहसाने तृप्त करून घ्यावी. अगदी हिमालयाच्या पायथ्यापर्यंत जावे, नाना प्रकारच्या हिंस्र पशूंची शिकार करावी, मृगया करीत तिथून पूर्व आर्यावर्तातल्या अरण्यांत स्वच्छंद भटकावे! तिथे मदोन्मत्त हत्ती स्वैर संचार करीत असतात, म्हणे! आपण अजून हत्तीची शिकार केलेली नाही. एक, दोन, तीन, खूप खूप हत्ती मारावेत; त्यांचे सुंदर सुळे घेऊन हस्तिनापूरला यावे आणि आईला ते दाखवून म्हणावे—

पण आई अजून मला कुक्कुबाळ समजत होती. बाबा तिच्या मुठीत होते. त्यामुळे माझी ही सारी प्रिय स्वप्ने भूमीत पुरून ठेवलेल्या सुवर्णमुद्रांसारखी झाली होती! ती असून नसल्यासारखी होती.

राजवाड्यात माझे शरीर आणि राजपुत्राच्या जीवनाला पडणाऱ्या मर्यादांत माझे मन कोंडल्यासारखे झाले होते. या कोंडमाऱ्यातून कसे सुटावे, या विचारात मी होतो. अकस्मात एक सुवर्णसंधी माझ्यापुढे चालून आली.

नगरदेवतांचा वार्षिक उत्सव जवळ आला. या उत्सवाला दूरदूरच्या नगरांतून आणि खेड्यांतून लोकांचे लोंढेच्या लोंढे येत. नदीसारख्या असलेल्या हस्तिनापुराला त्या वेळी समुद्राचे स्वरूप प्राप्त होई. कथा-कीर्तने, पुराणे-प्रवचने, भजन-पूजन, नृत्यसंगीत, स्त्री-पुरुषांचे विविध खेळ, नाना प्रकारची सोंगे, नाटके यांच्या नादात ते दहा दिवस दहा पळांसारखे निघून जात.

या वर्षाच्या उत्सवाच्या शेवटच्या दिवसाच्या खेळात सेनापतींनी एका नव्या क्रीडेचा समावेश केला होता. साहसी सैनिकांच्या वृत्तीला प्रोत्साहन देण्याच्या हेतूनेच त्यांनी ही कल्पना काढली असावी. वेगाने धावणाऱ्या घोड्याला मद्य पाजून विशाल वर्तुळाकार रिंगणात मोकळे सोडून द्यायचे, तो चौखूर धावू लागल्यावर स्पर्धकाने मिळेल तिथे त्याला गाठून त्याच्यावर मांड ठोकायची आणि त्या प्रांगणात पाच फेऱ्या घालून, त्याला न थांबवता, खाली उतरायचे. प्रत्येक वेळी नवा तेजस्वी घोडा क्रीडेकरता आणायचा.

हा खेळ मला फार आवडला; पण तो सर्वसामान्य सैनिकांसाठी होता. त्यात युवराजाने भाग घेणे कुणालाच रुचण्यासारखे नव्हते. या उन्मादक क्रीडेच्या वेळी मी अतृप्त मनाने, पण उत्सुक डोळ्यांनी बाबा आणि आई यांच्यापाशी बसलो होतो. चार घोडे आले आणि पाचवी फेरी पुरी व्हायच्या आतच एखादा चेंडू फेकावा, तसे वरच्या वीराला फेकून देऊन ते निघून गेले. पाचवा घोडा प्रांगणात येत असताना मी त्याच्याकडे पाहिले. तो एखाद्या भव्य, रेखीव राक्षसासारखा दिसत होता. त्याचे

लाल लाल डोळे, फेंदारलेल्या नाकपुड्या, देहाच्या मोहक– पण उन्मत्त हालचाली यांनी सभोवार पसरलेल्या जनसमुद्रात कुतूहलाच्या लाटा उसळल्या. प्रत्येकाच्या डोळ्यांत भीती, आश्चर्य आणि उत्सुकता यांचे मिश्रण दिसू लागले. सहा सेवक त्याला बांधून क्रीडांगणात आणीत होते; पण त्यांना न जुमानता तो मोठमोठ्याने खिंकाळत होता. जोरजोराने टापा आपटून खुरांनी माती उकरीत होता. त्वेषाने मान उडवून 'मी तुमच्या इच्छेप्रमाणं चालणार नाही' असे म्हणत होता. त्याने मान उडविली, की त्याची आयाळ विसकटून जाई. मग ती मोठी विचित्र दिसे. शाप द्यायला सिद्ध झालेल्या एखाद्या क्रुद्ध ऋषीच्या पिंजारलेल्या जटांसारखी ती भासे. त्याच्याकडे पाहता-पाहता माझे मन अभूतपूर्व उन्मादाने भरून गेले. माझे हात फुरफुरू लागले. माझी पावले जमिनीवर जोराने आघात करू लागली. शरीरातला कण नि कण थुई थुई नाचणाऱ्या कारंजाच्या पाण्यासारखा उसळ्या मारू लागला.

मी आईकडे पाहिले. तिच्या डोळ्यांत मूर्तिमंत भीती थरथर कापत उभी राहिली होती.

आई बाबांना हळूच म्हणाली,

'या घोड्याला परत न्यायला सांगा. फार भयंकर दिसतोय् तो. कुणाला तरी अपघात होईल आणि उत्सवाच्या शेवटच्या दिवशी विनाकारण अपशकुन होईल.'

बाबा हसले आणि म्हणाले,

'देवी, पुरुषाचा जन्म पराक्रमासाठीच असतो.'

बाबांच्या त्या हास्याने आणि शब्दांनी मला विलक्षण आनंद झाला. डोळे मिटून मी ते वाक्य हृदयावर कोरू लागलो; पण माझी ती तंद्री फार वेळ टिकली नाही. जनसमूहात एक विचित्र आर्त चीत्कार निघाला. तो निनादत या टोकाकडून त्या टोकांकडे गेला. मी डोळे उघडून पाहिले. त्या घोड्यावर बसू पाहणारा सैनिक अपेशी ठरला होता. त्याला दूर फेकून देऊन घोडा वेगाने स्वच्छंदपणे धावत होता.

दुसरा-तिसरा-चौथा-अनेक सैनिक आले आणि पडले. तो घोडा कुणालाच दाद देईना.

सारे प्रेक्षक तटस्थ आणि भयभीत झाले. आता पुढे काय होणार, म्हणून डोळ्यांत प्राण आणून सारे पाहू लागले. माझ्या कानात कुणीतरी घनगंभीर स्वराने म्हणत होते,

'ऊठ, ऊठ! पुरुषाचा जन्म पराक्रमासाठीच असतो. ऊठ, ययाति, ऊठ, तू हस्तिनापूरचा भावी राजा आहेस. भय या शब्दानं राजाला भ्यायला हवं! हस्तिनापुरात क्षात्रधर्म उरलेला नाही. ते नगर एका घोड्यानं जिंकलं, असं उद्या लोक म्हणू लागतील. देवदानवांपर्यंत ही अपकीर्ती जाईल. तू पराक्रमी पुरूरव्याचा पणतू आहेस, शूर नहुषाचा पुत्र आहेस–'

मी ताडकन् उठलो. दोन पावले पुढे झालो. इतक्यात माझ्याभोवती कुणाच्या तरी कोमल बाहूंचा विळखा पडला. मी वळून पाहिले. ती आई होती.

आई? छेः! माझी पूर्वजन्मीची ती वैरीण मला अडवीत होती. माझ्या अत्यंत आवडत्या स्वप्नापासून मला दूर ठेवीत होती. ती माझी आई होती; पण तिची माया अंधळी होती. तिचे मन पांगळे झाले होते.

अरण्यातून प्रवास करणाऱ्या प्रवाशाने वाटेतल्या वेलींच्या फांद्या झटकन् दूर कराव्यात, तसे तिचे हात मी मागे केले. क्षणार्धात मी रिंगणात उतरलो. भोवताली माणसेच माणसे पसरली होती. ती माणसे होती? छे! पाषाणमूर्ती होत्या. त्या मूर्ती पुढल्याच क्षणी मला दिसेनाशा झाल्या.

केवळ तो उन्मत्त घोडा मला दिसत होता. विजयी मुद्रेने तो माझ्याकडे पाहत होता. नहुषमहाराजांच्या राज्यातल्या पराक्रमाला तो आव्हान देत होता. क्षणाक्षणाला त्याच्या आणि माझ्यामधे असलेले अंतर कमी होऊ लागले. मी मनाशी पुन्हा पुन्हा म्हणत होतो, हा घोडा नाही! ससा आहे. त्याच्या मानेवरली ती पांढरी शुभ्र लव–

हे शब्द कानांत घुमत असतानाच कुणीतरी कर्कश स्वरात ओरडले,

‘अरे वेड्या, कुठं चाललास तू? मृत्यूच्या दरीत?’

मी उच्च स्वराने उत्तर दिले,

‘नाही, नाही! ही मृत्यूची दरी नाही, हा कीर्तीचा पर्वत आहे. उंच-उंच डोंगर आहे. हा डोंगर मी चढणार आहे. हा पाहा, हा पाहा, मी त्याच्या शिखरावर जाऊन पोचलो!’

मधल्या काही क्षणात काय झाले, हे माझे मलाच कळले नाही. माझी जाणीव पुन्हा पूर्णपणे जागी झाली, तेव्हा घोड्यावर माझी घट्ट मांड बसली असून, तो धूळ उधळीत वाऱ्यासारखा धावत आहे, हे माझ्या लक्षात आले. मी झंझावातावर आरूढ झालो होतो. माझ्या हातांनी आणि पायांनी मी विजेला अंकित केले होते.

पहिली फेरी संपली, दुसरी सुरू झाली. सभोवार पसरलेल्या विशाल जनसमुदायात कौतुकाच्या आणि आनंदाच्या प्रचंड लाटा उठल्या.

त्या वेळच्या मनःस्थितीचे वर्णन माझे मलासुद्धा करता येणार नाही. मी मूर्च्छित झालो होतो, की माझी समाधी लागली होती? कुणी अतींद्रिय शक्ती माझा पाठपुरावा करीत होती, की माझ्या शरीरातला कण नि कण आपले सर्व सुप्त सामर्थ्य एकत्रित करून त्या घोड्यावरली माझी मांड ढळू देत नव्हता–?

तो तेजस्वी घोडा आणि त्याच्यावर बसलेला तो तरुण ययाति, दोघेही उन्मत्त होते. दोघेही केवळ हलते पुतळे होते. एक घोड्याचा, दुसरा माणसाचा. एका पुतळ्यावर दुसरा पुतळा बसलेला! हे दोन्ही पुतळे विलक्षण वेगाने धावत होते. पूर्वजन्मीच्या पाप-पुण्याप्रमाणे एक पुतळा दुसऱ्या पुतळ्याला बिलगला होता.

दुसरी-तिसरी-चौथी-आणखी तीन फेऱ्या संपल्या.

पाचवी फेरी सुरू झाली. ही शेवटची फेरी. 'न भूतो न भविष्यति' असा पराक्रम मी केला होता. माझे कुमारवयातील सोनेरी स्वप्न सत्यसृष्टीत उतरले होते. स्वातीच्या पर्जन्यधारेतला बिंदू शिंपल्यात पडून मोती बनला होता. माझा आनंद गगनात मावेना.

गगन! आकाश! निळे आभाळ माझ्यापासून अवघ्या चार हातांवर होते. वाटले, अस्से ताडकन् उठून घोड्याच्या पाठीवर उभे राहावे आणि या आकाशाला– ज्याच्यामागे परमेश्वर लपून बसला आहे, त्या आकाशाला हात लावावा.

हे सारे स्वैर, चंचल तरंग होते. घोड्याच्या तोंडाला फेस आला आहे, त्याची गती किंचित मंदावली आहे, हेही त्या मनाला जाणवत होते. सावध! सावध! हा मंत्र ते मन माझ्या कानांत जपत होते!

पाचवी फेरी संपत आली. बाबा आणि आई बसली होती, तिथून थोडे पुढे गेले, की ती फेरी संपणार होती. मी त्यांच्या आसनाच्या बाजूने जाऊ लागलो. मघाशी मला अडविणाऱ्या आईची मुद्रा आता किती उल्लसित झाली असेल, ते पाहावे, असे माझ्या मनात आले. तो मोह अगदी अनिवार झाला. घोडा त्या आसनाच्या किंचित पुढे गेला, न गेला, तोच मी मागे वळून पाहिले.

मोहाचा एकच क्षण! त्या क्षणी घोड्यावरली माझी मांड किंचित ढिली झाली असावी. काय होतंय्, हे कळायच्या आधीच त्या तापट प्राण्याने मला हवेत भिरकावून दिले. त्या मुक्या जिवाचा सारा सूड त्याच्या त्या एका कृतीत साठला होता. हवेतच मला अनेक चित्रविचित्र कर्कश करुण आवाज ऐकू आले. तेही क्षणभरच! दुसऱ्याच क्षणी मी काळोखाच्या समुद्रात खोल चाललो आहे, असा भास झाला मला!

१५

त्या भयाण काळ्या समुद्रातून मी बाहेर पडलो, तेव्हा मला केवळ प्रकाशाचा एक मंद किरण दिसत होता. मी कुठे आहे, ते मला कळेना. नागलोकातल्या गुहेत? नि हा प्रकाशाचा किरण! कोपऱ्यात डौलाने फणा वर करून उभ्या असलेल्या नागाच्या मस्तकावरला हा मणी तर नाही ना?

मग मी महालात मंचकावर झोपलो आहे, असे वाटू लागले. झोप आल्यासारखे वाटत होते; पण उठवत नव्हते, उठावेसे वाटत नव्हते. बाबांच्या महालापाशी प्रातःस्तोत्रे ऐकू येत नव्हती. बहुधा बाहेर उजाडले असावे. आज उत्सवाचा शेवटचा दिवस. आज सर्वांत उन्मत्त घोड्यावर कोण आरोहण करतो, ते–

माझी स्मृती एकदम जागृत झाली. तिच्यापाठोपाठ माझ्या मस्तकातून आणि अंगा-अंगांतून कळा निघू लागल्या. वाऱ्यावर वाळलेले पान भिरभिरत जावे, तसा त्या दिवशी मी घोड्यावरून दूरदूर उडत गेलो होतो. पण कुठे? त्या अपघातात मी पांगळा तर झालो नाही ना? मग मला उठता का येत नाही? उजवा हात उचलून मी कपाळावर ठेवला. गार गार पट्टी होती तिथे. माझ्या अंगात ताप असावा! माझ्यापाशी तर कुणीच नाही, मग ही पट्टी इतकी गार कशी राहिली? सारी शक्ती एकवटून मी हाक मारली,

'आई–'

कंकणांची मंजुळ किणकिण माझ्या कानांवर पडली. आईच माझ्या शय्येकडे येत असावी. मी डोळे ताणून पाहू लागलो. छे! आई नव्हती ती! मग कोण? त्या अपघातात मला प्राणांतिक जखमा झाल्या काय? मी माझ्या महालात आहे, की मृत्यूच्या दारात? काहीच कळेना मला. माझ्या शय्येपाशी उभ्या असलेल्या आकृतीकडे मी अनिमिष दृष्टीने पाहू लागलो. मृत्यू इतके सुंदर रूप धारण करून येतो? मग जग मृत्यूला का भिते?

माझ्या कानांवर शब्द पडले,

'युवराज–'

तो अलकेचा आवाज होता. मी तिला विचारले,

'उत्सव संपला?'

'केव्हाच!'

'किती दिवस झाले?'

'आठ!'

'आठ?'

'हो.'

तिच्या आवाजात विलक्षण कंप होता. आठ दिवस सूर्य प्रत्येक प्रातःकाळी उगवला होता आणि प्रत्येक सायंकाळी मावळला होता; पण मला त्याचे भान नव्हते. हे आठ दिवस मी कुठे होतो? कोणत्या जगात होतो? काय करीत होतो? मी गोंधळून गेलो. माझ्या शरीरात त्या शरीरापेक्षा निराळा असा कुणीतरी मी आहे, असे वाटत होते; पण त्या 'मी'ला या आठ दिवसांतला एक क्षणही आठवत नव्हता.

मी अलकेला विचारले,

'आई कुठं आहे?'

'देवी आपल्या महालात आहेत. त्या दिवसापासून जेवण सोडलंय् त्यांनी. काल कशाबशा आपल्याला पाहायला आल्या. पाहता-पाहता मूर्च्छा येऊन पडल्या.

राजवैद्यांनी त्यांना अगदी झोपवून ठेवलंय्.'

'तुझी आई कुठं आहे?'

'देवींची सेवा करीत आहे ती. आठ दिवस आलोचन जाग्रणं केली राजवैद्यांनी. मघाशी आपली नाडी पाहता-पाहता एखाद्या लहान मुलासारखे ते आनंदाने नाचू लागले. मग मला म्हणाले, 'अलके, माझी विद्या या पांढऱ्या केसांना काळिमा लावून जाते, की काय, असं भय वाटत होतं मला. आज आठ दिवस डोळ्याला डोळा लागला नाही माझ्या! आता युवराजांना कसलंही भय नाही. ते बहुधा मध्यरात्री शुद्धीवर येतील. फार-फार तर पहाटेच्या प्रहरी. तोपर्यंत तुला जागायला हवं. त्यांच्या कपाळावर एकसारखी गारगार पट्टी राहील, अशी...' '

बोलता-बोलता तिला कसली तरी आठवण झाली असावी. ती झटकन् दूर गेली. लगेच मंचकाकडे परत आली. माझ्या उशाशी उभी राहिली.

आता मला मघापेक्षा स्पष्ट दिसू लागले होते. माझ्या उशाशी अलका उभी आहे? छे! त्या दिवशीच्या अपघातात मला मृत्यू आला असावा! मी स्वर्गात आहे. माझ्या उशाशी एक अप्सरा उभी आहे.

या कल्पनेचे माझे मलाच हसू आले. अलकेने विचारले,

'हसायला काय झालं?'

'हसायला काय नेहमीच कारण लागतं?'

'असं मला तरी वाटतं, बाई!'

'मग फुलं का हसतात, ते सांग पाहू!'

'फुलं का हसतात?' ती स्वतःशीच उद्‌गारली. जणू काही तिच्यामध्ये दोन अलका होत्या! त्यांतली एक दुसरीला हा प्रश्न विचारीत होती. ती दुसरी गोंधळली. तिची धांदल पाहून पहिली हसली. लगेच ती लाजली. अलकेची ती लाजरी मूर्ती अधिकच मोहक दिसू लागली.

समुद्राप्रमाणे सौंदर्यालाही भरती घेत असते काय? कुणाला ठाऊक! अलका क्षणाक्षणाला अधिक सुंदर दिसत होती.

मी हसत-हसत म्हटले,

'मी सांगू?'

'हं.'

'बायका लाजतात, म्हणून त्यांना फुलं हसतात!'

'इश्श!'

तिचा हा उद्‌गार मला अधिकच गोड वाटला. मी आजारी आहे, अंथरुणावर पडलो आहे, गेले आठ दिवस मला शुद्धसुद्धा नव्हती, या गोष्टींचा मला पूर्ण विसर पडला. मी टक लावून तिच्याकडे पाहू लागलो.

ती चमकली. लगेच पुटपुटली,

'काय वेडी आहे मी! पट्टीवर घालायला औषध घेऊन आले आणि ते न घालता बोलत बसले! हं, डोळे मिटा पाहू!'

'का?'

'हे औषध मोठं जहाल आहे. त्याचा एक थेंबसुद्धा डोळ्यात जाता कामा नये. राजवैद्यांनी निक्षून सांगितलंय् मला.'

'पण माझे डोळे मिटायला तयार नाहीत!'

'का?'

का? अलकेला हे कसे सांगायचे? मला तुझ्याकडे एकसारखे पाहत राहावेसे वाटते, म्हणून! तिला असले बोलणे आवडेल का? ती केवळ दासीची मुलगी नाही. तिच्या आईचे दूध मी प्यालो आहे. तिच्या आईच्या अंगाखांद्यांवर मी लहानाचा मोठा झालेलो आहे. कलिकेला बाबासुद्धा मानतात. आई तर तिला एखाद्या आप्ताप्रमाणे वागविते. ययूची काळजी माझ्याहूनही कलिकेला अधिक आहे, असे म्हणते. अशा कलिकेच्या मुलीशी–

'आता तुम्ही डोळे मिटले नाहीत, तर मी गट्टी फू करीन हं!'

अलकेच्या त्या गोड शब्दांनी माझे बालपण परत आले. समुद्राला मिळालेले नदीचे पाणी जणू काही निराळे झाले!

मी मुकाट्याने डोळे मिटले. अलका कपाळाच्या पट्टीवर औषधाचा एक एक थेंबसुद्धा सोडू लागली. काही वेळा डोळ्यांपेक्षा मिटलेल्या डोळ्यांना अधिक दिसते, की काय, कोण जाणे! माझी गट्टी फू करणाऱ्या बालपणीच्या अलकेपासून आता पट्टीवर औषध घालीत उशाशी उभ्या असलेल्या अलकेपर्यंत तिची अनेक रूपे माझ्या डोळ्यांपुढून सरकत जाऊ लागली. कळी तीच होती; पण फुलत-फुलत प्रत्येक वेळी नवे मनोहर रूप धारण करीत होती. अलकेच्या प्रत्येक मूर्तीत निराळाच मोहकपणा होता.

अलका आईबरोबर राजवाड्यातच राहत होती; त्यामुळे तिची ही सारी रूपे माझ्या डोळ्यांपुढून गेली होती. पण आजपर्यंत ती माझ्या डोळ्यांत मात्र कधीच भरली नव्हती. असे का व्हावे? मी विचार करू लागलो. सहा वर्षांचा होईपर्यंत अलका माझी सवंगडी होती. मग मात्र आमचे संबंध दुरावले. मी होतो राजपुत्र. मी राजवाड्यात, नगरात, राजसभेत, उत्सवात सर्वत्र ऐटीने मिरवू लागलो. ती होती दासीची मुलगी. ती मागे-मागे राहू लागली. राजवाड्यात आईच्या हातांखाली लहानसहान कामे करू लागली. मला पुढे राजा व्हायचे होते, जगज्जेता वीर व्हायचे होते. ती दासी होणार होती. सदैव कुणाची तरी सेवा करीत राहणार होती. त्यामुळे आम्ही दोघे एकमेकांपासून दूर गेलो.

कुठल्या तरी स्वर्गीय सुगंधाने एकदम मला धुंद करून सोडले. माझे डोळे मिटलेलेच होते. उजवा हात हळूहळू वर नेऊन मी पाहिले. अलका वाकून, अगदी संभाळून, पट्टीवर थेंब थेंब औषध सोडीत होती. माझ्या गालावर तिच्या केसांची एक बट तिला न कळत रुळू लागली होती. ती बट माझ्या हाताला लागली. त्या नाजूक स्पर्शाने माझे शरीर पुलकित झाले. डोळे उघडले, तर अलका दूर होईल, म्हणून ते न उघडताच मी हसत म्हटले,

'अलका, माझं नाक फार फार रागावलंय्!'

'कुणावर?'

'डोळ्यांवर.'

'कुणाच्या?'

'माझ्या.'

'ते का, बाई?'

'एवढा सुंदर सुगंध कुठून येतो, हे त्याला कळत नाही, म्हणून!'

'त्या नाकाला मला काही विचारायचंय्!'

'विचार की–'

'त्याची देवावर श्रद्धा आहे ना?'

'माझं नाक काही नास्तिक नाही!'

'देवळातली मूर्ती दगडाची असते, हे त्या नाकाला कबूल आहे ना?'

'आहे.'

'मग ते नाक त्या मूर्तीपुढं का वाकतं? त्याला त्या मूर्तीत देव दिसतो का?'

'तो दिसला नाही, तरी तिथं असतो.'

'त्या नाकाला येणारा सुंदर सुगंधही तसाच आहे.'

अलकेच्या या बोलण्याची मला मोठी गंमत वाटली. आम्ही दोघे जणू काही पुन्हा लहान होऊन शब्दांचे खेळ खेळू लागलो होतो; पण असले खेळ खेळण्यापेक्षा तो सुगंध घ्यायची इच्छा माझ्या मनात प्रबळ झाली.

मी अलकेला म्हटले,

'कसला आहे हा वास?'

'जाईच्या फुलांचा; लहानपणी फार आवडायची ती तुम्हांला.'

अलका म्हणाली, ते खरे होते; पण मधल्या काळात धनुष्यांच्या टणत्कारांत आणि घोड्यांच्या टापांत जातिकुसुमांचे ते लाडीक कुजबुजणे मला कधी ऐकूच आले नव्हते.

मी म्हणालो,

'अलका, ती फुलं माझ्या नाकापाशी आण. मला त्यांची क्षमा भागायची आहे.'

'थांबा हं! वेणीच काढून देते मी!'

'वेणी?'

'हो; वेणीत ती माळली आहेत मी.'

'मग ती तिथंच राहू देत.'

'का?'

'तू फुलं तिथून काढलीस, तर ती माझ्यावर रागावतील.'

'इश्श!'

'त्यांचा तसाच वास घेऊ दे मला.'

अलका काहीच बोलली नाही.

मी म्हणालो,

'तू तुझ्या वेणीचा वास मला दिला नाहीस, तर मी मोठ्यानं ओरडेन. मग सारी माणसं जागी होतील–'

पट्टीवर घालायचे थेंब मघाशीच संपले असावेत. आपला लुसलुशीत हात माझ्या ओठांवर ठेवीत ती म्हणाली,

'असं काही करू नका, बाई! आठ दिवस राजवाड्यात कुणाचा जिवात जीव नव्हता. राजवैद्यांनी छातीवर हात ठेवून, आपल्या दुखण्याला उतार पडला आहे, असं सांगितलं, म्हणून आज कुठं झोपी गेली आहेत सारी. राजवैद्यसुद्धा पलीकडच्या महालात झोपले आहेत. तुम्ही ओरडलात, की सारी माणसं धावून येतील. मग आई मला बोचून खाईल नि रागारागानं म्हणेल, 'सेवासुद्धा नीट करता येत नाही कार्टीला!' ती मला सुळावर चढवील.'

'सुळावर चढण्यापेक्षा वेणीचा वास देणं बरं! नाही का? हं, चांगल्या गोष्टीत विलंब बरा नसतो, असं मोठे लोक म्हणतात! मी पाच अंक मोजायच्या आत-एक-दोन-तीन-चा-चा–'

नंदनवनातल्या सर्व फुलांनी आपला सुगंध त्या जाईच्या फुलांना दिला असावा.

अलकेच्या केसांतल्या त्या वेणीचा वास घेता-घेता मी धुंद होऊन गेलो. त्या फुलांबरोबर नाकाला आणि गालांना होणारा तिच्या बटांचा स्पर्श विलक्षण सुखद– अगदी उन्मादक होता.

अलका दूर होत आहे, असे वाटताच मी भान विसरलो. त्या सुगंधाने अजूनही माझी तृप्ती झाली नव्हती. शरीराच्या कणाकणाला तो हवाहवासा वाटत होता.

मी डोळे उघडले. ती दूर होऊ लागली. लगेच मी ती वेणी तिच्या केसांतून हिसकावून घेतली. दोन्ही हातांनी त्या फुलांचा चोळामोळा करीत मी ती नाकापाशी नेली.

कंपित स्वराने अलका उद्गारली,

'असं काय करावं, युवराज!'

'अजून माझं समाधान झालं नाही. आणखी-आणखी सुगंध हवाय् मला!'

आपण काय करीत आहोत, हे माझे मला कळण्यापूर्वीच माझ्या बाहूंचा विळखा तिच्या मानेभोवती पडला. पुढच्याच क्षणी तिचे ओठ माझ्या ओठांवर टेकले. मधुर, अति मधुर अमृत भरलेले होते त्या ओठांत. रखरखीत वाळवंटातून चालत आलेल्या प्रवाशासारखे माझे ओठ सुकून गेले होते. मी तहानेने व्याकूळ झालो होतो. ते अमृत मी घटाघटा पिऊ लागलो. 'आणखी, आणखी.' एवढा एकच मंत्र माझे ओठ पुटपुटत होते, केवळ एका गोष्टीची जाणीव मला उरली होती. मी सुखाच्या डोहात पोहत आहे. पण त्या डोहाचे पाणी पुरेसे खोल नाही.

'हे काय, युवराज?' त्या डोहातून कुणीतरी म्हणाले.

कोण होती ती? मत्स्यकन्या? मी डोळे फाडून पाहू लागलो. ती अलकाच होती. माझ्या शय्येपासून दूर उभी होती ती. पण माझे ओठ अतृप्त होते. माझे मन असंतुष्ट होते. शरीराचा कण नि कण पेटल्यासारखा झाला होता. मी जे अमृत प्यालो होतो, ते हालाहलाप्रमाणे मला जाळीत होते. तो दाह शांत करण्याकरिता मला आणखी अमृत हवे होते.

अलकेला धरण्याकरिता मी धडपडत उठू लागलो. माझ्या उजव्या पायातून भयंकर कळ आली. बाणाने विद्ध पाखरासारखा आर्त चीत्कार करीत मी शय्येवर पडलो.

१६

या जिवावरच्या दुखण्यातून बरे व्हायला मला तीन-चार महिने लागले. पण त्या रात्री माझ्या त्या आर्त चीत्काराने सारा राजवाडा प्रफुल्लित झाला. मी शुद्धीवर आलो, मृत्यूच्या दारातून परत आलो, या जाणिवेने सर्वांच्या जिवांत जीव आला. वृद्ध राजवैद्य तर धावतच माझ्या महालात आले.

एखाद्या लहान मुलीसारखे सद्‌गदित होऊन ते अश्रू गाळू लागले.

आठ दिवस मी मृतवत पडलो होतो. त्या विचित्र मूर्च्छेतून मी शुद्धीवर येतो, की नाही, याचीच आईला शंका वाटत असावी! नगरातल्या सर्व देवतांना ती नाना प्रकारचे नवस बोलून चुकली होती. मी हिंडू-फिरू लागायच्या आतच तिने ते सर्व मोठ्या समारंभाने फेडले.

माझा ताप लवकर उतरला. पायाचे हाड दुखावले होते. त्याने मात्र पुष्कळ त्रास दिला. पण अस्थिसंधी करण्यात अत्यंत कुशल असलेला एक रानटी मनुष्य राजवैद्यांनी पूर्व आर्यावर्तातून मोठ्या परिश्रमाने आणविला. त्याने हे हाड नीट बसविले. पायात कुठलाही दोष राहिला नाही. पण हे तीन-चार महिने माझी मोठी कुचंबणा झाली. महालाच्या खिडकीतून बाहेर उडत असलेली पाखरे दिसली, की

मला स्वतःच्या पांगळेपणाची चीड येई. वाटे, एखाद्या खिडकीतून पाखरासारखेच शरीर बाहेर झोकून द्यावे, मग पुढे काय व्हायचे असेल, ते होईल. घोड्याचे खिंकाळणे कानांवर पडले, की माझे हात फुरफुरू लागत. मांड्यांतली सारी रग जागी होई. स्वतःच्या पंगुत्वाचा राग कुणावर काढावा, हे काही केल्या मला कळत नसे. मग चिडून मी माझ्या देहाकडे पाहत राही. गेल्या दहा वर्षांत ज्या शरीराचे सौंदर्य आणि सामर्थ्य वाढविण्याकरिता मी अहोरात्र धडपडलो होतो, त्याने माझ्यावर असे उलटावे? छे! माणूस शरीरावर प्रेम करतो, त्या प्रेमाला अंत नसतो. पण शरीर काही त्याच्यावर असे प्रेम करीत नाही. प्रसंगी ते त्याचे वैर साधते!

अशा रीतीने शरीर कुणाचे वैर करते, हे शोधून काढण्याचा मी पडल्या-पडल्या पुष्कळ प्रयत्न केला; पण तो कधीच सफल झाला नाही. शरीरापेक्षा निराळा असा ययाति माझ्यामध्ये आहे, असे मला अनेकदा वाटे. पण त्याचे स्वरूप कसे जाणून घ्यायचे? विचार करकरूनही हे मला कळेना. मन, बुद्धी, अंतःकरण हे काही शरीराचे अवयव नाहीत, त्यांचे स्वतंत्र अस्तित्व आहे, हे मला कळत होते. पण शरीराने माझे वैर साधले, त्या वेळी ही सारी काय करीत होती? आठ दिवसांच्या माझ्या मूर्च्छेत राजवैद्यांनी दिलेल्या अनेक दुर्मीळ औषधांबरोबर मी विषही मुकाट्याने प्यालो असतो, त्या मूर्च्छेत– माझे मन कुठे होते? माझी बुद्धी कुठे होती? माझे अंतःकरण कुठे होते? अंधार! जिकडेतिकडे अंधार!

मी चिडून माझ्या पायांकडे, नाही, तरी हातांकडे पाहत बसलो, की ओठ हळूच माझ्या कानांत कुजबुजतात,

'वेडा आहेस तू! शरीरानं काय सदैव तुझं शत्रुत्वच केलं आहे? त्या रात्री अलकेच्या ओठांतलं अमृत तुला कुणी आणून दिलं? आम्हीच ना?'

ती रात्र हे एक मधुर, अमर स्वप्न होते. त्या स्वप्नाची आठवण झाली की, पायांच्या वेदनांचा, तात्पुरत्या पांगळेपणाचा, किंबहुना माझ्या सर्व दुःखांचा मला विसर पडे. बाहेर स्वच्छ ऊन पडले असले, तरी त्या रात्रीच्या स्मृतीसरशी ते मावळे. मग हातांत निरांजन घेऊन उभ्या असलेल्या रमणीसारखी ती रात्र माझ्या डोळ्यांपुढे उभी राही. तो जाईच्या फुलांचा मादक सुगंध, तो अलकेच्या केसांचा मृदुल स्पर्श, ते तिच्या ओठांतले मधुर अमृत– त्यांच्या स्मरणाने माझे शरीर रोमांचित होई.

त्या तीन-चार महिन्यांत मला अतिशय सुख दिले असेल, तर ते या स्मृतीने! वेळी-अवेळी तिच्याशी खेळत बसायचा छंदच मला जडला. मात्र त्या सुखाचा पुन्हा एकदा आस्वाद घ्यावा, असे वाटत असूनही, ती संधी मला लाभली नाही. अलका अनेकदा माझ्या सेवेला येई, पण दिवसा. पुन्हा रात्री ती

कधी आलीच नाही. रात्री दुसऱ्या अनेक दासी आलटून पालटून माझ्या सेवेत असत. त्यांत काही तरुणही होत्या; पण मला अलकाच हवी होती! ती जाईच्या फुलांची वेणी घातलेली, ती 'गट्टी फू करीन हं!' असे सांगून पट्टीवर औषध घालणारी, 'हे काय, युवराज!' असे अर्धवट रागाने नि आनंदाने म्हणणारी माझी बालमैत्रीण अलका मला हवी होती. ती दिवसा भोवती वावरे, तेव्हा तिची प्रत्येक डौलदार हालचाल माझे डोळे अधाशीपणे टिपून घेत. इतर कुठल्याही दासीविषयी असे आकर्षण मला वाटत नसे.

अलकेच्या मधुर स्मृतीच्या जोडीने या काळात मला आनंद दिला, तो दुसऱ्या एका भव्य स्वप्नाने. अस्थिसंधी करण्यासाठी आणलेला तो मनुष्य आर्यावर्तभर फिरला होता. नाना प्रकारच्या गुहा, अरण्ये, नगरे, समुद्र, डोंगर, मंदिरे, माणसे या सर्वांचे तो अतिशय रसभरित वर्णन करी. त्या वर्णनांनी नकळत माझ्या मनात एक सुंदर स्वप्न विणले. अश्वमेधाकरिता सोडलेला घोडा घेऊन आपण निघालो आहोत, या सर्व रम्य, भीषण गोष्टी आपण आपल्या डोळ्यांनी पाहत आहोत, त्या विविध सौंदर्यांचा आपण आस्वाद घेत आहोत आणि आपण नवनवे प्रदेश पादाक्रांत करीत आहोत, असे ते स्वप्न होते. त्या स्वप्नाच्या शेवटी मी दिग्विजयी वीर म्हणून परत आलो आहे आणि मला ओवाळणाऱ्या दासींत अग्रभागी अलका पंचारती घेऊन उभी आहे, असे मला दिसे.

मी पूर्णपणे बरा झालो.

हे स्वप्न सुद्धा वृद्ध अमात्यांच्या आणि माझ्या इतर गुरूंच्या कानांवर मी घातले. ते त्यांना आवडले. आई नको नको म्हणत असतानाही बाबांनी नगरदेवतेच्या एका उत्सवात अश्वमेधाची घोषणा केली.

१७

ते दिवस अजून आठवतात मला! पराक्रमी पुरुषांच्या पुतळ्यांसारखे ते डोळ्यांपुढे उभे राहतात. त्या रात्री अजूनही माझे मन फुलवितात. ज्यांचा प्रत्येक पदक्षेप उन्मादाने ओथंबलेला आहे, अशा विलासिनींसारख्या त्या भासतात.

जवळजवळ दीड वर्ष मी अश्वमेधाच्या घोड्याबरोबर फिरत होतो. पावलोपावली या प्राचीन पवित्र भूमीचे सौंदर्य पाहत होतो. पंचमहाभूतांच्या तालावर गायिली जाणारी तिची असंख्य गोड गीते कानांत साठवून ठेवीत होतो. तिची नवीनवी नृत्ये डोळ्यांत सामावून घेत होतो. उत्तर, पश्चिम, दक्षिण आणि पूर्व असा अश्वमेधाच्या घोड्याचा मार्ग होता. प्रत्येक भागातील भूमी किती मनोहर होती! ऋतूऋतूला ती नवी सुंदर वस्त्रे नेसत होती. नाना प्रकारच्या अलंकारांनी नटत

होती. एखाद्या वेळी ती लोकमाता सजीव होऊन माझ्यापुढे उभी राहिली आहे, असा मला भास होई; मग नद्या या तिच्या दुग्धधारा वाटत. पर्वतांच्या स्तनांतून वाहणाऱ्या या धारांनी ती आपल्या लाखो लेकरांचे पोषण करीत आहे, या कल्पनेने मी पुलकित होई.

कधीकधी रात्री आईची मूर्ती डोळ्यांपुढे उभी राही. मग तिला दिलेल्या वचनाची आठवण मला होई.

'नाही, मी कधीही संन्यासी होणार नाही.' असे मी आईला वचन दिले होते. त्यातला शब्द न् शब्द मी खरा करून दाखविला होता. जगाकडे पाठ फिरविण्याऐवजी त्याला तोंड द्यायला मी निघालो होतो. मी जग सोडून रानावनांत पळून जाणार नव्हतो. मी ते जिंकून अंकित करणार होतो.

आमच्या घोड्याला फार थोड्या राज्यांत विरोध झाला. बाबांनी आपल्या शौर्याने साऱ्या आर्यावर्तात भीती निर्माण करून ठेवली होती. प्रत्यक्ष इंद्राचा पराभव करणाऱ्या नहुष राजाचा अश्वमेध! मग त्याचा घोडा अडविण्याची छाती कुणाला होणार? ज्यांनी अविचाराने विरोध केला, त्यांना ययाति हा पित्याला शोभेल असाच पुत्र आहे, हे मी कृतीने दाखवून दिले.

असल्या साऱ्या लहानमोठ्या संघर्षांत मला परमावधीचा आनंद होई. मृगयेत मी निपुण होतो. बहुतेक पशूंची शिकार मी लीलेने केली होती. पण समोरासमोर उभ्या राहिलेल्या आणि आपल्याप्रमाणेच शस्त्रास्त्रांनी सज्ज झालेल्या मानवी शत्रूंवर मात करण्यात अगदी वेगळा आनंद असतो. अशा वेळी वीरांच्या बाहूंना खरे स्फुरण चढते. मृगयेपेक्षा युद्धात मिळविलेल्या विजयाचा आनंद अधिक उन्माद आणतो. त्या उन्मादासाठी मी आसुसलेला होतो. नगरदेवतेच्या उत्सवात मी स्वतःचा प्राण धोक्यात घातला, तो त्या उन्मादाची गोडी मला कळू लागली होती, म्हणूनच! पण काही झाले, तरी तो पशूवर मिळवलेला विजय होता.

या पर्यटनात मोठमोठे राजे-महाराजे जेव्हा माझ्यापुढे लोटांगण घालू लागले, मी मी म्हणविणारे वीर जेव्हा चीं चीं करीत दाती तृण धरून मला शरण आले, तेव्हा मी आनंदाच्या उत्तुंग शिखरावर जाऊन उभा राहिलो. लहानपणी प्राजक्ताचे झाड हलवून त्याच्या फुलांचा खाली पडलेला सडा पाहण्यात मला मोठा आनंद वाटे. आकाशवृक्ष हलवून नक्षत्रांनी सारी पृथ्वी आलंकृत करून टाकावी, अशी कल्पना आता माझ्या मनात येऊ लागली. असा विचार मनात आला, तरी लगेच वाटे, किती वेडा आहे मी! मध्यरात्री लखलखणाऱ्या नक्षत्रांकडे टक लावून पाहत बसण्यात जो आनंद आहे, तो काही ही आकाशातली झुंबरे फोडून त्यांतल्या दीपज्योती विझविण्यात नाही.

या पर्यटनात अनेकदा मला झोप येत नसे. आईच्या आठवणीमुळे किंवा अन्य

कारणांमुळे मी अस्वस्थ होई, असे नाही. कसल्या तरी अनामिक हुरहुरीने माझी निद्रा नाहीशी होई. शरीर श्रांत झालेले असे. पण रथाचा चपळ घोडा आपल्या मंद सोबत्याकडे दुर्लक्ष करून चौखूर धावू लागतो ना? तसे माझे मन थकलेल्या शरीराची पर्वा न करता स्वैर भ्रमण करी. जन्म, मृत्यू, प्रीती, धर्म, ईश्वर, असल्या गहन प्रश्नांच्या चक्रव्यूहात ते शिरे. त्यातून बाहेर पडताना माझी विलक्षण त्रेधा होई. मृत्यूचे सत्य स्वरूप जाणू इच्छिणाऱ्या नचिकेताची कथा मला खोटी वाटे. माझ्या देहाचा कण नि कण म्हणे,

'मला जगायचंय्, मला जगायचंय्!'

मन त्याला उपहासाने प्रश्न करी,

'मग अश्वमेधाच्या घोड्याबरोबर तू कशाला धावतो आहेस? कुठं तरी घोडा अडविला जाईल, घनघोर युद्ध होईल. कदाचित त्या युद्धात तू धारातीर्थी पडशील! ज्याला जगायचंय्, त्यानं, जिथं मृत्यू स्वच्छंद क्रीडा करीत असतो, तिथं पाऊल कशाला टाकावं?'

हा कलह काही केल्या मला मिटविता येत नसे. मग पुष्पशय्यासुद्धा मला टोचू लागे. मी बाहेर येई. नक्षत्रांकडे पाही, गुदगुल्या करीत पळणाऱ्या वाऱ्याशी गोष्टी करी. शेजारच्या आंबराईतली झाडे मधेच काही तरी कुजबुजत. ते मी ऐकत बसे. जवळच्या जलाशयातून चक्रवाक आणि चक्रवाकी यांचे क्रंदन ऐकू येई. ते हृदयंगम करुण संगीत माझ्या मनाला मोहून टाकी. मधेच एखादी चांदणी आकाशातून निखळून पडे. पेटलेल्या लाकडातून उडणाऱ्या ठिणगीसारखी ती दिसे. हळूहळू माझ्याभोवती शांतीचे साम्राज्य पसरे. माझ्या निवासस्थानापाशी एवढा मोठा सैनिकांचा तळ पडलेला असे, पण मध्यरात्र उलटून दोन घटका झाल्या की, घोड्याचे खिंकाळणेसुद्धा ऐकू येत नसे. वृक्षांवरल्या पाखरांची किलबिल केव्हाच शांत झालेली असे. आता त्यांची झोपेतली चुळबुळही बंद होई. जीवमात्राची ही शांती पाहून नकळत माझ्या तोंडून प्रार्थनामंत्र निघत. अगदी मंद स्वरात मी ते म्हणे. शेवटी हात जोडून मी आकाशाकडे आणि सभोवती पसरलेल्या धरित्रीकडे प्रसन्न दृष्टीने पाहत असे आणि तृप्त मनाने म्हणे,

'ॐ शांतिः शांतिः शांतिः।'

मग निद्रा आपले तलम रेशमी वस्त्र हळूच माझ्या अंगावर पसरी आणि अंगाई-गीत म्हणू लागे.

१८

दिवसा लाभणारा पराक्रमाचा उन्माद जितका प्रिय होता, तितकीच रात्रीची ही

शांतीही मला प्रिय होती. या दोन्हींचा मेळ कसा घालायचा, हे मात्र काही केल्या मला समजत नसे. अश्वमेधाच्या घोड्यामागून मी जात होतो. कालवृक्षावरले एक एक पान गळून पडत होते. या भ्रमंतीत शांती आणि उन्माद यांची किती विविध रूपे मी पाहिली!

नृत्यात गुंग होऊन गेलेल्या नर्तिकेचे वस्त्र किंचित विलग होऊन तिच्या अंगकांतीचे ओझरते दर्शन होते ना? कैक वेळा तसे भासणारे शुद्ध चतुर्थीचे चांदणे मी डोळ्यांनी प्यालो.

एकदा किर्र अरण्यात आमचा तळ पडला होता. काळोख दाटत चालला होता. जिकडेतिकडे किरकिरणारे रातकिडे आणि गुरगुरणारी श्वापदे. मध्यरात्र उलटून गेली, तरी मला झोप येईना. कंटाळून मी बाहेर आलो आणि एखादा यक्षभूमीत प्रवेश केल्याप्रमाणे विस्मित झालो. माझ्या समोरच्या उंच, घनदाट वृक्षांच्या जाळीतून हसरे चांदणे हळूच खाली उतरत होते.

त्या चांदण्याप्रमाणे पाहिलेला वणवाही अजून माझ्या स्मरणात आहे. जणू सारे अरण्य पेटले होते. पण त्या दृश्यात केवळ भयानकता नव्हती; भव्यताही होती. सृष्टिदेवतेचे प्रचंड यज्ञकुंड वाटले ते मला. अशाच एका यज्ञकुंडात पार्वतीने पतीच्या प्रेमासाठी उडी घातली. ती सती झाली. तो वणवा पाहताना प्रीतीची ही अमर कथा मला आठवली. मनात आले, माझी कुणी तरी प्रेयसी असायला हवी होती; तिच्या किंकाळ्या ऐकून मी या अग्निज्वाळांत शिरलो असतो आणि तिला सुखरूप बाहेर काढली असती. तिच्यावरले माझे हे उत्कट प्रेम पाहून साऱ्या देवांनी माझ्यावर पुष्पवृष्टी केली असती! कुणीतरी प्रतिभावान कवी दूर देशाहून माझे दर्शन घेण्याकरिता आला असता आणि म्हणाला असता,

'युवराज ययाति, आज माझं जीवन कृतार्थ झालं. जन्माला येऊन जे पाहायचं, ते पाहिलं. महाकाव्याला विषय मिळाला मला.'

११

शांती आणि उन्माद यांचे या भ्रमणात किती रूपांनी मला दर्शन झाले, म्हणून सांगू! धरित्रीच्या अंगावर उभ्या राहिलेल्या रोमांचांसारखी भासणारी हिरवळ आणि आपल्या पुष्ट दंडांनी आकाश सावरण्याकरता गर्वाने उभे असलेले देवदार वृक्ष! आशीर्वादाच्या वेळी पुरोहितांनी गंगाजलाने प्रोक्षण करावे, अशी वाटणारी पावसाची झिमझिम आणि प्रलयकाळच्या प्रचंड लाटांची आठवण करून देणाऱ्या त्यांच्या हत्तींच्या सोंडेसारख्या धारा! करंगळीवर पळभर बसले, तर जणू काही चिमुकली रत्नजडित अंगठी घातली आहे, असा पाहणाराला भास उत्पन्न करणारे सुंदर, चिमणे

फुलपाखरू आणि घोड्यासकट सैनिकाला गिळून टाकून, झाडाला विळखा घालीत त्यांचा चुराडा करणारा भयंकर अजगर! देवालयाची उत्तुंग गोपुरे आणि गणिकांची मनोहर मंदिरे! तीन तीन पुरुष उंचीचे वीरांचे पुतळे आणि डोंगराच्या अंतरंगात कोरलेल्या रमणींच्या मोहक आकृती!

अशीच एक रतीची मूर्ती पाहायला मी गेलो होतो. बरोबरचे सारे सैनिक बाहेर उभे होते. मूर्ती मोठी सुंदर होती. शंकराने मदनाला जाळून टाकल्यानंतर शोक करीत असलेली रती होती ती. मी तिच्याकडे कितीतरी वेळ टक लावून पाहत उभा राहिलो होतो. तिचा पदर ढळला होता. मोकळे केस पाठीवर रुळत होते. ती एक निर्जीव मूर्ती आहे, हे हळूहळू विसरून गेलो मी. आपण काय करीत आहोत, हे कळण्याच्या आधीच मी पुढे झालो आणि त्या सुंदर मूर्तीच्या मुखाचे मोठ्या आवेगाने चुंबन घेतले. थंडगार दगडाच्या स्पर्शाने मी शुद्धीवर आलो नसतो, तर त्या मूर्तीची लक्ष लक्ष चुंबने घेऊनही माझी तृप्ती झाली नसती.

दगडाच्या स्पर्शाने मी दचकलो. दूर झालो, माझ्या मनात आले, आपल्या हातून पाप घडले तर नाही ना? रुखरुखणाऱ्या मनाचे मी समाधान केले- रती ही काही कुणी देवता नव्हे. तिच्या मूर्तीचे चुंबन घेण्यात कसले आले आहे पाप?

२०

अश्वमेधाचा घोडा आता पूर्व आर्यावर्तात आला होता. निबिड अरण्यांनी गजबजलेली भूमी होती ती. अधूनमधून मनुष्यवस्ती. क्वचित एखादे मोठे नगर. जिकडेतिकडे वन्य लोकांची राज्ये, त्यामुळे युद्धाचा प्रसंगच फारसा कुठे आला नाही. मला अगदी कंटाळा आला या माझ्या जीवनक्रमाचा.

या प्रदेशात हत्ती विपुल आहेत. तेव्हा या नव्या प्रकारच्या मृगयेत मन गुंतवायचे मी ठरविले. मोठेमोठे रानटी हत्ती रात्री अरण्यातल्या जलाशयावर पाणी प्यायला येतात, असे ऐकले. एखाद्या हत्तीची आपण एकट्याने शिकार करावी, असे माझ्या मनात घेतले. एका मध्यरात्री कुणालाही बरोबर न घेता मी अरण्यात खूप आत गेलो. एका जलाशयाच्या बाजूला असलेल्या उंच वृक्षावर चढून बसलो. मोठा रोमांचकारी अनुभव होता तो! काळोखाचा समुद्र भोवताली पसरला होता. चार हातांपलीकडची वस्तू स्पष्ट दिसत नव्हती. ताप आलेल्या माणसाप्रमाणे सारे अरण्य जणू काही कण्हत होते. अनेक चित्रविचित्र आवाज एकमेकांत मिसळून कानांवर पडत होते. वात झालेला मनुष्य मधेच ओरडतो ना? तशी वाघाची डरकाळी कुठून तरी ऐकू आली.

अशा स्थितीत हत्तीची शिकार करण्यात ब्रह्मानंद होता. माझे पंचप्राण

कानांत उभे राहिले. हत्ती पाणी प्यायला लागला, की त्याचा बुडबुड आवाज होतो, हे मी अनेकांकडून ऐकले होते. त्या आवाजाकडे माझे सारे लक्ष लागले होते. हळूहळू इतर आवाज मला ऐकू येईनासे झाले. एकेक पळ घटकेसारखे वाटू लागले.

माझ्या कानांवर एक अस्पष्ट आवाज आला. डुब्-डुब्-डुब्-बुड्-बुड्-बुड्. माझ्या सर्वांगातून वीज सळसळली. दूरचे, काही म्हटल्या, काही दिसत नव्हते. केवळ आवाजाच्या अनुरोधाने बाण टाकायचा. तो लागला, की हत्ती चीत्कार करील. मग भराभर त्याच जागी बाण सोडायचे, असे मी मनात योजून ठेवले होते.

'डुब्-डुब्-डुब्-बुड्-बुड्-बुड्-' मी बाण टाकला. त्याने लक्ष्यभेद केल्याचा आवाज आणि त्याच्या पाठोपाठ एक कर्कश मानवी स्वर हे दोन्ही एकदम माझ्या कानांवर पडले!

'कुणी टाकला बाण? पापी माणसा, पुढे ये, नाही तर–'

माझ्या अंगाला दरदरून घाम सुटला. बाण हत्तीला लागला नव्हता. त्याने कुणा तरी कोपिष्ट मुनीला दुखविले होते. तो लगेच शापवाणी उच्चारील! कंपित स्वराने मी वृक्षावरून मोठ्याने म्हणालो,

'मुनिराज, क्षमा करा मला. मोठा अपराध झाला माझ्या हातून!'

त्या वृक्षावरली खारसुद्धा माझ्याइतकी चपळाईने खाली उतरली नसेल! अंधारातच मी त्या आवाजाच्या रोखाने गेलो. जलाशयाच्या काठाला झाडी थोडी विरळ झाली होती. चांदण्याच्या मंद मंद प्रकाशात तिथे एक मानवी आकृती उभी असलेली मला दिसली. भूतपिशाचासारखी भासत होती ती. मी लगबगीने पुढे झालो. त्या आकृतीच्या मुद्रेकडे न पाहता तिचे पाय धरू लागलो.

झटकन् ती आकृती मागे सरकली. मला शब्द ऐकू आले–

'पापी मनुष्याचा स्पर्श मला चालत नाही.'

'मी पापी नाही, महाराज. मृगयेच्या नादानं मी इथं आलो. हत्ती पाणी पीत आहे, असं वाटून मी बाण टाकला. मी क्षत्रिय आहे. मृगया हा माझा धर्म आहे.'

'धर्म आणि अधर्म यांच्या गोष्टी तू मला सांगतोस? मी व्रतस्थ योगी आहे. आजन्म ब्रह्मचारी आहे. स्त्रीच्या ओठांनी तुझे ओठ विटाळले आहेत, की नाहीत? खरं बोल? या दृष्टीनं तू पवित्र असशील, तरच तुला माझे पाय धरता येतील.'

खोटे बोलण्याचा धीर मला होईना. त्या रात्री मी आवेगाने घेतलेले अलकेचे चुंबन माझ्या डोळ्यांसमोर उभे राहिले. हा योगी त्रिकालज्ञानी असेल. आपण खोटे बोललो, तर तत्काळ त्याला कळेल. तो शापून भस्म करील आपल्याला! मी मुकाट्याने खाली मान घालून उभा राहिलो.

तो योगी कठोर स्वराने म्हणाला,

'लंपट कुठला!'

मी लंपट होतो? स्त्रीच्या स्पर्शात एवढे पाप असते? मग जगातली सारी माणसे पापीच आहेत का? छे! काय बोलावे आणि काय करावे, हे मला कळेना.

योगी उद्गारला,

'तुझ्यासारख्या क्षुद्र माणसाबरोबर बोलायला वेळ नाही मला. मध्यरात्रीच्या चार घटकांत कुणाच्याही दृष्टीस न पडता मी सर्व आन्हिकं उरकतो आणि ध्यानस्थ बसतो.'

किंचित पुढे होऊन त्याने पाण्यात आपला कमंडलू बुडविला. तो भरून घेऊन तो परत वळला. मी त्याच्यापुढे गुडघे टेकले, हात जोडले आणि म्हणालो,

'महाराज, मला आपला आशीर्वाद असावा.'

'वाटेल त्याला आशीर्वाद द्यायला मी काही भोळा शंकर नाही! तू कोण आहेस, हे कळल्यावाचून मी तुला आशीर्वाद कसा देऊ?'

'मी राजपुत्र आहे.'

'मग तू आशीर्वादाला अपात्र आहेस.'

'ते का?' मी भीत-भीत प्रश्न केला.

'तू देहाचा दास आहेस, म्हणून. जितकं वैभव अधिक, तितका आत्म्याचा अधःपात मोठा! तुझ्यासारखा राजपुत्र पंचपक्वान्नं खातो आणि जिव्हेचा गुलाम बनतो. तो सुंदर वस्त्रं व अलंकार धारण करतो आणि देहाचा दास बनतो. पळापळाला तो स्पर्शसुखाच्या आणि दृष्टिसुखाच्या आहारी जातो. सुवासिक फुलं आणि सुगंधी तेलं यांचा तो मनसोक्त उपभोग घेतो आणि घ्राणेंद्रियाचा गुलाम होतो. तो प्रजेवर राज्य करतो; पण त्याची इंद्रियं त्याच्या मनावर राज्य करीत असतात. सर्व इंद्रियसुखांचा संगम स्त्रीसुखात होतो. म्हणून आम्ही योगी ते सर्व शरीरसुखांत निषिद्ध मानतो. जा, राजपुत्रा, जा. तुला माझा आशीर्वाद हवा असेल, तर सर्व ऐहिक गोष्टींचा त्याग करून तू माझ्याकडं ये. मग-'

'मी कधीही संन्यासी होणार नाही, असं वचन दिलंय् मी, महाराज!'

'कुणाला?'

'माझ्या आईला!'

योग्याच्या मनात कुतूहल जागृत झाले असावे. त्याने उत्सुकतेने विचारले, 'ते का?'

'माझा वडीलभाऊ लहानपणीच विरक्त होऊन कुठं पळून गेला. अजून ते दुःख माझी आई विसरली नाही.'

'तुझा वडीलभाऊ?'

'होय, महाराज. तो कदाचित आपल्याला कुठं ना कुठं भेटलाही असेल. तो

कुठं असतो, हे कळलं, तर मी आईला हस्तिनापुराहून घेऊन येईल–'

'हस्तिनापुराहून? तू हस्तिनापूरचा राजपुत्र आहेस?'

'होय, महाराज.'

'तुझं नाव?'

'ययाति.'

'तुझ्या वडील भावाचं नाव?'

'यति.'

'यति?' किंचित घोगऱ्या आवाजात त्या योग्याने उच्चारलेला तो शब्द मोठा विचित्र वाटला मला. जणू काही भोवतालच्या डोंगरातून आलेला तो माझ्या शब्दाचा प्रतिध्वनीच होता!

मघापेक्षा त्या योग्याची आकृती मला अधिक स्पष्ट दिसू लागली. माझ्या खांद्यावर हात ठेवण्याकरिताच, की काय, त्याने आपला डावा हात पुढे केला. तो किंचित कापत आहे, असे भासले मला. छे! मध्यरात्र मागे पडली होती. अरण्यात थंडगार वारा सुटला होता. तो झोंबत असल्यामुळे तो कृश हात कंप पावत असावा!

'माझ्यामागून ये.' एवढेच शब्द उच्चारून तो योगी चालू लागला. थोडे पुढे जाऊन त्याने मागे वळून पाहिले. मी जागच्या जागी उभा होतो. तो किंचित मृदू स्वराने म्हणाला,

'ययाति, तुझा थोरला भाऊ तुला आज्ञा करीत आहे. चल, माझ्यामागून ये.'

२१

यतीची गुहा फार दूर नव्हती. पण तिथे जाईपर्यंत माझे काळीज अरण्यातले चित्रविचित्र आवाज ऐकून पळत सुटणाऱ्या सशासारखे थरथरत होते. याने मला गुहेतच कोंडून ठेवले, तर? मी मोठा योद्धा असेन; पण अशा हठयोग्यांना नाना प्रकारच्या सिद्धी वश असतात. रागारागाने त्याने एखाद्या प्राण्यात आपले रूपांतर करून टाकले, तर? अश्वमेध जिथल्या तिथे राहील, युवराजांना पाताळातल्या नागांनी नेले, की आकाशातल्या यक्ष-गंधर्वांनी पळविले, हे माझ्याबरोबरच्या सैनिकांना कधीच कळणार नाही! ते खाली मान घालून, जड पावलांनी हस्तिनापूरला जातील. बाबा कपाळाला हात लावून बसतील. ययु नाहीसा झाला, हे ऐकून आई मूर्च्छित होईल.

आशेप्रमाणे भीतीमुळेही मनुष्य नाही नाही त्या कल्पना करू लागतो. यति उभ्या जन्मात मला पहिल्यांदा भेटत होता. माझे मन या आकस्मिक भेटीने कसे फुलून जायला हवे होते. पण त्याच्या बोलण्याने ते गारठून गेले होते. गुहेत गेल्यावर

त्याच्याशी काय बोलावे, या विचारात मी पडलो.

लवकरच आम्ही निवासस्थानापाशी आलो. ती एक वेडीवाकडी गुहा होती. काटेरी वेलींनी तिचे तोंड झाकून गेले होते. यतीने एका हाताने काही वेली दूर केल्या, तेव्हा कुठे तिथे गुहा आहे, हे माझ्या लक्षात आले. त्याच्या मागोमाग अंग चोरून मी आत गेलो. तरी गुहेच्या तोंडावरल्या वेलींच्या चार-पाच काट्यांचे ओरखडे मला मिळालेच. त्या काटेरी दारातून मी आत जातो, न जातो, तोच वाघाचे गुरगुरणे ऐकू आले! माझा हात धनुष्यबाणांकडे गेला. यति मागे वळून हसून म्हणाला,

'अंहं, इथं त्याचं काम नाही. तुझा वास येऊन तो गुरगुरला. एरवी एखाद्या सशासारखा इथं पडून असतो तो. मी जिथं जातो, तिथले हिंस्र पशू माझे मित्र होतात. माणसापेक्षा तेच अधिक पवित्र असतात.'

जाता-जाता यतीने त्या वाघाचे मस्तक थोपटले. तो एखाद्या मांजराच्या पिलासारखा यतीशी खेळू लागला.

आता गुहेच्या अगदी आतल्या भागात मी आलो. अपूर्व चमकदार प्रकाश तिथे पसरला होता. मी चोहोंकडे पाहिले. कोपऱ्याकोपऱ्यांत काजव्यांचे थवे चमकत होते. प्रत्येक कोपऱ्यात एकेक नाग वेटोळे घालून स्वस्थ बसला होता. प्रत्येकाच्या मस्तकावरला मणी चमचमत होता. उजवीकडे बोट दाखवून यति म्हणाला,

'ही माझी शय्या.'

मी वाकून पाहिले. एका लहान खडकाची उशी केली होती यतीने! गुहेच्या तोंडावर पसरलेल्या काटेरी वेलींचे अंथरूण त्या उशीच्या खाली पसरले होते. यति सदैव या शय्येवर झोपतो, या कल्पनेने माझ्या अंगावर काटा उभा राहिला. तो माझा थोरला भाऊ होता. आज तो हस्तिनापुरात असता, तर सारे राजविलास त्याच्यापुढे हात जोडून उभे राहिले असते! ते सोडून त्याने हा जीवनक्रम का स्वीकारला? यात कोणते सुख आहे? यति अंती काय मिळविणार आहे? तो कशाचा शोध करीत आहे?

यतीने त्या काटेरी शय्येच्या बाजूला पडलेले एक मृगाजिन उचलले आणि उंचसखल भूमीवर ते पसरीत तो म्हणाला,

'बैस.'

तो स्वतः त्या काटेरी शय्येवर बसला. धनुष्यबाण बाजूला ठेवून, त्या मृगाजिनावर मी कसाबसा टेकलो. पण यति मात्र सिंहासनावर असल्यासारखा आरामात बसला होता. मी कंटकशय्येवर पडल्याप्रमाणे पळापळाला तळमळत होतो. त्याची मूर्ती अगदी स्पष्ट दिसत होती. वर काळ्या कुळकुळीत जटा, खाली तितकीच काळी कुळकुळीत दाढी, या दोन्हींच्या मधले तोंड. लहान मुलासारखे दिसत होते ते. पण

हे नेहमीचे लहान मूल नव्हते; अकाली म्हातारे झालेले लहान मूल होते ते. त्याचे लुकलुकणारे डोळे काळोखात ढोलीतून डोकावून पाहणाऱ्या घुबडाच्या डोळ्यांसारखे वाटले मला. त्याचे शरीर म्हणजे केवळ हाडांचा एक सापळा होता. गळून पडणाऱ्या पिकलेल्या पानासारखी त्याची अंगकांती फिकट पिवळसर भासत होती. त्याच्या अंगाला सुरकुत्याही पडल्या होत्या. मधेच मी त्याच्या मुद्रेकडे अधिक निरखून पाहिले. त्याच्या कृशतेमुळे असेल, पण एखाद्या पक्ष्याच्या चोचीसारखे त्याचे नाक आहे, असे मला वाटले. त्याची मूर्ती पाहिली, म्हणजे हा पुरुष कधी काळी तरुण असेल का, असा भाससुद्धा होत नव्हता! युद्धाचा आनंद दूर राहो. साधा घोड्यावर बसण्याचा आनंदसुद्धा याने उपभोगला नसेल; मग अलकासारख्या तरुणीच्या चुंबनातले सुख–

हा विचार मनात येताच मी दचकलो. यतीने किती उग्र तपश्चर्या केली आहे, हे त्या गुहेवरून आणि त्याच्या देहावरून उघड दिसत होते. त्याला दुसऱ्याच्या मनातले विचार ओळखण्याची सिद्धीसुद्धा प्राप्त झाली असेल; नाही कुणी म्हणावे?

त्या गुहेने, यतीच्या त्या तत्त्वज्ञानाने, माझ्या सर्व भावना जणू काही बधिर करून टाकल्या होत्या. तसे नसते, तर आयुष्यात पहिल्यांदाच भेटत असलेल्या भावाला मी कडकडून मिठी मारली असती, त्याच्या तोंडाकडे पाहत मी ढसढसा रडलो असतो. त्याला हट्टाने हस्तिनापूरला ओढून नेऊन आईच्या पायांवर घातले असते. पण यांतले काहीही होणे शक्य नाही, हे ओळखूनच की काय, मी एखाद्या मुक्या प्राण्यासारखा त्याच्या पुढ्यात बसलो होतो.

काही तरी बोलायला हवे, म्हणून मी म्हणालो,

'तुला पाहून आईला फार आनंद होईल.'

'या जगात खरा आनंद एकच आहे– ब्रह्मानंद. शरीरसुख शेवटी दुःखालाच कारणीभूत होतं. मग ते सुख स्पर्शाचं असो, अथवा दृष्टीचं असो! शरीर हा मनुष्याचा सर्वांत मोठा शत्रू आहे; त्याच्यावर विजय मिळविण्याकरता सतत धडपडत राहणं हेच या जगात मनुष्याचं प्रमुख कर्तव्य आहे. ही माझी खायची फळं पाहा.'

त्याने पुढे केलेले फळ मी हातात घेतले. प्रसाद म्हणून त्याचा एक तुकडा काढून तो मी चावू लागलो. लगेच जीभ कडू झाली. तो कडूपणा माझ्या मुद्रेवर प्रतिबिंबित झाला असावा! ते पाहून यति म्हणाला,

'माणसाच्या जिभेला गोड फळं आवडतात. ती आपण तिला देत राहिलो, म्हणजे गोड फळांविषयी आपल्या मनात आसक्ती निर्माण होते. आसक्तीनं मनुष्य शरीरपूजक होतो. देहाची पूजा करणाऱ्याचा आत्मा बधिर होत जातो. फक्त

विरक्तीनंच माणसाचा आत्मा जागृत राहतो. त्या विरक्तीसाठी मी ही कडू फळं मिटक्या मारीत खात असतो.'

त्याने एक एक फळ उचलले आणि दातांनी त्याचे कचाकच तुकडे करीत तो भराभर खाऊ लागला. माझ्या तोंडात अजून तो लहान कडू तुकडा तसाच घुटमळत होता. गुहेबाहेर जाणे शक्य असते, तर तो सारा चोथा मी थुंकून आलो असतो.

यति आणि मी सख्खे भाऊ होतो. पण त्याच्या-माझ्यामध्ये एक भयंकर खोल दरी पसरली होती. त्या दरीची जाणीव आता मला पूर्णपणे झाली.

ते फळ खाऊन संपवीत यति म्हणाला,

'प्रत्येक इंद्रियावर माणसानं असा विजय मिळवला पाहिजे. या मार्गाला लागल्यापासून मी हीच धडपड करीत आहे. पण अजून माझी मला खात्री वाटत नाही. हिरवळीत साप लपून बसतात. विरक्तीचा आड आसक्तीही तशीच–'

लहानपणी एका रात्री तो आईला सोडून का निघून गेला, हे मला कधीच नीट कळले नव्हते. मी धीर करून त्याला विचारले,

'अगदी बाळपणीच तू या मार्गाकडं कसा वळलास?'

'ज्या ऋषींच्या कृपेनं मी झालो, त्यांच्या आश्रमातच मला उपरती झाली. आई मला घेऊन त्यांच्या दर्शनाला गेली होती. रात्री पर्णकुटीत आई गाढ झोपली. पण मला भलभलती स्वप्नं पडू लागली. मी हळूच उठून पर्णकुटीबाहेर आलो. मांजराच्या पावलांनी जवळच्या पुर्णकुटीत गेलो. आश्रमातले शिष्य बोलत बसले होते. ते म्हणत होते,

'या नहुष राजाची मुलं कधी सुखी होणार नाहीत.'

माझ्या अंगावर भीतीचा काटा उभा राहिला. यतीप्रमाणे मीही नहुष महाराजांचा मुलगा होतो! त्या शिष्यांचे भयंकर भविष्य खरे होणार असले, तर?

नकळत माझ्या तोंडून उद्गार निघाला,

'नहुष राजाची मुलं सुखी होणार नाहीत?'

'हो, अजून ते शब्द माझ्या कानांत घुमत आहेत!'

'कारण?'

'शाप!'

'कुणाचा?'

'ऋषींचा.'

'ऋषींनी शाप द्यायला बाबांच्या हातून काय पाप घडलं होतं?'

'ती कथा मलासुद्धा नीट ठाऊक नाही. तू आता जा. माझी ध्यानाची वेळ झाली. पण एक गोष्ट लक्षात ठेव. त्या रात्री त्या शिष्यांच्या उद्गारांनी मला सावध केलं.

दुःखी राजपुत्र होण्यापेक्षा सुखी संन्यासी व्हायचं मी ठरवलं. भटकत-भटकत मी हिमालयात गेलो. तिथं मला एक हठयोगी गुरू भेटला.'

मी मधेच प्रश्न केला,

'यति, आपल्या धाकट्या भावाला तू एक भिक्षा घालशील का?'

'काय हवंय् तुला?'

'मी अस्सा हस्तिनापूरला जातो आणि आईला घेऊन येतो. तिला एकदा तू भेट.'

नकारार्थी मान हलवीत यति उद्गारला,

'ते शक्य नाही.'

'माझी तपश्चर्या अजून पुरी झालेली नाही. परमेश्वर माझ्या मुठीत आलेला नाही. तू तिला घेऊन आलास, तरी माझी भेट होणार नाही. मी एका जागी फार दिवस राहत नाही. आसक्ती हा आत्म्याचा सर्वांत मोठा शत्रू आहे. कुठल्याही जागेविषयी थोडंसं प्रेम वाटू लागलं, की ती मी तत्काळ सोडतो.'

'मग आईची नि तुझी भेट केव्हा होईल?'

'कोण जाणे! कदाचित होईल, कदाचित होणार नाही!'

'नि तुझी-माझी भेट?'

'आजच्यासारखीच केव्हा तरी योगायोगानं होईल. त्या वेळेला मला साऱ्या सिद्धी वश झालेल्या असतील. चल, ऊठ, बाहेर जा. माझी ध्यानाची वेळ होऊन गेली. गुहेबाहेर तुला पोहोचवितो आणि–'

गुहेच्या तोंडावरील काटेरी वेली दूर सारून आम्ही दोघे भाऊ बाहेर आलो. आता मला त्याचा निरोप घेणे प्राप्तच होते. मी सद्गदित स्वराने म्हणालो,

'यति, येतो मी. माझी आठवण ठेव.'

गुहेत आल्यापासून त्याने मला स्पर्शसुद्धा केला नव्हता. पण या शेवटच्या क्षणी त्या कठोर निर्धाराला तडा गेला असावा. उजव्या हाताने माझ्या खांद्यावर हात ठेवीत तो म्हणाला,

'ययाति, आज ना उद्या तू राजा होशील, सम्राट होशील, शंभर अश्वमेध करशील. पण एक गोष्ट विसरू नकोस– जग जिंकण्याइतकं मन जिंकणं सोपं नाही!'

२२

अश्वमेधाचा दिग्विजयी घोडा बरोबर घेऊन मी हस्तिनापुरात प्रवेश केला. राजधानीने मोठ्या थाटामाटाने माझे स्वागत केले. सारी नगरी नववधूसारखी नटली होती, प्रमदेसारखी पुष्पकटाक्षांची वृष्टी करीत होती.

पण माझे मन, या अपूर्व स्वागतानेसुद्धा व्हावे, तसे प्रफुल्लित झाले नाही. कंठात घातलेल्या सुंदर सुवासिक पुष्पहारात आपले आवडते फूल तेवढे असू नये, तसे वाटत होते ते स्वागत मला! नगराच्या महाद्वारात मला पंचारती ओवाळणाऱ्या दासींत अलका कुठेच दिसत नव्हती. नंतरच्या समारंभातही ती ओझरतीदेखील दृष्टीला पडली नाही. माझे डोळे एकसारखा तिचा शोध करीत होते; पण त्यांना अतृप्तच राहावे लागले.

आईचा आनंद तिच्या पाहण्यातून, चालण्यातून आणि बोलण्यातून पळापळाला प्रगट होत होता. तिचे यौवन जणू काही काही परत आले होते! पण तिच्या स्निग्ध दृष्टीतून वाहणाऱ्या वात्सल्यात न्हाऊनही माझ्या हृदयाचा एक कोपरा कोरडाच राहिला होता.

शेवटी सहज आठवण झाल्याचे नाटक करीत मी आईला म्हटले,

'अलका कुठं दिसत नाही, आई?'

'ती मावशीकडे गेली आहे आपल्या!'

'तिच्या मावशीचं घर कुठं आहे?'

'फार दूर आहे ते. हिमालयाच्या पायथ्याशी. तिथूनच पुढं राक्षसांचं राज्य सुरू होतं.'

त्या रात्री राहून-राहून मी यतीचा आणि अलकेचा विचार करीत होतो.

माझ्या महालात मंचकावर लोळत होतो मी. पण या वेळेला यति हातात कमंडलू घेऊन अरण्यात जलाशयावर जात असेल! त्याच्या मनात कशाची भीती नाही, कुणाविषयी प्रीती नाही! या जगात सुखाचा खरा मार्ग एवढा एकच आहे का? त्या मार्गाकडे आपले मन ओढ का घेत नाही? आपल्याला राहून-राहून अलकेची आठवण का होते? त्या रतीच्या मूर्तीसारखी त्या रात्रीची अलका आपल्या मनावर कुणी कोरली आहे? ती या वेळी काय करीत असेल? ती सुखाने झोपली असेल, की आपल्या आठवणीने अस्वस्थ झाली असेल? स्वप्नात ती हस्तिनापुराला येत असेल का? इथे आल्यावर माझ्या महालाभोवती घुटमळत असेल का?

अश्वमेधाच्या समारंभात या गोष्टीचा मला हळूहळू विसर पडू लागला.

अश्वमेध संपतो, न संपतो, तोच ज्यांच्या आशीर्वादाने आईला यति झाला होता, त्या महर्षींचे शिष्य त्यांचा निरोप घेऊन बाबांकडे आले.

त्या ऋषींचे नाव कुणीही घ्यावयाचे नाही, असा आमच्या घराण्यात संकेत होता. त्या संकेताच्या मुळाशी भीती होती, की राग होता, कुणाला ठाऊक!

पण आपल्या जीवनाची कहाणी सांगताना कुठलीही गोष्ट लपवून ठेवावयाची

नाही, अशी मी मनाला एकसारखी शिकवण देत आहे. *त्या ऋषींचे नाव अंगिरस.*
देव-दानवांचे महायुद्ध सुरू होण्याचा संभव निर्माण झाला होता. ते युद्ध होऊ
नये, म्हणून अंगिरसांनी शांतियज्ञाचा संकल्प सोडला होता. या यज्ञातला प्रमुख
ऋत्विज त्यांचा आवडता शिष्य कच होणार होता. कच हा देवगुरू बृहस्पतींचा
मुलगा. त्यामुळे या यज्ञात राक्षसांकडून अनेक विघ्ने येण्याचा संभव होता. त्या
विघ्नांपासून यज्ञाचे संरक्षण करण्याकरिता अंगिरसांनी बाबांकडे त्यांच्या दिग्विजयी
मुलाची मागणी केली होती.

अश्वमेधापेक्षाही मोठा असा हा सन्मान होता. माझ्या आकांक्षा त्या शांतियज्ञाभोवती
प्रदक्षिणा घालू लागल्या. यतीची भेट हे माझ्या आयुष्यातले एक भयंकर स्वप्न होते.
अलकेचे चुंबन हे माझ्या जीवनातले एक सुंदर स्वप्न होते. पण दोन्हीही स्वप्नेच
होती. शांतियज्ञ हे काही तसले स्वप्न नव्हते. या यक्षाचे रक्षण करताना आपले शौर्य
प्रगट होईल, राक्षसांचा लीलेने पराभव करणारा हा नवा वीर कोण आहे, हे
पाहण्याकरिता इंद्र आपल्याला पाचारण करील, मग आपण स्वर्गात जाऊ. अलकेपेक्षा
सहस्रपटींनी सुंदर असलेल्या अप्सरा तिथे आपले मन वेधून घेण्याच प्रयत्न
करतील, पण त्यांच्या विलोल कटाक्षांकडे किंवा मोहक विभ्रमांकडे लक्ष न देता
आपण इंद्राला म्हणू,

'देवराज, देव-दानवांच्या युद्धात मी सदैव तुम्हांला साहाय्य करीन. मात्र
माझ्यासाठी एक गोष्ट तुम्ही करायला हवी. 'नहुष राजाची मुलं कधीही सुखी होणार
नाहीत.' असा शाप मिळाला आहे माझ्या वडिलांना. त्या शापावर उश्शाप हवा आहे
मला.'

आईने माझ्या जाण्याला मोडता घालण्याचा प्रयत्न केला.

'मूल कितीही मोठं झालं, तरी आईला ते लहानच वाटतं,' असे तिने डोळ्यांत
पाणी आणून मला पुन्हा पुन्हा सांगितले.

मला तिच्या दुबळेपणाची कीव वाटू लागली. मी राक्षसांच्या पराभवाची आणि
माझ्या पराक्रमाची स्वप्ने पाहत होतो. मी म्हणालो,

'तू सांगतेस, ते कितपत खरं आहे, हे मी म्हातारा झाल्यावरच मला कळेल.
म्हातारपणी मी काही पोरकटपणा करू लागलो, तर त्या वेळी ययु अजून लहान
आहे, म्हणून तू मला क्षमा करशील ना?'

सद्गदित स्वराने आई उत्तरली,

'तू म्हातारा झालेला माझ्या दृष्टीला पडावास, एवढीच परमेश्वरापाशी माझी
प्रार्थना आहे.'

या शब्दांमागचे तिचे दुःख इतरांना कळत होते, की नाही, कुणाला ठाऊक!
पण ते शब्द ऐकून मला वाटले. यति ज्या काळरात्री पळून गेला होता, ती

आईच्या डोळ्यांपुढे अजून उभी आहे. तिची एखाद्या राक्षसिणीसारखी तिला भीती वाटत आहे!

२३

माझे शरीररक्षक मागाहून सावकाश येत होते. त्यांच्या चालीने अंगिरस ऋषींच्या आश्रमाकडे जायला माझा घोडा कंटाळला. माझ्यासारखेच त्याचे मन अवखळ असावे. वाऱ्याशी स्पर्धा करण्यात त्याला विलक्षण आनंद होत होता. हां हां म्हणता मी आश्रमाजवळ आलो.

सायंकाळ झाली होती. समोरच्या झाडीतून कृष्ण धूम्ररेखा निळसर आकाशाकडे वक्र गतीने जात होत्या. त्यांची ती हालचाल नर्तकीच्या तालबद्ध पदक्षेपांप्रमाणे वाटत होती. घरट्यांकडे परत येणारी पाखरे मधुर किलबिल करीत होती. जणू काही पश्चिम दिशेला सुंदर यज्ञकुंड प्रज्वलित झाले होते. त्यात मेघखंडांच्या आहुती दिल्या जात होत्या आणि हे सारे पक्षी ऋत्विज बनून मंत्र म्हणत होते.

नाना प्रकारची पाखरे घरट्यांकडे परतत होती. राजवाड्यातसुद्धा रंगांचे इतके वैचित्र्य मी कधी पाहिले नव्हते. मी घोडा थांबविला. त्या तरल, गाणाऱ्या रंगांकडे मुग्ध होऊन मी पाहू लागलो. एक पंचरंगी पाखरू उडत-उडत माझ्यासमोरून जाऊ लागले. त्या रंगाचा मोह मला अनावर झाला, त्या पाखराला बाण मारून खाली पाडावे आणि त्याची सुंदर पिसे आपल्या संग्रही ठेवावी, अशी इच्छा माझ्या मनात प्रबळ झाली. मी धनुष्याला बाण लावला. इतक्यात माझ्या कानांवर कुणाचे तरी कठोर शब्द आले,

'हात आवर.'

ती विनंती नव्हती, आज्ञा होती. मी चमकून वळून पाहिले. त्या पाखराचे चित्रविचित्र रंग पाहण्याच्या नादात माझे आजूबाजूला लक्षच गेले नव्हते. डावीकडच्या वृक्षाच्या शाखेवर एक ऋषिकुमार संध्येची शोभा पाहत बसला होता. माझ्याच वयाचा असावा तो. त्याच्या आज्ञेचा मोठा राग आला मला. पण नकळत माझा हात आधीच खाली गेला होता. त्याच्यापेक्षा मी स्वतःवरच अधिक रागावलो. पुढच्याच क्षणी वृक्षावरून त्याने खाली उडी टाकली आणि माझ्याजवळ येऊन तो म्हणाला,

'अंगिरस ऋषींचा आश्रम आहे हा.'

मी कुर्‍याने उत्तरलो,

'ते ठाऊक आहे मला!'

'या आश्रमाच्या परिसरात तू या पाखराची हत्या करणार होतास! तो अधर्म झाला असता!'

'मी क्षत्रिय आहे. हिंसा हा माझा धर्म आहे.'

'स्वतःच्या संरक्षणाकरिता किंवा दुर्जनांच्या पारिपत्याकरिता केलेली हिंसा हा धर्म होऊ शकतो. या मुक्या, निष्पाप प्राण्यानं तुला कोणता त्रास दिला होता? त्यानं कोणतं वाईट कृत्य केलं होतं?'

'त्या पाखराचे रंग फार आवडले मला!'

'मोठा रसिक दिसतोस तू! पण ज्यानं तुला रसिकता दिली आहे, त्यानंच त्या पाखराला जीव दिला आहे, हे विसरू नकोस.'

मी चिडून म्हटले,

'असली नीरस प्रवचनं देवळात गोड लागतात.'

तो ऋषिकुमार हसत म्हणाला,

'तू एका देवालयातच उभा आहेस! तो पाहा, पश्चिमेकडं या देवळातला नंदादीप मंद मंद होत चालला आहे. जरा वर पाहा. आता या मंदिरात निरांजनांमागून निरांजनं प्रज्वलित होत जातील.'

वेषावरून तो एक साधा ऋषिकुमार दिसत होता; पण त्याची ही बडबड ऋषीपेक्षा कवीला शोभेल, अशी होती. त्याचा उपहास करण्याकरिता मी म्हटले,

'कविराज, आपल्याला घोड्यावर बसता येतं काय?'

'नाही.'

'मग आपल्याला मृगयेचं सुख कधीच मिळणार नाही.'

'पण मीही शिकार करतो.'

'कसली? दर्भाची?' उपहासाने भरलेल्या स्वरात मी प्रश्न केला.

त्याने शांतपणे उत्तर दिले,

'माझ्या शत्रूंची.'

'वल्कलं नेसणाऱ्या आणि पर्णकुटीत राहणाऱ्या ऋषिकुमारालाही शत्रू असतात?'

'एकच नाही; पुष्कळ!'

'शत्रूशी लढायला तुझ्यापाशी शस्त्रं कुठं आहेत?'

'सूर्य आणि इंद्र यांच्यापेक्षाही अधिक तेजस्वी असा घोडा माझ्यापाशी–'

'तुला घोड्यावर बसता येत नाही ना?'

'तुझ्या घोड्यावर नाही; पण माझ्या घोड्यावर मी सदैव बसतो. मोठा चपळ, सुंदर प्राणी आहे तो. त्याचा वेग किती विलक्षण आहे, म्हणून सांगू? तो क्षणार्धात पृथ्वीवरून स्वर्गात जातो. प्रकाश जिथं पोहोचू शकत नाही, तिथं तो सहज प्रवेश करतो. अश्वमेधाचे घोडे त्याच्यावरून ओवाळून टाकावेत. त्याच्या बळावर माणूस देव होतो. देवाचा महादेव होतो!'

तो वर्मी लागेल, असे बोलत असावा. मात्र त्याच्या बोलण्याचा अर्थ मला

नीटसा कळला नाही.

संतापून माझ्या घोड्याला मी टाच मारली आणि त्या उद्धट ऋषिकुमारला म्हटले,

'कुठं आहे तुझा घोडा?'

'तो तुला दाखविता येणार नाही मला. पण अष्टौप्रहर तो माझ्यापाशी असतो. माझ्या सेवेसाठी सदैव जागृत राहतो.'

'त्याला नावबीव काही आहे, की नाही?'

'आहे.'

'त्याचं नाव काय?'

'आत्मा!'

२४

विनीत वृत्तीने आश्रमात प्रवेश करायला मला आईने आवर्जून सांगितले होते. म्हणूनच शेला, अलंकार वगैरे वस्तू शरीररक्षकापाशी देऊन, मी पुढे घोडा पिटाळला होता. साध्या सैनिकासारखा दिसत होतो मी. त्यामुळे त्या ऋषिकुमाराने मला ओळखले नाही, यात नवल नाही.

मी त्याला कधीच पाहिले नव्हते. मग मी तरी त्याला कसे ओळखणार? सारेच ऋषी आणि डोंगर दुरून सारखे दिसतात. जटाभार, यज्ञोपवीत, वल्कले, भस्मलेप, इत्यादी गोष्टींत ऋषींत वेगळेपणा तो काय असणार!

मात्र त्या दिवशी रात्री प्रार्थनेच्या वेळी अंगिरस ऋषींनी जेव्हा त्याची आणि माझी ओळख करून दिली, तेव्हा मी चपापलो! तो कच होता. देवगुरू बृहस्पतीचा मुलगा. शांतियज्ञातला एक प्रमुख ऋत्विज. माझ्याएवढाच तो वयाने लहान दिसत होता. फार तर माझ्याहून एक-दोन पावसाळे अधिक पाहिले असतील त्याने! इतक्या लहान वयात अंगिरसांसारख्या निःस्पृह ऋषींनी आपल्या यज्ञातले प्रमुख पद त्याला द्यावे, याचे मला आश्चर्य वाटले. प्रेम अंधळे असते, हेच खरे. मग ते आईचे मुलावरचे प्रेम असो, नाही तर गुरूचे शिष्यावरले प्रेम असो.

अंगिरसांनी आमची ओळख करून देताच कचही चकित झाला. संध्याकाळी आम्हां दोघांत लहानशी शाब्दिक चकमक झाली होती. तिची आठवण होऊनच, की काय, तो हसत पुढे आला आणि मला अभिवादन करून म्हणाला,

'युवराज, संध्याकाळी मी आपल्याला किंचित टाकून बोललो, की काय, कुणाला ठाऊक! सत्य बोलावं; पण ते ऐकणाराला प्रिय होईल, अशा रीतीनं बोलावं, ही गुरुजींची शिकवण अजून मी पूर्णपणे आत्मसात करू शकलो नाही.

माझ्या बोलण्याचा राग मानू नका. माणसाच्या मनाचा घोडा केव्हा आणि कशाला बुजेल, याचा नेम नसतो. क्षमा करा मला.'

मी त्याला परत अभिवादन केले.

'तुम्हीही मला क्षमा करायला हवी.' हे शब्द माझ्या जिभेच्या अग्रापर्यंत आले होते; पण ते काही केल्या ओठांबाहेर पडले नाहीत. हस्तिनापूरच्या युवराजाने एका ऋषिकुमाराची क्षमा मागायची? छेः!

२५

स्वतःशी काही म्हणतच, कच अग्निशाळेबाहेर आला. मी त्याच्या मागेच होतो. हे शब्द मला स्पष्ट ऐकू येत होते.

'आत्मा वा अरे मन्तव्यः श्रोतव्यः आत्मा वा अरे निदिध्यासितव्यः।'

आम्हां दोघांना निरनिराळ्या पर्णकुट्या दिल्या होत्या. त्या आश्रमाच्या अगदी टोकाला होत्या. चिमण्या बहिणी-बहिणींनी एकमेकींना बिलगून एकाच पांघरुणात झोपी जावे, तशा काळसर हिरव्या वृक्षराजीतल्या त्या दोन पर्णकुटिका दिसत होत्या.

माझ्याकडे पाहून हसत कच म्हणाला,

'युवराज, आता आपण शेजारी झालो.'

' 'शेजाऱ्यासारखा दुसरा शत्रू नाही,' ही उक्ती लक्षात आहे ना, कचदेव?' मी विनोदाने म्हणालो.

'प्रत्येक लोकप्रिय उक्तीत केवळ अर्धसत्य असतं!' त्याने हसून उत्तर दिले.

पर्णकुटीतल्या शय्येवर मी पडलो. पण मला झोप येईना. यतीच्या त्या काटेरी शय्येच्या मानाने ही शय्या शतपटींनी सुखकारक होती. पण पराच्या शय्येवर लोळायला सवकलेल्या माझ्या शरीराला ती बोचू लागली. कोपऱ्यात कसला तरी मंद दिवा जळत होता. कदाचित इंगुदी तेलाचा असेल. कदाचित दुसरे कसले तरी तेल असेल ते! युवराज ययातीने इंगुदी शब्द ऐकला होता. पण ते तेल कसे असते आणि तो कसे काढतात, याची त्याला कुठे कल्पना होती? या रूक्ष आणि दरिद्री वातावरणात शांतियज्ञ पुरा होईपर्यंत आपल्याला दिवस काढले पाहिजेत, या कल्पनेने माझे अंग शहारले. पलीकडच्या पर्णकुटीतून मंद, मधुर ध्वनी येत होता. गुंजारवासारखा! मधूनच झुळूझुळू वाहणाऱ्या गंगाजलासारखा तो वाटे. डोळे मिटून मी तो मधुर ध्वनी ऐकू लागलो. कचाचे निद्रेपूर्वीचे नित्यपठन चालले असावे. त्याचे शब्द काही मला ऐकू येत नव्हते; पण उन्हाने तापलेल्या प्रवाशाच्या अंगावर पावसाचे तुषार पडावे, तसे ते मला वाटत होते. हळूहळू निद्रेने मला आपल्या कुशीत घेतले. माझ्या स्वप्नात अलका गुणगुणत होती—

'आत्मा वा अरे मन्तव्यः श्रोतव्यः निदिध्यासितव्यः! ... हे मानवा, आत्म्याच्या स्वरूपाचा विचार कर. आत्म्याच्या हाका ऐक. आत्मज्ञान हेच आपलं ध्येय मान. त्याचाच निदिध्यास धर!'

'तू तर आता गार्गी, मैत्रेयी झालीस!' असे म्हणत मी तिच्या खांद्यावर हात ठेवला.

ती अदृश्य झाली.

२६

दिवसांमागून दिवस जाऊ लागले. जपमाळेतला एकेक रुद्राक्ष मागे टाकला जावा, तसे! या काळात माझ्या शरीराने अनेकदा कुरकूर केली. पण शांतियज्ञाच्या कामामुळे असो,

'तू इथं आला आहेस, हे राक्षसांना कळलंय्. त्यामुळं यज्ञात विघ्न आणण्याचं राक्षसांना धैर्यच होत नाही!' अशा शब्दांनी अंगिरस ऋषी वारंवार माझा गौरव करीत असल्यामुळं असो, आश्रमात मनुष्य तिथल्या वाऱ्याइतका स्वच्छंद आणि हरिणाइतका निश्चिंत होतो, म्हणून असो, अथवा कचासारख्या तेजस्वी, विचारी आणि बहुश्रुत ऋषिकुमाराच्या मैत्रीचा लाभ झाल्यामुळे असो, प्रत्येक वेळी माझ्या शरीराची कुरकूर दुसऱ्या कुठल्यातरी आनंदात मला ऐकू येईनाशी होई. मंत्रघोषात रातकिड्यांची किरकीर ऐकू येत नाही ना? तशी. शांतियज्ञाचा प्रमुख ऋत्विज म्हणून सकाळपासून संध्याकाळपर्यंत कच केवळ जलपान करून राही. यज्ञाचा मुख्य संरक्षक या दृष्टीने या व्रताचे मीही पालन करायला हवे होते; पण अंगिरस ऋषींनी माझ्या शरीररक्षकांतील सहा माणसे निवडली. ते सहा आणि मी अशा सातांना एकेक दिवस सूर्योदयापासून सूर्यास्तापर्यंत नुसत्या पाण्यावर राहावे लागे. आठवड्याला तो दिवस मला फार कठीण वाटे. राहून-राहून भूक मला अस्वस्थ करी. मृगयेत किंवा अश्वमेधाच्या भ्रमंतीत माझे भोजन वेळेवर होत असे, असे थोडेच आहे? पण त्या वेळी मन दुसऱ्या उन्मादात गुंग असे. त्यामुळे भुकेची त्याला अशी आठवण होत नसे. माझ्या उपवासाच्या दिवशी तर राक्षसांनी यज्ञावर आक्रमण करावे, अशी विलक्षण इच्छा मनात निर्माण होई. त्यामुळे आपला सारा दिवस त्यांच्याशी युद्ध करण्यात निघून जाईल आणि त्या नादात क्षुधेच्या विचित्र टोचणीचा आपल्याला विसर पडेल, असे मला वाटे, पण तसे कधीच घडले नाही. असा उपवासाच्या दिवशी कचाचे मोठे कौतुक वाटे मला! सात दिवसांतून एक दिवस जे व्रत पाळणे मला अवघड वाटे, त्याचे तो नित्य सुखाने पालन करीत होता. ही शक्ती त्याने कुठे संपादन केली? विचार करकरूनही मला या प्रश्नाचे उत्तर सापडले नाही. मग मी स्वतःचे असे

समाधान करी—

'माझं जीवन वीराचं आहे. शरीर हा वीराच्या पराक्रमाचा मुख्य आधार. ते शरीर पुष्ट आणि तुष्ट करायला आपण लहानपणापासून शिकलो. म्हणून क्षुधेवर आपल्याला विजय मिळविता येत नाही. कचाची गोष्ट निराळी आहे. ऋषीचे बाहू वाळलेल्या लाकडासारखे असले, तरी चालतं! वीराचे बाहू लोखंडाच्या कांबीसारखे असले पाहिजेत. कचाप्रमाणं आपल्याला क्षुधेवर विजय मिळवता येत नाही, हे खरं आहे; पण त्यात कमीपणा कसला आला आहे? अश्वमेधाचा घोडा घेऊन कच आर्यावर्तभर फिरू शकेल काय? त्याचं शरीर तपामुळं तेजःपुंज दिसतं, तारुण्यामुळं सुंदर भासतं. पण प्राण गेला, तरी धनुष्याला बाण काही लावता येणार नाही त्याला!'

कचाचे वेगळेपण केवळ माझ्या उपवासाच्या दिवशीच मला जाणवे, असे नाही. वारंवार या नाही त्या रूपाने ते प्रगट होई. काही वेळा ते डोळ्यांत भरे, काही वेळा ते डोळे दिपवून टाकी.

यज्ञाचा मुख्य भाग निर्विघ्नपणे पार पडताच अंगिरसांनी आश्रमात तीन दिवस उत्सव साजरा केला. त्या उत्सवात कचाने एखाद्या लहान मुलाप्रमाणे भाग घेतला. संगीतात त्याची चांगलीच गती होती. पोहताना हा पूर्वजन्मी मासा तर नव्हता ना, असे वाटे. उत्सवातल्या एका गीताच्या वेळी एक मूल रडू लागले. त्याच्या आईलासुद्धा त्याला गप्प करता येईना. कचाने ते मूल आईच्या मांडीवरून उचलले. जवळच जांभळाचा सडा पडला होता, त्यांतली एक-दोन जांभळे त्याने आपल्या तोंडात टाकली. लगेच आपली जांभळी जीभ बाहेर काढून त्याने ती त्या मुलाला दाखविली. ते आकांत करणारे मूल हां हां म्हणता हसू लागले. माकडासारखी जीभ बाहेर काढणारा हा पोरकट कच आणि शांतियज्ञाचे मंत्र अस्खलित वाणीने म्हणणारा पंडित कच हे दोघे एकच आहेत, हे मी डोळ्यांनी पाहत होतो, म्हणून बरे. नाहीतर एकाच माणसाची ही दोन रूपे आहेत, या गोष्टीवर माझा सहसा विश्वास बसला नसता!

दोन रूपे? छे! कच बहुरूपी होता. त्याचे एकेक नवे नवे रूप दृष्टीला पडले की मी गोंधळून जात असे. रात्री तो फलाहार करी, त्या वेळी मी त्याच्याशी गोष्टी करीत बसे. एकदा सुंदर दिसणाऱ्या आणि गोड असणाऱ्या एका फळात त्याला कीड आढळली. त्याची हसरी मुद्रा एकदम गंभीर झाली. आपले हरिणासारखे विशाल, पण सिंहासारखे निर्भय डोळे माझ्याकडे वळवून तो म्हणाला,

'युवराज, जीवन असं आहे. ते सुंदर आहे. मधुर आहे; पण त्याला केव्हा कुठून कीड लागेल, याचा नेम नसतो!' एवढे बोलून तो थांबला नाही. काही क्षण तो चिंतनमग्न झाला. मग त्याने कुठल्या तरी श्लोकाचा एक चरण उच्चारला.

'या जगात गोड फळांनाच कीड लागण्याचा अधिक संभव असतो!' असा त्या चरणाचा भावार्थ होता. ती ओळ म्हणून तो थांबला आणि मोठ्याने हसत म्हणाला,

'युवराज, श्लोकाचा एक चरण कसाबसा जमला! पण दुसरा काही सुचत नाही मला. ज्या मनुष्यात काही विशेष गुण असतात, वृत्तीची विलक्षण उत्कटता असते, त्यांनी या गोड फळापासून बोध घेतला पाहिजे. स्वतःला जपायला शिकलं पाहिजे, असं मला सांगायचं आहे. पण ते काही छंदाचं रूप घेऊन माझ्या मनातून उचंबळून बाहेर येत नाही.'

कच कवी आहे, हे त्या रात्री मला कळले. अधूनमधून काहीतरी मला बोचले, की असले श्लोकार्ध तो उच्चारी. ते अर्धेमुर्धे श्लोक त्या वेळी मी टिपून घ्यायला हवे होते. पण कुठल्याही गोष्टीचे मोल ती हरवल्यानंतरच आपल्याला कळते. कितीतरी दिवस कचाचा आणि माझा सहवास झाला. पण त्या वेळच्या त्याच्या एखाद्या श्लोकाचा एक चरणसुद्धा आज मला पाठ येत नाही. फक्त एका चरणाचे तीन शब्द आठवतात,

'जगद्द्रुमस्य हे पर्ण–' हे ते शब्द होत.

तो श्लोक सुचला, त्या वेळचे दृश्य माझ्या डोळ्यांपुढे उभे आहे. चांदणी रात्र होती. तो आणि मी अंगणात शतपावली करीत होतो! वारा पडला होता. झाडाचे पानसुद्धा हलत नव्हते. एकाएकी कुठून तरी वाऱ्याची झुळूक आली. त्या झुळुकेसरशी अंगणाच्या कडेला असलेल्या केसरवृक्षाचे एक पान पायदळी तुडविले जाऊ नये, म्हणून त्याने धडपड केली. पण ते त्याच्या हातांत सापडले नाही. मग ते त्याने जमिनीवरून उचलले. त्याच्याकडे कितीतरी वेळ तो मंत्रमुग्ध होऊन पाहत राहिला. 'जगद्द्रुमस्य हे पर्ण–' या शब्दांनी प्रारंभ होणारा तो श्लोक त्याला एकदम स्फुरला. त्या श्लोकाचे पुढचे शब्द मला आठवत नाहीत; पण त्याचा भावार्थ मात्र अद्यापि माझ्या मनात मूळ धरून राहिला आहे :

'हे चिमुकल्या पर्णा, या अकालमृत्यूचा शोक करण्याचं मला काय कारण आहे? तू यथाशक्ति या वृक्षाचं सौंदर्य वाढविलंस. आपल्या परीनं माझ्यासारख्या अनेकांना चिमुकली सावली दिलीस. तुझं जीवन सफल झालं आहे. स्वर्गात तुझं स्थान अढळ आहे.'

२७

एकदा एका चिमण्या लाघवी ऋषिकन्येने आम्हां दोघांना हात धरून आपल्या अंगणात ओढीत नेले. तिने लावलेल्या वेलीला पहिले फूल आले होते. ते आम्हांला दाखवायचे होते तिला. तिचे कौतुक करून आम्ही पुढे जाणार होतो; पण ती मुलगी

मोठ्या विचारात पडलेली दिसली. ज्यांचा सत्कार करावयाचा, ते अतिथी दोन; आणि फूल पडले एक. ते कुणाला द्यावे, हे तिला कळेना. ती त्या फुलाकडे विचारमग्न दृष्टीने पाहत राहिली. तिची अडचण लक्षात येताच कच हसून म्हणाला,

'बाळ, हे फूल तू युवराजांना दे.'

मी त्या मुलीला म्हणालो,

'अं हं, यांनाच दे तू. मोठे थोर ऋषी आहेत हे!'

ती मुलगी अर्धवट उमललेली ती कळी खुडणार, इतक्याने कचाने हळूच तिचा हात हातात घेतला आणि तो म्हणाला,

'बाळ, तुझी ही सुंदर भेट मला पोहोचली. पण ती तिथंच वेलीवर राहू दे. तिथंच उमलू दे. मी प्रत्येक दिवशी सकाळी इथं येईन. तुझ्या या फुलाशी बोलेन. मग तर झालं?'

त्याच्या या शब्दांनी त्या मुलीचे समाधान झाले. पण मी मात्र अस्वस्थ होऊन गेलो. त्या दिवशी रात्री बोलता-बोलता कचाजवळ हा विषय मी काढला. मी म्हणालो,

'ती कळी उद्या-परवा पूर्णपणे उमलेल. दोन-चार दिवस ते फूल वेलीवर हसत राहील. मग ते कोमेजेल, आपोआप गळून खाली पडेल. हे सारं पाहण्यात कसलं आलंय् सुख? फुलं काय केवळ दुरून पाहायची असतात? ती तोडण्यात, हुंगण्यात, त्यांचे हार करण्यात, ती केसांत गुंफण्यात आणि शय्येवर पसरण्यात खरा आनंद आहे.'

कच स्मित करीत उद्गारला,

'आनंद आहे खरा. पण तो क्षणभुंगर! केवळ उपभोगाचा.'

'उपभोगात पाप आहे?'

'नाही. धर्माचं उल्लंघन न करणाऱ्या उपभोगात पाप नाही; पण या जगात उपभोगापेक्षा श्रेष्ठ असा दुसरा आनंद आहे.'

'कोणता?'

'त्यागाचा!'

मला यतीची आठवण झाली. लहानपणीच तो संसार सोडून गेला होता. त्या रात्रीची ती रानहत्तीची शिकार, ती यतीची विचित्र गुहा, त्या गुहेतले ते काटेरी वेलीचे अंथरूण, सारे सारे मला आठवले. मी कचाला प्रश्न केला,

'या जगात संन्यास हा एकच सुखाचा मार्ग आहे का?'

तो हसला. थोडा वेळ स्वस्थ बसला.

मी पुन्हा प्रश्न केला,

'उद्या राजा व्हायचं सोडून, मी संन्यासी झालो, तर ते योग्य होईल?'

कच गंभीर झाला. तो आवेशाने उद्गारला,

'मुळीच नाही. युवराज, राजा होऊन प्रजेचं न्यायानं पालन करणं व प्रजेच्या सुखाकरिता झटणं हा तुमचा धर्म आहे. राजधर्म हा संन्यासधर्माइतकाच श्रेष्ठ आहे.'

मी म्हणालो,

'सिंहासनावर बसून संन्याशासारखं वागणं शक्य आहे?'

कचाच्या कपाळावर एक सूक्ष्म रेषा दिसू लागली. मग तो सावकाश म्हणाला,

'युवराज, संसार करणं हीच मनुष्याची सहजप्रवृत्ती आहे. साहजिकच त्याच्या जीवनात सर्व प्रकारच्या उपभोगांना स्थान आहे. माणसानं उपभोग घेऊ नयेत, अशी जर ईश्वराची इच्छा असती, तर त्यानं शरीर दिलंच नसतं. पण केवळ उपभोग म्हणजे जीवन नव्हे. देवानं माणसाला शरीराप्रमाणं आत्माही दिला आहे. शरीराच्या प्रत्येक वासनेला या आत्म्याचं बंधन हवं. म्हणून माणसाचा आत्मा सदैव जागृत असायला हवा! मद्याच्या धुंदीत असणाऱ्या सारथ्याच्या हातून लगाम निसटून जातात. घोडे सैरावैरा उधळतात. रथ खोल दरीत पडून त्याचा चक्काचूर होतो आणि आतला शूर धनुर्धर व्यर्थ प्राणाला मुकतो.'

बोलता-बोलता तो थांबला. मान वर करून नक्षत्रखचित आकाशाकडे त्याने पाहिले. मग तो म्हणाला,

'युवराज, क्षमा करा मला. असं काही बोलू लागलो, की माझं मला भान राहत नाही. जीवनमार्गाला एक प्रवासी आहे मी. या मार्गावरल्या डोंगर-दऱ्या, रानं-वनं, नद्या-नगरं यांतून मी अजून गेलो नाही. मी बोललो, ते पुस्तकी ज्ञान झालं. अनुभवाचा भाग फार कमी आहे त्यात; पण बृहस्पतीसारख्या पित्याच्या आणि अंगिरसासारख्या गुरूंच्या सहवासात मी जे काही शिकलो, जे काही चिंतन केलं, त्याचं सार हे आहे. ते सुंदर फूल पाहून मला आनंद झाला. त्या मुलीला दिलेलं वचन मी पाळणार आहे. ते फूल पाहताना माझ्या डोळ्यांना जे सुख होईल, ते प्रत्येक दिवशी मी घेणार आहे. ते फार चांगलं उमललं, म्हणजे वेलीजवळ जाऊन त्याचा वासही घेणार आहे मी. पण ते मी तोडणार मात्र नाही. आज वासासाठी एक फूल खुडलं, तर उद्या तेवढ्याच सुखासाठी फुलामागून फुलं खुडावीशी वाटतील मला. मग दुसऱ्यांच्या फुलांचा अपहार करण्याची इच्छा माझ्या मनात प्रबळ होईल. अपहारासारखा अधर्म नाही.'

त्याचे बोलणे ऐकत राहावेसे वाटत होते मला. पण ते त्याच्या आवाजाच्या गोडव्यामुळे. तो सांगत होता, ती सारी मला पोपटपंची वाटत होती. कुठल्या तरी जुन्या-पुराण्या पोथ्यांतले पांडित्य असावे ते! त्याला अडविण्याकरिता मी मधेच म्हणालो,

'एक शंका विचारू का?'

'अवश्य. मात्र एक गोष्ट विसरू नका. तुमच्यासारखाच मीही एक अनुभवशून्य तरुण आहे. जीवनाचं रहस्य नेहमीच गुहेत लपलेलं असतं. त्या गुहेच्या दारातून नुकते कुठं आपण आत गेलो आहोत. आतल्या अंधारात अजून आपल्याला काही नीट दिसत नाही. आपल्यापैकी प्रत्येकाला हे रहस्य स्वतःच शोधून काढलं पाहिजे.'

'ते जाऊ दे. माझी शंका एवढीच आहे– ते फूल चार दिवसांनी आपोआप कोमेजून जाईल. मग आजच मी ते तोडलं, हुंगलं, किंबहुना त्याचा चोळामोळा केला, म्हणून काय बिघडणार आहे? कुणाची काय हानी होणार आहे? एक क्षण तरी सुवासाच्या उन्मादात मी घालवू शकेन, की नाही?'

माझ्या या प्रश्नाचे सरळसरळ उत्तर देता आले नाही. पण आपला पराभव मान्य करणे त्याच्या जिवावर आले. तो म्हणाला,

'दैत्यगुरू शुक्राचार्य यांनी मोठी उग्र तपश्चर्या करून संजीवनी विद्या संपादन केली आहे, असं नुकतंच ऐकलं मी. त्या विद्येनं मेलेली माणसं जिवंत करता येतात. ती विद्या मला साध्य करता आली, तर कोमेजणाऱ्या फुलांना पुन्हा प्रफुल्लित करण्यात मी तिचा विनियोग करीन.'

२८

एखाद्या लहान मुलासारखे हे कचाचे बोलणे होते. केवळ याच वेळी नव्हे, तर इतर वेळीही तो असे काही तरी बोले. ते मला मुळीच पटत नसे. देव-दैत्यांचे लहान लहान संघर्ष आज अनेक वर्षे सुरू होते. शुक्राचार्यांनी संजीवनी विद्या संपादन केल्यामुळे आता त्या संघर्षाचे रूपांतर घनघोर संग्रामात होणार, हे उघड दिसत होते. अशा प्रकारचे अरिष्ट अंगावर कोसळू नये, म्हणून अंगिरसांनी हा शांतियज्ञ आरंभला होता. तिकडे इंद्रादी देव युद्धाची सिद्धता करीत असताना देवगुरूंचा हा मुलगा इकडे शांतियज्ञात भाग घ्यायला आला होता. तो वारंवार उद्गार काढील,

'देव विलासांचे अंध उपासक आहेत. दैत्य शक्तीची अंधळी उपासना करीत आहेत. या दोघांनाही जग सुखी करता येणार नाही. त्यांच्या युद्धातून काही निष्पन्न होणार नाही.'

मोठे विचित्र होते त्याचे मन, त्याच्या इतका जवळ मी आलो. पण त्याच्या मनाचा अंत मला कधीच लागला नाही. कधी तो यतीपेक्षा शतपटीने शहाणा वाटे; कधी एखाद्या वेड्याहूनही वेडा वाटे. त्याच्या कितीतरी कल्पना स्वप्नासारख्या.

मात्र एक गोष्ट खरी. आता लवकरच आपण एकमेकांपासून दूर जाणार, म्हणून

माझे मन हुरहुरू लागले. मात्र तो वियोगाचा प्रसंग अगदी अनपेक्षित रीतीने आला. उत्सवाच्या तिसऱ्या रात्री हस्तिनापुराहून अमात्यांचा निरोप घेऊन दूत आला. बाबांची प्रकृती एकाएकी बिघडली होती. ते मृत्युशय्येवर पडले होते. मी तत्काळ परतणे आवश्यक होते. काय करावे, ते मला कळेना. मी अंगिरस महर्षींकडे गेलो. माझ्या पाठीवरून वात्सल्यपूर्वक हात फिरवीत ते म्हणाले,

'युवराज, तत्काळ परत जा. इथली काही काळजी करू नकोस. यज्ञाचा मुख्य भाग तू पार पाडला आहेस. धर्मसेवेप्रमाणे पितृसेवा हेही तुझं कर्तव्य आहे.'

अंगिरसांना मी भक्तिभावाने अभिवादन केले. वात्सल्याने परिपूर्ण अशा दृष्टीने माझ्याकडे पाहत ते म्हणाले,

'युवराज, सुखी हो, असा आशीर्वाद मी तुला देत नाही. मानवी मनाची आणि जीवनाची गुंफण मोठी विलक्षण आहे. त्यामुळं सुख हा अनेकदा मृगजळाचा शोध ठरतो. सुख ही दुःखाची छाया आहे, की दुःख ही सुखाची सावली आहे, हे कोडं इतकी तपश्चर्या करूनही मला उलगडलेलं नाही. तू ते सोडविण्याच्या नादाला लागू नकोस. तुला राज्य करायचं आहे. धर्म, अर्थ आणि काम हे तुझे मुख्य पुरुषार्थ आहेत. पण अर्थ आणि काम हे मोठे तीक्ष्ण बाण आहेत. रूपवती स्त्री जशी विनयानं शोभून दिसते, तसेच अर्थ आणि काम हे धर्माच्या संगतीत सुंदर वाटतात. जगानं माझ्याशी जसं वागावं, असं मला वाटतं, तसं मी जगाशी वागायला हवं, या श्रद्धेला मी धर्मबुद्धी म्हणतो. या धर्मबुद्धीचा प्रकाश जीवनात तुला सतत लाभो.'

एखाद्या मुलाला आई उपदेश करते ना, तसं अंगिरस माझ्याशी बोलत होते. त्यांचे शब्द माझ्या कानांत घुमत होते; पण अर्थ मनापर्यंत पोहोचत नव्हता. बाबांच्या प्रकृतीच्या वार्तेने माझे मन उडून गेल्यासारखे झाले होते. नाही नाही त्या कल्पना मनात येत होत्या. कातरवेळेला कळकीच्या रानातून वाऱ्याने कण्हत घुमावे आणि ते घुमणे ऐकून लहान मुलाने भिऊन जावे, तशी माझी स्थिती झाली होती. त्या वाऱ्याच्या विचित्र आवाजामध्ये नागाचे फुसफुसणे ऐकू यावे ना? यतीने सांगितलेल्या त्या शापाची आठवण होताच माझी अगदी तशी अवस्था झाली. बाबांना कसला शाप आहे? त्या शापामुळे ते असे मृत्युशय्येवर पडले असतील काय? त्या शापावर उश्शाप कोणता?

मला राहवेना. मी भीत-भीत अंगिरसांना विचारले,

'मला काही विचाराचंय् आपल्याला. बाबांना पूर्वी कधी कुणी शाप दिला आहे का?'

त्यांची मुद्रा खिन्न झाली. क्षणभर स्तब्ध राहून मग जड स्वराने ते म्हणाले,

'होय.'

ते पुन्हा थांबले, आता त्यांची मुद्रा मघासारखी प्रसन्न दिसू लागली. ते म्हणाले,

'युवराज, त्या शापाला इतकं कशाला भ्यायला हवं? खरं सांगू तुला? या जगात जन्माला येणारा प्रत्येक शापित असतो!'

'प्रत्येक मनुष्य?' माझ्या स्वरातील कमतरता माझी मलाच भीतिप्रद वाटली.

ते हसून उद्गारले,

'मी, कच, तुझा पिता– आपण सारे आपापल्या परी शापित आहोत. कुणाला पूर्वजन्मीचं कर्म भोवतं, कुणाला आईबापांच्या दोषांची फळं चाखावी लागतात. कुणी स्वभावदोषामुळं दुःखी होतो, कुणाला परिस्थितीच्या शृंखलांत बद्ध होऊन जीविताचा प्रवास करावा लागतो.'

'म्हणजे जीवन हा एक शापच आहे, म्हणायचा?'

'छे! छे! जीवन हा एक दिव्य वर आहे. तो परमेश्वराचा कृपाप्रसाद आहे. तो अनेक शापांनी युक्त असलेला वर आहे, एवढंच!'

'केवळ या शापित जीवनाचा अनुभव घेण्यासाठी मनुष्य या जगात येतो?'

'नाही.' हा शब्द गंभीरपणाने उच्चारताना अंगिरसांच्या मुद्रेवर स्मित झळकले. शरद ऋतूमधील चांदण्यासारखे भासले ते मला.

'मग मानवी जीवनाचा हेतू काय?'

'या शापातून मुक्त होण्याचा प्रयत्न करणं. ययाति, इतर प्राण्यांना शारीरिक सुखदुःखांपलीकडची अनुभूती असत नाही. ती केवळ मनुष्याला मिळालेली देणगी आहे. या अनुभूतीच्या बळावरच मनुष्य पशुकोटीतून वर आला आहे. संस्कृतीच्या दुर्गम पर्वताची चढण तो चढत आहे. आज ना उद्या तो त्या गिरिशिखरावर जाईल. मग या सर्व शापांतून त्याचं जीवन मुक्त होईल. एक गोष्ट कधीही विसरू नकोस– शरीरसुख हा काही मानवी जीवनाचा मुख्य निकष नाही. तो निकष आहे आत्म्याचं समाधान!'

बोलता-बोलता ते थांबले आणि म्हणाले,

'काय वेडा आहे मी! भलत्या वेळी तुला ब्रह्मज्ञानाच्या गोष्टी सांगत बसलो. क्षत्रियाचं धनुष्य आणि ब्राह्मणांची जीभ ही सदैव सज्ज असतात, हे खरं! निश्चिंत मनानं तू हस्तिनापुराला जा. तुझ्या पित्याला आराम वाटावा, म्हणून मी नित्य प्रार्थना करीत राहीन. तुझा प्रवास निर्विघ्न होवो; जा. शिवास्तो पन्थानः सन्तु!'

२९

हस्तिनापुरात प्रवेश करीपर्यंत कच आणि अंगिरस यांच्या तात्त्विक विचारांची सावली माझ्या मनावर पसरली होती. त्या सावलीत जशी सायंकालीन धूसरता

होती, तशी कालाची रम्यताही होती. पण नगरात पाऊल टाकताच ती सुंदर सावली लोप पावली. साऱ्या राजधानीवर पसरलेल्या काळजीच्या कृष्णच्छायेने माझे मन व्यापून टाकले. एरवी हसत-खिदळत लगबगीने चालणारे राजमार्ग आज मूकपणाने जड पावले टाकीत चालले होते. बाबांची शेवटची भेट होण्याचेसुद्धा भाग्य माझ्या कपाळी नाही, की काय, या आशंकेने माझे मन पळापळाला कंपित होत होते. पराभूत राजपुत्राप्रमाणे मी राजवाड्यात प्रवेश केला– अगदी मुकेपणाने– खाली मान घालून! बाबांच्या शरीरात चैतन्य होते; पण त्यांनी मला ओळखले नाही. उन्हाळ्यातल्या मरुभूमीसारखे त्यांचे शरीर तापले होते. निर्जन वाळवंटात मध्यरात्री घोंघावत राहणाऱ्या वाऱ्यासारखे ते विचूक बोलत. त्यांना वात झाला होता. आई, राजवैद्य, वृद्ध अमात्य, दासदासी या सर्वांच्या मुद्रांवर भीतीची आणि दुःखाची छाया पसरली होती.

मी मंचकावर बाबांच्या उशाशी बसलो. 'बाबा, बाबा' अशा अनेक हाका मारल्या. ते काही तरी पुटपुटले; पण त्यांनी माझ्या एकाही हाकेला ओ दिली नाही. जणू काही ते आमच्या जगातच नव्हते!

मी उठलो. त्यांच्या पायांशी जाऊन बसलो. त्यांच्या पायांवरून मी हळूहळू हात फिरवू लागलो. पण माझा स्पर्शही त्यांनी ओळखला नाही. माझे डोळे भरून आले. बाबांच्या पावलांवर ते अश्रूंचा अभिषेक करू लागले.

अमात्य उठून माझ्याजवळ आले. माझ्या खांद्यावर आपला कृश हात वत्सलतेने ठेवून त्यांनी मला महालाबाहेर नेले. मग रुद्ध कंठाने ते म्हणाले,

'युवराज, तुम्ही अजून लहान आहात. त्यामुळं जगरहाटीची तुम्हांला पूर्ण कल्पना नाही. हा मृत्युलोक आहे. मानवी जीवन हा जसा कल्पवृक्ष आहे, तसा तो विषवृक्षही आहे.

'महाराजांच्या वेदना तुम्हांला पाहवणार नाहीत. नगरापासून दोन कोसांवर आपलं अशोकवन आहे. मोठी सुंदर आरामवाटिका आहे ती. कुणी ऋषी-मुनी अतिथी म्हणून आले, की तिथंच त्यांची व्यवस्था करण्याचा पूर्वापर प्रघात आहे. एरवी ते स्थळ हिमालयातल्या एखाद्या गुहेइतकं शांत आहे. इथून अशोकवनातल्या मंदिरात जाणारं भुयारही आहे. फार जवळची वाट आहे ती. त्या शांत आरामवाटिकेत आपण राहावं. दिवसातून दोन वेळा महाराजांच्या दर्शनाला यावं. विशेष काही असलं, तर भुयाराच्या मार्गानं घटकेत इथं येऊ शकाल. महाराणींच्या संमतीनंच मी ही योजना केली आहे. अश्वमेध आणि शांतियज्ञ यांच्या दगदगीनं आपण अगदी शिणून गेला असाल. तो शीण अशोकवनातल्या विश्रांतीनं नाहीसा होईल.'

३०

मृगयेत किंवा रणांगणात मी कधीही माघार घेतली नव्हती; पण राजवाड्यावर पसरलेल्या मृत्यूच्या त्या कृष्णभीषण छायेला मात्र मी भ्यालो. मी मुकाट्याने अशोकवनात राहायला गेलो.

पण मृत्यू हे मोठे भयंकर अस्वल आहे. कितीही उंच झाडावर चढून बसले, तरी तिथे ते माणसाचा पाठलाग करते. कुठेही लपून बसा, ते काळे, कुरूप प्रचंड धूड आपला वास काढीत येते. त्याच्या गुदगुल्यांनी प्राण कंठी येतात.

अशोकवनात अमात्यांनी माझ्याकडे सर्व प्रकारच्या सुखांची सिद्धता केली होती; पण माझं मन कशातच रमेना. दासदासी अगदी मोजक्या होत्या; पण प्रत्येक माणूस माझ्या दृष्टिक्षेपाकडे लक्ष लावून उभे असे. त्यांना काय काम सांगायचे, हेच मला कळेना. दासींत मुकुलिका नावाची एक नवी दासी दिसली. मोठी चतुर आणि देखणी होती. वयाने पंचविशीच्या आत-बाहेर असावी ती. माझ्या मनाला शांती मिळावी, म्हणून सर्व सेवकांना शक्य तितके दूर ठेवून, ती एकटी अगदी मुकेपणाने माझी सेवा करी. बल्लवाने कुशलतेने केलेले पक्वान्न तसेच टाकून मी उठू लागलो, की वारा घालता-घालता ती थांबे. मी वळून वर पाहिले, की तिच्या मुद्रेवर सलज्ज, पण करुण भाव दिसे. ती जणू काही डोळ्यांनी मला म्हणे,

'असं काय करावं, महाराज? आपण काहीच खाल्लं नाहीत, तर बिचाऱ्या शरीरानं काय करावं?'

मृत्यूची सावली मनावर पडू नये, म्हणून मी रात्रंदिवस धडपडत होतो; पण बाबांच्या दर्शनाकरिता त्यांच्या महालात पाऊल टाकले, की मध्यंतरीचे माझे सर्व चिंतन निष्फळ होई. मृत्यू हा अष्टौप्रहर अश्वमेध करणारा विजयी सम्राट आहे; याला या जगात कोणीही विरोध करू शकत नाही, या जाणिवेने मन दुर्बळ आणि व्याकूळ होऊन जाई. आज मंचकावर जसे बाबा पडले आहेत, तसेच उद्या आपल्यालाही पडावे लागणार आहे, हे चित्र पुन्हा पुन्हा डोळ्यांपुढे उभे राही. कुठे तरी पळून जावे, जिथे मृत्यूचे थंडगार लांब हात पोचू शकणार नाहीत, अशी एखादी गुहा शोधून काढावी आणि तिच्यात लपून बसावे, असा पोरकट विचार राहून-राहून मनात येई.

मृत्यूची भीषणता अधिकच भयंकर भासावी, असे अनुभवही बाबांच्या या दुखण्यातून अधूनमधून येत.

क्वचित बाबांच्या वाताचा जोर कमी होई. घटका, अर्धी घटका ते शुद्धीवर येत. आईला ओळखीत. असाच प्रसंग होता तो! मी उशाशी येऊन बसलो आहे, याची बाबांना कल्पना नसावी. त्यांनी आईला खूण केली. ती थोडी पुढे होऊन वाकली.

मोठ्या कष्टाने त्यांनी आपला उजवा हात उचलला आणि तो तिच्या हनुवटीला लावला. क्षीण स्वरात ते म्हणाले,

'हे सारं सौंदर्य, हे सारं वैभव इथंच टाकून जावं लागणार मला!'

आई गोंधळली. मी महालात आहे, हे त्यांना कसे सुचवावे, ते तिला कळेना. बाबा एखाद्या लहान मुलासारखे स्फुंदत म्हणाले,

'या अमृताची माझी तहान अजून भागली नाही, पण...'

आईने खूण करून मला महालाबाहेर घालविले. पण बाबांचे ते आर्त क्रंदन माझ्या कानांत आणि मनात घुमत राहिले. मोठे विचित्र वाटले मला. ज्याच्या पराक्रमाची पताका स्वर्गात डौलाने फडफडत होती, अशा वीराचे ते रुदन होते. हस्तिनापूरच्या दिग्विजयी सम्राटाचे ते अश्रू होते! त्या अश्रूंचा स्पष्टार्थ मला कळेना. मात्र त्यांच्यामागे जीवनातले काही तरी विलक्षण रहस्य भरले आहे, या जाणिवेने मी भांबावून गेलो.

त्या वेळी माझ्या काळजावर डागला गेलेला अनुभव मात्र दुसराच होता.

रात्रभर जागरण झाल्यामुळे आई शिणून गेली होती. मी तिला विश्रांती घ्यायला तिच्या महालात पाठविले. मी बाबांपाशी बसून राहिलो. किती तरी वेळ ते निश्चेष्ट होते. राजवैद्य घटके-घटकेला त्यांना एक चाटण चाटवीत होते.

दिवस टळला होता. खिडकीतून दिसणारे बाहेरचे जग हळूहळू अंधूक आणि उदास होऊ लागले होते. मधेच बाबांनी डोळे उघडले. त्यांनी मला ओळखले असावे. माझा हात घट्ट धरून भेदरलेल्या कोकरासारखे ते किंचाळले,

'ययु, ययु! मला घट्ट धरून ठेव! मला जगायचंय्! मला... नाही, मी जाणार नाही... ययु, ते बघ– ते यमदूत बघ! तू एवढा पराक्रमी, मग– मग हे इथं कसे आले? त्यांना तू कसं येऊ दिलंस?'

त्यांचा हात थरथर कापू लागला. ते पुन्हा किंचाळले,

'तुम्ही सारे कृतघ्न आहात! तुम्ही आपल्या आयुष्यातला एकेक दिवस मला दिलात, तरी मी– ययु, ययु! मला घट्ट धर!'

बोलता-बोलता त्यांची शुद्धी गेली. जे त्यांना बोलून दाखविता आले नाही, ते त्यांच्या हाताने मला सांगितले. किती घट्ट पकड होती त्या हाताची! वर्मी बाण लागून धावणाऱ्या हरिणाची सारी भीती त्या पकडीत साठविलेली होती.

थोड्या वेळाने मी अशोकवनाकडे मोठ्या उदास मनाने परतलो. राहून-राहून मघाचे दृश्य डोळ्यांसमोर उभे राहत होते. मधूनच बाबांच्या जागी मला ययाति दिसत होता. म्हातारा झालेला, मृत्यूच्या दर्शनाने बोबडी वळलेला, वेड्यासारखा धावणारा ययाति!

मरण हाच जीवनाचा शेवट असेल, तर जगात मनुष्य जन्माला येतो तरी कशाला?

कच आणि अंगिरस यांचे उदात्त तत्त्वज्ञान मी आठवून पाहिले, पण ते माझ्या गोंधळलेल्या मनाचे समाधान करीना. लुकलुकणाऱ्या काजव्यांनी कधी अमावास्येचा अंधार उजळला आहे का?

अशोकवनातल्या मंदिरात सुन्न मनाने मी येऊन पडलो. बाहेर काळोख दाटत होता. जसा बाहेर, तसाच आत– माझ्या मनातही! मुकुलिकेने हळूच येऊन सोन्याची समई लावली. महाल उजळला. त्या प्रकाशात दिव्याशी ओणवलेली तिची पाठमोरी आकृती मला मोठी मनोहर वाटली. मी मान वळवली. तिची सावली भिंतीवर पडली होती. किती मोठी आणि विचित्र दिसत होती ती!

ती माझ्या मंचकाकडे हळूहळू येऊ लागली. एखाद्या नर्तिकेप्रमाणे ती पावले टाकीत होती. माझे डोळे उघडे आहेत, तसे पाहून ती मृदू स्वरात म्हणाली,

'बरं वाटत नाही महाराजांना?'

'काही सुचत नाही मला, मुकुलिके, बाबांची स्थिती पाहिली की...'

'आता काही काळजी करण्याचं कारण नाही, म्हणे! आजच राजज्योतिषी सांगत होते! महाराजांचे सारे अशुभ ग्रह लवकरच...'

'मला थोडं मद्य आणून दे. ग्रह, आजार, मृत्यू– सारं सारं विसरून जायचंय् मला!'

ती स्तब्ध उभी राहिली, मी चिडून ओरडलो,

'मद्य हवंय् मला!...'

खाली पाहत ती उद्गारली,

'इथं मद्य ठेवायचं नाही, अशी देवींची आज्ञा आहे, युवराज!'

तिच्या या उत्तरानं माझा संताप वाढायला हवा होता; पण खाली दृष्टी लावून उभी असलेली तिची मूर्ती मला इतकी मोहक वाटली, की माझा राग कुठल्या कुठे पळून गेला! तिच्याकडे डोळे भरून पाहता-पाहता माझ्या मनात आले, मी चित्रकार किंवा शिल्पकार असायला हवे होते!

स्त्री ही स्वभावतःच अंतर्ज्ञानी असते का! की आपल्या सौंदर्याच्या सामर्थ्याची जाणीव तिच्या मनात सदैव जागृत असते?

मुकुलिकेची दृष्टी खाली वळली होती. असे असूनही मी तिच्याकडे रोखून पाहत आहे, अतृप्त डोळ्यांनी तिच्या रूपाचा आस्वाद घेत आहे, हे तिला कसे कळले, कुणाला ठाऊक! तिने मधेच क्षणभर डोळे वर केले. निरभ्र आकाशात वीज चमकावी, तसे काही तरी मला वाटले. तिच्या मुखावरले मधुर स्मित, तिच्या गालांवरील ती गोड खळी– मादक, सोनेरी प्रकाशात निमिष, अर्धनिमिष हे सारे मला दिसले.

मी पुन्हा पाहिले. मुकुलिका खाली पाहत उभी होती. अगदी मंचकाजवळ होती ती! मी मद्य प्यालो नव्हतो; पण त्याची धुंदी कणाकणांत मला जाणवू लागली. दुसऱ्याच क्षणी 'ययु, मला घट्ट धर, मला जगायचंय्!' हे शब्द माझ्या कानांत घुमू लागले. त्या शब्दांचे असंख्य प्रतिध्वनी जणू काही घण होऊन माझ्या मेंदूवर घाव घालू लागले. युद्ध आणि मृगया यांवाचून इतर व्यवहारांत मी कधीही मद्याला स्पर्श करणार नाही, असे लहानपणीच मी आईला वचन दिले होते. आतापर्यंत ते पाळलेही होते. पण हे घणाचे घाव चुकविण्याचा, मनाच्या वेदना विसरण्याचा, दुसरा काही उपाय मला सुचेना. मी मुकुलिकेला म्हणालो,

'इथं मद्य ठेवायचं नाही, अशी आईची आज्ञा आहे?'

'होय, युवराज!'

'कारण? मी मद्यपानात गुंग होऊन पडेन, असं भय वाटलं आईला?'

'तसं नाही, युवराज!'

'मग?'

'हे स्थळ निवांत आहे. नगरापासून दूर आहे. अतिथी म्हणून सारे ऋषिमुनी इथंच राहतात. त्यांना अपवित्र वाटणाऱ्या वस्तू इथं असू नयेत...'

बाबांचे ते आर्त आक्रंदन माझ्या कानांत पुन्हा घुमू लागले. त्यांची ती शून्य दृष्टी, त्यांच्या शब्दाशब्दांतून प्रगट होणारी ती मृत्यूची भीती–

मी थरथर कापू लागलो. मला माझ्या एकटेपणाची भीती वाटू लागली. मला आधार हवा होता.

मी झटकन् कुशीवर वळलो आणि मुकुलिकेचा हात धरला.

३१

ती रात्र!

पुनः पुनः मनात येते– त्या रात्रीविषयी मुग्ध राहावे! काही काही सांगू नये!

महापुरात प्रवाहाच्या उलट पोहण्यात पुरुषार्थ असतो. त्या प्रवाहात वाहून जाण्यात कसला पराक्रम आहे? त्या वाहण्याचे वर्णन करण्यात तरी कोणता आनंद आहे?

त्या रात्री जे घडले, ते स्वाभाविक असेल! प्रत्येक रात्री जगात ते घडले असेल; घडत असेल, घडत राहील! पण काही काही गोष्टी कितीही नैसर्गिक असल्या, तरी त्यांच्याविषयी बोलताना जीभ घुटमळते, मन ओशाळते, लज्जा आड येते; देवालयातदेखील तरुणी आपल्या कंचुकीची गाठ सैल झाली आहे, की काय, हे आवर्जून पाहते, ते काय उगीच?

पण मी माझी कहाणी जशी घडली, तशी सांगणार आहे. मला अंतःकरण उघडे करायचे आहे. ते उघडे करताना त्याचा कोणताही कोपरा अंधारात ठेवणे हा अपराध होईल. लज्जा हा सौंदर्याचा अलंकार आहे. सत्याचा नाही. सत्य हे नग्न असते. नुकत्याच जन्माला आलेल्या बालकाप्रमाणे असते ते! ते तसे असावेच लागते!

त्या रात्री मुकुलिकेच्या बाहुपाशात मी– छे!

माझ्या बाहुपाशात मुकुलिका– छे!

त्या रात्री कोण कुणाच्या मिठीत होते, ते प्रत्यक्ष मदनालासुद्धा सांगता आले नसते!

मुकुलिकेचा हात मी हातात घेतला मात्र! क्षणार्धात माझा या जगाशी असलेला संबंध तुटला! मी युवराज राहिलो नाही. ती दासी राहिली नाही. आम्ही केवळ दोन प्रेमिक झालो. दोन पाखरे– दोन तारे–

आम्ही महालात नव्हतो, आम्ही हस्तिनापुरात नव्हतो, आम्ही पृथ्वीवर नव्हतो! अनंत आकाशात– तारामंडलाच्याही पलीकडे; दुःख, रोग, मृत्यू या शब्दांचे ध्वनीसुद्धा जिथे ऐकू येत नाहीत, अशा स्थळी आम्ही पोचलो होतो. ते अगदी वेगळे जग होते. जितके सुंदर, तितके धूसर! जितके मोहक, तितकेच दाहक! ते केवळ आमचे दोघांचे जग होते. ती मधुर मूर्च्छा होती? ते विलक्षण वेड होते? ती सुंदर समाधी होती?

कोण जाणे!

मुकुलिकेचे आणि माझे ओठ ज्या क्षणी जुळले, त्या क्षणी माझ्या मनातली मृत्यूची भीती लोप पावली.

त्या रात्री मी मुकुलिकेची किती चुंबने घेतली आणि तिने मला किती चुंबने दिली–

आकाशातल्या नक्षत्रांची कुणी गणती करू शकतो का?

स्त्री-सौंदर्याचे वर्णन मी काव्यात वाचले होते. त्याचे अंधूक आकर्षण मला अनेक वर्षे वाटू लागले होते. त्या आकर्षणातल्या आनंदाची मला अस्पष्ट कल्पना आली होती. पण लहान मुलाने आकाशातला चंद्र धरावा, तसा तो आनंद होता. सुंदर तरुणीचा सहवास किती उन्मादक असतो, तिच्या कणाकणांतून क्षणाक्षणाला स्वर्गसुखाचे तुषार कसे उधळले जातात, हे मी त्या रात्री पहिल्यांदा अनुभवले. अगदी धुंद होऊन गेलो मी त्याने.

त्या धुंदीतून मी जागा झालो पक्ष्यांच्या किलबिलाटाने. मी डोळे उघडून समोरच्या खिडकीतून पाहिले. पूर्वेच्या महाद्वारातून सूर्याचा रथ वेगाने बाहेर पडत होता. त्याच्या चाकाने उडविलेली सोनेरी धूळ किती मोहक दिसत होती!

मी मंचकावर उठून बसलो. याच शय्येवर रात्री किती व्याकूळ मनःस्थितीत मी येऊन पडलो होतो! तीच शय्या, तोच महाल, त्याच भिंती, तोच मंचक, खिडकीतून दिसणाऱ्या त्याच वृक्षवेली– एका रात्रीत जणू काही त्यांचा पुनर्जन्म झाला होता! आता प्रत्येक गोष्ट माझ्या गात्रागात्रांतून उसळणाऱ्या आनंदलहरींत भर घालीत होती. झाडे अधिक हिरवी झाली होती. पाखरे अधिक गोड गात होती, महालाच्या भिंती सृष्टीतले अत्यंत अद्भुत रहस्य पाहिल्याच्या आनंदात एकमेकींकडे डोळे मिचकावून पाहत होत्या.

मी जागा झालो आहे, की नाही, ते पाहण्याकरिता मुकुलिका दार उघडून आत आली. जवळ येऊन तिने विचारले,

'रात्री चांगली झोप लागली ना?'

ती किंचित लाजेल, माझ्याकडे पाहताना क्षणभर गोंधळून जाईल, असे मला वाटले होते; पण ती शांतपणाने सर्व व्यवहार करीत होती. जणू रात्री काही घडले नव्हते! जे घडले, ते एक स्वप्न होते. जागेपणी स्वप्नाचा काय उपयोग आहे?

मुकुलिका किती अभिनयनिपुण नटी होती! रात्री तिने प्रेयसीची भूमिका केली होती! पण आता ती तितक्याच कुशलतेने दासीची भूमिका करीत होती!

तिच्या प्रश्नाला काय उत्तर द्यावे, ते मला कळेना! ती गालांतल्या गालांत हसली. पापण्यांची मोठी गोड चाळवाचाळव करीत तिने माझ्याकडे एक कटाक्ष फेकला. प्रक्षालनाचे साहित्य आणण्याकरिता ती बाहेर जाऊ लागली. तिची पाठमोरी आकृती पाहता-पाहता स्मृती जागृत झाल्या. नकळत माझ्या तोंडून शब्द गेला,

'मुकुलिके–'

ती थांबली. तिने किंचित मुरडून वळून पाहिले. मग ती लगबगीने परत आली. मंचकाजवळ येऊन तिने विचारले,

'मला हाक मारली युवराजांनी?'

मी तिला हाक मारली होती; पण कशासाठी? माझे मलाच ठाऊक नव्हते! मी स्तब्ध राहिलो.

लगेच हात जोडून मृदू स्वराने ती म्हणाली,

'काही चुकलं का माझ्या हातून?'

'चूक तुझी नाही, माझी आहे, तू आत येताच तुला ओढून अशी जवळ बसवायला हवं होतं मी! ते सोडून तुला दासीची कामं करायला लावणं हे...'

असे काहीतरी बोलावेसे वाटले मला– पण ते अगदी आतल्या मनाला. बाह्यतः मी मुकाच राहिलो.

माझ्या मौनाचे तिला कोडे पडले. ती किंचित कातर स्वराने उद्गारली,

'दासीचा राग आलाय् महाराजांना?'

'छे!' एवढाच उद्गार कसाबसा माझ्या तोंडून बाहेर पडला.

'वेडी कुठली!' हे त्याच्यापुढे शब्द मी उच्चारणार होतो; इतक्यात मुकुलिकेच्या हातांखालची एक दासी लगबगीने आत आली.

माझ्या छातीत धस्स झाले. उठल्यापासून एकदासुद्धा बाबांची मला आठवणही झाली नव्हती! मनुष्य किती आत्मलंपट असतो! माझ्या कृतघ्नपणाची क्षणभर खंत वाटली मला!

अमात्यांनी पाठविलेले पत्र देऊन दासी निघून गेली.

ते पत्र कचाचे होते! ते घेऊन येणारे ऋषिकुमार मध्यरात्री हस्तिनापुरात आले होते!

३२

'युवराज, आपल्या पाठोपाठ मलाही आश्रम सोडून जावं लागत आहे. आपण सर्वांनी मिळून शांतियज्ञ पार पाडला; पण त्या यज्ञाच्या पवित्र कुंडातल्या अग्नीचं विधिपूर्वक विसर्जन होण्याच्या आधीच देव-दैत्यांच्या युद्धाचा वणवा भडकला आहे! दैत्यगुरू शुक्राचार्य यांनी संजीवनी विद्या संपादन केल्याचं इथं आपण ऐकलंच होतं. त्या विद्येच्या बळावर रणांगणात मारल्या जाणाऱ्या राक्षस सैनिकांना ते पुनःपुन्हा जिवंत करीत आहेत. आपला पराभव आता अटळ आहे, या भावनेने देव हताश होऊन गेले आहेत. काय करावे, कुणालाच कळत नाही.

युद्ध– ते दोन व्यक्तींतलं असो, दोन जातींतलं असो अथवा दोन शक्तींतलं असो- मला नेहमीच निंद्य आणि निषेधार्ह वाटत आलं आहे. आदिशक्तीनं निर्माण केलेलं हे सुंदर विश्व किती विशाल आणि संपन्न आहे! त्यात प्रत्येकाला जगता येणार नाही का? माझ्यासारख्या वेड्यांचं हे स्वप्न कधी काळी खरं होणार आहे, की नाही, कुणाला ठाऊक! आज तरी हा विचार म्हणजे केवळ स्वप्नरंजन आहे!

या युद्धात देवांचा पराभव होणार, हे उघड दिसत आहे. पण आपल्या ज्ञातीचा पराजय उघड्या डोळ्यांनी पाहणं किती कठीण आहे! तो टाळण्याकरिता काही तरी करणं हे आपलं कर्तव्य आहे, असं मला वाटू लागलं. सारी रात्र पर्णकुटीपुढल्या अंगणात मी येरझारा घालीत होतो. आकाशात नक्षत्रं चमकत होती. पण माझ्या मनात अंधार भरला होता. या अस्वस्थ मनःस्थितीत मला आपली किती आठवण झाली,

म्हणून सांगू? शेवटी पहाटे एक कल्पना सुचली- छे! स्फुरली! कवीला काव्य कसं सुचतं, याचा अनुभव मी घेतला.

देवपक्षाला संजीवनी विद्या मिळेल, तरच त्याचा पराभव टळेल. पण ती विद्या त्रिभुवनात केवळ शुक्राचार्यांना अवगत आहे! कुणी तरी शिष्य म्हणून त्यांच्याकडे जायला हवं. ती विद्या हस्तगत करायला हवी. देवांपैकी कुणी हे साहस करील, असं वाटत नाही. म्हणून मीच वृषपर्व्याच्या राज्यात जाऊन या विद्येसाठी शुक्राचार्यांचा शिष्य होण्याचं ठरवलं आहे. तिथं काय घडेल, हे कसं सांगू? कदाचित माझा हेतू सफल होईल. कदाचित ध्येयसिद्धीच्या कामी मला माझे प्राण अर्पण करावे लागतील!

अंगिरसमहर्षींनी- ते आमच्याच कुळातील आहेत, हे मी आपल्याला सांगितलं होतं का?- या कल्पनेला आशीर्वाद दिला आहे. तो देताना ते सहज मला म्हणाले, 'तू जन्मानं ब्राह्मण आहेस. अध्ययन, अध्यापन, यजन-याजन हा तुझा धर्म. तू विद्या मिळवायला चालला आहेस हे खरं. पण तुझं हे साहस ब्राह्मणापेक्षा क्षत्रियालाच शोभणारं आहे.' मी उद्गारलो, 'युवराज ययाति इथं असते, तर त्यांना बरोबर घेऊनच मी राक्षसांच्या राज्यात पाऊल टाकलं असतं. शौर्याचं काम मी त्यांच्याकडं सोपवलं असतं आणि विद्यासंपादनाचं काम माझ्याकडं घेतलं असतं.'

अंगिरसांना मी बोलून दाखविलं नाही; पण त्यांच्या उद्गारांमुळे माझ्या मनात एक नवा विचार निर्माण झाला. प्रत्येक वर्णाने इतर वर्णांचे गुण आत्मसात करण्यात कोणती हानी आहे! अनेक नद्यांचे पाणी एकत्रित करूनच आपण आराध्यदेवतेला अभिषेक करीत असतो.

युवराज, शांतियज्ञाच्या निमित्तानं आपण जवळ आलो; समवयस्कांमध्ये मैत्री लवकर होते. त्यामुळं आपला स्नेह जडला. आपली प्रेमळ स्मृती माझ्या मनात सदैव जागृत राहील. संजीवनी विद्या मिळवून मी सुखरूप परत आलो, तर केव्हा ना केव्हा आपल्या भेटीचा योग येईलच.

काही ग्रहांची युती अल्पकाळानं होते, काहींची दीर्घकाळानं होते. आपणां दोघांची भेट केव्हा होईल, हे आज सांगवत नाही; पण ती निश्चित होईल आणि त्या वेळी धर्माचा– जगात जे जे मंगल असेल, त्याचा– पुरस्कार करणारा एक पुण्यश्लोक राजा म्हणून माझ्या मित्राला मी कडकडून मिठी मारू शकेन, अशा सुखस्वप्नात मी आज आहे.

अधिक काय लिहू? वेदसुद्धा हृदयभावना व्यक्त करताना अपुरे पडतात!

आचार्यांचे आपल्याला अनेक आशीर्वाद. नहुषमहाराजांना लवकर आराम पडो, अशी भगवान उमा-शंकरापाशी प्रार्थना.

अरे, हो! एक गोष्ट लिहायची राहिलीच! आपली ती चिमुरडी- एक फूल दोघांना कसं द्यावं, म्हणून गोंधळलेली गोड मुलगी- मी आश्रम सोडून जाणार, म्हणून ती ओक्साबोक्शी रडत आहे! तिच्या वेलींवर फुलंच फुलं फुललेली आहेत. त्यांचं कौतुक आता कोण करणार, म्हणून ती काळजीत पडली आहे. मी तिला सांगितले आहे की, युवराज पुन्हा लवकरच तुझ्यासाठी आश्रमात येतील. नुसती तुझी फुलं पाहायलाच नाही, तर त्यांचा वास घ्यायलासुद्धा!'

३३

कचाचे हे पत्र वाचून संपविताच माझी स्थिती मोठी विचित्र झाली. चोरासारखा मी मंचकावर बसलो. मन विषादाने भरून गेले. कच आपल्या पक्षासाठी प्राणार्पण करायला सिद्ध झाला आहे! आणि मी? बाबा मृत्युशय्येवर आहेत, याचे भानसुद्धा मला रात्री राहिले नाही. मी सुखाचा शोध करीत-करीत–

सुंदर सुगंधी फुले केवळ दुरून पाहायची असतात काय? त्यांचा वास घेण्यात कोणते पाप आहे? मुकुलिका मला सुंदर वाटली, मी–

मी पाप केले? काल रात्री माझ्या हातून पाप घडले?

पापाच्या कल्पनेने माझ्या मनाची तगमग सुरू झाली. मधाचा आस्वाद घेता-घेता मधमाश्यांचे मोहोळ उठावे आणि त्यांनी कडकडून सर्वांगाला दंश करावा–

मी मंचकावरून उठलो आणि मुकुलिलेला म्हणालो,

'रथ सिद्ध करायला सांग!'

'असेच जाणार आपण?'

'हो.'

'कुठं?'

'नगरात– बाबांच्या दर्शनाला. आईची पायधूळ मस्तकी घ्यायला.'

'थोडं खाऊन–!'

'उगीच तोंड घालू नकोस मधे! दासींचा उपदेश ऐकायची सवय नाही मला! नि हे पाहा, मी संध्याकाळी परत येणार नाही. वाड्यावरच राहीन!'

'पण–'

'पण काय?'

'युवराज अहोरात्र अशोकवनातच राहणार आहेत, त्यांना पूर्ण विश्रांती मिळेल आणि त्यांचं मन प्रसन्न राहील, अशी दक्षता सर्व सेवकांनी घ्यावी, अशी अमात्यांची आज्ञा आहे आम्हांला–'

'ठीक आहे. ती ऐकली मी.'

'मग संध्याकाळी विश्रांतीकरिता...'

'मी येणार नाही!'

३४

बाबांच्या प्रकृतीत काडीइतकीही सुधारणा नव्हती. दिवसा ते निश्चेष्ट पडून असत. संध्याकाळी वाताचा जोर झाल्यावर ते बोलू लागत. क्वचित अचूक, बहुधा विचूक! मी त्यांच्या महालात जाऊन त्यांचे पादवंदन केले आणि उदास मनाने आईच्या महालाकडे वळलो.

महालात आणून ठेवलेल्या एका सोन्याच्या देव्हाऱ्यापुढे हात जोडून आई बसली होती. थोड्या दिवसांत ती किती कृश दिसू लागली होती! तिच्या करुण मूर्तीकडे मला पाहवेना!

मी तिच्याजवळ जाऊन बसलो.

तिने माझ्या पाठीवरून हात फिरवला. त्या स्पर्शात मूर्तिमंत वात्सल्य अवतरले होते.

देव्हाऱ्यातली मूर्ती आणि दुःखीकष्टी आई त्यांच्या दर्शनाने माझ्या मनाची व्याकुळता वाढली. नकळत रात्रीच्या स्मृती जागृत झाल्या. ते पाप होते का? असेल तर देवापुढे, आईपुढे जे घडले, ते मोकळ्या मनाने कबूल करणे हाच त्यातून मुक्त होण्याचा उपाय नाही का?

आईकडे पाहण्याचा धीर होईना मला.

ती माझे तोंड हाताने वळविण्याचा प्रयत्न करीत म्हणाली,

'काही तरी चोरतो आहेस तू माझ्यापासनं!'

मी चमकलो; चरकलो. आईला काय सांगायचे? कसे सांगायचे?

मी तिच्याकडे तोंड करीत नाही, असे पाहून ती म्हणाली,

'अशोकवनातसुद्धा रात्रभर तळमळत राहिला असशील तू त्यांची नि माझी काळजी करीत! मोठा हळवा स्वभाव आहे तुझा! प्रत्येक गोष्ट जिवाला लावून घेतोस. अरे वेड्या! काळजी कुणाला चुकली आहे? भगवान शंकरांनी हालाहल घेतलं, तेव्हा गौरीमाई कशी धाईधाई रडू लागली, हे कालच आख्यानात ऐकलं मी.'

'पण, आई–'

'पण नाही नि बीण नाही. लहानांनी काळजी करून झुरायचं असेल, तर मग वडील माणसं हवीत, रे, कशाला? उगीच वेड्यासारखा वागू नकोस. काव्य, नृत्य, संगीत यांत कुठं मन रमतंय् का, पाहा!'

त्याच वेळी अमात्य आत आले. आई त्यांना म्हणाली,

'अमात्य, त्या अशोकवनातली व्यवस्था काही–'

अमात्य मधेच म्हणाले,

'देवी, तिथं काहीही उणं पडणार नाही, अशी व्यवस्था केली आहे मी. मुकुलिका म्हणून दासी आहे. नवीन आहे; पण चतुर आहे मोठी. तिच्याकडं युवराजांच्या सुखसोयींची सर्व सूत्रं–'

मी पुन्हा चमकलो, चरकलो. जे काल रात्री घडले, ते अपरिहार्य असो वा नसो, पाप असो अथवा नसो– ते अमात्यांच्या संमतीनेच घडले काय?– नाही तर मुकुलिकेसारख्या दासीला एवढे साहस करण्याचा धीर कसा झाला असता? याचा अर्थ, ते सारे क्षम्य आहे, असाच का?

आई अमात्यांना म्हणत होती,

'तुमची तिथली व्यवस्था फार सुरेख असेल; पण ययूनं सुखात रमायला हवं ना?' ती हसली आणि पुढे म्हणाली, 'आमची माणसं कशी आहेत, हे मी का सांगायला हवं तुम्हांला, अमात्य? इंद्रलोकातसुद्धा ती सुखी व्हायची नाहीत! मला वाटतं, ययूचा दिवसाचा वेळ काव्य, संगीत अशा काही नादांत गेला, तर त्याचं मन लवकर स्थिर होईल.'

'राजकवींचा दुसरा मुलगा माधव आहे ना? मोठा रसिक आणि बोलका आहे. त्यालाच बोलावून घेऊन, दिवसभर युवराजांच्या सेवेत ठेवतो, म्हणजे झाले!'

मी हसण्याचा प्रयत्न करीत अमात्यांना म्हणालो,

'माधवला आधी कुणातरी पंडिताकडं मला घेऊन जायला सांगा. जन्ममृत्यूच्या गूढ प्रश्नांनी माझं मन बावरून गेलं आहे.'

३५

माधवने मला एका श्रेष्ठ पंडितांच्या घरी नेले. त्यांच्याविषयी अनेक आख्यायिका प्रचलित होत्या. जाता-जाता तो त्या मला सांगू लागला :

'पौर्णिमा व अमावास्या या दोनच दिवशी ते घरातल्या मंडळींच्या पंक्तीला बसून भोजन करीत. इतर दिवशी अभ्यासिकेत त्यांचे ताट जायचे! ते ताट बुधवारचे आहे, की गुरुवारचे आहे, हे सुद्धा त्यांच्या लक्षात येत नसे. हिमालयाच्या टेकड्यांप्रमाणे

त्यांच्या खोलीत शास्त्रांच्या पोथ्यांचे उंच उंच ढीग पडलेले असत. त्या टेकड्यांमधल्या गुहांत राहणाऱ्या ऋषिमुनींप्रमाणे हे पंडितमहाशय या टेकड्यांमधल्या किंचित मोकळ्या जागेत खुरमांडी घालून बसलेले दिसत.

एका आषाढाच्या अमावास्येला ऐन मध्यरात्री कुणी चोर त्यांच्या अंगणात आला. त्याच वेळी पंडितमहाशय कुठल्या तरी श्लोकातला एक शब्द प्रक्षिप्त आहे, अशी शंका येऊन पोथ्या धुंडाळीत आपल्या खोलीत फिरू लागले. हातात दिवा घेऊन मध्यरात्री फिरणारी, दाढी बोटभर वाढलेली, अतिशय हडकुळी, अशी ती आकृती पाहून या घरात भुताटकी असावी, असे त्या चोराला वाटले. तो भ्याला आणि आल्या पावली पळून गेला!

राजसभेत ते विशेष महत्त्वाच्या समारंभांना तेवढे येत. नृत्यगायन सुरू झाले, की खाली मान घालून श्लोक पुटपुटत बसत. भेटायला येणाऱ्या माणसाला ते कोणता प्रश्न विचारतील, याचा नेम नसे.

एकदा एक जटाधारी यती परमेश्वराच्या स्वरूपाविषयी त्यांच्याशी काही चर्चा करण्याकरिता गेला. वादविवाद रंगात आला. मधेच पंडितांनी त्याला विचारले,

'आपण श्मश्रू केव्हा करणार?'

त्या बिचाऱ्याला या प्रश्नाचा परमेश्वराशी काय संबंध आहे, हे कळेना. तो पंडिताकडे टकमक पाहू लागला!

पंडित रेकत म्हणाले,

'यतिमहाराज, घनदाट अरण्यात सूर्यकिरणांना पृथ्वीपर्यंत पोचणं मोठं कठीण जातं. तसं होतंय् आपलं. या जटाभारातून कुठलाही विषय आपल्या डोक्यात शिरत नाही. तो मधल्या मधे अडकून पडतो.'

पंडितांकडे आलेल्या पश्चिम आर्यावर्तातील एका शास्त्र्यांनी त्यांना विचारले,

'आपल्याला मुलं किती आहेत?'

त्यांनी ताडकन् उत्तर दिले,

'मला ठाऊक नाही! ते सौभाग्यवतीला विचारा. असल्या गोष्टीत लक्ष घालायला वेळ नाही मला!'

मात्र प्रत्येक मुलाच्या बारशाच्या वेळी पंडित आणि पंडितीणबाई यांच्यांत खडाष्टक जुंपे. नव्या मुलाचे किंवा मुलीचे नाव काय ठेवायचे, या प्रश्नावर पति-पत्नींत तुमुल युद्ध होई. बिचाऱ्या बायकोचे या एका गोष्टीत नवऱ्यापुढे काही चालत नसे. माया, मुक्ति, प्रकृति, तितिक्षा अशी पंडिताच्या मुलींची नावे होती. एका मुलाचे नाव त्यांनी 'यम' असे ठेवले. बायकोने हात जोडून 'हे भयंकर नाव ठेवू नका.' म्हणून विनवणी केली. पण 'यम-नियमां'तला हा यम आहे, याचा अर्थ फार

चांगला आहे,' असे सांगून त्यांनी तिचे तोंड बंद केले. तो मुलगा पाच-सहा वर्षांचा होऊन बाहेरच्या मुलांबरोबर खेळू लागला. तेव्हा प्रत्येक पोर त्याला चिडवून म्हणे, 'काय, रे, यमा? तुझा रेडा कुठं आहे?' शेवटी बापडा यम रडकुंडीला आला. वडिलांनी हे नाव बदलावे, म्हणून त्याने त्यांचे पाय धरले.

माधवला रसाळ वाणीची देणगी लाभली होती. त्याने या साऱ्या गोष्टी अशा रंगात येऊन सांगितल्या, की हसू आवरणे अशक्य झाले. विद्वान माणसे विक्षिप्त असतात. जशी त्यांची बुद्धी अलौकिक, तशी त्यांची वृत्तीही लोकविलक्षण! त्यामुळे त्यांच्या असल्या गोष्टी तिखटमीठ लावून सांगण्यात प्रत्येकजण अहमहमिकेने भाग घेतो. पंडितमहाशयांच्या या आख्यायिका अशाच प्रकारे प्रचलित झाल्या असल्या पाहिजेत, हे मला कळत होते.

पण माधवाच्या रसभरित वर्णनात– त्यात खरा भाग किती होता, कुणाला ठाऊक!– मी रंगून गेलो. माझ्या मनातले मळभ त्यामुळे पांगले.

पंडितांनी अभ्यासिकेतच माझे स्वागत केले. तिथल्या त्या पोथ्यांच्या राशी आणि त्यांची पाने अगदी डोळ्यांजवळ नेऊन वाचणारी पंडितांची कृश मूर्ती पाहून मला नकळत यतीच्या गुहेची आणि यतीची आठवण झाली. पंडितांशी बोलू लागताच ही खोली हेच त्यांचे खरे जग आहे, हे माझ्या लक्षात आले. कुठल्या तरी एका दुर्मीळ पोथीचे पान काढून मला दाखविताना त्यांना अगदी ब्रह्मानंद झालेला दिसला. कुणालाही आदर वाटावा, असे पांडित्य त्यांच्या अंगी होते. माझ्या अगदी नव्या प्रश्नाचे उत्तर देतानासुद्धा त्यांनी किती श्लोक पाठ म्हटले आणि आपल्या मताचे समर्थन करण्याकरिता किती आधार शोधून काढले, यांची गणती करता येणार नाही.

पण ज्या प्रश्नांनी मी अस्वस्थ झालो होतो, त्यांची मला पटतील अशी उत्तरे देण्याचे सामर्थ्य मात्र त्यांच्या पांडित्यात नव्हते. मृत्यूच्या कल्पनेने मी अतिशय अस्वस्थ झालो आहे, असे सांगताच ते हसले आणि म्हणाले,

'मृत्यू कुणाला चुकला आहे, युवराज? वस्त्रं जुनं झालं, म्हणजे आपण ते टाकून देतो ना? आत्माही शरीराचा तसाच त्याग करतो.'

मी मधेच म्हटले,

'सर्व माणसं वृद्ध होऊन मृत्यू पावत असली, तर आपलं हे उत्तर माझं समाधान करू शकलं असतं; पण आपण सांगता, तसा जीवनाचा नियम आहे का? लहान मुलं आणि तरुण माणसं नित्य मृत्युमुखी पडत असलेली आपण पाहतो. त्याचं कारण काय?'

माधव मध्येच म्हणाला,

'माझ्या वहिनीचीच गोष्ट घ्या. किती निरोगी, किती हसरी, किती सुस्वभावी होती ती! पण अवघ्या विसाव्या वर्षी तीन महिन्यांची मुलगी मागं ठेवून गेली. यात देवाचा न्याय कुठं आहे? आणि वापरून फाटलेलं शरीररूपी वस्त्र तरी कुठं आहे?'

पंडितांनी किंचित डोळे विस्फारून माधवाकडे पाहिले मग ते माझ्याकडे वळून म्हणाले,

'युवराज, तुम्ही एक गोष्ट ध्यानात ठेवा! म्हणजे तुमच्या मनाचं समाधान होईल!'

'कोणती?'

'ही सारी माया आहे.'

'म्हणजे?'

'या जगात सत्य केवळ एक गोष्ट आहे!'

'कुठली?'

'ब्रह्म! या विश्वाच्या मुळाशी असलेली शक्ती! बाकी सर्व मिथ्या आहे. हा माधव, हा पंडित, हे युवराज- हे सर्व भास आहेत. या पोथ्या, हे घर, मृत्यूची तुम्हांला वाटणारी ती भीती, या साऱ्या मिथ्या आहेत.'

माझी मृत्यूची भीती खोटी? मग जगण्यात मला वाटणारा आनंदही खोटा असला पाहिजे! काल रात्री मुकुलिकेच्या बाहुपाशात मी लुटलेला आनंदही खोटा आणि आज सकाळी ते पाप होते, या कल्पनेने मनाला लागलेली टोचणीही खोटी! देव खोटे, दैत्य खोटे! मग देवदानवांच्या युद्धाकरिता अंगिरस ऋषींनी शांतियज्ञाचा खटाटोप का केला? कच संजीवनी विद्या संपादन करण्यासाठी एवढे साहस करायला का प्रवृत्त झाला? दृष्टीला पडणारे हे चराचर जग आणि मनाला येणारे सुख-दुःखांचे सारे अनुभव ही जर केवळ माया असेल, हा जर क्षणिक भास असेल, तर नहुषमहाराजांचा निश्चेष्ट देह पाहून माझे मन व्याकूळ का होते? शरीर भंगुर असेल; पण ते खोटे नाही. सुखदुःखाचे उत्कट अनुभव कालांतराने पुसट होत असतील; पण ते खोटे नाहीत. भूक असत्य नाही आणि तिचे दुःखही असत्य नाही. पंचपक्वान्ने असत्य नाहीत आणि त्यांचे सुखही असत्य नाही.

पंडितांनी अनेक पोथ्यांतले श्लोक मला वाचून दाखविले, त्यांचे सुरस विवरण केले; पण त्या साऱ्या महापुरात मी कोरडाच राहिलो! पाप, पुण्य, प्रेम, वासना— मला अस्वस्थ करून सोडणारे असे कितीतरी प्रश्न त्यांना विचारायला मी आलो होतो; पण ते विचारण्यात काय अर्थ होता?

माधवाने अतिशय आग्रह केला; त्याचे मन मोडू नये, म्हणून दुपारचे भोजन

त्याच्याकडेच करावे आणि त्याच्याशी चार घटका गोष्टी करून मग राजवाड्यावर जावे, असे मी ठरवले.

माधवाच्या थोरल्या भावाला काव्याचा नाद होता. लहानपणी त्याचे नाव अनेकदा ऐकले होते मी. तो कुठे आहे, म्हणून मी त्याला सहज विचारले. पत्नीच्या मृत्युमुळे त्याचे मन संसारातून उडाले, तो तीर्थयात्रा करीत फिरत असतो, असे माधवाने मला सांगितले. पंडितमहाशयांचे मघाचे तत्त्वज्ञान माणसाच्या खऱ्याखुऱ्या अनुभवांपासून लक्ष योजने दूर आहे, याविषयी मी निःशंक झालो.

माधवाच्या घरी जात असताना आपला भाऊ प्रसिद्ध कवी कसा झाला, ती कथा त्याने मला सांगितली.

राजधानीत एक काव्यस्पर्धा चालली होती. तिच्यात भाग घेण्याकरिता लांबून निरनिराळ्या प्रदेशांतून अनेक कवी आले होते. त्यांच्या मानाने माधवाचा भाऊ अप्रसिद्ध होता. 'चंद्रावरचा कलंक' या विषयावर समयस्फूर्त काव्य करण्याची स्पर्धा सुरू झाली. माधवाच्या भावाने तिच्यात प्रथम भाग घेतला नाही. कमळातला भुंगा, हिमालयावरला काळा खडक, अशा काही कल्पना करून अनेक कवींनी आपले श्लोक म्हटले. शेवटी पंचनदातल्या एका कवीने चंद्राची सुंदर तरुणीच्या स्तनाशी व कलंकाची त्याच्या कृष्ण अग्राशी तुलना केली. त्या उच्छृंखल, पण शृंगारिक कल्पनाविलासाने श्रोते मोहून आणि वाहून गेले. पारितोषिक या कवीलाच मिळणार, असे सर्वांना वाटू लागले. रसराज शृंगाराचा तो विजय होता.

'स्पर्धेत भाग न घेतलेल्या कुणा कवीला तो आता घ्यायचा असेल, तर त्यानं पुढं यावं!' असे परीक्षकांनी सुचविले.

माधवाचा भाऊ उठला. चंद्रावरला कलंक हे सृष्टिमातेने, आपल्या सुंदर बालकाला दृष्ट लागू नये, म्हणून लावलेले गालबोट आहे, अशी कल्पना त्याने मोठ्या सुंदर शब्दांत मांडली. त्याचे काव्य श्रोत्यांना अधिकच आवडले. पारितोषिक त्याला मिळाले. तो वात्सल्याने शृंगारावर मिळविलेला विजय होता

घराच्या दारातच माधवाची पोरकी पुतणी त्याची वाट पाहत उभी होती. एखाद्या चित्रासारखी दिसत होती ती. तिचे भुरूभुरू उडणारे केस, चमचम चमकणारे डोळे, इवलेसे ओठ, नाजूक जिवणी, उभे राहण्याची ऐट- एखाद्या फुलावर क्षणभर स्थिर झालेल्या सुंदर फुलपाखरासारखी दिसत होती ती. माधव दिसताच ते फुलपाखरू दारातून भुर्रकन् उडाले आणि रथाकडे धावत आले. माधवाच्या गळयात आपल्या बाहूंचा विळखा घालीत आणि धिटाईने माझ्याकडे पाहत ती म्हणाली,

'हे कोण, हो, काका?'

'त्यांना नमस्कार कर आधी, तारके!'

'नमत्काल कलायला ते काय देवबाप्पा आहेत?'

'ते युवराज आहेत!'

'युवलाज म्हंजे?'

तिला पटेल, असा युवराज शब्दाचा अर्थ सांगणे माधवाला प्राप्त होते. विचार करून तो म्हणाला,

'हा रथ, हे घोडे, हे सारं सारं यांचं आहे. म्हणून यांना युवराज म्हणतात.'

माझ्याकडे टकमक पाहत आपले चिमुकले हात जोडून तारका म्हणाली,

'नमस्ते, युवलाज!'

मी चित्रकार असतो, तर या वेळच्या तिच्या डौलदार मूर्तीचे आणि मुद्रेवरल्या बालिश भावांचे मधुर चित्र काढून ठेवले असते!

'नमस्ते!' रथातून उतरून मी म्हणालो आणि तिला दोन्ही हातांनी उचलून घेतली. माझ्या पाठीवर आईला मूलच झाले नव्हते. त्यामुळे धाकट्या भावंडाशी खेळण्याची माझी इच्छा तशीच अतृप्त राहिली असावी. ती पुरी होण्याचा योग आज आला होता.

घरात जाताना माधव एकसारखा तारकेला माझ्या अंगावरून खाली उतरायला खुणावीत होता; पण तिचे त्याच्याकडे लक्ष नव्हते. ती मला म्हणाली,

'युवलाज, तुमचा एक घोला द्याल मला?'

'कशाला?'

'त्याच्यावल बसून मी दूल दूल जानाल आहे!'

'कुठं?'

'भूल!'

'भूर जायचं, तर घोडा कशाला हवा! पाखरावर बसून जावं! चिमणीवर, नाहीतर कावळ्यावर–!'

आम्ही बैठकीच्या खोलीत आलो. तरी ती मला तशीच बिलगली होती, एखाद्या झाडाला लटकणाऱ्या सुंदर फळासारखी.

मी खाली बसल्यावर माझ्या अलंकारांशी खेळत ती म्हणाली,

'तुमच्या घोल्यावल बसून मी देवाच्या घली जानाल आहे.'

'ते का?'

'माझी आई गेलीय् देवाच्या घली. कित्ती दिवस झ्याले, ती पलतच येत नाही!'

मी माधवाच्या मुद्रेकडे पाहिले. तो गोंधळला होता; पण तारकेला कसे आवरायचे, ते त्याला कळत नव्हते.

तारका माझ्या मांडीवर आपले मस्तक घाशीत म्हणाली,

'तुमचा घोला आज मी जाऊ देनाल नाही!'

'का?'

'लगीन आहे ना!'

'कुणाचं? तुझं?'

'अंहं. माझ्या भावलीचं!'

'कधी?'

'पलवा!'

'नवरा कुठला आहे?'

'नवला?' एवढा उद्गार काढून तिने आपले दोन्ही हात नकारार्थी हलविले. तिची नकारदर्शक हालचाल मोठी मोहक होती. एखाद्या गोजिरवाण्या पाखराने थेंब झाडून टाकण्याकरिता चिमणे पंख हलवावेत ना, तशी.

तारकेच्या बाहुलीचे लग्न परवा दिवशी ठरले होते आणि नवरा मात्र अजून निश्चित झाला नव्हता! मी तिची थट्टा करण्याकरिता म्हणालो,

'माझा घोडा देतो मी बाहुलीच्या लग्नाला; पण नवरा कुठून आणणार तू?'

'खलंच, बाई! नवला कुठून आनायचा?' असा उद्गार तिने काढला आणि तळहातावर आपली इवलीशी हनुवटी टेकून ती गहन विचारात गढून गेली.

माधव आत भोजनाची व्यवस्था करण्याकरिता गेला होता. त्यामुळे तारका अगदी मोकळ्या मनाने माझ्याशी बोलत होती, खेळत होती, हसत होती. आताची तिची ती चिमणी, विचारमग्न मूर्ती किती मनोहर दिसत होती! तिला उचलावे आणि तिचे खूप खूप पापे घ्यावेत, अशी तीव्र इच्छा मला झाली. पण त्या बाल-समाधीचा भंग करणे जिवावर आले माझ्या.

थोड्या वेळाने मान वर करून गंभीरपणाने ती म्हणाली,

'अहो युवलाज! माझ्या भावलीचा नवला व्हाल तुमी?'

याच वेळी माधव परत आला. तारकेचा हा अद्भुत प्रश्न त्याच्या कानांवर पडला. एरवी असल्या प्रश्नाबद्दल त्या अजाण बालिकेला त्याने चांगला चोप दिला असता; पण माझ्या पुढ्यात त्याला काही करता येईना. तो मुकाट्याने दात-ओठ खात राहिला. हस्तिनापूरचा युवराज हा तारकेच्या बाहुलीचा नवरा! लहान मुलांची कल्पना किती अनिर्बंध असते! या लग्नाचे चित्र मी डोळ्यांपुढे उभे करू लागलो. एका बाजूला एवढीशी बाहुली, मध्ये माधवाच्या जुन्यापुराण्या उत्तरीयाच्या तुकड्याचा अंतरपाट आणि पलीकडे ताडमाड उंच असा ययाति!

तारकेच्या बाललीलांत भोजनापर्यंतचा वेळ कसा गेला, ते मला समजलेसुद्धा नाही.

भोजन होताच मी सारथ्याला म्हणालो,

'इथंच विश्रांती घेणार आहे मी. उन्हं उतरल्यावर तू रथ घेऊन ये! रात्री मी

राजवाड्यावरच राहणार आहे.'

तिसऱ्या प्रहरी माधवाने आपल्या भावाचे काव्य मला वाचायला आणून दिले. मी सहज हाताला मिळेल ते पान घेऊन वाचू लागलो.

त्या पानात सागरदर्शन होते. हजार घोडे जुंपलेल्या रथात बसून वरुणदेव पृथ्वी जिंकायला चालला आहे, अशी समुद्राच्या भरतीच्या लाटांवर केलेली त्या वर्णनातली कल्पना मला फार आवडली. विशेषतः, फेसाळलेल्या लाटांची, धावण्यामुळे आयाळ अस्ताव्यस्त झालेल्या घोड्याशी केलेली तुलना कवीचे सूक्ष्म निरीक्षण दर्शविणारी होती.

समुद्रावरचा एक श्लोक असा होता :

'हे उन्मत्त सागरा, उगीच गर्जना करू नकोस. या क्षणी दैव तुला अनुकूल आहे, म्हणून तू भूमीचा एक एक भाग जिंकीत चालला आहेस. पण थोडा वेळ थांब! म्हणजे दैवाचा प्रताप तुला कळून येईल. ते जी मर्यादा घालून देईल, त्याच्या पलीकडे एक पाऊलसुद्धा तुला टाकता येणार नाही! एवढंच नव्हे, तर ते उलटलं, म्हणजे मुकाट्यानं खाली मान घालून, जिंकलेला एक एक भाग भूमीला परत करीत, पराभूत होऊन तुला परत जावं लागेल. दैवाची गती गहन असते, हे त्यांना ठाऊक आहे.'

दैवाच्या गतीचे हे काव्यपूर्ण विवेचन करीत असताना, पत्नीच्या मृत्यूची आणि त्याच्यामुळे आपल्या जीवनात होणाऱ्या स्थित्यंतराची माधवाच्या भावाला कल्पना तरी असेल काय? या वेळी तो कुठे असेल? एखाद्या धर्मशाळेत! गंगातीरावरील एखाद्या देवालयात? तो काय करीत असेल? त्याच्या मनात कोणकोणते विचार येत असतील? संध्याकाळच्या सावल्या दिसू लागताच त्याला तारकेची आठवण होत असेल का? घरोघरी दिवे लागत आहेत, पुरुष आपापली कष्टाची कामे संपवून घरी परत येत आहेत, स्त्रिया हसतमुखाने त्यांचे स्वागत करीत आहेत, मीलनाची वेळ जवळ येत चालली, या कल्पनेने त्या सर्व स्त्री-पुरुषांची मने फुलत आहेत, हे पाहून त्याला काय वाटत असेल?

राजवाड्यातून बाहेर पडल्यापासून मला मुकुलिकेची आठवण झाली नव्हती. आता तिची कमनीय आकृती एकदम माझ्या डोळ्यांसमोर उभी राहिली. ती पुसून टाकण्यासाठी मी त्या काव्यातले एक पान वाचू लागलो. ते काव्य असे होते :

'कैलास पर्वत किती उंच! त्याचे शिखर सदैव आकाशाचे चुंबन घेत असते. कैलासावर थंडीही भयंकर! जिकडे तिकडे शुभ्र हिमाचे थर! जणू भगवान् शंकरांनी अंगाला चर्चिलेले भस्मच वाऱ्याने उडून इकडे तिकडे पडले आहे! असले हे स्थान पार्वतीपरमेश्वरांनी आपल्या निवासाकरिता का बरे निवडले? शंकर बोलून-चालून

निर्धन आणि दिगंबर; त्यात या स्थळी तर खायला कंदमुळे आणि पांघरायला वल्कलेसुद्धा मिळण्याची पंचाईत.

मग त्यांनी आपल्या संसाराकरिता दुसरे स्थान का निवडले नाही?

सांगू?

उमा-महेश्वरांना आपल्या प्रेमपूर्तीकरिता खराखुरा एकांत हवा होता. जिथे कुणीही येणार नाही, जिथे शंकराला उमेबरोबर मनसोक्त द्यूतक्रीडा करता येईल, त्या क्रीडेत हरल्यावर रागाने पट उधळून टाकता येईल, 'तुमचा स्वभावच असा! मनाविरुद्ध काही झालं, की घातली राख डोक्यात!' असे म्हणून उमा रुसून बसल्यावर तिला बाहुपाशात बांधून टाकून तिचा रुसवा दूर करता येईल, असे निवांत स्थळ भगवान शंकरांना हवे होते. म्हणूनच त्यांनी कैलासाची निवड केली.

माझे हे सांगणे तुम्हांला खोटे वाटते? मग भगवान विष्णूंना जाऊन विचारा. ते तरी असे सागराच्या तळाशी शेषाची शय्या पसरून का पहुडले आहेत? आपल्या एकांतसुखाचा कुणी भंग करू नये, म्हणूनच ना?'

हे काव्य वाचून संपविताच मुकुलिकेची मूर्ती माझ्या डोळ्यांपुढे मघापेक्षाही अधिक मोहक रूप धारण करून उभी राहिली. माझे मन अशोकवनाकडे ओढ घेऊ लागले. सकाळी आपण तिच्यावर उगीच रागावलो, असे वाटले. जे घडले, त्यात तिची काय चूक होती? ती काय केवळ आपणहून--?

छे! मुकुलिकेचा असा सारखा विचार करीत राहणे बरे नाही. काल रात्री जे घडले, ते पाप असेल; अथवा नसेल; पण ते आज घडता कामा नये, पुन्हा कधीही घडता कामा नये.

मी पुन्हा काव्य वाचू लागलो :

'स्त्रीसारखी विलक्षण देवता त्रिभुवनात कुठे सापडेल का? तिच्या बाहुपाशात बद्ध होणारे सदैव पराक्रम करीत असतात. मोठमोठे वीर आणि कवी यांची चरित्रे पाहा. उलट, तिच्या बाहुपाशापासून मुक्त राहणारे पराक्रमशून्य जीवन कंठीत राहतात, असे तडि-तापसी आणि साधु-संन्यासी जगात काय थोडे आहेत?'

पुढील काव्य वाचताना तर मी अधिकच अस्वस्थ झालो :

'हे रमणी! तुझा प्रियकर फार दिवसांनी गावाहून परत आला, म्हणून तो दृष्टीला पडताच तू लाजलीस आणि तुझे गाल लाल झाले, असे तुझ्या मैत्रिणींना आणि आप्तेष्टांना वाटत आहे. या अरसिकांना वस्तुस्थितीची काय कल्पना असणार?

प्रियकर आज येईल, उद्या येईल, म्हणून तू त्याच्या वाटेकडे डोळे लावून बसली होतीस. रात्रीमागून रात्री जात होत्या. प्रत्येक रात्री आलोचन जागरण करीत होतीस तू. वाऱ्याने दार वाजले, तरी तुला वाटायचे, 'आला, माझा प्रियकर आला!'

तू धावत जायचीस आणि दार उघडून पाहायचीस! मग निराश होऊन परत शय्येवर येऊन बसायचीस.

पावसाची मुसळधार कोसळू लागली, म्हणजे तुझ्या मनात यायचे, तो कुठे असेल बरे? या वेळी तो मार्गक्रम करीत असेल, तर या पावसात त्याची वस्त्रे भिजून ओलीचिंब होतील. इथे हे संकट त्याच्यावर कोसळले असते, तर त्याला घट्ट मिठी मारून तरी मी माझी ऊब त्याला दिली असती; पण तो तर माझ्यापासून शेकडो योजने दूर आहे. मी त्याला कसे साहाय्य करणार?

हे रमणी, अशा रीतीने तू रात्रीमागून रात्री काढल्यास, जाग्रणाने तुझे डोळे लाल झाले; आज प्रियकर दिसताच तुझ्या डोळ्यांतून जे आनंदाश्रू वाहू लागले, त्यांच्याबरोबर डोळ्यांतली ही सारी लाली वाहून तुझ्या गालांवर आली आहे. तुझ्या भोवतालचे लोक अरसिक आहेत, वेडे आहेत, म्हणून तू प्रियकर दिसताच लाजलीस, असे ते समजत आहेत. इतके लाजायला तू काय नववधू आहेस?'

या काव्याच्या पुढचे 'रजनीस्तोत्र' वाचल्यावाचून राहवेना मला—

'सारे ऋषि-मुनी प्रातःकाळी सूर्याला अर्घ्ये देतात. आमची बुद्धी प्रकाशित कर, म्हणून त्याची प्रार्थना करतात.

हे रजनी, तुला कुणीच अर्घ्ये देत नाही, तुझी कुणीच प्रार्थना करीत नाही; म्हणून तू झुरत आहेस. वेडी आहेस तू! सूर्यापेक्षा तुझे भक्त अधिक आहेत. प्रत्येक घरात डोकावून पाहा. तुझ्या आगमनाने तरुण-तरुणींची हृदयकमले प्रफुल्लित झालेली दिसतील तुला. प्रत्येक घटका त्यांना युगासारखी वाटत आहे. तू शीतल असलीस, तरी त्यांची अंगे तप्त करीत आहेस, तू पुष्पे फुलवीत नसलीस, तरी आकाशात तारका आणि प्रेमी जनांच्या अंगांवर रोमांच फुलविण्यात तुझा हात कोण धरू शकेल?

सूर्य कर्तव्याचा संदेश देतो. तू प्रीतीचे गीत गातेस. सूर्य मनुष्याची बुद्धी प्रकाशित करतो, तू त्याच्या हृदयात चांदणे फुलवितेस.

हे रजनी, तू जगन्माता आहेस. तू नसतीस, तर— अष्टौप्रहर सूर्य या पृथ्वीवर प्रकाशित होत राहिला असता, तर— माणसाच्या साऱ्या कोमल भावना दग्ध होऊन गेल्या असत्या. आत्महत्येवाचून त्याला मुक्तीचा दुसरा मार्ग दिसला नसता.'

माधवाचा निरोप घेऊन मी रथात बसलो, तेव्हा या काव्यांनी मला धुंद करून सोडले होते. शरीर तुषार्त झाले होते. रात्रीच्या मधुर स्मृती वायुलहरींवरून येणाऱ्या मंद सुगंधाप्रमाणे अस्वस्थ करून सोडीत होत्या.

सारथी राजवाड्याच्या रोखाने रथ चालवू लागला. तेव्हा मी एकदम ओरडलो, 'सारथी, रथ थांबीव!'

रथ थांबवून त्याने विचारले,

'काय, महाराज?'

'कुठं चालला आहेस तू?'

'राजवाड्याकडं.'

'कुणी सांगितलं तुला तिकडं जायला?'

'महाराजांनीच– दुपारी!'

आता कुठे मला माझ्या दुपारच्या संकल्पाची आठवण झाली. त्या बिचाऱ्याची काहीच चूक नव्हती. मी मृदू स्वरात म्हणालो,

'रथ अशोकवनाकडं ने! आज डोकं फार दुखतंय् माझं.'

अशोकवनातल्या महालात मी पाऊल टाकले, तेव्हा तो कालच्यासारखाच सुसज्ज आणि सुशोभित दिसला. 'आज मी इकडं येणार नाही.' असे मुकुलिकेला सांगून मी गेलो होतो. असे असून तिने ही सारी सिद्धता ठेवावी, याचे मला नवल वाटले.

माझ्या मागोमाग ती महालात आली. तिच्या हातात मद्याची एक सुंदर सुरई होती. मी लटकी गंभीर मुद्रा धारण करून तिला म्हणालो,

'इथं मद्य ठेवायचं नाही, अशी आईची आज्ञा आहे ना?'

ती हसून उद्गारली,

'मी आपली दासी आहे. आपली इच्छा...'

बोलता-बोलता तिने एका चषकात मद्य ओतून तो माझ्या हातात दिला.

मी तो तोंडाला लावता-लावता मुकुलिकेला विचारले,

'मी येणार नाही, म्हणून सकाळी सांगितलं होतं तुला. असं असून...'

'छे छे!'

'म्हणजे?'

'मी संध्याकाळी येणार आहे, असंच सांगून गेला होतात आपण!'

'काही तरी बोलतेयस् तू!'

'खरं सांगू?, करंगळी उगीच दातात धरल्यासारखी करून ती म्हणाली, 'बायकांचं लक्ष पुरुषांच्या जिभेकडं नसतं, ते डोळ्यांकडं असतं!'

३६

सूर्य उगवत होता आणि मावळत होता. सूर्योदयानंतर अशोकवनातून नगरात यावे, आईची आणि बाबांची चरणधूली मस्तकी घ्यावी, मग सावकाश माधवाकडे

जावे, त्याच्या संगतीत काव्य, नृत्य व संगीत यांच्या आस्वादात स्वतःला विसरून जावे, आणि सूर्यास्तानंतर अशोकवनात परत यावे, असा माझा क्रम चालला होता. एकदा वाटे, तान्ह्या मुलासारखा हा जीवनक्रम आहे. ते जागे होते, दूध पिते, हात-पाय हलवून खेळते आणि थोड्या वेळाने पुन्हा झोपी जाते. दिवसातून अठरा-वीस तास ते निद्रामग्न असते. यामुळेच चिंता, दुःखं, मृत्यू यांच्या काळ्याकुट्ट सावल्या त्याच्या मनाला स्पर्श करू शकत नाहीत. एकदा वाटे, छे! ही केवळ आत्मवंचना आहे. मोहाचा पहिला क्षण ही पापाची पहिली पायरी असते. ती पायरी आपण उतरलो. ती मोठी मोहक, रत्नखचित अशी पायरी आहे. पण कितीही सुंदर असली, तरी ती अधःपाताची पायरी आहे! ही पायरी आपल्याला कुठे नेणार आहे? भीषण गर्तेत? भयाण दरीत? सप्त पाताळांत?

एखाद्या क्षणी माझ्या मनातले हे द्वंद्व अत्यंत भीषण स्वरूप धारण करी. दोन उन्मत्त हत्तींची टक्कर सुरू व्हावी, त्यांची अंगे लाल रक्ताने माखून जावीत, त्वेषाने पुढे येणाऱ्या एकाचा सुळा भाल्यासारखा दुसऱ्याच्या अंगात घुसावा, दुसऱ्याने तितक्याच त्वेषाने वर केलेली सोंड प्रहाराकरिता उचललेल्या गदेसारखी भासावी आणि हे सारे भीत- भीत दुरून पाहणाऱ्या चिमुकल्या बालकाचे मन गुदमरून जाऊन, हे दृश्य पाहता- पाहता त्याने मूर्च्छित पडावे! तशी माझी स्थिती होई त्या क्षणी!

पण असा क्षण क्वचित येई.

एके दिवशी संध्याकाळी एक कलापूर्ण शृंगारिक नृत्य पाहून मी आणि माधव परतलो. माधवाला त्याच्या घरी सोडून मी रथ अशोकवनाकडे नेण्याची सारथ्याला आज्ञा केली. इतक्यात वाड्यावरून एक दूत अमात्यांचा निरोप घेऊन आला. बाबा चांगले शुद्धीवर आले होते. 'ययु कुठं आहे?' म्हणून ते एकसारखे विचारीत होते.

बाणाच्या वेगाने मी वाड्यावर पोचलो. बाबांच्या महालात गेलो. त्यांची मुद्रा विलक्षण निस्तेज दिसत होती– ग्रहण लागलेल्या सूर्यासारखी! माझ्या मनात चर्र झाले.

बाबांनी मला जवळ बसविण्याकरिता उजवा हात वर करण्याचा प्रयत्न केला. पण तो उचलताना त्यांना फार कष्ट होत असलेले दिसले. मला भडभडून आले. माझ्या बाळपणाच्या दुखण्यात याच हाताने मला धीर दिला होता, पहिल्यावहिल्या चिमुकल्या पराक्रमात याच हाताने मला प्रोत्साहन दिले होते. तो हात हे माझे छत्र होते. तो हात आता–

माझ्या पापण्यांच्या कडा नकळत ओलावल्या. बाबांनी माझ्याशिवाय सर्वांना महालातून जाण्याविषयी खुणेने सुचविले. दासी गेल्या, अमात्य गेले, राजवैद्यही

गेले. आई पाच-दहा पळे घुटमळली; पण बाबांना मला एकट्यालाच काही तरी सांगायचे आहे, हे लक्षात येताच किंचित अनिच्छेनेच तीही बाहेर गेल्यावर तिने महालाचे दार लावून घेतले.

बाबांच्या उशाशी अनेक मात्रा, चूर्णे, भस्मे आणि चाटणे ठेवली होती. त्यांतच मद्याची एक चिमुकली सुरई होती. तिच्याकडे कष्टाने बोट दाखवीत बाबा म्हणाले,

'मला थोडं मद्य दे.'

राजवैद्य बाबांना मधून मधून घोटभर मद्य देतात, हे मी पाहिले होते. म्हणून चषकात मी अगदी थोडे मद्य ओतले. तो चषक त्यांच्या तोंडापाशी नेला. त्या प्याल्याकडे रोखून पाहत ते म्हणाले,

'पेला– पेला भरून दे मला–'

'पण, बाबा, तुमचं पथ्य–'

ते विषण्णपणे हसले.

'मला तुझ्याशी पुष्कळ बोलायचं आहे. ते बोलायला शक्ती हवीय् मला– भरपूर दे. उगीच– उगीच तीर्थासारखं–'

मी चषक भरला. तो त्यांच्या तोंडाला लावला. घुटके घेत-घेत त्यांनी ते मद्य संपविले. मग थोडा वेळ ते डोळे मिटून पडून राहिले. थोड्या वेळाने त्यांनी ते उघडले. मुद्रेवरून ते उल्लसित झाल्याचे दिसत होते.

माझा हात हातात घेऊन ते म्हणाले, 'ययु, अजून जगण्याची फार फार इच्छा आहे मला. मला आयुष्य देणारा कुणी मिळाला, तर त्याला मी माझं सारं राज्यसुद्धा देईन. पण–'

एक दीर्घ सुस्कारा सोडून ते विलक्षण करुण दृष्टीने माझ्याकडे टकमक पाहू लागले. पुरुषसिंह म्हणून बाबांचा त्रिभुवनात लौकिक होता; पण त्यांची ही आताची दृष्टी– ती विद्ध हरिणाची होती, भेदरलेल्या सशाची होती.

ते हळूहळू पुढे म्हणाले,

'ययु, तुझ्या हाती अतिशय संपन्न असं राज्य देऊन मी जात आहे. जन्मभर तू सुखविलासांत लोळत राहिलास, तरी ते व्यवस्थित चालेल. मी सिंहासनावर आलो, तेव्हा दस्यूंचा फार उपद्रव होता. लोकांना अनेक सुखसोयींची उणीव जाणवत होती. राज्यव्यवस्थाही– ते जाऊ दे. समृद्ध अशा एका राज्याचा वारसा तुला देऊन मी–'

'बाबा, तुमच्या कर्तृत्वाची आणि पराक्रमाची मला पूर्ण कल्पना आहे. तुमच्यासारख्या पित्याच्या पोटी जन्म मिळायला भाग्य लागतं, हे मला–'

बाबा मध्येच उद्गारले,

'आणि दुर्भाग्यही!'

माझ्या अंगावर काटा उभा राहिला. काय बोलावे, ते सुचेना.

बाबांना मिळालेला शाप! त्याच्याशी या उद्गाराचा काही संबंध असेल का? की यतीचे दुःख अजून त्यांच्या मनात सलत आहे?

बाबा एक एक शब्द सावकाश बोलू लागले.

'ययु, तुझ्या पित्यानं इंद्राचा पराभव केला होता, तो स्वर्गाचा राजा झाला होता, हे तू लहानपणापासून ऐकत आला आहेस; पण ते इंद्रपद मला का सोडावं लागलं, ही कथा–'

'ती कुणीच सांगितली नाही मला!'

भेसूर हास्य करीत बाबा उद्गारले,

'राजाचे अवगुण हा त्याच्या मृत्यूनंतर लोकांच्या चर्चेचा विषय होतो. अं? काय बरं सांगत होतो मी तुला? हं, आठवलं. इंद्रपदाच्या लोभानं माझी वृत्ती पालटली. मी गर्वानं फुगून गेलो. माझ्याएवढा पराक्रमी वीर त्रिभुवनात नाही, या कल्पनेनं मी मदोन्मत्त झालो. ययु, एक गोष्ट विसरू नकोस. पराक्रमाचा अभिमान निराळा आणि त्याचा उन्माद निराळा! इंद्राणीकडं भोगदासी म्हणून पाहण्यापर्यंत माझा उन्माद पराकोटीला पोचला... इंद्राणीनं एका अटीवर माझा स्वीकार करण्याचं कबूल केलं. ती अट म्हणजे, माझ्या पराक्रमाला शोभेल, अशा अपूर्व वाहनात बसून मी तिच्या मंदिरात जावं. ऋषींनी वाहून नेलेली पालखी हे त्रिभुवनातलं अलौकिक वाहन होईल, असंही तिनं सुचविलं. मी उन्मादानं आधीच अंधळा झालो होतो, त्यात कामुकतेची भर पडली...... मोठमोठ्या ऋषींच्या खांद्यांवर स्वर्गीय रत्नांनी आलंकृत केलेली माझी पालखी मी ठेवली. ऋषी पालखी वाहून नेऊ लागले; पण त्यांची चाल मला मंदमंद वाटू लागली. केव्हा एकदा इंद्राणीच्या मंदिरात जातो आणि तिच्या लावण्याचा मनसोक्त उपभोग घेतो, असं मला झालं होतं. मी चिडलो. वाहकांनी घाई करावी, म्हणून त्यांतल्या एकाच्या मस्तकावर मी लाथ मारली! तो– ते अगस्त्य ऋषी होते. त्यांनी तात्काळ शापवाणी उच्चारली– आणि–'

शेवटचे शब्द बोलता-बोलता बाबांना धाप लागली. ते शब्द किती अस्पष्ट, किती कापरे होते!

त्यांना पुढे बोलवेना. त्यांनी पुन्हा मद्याच्या प्याल्याकडे बोल दाखविले. आता लगेच त्यांना मद्य देणे हे मोठे कुपथ्य होईल, असे वाटून मी स्वस्थ राहिलो; पण त्यांच्या मुद्रेवर प्रतिबिंबित होणाऱ्या व्याधीच्या वेदना मला पाहवेनात. मी पेला अर्धामुर्धा भरला आणि त्यांच्या तोंडाशी लावला.

तेवढ्या मद्याने त्यांना पुन्हा हुशारी वाटू लागली. बोलण्याकरिता त्यांचे ओठ

हलत आहेत, असे पाहताच मी म्हणालो,

'आता विश्रांती घ्या तुम्ही, बाबा– उद्या बोलू आपण.'

'उद्या?' एवढाच उद्गार त्यांनी काढला; पण त्यात अखिल विश्वातले कारुण्य भरले होते.

ते क्षणभर अंतर्मुख झाले. मग शांतपणे म्हणाले,

'ययु, 'हा नहुष आणि याची मुलं कधीही सुखी होणार नाहीत!' असा तो शाप होता! आईबापांच्या चांगल्या आणि वाईट अशा दोन्ही प्रकारच्या गोष्टींचा वारसा मुलांना मिळतो. तो सृष्टीचा नियमच आहे. पण– या शापाचं शुक्लकाष्ठ जन्मतःच तुझ्यामागं लागायला नको होतं, असं राहून-राहून मला वाटतं. ययु, तुझा पिता अपराधी आहे. त्याला क्षमा कर! एकच गोष्ट लक्षात ठेव– जीवनाच्या मर्यादा कधी विसरू नकोस. त्या मी विसरलो आणि–'

हताश मुद्रेने बाबांनी डोळे मिटून घेतले. या बोलण्यामुळे त्यांच्यावर फार ताण पडला आहे, हे दिसत होते. आता त्यांना पूर्ण विश्रांती हवी होती; पण ते स्वतःशीच काही तरी पुटपुटत होते. मी वाकून, कान देऊन ऐकू लागलो–

'शाप, यति, मरण–'

हे शब्द माझ्या कानांवर पडले. मला राहवेना. मी बोलून गेलो,

'बाबा, यति जिवंत आहे!'

झंझावाताच्या आवेगाने एखाद्या घराची दारे ताडकन् उघडावीत, तसे त्यांचे डोळे उघडले, त्यांनी घोगऱ्या स्वरात विचारले,

'कुठं?'

'पूर्व आर्यावर्तात–'

'कशावरून?'

'मला भेटला होता तो.'

'केव्हा?'

'अश्वमेधाच्या वेळी.'

ते थरथर कापू लागले.

'आणि इतके दिवस तू हे माझ्यापासून चोरून ठेवलंस? स्वार्थी, नीच, दुष्ट– मी त्याला परत घेऊन येईन नि माझ्यामागून तो राजा होईल, या भीतीनं तू त्याला–'

त्यांच्या तोंडून पुढचा शब्द निघेना. मात्र ते अशा विचित्र दृष्टीने माझ्याकडे पाहू लागले, की नकळत मी ओरडलो,

'आई–'

आई, अमात्य, राजवैद्य, दासी– सर्व मंडळी आत आली. राजवैद्यांनी लगबगीने

कसलेसे चाटण बाबांना चाटविले.

थोड्या वेळाने त्यांना बरे वाटू लागले असावे. ते हळूच अमात्यांना म्हणाले, 'अमात्य, माझा नेम नाही आता. इंद्राच्या पराभवानंतरची माझी ती सुवर्णमुद्रा एकदा मला पाहू दे. ती पाहता- पाहता मला मरण येऊ दे. माणसानं विजयाच्या उन्मादात मरावं!'

बाबांच्या या शब्दांनी आई गडबडून गेली. ती डोळे पुसू लागली. तिचे सांत्वन कसे करावे, हे मला कळेना.

अमात्य ती सुवर्णमुद्रा घेऊन आले.

'ती माझ्या हातात द्या.' बाबा म्हणाले. ती हातात घेऊन मोठ्या कष्टाने ती उलटी-सुलटी करीत ते म्हणाले, 'हिच्यावर माझ्या पराक्रमाची खूण कुठं आहे? धनुष्यबाण- माझं धनुष्य- माझा बाण.'

अमात्य त्या मुद्रेची एक बाजू बाबांना दाखवून म्हणाले,

'या बाजूला धनुष्यबाणाचं चित्र आहे.'

'कुठं-कुठं? ही सुवर्णमुद्रा ती नव्हे! मला फसवताय् तुम्ही!'

'नाही, महाराज! या बाजूलाच ते चित्र आहे!'

'मग ते मला का दिसत नाही? दुसरी बाजू दाखवा मला!'

अमात्यांनी उलट बाजू बाबांपुढे धरली. बाबा एकाग्र दृष्टीने ती पाहू लागले. मध्येच त्यांनी मला हाक मारली,

'ययु-'

मी पुढे झालो. बाबा मला म्हणाले,

'या सुवर्णमुद्रेवर काही अक्षरं आहेत का?'

'आहेत.'

'ती वाच, पाहू!'

'जयतु जयतु नहुषः'

'ती अक्षरं मलाच का दिसत नाहीत! त्यांनीसुद्धा का कट केलाय् माझ्याविरुद्ध!'

बाबांनी मला ती सुवर्णमुद्रा दोन-तीनदा उलटीसुलटी करायला सांगितले. मी तशी ती केली. प्रत्येक वेळी एका बाजूला धनुष्यबाण व दुसऱ्या बाजूला 'जयतु जयतु नहुषः' ही अक्षरे मला स्पष्ट दिसली. पण त्यांतले काहीही त्यांना दिसत नव्हते!

त्यांच्या डोळ्यांतून पाणी वाहू लागले. ते गदगदलेल्या स्वरात म्हणाले,

'नाही– मला काही दिसत नाही! जयतु जयतु नहुषः! खोटं आहे हे सारं! त्या नहुषाचा आज पराजय होत आहे. मृत्यू तो पराजय करीत आहे! मृत्यू! मला काही दिसत नाही! मला-मला-!'

बोलता-बोलता ते निश्चेष्ट झाले.

आई आपले हुंदके आवरण्याचा प्रयत्न करीत होती; पण शेवटी त्यांचा स्फोट झालाच!

राजवैद्य एका दासीच्या साहाय्याने बाबांना मात्रा चाटवू लागले.

चोरपावलांनी मृत्यू महालात शिरला होता. तो कुणाला दिसत नव्हता, पण हृदय गुदमरवून टाकणारी त्याची कृष्णच्छाया सर्वांच्या मुद्रांवर पसरली होती.

मला तिथे उभे राहवेना. दोन्ही हातांनी तोंड झाकून घेऊन मी महालाबाहेर आलो. रडावेसे वाटत होते. पण रडे फुटत नव्हते.

थोड्या वेळाने अमात्य आणि राजवैद्य बाहेर आले. राजवैद्य माझ्या खांद्यावर हात ठेवून म्हणाले,

'युवराज, आताच्या मात्रेनं महाराजांना आराम वाटत आहे. या क्षणी काळजी करण्यासारखं काही नाही; पण कोणत्या क्षणी काय होईल- आता सारा भरिभार परमेश्वरावर- तुम्ही अशोकवनात जाऊन विश्रांती घ्या. महाराजांच्या प्रकृतीत काही चलबिचल झाली, तर अमात्य तुम्हांला तत्काळ कळवतील.'

अमात्यांनी मान हलवून राजवैद्यांच्या बोलण्याला दुजोरा दिला.

इथे राहून तरी काय करायचे? आईचे दुःख एखाद्या पुतळ्याप्रमाणे मुकाट्याने पाहायचे! बाबांच्या वेदना बघत एखाद्या दगडाप्रमाणे स्वस्थ बसायचे!

माझा रथ राजपथावरून जाऊ लागला. जिकडे तिकडे लोकांचे थवेच्या थवे दिसत होते. कुणी हसत-खिदळत होते. कुणी गीते गुणगुणत जात होते, कुणी चांदण्यात रमतगमत विहार करायला निघाले होते. त्यांच्या त्या सुखाच्या दर्शनाने मी अधिकच दुःखी झालो.

अशोकवनातल्या महालात मी पाऊल टाकले. तेव्हा मुकुलिका नटूनथटून दारात उभी होती. तिच्याशी एक अक्षरदेखील न बोलता मी आत गेलो. माझा वेष उतरविण्यासाठी ती पुढे झाली. मी तिला हातानेच 'नको' म्हणून खुणावले. ती चपापली, दुसरीकडे पाहू लागली.

माझे मन चडफडत म्हणत होते :

ही दीडदमडीची दासी स्वतःला कोण समजते? रंभा, उर्वशी, की तिलोत्तमा? तिकडे महाराज मृत्युशय्येवर पडले आहेत आणि इकडे ही नट्टापट्टा करून मला भुलवू पाहत आहे! आज ना उद्या युवराज सिंहासनावर बसेल, तो राजा होईल, त्याच्याशी असले नाजूक संबंध असले, म्हणजे तो आपोआपच आपल्या मुठीत राहील, हे सर्व लक्षात घेऊन हिने आपले जाळे माझ्याभोवती पसरले असावे. तसे नसते, तर प्रत्येक दिवशी नव्या नवरीप्रमाणे नटूनथटून, ती मला मोहिनी

घालण्याचा प्रयत्न का करीत आहे? इथली सारी सूत्रे किती कौशल्याने तिने आपल्या हाती ठेवली आहेत! या कानाचे त्या कानाला कळू देत नाही काही! याचा हेतू दुसरा काय असणार? तिने माझ्याशी केलेली सलगी– माझ्यासारख्या जगाचा अनुभव नसलेल्या तरुणाशी चाललेले तिचे हे प्रेमाचे नाटक– पापाची कल्पनासुद्धा नसलेल्या एका युवकाला अधःपाताच्या मार्गाला लावण्याकरिता ती करीत असलेली ही धडपड-

मुकुलिकेने भीतभीत विचारले,

'भोजन केव्हा करणार?'

'जेवायचं नाही मला आज.'

'का?'

'माझी इच्छा नाही, म्हणून!'

'पण मी आज मुद्दाम–'

'तुझं सारं नाटक कळलंय् मला! उद्या सकाळी इथून वाड्यावर मुकाट्यानं चालती हो!- मला तोंडसुद्धा पाहायची इच्छा नाही! तू-तू-चल... बाहेर जा! लक्षात ठेव, मी बोलावल्याशिवाय या महालात पाऊल टाकायचं नाही!'

मी चिडलो होतो. रागावलो होतो. स्वतःवर, जगावर, मृत्यूवर, मुकुलिकेवर! मी काय बोलत होतो, हे माझे मलाच कळत नव्हते.

मुकुलिका भयभीत मुद्रेने बाहेर गेली. ती भ्याली आहे, हे पाहून मला बरे वाटले. अंगावरला वेष न उतरविताच मी शय्येवर अंग टाकले.

एकदम मला बाबांची आठवण झाली. ती सुवर्णमुद्रा- तिच्यावरली ती विजयचिन्हे पाहण्याची त्यांची धडपड- मघाशी त्यांना दिसेनासे झाले होते. आता-आता कदाचित त्यांच्या हातापायांची हालचालसुद्धा थांबली असेल! इंद्राला चळाचळा कापविणारा वीर अशी बाबांची कीर्ती त्रिभुवनात दुमदुमत होती; पण आज त्यांना आपला हात हालविणेसुद्धा कठीण झाले आहे! काही घटकांनी त्यांचे शरीर एक निर्जीव काष्ठ होईल.

मृत्यूची अनामिक भीती माझ्या मनात पुन्हा पिंगा घालू लागली. एखाद्या भ्यालेल्या बालकासारखा मी डोळे मिटून स्वस्थ पडलो. हळूहळू निद्रेच्या राज्यात शिरलो.

किती वेळ माझा डोळा लागला होता, कुणाला ठाऊक! मला जाग आली, ती एका भयंकर स्वप्नामुळे. त्या स्वप्नात बाबांच्या जागी ययाति मृत्युशय्येवर पडला होता. त्याच्या डोळ्यांना काही दिसेनासे झाले होते. त्याचे हातपाय गार गार पडत चालले होते. तो बोलू शकत नव्हता, हसू शकत नव्हता, रडू शकत नव्हता.

वेड्यासारखा मी स्वतःच्या शरीराकडे– त्याच्या प्रत्येक अवयवाकडे पाहू

लागलो. देह नाही, तर मंजुळ संगीत नाही; तर सुंदर चंद्रोदय नाही, देह नाही, तर स्वादिष्ठ पक्वान्ने नाहीत, देह नाही; तर सुवासिक फुले नाहीत, देह नाही; तर प्रेमळ स्पर्श नाही! जन्माला आल्यापासून जे सुख मी उपभोगले होते, ज्या ज्या उन्मादाचा मी अनुभव घेतला होता, त्याच्यात्याच्याशी माझ्या देहाचा अगदी निकटचा संबंध होता. मी म्हणून स्वतःचा उल्लेख करणारा ययाति या देहापेक्षा भिन्न आहे, की नाही, हे मला सांगता येत नव्हते. देह निराळा, आत्मा निराळा, असे मी लहानपणापासून ऐकत आलो होतो, पण पुन्हापुन्हा एक प्रश्न माझ्यापुढे एखाद्या अग्निज्वालेप्रमाणे नाचत जाऊ लागला– ययातीच्या शरीरावाचून ययातीचा आत्मा जगतातल्या कोणत्या सुखाचा उपभोग घेऊ शकणार आहे?

मुकुलिकेवर आपण मघाशी उगीच रागावलो, असे वाटू लागले. राजवाड्याच्या चार भिंती या तिच्यासारख्या दासीच्या चार दिशा. तिला बिचारीला बाहेरच्या जगाची काय कल्पना असणार? मला भुलवून आणि फसवून तिला काय मिळणार? युवराज आपले स्वामी आहेत, त्यांच्या सुखात कोणतेही न्यून पडू द्यायचे नाही, या भावनेने ती वागली. असे असून-

मी तिला हाक मारली,

'मुकुलिके–'

ती बाहेर दाराशी कान देऊन उभी होती, की काय, कोण जाणे! तिने हळूच दार उघडले, पुन्हा ते हळूच लावले आणि एकेक पाऊल टाकत ती पुढे आली.

मंचकाजवळ येताच खाली मान घालून ती उभी राहिली.

मी म्हणालो,

'अशी का उभी राहिली आहेस? तुझं तोंड पाहायची इच्छा नाही, असं मी मघाशी म्हटलं, म्हणून?'

ती गालांतल्या गालांत हसली असावी; पण तिने मान वर केली नाही.

मी पुन्हा म्हणालो,

'एवढीशी थट्टासुद्धा कळत नाही तुला? आता मान वर केलीस, तर बरं आहे! नाही तर घोड्याला लगाम असतो ना, तसा तुझं तोंड फिरवायला उद्यापासून मी एक लगाम–'

मान वर करून, मधुर स्मित करीत मुकुलिका माझ्याकडे पाहू लागली. ती मघापासून बाहेर बहुधा रडत उभी असावी. त्यामुळेच, की काय, पाऊस पडून गेल्यावर सृष्टी जशी अधिक सुंदर दिसते, तशी ती दिसत होती.

मी उठून तिच्या खांद्यावर हात ठेवणार होतो; इतक्यात माझ्या कानांवर शब्द पडला,

'युवराज–'

'तू हाक मारलीस मला?' मी तिला विचारले.

तिने मानेने 'नाही' म्हणून सांगितले; पण ती हाक तिनेही ऐकली असावी. ती मंचकापासून झटकन दूर झाली होती. कावरीबावरी होऊन ती दाराकडे पाहू लागली.

पुन्हा हाक आली,

'युवराज-'

मंचकासमोरच्या भिंतीतून कुणी तरी हाक मारीत होते. मी आश्रमातून आलो, त्या दिवशी अमात्यांनी सांगितलेल्या गोष्टीची आठवण झाली मला. राजवाड्यापासून अशोकवनापर्यंत असलेले भुयार- त्या भुयाराच्या वाटेने कुणी तरी आले असावे!

मी भिंतीजवळ जाऊन ती नीट पाहिली. मध्यभागी भिंत पोकळ होती. तिथे दिसेल, न दिसेल, अशी एक लहान कळ होती. ती दाबताच मधला पुरुषभर उंचीचा भाग झटकन् बाजूला झाला. भुयाराच्या वरच्या पायरीवर अमात्यांचा सेवक मंदार उभा होता. तो कापऱ्या स्वराने म्हणाला,

'युवराज, त्वरा करा, महाराजांचा घटकेचासुद्धा...'

मुकुलिकेकडे वळूनसुद्धा न पाहता मी भुयारातल्या पहिल्या पायरीवर उतरलो, ते गुप्त दार बंद करून घेतले आणि मंदारच्या मागून एखाद्या कळसूत्री बाहुलीप्रमाणे चालू लागलो.

३७

जगाला वाटत होते, ययाति राजा झाला, एका वैभवशाली राज्याचा स्वामी झाला; पण खरोखर ययाति पोरका झाला होता; निराधार झाला होता.

एखाद्या क्षणी बाबांची आठवण मला अतिशय व्याकूळ करून टाकी. मग राजगुरू माझे समाधान करीत,

'महाराज, नहुषमहाराजांचा आत्मा आता मुक्त झाला आहे. तो अंतरिक्षातून चालला आहे. प्रथम पूषन् त्याला त्याच्या नवीन स्थानाचा मार्ग दाखवील, मग सविताही त्याची सोबत करील. तो आत्मा एक विशाल प्रवाह ओलांडून जाईल. नंतर यमाचे पहारेकरी असलेले रुंद नाकाचे, चार डोळ्यांचे, अंगांवर ठिपके असलेले सरमेचे पुत्र जे दोन कुत्रे- त्यांच्याजवळून तो आत्म्याच्या निवासस्थानाकडे जाईल. हे निवासस्थान अपूर्व आहे. तिथला प्रकाश कधीही कमी होत नाही. तिथलं पाणी कधीही आटत नाही. तिथं केवळ सुख आणि आनंद यांचं साम्राज्य असतं. आपण दुःख करू नये, लवकरच महाराजांचा आत्मा सर्व वासनांचा त्याग करून स्वानंदसागरात निमग्न होईल.'

बिचारे राजगुरू! माझे समाधान ते दुसऱ्या कुठल्या मार्गाने करू शकणार होते? ऋग्वेदातील असल्या अनेक ऋचा ते घडाघडा पाठ म्हणत. त्यांचे घटकाघटका विवरण करीत. मी त्यांचे बोलणे मुकाट्याने ऐकून घेई. मात्र चरफडून मनात म्हणे,

'कुठं असतो हा माणसाचा आत्मा? तो कसा दिसतो? काय करतो? देहापेक्षा निराळं असं त्याच्यात काय आहे? बाबांचा आत्मा आता स्वानंदात मग्न होईल, म्हणून राजगुरू मला सांगत आहेत. मग त्यांच्या अंत्यसंस्काराच्या वेळी चिता पेटविल्यावर पुरोहितांनी 'हे अग्निदेवा! जो मृत तुला स्वधा म्हणून अर्पण केला आहे, त्याला पितरांकरिता पुन्हा उत्पन्न कर. हा पुन्हा जीव धारण करून शरीर प्राप्त करो. त्याला शरीर प्राप्त होवो,' अशी जी प्रार्थना केली होती, तिचा अर्थ काय?'

या प्रार्थनेतल्या कल्पनेशी माझे मन उगीच क्रीडा करीत बसे. तो छंदच जडला मला. बाबा पुन्हा कोणते शरीर धारण करून येतील? त्यांच्या त्या पुनर्जन्मात मी त्यांना ओळखू शकेन का? ते मला ओळखतील का? मित्र म्हणून आमची भेट होईल, की शत्रू या नात्याने ती होईल? बाबा माझे शत्रू होतील? छे! मी बाबांचा वैरी होईन? अशक्य! अशक्य!

ययातीचा पुत्र म्हणून जन्म घेण्यातच त्यांना आनंद वाटेल! तसे होईल का? त्या जन्मात त्यांना आई ओळखील का? छे! मनुष्याचा पुनर्जन्म ही केवळ एक कविकल्पना नसेल कशावरून?

असा विचार मनात आला, की मी अतिशय अस्वस्थ होई. प्रहर नि प्रहर मी मंचकावर पडून राही. अगदी कंटाळा आला, म्हणजे बाहेरच्या बागेकडे पाही. मग मला लहानपणाची आठवण होई. त्या वेळी बागेतील फुले जणू काय मुले होती! त्यांच्याबरोबर हसायला, खेळायला, फुलायला मी उत्सुक असे. आता फुले ही माझ्या लेखी नुसती फुले झाली होती. रंगगंधांचे क्षणभंगुर सौंदर्य घेऊन आलेली या विराट विश्वातली एक क्षुद्र, निर्जीव वस्तू! त्यांच्याकडे कितीही डोळे भरून पाहिले, तरी ती कुठल्याही स्वप्नसृष्टीत मला घेऊन जात नसत.

मग माझ्या मोठेपणाची चीड येई मला. वाटे, कशाला मी तरुण झालो? कशाला राजा झालो मी? यज्ञकुंडातल्या अग्नीचे स्फुलिंग आणि उद्यानातली प्रफुल्ल पुष्पे यांचे सारखेच आकर्षण असलेला तो ययाति कुठे गेला? ते निःशंक, निर्भय, निरागस बाल्य कुठे गेले?

आज मी अग्निकण धरायला धावणार नाही. अग्नी दाहक असतो, ते मला कळते! आज कोणत्याही कळीला माझे रहस्य सांगणार नाही. ती उद्या फुलणार आहे आणि परवा कोमेजून जाणार आहे, हे मला कळते!

ज्ञान हा मानवाला मिळणारा वर आहे, की शाप आहे? यौवन हा जीवमात्राला लाभणारा वर आहे, की शाप आहे? यौवन म्हणजे वार्धक्याची पहिली पायरी! मृत्यू ही वार्धक्याची शेवटची पायरी! छे! जे जीवाला भुलवून वार्धक्याकडे नेते, ते यौवन कसले! त्याला वर कोण म्हणेल? तो भयंकर शाप आहे.

शाप हा शब्द असा कुठूनही मनात आला, की बाबांनी अंतकाळी सांगितलेली त्यांची कहाणी आठवे. 'हा नहुष आणि याची मुलं कधीही सुखी होणार नाहीत!' ही शापवाणी अग्निज्वाळांनी कुणी तरी अंतरिक्षात अखंड लिहीत आहे, असा भास होई.

तो शाप अर्धामुर्धा खरा झाला. बाबा सुखी झाले नाहीत. त्यांची शेवटची धडपड, ती जगण्याची इच्छा, ती अतृप्ती- जो अपूर्व विजय मिळविला होता, त्याचे स्मारकसुद्धा ते पाहू शकले नाहीत,

अगस्त्य ऋषींना बाबांनी उन्मत्तपणाने लाथ मारली होती. त्यांनी बाबांना शाप दिला, ते बरोबर होते; पण आम्ही मुलांनी त्यांचा काय अपराध केला होता? मी तर त्या वेळी जन्मालासुद्धा आलो नव्हतो! असे असून जन्मभर एखाद्या पिशाचाप्रमाणे हा शाप माझी पाठ पुरवीत राहणार आहे का?

मनात येई, अस्से उठावे आणि अगस्त्य ऋषी असतील तिथे– ते कैलासाच्या शिखरावर तपश्चर्येला गेले असले, तरी तिथे– जाऊन त्यांना विचारावे,

'आम्हां निष्पाप' मुलांना तुम्ही का शाप दिलात? हा न्याय कुठला? आईबापांनी पाप करावे आणि मुलांनी त्याचे प्रायश्चित्त भोगावे! देवाच्या घरी न्याय नाहीच का?'

यतीने स्वीकारलेला विचित्र जीवनक्रम मी पाहिला होता. या शापामुळे बाळपणीच त्याला पळून जाण्याची दुर्बुद्धी झाली असेल काय? मीही तसाच– ती मुकुलिका– छे! ते एक दुःस्वप्न होते!

बाबांच्या मृत्यूमुळे मी राजा झालो. अभिषेकाचा समारंभ केव्हा करावा, याचा अमात्यांबरोबर आई एकसारखा विचारविनिमय करीत आहे. हवा तसा शुभमुहूर्त तिला अजून मिळाला नाही!

सिंहासनावर बसूनही मी सुखी होणार नाही? हे कसे शक्य आहे? माझ्या अदृष्टात परमेश्वराने काय लिहून ठेवले आहे?

माझ्या मनाची अशी मोठी विचित्र बधिर अवस्था झाली होती. कुणाशी बोलू नये, काही खाऊ नये, काही पिऊ नये, नुसते स्वस्थ पडून राहावे, असे वाटे. आईच्या लक्षात ती गोष्ट येऊन चुकली होती.

एके दिवशी ती मला म्हणाली,

'ययु, तुझं काही दुखतखुपत आहे का? अशोकवनातली तुझी ती दासी मुकुलिका काल आली होती. तुझा डोळा लागला होता, म्हणून तुला न भेटता गेली.

मोठी गोड आणि शहाणी मुलगी आहे हं! तिला तिकडं ठेवण्यापेक्षा इकडं वाड्यावर आणावी म्हणते मी. ती म्हणत होती, 'महाराज फार अबोल आहेत. अमुक हवं, तमुक हवं असा शब्दसुद्धा आपणहून कधी तोंडावर काढणार नाहीत! त्यांच्या डोळ्यांत त्यांचं मन पाहावं लागतं नि तसं वागावं लागतं.' तिला घेऊ का आजच्या आज बोलावून तुझ्या सेवेला?'

'मुकुलिका एक वेडी नि तू सात वेडी! खरं सांगतो, आई, तुला, माझं मन कशातच रमेनासं झालं आहे. हे सारं वैभव सोडावं आणि–'

समोरून एखादा साप सळसळत जावा, तशी आईची मुद्रा झाली. माझा हात घट्ट धरीत ती म्हणाली,

'ययु, तू लहानपणी मला वचन दिलं आहेस, आठवतं का?'

तिला हसवण्याकरिता मी म्हणालो,

'लहानपणी प्रत्येक दिवशी एक वचन देत होतो मी तुला, त्यामुळं माझ्या डोक्यात वचनांची इतकी गर्दी झाली आहे, की कुठलंच वचन आता नीट आठवत नाही!'

'असा लबाड आहेस पहिल्यापास्नं! बाजू अंगावर आली, की–'

क्षणभर मनात आले, यतीची सारी कथा आईला सांगावी आणि तिला म्हणावे,

'तू त्याच्याकडे जा- तुझ्या मायेच्या पाशात त्याला बांधून परत आण. तो थोरला भाऊ आहे. तो राजा होऊ दे. माझं मन उदास झालं आहे. मला राज्य नको, काही काही नको!'

छे! त्या दिवशी नकळत माझ्या तोंडून बाबांच्या समोर यतीचे नाव निघाले. बाबांचा मनस्ताप मात्र वाढला. यति कुठे तरी जिवंत आहे, असे सांगितल्याने आईला कसले सुख होणार आहे? ती त्याला शोधायला निघाली, तर यति डोळ्यांतले पाणी पाहून थोडाच परत येणार आहे? सिंह, वाघ माणसाळविणे सोपे आहे; पण यतीसारखा हठयोगी– खरेच यतीच्या आयुष्याचा शेवट काय होणार आहे? ईश्वरी साक्षात्काराचे शिखर या मार्गाने तो गाठू शकेल का? त्या शिखरावर जाऊन तो उभा राहिला, तर सारे जग त्याचे कौतुक करील, थोर तपस्वी म्हणून त्रिभुवनात त्याची प्रख्याती होईल; पण त्या शिखराच्या रोखाने एकेक पाऊल टाकीत वैराग्याचा हिमपर्वत चढत असताना त्याचा पाय कुठे घसरला, तर? या पर्वतावरले हिम एकदम वितळू लागून तो त्यात पुरला गेला, तर?

मी काहीच बोलत नाही, असे पाहून आई म्हणाली,

'आज ना उद्या तुझं मन ताळ्यावर येईल, म्हणून पुष्कळ दिवस वाट पाहिली मी; पण पहिल्यापास्नं पाहतेय् मी, तू फार फार हट्टी आहेस! तू तरी काय करशील?

तुमचं घराणंच तसं आहे! आता तर काय! बालहट्टात राजहट्टाची भर पडलीय्. पण तुला जसा राजहट्ट करता येतो, तसा मलाही राजमाता म्हणून अधिकार चालविता येतो, ययू, तू असा उदास का झाला आहेस, सांगू?'

किती झाले, तरी ते आईचे हृदय होते! मुलाच्या पायाला साधा काटा टोचला, तरी आपल्या डोळ्यांत गंगा-यमुना आणणारे! एखाद्या निर्जीव शिलेसारखी माझ्या मनाला बधिरता आली होती. असे का व्हावे, हे माझे मलाच नीट समजत नव्हते... मग आई माझ्या विचित्र वागणुकीने गडबडून गेली असली, तर त्यात नवल कसले?

बोलण्याचा विषय बदलावा, म्हणून मी म्हणालो,

'आई, तू मायाळू आहेस, हे मला ठाऊक होतं; पण तू अंतर्ज्ञानी आहेस, हे–'

'हे म्हातारपणी प्राप्त होणारं अंतर्ज्ञान आहे, बाबा-!'

'म्हणजे?'

ती हसत उद्गारली,

'अरे वेड्या! तुझ्या वयाची मी एकदा होतेच, की नाही?'

'मग?'

'त्या वेळी मला काय वाटलं होतं, हे मला थोडं तरी आठवत असेलच, की नाही?'

'हे बघ, आई, मी पडलो पुरुष! तुमची बायकांची ही उखाण्यांची भाषा कळत नाही मला! सरळ सांग कशी, तुझ्या मनात काय आहे, ते!'

'तुझ्या दोन हातांचे चार हात झाले, की तुझं डोकं ताळ्यावर येईल, असं...'

'हा शोध तू स्वतःवरनं लावलास?'

'त्यात एवढं नवल कसलं आलंय्! माझं लग्न झालं, तेव्हा तुझ्याहून पुष्कळ लहान होते मी. आईला सोडून येताना ब्रह्मांड आठवलं मला! वाटलं, सासरी एक दिवससुद्धा काही आपण सुखानं नांदणार नाही!'

'मग? पुढं काय झालं?'

'पुढं काय व्हायचं? जे जगात घरोघर होतं, मुलींमुलींगणिक होतं, तेच! हां हां म्हणता मी माझ्या संसारात रमून गेले. आईला पार विसरले. म्हणून म्हणते, हा अभिषेकाचा समारंभ लवकर उरकून टाकू या. मग तुला आवडेल, त्या राजकन्येशी'

समारंभाची तिथी निश्चित करण्यासाठी आई हसत-हसत निघून गेली.

तिच्या शेवटच्या शब्दांनी माझ्या मनात मधुर कल्पनातरंग निर्माण व्हायला हवे होते. मी हस्तिनापूरचा राजा झालो होतो. सुंदरांतली सुंदर राजकन्या हवी,

अप्सरेला लाजवील, अशी राजकन्या हवी– म्हणून मी हट्ट धरला, तरी तो पुरविला जाईल, हे उघड होते. जीवनाच्या प्रवासात आपली सहचारिणी होणारी ही त्रैलोक्यसुंदरी कुठं असेल? ती या वेळी काय करीत असेल? आमच्या जीवनाचे ओघ एखाद्या अकल्पित काव्यमय पद्धतीने एकत्रित होतील, की स्वयंवरासारख्या राजकुलाला शोभणाऱ्या रीतीने आपण प्रीतीच्या राज्यात प्रवेश करू? या आणि अशा प्रकारच्या अनेक यौवनसुलभ आणि कल्पनारम्य प्रश्नांनी माझ्या मनाला गुदगुल्या करायला हव्या होत्या!

पण मी विचार करीत राहिलो, तो आईचा! बाबांच्या आजारात शेवटी शेवटी तिच्याकडे पाहणे मला मोठे कठीण वाटे. तिच्या डोळ्यांत दाटलेले दुःख पाहवत नसे मला! बलिदानाच्या वेदीपाशी उभ्या केलेल्या मुक्या प्राण्यासारखी तिची मुद्रा वाटे. बाबांच्या मृत्यूने ती हाय खाईल आणि त्यांच्या पाठोपाठ मला सोडून जाईल, या कल्पनेनेच अनेकदा मला अत्यंत अस्वस्थ करून सोडले होते.

पण जे प्रत्यक्ष घडले, ते माझ्या कल्पनेपेक्षा अगदी निराळे! पहिले काही दिवस ती दुःखी दिसली– पण किती लवकर राजमाता म्हणून तिने घरची-बाहेरची सारी सूत्रे आपल्या हाती घेतली! प्रत्येक गोष्टीत ती मोठ्या उत्साहाने लक्ष घालू लागली. तिच्या मुद्रेवरली वार्धक्याची छाया सायंकालीन छायांची आठवण करून देईनाशी झाली. तिच्या हालचालींत चपळपणा आला. ती जीवनरसाची गोडी नव्याने चाखत आहे, असे वाटू लागले.

माझ्या उदास वृत्तीच्या पार्श्वभूमीवर तिच्या उत्साही मूर्तीचे चित्र अधिकच उठून दिसे– निदान मला तरी! कृष्णमेघमालेतून वीज चमकावी, तसे!

ज्याचे यौवनपुष्प नुकतेच उमलू लागले होते, तो ययाति म्हाताऱ्यासारखा निष्क्रिय आणि नीरस झाला होता; आणि जिचे जीवनपुष्प कोमेजू लागले होते, ती त्याची आई एखाद्या तरुणीप्रमाणे प्रत्येक गोष्टीत मनःपूर्वक रस घेत होती, नव्या नव्या स्वप्नांत आणि संकल्पांत गढून जात होती.

तिचे सुख बाबांवर सर्वस्वी अवलंबून आहे, ही माझी कल्पना किती निराधार होती!

या जगात जो तो आपापल्याकरिता जगतो, हेच खरे. वृक्षवेलींची मुळे जशी जवळच्या ओलाव्याकडे वळतात, तशी माणसेही सुखासाठी निकटच्या लोकांचा आधार शोधतात. याला जग कधी प्रेम म्हणते, कधी प्रीती म्हणते, कधी मैत्री म्हणते; पण खरोखरच ते आत्मप्रेमच असते. एका बाजूचा ओलावा नाहीसा झाला, तर वृक्षवेली सुकून जात नाहीत; त्यांची मुळे दुसऱ्या बाजूला कुठे ओलावा आहे– मग तो जवळ असो, नाही तर दूर असो– हे पाहू लागतात. तो शोधून ती टवटवीत राहतात.

आईचा नवा उत्साह असाच निर्माण झाला असावा! महाराणी म्हणून ती परवापरवापर्यंत मिरवीत होती. पण एवढ्या ऐश्वर्यातही ती स्वतंत्र कुठे होती? सौंदर्याच्या बळावर पतीला मुठीत ठेवण्यातच तिचे मोठेपण अवलंबून नव्हते का? बाबा इंद्राणीच्या मोहात पडले, तेव्हा तिला केवढा मनस्ताप झाला असेल! ती किती कुढली असेल, किती रडली असेल! जे पुसायला कुणाचाही प्रेमळ हात जवळ नाही, असे उष्ण अश्रू गाळून शय्येवरली उशी ओलीचिंब करीत तिने रात्रीच्या रात्री काढल्या असतील!

लहानपणी आई म्हणून तिने आपले दूध मला पाजले नाही, याचे कारण थोर पुरुषाची पत्नी होणाऱ्या स्त्रीचे दुःखच असावे! वात्सल्यापेक्षा सौंदर्याची काळजी करणे आवश्यक होते तिला! पती हे तिचे सर्वस्व होते. असे असून, त्याच्यावर तिचा अधिकार चालत नव्हता; पण त्याच्यावाचून तिला दुसरी गती नव्हती.

आज ती भीती राहिली नव्हती. ती काळजी उरली नव्हती. ती राजमाता झाली होती. पुत्रावर असलेल्या मातेच्या अधिकाराची जाणीव तिच्या बोलण्या-चालण्यांतून पावलोपावली प्रकट होत होती.

आईविषयी मी विचार करीत असतानाच नेहमीप्रमाणे माधव माझ्या समाचाराला आला; पण आज तो एकटा नव्हता. त्याच्याबरोबर तारका आली होती. त्या अवखळ मुलीकडे पाहताच माझे मन प्रसन्न झाले. तिला जवळ बोलावून घेऊन विचारले,

'काय, तारकादेवी, तुमच्या बाहुलीला शेवटी नवरा मिळाला, की नाही?'

तारकेने मानेने 'होय' म्हटले. पण माझ्याकडे न पाहता आणि माझ्याशी एक शब्दसुद्धा न बोलता ती महालाकडे इकडे तिकडे पाहू लागली.

'नवरा चांगला आहे ना?'

ती मानेने 'नाही' म्हणाली; पण तोंडातून मात्र चकार शब्द काढला नाही तिने!

तिच्या त्या मौनव्रताचे कारण काय मला कळेना. मी हसत-हसत प्रश्न केला,

'चांगला नाही, म्हणजे काय? बाहुल्यासारखा बाहुला आहे ना?'

ती नाक मुरडत म्हणाली,

'नकता नवला आहे तो!'

'त्यात काय आहे? हत्तीनं पाय दिला असेल त्याच्या नाकावर! जगात नकटे नवरे पुष्कळ असतात– नि नकट्या बायकासुद्धा!'

'नि बोबलं बोलतो तो!'

बाहुला बोबडे बोलतो? हा काय चमत्कार आहे, ते मला कळेना!

मी माधवकडे पाहून म्हणलो,

'मोठमोठ्या पंडिताच्या घरचे पशुपक्षीसुद्धा वेदांतचर्चा करीत असतात, असं ऐकलं होतं मी, पण हा प्रकार त्याहूनही अपूर्व दिसतो!'

'त्याचं बोबडं बोलणं हिनं स्वप्नात ऐकलं, म्हणे!' माधव म्हणाला.

मी मनापासून हसलो.

तारका मात्र घुमीच राहिली.

माधव मला म्हणाला,

'ही मुद्दाम महाराजांकडे आली आहे आज!'

'ती का, बुवा? त्या नकट्या नवऱ्याचं नाक चांगलं उंच करायला? मग राजवैद्यांना बोलावून घेऊ या, नि विचारू या; नाही तर एखाद्या सुताराला! काय, तारके?'

आता कुठे 'ऊं हू!' हा उद्गार तिच्या तोंडून बाहेर पडला.

'मग काय हवंय् तुला?'

खालच्या मानेने माझ्याकडे पाहिल्यासारखे करीत ती म्हणाली,

'तुमी आता महालाज झालात ना?'

'हो.'

'आता तुम्ही शिंव्हावल बसनाल?'

'सिंहावर?'

'हो शिंव्हावर! काका म्हणत होते!'

तिच्या बोलण्याचा रोख आता कुठे माझ्या लक्षात आला. मी हसत-हसत म्हणालो,

'राजाला सिंहासनावर बसावंच लागतं. नाही तर त्याला राजा कोण म्हणेल?'

'तो शिंव्ह च्यावतो का?'

मी गंभीरपणाने उत्तर दिले,

'अं हं. तो म्हातारा असतो. त्याचे बहुतेक दात पाडलेले असतात.'

'तो च्यावनाल नाही ना मला?'

'नाही?'

'मग मला तुमची लानी कलाल?'

अस्से! तारका माझी राणी होण्याकरिता आली होती! स्वयंवराचा हा अभूतपूर्व प्रकार पाहून माझ्या मनात हास्याच्या उकळ्या फुटत होत्या, पण तारकेचा विरस होऊ नये, म्हणून मी खोटी गंभीर मुद्रा धारण केली. माधवालाही न हसण्याविषयी डोळ्यांनी खुणविले.

'तू राणी होऊन काय करणार आहेस?' मी तारकेला प्रश्न केला.

मोठे गोड हातवारे करीत ती म्हणाली,

'मी लानी झाले, मंजे आजी मला हंतलुनातून उथवनाल नाही, मी लानी झाले, मंजे खूप खूप दागिने मिळतील माला, भावलीला घालायला! मी लानी झाले, मंजे... '

राणी होण्याचे अनेक फायदे विचारपूर्वक तिने शोधून काढले होते. इतकेच नव्हे, तर ते तोंडपाठ करून आली होती ती! ते सारे तिने मला गोड बोबड्या बोलांनी सांगितले, पण माझे तिच्या बोलण्याकडे लक्ष नव्हते. मात्र तिच्या त्या इवल्या इवल्या स्वप्नातील बालमनाचा हेवा वाटत होता मला!

राणी होण्याचे सर्व फायदे तिने मला सांगितल्यावर मी म्हणालो,

'फार लहान आहेस तू अजून. मोठी झालीस, म्हणजे मी तुला माझी राणी करीन हं!'

खूप खूप खाऊ देऊन मी तारकेचा निरोप घेतला.

संध्याकाळी अंगिरस महर्षींच्या आश्रमातून दोन शिष्य त्यांचे पत्र घेऊन आले. ते वाचून तारकेच्या त्या निरागस जगातून मी अगदी निराळ्या जगात गेलो. भगवान् अंगिरसांनी लिहिले होते :

> 'नहुषमहाराजांच्या देहावसानानंतर काही काळानं मी तुला हे पत्र पाठवीत आहे.
>
> मध्यंतरी मी आश्रमातच नव्हतो, म्हणून हा विलंब होत आहे.
>
> तुझ्या पाठोपाठ कच संजीवनी विद्या संपादन करण्यासाठी वृषपर्व्याच्या राज्यात गेला. आपला शांतियज्ञ निर्विघ्न संपला होता; पण देव-दैत्यांचं युद्ध थांबविण्याच्या कामी आमची पुण्याई पुरी पडली नाही, हे उघड झालं होतं. डोळ्यांसमोर अमंगल घडत असताना हात जोडून स्वस्थ बसण्यात पुरुषार्थ नाही, म्हणून शिवतीर्थावर जाऊन तिथं एकांतात पुरश्चरण करण्याचा संकल्प मी केला आणि आश्रम सोडला. तो संकल्प पुरा करून आश्रमाकडे परत येत असताना मार्गात नहुषमहाराजांच्या निधनाची वार्ता कळली. आज इथं आल्यावर तुला चार शब्द लिहायला बसलो.
>
> ययाति, मृत्यू हा जीवमात्राला जितका अप्रिय, तितकाच अपरिहार्य आहे. तो सृष्टिचक्राचा जन्माइतकाच नाट्यपूर्ण आणि रहस्यमय भाग आहे. वसंत ऋतूत वृक्षावर हळूच डोकावणारी तांबूस, कोमल पालवी जशी आदिशक्तीची लीला आहे, तशी शिशिरात गळून पडणारी जीर्ण

पिवळी पर्णं ही सुद्धा तिचीच क्रीडा आहे. या दृष्टीनंच आपण मृत्यूकडं पाहिलं पाहिजे. उदयास्त, ग्रीष्म-वर्षा, प्रकाश-छाया, दिवस-रात्र, स्त्री-पुरुष, सुख-दुःख, शरीर व आत्मा, जन्म आणि मृत्यू या सर्व अभेद्य जोड्या आहेत. जीवनाचं हे द्वंद्वात्मक व्यक्त स्वरूप आहे. या सर्व आडव्या-उभ्या धाग्यांनीच आदिशक्ती विश्वाच्या विलासाची आणि विकासाची वस्त्रं विणीत असते.

नहुषमहाराज मोठे पराक्रमी होते. तो पराक्रम तुला प्रेरक होवो, प्रजा ही राजाला लाभलेली कामधेनु होय. तिची सेवा हातून सदैव घडो. धर्माशी विरोध नसलेल्या अर्थकामांची कृपादृष्टी तुझ्यावर अहोरात्र राहो. आदिशक्तीपाशी माझी सदैव हीच प्रार्थना राहील.

पत्र इथंच पुरं करणार होतो; पण अमंगल वार्ता कधी एकटी येत नाही, याचं दुर्दैवानं प्रत्यंतर येत आहे.

राक्षसराज्याच्या सीमेवरून आलेला एक ऋषिकुमार सांगत आहे– कचानं त्या राज्यात प्रवेश केला. शुक्राचार्यांनी त्याला आपला शिष्य होण्याची संधी दिली. भक्तिभावानं व अखंड सेवेनं आपण आपल्या गुरूंना प्रसन्न करू आणि आज ना उद्या संजीवनी मिळवूच मिळवू, अशी आशा कचाला वाटू लागली. संजीवनीच्या साहाय्यानं देवांना धुळीला मिळवून आपण स्वर्गात प्रवेश करू, अशी राक्षसांची कल्पना होती. ते कचाचा द्वेष करू लागले. तो नित्य नियमाप्रमाणं गुरूंच्या गाई चरायला घेऊन गेला असताना राक्षसांनी त्याचा अत्यंत क्रूरपणानं वध केला. त्यांनी त्याच्या देहाचे तुकडे तुकडे करून ते लांडग्यांपुढं टाकले!

या ऋषिकुमाराला एवढीच माहिती मिळाली. तीही मोठ्या कष्टानं! राक्षसराज्यात प्रवेश मिळविणं आणि तिथून बाहेर पडणं अतिशय अवघड होऊन बसलं आहे. सीमेवरती अनेक ऋषिकुमार जिवावर उदार होऊन हे कार्य करीत आहेत.

आता त्यांचं कार्य तरी काय उरलं, म्हणा? कचाचा अशा रीतीनं अंत झाल्यावर– ययाति, वरच्या चार-पाच ओळींतले काही शब्द अतिशय पुसट झाले आहेत. त्या ओळींवर नकळत माझ्या डोळ्यांतून अश्रुबिंदू पडले. हे अश्रू आवरण्याचा परमावधीचा प्रयत्न मी केला; पण ऋषी झालो, संन्यासी झालो, विरक्त झालो, तरी माणूसच आहे! कचाच्या गुणांच्या स्मरणानं माझं मन व्याकूळ होऊन गेलं आहे. सारीच माणसं काही मंगल आणि काही अमंगल प्रवृत्ती घेऊनच या

जगात जन्माला येतात. पण कित्येकांत– फार थोड्यांत म्हटलं, तरी चालेल– मंगल प्रवृत्तीचं दर्शन अतिशय उत्कटतेनं होतं. पर्वताचं शिखर जसं गगनतचुंबी होऊ इच्छितं, तशी त्यांची मनं असतात, त्यांना उदात्ताचं अनिवार आकर्षण असतं. कचाचा हा स्वभावविशेष मला मोठा मोलाचा वाटे.

देव-दैत्यांचं युद्ध थांबविण्याचं फार मोठं कार्य त्याच्या हातून होणार आहे, अशी मी आशा बाळगून होतो, पण–

आशा करणं मानवाच्या हाती आहे; ती सफल होणं–

जन्ममृत्यू ही अभेद्य जोडी आहे, असं वर मी तुला लिहिलं! आणि आता मीच कचाच्या मृत्यूचा शोक करीत सुटलो आहे! हे पाहून तू मनात मला हसशील. जगातलं तत्त्वज्ञान दुसऱ्याला सांगण्याकरिताच असतं, की क़ाय, अशी शंकाही तुझ्या मनात येईल, पण माझे वृद्धाचे बोल लक्षात ठेव– या द्वंद्वपूर्ण जीवनात तत्त्वज्ञान हाच मानवाचा अंतिम आधार आहे.

राजमातेचं दुःख मला कळतं. तुझ्या सत्कृत्यांनी तिला तिच्या दुःखाचा लवकरच विसर पडो, अशी आदिशक्तीकडे माझी प्रार्थना आहे.

तू राजा झालास. तुला बहुचनानं संबोधावं, असं पत्र लिहायला बसलो, तेव्हा मनात आलं. पण बहुवचनापेक्षा एकवचन माणसाचं प्रेम अधिक चांगल्या रीतीनं प्रगट करू शकतं, खरं ना?’

अंगिरसांच्या पत्रातील एकच भाग मला हृदयस्पर्शी वाटला. तो म्हणजे, कचाच्या मृत्यूने त्यांच्या डोळ्यांतील ओघळलेले अश्रू आणि आसवांनी पुसट केलेले ते पत्रातले शब्द! बाकी सर्व तत्त्वज्ञान होते. नुसते रूक्ष तत्त्वज्ञान!

पण मनुष्य तत्त्वज्ञानावर जगतो का? छे! आशेवर जगतो, स्वप्नांवर जगतो, प्रीतीवर जगतो, ऐश्वर्यावर जगतो, पराक्रमावर जगतो; पण केवळ तत्त्वज्ञानावर? ते कसे शक्य आहे? या जटाधारी ऋषि-मुनींना जिथं तिथं तत्त्वज्ञान घुसडण्याची भारी हौस असते.

मात्र त्या पत्रात प्रगट झालेल्या कचाच्या वीरवृत्तीने माझे मन मोहून गेले. वाटले, राजा असावा, तर असा! सेनापती असावा, तर असा! कचाला बृहस्पतीच्या पोटी जन्माला घालण्यात फार मोठी चूक केली ब्रह्मदेवाने! निःशस्त्र असूनही तो किती निर्भय होता! वधाच्या वेळी त्याची मुद्रा कशी विजेसारखी लखलखली असेल! गळ्यातल्या रुद्राक्षांच्या माळेशी खेळत तो त्या दुष्ट दैत्यांना म्हणाला असेल,

'तुम्ही माझ्या देहाचे तुकडे करू शकाल; पण माझ्या आत्म्याचे? त्याचे तुकडे तुम्हांला करता येणार नाहीत. तो अमर आहे!'

त्याच्यासारखे काही तरी साहस करायचे सोडून, मी निष्क्रिय जीवन कंठीत राजमहालात पडलो होतो. माझा मलाच राग आला. वाटले, राज्यात या वेळी कुठे तरी दस्यूंची प्रचंड उठावणी व्हायला हवी होती. म्हणजे आपोआप माझ्या पराक्रमाला आव्हान मिळाले असते. होमकुंडातली राख चाळविली, की अग्निज्वाला जशी उफाळून येते, तसा या निष्क्रिय झालेल्या ययातीतून उत्साही ययाति निर्माण झाला असता! माणसाचे युयुत्सू मन लोखंडी शस्त्रासारखे आहे. ते सतत वापरावे लागते, नाही तर ते गंजून जाते.

पण बाबांच्या मृत्यूनंतरसुद्धा कुठेही, कसलाही उठाव झाला नव्हता. राज्याचा रथ कसा सुरळीत चालला होता आणि मी एका रत्नजडित पिंजऱ्यातला पक्षी होऊन पडलो होतो.

कच गरुडासारखा उंच-उंच अंतराळात, नील-नील गगनात भराऱ्या मारीत गेला. आपणही असेच कुठे तरी जावे, कोणते तरी अपूर्व साहस करावे, असे मला वाटू लागले.

सारी रात्र मी या एका विचारात घालविली.

पहाटे मला एक स्वप्न पडले. त्या स्वप्नात यति मला म्हणत होता :

'नीच, स्वार्थी, दुष्ट कुठला! राज्यावर तुझा काय अधिकार आहे? मी जिवंत आहे, हे तुला ठाऊक होतं; पण ते मुद्दाम लपवून ठेवलंस तू आईपासनं! चल, ऊठ, दूर हो त्या सिंहासनावरनं, नाही तर आत्ताच्या आता शाप देऊन, तुला जाळून, भस्म करून टाकीन!'

हे शब्द ऐकताच मी जागा झालो. तसाच उठलो. आईला हाक मारली, अश्वमेधाच्या वेळी यतीची झालेली भेट आणि आज पडलेले स्वप्न तिला सांगितले.

ती प्रथम गोंधळली. माझ्या डोळ्यांत खोल पाहत तिने विचारले,

'ययु, हे तू सारं खरं बोलतोय्स ना?'

'बाबांची शपथ घेऊन सांगतो, मी तुला–'

उपरोधपूर्ण स्वरात ती म्हणाली,

'दुसरी कुठलीही शपथ घे, तुझे वडील पराक्रमी होते, अगदी इंद्राचा पराभव करणारे होते; पण माझ्यापाशी घेतलेल्या कुठल्याच शपथा त्यांनी पाळल्या नाहीत! माझं ते दुःख–'

बाबांविषयी असले अधिक्षेपाचे बोलणे आईच्या तोंडून मी प्रथमच ऐकत होतो, त्या दोघांची एकमेकांवर प्रीती होती, असे मी समजत आलो होतो; ते पण एक नाटक होते? त्या नाटकातली पत्नीची भूमिका आई हसतमुखाने आणि विलक्षण

कौशल्याने वठवीत आली होती, याची जाणीव प्रथम आजच मला झाली, ती होताच मनाला विलक्षण वेदना झाल्या.

आई माझ्या पाठीवरून हात फिरवून म्हणाली,

'ज्याचं जळतं, त्याला कळतं, बाबा! तू पुरुष आहेस. स्त्रीचं दुःख तुला कधीच समजायचं नाही. एखादं माणूस कितीही आवडतं असलं, तरी जन्मभर त्याच्या ताटाखालचं मांजर होऊन राहणं–'

ती किंचित थांबली. मग आवंढा गिळून म्हणाली,

'मी महाराणी नव्हते, ययु, महादासी होते! त्यांच्या तालावर जन्मभर मी नाचले! आता तशी नाचणार नाही मी. नवऱ्यापेक्षा मुलावर स्त्रीचा अधिकार अधिक असतो. मूल तिच्या रक्तमांसाचं असतं.'

ती जे बोलली होती, ते सत्य असेल; पण ते फार कठोर सत्य होते– त्यामुळेच मला ते ऐकवेना.

तिचे सांत्वन करण्याकरिता मी म्हणाले,

'आई, तुला दुःख होईल, असं कधी काही करणार नाही मी.'

बोलता-बोलता मी आवेगाने उठलो आणि तिच्या पायावर हात ठेवला.

माझ्या त्या स्पर्शाने आणि उद्गारांनी ती शांत झाली. माझे दोन्ही हात धरून तिने मला वर उठविले, भरलेल्या डोळ्यांनी तिने माझ्या तोंडावरून हात फिरविला.

मी पूर्व आर्यावर्तात जाऊन यतीचा शोध करावा, या गोष्टीला तिने आढेवेढे घेत संमती दिली. माझे जाणे गुप्त ठेवावे, माझ्याबरोबर आवश्यक तेवढीच माणसे असावीत, हेही तिला पटले. मात्र यति भेटला नाही आणि त्याचा निश्चित ठावठिकाणा कळला नाही, तर मी सरळ हस्तिनापुराला परत यावे, अशी अट तिने घातली. मी ती कबूल केली. माझ्याबरोबर येण्याची तिची इच्छा होती; पण एक तर इतक्या दूरच्या प्रवासाची दगदग तिला सोसवली नसती. दुसरे, राजधानीत युवराज नाही आणि राजमाताही नाही, असे होणे बरे नव्हते.

अभिषेकाऐवजी प्रवासाची सिद्धता ती करू लागली. अगदी तितक्या उत्साहाने. मंदार हा अमात्यांचा अतिशय विश्वासू सेवक होता. त्याला माझा शरीररक्षक म्हणून पाठविण्याचे तिने ठरविले. वाटेत माझे कोणत्याही प्रकारचे हाल होऊ नयेत, म्हणून निरनिराळ्या प्रकारची कामे करणाऱ्या सेवकांप्रमाणे एक-दोन दासीही पाठविण्याचे तिने निश्चित केले. ती मला म्हणाली,

'ती मुकुलिका मोठी हुशार आहे. तिला देऊ का तुझ्याबरोबर?'

क्षणभर माझे मन द्विधा झाले. मग निर्धाराने मी उद्गारलो,

'तिच्यापेक्षा कलिका बरी नाही का? ती अधिक अनुभवी आहे. माझ्यावर फार

मायाही आहे तिची!’

‘पण कलिका इथं कुठं आहे?’

पुष्कळ दिवसांत कलिकेला मी पाहिले नव्हते; पण ती राजवाड्यात नाही, हे कधीही माझ्या लक्षात आले नव्हते. मी विचारले,

‘कुठं गेलीय् ती?’

‘दूर हिमालयाच्या एका खेड्यात.’

‘ती कशाला?’

‘कशाला म्हणजे? मुलीचा संसार पाहायला!’

‘म्हणजे? अलकेचं लग्न कधी झालं?’

‘कधीच! तू शांतियज्ञाला गेला होतास ना? तेव्हा.’

‘मला कसं कळलं नाही ते?’

‘तुला काय कळवायचं त्यात? दासीच्या मुलीचं लग्न नि बाहुलीचं लग्न ही दोन्ही सारखीच!’

मी काहीच बोललो नाही.

आई आपल्या पुढल्या संकल्पाच्या तंद्रीत बोलू लागली,

‘तू परत येईपर्यंत मी दोन सुंदर राजकन्या पाहून ठेवते हं!’

मी हसत विचारले,

‘म्हणजे? माझी एकदम दोन लग्नं करणार आहेस, की काय, तू?’

‘तसं नाही, रे! एक तुझी बायको नि दुसरी-दुसरी–’

बोलावे, की बोलू नये, हे तिला कळेना. एखाद्या लहान मुलीसारखी ती गडबडली.

शेवटी धीर करून ती म्हणाली,

‘यति आला, तर त्याचं नको का लग्न करायला?’

माझी राणी व्हायला आलेल्या तारकेत आणि यतीचे लग्न करायला निघालेल्या आईत काय अंतर आहे, ते मला कळेना. मातृपद हे बाल-हृदयासारखंच असतं काय? मी आईकडे पाहत राहिलो. तिच्याकडे पाहता-पाहता माझ्या मनात आले, एका माणसाचा स्वभाव दुसऱ्याला कधी पुरतेपणी कळतो का? ही माझी आई! पण तिचा स्वभाव– छे! आकाशाचा अंत एक वेळ लागेल, पण माणसाच्या हृदयाचा?

३८

अंगिरसांचा आश्रम माझ्या संकल्पित मार्गापासून थोडासा दूर होता. तथापि, मी त्यांच्या दर्शनाला गेलो. मोठ्या आनंदाने माझे स्वागत करून ते म्हणाले,

'ययाति, तुझा पायगुण फार चांगला आहे. तू येण्यापूर्वी दोन घटका आधी एक सुवार्ता आली आहे. राक्षसांनी कचाचे तुकडे करून लांडग्यांपुढं टाकले, ही गोष्ट खरी आहे; पण शुक्राचार्यांनी शिष्यप्रेमानं कचाला पुन्हा जिवंत केलं. देवपक्षाला संजीवनीचा लाभ व्हायला प्रारंभ झाला.'

ही वार्ता ऐकून मला मोठा आनंद झाला. मी तो व्यक्त करतो, न करतो, तोच एक ऋषिकुमार घाईघाईने आत आला. त्याचे पाय धुळीने भरून गेले होते. तोंडावरून घामाचे ओघळ वाहत होते. त्याची मुद्रा मोठी म्लान दिसत होती. ती प्रवासाने तशी झाली होती, की–

तो मोठ्या दुःखाने सांगू लागला.

'राक्षसांच्या राज्यात मोठा उत्सव सुरू झाला आहे, गुरुजी. मदिरा आपल्या मदतीला धावून आली, म्हणून त्यांनी मदिरोत्सव–'

मी मध्येच विचारले,

'दारूनं एवढा कसला उपकार केला राक्षसांवर?'

तो सांगू लागला,

'शुक्राचार्यांना कचाला पुन्हा जिवंत करता येऊ नये, अशी युक्ती राक्षसांनी काढली.'

'ती कोणती?' अंगिरसांनी प्रश्न केला,

'कचाला मारून, त्याची राख दारूतून शुक्राचार्यांच्या पोटात जाईल, अशी व्यवस्था करायची! शुक्राचार्य मोठे मदिराभक्त आहेत. त्यामुळं राक्षसांचा हा डाव साधला. आता कच पुन्हा जिवंत होणं–'

त्या ऋषिकुमाराचा कंठ दाटून आला. त्याला पुढे बोलवेना.

क्षणार्धात आश्रमावर अवकळा पसरली.

अंगिरसाचा निरोप घेऊन मी निघालो, तो अशा खिन्न मनःस्थितीत! पण पुढे पुढे प्रवासातल्या अनेक रम्य आणि भव्य दृश्यांनी ती खिन्नता हळूहळू लोप पावू लागली. उत्तुंग पर्वत, खोल-खोल दऱ्या, विशाल इंद्रधनुष्ये, चिमणी फुलपाखरे, ताडमाड उंच वृक्ष, इवलेसे तुरे हलविणारी लव्हाळी, या प्रत्येकातले सौंदर्य मला आकृष्ट करू लागले. नगरे, खेडी, स्त्री-पुरुषांचे सुदृढ आणि मोहक देह, त्यांचे नाना प्रकारचे वेष आणि तऱ्हेतऱ्हेचे अलंकार, गीतांचे, नृत्यांचे आणि उत्सवांचे विविध प्रकार जाता-जाता मी पाहत होतो. त्यांचे ओझरते दर्शन हे माझ्या मानसिक बधिरतेवरले उत्कृष्ट औषध ठरले. मला वाटू लागले, यतीच्या शोधाकरिता का होईना, राजवाड्याच्या त्या तुरुंगातून बाहेर पडलो, हे फार बरे झाले. एक कच, एक यति किंवा एक ययाति यांचा विश्वाच्या अफाट पसाऱ्यात काय पाड आहे? सृष्टीच्या विविध आणि विशाल पार्श्वभूमीवर मनुष्य किती क्षुद्र वाटतो! कसले आले आहे

त्याचे सुख आणि दुःख! समुद्रातल्या लाटांवर वाहत जाणाऱ्या तृणपर्णांच्या सुख-दुःखांची काळजी कोण करीत बसले आहे?

शक्य तेवढ्या लवकर पूर्व आर्यावर्त गाठायचा आम्ही प्रयत्न करीत होतो. मात्र या घाईमुळे मला कोणताही त्रास होणार नाही, अशी दक्षता सर्व सेवक घेत होते. मंदारला फारसे बोलायला नको होते; पण मी उठल्यापासून झोपेपर्यंत– किंबहुना मी झोपल्यावरही– त्याची तीक्ष्ण जागरूक दृष्टी माझ्या सुखात आणि स्वास्थ्यात काही न्यून आहे, की काय, हे पाहत असे. क्वचित मध्यरात्री मला जाग येई. मग मी डोळे उघडून स्वस्थ पडून राही. अशा वेळी अचानक मंदार माझ्या निवासस्थानात डोकावून जात असलेला मला दिसे.

मात्र हा दूरचा प्रवास ज्या हेतूनं मी केला, तो साध्य व्हावा, अशी दैवाची इच्छा नव्हती. यति आपली गुहा सोडून निघून गेला होता. त्या गुहेच्या आसपास असलेल्या खेड्यांतून मी खूप फिरलो. पुष्कळांशी बोललो. म्हाताऱ्या-कोताऱ्यांना खोदखोदून प्रश्न केले. त्यातून एवढेच निष्पन्न झाले की, पूर्वी आपल्या गुहेच्या आसपास कुणालाही फिरकू देणारा यति अलीकडे क्वचित माणसांत येऊ लागला होता. लोक ही त्याच्या दृष्टीने एक प्रयोगशाळा झाली होती. तो नाना प्रकारचे चमत्कार करीत असे. पाण्यावरून किंवा अग्नीवरून चालणे ही त्याला जमिनीवरून चालण्याइतकीच सोपी गोष्ट वाटत होती. त्याला अंतराळातून चालतानाही कित्येकांनी पाहिले होते. पूर्व आर्यावर्त हा प्राचीन काळापासून जादूटोण्यासंबंधाने फार प्रसिद्ध असलेला देश होता. पण तिथले मोठमोठे जादू करणारे लोक यतीपुढे नांगी टाकू लागले. मात्र प्राप्त झालेल्या सिद्धीवर यति स्वतः संतुष्ट नव्हता. स्त्री दिसली, की त्याचे माथे फिरे. तो गावात आला, म्हणजे बायका दारे बंद करून आत बसत. साऱ्या जगातल्या स्त्रियांचे पुरुषात रूपांतर करून टाकण्याची महत्त्वाकांक्षा त्याने मनात बाळगली होती. त्या अभूतपूर्व सिद्धीच्या मागे तो होता. तिच्यासाठी त्याने नाना प्रकारची अघोर व्रते केली. पण त्याली ती सिद्धी काही लाभली नाही. अशा असंतुष्ट मनःस्थितीत, शुक्राचार्य संजीवनी विद्येने मेलेल्या मनुष्याला जिवंत करतात, ही वार्ता त्याने ऐकली. असला गुरूच आपल्याला इष्ट सिद्धीचा अचूक मार्ग दाखवील, म्हणून यति काही महिन्यांपूर्वी राक्षसराज्यात निघून गेला.

ही सर्व माहिती ऐकीव होती. त्या गुहेच्या आजूबाजूला विरळ वस्तीच्या खेडेगावांतल्या अडाणी लोकांनी दिलेली! तिच्यात तथ्य किती होते आणि तिखटमीठ किती होते, हे सांगणे कठीण होते; पण एक गोष्ट उघड होती– यति ती गुहा

कायमची सोडून गेला आहे. बहुधा तो शुक्राचार्यांकडे गेला असावा.

त्याचा शोध लावणे हे वाऱ्याची मोट बांधण्याइतकेच अघवड होते! शिवाय यति इथे भेटला नाही, तर मी तसाच परत येईन, असे मी आईला वचन दिले होते. मंदार नियमितपणे माझे क्षेमकुशल कळवीत होता. तरीदेखील मी सुरक्षित परत जाऊन तिच्यासमोर उभा राहीपर्यंत ती माझी काळजी करीत राहील, याची जाणीव होती.

आम्ही परतलो. अधूनमधून जवळच्या वाटांनी प्रवास करू लागलो. भरभर तीन-चार दिवस प्रवास केला. चौथ्या-पाचव्या दिवशी राजमार्गापासून किंचित आत असलेल्या एका रम्य स्थानी आम्ही आलो.

डोंगरे, दरी, नदी, अरण्य या सर्वांचे मोठे मनोहर संमेलन त्या स्थानी झाले होते. यांतली प्रत्येक गोष्ट त्या स्थानाच्या रम्यतेत भर घालीत होती. डोंगर विशेष उंच नव्हता. मधला डोह सोडला, तर नदी निर्झराप्रमाणे दिसे. मध्यभाग वगळला, तर अरण्य उद्यानासारखे भासे. मी हे स्थान प्रथम पाहिले, तेव्हा सृष्टीच्या बाल्यावस्थेत तिच्या क्रीडेकरता ब्रह्मदेवाने ते निर्माण केले असावे, अशी कल्पना माझ्या मनात येऊन गेली. कोस-दोन कोसांच्या आत मनुष्यवस्ती नव्हती, पण असल्या निर्जन स्थळी तिथल्या किणकिणीचे जे अनामिक भय वाटते, ते इथे क्षणभरसुद्धा जाणवत नसे. किलबिलणारी पाखरे आपल्याशीच बोलत आहेत, असे वाटे. झुळझुळणारी नदी मुग्ध बालिकेप्रमाणे आपल्या नादात गीत गात आहे, असा भास होई. दरी प्रशांत शय्यागृहासारखी वाटे. डोंगर यज्ञवेदीसारखा दिसे. भव्यतेमुळे मनावर पडणारे दडपण, रुद्रतेमुळे हृदयात निर्माण होणारी भीती– काही काही नव्हते त्या स्थळी! केवळ सौम्य, रम्य सौंदर्य होते. केवळ अनंत, अपार आनंद होता.

आई आपल्या वाटेकडे डोळे लावून बसली असेल, आपण हस्तिनापुराला शक्य तितक्या लवकर पोचले पाहिजे, हे मला कळत होते: पण या सौम्य, सुंदर स्थानाने मला मंत्रमुग्ध केले. घटका न् घटका मी ते डोळे भरून पाहिले; पण माझी तृप्ती झाली नाही. झोप पुरी झाली नाही, म्हणजे माणसाला शय्येवरून उठू नये, असे वाटते! तशी माझी स्थिती झाली होती. त्या स्थळाचा निरोप घेणे अगदी जिवावर आले. पुढचा प्रवास थांबवून मी तिथेच रेंगाळलो. प्रत्येक दिवशी सकाळ-संध्याकाळ डोहापासून किंचित दूर असलेल्या एका वृक्षावर बसून ही सारी शोभा मी पाहत राही. मध्येच नकळत मला यतीची आठवण होई. अशी अनेक रम्य स्थाने त्याने पाहिली असतील; ते सर्व सौंदर्य डोळ्यांनी पीत-पीत कालक्रमणा करावी, असे त्याला का वाटले नाही? हा हठयोगाचा आणि मंत्रतंत्राचा घोर मार्ग त्याने का

स्वीकारला? शुक्राचार्यांची सेवा करून, जग पुरुषमय करण्याची विद्या संपादन करायला तो गेला आहे! स्त्रीचा– तिच्या सौंदर्याचा असा द्वेष तो का करीत आहे? किती वेडगळ आकांक्षा आहे त्याची? हे रम्य स्थान त्याच्या दृष्टीला पडले असते, तर त्याचे वाळवंट बनवायला तो निघाला असता. जे नैसर्गिक आहे, जे सुंदर आहे, त्याच्यावर प्रेम करावे, त्याची पूजा करावी, त्याच्या उपभोगाने आपले जीवन फुलवावे, हा माणसाच्या जीवनाचा हेतू आहे, की–

दोन दिवस झाले, तिसरा दिवस गेला, पण त्या स्थळाचा निरोप घेऊन पुढच्या प्रवासाला लागावे, असे मला वाटेना. मी कुठे जातो, काय करतो, हे स्थान सोडावयाचे माझ्या जिवावर का येत आहे, हे मंदारला कळेना. दोन-तीनदा तो गुप्तपणे माझ्यामागून आला. मला ते जाणवले. बिचारा निराश होऊन परतला. या स्थानाविषयी मला वाटणारे प्रेम त्याला कसे समजावून सांगावे, हे मला कळेना.

मला वाटे, पुन्हा आपण या रम्य स्थळी केव्हा येऊ, ते देव जाणे! कदाचित कधीच येणार नाही! जीवनाचा आलेख त्या विचित्र वक्ररेषेने तयार होतो, ती अत्यंत लहरी आहे. ती हे रम्य स्थान पुन्हा आपल्या दृष्टीस पडू देईल, असा काय नेम आहे? या जगात सुख लुटण्याचा काळ एकच असतो– ते मिळत असते, तेव्हा!

असे सारखे मनात येऊन, मी माझा मुक्काम वाढवीत होतो. प्रत्येक दिवसागणिक मंदारच्या कपाळावर एकेक आठी वाढत होती.

शेवटी पाचव्या दिवशी तो मला म्हणाला,

'उद्या पहाटे निघायलाच हवं आपल्याला.'

त्याच्या बोलण्यातला 'च' मला आवडला नाही. मी हस्तिनापूरचा राजा होतो, मंदार माझा यःकश्चित सेवक होता. पण त्याला पटेल, असे इथे राहण्याचे कारण मला सांगता येईना. शेवटी संध्याकाळी या स्थानाचा निरोप घेण्याकरिता मी मोठ्या उदास मनाने गेलो. एखाद्या प्रिय व्यक्तीच्या चिरवियोगाच्या कल्पनेने मनुष्य व्याकूळ होऊन जातो ना, तसे माझे झाले होते. मनुष्याच्या वियोगदुःखात तिथे दुसरी व्यक्ती सहभागी होऊ शकते. आपले दुःख स्पर्शाने आणि अश्रूंनी व्यक्त करता येते; इथे तसे काय होते?

संध्याकाळच्या लांब लांब सावल्या डोंगराच्या उंचवट्यावर वृक्षवेलींच्या पर्णभारावर आणि डोहातल्या संथ पाण्यावर हळूहळू पसरू लागल्या. मी हे सर्व पाहत वृक्षावर तसाच बसून होतो. आता घटका-दोन घटकांत आपल्या इथून जावे लागणार, म्हणून मी अतिशय अस्वस्थ झालो होतो. इतक्यात नदीच्या समोरच्या काळावर एक हरिणी ऐटीने उभी असलेली दिसली. ती बहुधा पाणी प्यायला आली असावी; पण

पाण्याला तोंड न लावता ती तशीच उभी राहिली होती. जणू काही कुणी शिल्पकार तिची मूर्ती घडवीत होता आणि त्याच्या कलेचे सौंदर्य लवभरही बिघडू नये, म्हणून ती अशी निश्चल उभी होती! मधेच माझा उजवा हात खांद्याकडे गेला. त्या हाताला धनुष्यबाणाची आठवण झाली होती. माझ्यातला शिकारी जागा झाला; पण तो क्षणभरच. त्या हरिणीकडे पाहता-पाहता मृगयेत फार मोठे पाप आहे, असा विचार– क्षत्रियाला न शोभणारा विचार– माझ्या मनात डोकावून गेला.

ती हरिणी तशीच उभी होती. तिच्यावरील दृष्टी मी सहज ऐलतीरावर वळविली. मी चकित झालो. तिथेही एक हरिणी– छे! ती कुणी तरी तरुणी होती. पाठमोरी दिसली ती मला. अशा निर्जन जागी ती का बरे आली असावी?

तिने वर आकाशाकडे पाहिले! हात जोडले! आणि दुसऱ्या क्षणी डोहात आपला देह फेकून दिला!

३९

त्या तरुणीला वाचविण्याकरिता मी डोहात उडी टाकली, तेव्हा माझे मन केवळ करुणेने भरून गेले होते! पण तिला बाहेर काढून शुद्धीवर आणण्यासाठी मी तिचे मस्तक मांडीवर घेतले मात्र! त्या करुणेची जागा भीती, आश्चर्य आणि आनंद यांनी घेतली.

ती अलका होती!

अलकेच्या नाका-तोंडांत फारसे पाणी गेले नव्हते. तिने लवकरच डोळे उघडले; पण माझ्याकडे दृष्टी जाताच मंद स्मित करून लगेच ते मिटून घेतले. खोल गेलेल्या आवाजात ती उद्गारली,

'आई, युवराज केव्हा आले?' तिचे स्थळकाळाचे भान अजून परत आले नव्हते; असे दिसले.

'मी आता युवराज नाही, अलके! महाराज झालो आहे!' मी हसत म्हणालो.

डोळे उघडून आणि ते माझ्यावर रोखून ती म्हणाली,

'खरंच, चुकले मी, महाराज!'

बोलता-बोलता ती इतकी गोड हसली, की अनेक वर्षांपूर्वीची अपरात्री माझ्या उशाशी उभी असलेली मुग्ध अलका माझ्या डोळ्यांपुढे उभी राहिली. त्या रात्रीच्या पहिल्या चुंबनाची गोडी माझ्या रोमारोमांतून सळसळत गेली. एखादे लहान मूल दिव्याकडे टाक लावून पाहते ना? तशी ती माझ्या मुद्रेकडे टकमक पाहत होती. आपण पाहत आहोत, ते जागेपणी, का स्वप्नात, असा संभ्रम अजून तिच्या मनात असावा! त्या संभ्रमामुळे तिचे सुंदर मुख अधिकच मोहक दिसत होते. त्याचे चुंबन

घेण्याचा मोह मला अनावर झाला. तिच्या ओठांवर हळूच ओठ ठेवण्याकरिता मी मान किंचित खाली केली. तिच्या ते लक्षात आले असावे! अंग शहारल्यासारखे करून ती म्हणाली,

'अंहं!'

तिचा स्वर किंचित घोगरा होता; पण त्याच्यामागचा निग्रह मला स्पष्टपणे जाणवला.

मुकाट्याने मी मान वर केली.

पाणावलेल्या डोळ्यांनी माझ्याकडे पाच-दहा क्षण पाहून आणि माझा हात हातात घट्ट धरून ती म्हणाली,

'मी दुसऱ्याची आहे आता, महाराज!'

तिचा हात थरथर कापत होता. मुद्रा भयग्रस्त दिसत होती. मी नको-नको म्हणत असतानाही मधेच अडखळत, मधेच थांबत, ती आपली कहाणी सांगू लागली, अंगावरले ओले वस्त्र, भिजून चिंब झालेले केस, कशाचीही शुद्धी नव्हती तिला!

मावशीने तिचे लग्न जुळविले. आईला आनंद झाला. लग्न पार पडले. नवरा शेतकरी होता. चांगला देखणा, सशक्त आणि सधन. पण तो जुगारी होता. या नादामुळे त्याला दुसरे काही सुचत नसे. घर, शेत, बायको, आई यांपैकी कशाचीच आठवण राहत नसे. त्याला एक जिवलग मित्र होता. तो जादूटोणा करीत असे.

एका जत्रेच्या निमित्ताने नवरा अलकेला बरोबर घेऊन घराबाहेर पडला. सोबतीला तो मित्र होताच. जत्रेतल्या जुगारात हार खावी लागली, अलकेला घेऊन तिचा नवरा तिथून पळाला. मित्र बरोबर होताच. आज ना उद्या त्या मित्राच्या मदतीने आपल्याला कर्णपिशाच वश होईल, मग जुगारात आपण पैसेच पैसे मिळवू, असे मनोराज्य तो नेहमी करायचा! त्याचा मित्र अष्टौप्रहर जादूटोण्यात गुंग असायचा! माणसाचे गाढव करण्याची जादू तो शोधीत होता. 'माणसाला कुत्रे किंवा बोकड करण्याची शक्ती आपल्याला लाभली आहे', असेही तो सांगत असे!

त्या दोघांबरोबर भटकत-भटकत अलका घरापासून फार दूर आली. काय करावे, तिला कळेना. ती नवऱ्याला चार उपदेशाचे शब्द सांगू लागली, की तो तिच्यावर गुरगुरे; मग आपल्या मित्राला म्हणे,

'हिला कुत्री, नाही तर बकरी करून टाक, म्हणजे ही अशी टुरटूर करणार नाही! मुकाट्याने आपल्याबरोबर येईल.'

तो मित्र विस्तव पेटवून त्याच्यावर मोहऱ्या टाकी– आणि काही मंत्र पुटपूटू लागे.

अलकेचे प्राण कंठात येत. ती त्या दोघांच्या पाया पडे, आणि पुन्हा असे बोलणार नाही, म्हणून नाक घाशीत कबूल करी. मग त्या जादूटोणा करणाराचे मंत्र थांबत.

पण तिच्या दुर्दैवाचे एवढ्याने समाधान झाले नाही. चार-पाच दिवसांपूर्वी तिच्या नवऱ्याने तिला पणाला लावले. तो जुगार हरला. जिंकणारा जिभल्या चाटीत तिच्याकडे पाहू लागला. ती काही तरी निमित्त करून तिथून निसटली आणि अंधारात मिळेल त्या वाटेने चालू लागली. लपत-छपत चालायचे, कुणी एखादा तुकडा दिला, तर तो खायचा, मिळेल तिथे पाणी प्यायचे, अशा रीतीने तिने हे दिवस काढले. जगणे अगदी असह्य झाले. शेवटी जीव देऊन या सर्व दुःखांतून मुक्त होण्याचा तिने निश्चय केला.

हे सारे सांगताना फार कष्ट झाले तिला! तिची कहाणी ऐकून मला वाटले, दैव हे मोठे क्रूर मांजर आहे. माणसाला मारण्यापूर्वी त्याला उंदरासारखे खेळविण्यात त्याला विलक्षण आनंद होत असावा!

सूर्य मावळतीला झुकला होता. पण अलकेच्या मनात आशेचा उदय होईल, असे काही तरी बोलणे आवश्यक होते. तिच्या केसांवरून वात्सल्ययुक्त करुणेने हात फिरवीत मी म्हटले,

'तू मुळीच भिऊ नकोस. तू माझी...'

माझ्या मांडीवरले मस्तक झटकन उचलीत ती फणकाऱ्याने उद्गारली,

'नाही, मी तुमची नाही! मी-मी-मी दुसऱ्याची आहे!'

तिचे मस्तक थोपटून मी म्हटले,

'वेडी कुठली! तू माझी बहीण आहेस! तुझ्या आईचं दूध मी प्यालो आहे. आहे ना ठाऊक?'

एका धीराच्या शब्दात, एका आपुलकीच्या स्पर्शात केवढी शक्ती असते!

अलका खुदकन् हसली. जणू विझू लागलेल्या ज्योतीला तेल मिळाले.

संध्याकाळ लगबगीने पृथ्वीवर उतरत होती. या निर्जन जागी यापुढे राहणे इष्टच नव्हते. मी प्रथम हळूहळू अलकेला बसते केले. मग हात धरून तिला उठवले. डोहापासून दूर असलेल्या नदीच्या पात्रात तिला नेले. ते निर्मळ पाणी ती पोटभर प्याली. तिला आता खूप हुशारी वाटू लागली.

ती पाणी पीत असताना तिच्या केसांकडे माझे लक्ष गेले. मावळत्या सूर्याचे किरण एकदम त्यांच्यावर पडले होते. मधेच चार-पाच केस चमकले. मी अलकेला लहानपणापासून पाहत आलो होतो; पण तिच्या केसांत एक सुंदर सोनेरी छटा आहे, याची मला कधीच कल्पना नव्हती. आता ती छटा स्पष्ट दिसली. मी हसत म्हणालो,

'तुझे केस सोनेरी आहेत?'

'आहेत थोडेसे!'

'असायचेच म्हणा!'

'ते का?'

'मोठ्या माणसांचं सारंच मोठं असतं!'

ती मनापासून हसली आणि माझ्याकडे रोखून पाहून म्हणाली,

'मी फार मोठ्ठी आहे; फार-फार मोठ्ठी आहे; मी कोण आहे, हे आहे का ठाऊक?'

'नाही, बुवा!'

'हस्तिनापूरच्या ययातिमहाराजांची बहीण!'

४०

त्या रात्री शय्येवर मी पडलो, तेव्हा सोनेरी केसांची अलका नदीच्या शुभ्र निर्मळ प्रवाहात उभी राहून म्हणत होती,

'मी कोण आहे, हे आहे का ठाऊक? हस्तिनापूरच्या ययातिमहाराजांची बहीण!'

तिची ती मूर्ती डोळे भरून पाहत आणि ते मधुर हास्य कान भरून ऐकत मी निद्रेच्या राज्यात प्रवेश केला.

भर मध्यरात्री कुणी तरी माझ्या पायाला स्पर्श करीत आहे, असा मला भास झाला. मी दचकून जागा झालो. दीपप्रकाश मंद होता; पण माझ्या पायाशी उभी असलेली आकृती अलकेची आहे, हे मी ओळखले. मी झटकन् उठलो आणि तिच्याजवळ जाऊन विचारले,

'काय झालं, ग?'

ती बोलू शकली नाही. नुसती थरथर कापीत होती! मी तिचा हात हातात घेतला. तो घामाने भिजून गेला होता. मी तिला माझ्या शय्येवर आणून बसविले. तिच्या पाठीवरून हात फिरवून तिला धीर दिला.

मधेच दाराशी कुणाची तरी सावली पडली, असे मला वाटले. मी वळून पाहिले. दारात कुणीच नव्हते.

अलकेला अंथरुणावर पडल्यापासून घटकाभरही स्वस्थ झोप आली नव्हती. जादूटोण्याची तिला फार भीती वाटे. आजच्या एका स्वप्नात ती कुत्री झाली होती. दुसऱ्यात बकरी झाली होती. तिसऱ्या स्वप्नात नवरा तिचा कडेलोट करीत होता. ती किंचाळून जागी झाली; पण तिच्या शेजारी निजलेल्या दोन्ही दासी डाराडूर झोपल्या होत्या; ती भेदरून गेली. शेवटी मनाचा धीर करून ती

माझ्याकडे आली.

तिचे बोलणे मी ऐकत असताना कुठल्या तरी कीटकाने दिवा विझवून टाकला. ती थांबली, तेव्हा कुठे हे माझ्या लक्षात आले.

याच वेळी कुणाची तरी बाहेर पाऊल वाजले. बहुधा तो पहारेकरी असावा.

अलकेची समजूत घालून तिला मी परत पाठविले; पण एक गोष्ट माझ्या लक्षात आली. जुगारी नवरा आणि त्याचा तो जादूटोणा करणारा मित्र यांची तिला अतिशय भीती वाटत आहे. तिचे धास्तावलेले मन– मी कितीही धीर दिला, तरी एकदम ताळ्यावर येणार नाही.

दुसऱ्या दिवशी रात्री ती कदाचित माझ्याकडे येणार नाही, असे मला वाटत होते; पण ती आदल्या रात्रीप्रमाणेच थरथर कापत आली. रात्र तिची वैरीण बनली होती. तिच्या मनातली सारी पिशाचे काळोखात बाहेर पडून तिचा छळ करीत होती.

दुसऱ्या दिवशी अलका आली, ती निराळीच तक्रार करीत! तिला भूत दिसले होते. त्या भुताचा चेहरा मंदारसारखा होता, म्हणे! तिला झोप लागली आहे, असे वाटून त्या भुताने तिचे चुंबन घेण्याचा प्रयत्न केला. तिने हालचाल करताच ते पळून गेले.

तिसऱ्या दिवशी माझ्याच जागेत तिचे अंथरूण टाकण्याची मी दासींना आज्ञा केली. माझ्या शय्यागृहाचे दार सदैव उघडे असे. पहारेकरी वरचेवर येऊन मी स्वस्थ झोपलो आहे, की नाही, हे पाहून जाई. अशा स्थितीत अलका माझ्या शय्यागृहात झोपली, म्हणून काय बिघडणार होते? यात संशयाला जागा होता कुठे?

माझ्यावरील गाढ विश्वासामुळे असो अथवा जसजसे दिवस लोटत चालले, तसतशी मनातली भीती कमी झाल्यामुळे असो, अलका स्वस्थ झोपू लागली. एखाद्या वेळी ती किंचाळून उठे; नाही, असे नाही! पण तिने 'महाराज!' म्हणून हाक मारली आणि मी 'काय, ग?' असा प्रश्न विचारला, की तिचे मन स्थिर होई.

पुढल्या साऱ्या प्रवासात चार-पाच वेळाच ती अशी भ्याली असेल! ती कापू लागली, म्हणजे मी तिला शय्येवर आणून बसवी, तिच्या पाठीवरून हात फिरवी आणि तिचे मन स्थिर झाल्यावर तिला तिच्या शय्येकडे परत पाठवी.

ते सर्व प्रसंग मी आठवून पाहत आहे; पण कुठल्याही वेळी, अगदी अपरात्री माझ्या शय्येवर ती बसली असतानादेखील, माझ्या मनात तिच्या शरीरसुखाची अभिलाषा निर्माण झाली होती, असे मला वाटत नाही. तिच्या सौंदर्यापेक्षा तिचा माझ्यावरील विश्वास मला शतपटींनी आकर्षक वाटू लागला होता. तिच्या चुंबनाच्या सुखापेक्षाही माझ्या मांडीवर मस्तक ठेवून ती निश्चिंत होऊ शकत होती, हा आनंद

मला निराळ्याच प्रकारचा उत्साह देत होता.

ते प्रवासातले दिवस– किती लवकर संपले ते! मात्र माझ्या मनात त्यांची मधुर स्मृती अजून कायम आहे. दिवसभर अलका माझ्या अवतीभोवतीच असे– कधी एखादे गोड गाणे गुणगुणत, कधी स्वैर सुंदर केशरचना करीत, कधी माझ्या प्रत्येक वस्तूवरला धुळीचा कण नि कण काढून टाकीत, कधी वन्यपुष्पांची चिमुकली वेणी करीत, कधी एखाद्या नगरात आमचा तळ असला, की मला आवडणारे अनेक पदार्थ स्वतः करून वाढीत, कधी मी भोजनाला बसलो, की मला पंख्याने वारा घालीत, तर कधी एखादा पदार्थ मला आग्रह करून खायला लावीत. अशा वेळी मी तिला म्हणे,

'आता हस्तिनापुराला गेल्यावर मी अजीर्ण होऊन आजारी पडणार, हे उघड आहे. त्या वेळी राजवैद्य काढे पाजू लागले, तर मी त्यांना सांगेन, हे सारे काढे अलकेच्या घशात ओता. तिच्यामुळं मला हे अजीर्ण झालं!'

स्त्री निर्माण करताना ब्रह्मदेवाने कोणकोणत्या वस्तू एकत्रित केल्या होत्या, याची मला कल्पना नाही; पण त्या प्रवासातले अलकेचे अस्तित्व मला अतिशय सुखदायक झाले. जणू एखादी नादमधुर आणि भावसुंदर कविताच माझ्याभोवती वावरत आहे, असे मला अनेकदा वाटे! त्या कवितेला शृंगाराचा स्पर्शसुद्धा नव्हता. पण तिच्यात हास्य, वत्सलता आणि करुणा यांचा किती मनोहर संगम झाला होता.

मंदार तिच्याकडे अनेकदा रागाने पाही. ती दासीची मुलगी असून, मी तिला बरोबरीच्या नात्याने वागवितो, हे बहुधा त्याला आवडत नसावे. त्या वेड्याला हे कुठे ठाऊक होते, की ययाति हा जगाच्या दृष्टीने राजा होता; पण अलकेच्या दृष्टीने तो केवळ एक भाऊ होता. त्याला हे कुठे माहीत होते, ती जगाच्या दृष्टीने अलका ही एक दासीची मुलगी होती, पण ययातीच्या दृष्टीने ती केवळ एक बहीण होती!

निरागस आनंदाचे, निरपेक्ष प्रेमाचे आणि निर्मल हास्यविनोदाचे ते दिवस हां-हां म्हणता संपले. हस्तिनापूर केवळ दहा कोस उरले. तेव्हा मंदार मला म्हणाला,

'मी थोडा पुढं जातो, महाराज. नाही तर आपल्या स्वागताची पूर्वतयारी करायला मिळाली नाही, म्हणून राजमातेचा रोष होईल माझ्यावर!'

मी त्याला जायला परवानगी दिली; पण राहून-राहून मला वाटत होते– आईच्या नेत्रांतली वात्सल्याची आणि अलकेच्या डोळ्यांतली ममतेची निरांजने सतत तेवत असताना ययातीचे निराळे स्वागत कशाला हवे?

४१

हस्तिनापुराला आम्ही पोचलो, तेव्हा दहा घटका रात्र झाली होती. अलका मला कशी भेटली, हे सांगून तिला मी आईच्या स्वाधीन केले.

त्या रात्री भोजन होताच मी झोपी गेलो. प्रातःकाळी आई यतीचा विषय काढील, असे मला वाटले होते; पण ती काहीच बोलली नाही. मी एकटाच हात हलवीत परत आलो, हे पाहून तिला दुःख झाले असावे! यतीविषयी तिच्या मनात मी उगीच आशा निर्माण केली, असे मला वाटू लागले. आशाभंगासारखे जगात दुसरे दुःख नाही!

तो सारा दिवस गडबडीत गेला. अमात्य आणि इतर अधिकारी आले, ते अभिषेकाच्या गोष्टी बोलू लागले. माधव तारकेला घेऊन आला. तारकेला खाऊ देण्यासाठी मी अलकेला हाक मारली; पण खाऊ घेऊन ती आली नाही. दुसरीच दासी आली. दिवसभर मी व्यग्र होतो. तरी तीन-चारदा या नाही त्या निमित्ताने अलकेची आठवण मी केली; पण एकदाही ती माझ्यापुढे आली नाही; मला कुठे दिसली नाही.

रात्री भोजनाच्या वेळी मी आईला विचारले,

'अलका कुठं दिसत नाही?'

माझा प्रश्न जणू काही आपण ऐकलाच नाही, अशा मुद्रेने आई म्हणाली,

'ययु, तू हस्तिनापुराचा राजा झाला आहेस आता. राजांनी राजकन्यांकडे लक्ष द्यायचं असतं; दासींकडं नाही!'

आई हे शब्द अत्यंत निर्विकार स्वराने बोलली. ती माझी थट्टा करीत आहे, की मला टोचून बोलत आहे, हेच मला कळेना. मी गप्प बसलो, पण तिच्या या शब्दांमुळे पानातल्या सुरस पदार्थांत मला गोडी वाटेना. ते तसेच टाकून मी उठलो.

आईने खूण करून मला आपल्या महालात बोलावले. मी मुकाट्याने तिच्यामागून गेलो. लगेच तिने दार लावून घेतले. मग तिच्या मंचकापाशी असलेल्या एका वाघिणीच्या सुंदर पुतळ्याकडे पाहत ती म्हणाली,

'अलका आपल्या आयुष्याचे शेवटचे क्षण मोजीत आहे!'

मी जागा आहे, की एखादे स्वप्न पाहत आहे, हे मला कळेना! मोठ्या कष्टाने माझ्या तोंडातून उद्गार निघाला,

'म्हणजे?'

'या जगात जन्माला येण्याचा मार्ग एकच आहे, तसं मरणाचं नाही. मृत्यू अनेक वाटांनी येतो! कुठूनही येतो तो!'

‘पण तिची ही स्थिती तू मला सांगायचीस, की नाही? मी राजवैद्यांना–’

‘इथं राजवैद्यांचं काही काम नाही! हा राजघराण्याच्या प्रतिष्ठेचा प्रश्न आहे. हा राजमातेचा प्रश्न आहे. तू प्रवासात उधळलेले गुण...’ माझ्याकडे एकदम वळून आई उद्गारली. तिच्या डोळ्यांत जणू काही प्रक्षुब्ध नागिणी सळसळत होत्या.

क्षणभर थांबून ती म्हणाली,

‘तुला झालेला भयंकर रोग बरा करण्याकरिता!’

‘मला कसला रोग झालाय्?’

‘कसला? त्या मुकुलिकेला मी अशोकवनातून हाकलून दिले आहे. पुन्हा नगरात पाऊल ठेवलंस, तर प्राण जातील, म्हणून बजावलंय्! ती आज इथं असती, तर तुझ्या रोगाची सारी लक्षणं–’

मी खाली मान घातली. मुकुलिकेशी मी उच्छृंखलपणाने वागलो होतो. माझे मलासुद्धा ते कळले होते. काही दिवस ते मनात डाचतही होते; पण अशोकवनात जे काही बरेवाईट घडले, ते आईला कुणी सांगितले? तिने स्वतः सांगितले असेल? छे! ती कशाला सांगेल? शरीरसुखाच्या मोबदल्यात युवराजांतची मर्जी संपादन करायला निघालेली दासी ती! ती कशाला हे रहस्य–

आई बोलू लागली,

‘तुझे वडील इकडं मृत्युशय्येवर पडले होते नि तिकडं अशोकवनात तू त्या भिकारड्या दासीला मंचकावर घेऊन–’

त्या दिवशी अमात्यांनी भुयारातून मंदारला पाठविले होते, तो आला, तेव्हा मुकुलिका माझ्या मंचकाजवळ उभी होती. तिला महालाबाहेर घालवून मग भुयाराचे दार उघडण्याचे अवधान मला राहिले नव्हते!

माझे मस्तक गरगर फिरू लागले. मंदार इतका नीच आहे? हे आईला सांगून त्याने काय मिळविले?

अशोकवनात जे काही घडले, ते सारे आईला सांगावे– काही-काही न चोरता सांगावे– असे माझ्या मनात आले; पण लज्जा मला बोलू देईना. शिवाय आईने मुकुलिकेला पुरे छेडले असेल! तिने त्या पापाची सारी जबाबदारी माझ्यावर ढकलली असेल! मी कितीही जीव तोडून सत्य सांगितले, तरी आईच्या आताच्या मनःस्थितीत ते तिला खरे वाटणार नाही.

मनात जळत मी स्तब्ध राहिलो; पण माझी स्तब्धता ही आईला पापाची कबुली वाटली असावी! करवतीने एखादे लाकूड कापतात, तसे माझे मन चिरीत ती खवचट, उपरोधपूर्ण स्वराने म्हणाली,

‘तुझा काही दोष नाही, बाबा, यात. दोष आहे माझ्या दैवाचा! तुमच्या घराण्याच्या रक्तातच आहे हे! सुंदर स्त्री दिसली, की....’

ती बाबांना पडलेल्या इंद्राणीच्या मोहाविषयी बोलत होती, की त्यांना मिळालेल्या शापाविषयी बोलत होती, हे मला कळेना; पण चाबकाच्या फटक्यांनी पाठ सोलून निघावी, तद्वत् तिच्या शब्दाशब्दाने माझ्या अंतःकरणाच्या चिंधड्या होऊ लागल्या.

ती बोलतच होती-

'जे माणसाच्या रक्तात असतं, तेच प्रत्येक वेळी वर उसळून येतं. बायको म्हणून मी पुष्कळ दुःख भोगलं! आई म्हणून तरी ते माझ्या वाट्याला येणार नाही, अशी आशा करीत होते मी! पण-'

एखाद्या दुर्गाचा लोखंडी दरवाजा बंद व्हावा, तसे तिचे बोलणे मधेच थांबले. तिने मला खूण केली. मी तिच्यामागून चालू लागलो. ती महालाच्या पूर्वेकडच्या भिंतीकडे गेली. अशोकवनातल्या महालातून राजवाड्यातच राजाच्या महालापर्यंत जसे भुयार होते, तसेच ते भुयार असावे, असे मला वाटले. आईच्या मागून मी त्यात उतरू लागलो. मात्र आपण कुठे जात आहोत, हे तिला विचारण्याचा धीर मला झाला नाही!

४२

हे भुयार फार लांब नव्हते. त्याच्या दुसऱ्या टोकाला एक तळघर होते. त्या तळघरात दाराशी एक उग्र मुद्रेचा धिप्पाड पहारेकरी उभा होता. त्याने आम्हां दोघांना अभिवादन केले.

आई माझ्याकडे वळून म्हणाली,

'आत जा. मात्र फक्त अर्धी घटका तुला आत राहायला मिळेल. मरणापूर्वीची माणसाची इच्छा पुरवावी, म्हणतात. म्हणून अलकेवर एवढी दया दाखविली मी! नाही तर...' क्षणभर थांबून ती पुढे म्हणाली,

'युवराज!'

युवराज? आई मला युवराज म्हणून हाक मारीत होती! ययु म्हणायचे सोडून-

'हे पाहा, युवराज, उद्या तुम्ही महाराज होणार आहात. राजांना रडणं शोभत नाही, हे लक्षात ठेवा. राजे लोक कधीच कुठलीही चूक करीत नाहीत, हे विसरू नका. मनात आणलं, तर राजाला प्रत्येक दिवशी अप्सरेइतकी नवी सुंदर स्त्री मिळू शकते, हेही-'

ती माझ्याकडे पाठ फिरवून उभी राहिली; पहारेकऱ्याने हळूच दार उघडले. मी बधिर मनःस्थितीत आत पाऊल टाकले. त्या अरुंद खोलीच्या एका कोपऱ्यात मंद दिवा जळत होता. त्या क्षीण प्रकाशात प्रथम काही क्षण मला काहीच दिसेना. मग

खोलीच्या मध्यभागी गुडघ्यांत मान घालून बसलेली अलका दिसली. जड पावलांनी मी तिच्याजवळ गेलो. तिला माझी चाहूल ऐकू आली असावी! मी अगदी जवळ जाऊन तिच्या खांद्यावर हात ठेवला, तेव्हा कुठे तिने हळूहळू आपली मान वर केली. ती माझ्याकडे नुसती पाहत राहिली. तिचा चेहरा काळाठिक्कर पडला होता. डोळे तारवटून गेले होते. पुन्हा पुन्हा माझ्याकडे पाहत ती म्हणाली,

'कोण आहे?'

तिला ऐकू येत नव्हते, दिसत नव्हते– माझ्या काळजात चर्र झाले! तिचे दोन्ही खांदे गदगदा हलवीत मी चीत्कारलो,

'अलके!'

तिने माझा आवाज ओळखला. तिच्या ओठांना मंद स्मित स्पर्श करून गेले. तिने जड, पण गोड आवाजाने विचारले,

'कोण? महाराज?'

तिच्याजवळ बसून मी तिचे मस्तक लहान मुलासारखे खांद्यावर घेतले आणि ते थोपटीत उद्गारलो,

'काय हे, अलके?'

तिच्यापलीकडेच एक रिकामा पेला पडला होता! त्याच्याकडे मोठ्या कष्टाने बोट दाखवीत ती म्हणाली,

'त्याला विचारा. त्या-त्या पेल्यात– प्रेम होते– ते-ते- मी प्याले!'

तिला पुढे बोलवेना. एकदम तिच्या डोळ्यांतून घळघळा अश्रू वाहू लागले. माझा खांदा भिजून चिंब झाला. मधेच जिवाच्या आकांताने ती म्हणाली,

'तो-तो-मंदार– त्यानं-त्यानं– त्याला मी–'

तिची जीभ अडखळू लागली. मी वेड्यासारखा तिला थोपटीत होतो. तिच्या अंगावरून हात फिरवीत होतो. ती आळोखेपिळोखे देऊ लागली. तिला त्या विषाच्या विलक्षण वेदना होत असाव्यात! तिचे अंग गार पडत चालले होते! माझ्या खांद्यावरले तिचे मस्तक जड जड होऊ लागले. तिला नीट श्वास घेता येईना. काय करावे, हे तिला कळेना.

तिला आचके येऊ लागले. मधेच खोल गेलेल्या स्वराने ती म्हणाली,

'म-म-मला– विसरू नका, म-माझा-एक सोनेरी केस– आठवण– अग, बाई ग...'

तिचा एक सोनेरी केस मी हळूच तोडला. ती आता केवळ काही क्षणांची सोबतीण होती. माझ्यापायी तिला मरण आले होते! मृत्यूच्या अज्ञात प्रदेशातला कधीही न संपणारा प्रवास करायला अलका– माझी अलका– माझी दुर्दैवी अलका– निघाली होती. त्या प्रवासात तिला अखंड धीर देईल, अशी एखादी खुणेची वस्तू

बरोबर द्यायला नको का?

मृत्यूच्या दारात राजासुद्धा भिकारी होतो, मी तिला काही-काही देऊ शकत नव्हतो!

नकळत माझी मान खाली गेली. अलकेच्या ओठांवर माझे ओठ टेकले. अजून तिला थोडी शुद्धी असावी. तोंड वळविण्याची धडपड करीत ती पुटपुटली,

'अंहं! विष-विष!'

पण तोंड वळविण्याची शक्ती तिच्या अंगी नव्हती. मी वेड्यासारखा तिची चुंबने घेऊ लागलो.

त्या रात्री अलकेचे ते पहिले चुंबन– या रात्री अलकेचे हे शेवटचे चुंबन! जीवन हे किती भयंकर नाटक आहे! तोंड वळविण्याच्या धडपडीत अलकेचे मस्तक खांद्यावरून निसटले. ती धाडकन खाली पडली!

मी तिला हलवून पाहिले! पिंजऱ्यातून पक्षी उडून गेला होता!

तिचे निर्जीव शरीर माझ्यासमोर पडले होते! तिचा आत्मा– माझे मन म्हणत होते, कुठे आहे तो आत्मा?

बाहेरून आईची हाक आली–

'युवराज–'

मी माझ्या महालात आलो, तेव्हा अमात्य माझी वाट पाहतच बसले होते. ते अपरात्री मुद्दाम आले होते, ते म्हणाले,

'मोठी आनंदाची वार्ता आलीय्!'

जगात आनंद असू शकतो? मी स्तब्ध राहिलो.

ते सांगू लागले,

देव-दैत्यांचं युद्ध थांबलं! कचाला संजीवनी विद्या मिळाली. त्यामुळं देवपक्षातले मृत सैनिक जिवंत होऊ लागले, म्हणून दैत्यांनीच युद्ध थांबवलं. फार-फार बरं झालं. या युद्धात दैत्य विजयी झाले असते, तर त्यांनी आपल्या राज्यावरही आक्रमण केलं असतं.'

कचाला संजीवनी मिळाली होती! देव-दैत्यांचे युद्ध थांबले होते! माझ्या दृष्टीने या सर्व गोष्टी अत्यंत क्षुद्र होत्या. माझे मन एकसारखा आक्रोश करीत होते– अलका कुठे आहे? माझी अलका कुठे आहे? प्रेमासाठी भुकेलेल्या भावाची एकुलती एक बहीण कुठे आहे?

***

भाग दुसरा

श्रीमद् भगवद्

देवयानी

१

बाहेर वसंतातल्या शीतल-सुगंधित वायुलहरी वाहत आहेत. मी मात्र शय्येवर भीतीने घामाघूम होऊन बसले आहे. शुद्ध चतुर्दशीचे चांदणे फुलले आहे– विशाल शुभ्र कमलासारखे. आत माझे मन काळवंडून गेले आहे– कोमेजलेल्या प्राजक्ताच्या फुलासारखे. बाहेर उन्मादक कोकिलकूजन ऐकू येत आहे. माझ्या हृदयात मात्र भग्न वीणेच्या स्वरांचे निनाद उमटत आहेत.

'मनी वसे, ते स्वप्नी दिसे' म्हणतात! हे खरे असेल? छे!'

किती भयंकर स्वप्न पडले मला! मी जागी झाले, तेव्हा मी लटपट कापत होते– झंझावातात थरथरणाऱ्या लतेसारखी! मी नखशिखांत घामाने निथळत होते– दवबिंदूंनी भिजून चिंब झालेल्या वेलीसारखी.

कचावर माझा राग असेल! असेल कसा? आहेच! माझा खूप खूप राग आहे त्याच्यावर! माझ्या प्रीतीचा अव्हेर करून तो निघून जाऊ लागला, म्हणून 'जी विद्या तू घेऊन जात आहेस, ती तुला केव्हाही फलद्रूप होणार नाही', असा शाप मी त्याला दिला असेल! म्हणून काय या स्वप्नातल्यासारखी मी–

देवयानी ही राक्षसांच्या गुरूची कन्या आहे; पण ती स्वतः काही राक्षसीण नाही.

जवळजवळ अर्धी घटका होत आली. त्या स्वप्नाची आठवण होताच अंगावर

कसा काटा उभा राहतोय्– अजून!

कच निघून गेल्यावर किती तरी दिवस माझ्या डोळ्यांचे पाणी खळले नाही. अन्नावर वासनासुद्धा जात नव्हती माझी.

मी बाबांना पुन्हा पुन्हा म्हणत होते,

'संजीवनी गेली, तर गेली! पुन्हा तपश्चर्येला बसा. भगवान शंकराकडून नवा वर मिळवा आणि या कठोर, कपटी कृतघ्न कचाला माझ्यापुढं आणून उभं करा!'

कचाला जन्मभर आठवण राहील, अशी शिक्षा करायची मला इच्छा होती; आजही आहे! माझे प्रेम झिडकारून, माझे हृदय पायांखाली तुडवून तो निघून गेला. 'कोणताही ऋषिपुत्र तुझं पाणिग्रहण करणार नाही!' असा निर्दय शाप मला देऊन तो निघून गेला. त्या कृतघ्नाचा चांगला सूड घ्यायचा आहे मला! पण तो काय असा– त्या स्वप्नातल्यासारखा– छे, ग बाई! अजून माझं अंग शहारतंय् त्या स्वप्नाच्या आठवणीनं!

ते स्वप्न– जस्सेच्या तस्से डोळ्यांपुढे उभे आहे ते माझ्या! राजसभेत शृंखलांनी जखडलेला कच उभा होता. तो विजेच्या डोळ्यांनी इकडे तिकडे पाहत होता. वृषपर्वामहाराज मला म्हणाले,

'गुरुकन्ये, आमच्या उद्धारासाठी गुरुदेव तपश्चर्येला बसले आहेत. या नव्या तपश्चर्येला प्रारंभ करताना त्यांनी मला आज्ञा केली. 'राजा, देवयानी हा माझा सहावा प्राण आहे. ती सदैव आनंदित राहील, असं कर!' कचानं तुला फार दुःख दिलं आहे, हे आम्हां सर्वांना ठाऊक आहे. म्हणून मोठ्या शौर्यानं आम्ही त्याला देवलोकातून बंदिवान करून आणलं आहे. तो तुझा कैदी आहे. त्याला कोणती शिक्षा करायची, ते सांग. तुझी आज्ञा निमिषार्धात अमलात आणली जाईल!'

खरी प्रेयसी प्रियकराला– त्याने तिला फसविले असले, तरी– कोणती शिक्षा देऊ शकेल? फार-फार तर त्याला आपल्या बाहुपाशात सदैव बद्ध करून ठेवायची! तेवढीसुद्धा शिक्षा मी दिली नाही! माझी शिक्षा तिच्याहूनही साधी होती! 'एकदा, केवळ एकदा, माझं चुंबन घे!' असे मी त्या निर्दयाला विनविले. 'ते चुंबन घेताच तू मुक्त होशील!' असे त्याला सांगितले.

पण मृत्यूच्या दारातसुद्धा त्याचा उन्मत्तपणा रतिमात्र कमी झाला नाही. तो मला म्हणाला,

'देवयानी, राक्षसांनी मला मारून, जाळून, माझ्या हाडांची पूड मद्यात घालून, ती दारू शुक्राचार्यांना पाजली. त्यामुळं त्यांच्या हृदयाच्या मर्मस्थानी मला प्रवेश मिळाला. जगात दुसऱ्या कुणालाही ठाऊक नसलेला संजीवनी-मंत्र मी तिथं आत्मसात केला! पण त्यामुळं मी तुझा भाऊ झालो. ज्या पोटात तू वाढलीस, त्याच पोटात मीही–'

मी संतापले. मी त्याला म्हणाले,

'देवयानी म्हणजे एक भोळी, खुळी मुलगी आहे, अशी तुझी समजूत दिसते. मुलं आईच्या पोटात वाढतात, बापाच्या नाही! हे कळायला काही फारशी अक्कल लागत नाही. मी तुझी बहीण नाही. तू माझा भाऊ नाहीस. मी तुझी प्रेयसी आहे. मी तुझ्यापाशी दुसरं काही मागत नाही. फक्त एकदा माझं चुंबन घे. ते घेतलंस, की तत्काळ तुला मुक्त करण्याची मी आज्ञा देते.'

किती वेडा, किती हट्टी, किती दुराग्रही आहे तो! माझी ही साधी मागणी त्याने मान्य केली नाही! वृषपर्वा महाराजांनी प्रश्न केला,

'गुरुकन्ये, याला कोणती शिक्षा देऊ?'

जो कच दारूतून बाबांच्या पोटात गेला होता, संजीवनीसह का होईना, जो सजीव होऊ दे, म्हणून मी बाबांची पायधरणी केली होती, त्याला शिक्षा करायची? आई मुलाला कठोर शिक्षा करू शकते का? मग प्रेयसी तरी–

पण याला कठोरांतली कठोर शिक्षा द्यायलाच हवी होती. माझा अधिक्षेप करताना, माझा अपमान करताना, त्याला काही काही वाटले नाही! हृदयाच्या तबकात प्रीतीची निरांजने लावून मी त्याला ओवाळीत असताना त्याने ते तबक उन्मत्ताप्रमाणे उधळून लावावे?

मी वृषपर्वा महाराजांना म्हणाले,

'कचाचा शिरच्छेद करा! त्याचं मस्तक एका तबकात घालून राजसभेत आणा. देवयानी नृत्यात किती निपुण आहे, हे आज सर्वांना दाखविणार आहे मी!'

सेवकांनी त्याचे ते रक्तलांछित मस्तक आणले. ते तबक मधे ठेवून मी प्रीतिनृत्य नाचू लागले. प्रीती ही कधी उमलणाऱ्या फुलासारखी हसते, तर कधी उफाळणाऱ्या ज्वालेसारखी दिसते. ती कधी चांदणी होते, तर कधी वीज होते. ती कधी हरिणीचे रूप घेते, तर कधी नागिणीचे! ती कधी जीव देते, कधी जीव घेते. हे सारे मी माझ्या नृत्यात प्रगट करीत गेले.

किती वेळ मी अशी नाचत होते, कुणाला ठाऊक! त्या नृत्याची धुंदी मला चढली. तबकातल्या कचाच्या त्या मस्तकाशिवाय दुसरे काही दिसेनासे झाले मला! त्यातून रक्तबिंदू ओघळत होते. मला वाटले, मंगल कुंकुमाने आलंकृत झालेल्या माझ्या प्रियकराचे मस्तक आहे हे! मी अभिसारिका होऊन त्याला भेटायला चालले आहे. ते मस्तक निर्जीव आहे, हे मी विसरले. नाचता-नाचता मधेच मी गुडघे टेकून बसले आणि त्याचे चुंबन घेत म्हटले,

'कचदेवा, तू चुंबन द्यायला तयार नव्हतास; पण शेवटी मी ते घेतलंच, की नाही?'

त्याच क्षणी मी जागी झाले होते. स्वप्नात का होईना, पण रक्तबंबाळ मुंडक्याचे चुंबन मी घेतले होते!

छे! स्वप्नाचा हा शेवटचा भाग खरा नसावा! लहानपणी कुठल्या तरी असुराची असली कथा मी ऐकली होती. तीच–

२

कचावर अजून माझे प्रेम आहे. मग मी त्याच्याशी इतक्या क्रूरपणाने कशी वागेन?

स्वप्ने कुठून येतात? माणसाच्या मनातूनच ना?

हं! आले लक्षात! स्वप्न म्हणजे एक मोठा विलक्षण गोफ असतो! माझ्या मनात हे स्वप्न कसे–

विद्यार्थ्याने व्रतस्थ राहिले पाहिजे, असे कच नेहमी म्हणे. तो वनातून मला आवडणारी फुले अगत्याने आणी. पण माझ्या केसांत त्याने ती एकदासुद्धा खोवली नाहीत. माझा स्पर्श त्याला फार-फार प्रिय होता. तो चुकून झाला, तरी पळभर त्याची मुद्रा किती प्रफुल्लित होई! पण होता होईल तो, तो होऊ नये, म्हणून तो अहोरात्र दक्षता घेई.

माझ्यापासून दूर-दूर राहण्याची त्याची धडपड, त्याच्यावरचा माझा राग आणि अनुराग, उद्याचा उत्सव या सर्वांनी मिळून या स्वप्नाचा गोफ माझ्या मनात गुंफला.

का माझे वेडे मन त्याच्यावर अजून प्रेम करीत आहे? आणि माझे विचारी मन त्याचा द्वेष करीत आहे? प्रेम आणि द्वेष! अग्नी आणि पाणी!

माझ्यातला हा दोन मनांचा झगडा कधी संपणार? खरोखर कधी संपणार? किती वेडे, किती मृदू, किती अंधळे असते स्त्रीचे मन! इथून गेल्यापासून कचाने एका शब्दानेसुद्धा माझी विचारपूस केली नाही. माझ्या प्रीतीच्या बळावर त्याने बाबांकडून संजीवनी मिळविली. ती घेऊन तो देवलोकात गेला. तिथे त्याचा जयजयकार झाला. फार मोठा ऋषी, फार मोठा वीर ठरला होता. देवांवरले प्राणसंकट केवळ त्याच्यामुळे टळले.

आता तो मागेल ती अप्सरा इंद्र त्याच्या स्वाधीन करीत असेल! मग कशाला होईल त्याला देवयानीची आठवण! पुरुष असेच कृतघ्न असतात! कपटी! कठोर! पाषाणहृदयी! जाळे घेऊन उडणाऱ्या पक्ष्यांप्रमाणे ते लीलेने दूर दूर निघून जातात. बायका मात्र त्या अदृश्य झालेल्या प्रीतिपाशात आपली हृदये गुंतवून ठेवून रडत बसतात.

फुलांच्या पाकळ्या झडून जातात. मागे उरतात, ते केवळ त्यांचे काटे! प्रीती

अशीच आहे का? त्या फुलांच्या विरून गेलेल्या सुगंधाची आठवण करीत स्त्री मात्र झुरत राहते! त्या काट्यांची ती वेडी पूजा करीत बसते. ते टोचून बोटातून रक्त येऊ लागले, म्हणजे–

नाही, मी अशी बाकीच्या बायकांसारखी रडत आणि कुढत बसणार नाही. मी चारचौघींपेक्षा निराळी आहे. मी असामान्य आहे. देवाने मला रूप दिले आहे. बाबांनी मला बुद्धी दिली आहे. बाबांची पहिली सारी तपश्चर्या धुळीला मिळाली. आता पुन्हा ते नवी विद्या संपादन करण्यासाठी तपाला बसणार आहेत. त्यांची मुलगी आहे मी. जगाला भीक न घालणाऱ्या शुक्राचार्यांची कन्या आहे मी! कचाला विसरून जाणार आहे मी!

अंहं! त्याच्यावरले माझे प्रेम विसरून जाणार आहे मी. मला शाप देऊन गेला आहे तो. खरे प्रेम कधी शाप देऊ शकेल का? काय म्हणे, 'कुणीही ऋषिपुत्र तुझ्याशी लग्न करणार नाही!' न करीना! ऋषिपुत्राच्या गळ्यात माळ घालून रानातल्या झोपडीत दिवस कंठण्याची इथं कुणाला हौस आहे? वेडा कच! माझ्या इतका जवळ आला तो! पण माझे मन त्याला कधीच कळले नाही! केवळ फुलांनी शृंगारण्याकरिता का आदिशक्तीने मला हे अलौकिक सौंदर्य दिले आहे? शर्मिष्ठेसारखी लावण्यवती राजकन्या रात्रंदिवस माझा हेवा करते, तो काय उगीच? उद्या वसंतोत्सव सुरू होणार, म्हणून आज तिला झोपसुद्धा आली नसेल! या उत्सवात देवयानीहून सुंदर दिसण्याकरिता कोणती वस्त्रे नेसावीत, याचा विचार करीत बसली असेल ती! विचार करीत रात्रभर जाग, म्हणावे! उत्सवाचा पहिला दिवस म्हणून उद्या सकाळी राजकन्या आणि तिच्या मैत्रिणी वनविहाराला जाणार आहेत. तिथे जलक्रीडा करणार आहेत. बाबांना वाईट वाटू नये, म्हणून मीही जाणार आहे. कचाने स्वर्गलोकातून माझ्यासाठी आणलेले ते सुंदर वस्त्र मी नेसले, म्हणजे साऱ्या मुली माझ्याकडे टकमक पाहू लागतील. या उत्सवाकरिता म्हणून किती तरी दिवस मी ते तसेच जपून ठेवले आहे. शर्मिष्ठेला त्याची कल्पनासुद्धा नसेल! पट्टांशुक नेसलेली देवयानी तिने पाहिली, म्हणजे–

पण ते कचाने दिलेले वस्त्र आहे. तो इथे राहायला आला, तेव्हा त्याने भेट म्हणून दिलेली वस्तू आहे. त्या वेळी, स्वार्थासाठी का होईना, तो माझ्यावर प्रेम करीत होता! माझी त्याच्यावर प्रीती जडली होती. ते वस्त्र मी तेव्हा नेसले असते, तर ते शोभून गेले असते; पण परस्परांचे प्रेम लोप पावल्यावर? प्रेमिकांनी एकमेकांना शाप दिल्यावर? छे! ते मी नेसले, तर जळून राख झालेल्या प्रीतीच्या आठवणी माझ्या मनात पुन्हा पुन्हा फुलू लागतील! मला आवडणारी फुले तोडण्याकरिता आपला जीव धोक्यात घालून कच उंच दरडीवर कसा चढायचा? माझे वर्षानृत्य पाहताना तो एखाद्या नागासारखा कसा डुलायचा; पहाटे माझी झोपमोड होऊ नये,

म्हणून बागेच्या अगदी कोपऱ्यातल्या कुंजात जाऊन मंद स्वरात मंत्रपठन कसे करायचा; 'स्वर्गातील कुठल्याही अप्सरेहून तू अधिक सुंदर दिसतेस!' असे एखाद्या वेळीच, पण किती गोड स्वरात तो म्हणायचा! आणि मी 'तू मोठा तोंडपुजा आहेस!' असे म्हटले, म्हणजे 'जे सुंदर असतं, त्याचीच पूजा जग करतं!' असे उत्तर तो हसत कसे द्यायचा–

नकोत त्या आठवणी! एकेक आठवण म्हणजे अग्नीची ज्वाळा आहे– तिचे चटके काळजाला असे बसतात–

कचाचे प्रेम विसरून जायचे मी ठरविले आहे. मग त्याने दिलेले वस्त्र– असेल– ते फार सुरेख असेल– इंद्राणीलासुद्धा तसले पट्टांशुक नेसायला मिळाले नसेल! पण मी ते आता का नेसावे? ते कितीही सुंदर असले, तरी त्याच्या चिंध्या करून टाकायला हव्यात! त्याचे पोतेरे करून त्याने अंगण सारवायला हवे! त्या कृतघ्नाला हीच शिक्षा योग्य होईल!

मी हळूच उठले आणि जलक्रीडेसाठी काढून ठेवलेल्या वस्त्रांतून ते लाल अंशुक घेऊन बाहेर अंगणात आले. दोन्ही हातांनी ते उंच धरावे आणि टर्कन् फाडावे, म्हणून मी ते वर केले.

पण ते फाडायला माझे हात धजेनात. कदाचित एखाद्या पुरुषाने ते फाडले असते. कचाने तर त्याचे नक्की तुकडे तुकडे केले असते; पण मी स्त्री आहे. सौंदर्याची पूजा हा स्त्रीचा धर्म आहे. ती कुठल्याही सुंदर वस्तूचा नाश करू शकत नाही.

चंद्रसुद्धा त्या अंशुकाच्या दर्शनाने मोहून जाऊन आकाशात थांबला असावा. मला वाटले, आता तो आनंदाने हसू लागेल! आणि मग उद्याची पौर्णिमा आजच होईल!

जलक्रीडेनंतर उद्या हे वस्त्र मी नेसले, की माझे रूप असे खुलेल– आपला बाप राजा आहे, या गोष्टीचा फार गर्व झालाय् त्या शर्मिष्ठेला! जेव्हा तेव्हा– उद्याच्या उत्सवात तिचे नाक ठेचायला हवे–

जसे तिचे, तसेच कचाचे! त्याने दिलेले हे सुंदर वस्त्र नाही फाडणार मी! पण त्याची आठवण करून देणाऱ्या बाकीच्या गोष्टी–

माझी दृष्टी बागेच्या कोपऱ्यातल्या लताकुंजाकडे गेली. फार आवडती जागा होती ही त्याची. हा कुंजच उद्ध्वस्त करून टाकायला हवा!

पण बाबांनाही तो कुंज आवडतो. त्यांनी सकाळी विचारले, तर? तर सांगता येईल काहीही. ती गोठ्यातली वांड कपिला– फार धुडगूस घालते आताशा. दावे तोडून उधळते काय, हुंदळते काय! शिंगे रोखून अंगावर काय येते! ती रात्री सुटली असेल नि तिने या कुंजाची धूळधाण केली असेल! असे काही–

मी त्या लताकुंजाकडे जाऊ लागले. इतक्यात मागून हाक ऐकू आली,
'देवी–'

३

ती हाक ऐकून मला बरे वाटले. बाबांची सवय बदलली, हे बरे झाले!
परवापर्यंत कुठेही, अगदी परक्यांसमोरसुद्धा, ते आपले 'देव' म्हणून खुशाल मला
हाक मारायचे! जणू काही मी एक मुलगा आहे! कचासमोर त्यांनी अशी हाक
मारली, की लाजेने चूर होत असे मी! त्यांना कितीदा सांगितले– खूप रागावलेसुद्धा
त्यांच्यावर– तेव्हा कुठे आता ते मला 'देवी' अशी न चुकता हाक मारू लागले
आहेत. या मोठ्या माणसांचे सारेच विचित्र असते.

'यापुढं देव म्हणून मला हाक मारायची नाही!' म्हणून मी हट्ट धरला!

तेव्हा बाबा म्हणाले,

'तुला देव म्हणून काही तू देव होणार नाहीस. तू देवीच आहेस.'

त्यांना काय सांगायचे, कपाळ? तरुण मुलीचे मन लाजाळूच्या झाडाप्रमाणे
असते. साध्या गोष्टीने त्याला संकोचल्यासारखे होते, हे त्यांच्यासारख्या तपस्व्यांना
कळत नसावे! अष्टौप्रहर ही माणसे कुठल्यातरी निराळ्याच जगात वावरत असतात!

बाबांची हाक ऐकताच मी थांबले, वळले. ते हळूहळू पुढे आले. जवळ येऊन
माझी हनुवटी वर करीत आणि माझ्या डोळ्यांत खोल खोल पाहत त्यांनी विचारले,

'पोरी, अजून जागी आहेस तू?'

'झोपच येईना, बाबा, मला! म्हणून म्हटलं, जरा बागेत–' हातातले ते वस्त्र
कसे लपवावे, या विचारात काही तरी बोलायचे, म्हणून मी बोलून गेले.

माझ्या पाठीवरून हात फिरवीत ते म्हणाले,

'कळतं, पोरी, तुझं दुःख मला कळतं. मनोभंगासारखं दुसरं दुःख–'

कचाचा विषय आता मला विषासारखा वाटू लागला होता. तो बदलावा,
म्हणून मी मधेच म्हणाले,

'बाबा, माझ्या चाहुलीनं जागे झालात तुम्ही?'

त्यांनी नकारार्थी मान हलवली. मग एक आवंढा गिळून ते म्हणाले,

'पराभवाचं शल्य सारखं टोचतंय् माझ्या मनात, पोरी! पुन्हा एकदा दीर्घ
तपश्चर्येला बसावं आणि जगानं आजपर्यंत पाहिली नाही, अशी नवी विद्या दाखवावी,
असं सारखं मनात येतंय्!'

'मग करा ना सुरुवात! संजीवनीच्या तपश्चर्येच्या वेळी मी लहान होते. त्या वेळी
माझे बाबा जगातले केवढे मोठे पुरुष आहेत, हे कळत नव्हतं मला. आता तुम्ही

तपश्चर्येला बसल्यावर मी तुमची सेवा करीन, तुमचे कष्ट हलके होतील, असं–'

ते हसून उद्गारले,

'ते शक्य नाही!'

असा राग आला मला बाबांचा! फार फार लहानपणी माझी आई गेली, तेव्हापासून बाबांनीच मला वाढविले– अगदी तळहातावरल्या फोडासारखे! हे खरे असले, तरी देवयानी म्हणजे एक फुलपाखरू आहे, ती सुखप्रिय आहे, तपश्चर्येच्या कामी तिचा काही उपयोग नाही, ती आपली सेवा करू शकणार नाही, असा त्यांनी माझ्याविषयी आपला चुकीचा ग्रह का करून घ्यावा?

बाबांचे लक्ष कदाचित माझ्या हातातील वस्त्राकडे जाईल आणि मग रात्रंदिवस जाळणाऱ्या आठवणीची आग त्यांच्या मनात अधिकच भडकेल, असे भय मला वाटत होते; पण ते आपल्याच विचारात गढून गेलेले दिसले.

चोहींकडे पसरलेल्या शुभ्र चांदण्याकडे पाहिल्यासारखे करीत ते म्हणाले,

'देव–'

'अंहं, देवी–'

'अरे, हो, चुकलोच की!' ते हसून म्हणाले, 'मद्याचा उन्माद मला तपश्चर्येच्या उन्मादाइतकाच प्रिय होता. पण तशी वेळ येताच एका क्षणात दारू सोडली मी. मात्र जिभेवर रुळलेलं तुझं हे लहानपणाचं नाव–' ते बोलता-बोलता थांबले.

क्षणभराने व्याकूळ स्वराने ते बोलू लागले,

'हा शुक्राचार्य संजीवनीचा स्वामी होता, तेव्हा त्रिभुवन त्याला थरथर कापत होतं. पण आज जगातल्या हजारो जोगड्यांतला एक बैरागी होऊन बसलाय् तो! नाही, हे सहन होत नाही मला, पोरी! नखं आणि दात गेल्यावर सिंहानं जगावं कशाला?'

संजीवनीचे हरण करून त्या कठोराने बाबांच्या काळजावर केवढा भयंकर घाव घातला होता! इतके दिवस झाले, तरी त्या घावातून रक्तस्राव चाललाच होता.

मी बाबांना धीर देण्याकरिता म्हणाले,

'बाबा, तपश्चर्या करून तुम्ही तसली दुसरी विद्या सहज मिळवाल!'

'मिळवीन– निःसंशय मिळवीन. एक सोडून दहा विद्या मी मिळवीन. पण त्या मिळवायला उग्र तप करायला हवं. तपाच्या वेळी साधकाचं मन सर्व उपाधींपासून अलिप्त असावं लागतं. माझ्या मागच्या तपश्चर्येच्या वेळी तू लहान होतीस. आता तुझं लग्नाचं वय झालं आहे. माझी तपश्चर्या सफल व्हायला किती वर्षं लागतील, कुणास ठाऊक! भगवान शंकर हे मोठं लहरी दैवत आहे!'

'पण, बाबा–'

मला पुढे बोलू न देता ते म्हणाले,

'माझ्या लग्नाची काळजी तुम्ही करू नका, हेच तू मला सांगणार ना? पोरी, आईबापांचं मन कळायला आईबापच व्हावं लागतं! तू नीट रांगूसुद्धा लागली नव्हतीस, तेव्हापासूनच मीच तुझा बाप नि मीच तुझी आई झालो. तुझ्या बाललीलांत मला ज्ञानाचा आणि मद्याचा असे दोन्ही आनंद मिळाले. या तीन आनंदांपलीकडचं जग मी जाणत नाही. संजीवनी माझ्यापाशी होती, तेव्हा कोणताही ऋषी, देव, राजा माझा जावई व्हायला एका पायावर तयार झाला असता! पण दैत्यांना विजयी करण्याच्या उन्मादात माझं तिकडं दुर्लक्ष झालं. आज– पोरी, तपस्व्यांचा राजा असलेला तुझा बाप आज भणंग भिकारी झाला आहे! 'माझी मुलगी पदरात घ्या!' म्हणून दुसऱ्याचे पाय धरायची पाळी माझ्यावर येणार आहे!'

बाबांचा विलक्षण राग आला मला! त्यांच्यापाशी संजीवनी होती, ती गेली! गेली, तर गेली; देवयानीचे रूप तर गेले नाही ना? स्वतःच्या सौंदर्याच्या बळावर ती–

आईबापांची मुलांवर खूप खूप ममता असेल! पण ही माया अंधळी असते. तिला मुलांचे गुणदोष दिसत नाहीत. बहुधा गुणच दिसत नाहीत. नाही तर देवयानीच्या लावण्याला भुलून त्रिभुवनातला कुणीही पुरुष तिच्या पायांवर लोळण घेईल, हे काय बाबांच्या ध्यानात आले नसते?

पण हे बाबांना समजावून सांगायचे कसे? आणि कुणी?

मी त्यांना पर्णकुटीत घेऊन गेले. एखाद्या लहान मुलासारखे त्यांना शय्येवर झोपविले. त्यांचे पाय चुरीत किती तरी वेळ मी तिथे बसले.

माझा डावा डोळा एकदम लवू लागला. मोठा शुभशकुन असतो, म्हणे, हा. मी त्या डोळ्याला विचारले,

'का, रे, बाबा लवतोयस् तू? उद्या असं विशेष काय घडणार आहे माझ्या आयुष्यात?'

त्याने काहीच उत्तर दिले नाही. तो लवतच राहिला.

४

आम्ही साऱ्या जणी वनातल्या त्या विस्तीर्ण जलाशयापाशी पोचलो. बाकीच्या मुली आपापली वस्त्रे एका दासीपाशी ठेवून स्नानाला उतरल्या. शर्मिष्ठेची व माझी वस्त्रे संभाळण्यासाठी दुसरी दासी पुढे आली. मोठी वेंधळी वाटली ती मला! मी शर्मिष्ठेला म्हटलं,

'हे रत्न कुठून पैदा केलंस, बाई?'

तिने हसत हसत उत्तर दिले,

'अग, ज्या ब्रह्मदेवानं तुला नि मला निर्माण केलं, त्यानंच हे रत्नसुद्धा–'

मला तिचे हे बोलणे मुळीच आवडले नाही. हवे तर तिने 'मला' म्हणायचे म्हणायचे होते! आपल्याबरोबर मला कशाला बसवलेन् या अजागळ पोरीच्या पंक्तीला! हा मत्सर आहे, दुसरे काही नाही.

'शर्मिष्ठेची नि माझी वस्त्रं निरनिराळी ठेव!' असे त्या वेडपट दासीला बजावून मी पाण्यात उतरले. माझ्यामागून तिला काही तरी सांगत शर्मिष्ठाही आली.

जलाशयात जणू नील आकाशच क्रीडेकरिता उतरले होते. वनश्री त्याच्यावर चवऱ्या वारीत होती. इतर मैत्रिणी थोड्या अंतरावर एकमेकींवर पाणी उडवून खेळत होत्या. पण खोल पाण्यात जाण्याची त्यांच्यापैकी एकीचीही छाती नव्हती. मी शर्मिष्ठेला हसत म्हणाले,

'जलक्रीडा म्हणजे काही भांड्यातल्या पाण्यानं मार्जन करणं नव्हे! आपण जरा लांब पोहत जाऊ या. मग या भित्र्या पोरींना जरा धीर येईल. हे बघ, त्या कमळाशी खेळत असलेलं हंस-हंसीचं जोडपं! दोन चिमुकले पांढरे ढग तरंगत असावेत ना? तसं दिसतंय्! तिथं जाऊन परत काठापर्यंत यायचं! चल, कोण पैज जिंकतं, ते पाहू!'

शर्मिष्ठा नुसती हसली. आम्ही दोघी पोहू लागलो. तिला खूप मागे टाकायची, म्हणून मी भराभर हात मारीत पुढे गेले. माशासारखी पोहत होते मी. मधूनच मी मागे वळून पाहिले. शर्मिष्ठा सावकाश पाणी तोडीत मागून येत होती– एखाद्या कासवासारखी. आज तिची चांगली फजिती होणार, म्हणून मी मनात हरखून गेले. ही पोहण्याची पैज ती निश्चित हरणार! खट्टू होऊन ती काठावर आली, म्हणजे मी नेसलेले पट्टांशुक पाहून अधिकच भडकणार!

पोहत-पोहत मी त्या कमळापाशी आले होते. शर्मिष्ठा अजून मागेच होती. पण मला एकदम दमल्यासारखे वाटू लागले. आपण उगीच इतकी घाई केली, असे मनात आले. थोडा वेळ विसावा घेण्याकरिता मी थांबले. वळून पाहते, तो शर्मिष्ठा जवळ आली होती. मी झटकन वळले आणि सारे बळ एकवटून परत काठ गाठण्याकरिता पोहू लागले. जाता-जाता थोडी गंमत करावी, म्हणून अंगावरून जाणाऱ्या शर्मिष्ठेच्या तोंडावर मी खूप पाणी उडवले.

मी पोहत होते, पण ज्या वेगाने मी आले होते, तो मंदावला होता. हातापायांत थकवा जाणवला होता. मघाशी पाणी हसऱ्या बालकासारखे दिसत होते. त्याच्यावर किती नाजूक लाटा उठत होत्या. आता ते एखाद्या चिडून आदळ-आपट करणाऱ्या मुलासारखे भासू लागले. त्याच्यावर मोठमोठ्या लाटा उठत होत्या. घटकेत इतका बदल का व्हावा, हे मला कळेना. मी समोर निरखून

पाहिले. वनात मोठा सोसाट्याचा वारा सुटला होता. वृक्षवेली कुणी तरी गदगदा हलविल्यासारख्या दिसत होत्या. धूळ एकसारखी वर उडत होती. अंतराळ धूसर करून टाकीत होती.

मी घाबरले. इतक्यात शर्मिष्ठा मागून येऊन झपझप माझ्यापुढे गेली. मी तिला हाक मारली; पण तिने ओ दिली नाही!

माझ्या आधी शर्मिष्ठेने काठ गाठला. मी मेले, की जिवंत आहे, याची तिला कुठे पर्वा होती? तिच्याभोवती पाच-सात मैत्रिणी गोळ्या झाल्या. त्यांच्याशी बोलत-बोलत ती दासीकडे गेली. एकदम वृक्षाआड दिसेनाशी झाली.

काठाला पाऊल लागताच मी खाली मान घालून चालू लागले. त्या मैत्रिणींनी माझ्याभोवती कडे केले. 'शर्मिष्ठेनं पैज जिंकली, होय ना?' असे म्हणून त्या मला चिडवू लागल्या. त्यांतल्या दोघींना दूर ढकलून मी दासीकडे गेले. तिने माझी वस्त्रे पुढे केली. मला संताप आला. ती वस्त्रे माझी नव्हती! कचाने दिलेले जे सुंदर वस्त्र मी आज नेसणार होते, ते तिने शर्मिष्ठेला दिले होते! 'गधडी कुठली!' असे म्हणत मी खाडकन् तिच्या मुस्कटात मारली आणि शर्मिष्ठा जिथे वस्त्र बदलीत होती, तिथे गेले. माझे सुंदर अंशुक– जे वसंतोत्सवाकरिता मी जपून ठेवले होते, ते वस्त्र– ती नेसली होती! माझा राग अनावर झाला. त्या वस्त्राचे एक टोक धरून मी ते जोरजोराने ओढण्याचा प्रयत्न करू लागले.

शर्मिष्ठा माझ्याकडे रागारागाने पाहत म्हणाली,

'हे, ग, काय, देवयानी! तू शर्यत हरलीस, त्याचा राग माझ्यावर काय काढतेस? लंगडं ते लंगडं–'

मी फणकाऱ्याने उत्तरले,

'मी लंगडी आहे, का पांगळी आहे, ते मग पाहू. तू अंधळी आहेस, त्याची व्यवस्था कर आधी! कुणाचं वस्त्र नेसली आहेस, ग, तू?'

'माझं!'

'डोळे फुटले आहेत, वाटतं, तुझे? हे वस्त्र माझं आहे.'

'युद्ध थांबल्यावर आईला इंद्राणीकडून भेट म्हणून आलेलं वस्त्र आहे हे. तुझ्यासाठी काढून ठेवते, असं रात्रीच सांगितलं होतं तिनं मला!'

'तुझ्या आईला इंद्राणीकडून भेटी येत असतील, नाही तर डाकिणीकडून येत असतील! मला काय करायचंय् त्याच्याशी! नसत्या मोठेपणाच्या गोष्टीत सांगतेस नि दुसऱ्याचं वस्त्र– माझं वस्त्र मुकाट्यानं मला दे–'

'मी देणार नाही! काय करणार आहेस तू?'

ते ओढीत मी म्हटले,

'काय करणार आहे मी? मी कोण आहे, हे ठाऊक आहे का?'

'आहे, पुरं पुरं ठाऊक आहे! वृषपर्वामहाराजांच्या पदरी असलेल्या एका भिक्षुकाची मुलगी आहेस तू!'

शर्मिष्ठेने बाबांना भिक्षुक म्हटले होते! त्यांचा भयंकर अपमान केला होता. तिला काय बोलू आणि काय बोलू नको, तिचा कसा सूड घेऊ, असे मला झाले; पण संतापाने माझ्या तोंडून शब्दच फुटेना!

मी बोलत नाही, असे पाहून ती अधिकच चेकाळली. ती म्हणाली,

'भिकारडे! तू खुशाल रागाव, आदळआपट कर, हवं तर भुईवर गडाबडा लोळ, नाही तर जन्मभर माझा द्वेष करीत बैस. इथं कुणाला तुझ्या रागालोभाची पर्वा आहे? बोलूनचालून मी राजकन्या आहे. तू माझ्या वडिलांच्या एका आश्रिताची मुलगी. बाबा त्यांना 'गुरुदेव, गुरुदेव' म्हणतात, हा बाबांचा चांगुलपणा आहे. राजसभेत बाबा सिंहासनावर बसतात. तुझा बाप मृगाजिनावर बसतो. हे अंतर पुन्हा कधी विसरू नकोस!'

तिच्या झिंज्या धराव्यात आणि तिला फरफटत ओढीत नेऊन वनातल्या कुठल्या तरी पडक्या विहिरीत ढकलून द्यावे, अशी इच्छा मला झाली, पण रागाने माझे हातपाय लटलट कापू लागले होते. मी मूर्च्छा येऊन पडते, की काय–

आमचे भांडण सुरू झालेले पाहून मघाच्या मैत्रिणी जवळ आल्या होत्या. मी लटलट कापत आहे, हे त्यांच्या लक्षात आले असावे. त्या खो खो हसू लागल्या. त्या हसण्याने माझ्या तळपायाची आग मस्तकाला गेली. त्यांच्या बरोबर शर्मिष्ठाही हसू लागली.

माझ्या मनात अपमानाचा वणवा पेटला. अस्से धावत नगरात जावे, बाबांना हे सारे सांगावे आणि पाणी प्यायलासुद्धा मी इथे राहणार नाही, असे त्यांना बजावून–

मी धावत सुटले. मागून शर्मिष्ठेचा आवाज आला,

'देवयानी– थांब, देवयानी– जरा थांब!'

नीच, दुष्ट, उन्मत्त!

मी मागे वळूनसुद्धा पाहिले नाही. विद्ध हरिणीप्रमाणे मिळेल त्या वाटेने मी वनात धावू लागले.

५

शर्मिष्ठा माझ्यामागून धावू लागली. तिच्या सख्याही तिच्यामागून पळत येत असाव्यात. त्यांच्या पावलांची चाहूल मला ऐकू येत होती, पण मी एकदासुद्धा मागे वळून पाहिले नाही. ही उर्मट, गर्विष्ठ शर्मिष्ठा माझ्यापुढे नाक घाशीत आली, तरी तिला क्षमा करणार नाही, असे मी मनाशी घोकीत होते.

पण थोड्या वेळात माझा वेग मंदावला. शर्मिष्ठा आता आपल्याला गाठणार, याची जाणीव मला झाली. मघाशी पोहताना तिने माझा पराभव केला होता. आता धावतानाही! छे! प्राण गेला, तरी हरकत नाही; पण तिच्या हाती लागायचे नाही, असे मी मनात म्हणत होते. पण हे साधायचे कसे, हे मला कळेना.

मी वळून पाहिले. माझ्यात आणि शर्मिष्ठांत फार थोडे अंतर उरले होते. आता धावून काही उपयोग नव्हता. मी इकडे-तिकडे पाहिले. पलीकडेच एक खूप रुंद तोंडाची, लता-तृणांनी आच्छादलेली विहीर दिसली. तिच्यात किती पाणी होते, कुणास ठाऊक! मी तिच्या काठावर जाऊन उभी राहिले. शर्मिष्ठा माझ्याजवळ आली. गयावया करीत माझा हात धरू लागली. तिचा हात ताडकन झिडकारून मी म्हटले,

'तू राजकन्या आहेस, मी भिक्षुकाची मुलगी आहे. मी तुझ्या दारात भीक मागायला यायचं! होय ना? मग आता कशाला–?'

तिचे शब्द ऐकू आले,

'देवयानी, मी मी–'

माझ्यातल्या हरिणीची जागा वाघिणीने घेतली. मी चवताळून वळले आणि तिच्या अंगावरले वस्त्र खसकन ओढीत म्हणाले,

'माझं वस्त्र नेसून माझा अपमान करतेस? माझ्या वडिलांच्या जिवावर जगून त्यांना भिक्षुक म्हणतेस? सोड, सोड ते वस्त्र! माझं वस्त्र! दे ते मला–'

'अग– पण–' असे काही तरी म्हणत होती. ते वस्त्र एकदम सुटून खाली पडेल, असे भय तिला वाटत असावे!

मी ते ओढीत किंचाळले,

'सोड, सोड ते! सोडतेस, की नाही?

पुढल्या पाच-दहा क्षणांत मी काय बोलले आणि काय केले, शर्मिष्ठा काय बोलली आणि तिने काय केले, ते माझे मलाच आठवत नाही. एकदम 'अग, आई ग–' अशी किंकाळी मला ऐकू आली. ती शर्मिष्ठेची होती? मी तिला विहिरीत ढकलले होते? छे! ती किंकाळी माझीच होती! त्या चांडाळणीने मला विहिरीत ढकलून दिले होते.

६

मधे किती वेळ लोटला, कुणास ठाऊक! मी तृणपर्णांनी आच्छादिलेल्या विहिरीत पडले आहे– छे! आपल्या शर्मिष्ठेने विहिरीत ढकलून दिले आहे, ही जाणीव ज्या क्षणी मला झाली, त्या वेळी मी पाण्यात उभी होते. विहीर खूप खोल

होती. पण तिच्यात कंबरभरच पाणी होते. आडरानातली विहीर ती! वेलींनी तिचे तोंड अर्धवट झाकून टाकले होते. आत नीट दिसत नव्हते. या ओसाड विहिरीत नाना प्रकारचे भयंकर साप वस्ती करीत असतील! कुणी तरी उडी मारल्याचा आवाज झाला. माझ्या सर्वांगावर काटा उभा राहिला. शेवटी जीव मुठीत घेऊन मी तो आवाज ज्या बाजूने आला, तिकडे निरखून पाहिले. ती एक बेटकुळी होती!

मी मोठ्याने ओरडले,

'अहो, कुणी तरी मला बाहेर काढा!'

एकदा, दोनदा, तीनदा ओरडले मी! थोडा वेळ थांबून पुन्हा ओरडले,

'देवयानी विहिरीत पडली आहे! शुक्राचार्यांची कन्या देवयानी विहिरीत पडली आहे!'

मी आशेने वर पाहिले. कुण्णी कुण्णी आत पाहिले नाही. कुणीही विहिरीकडे फिरकले नाही. मला विहिरीत ढकलून देऊन शर्मिष्ठा मैत्रिणींसह नगराकडे निघून गेली असावी! ती एक उफराट्या काळजाची आहे; पण इतर मुलींनी काही माणुसकी दाखवावी, की नाही? आपली मैत्रीण विहिरीत पडली– ती जिवंत आहे, की नाही, हे न पाहता त्या खुशाल चालत्या झाल्या!

माझे मन जळत होते; पण विहिरीतल्या त्या उपसा नसलेल्या गार गार पाण्यात उभे राहावे लागल्यामुळे शरीर कुडकुडत होते. मनात एकीकडे सूडाची आग पेटली होती, दुसरीकडे भीतीचा काळोख दाटत होता.

मी पुन्हा पुन्हा ओरडले! पण त्या निर्जन अरण्यात माझ्या हाका कोण ऐकणार? मी अशीच कुडकुडत उभी राहणार, थोड्या वेळाने बेशुद्ध पडणार आणि मग त्या पाण्यात बुडून मरणार, असे मला वाटू लागले. ही कल्पना मनात येताच मी एखाद्या लहान मुलीसारखी ओक्साबोक्शी रडू लागले.

मधेच माझ्या कानांवर शब्द आले,

'आत कोण आहे?'

दुष्ट, उर्मट शर्मिष्ठा चोंबडेपणा करायला पुन्हा परत आली असावी! मी एकदम रडायची थांबले. मात्र त्या प्रश्नाला उत्तर दिले नाही.

विहिरीच्या काठावर उभे राहून, तिच्या तोंडावरल्या वेली हातांनी दूर करीत, आत वाकून कुणी तरी विचारीत होते,

'कोण आहे आत?'

तो आवाज पुरुषाचा होता, बाबांचा? छे! वृषपर्वामहाराजांचा? अंहं! आवाज निश्चित पुरुषाचा होता! पण काही केल्या तो ओळखीचा वाटेना. मी आतून विचारले,

'कोण बोलतं हे?'

'ययाति!'

मी स्वप्नात तर नव्हते ना? मोठ्या उत्सुकतेने मी प्रश्न केला,

'हस्तिनापूरचे महाराज ययाति?'

'होय, हस्तिनापूरचा राजा ययाति आहे मी. शिकारीच्या नादात खूप लांब आलो या अरण्यात. तहान फार लागली होती, म्हणून रथ पलीकडं उभा करून आम्ही पाणी शोधू लागलो. माझा सारथी दुसऱ्या बाजूला गेला. दुरून विहिरीसारखं काही दिसलं, म्हणून मी इकडे आलो. ते जाऊ दे, तुम्ही कोण?'

'तुम्ही नाही, तू!'

'म्हणजे?'

'ते मग सांगेन मी! महाराजांनी आधी वर काढावं मला! मी थंडीनं कुडकुडतेय्! पण-पण-या विहिरीत तुम्ही उतरणार कसे, बाई?'

वरून प्रथम हास्यध्वनी आणि त्याच्या मागोमाग गोड शब्द आले,

'ययाति लहानपणी धनुर्विद्या शिकलाय्! तिच्यातले चमत्कारसुद्धा!'

वेदमंत्रांसारखे काही शब्द मला ऐकू आले. त्यांच्या पाठोपाठ पाण्यात काहीतरी पडल्यासारखे वाटले. भराभर तरंग उठू लागले. पुढल्याच क्षणी एका कमळात मी उभी आहे, असा मला भास झाला. संजीवनी विद्येसारखाच धनुर्विद्येतला चमत्कार होता हा! वर येता-येता मी पाहिले. बाणांचा कमळासारखा एक पाळणा बनविला होता. त्यात उभी राहून मी वर येत होते!

ते कमळ विहिरीच्या तोंडाशी येऊन थांबले. मी समोर उभ्या असलेल्या ययातिमहाराजांकडे निरखून पाहिले. कच सोडला, तर इतका देखणा पुरुष कधीच पाहिला नव्हता मी! राजवस्त्रांना त्यांचा रुबाबदार देह शोभा आणीत होता आणि मला वाटले, पुरुषांच्या गळ्यात रुद्राक्षांच्या माळेपेक्षा रत्नहारच अधिक चांगला दिसतो.

महाराज माझ्याकडे टक लावून पाहत आहेत, हे लक्षात येताच मी लाजले. खाली मान घालून पाहू लागले. माझे ओले वस्त्र अंगाला कसे चिकटून बसले होते. नकळत ते माझे सौंदर्य वाढवीत होते. शर्मिष्ठेने मला विहिरीत ढकलून देऊन माझ्यावर केवढा उपकार केला होता! मी ओलेती नसते, तर एवढ्या पराक्रमी आणि ऐश्वर्यसंपन्न राजाच्या डोळ्यांत दृष्टिभेटीच्या पहिल्या क्षणी भरले असते, की नाही–

मी खाली पाहतच उभी होते. महाराजांनी हसत विचारले,

'या अप्सरेचं नाव कळेल का आम्हांला?'

'मी अप्सरा नाही!'

'म्हणजे! पृथ्वीतलावर इतकी सुंदर स्त्री–'

माझ्या सौंदर्याने महाराजांचे मन जिंकले होते. त्या सौंदर्याच्या पारड्यात आणखी वजन टाकायला हवे होते. किंचित मान वर करून महाराजांकडे एक कटाक्ष टाकीत आणि पुन्हा खाली पाहत मी म्हणाले,

'मी शुक्राचार्यांची मुलगी देवयानी!'

'शुक्राचार्यांची? दैत्यगुरू शुक्राचार्यांची मुलगी!'

'हो.'

'मी तुमच्या–'

'अंहं. तुझ्या–'

महाराज हसून म्हणाले,

'मी आज थोडासा शुक्राचार्यांच्या उपयोगी पडलो! माझे मृगयेचे सारे श्रम सफल झाले!'

'पण आणखी थोडे श्रम देणार आहे मी आपल्याला!'

'ते मी मोठ्या आनंदानं घेईन!'

'मी बाहेर कशी येऊ?'

'म्हणजे?'

'मला भय वाटतंय्. बाहेर येता-येता पाय चुकून मी पुन्हा विहिरीत पडले, तर?'

'मी तुला पुन्हा वर काढीन!'

'मग मी पुन्हा पडेन!'

'नि मी तुला पुन्हा वर काढीन!'

आम्ही दोघेही हसू लागलो. हसता-हसता हळूच मान वर करून मी पाहिले. ओल्या वस्त्रामुळे अधिकच सुंदर दिसणाऱ्या माझ्या आकृतीवर त्यांचे डोळे खिळले होते.

मी हळूच उजवा हात पुढे केला. महाराजांनी आपल्या उजव्या हातात तो घेतला. मी बाहेर काठावर आले. ते माझा हात सोडू लागले. मी पायाच्या नखांनी जमीन उकरीत म्हटले,

'असा नाही सोडता येणार माझा हात आता! आपण पाणिग्रहण केलंय् माझं!'

ते चपापून म्हणाले,

'हे कसं शक्य आहे? तू ब्राह्मणकन्या, मी क्षत्रिय राजकुमार! असला विवाह...'

'असले अनेक विवाह पूर्वी झाले आहेत, महाराज! लोपामुद्रेचं उदाहरण–'

'छे.'

मी हसून म्हटले,

'महाराज, मी आपली राणी व्हावं, अशी दैवाचीच इच्छा आहे. नाही तर आज या अरण्यात आपलं येणं कशाला झालं असतं? आपण नेमके याच विहिरीजवळ कसे आला असता? पूर्वजन्माच्या ऋणानुबंधावाचून का अशा गोष्टी घडून येतात?'

'पण, सुंदरी–'

'पण नाही नि बीण नाही! महाराज आपलं दर्शन झालं, त्याच क्षणी आपल्या चरणी माझं हृदय मी अर्पण केलंय्. आपण त्याचा स्वीकार करा, नाही तर धिक्कार करा! आपण मला आपली म्हटलं नाही, तर हिमालयाच्या कुठल्याही गुहेत मी जाईन अन् तिथं आपल्या नावाची जपमाळ घेऊन उरलेलं आयुष्य काढीन! परपुरुषाचा स्वप्नातसुद्धा स्पर्श न झालेली माझ्यासारखी कुमारिका केवळ एका क्षणाकरिता कुणाच्या हातात हात देईल का?'

'पण, देवयानी, तुझे वडील त्रिभुवनाला पूज्य असलेले ऋषी आहेत, त्यांना हे आवडलं नाही, तर–'

'ती काळजी आपल्याला–' बोलता-बोलता आठवण होऊन मी मध्येच थांबले आणि म्हणाले, 'किती वेडी आहे मी! आपल्याला तहान लागली होती, हे विसरूनच गेले! जवळपास कुठंतरी चांगलं पाणी–'

माझ्याकडे लोभस दृष्टीने पाहत ते उद्गारले,

'तुझ्याकडे पाहता-पाहता तहानभूक– सारं सारं विसरून गेलो मी! सुंदर हरिणीची शिकार करायला आलो होतो मी! पण घडलं अगदी उलटं! तिनंच माझी शिकार केली!'

मी हसले, लाजले. खाली पाहत मी मनाशी म्हटले,

'बाबांसारख्या ऋषींनी नुसती तपश्चर्या करावी. जग कशावर चालतं, याची त्यांना कुठं कल्पना आहे? काल रात्री बाबा लग्नाची इतकी काळजी करीत होते! आता देवयानी म्हणून नव्हे, तर हस्तिनापूरची महाराणी म्हणून मी जेव्हा त्यांच्या पाया पडेन, तेव्हा त्यांची मुद्रा कशी बघण्यासारखी होईल!

'तो कपटी कचही आज हवा होता इथं! त्याच्यावर मी घेतलेला हा सूड पाहून त्याचा असा जळफळाट झाला असता! खरंच! सूडसुद्धा किती सुंदर असू शकतो!'

७

रथातून नगरात जावे आणि हे सर्व बाबांच्या कानांवर घालावे, असे महाराज म्हणत होते, पण राजकन्या म्हणून शर्मिष्ठा जिथे अजून मिरवीत होती, तिथे पाऊल टाकायची माझी इच्छा नव्हती! तिने माझा अक्षम्य अपमान केला होता. बाबांचा

असह्य अधिक्षेप केला होता. महर्षीला भिक्षुक म्हटले होते तिने.

मी भिक्षुकाची मुलगी नाही, हस्तिनापूरची महाराणी आहे, हे तिला ऐकवायची फार-फार इच्छा होती मला! पण तेवढ्याने तिचा सूड घेतल्यासारखे कसे होईल? तिचा अपराध मोठा होता. जसा अपराध, तसा दंड! शर्मिष्ठेला जन्मभर आठवण राहील, अशी शिक्षा झाल्याशिवाय नगरात पाऊल टाकायचे नाही, असा मी निर्धार केला. महाराजांच्या सारथ्याबरोबर निरोप पाठवून बाबांना बोलावून घ्यावे–

तो निरोप सारथ्याला सांगावाच लागला नाही मला. नेमका याच क्षणी धूळ उडवीत एक रथ त्वरेने आला. आमच्यापासून थोड्या अंतरावर तो थांबला. त्या रथातून बाबा आणि वृषपर्वा खाली उतरले. फार दिवसांनी दिसणाऱ्या आईला मिठी मारायला मूल धावते ना? तसे बाबा लगबगीने पुढे आले. मला पोटाशी धरून ते माझे मस्तक थोपटू लागले. मी अभिमानाने आणि आनंदाने डोळे मिटून घेतले. मध्येच माझा एक गाल किंचित ओला झाल्यासारखा वाटला मला. मी हळूच डोळे उघडून पाहिले. बाबांचे डोळे पाणावून गेले होते. तपस्वी शुक्राचार्य आपली लाडकी मुलगी सुरक्षित आहे, हे पाहून भान विसरले होते, आनंदाने अश्रू गाळीत होते. ययातिमहाराज हे कौतुकाने पाहत होते. केवढी धन्यता वाटली मला या क्षणी!

मोठ्या कष्टाने हुंदका आवरीत बाबा म्हणाले,

'देव–'

वर पाहून डोळे मोठे करीत मी हळूच म्हटले,

'अंहं, देवी–'

बाबांनी क्षीण हास्य केले. मग ते म्हणाले,

'देवी–'

त्यांच्यापासून दूर होत मी म्हणाले,

'देवी आता तुमची राहिली नाही, बाबा!'

'म्हणजे?'

मी ययातिमहाराजांकडे सलज्ज आणि साभिप्राय कटाक्ष फेकला. लगेच खाली मान घालून मी उभी राहिले.

महाराजांनी पुढे होऊन बाबांना अभिवादन केले. ते कोण, इथे ऐन वेळी कसे आले, त्यांचे येणे घडले, म्हणून माझे प्राण कसे वाचले, हे सारे-सारे महाराजांच्या मदतीने मी बाबांना सांगितले. ते ऐकून त्यांना अतिशय हर्ष झाला. आम्हां दोघांना मनःपूर्वक आशीर्वाद देत ते वृषपर्व्याकडे वळून म्हणाले,

'कधी कधी भाग्यसुद्धा संकटाचं रूप घेऊन येतं. आजचा हा सारा मंगल प्रसंग तसाच आहे. राजा, हिच्या विवाहाच्या सोहळ्याची तयार कर. सारं नगर शृंगारा.

दानवांच्या दृष्टीनं मोठा आनंदाचा दिवस आहे हा! हिची सासरी पाठवणी केली, की हा शुक्र नव्या तपश्चर्येला मोकळा झाला. मध्यंतरी रुष्ट झालेलं दैव पुन्हा प्रसन्न होत आहे, असं दिसतंय्. चला, ययातिमहाराज, या रथात बसून नगरात चला. देवी, तू हो पुढं!'

मी जागेवरून हलले नाही, तोंडाने एक शब्दसुद्धा उच्चारला नाही.

वृषपर्वा पुढे येऊन मला म्हणाले,

'झालं गेलं सर्व विसरून–'

मी उसळून उद्गारले,

'जो घाव घालतो, त्याला तो विसरून जाणं सोपं असतं; पण ज्याच्या कपाळावर घाव बसतो, त्याला त्याचा विसर पडत नाही! तो प्राणांतिक वेदनांनी तळमळत असतो. तुमच्या मुलीनं आज मला विहिरीत ढकलून माझा जीव घेण्याचा प्रयत्न केला. तेसुद्धा एक वेळ सोसलं असतं मी; पण ती बाबांना उद्देशून जे भलतं-सलतं बोलली– काळजाला घरं पडतील, असं ती जे बोलली–'

बाबांनी कठोर स्वराने विचारले,

'काय म्हणाली शर्मिष्ठा?'

मी म्हणाले,

'कसं सांगू ते, बाबा, मी तुम्हांला? ती मला टोचून म्हणाली, 'मी राजकन्या आहे, तू भिक्षुकाची मुलगी आहेस! तुझा बाप माझ्या पित्याच्या दरबारात एक भाट म्हणून, एक याचक म्हणून, एक स्तुतिपाठक म्हणून उभा असतो. माझ्या वडिलांच्या पुढं हात जोडून तो दक्षिणा–'

वृषपर्वा पुढे होऊन लीनतेने म्हणाले,

'गुरुकन्ये, शर्मिष्ठासुद्धा लहानच आहे अजून तुझ्यासारखी. एका वस्त्रावरून तुमचं दोघींचं भांडण कसं सुरू झालं, ते तिनं सांगितलं मघाशी. लहानांना पोच असत नाही, भान राहत नाही. शब्दावरनं शब्द वाढत जातो–'

'मला तिनं विहिरीत ढकललं, यातसुद्धा तिचा काही अपराध नाही का?'

'असं कोण म्हणेल? पण राग अंधळा असतो! शर्मिष्ठेच्या अपराधाबद्दल पदर पसरून तुझी क्षमा मागतो मी!'

'पदर बाबांच्यासारख्या भिक्षुकांनी पसरावयाचा असतो; आपल्यासारख्या राजांनी नाही! बाबांना जरूर असली, तर ते जातील परत नगरात. जिथं त्यांचा नि माझा इतका अपमान झाला आहे, तिथं मी पुन्हा पाऊलसुद्धा टाकू इच्छीत नाही!' लगेच ययाति महाराजांकडे वळून मी म्हणाले,

'चला, महाराज, आता इथं क्षणभरसुद्धा राहण्यात अर्थ नाही. माहेर सोडून सासरी जाताना मुलीच्या डोळ्यांतलं पाणी खळत नाही, असं मी लहानपणापासून

ऐकत आले होते! पण मला मात्र ते सोडताना अतिशय आनंद होतोय्. जिथं माझा जीव घेण्याचा प्रयत्न झाला, तपस्वी म्हणून त्रिभुवनात मान्यता पावलेल्या माझ्या वडिलांना भिक्षुक म्हणून जिथं एका पोरटीनं वैभवाच्या धुंदीत हिणवलं, तिथं पाणी प्यायलासुद्धा मी राहणार नाही!'

बाबा इतका वेळ स्तब्ध होते. ते म्हणाले,

'आणि, राजा, मीसुद्धा! तप करणाराला या हिमालयात हजारो गुहा मोकळ्या आहेत. त्याला काही तुझ्या राज्याचीच जरुरी आहे, असं नाही. ज्याच्या जिवावर आजपर्यंत तुम्ही दानव मानानं जगलात आणि ज्याच्या तपाच्या बळावर पुन्हा आपण डोकं वर काढू, अशी आशा बाळगून तुम्ही त्याचा अपमान करताना, त्याच्या मुलीचा प्राण घेण्याचा प्रयत्न करताना—'

वृषपर्वा मध्येच म्हणाले,

'गुरुदेव, देवयानीचा काही तरी गैरसमज—'

बाबा गर्जना करून म्हणाले,

'हा मी चाललो! न्यायान्यायाचा निवाडा करीत बसायला मला वेळ नाही!'

वृषपर्वा गुडघे टेकून बाबांचे पाय धरीत म्हणाले,

'गुरुमाउलीनंच आपल्याकडं अशी पाठ फिरवली, तर समुद्रात जीव देण्याशिवाय आम्हांला दुसरी कुठली गती आहे? शर्मिष्ठेच्या हातून घोर अपराध घडला आहे. गुरुदेवांनी तिला हवी ती शिक्षा द्यावी! हूं की चूं करता मी ती अमलात आणीन! या क्षणी तिला इथं आणवितो, आपल्या आणि गुरुकन्येच्या शंभरदा पाया पडायला लावतो, दोघांची क्षमा मागायला तिला आज्ञा करतो. ही शिक्षा सौम्य वाटत असेल, तर या क्षणी तिला दानवांच्या राज्यातून घालवून देतो!'

'तिनं देवयानीचा अक्षम्य अपराध केला आहे. ही जी शिक्षा देईल, ती तत्काळ भोगायला शर्मिष्ठा तयार असेल, तरच मी पुन्हा नगरात पाय ठेवीन!'

वृषपर्वा माझ्याकडे वळून म्हणाले,

'गुरुकन्ये, तू सांगशील, ती शिक्षा—'

मी मध्येच म्हणाले,

'महाराज, जो शब्द पाळता येईल, तोच माणसानं द्यावा. मी शिक्षा सांगितली अन् ती तुम्ही अमान्य केली, तर?'

'काही झालं, तरी शमाची तू मैत्रीण आहेस. बालपणापासून तुम्ही दोघी बरोबर वाढला आहात. तू तिला भलती शिक्षा करशील? गुरुदेवांच्या चरणांची शपथ घेऊन, मी तुला वचन देतो, की शर्मिष्ठेला तू जी शिक्षा देशील, ती मी मोठ्या आनंदानं—'

'मी राजकन्या आहे, तू भिक्षुकाची मुलगी आहेस!' हे शर्मिष्ठेचे उर्मट शब्द

अजून कानांत घुमत होते. या घमेंडखोर मुलीला चांगली अद्दल घडेल, अशी शिक्षा झाली पाहिजे, असे एकसारखे मन म्हणत होते. मी राजकन्या आहे, या कल्पनेने ती असा तोरा मिरवते काय? आपल्या वैभवाच्या धुंदीत द्रव्याने दरिद्री लोकांचा ही उपहास करते काय? ठीक आहे; तोरा उतरेल. धुंदी नाहीशी होईल, अशीच शिक्षा तिला–

मी बोलून गेले–

'शर्मिष्ठेनं माझी दासी झालं पाहिजे!'

'दासी–?' एकदम काळ्याठिक्कर पडलेल्या वृषपर्वामहाराजांच्या तोंडून कष्टाने एवढाच उद्गार निघला.

माझा विजय झाला होता. मी तारस्वराने म्हणाले,

'हो– शर्मिष्ठेनं माझी दासी झालं पाहिजे! या हस्तिनापूरच्या महाराणीची दासी झालं पाहिजे! दासी म्हणून जन्मभर माझी सेवा करायला आत्ताच्या आत्ता माझ्याबरोबर हस्तिनापूरला आलं पाहिजे.'

✳

शर्मिष्ठा

१

हे घटकेचे टोल पडले. दोन घटकांतील एक घटका संपली! फक्त एक घटका उरली. एका घटकेत– एवढ्या थोड्या वेळात– मला जन्माचा निर्णय घ्यायला हवा! देवयानीची दासी व्हायचे, की–

बाबांचे हे पत्र समोर पडले आहे. त्यांनी आपल्या लाडक्या लेकीला पाठविलेले पहिलेवहिले पत्र! त्यांची शमा आजपर्यंत त्यांना सोडून कुठे दूर गेलीच नाही! मग तिला पत्र पाठविण्याचा प्रश्न येणार कुठून! तो आज आला– अशा वेड्या-वाकड्या रीतीने आला– पलीकडच्या महालात बाबा आणि अलीकडच्या महालात शर्मिष्ठा! आम्ही दोघे इतकी जवळ असून त्यांना मला पत्र लिहायचा प्रसंग आला– पूर्वजन्माच्या वैऱ्यासारखा दावा साधून हा प्रसंग आला!

आज– वसंतोत्सवाच्या पहिल्या दिवशी–

आज अरुणोदय झाला, तो लहानपणाप्रमाणेच महालाच्या खिडकीतून माझ्यावर गुलाल उधळीत! मी शय्येवरून डोळे भरून तो पाहत होते. मध्येच मनातल्या मनात लाजले! तो अरुण लग्नातल्या पवित्र होमासारखा वाटला मला. मग रात्री झोपायला जाताना आईने केलेल्या थट्टेची आठवण झाली. ती मला कुरवाळीत म्हणाली होती,

'शमा, हे युद्ध थांबलं, ते फार बरं झालं, बघ! आता आर्यावर्तातला कुणी तरी

चांगला राजा पाहून– हस्तिनापूरचा ययाति राजा फार शूर नि गुणी आहे, म्हणे! लहान असतानाच अश्वमेधाचा घोडा घेऊन तो दिग्विजयाला गेला होता. मोठा देखणासुद्धा आहे, म्हणतात. माझ्या या नाजूक फुलाला शोभेल, असा!'

तिचे हे बोलणे ऐकून 'इश्श! हे काय, ग, आई?' असे म्हणून मी तोंडावर पांघरूण ओढले, हे खरे! पण सारी रात्र मी गोड गोड स्वप्नांच्या हिंदोळ्यावर झोके घेत होते. त्यांतल्या एका झोक्याने मला हस्तिनापुरात नेऊन टाकले होते–ययातिमहाराजांची पट्टराणी करून!

अरुणोदयाच्या वेळी मी जागी झाले, तेव्हासुद्धा या स्वप्नाची धुंदी माझ्या डोळ्यांवरून उतरली नव्हती!

पण जीवन किती भीषण आहे! किती विरोधपूर्ण आहे! सत्य स्वप्नापेक्षा किती कठोर असते! आज सकाळी पूर्वेकडे उगवलेला सूर्य पश्चिमेकडे झुकलासुद्धा नाही, इतक्यात माझ्यावर हस्तिनापूरला जायची पाळी आली आहे! त्याच ययातिमहाराजांच्या राजवाड्यात–पण त्यांची राणी म्हणून नव्हे; तर त्यांच्या महाराणीची दासी म्हणून!

२

सकाळी जलक्रीडेच्या वेळी माझ्या तोंडून नाही नाही ते शब्द गेले! ते जायला नको होते! देवयानीला लागेल, असे मी खूप खूप बोलले. ते मी बोलायला नको होते! पण मी तरी काय करू? मनावर, जिभेवर– कशावरच माझा ताबा राहिला नाही! लहानपणापासून मी पाहतेय्, माझा पाणउतारा करायची एकसुद्धा संधी देवयानीने कधी गमावली नाही! ती ऋषिकन्या झाली, माझ्यासारखी राजकन्या झाली नाही, हा काय माझा अपराध? पण जिथेतिथे, पावलोपावली, देवयानी शर्मिष्ठेपेक्षा श्रेष्ठ आहे, हे सिद्ध करण्याचा अट्टहास ती सदैव करीत आली.

आम्ही दोघी तीन-चार वर्षांच्या असू. नौकाविहाराला नेले होते आम्हांला दासींनी. देवयानी पाण्यात वाकून पाहू लागली. मग टाळ्या पिटीत ती म्हणाली,

'ए छमा, ही कोन बग छान-छान मुलगी मला खेळायला बोलावतेय्!'

मी पाण्यात वाकून पाहिले.

मलाही माझ्यासारखीच असलेली एक मुलगी हसून बोलावीत होती. मी म्हटले,

'ही बघ मलासुद्धा एक छान मुलगी बोलावतेय्!' देवयानी नाक मुरडून, ओरडून म्हणाली,

'अंहं! तुझी मुलगी घान आहे, माजी छान आहे!'

आम्ही दोघी आठ-दहा वर्षांच्या झालो. वसंतोत्सवातल्या एका नाटुकल्यात आम्हां दोघींना गुरुजींनी भूमिका दिल्या. त्या नाटकात त्यांनी मला वनराणी केले होते. तिला फुलराणी केले होते. देवयानी दिसायची सुंदर, नाचायची चांगली, म्हणून तिला फुलराणी केले होते त्यांनी. आरंभी नुसती कळी. मग अर्धवट उमललेले फूल, मग पूर्णपणे फुललेले फूल, अशी तीन नृत्ये त्यांनी तिला घातली होती. वनराणीला नृत्य नव्हते. माझी नृत्यात गतीच नव्हती. पण फुलराणी ही वनराणीपेक्षा मानाने कमी, म्हणून देवयानीने वनराणी होण्याचा हट्ट धरला. शेवटी गुरुजींना त्या वनराणीला नृत्ये घालावी लागली. फुलराणीची ती नृत्ये करण्याइतके मला नाचता येत नव्हते. त्यामुळे तिच्या हट्टापायी साऱ्या नाटकाचा विरस झाला.

आम्ही पंधरा-सोळा वर्षांच्या झालो. त्या वर्षीच्या उत्सवात नगरातल्या मोठमोठ्यांच्या मुलींच्या अनेक स्पर्धा ठेवल्या होत्या. नृत्यस्पर्धा, गीतस्पर्धा, काव्यस्पर्धा– असल्या कितीतरी स्पर्धा होत्या. नृत्यात, गीतात, सौंदर्यात– सगळीकडे देवयानी पहिली आली! मात्र काव्यात माझी कविता सरस ठरली. ही लगेच रुसली, रागावली, डोक्यात राख घालून जाऊ लागली.

'मी शुक्राचार्यांची मुलगी आहे, माझे बाबा त्रिभुवनात कवी म्हणून प्रसिद्ध आहेत, माझीच कविता चांगली आहे; शर्मिष्ठा राजकन्या आहे, म्हणून हे परीक्षक तिची कविता चांगली ठरवून अन्याय करीत आहेत!' असे ती म्हणू लागली.

शेवटी परीक्षकांनी ते पारितोषिक आम्हां दोघींमध्ये वाटून दिले, तेव्हा कुठे ती गप्प बसली. त्या वेळी मला पहिले पारितोषिक मिळाले, ते फक्त चित्रस्पर्धेतले. ते सुद्धा देवयानीला चित्रेच काढता येत नव्हती, म्हणून!

तिचे वडील संजीवनीसाठी तपश्चर्या करीत बसलेले! संजीवनीच्या साहाय्याने दानव देवांवर विजय मिळविणार! म्हणून देवयानीला कधीही दुखवायचे नाही, हे बाबांचे धोरण मलाही पाळावे लागले.

एक ना दोन! तिच्या अहंपणाच्या हजार गोष्टी माझ्या मनात खोल जाऊन बसल्या होत्या; धुमसत होत्या. सकाळी मी नेसलेले वस्त्र ती हिसकावून घेऊ लागली, तेव्हा त्या सर्वांचा स्फोट झाला! पण हे मी कुणाला सांगू! कुणाला कसे समजावून देऊ?

चार वाईट शब्द माझ्या तोंडून गेले! पण ते माझे जीवन उद्ध्वस्त करायला निघाले आहेत! या एका चुकीबद्दल राजकन्येला दासी होण्याची शिक्षा दिली जात आहे!

मी दासी व्हायचे? शर्मिष्ठेने दासी व्हायचे! अष्टौप्रहर स्वतःची पूजा करीत बसणाऱ्या या पाषाणाच्या सुंदर पुतळीची मी दासी होऊ? छे! शक्य नाही ते!

३

नाही! केवळ अपशब्दच माझ्या तोंडून गेले नाहीत. आई म्हणत होती, हे वस्त्र देवयानीचे आहे. ते कचाने तिला भेट म्हणून दिले होते. मी ते नेसायला नको होते. अजून तेच माझ्या अंगावर आहे! ज्या कचाने आपला जीव धोक्यात घालून देव-दानवांचे युद्ध बंद केले, त्याने दिलेल्या भेटीने भयंकर भांडण सुरू करावे? आईने रात्री मला वस्त्रे नीट दाखवून का ठेवली नाहीत? हे अंशुक माझे नव्हते, हे मला कसे कळावे? छे! मी राजकन्या झाले, हीच चूक झाली! त्यामुळेच सर्व गोष्टी दासींवर सोपविण्याची सवय मला लागली, तिचा शेवट– शर्मिष्ठेने माझी जन्मभर दासी झाले पाहिजे, हा देवयानीचा हट्ट!

तिला मी विहिरीत ढकलले, म्हणे! ती वनात वेड्यासारखी धावू लागली! ते पाहून ही हट्टी, तापट मुलगी रागाच्या भरात जिवाचे काही बरे-वाईट करून घेईल, अशी भीती मला वाटली. तिला धरण्याकरिता म्हणून मी तिच्यामागे धावले; तिचा घात करण्याकरिता नाही. मी काही तिला विहिरीच्या काठावर ओढीत नेले नाही. ती आधीच तिथे जाऊन उभी राहिली होती! दोघींच्या हिसकाहिसकीत तिचा तोल जाऊन ती विहिरीत पडली! असं अजून वाटतंय् मला! का तिच्यावरच्या साऱ्या साठलेल्या रागाचा स्फोट माझ्या हातून झाला आणि मी तिला वेड्यासारखे विहिरीत ढकलून दिले? मनुष्य रागाच्या आहारी गेला, म्हणजे क्रूर होतो, पशू बनतो!

खरोखरच मी इतके भान विसरले होते काय? मला काहीच आठवत नाही. बऱ्या-वाइटाचे, खऱ्या-खोट्याचे, पाप-पुण्याचे साक्षीदार या जगात केवळ दोन आहेत, असे कच म्हणत असे– एक माणसाचा आत्मा आणि दुसरा सर्वसाक्षी परमेश्वर. आज सकाळी माझा आत्मा रागाने अंधळा झाला होता! आणि परमेश्वर? तो सर्वसाक्षी असेल! पण निरपराधी माणसाच्या बाजूने साक्ष द्यायला तो धावून येतो का?

निदान नेहमी येत नाही! तो यायचा संभव असता, तर बाबांनी माझ्यापुढे टाकलेल्या या भयंकर प्रश्नाचे उत्तर मी त्यालाच विचारले असते. देवयानीने जन्माची दासी होण्याची अट मला घातली आहे. ती मी मान्य करू, की नको

४

बाबांनी पत्रात लिहिले आहे...

'बाळ, बाप या नात्यानं तू मला विचारशील, तर तू दासी व्हावंस, या

गोष्टीला मी कधीच संमती देणार नाही.
पण माणसाला एकाच वेळी अनेक नाती सांभाळावी लागतात. मी केवळ तुझा पिता नाही. मी दानवांचा राजा आहे. कचानं संजीवनीचं हरण केल्यामुळं आपला संपूर्ण पराभव झाला आहे.
या प्रतिकूल परिस्थितीतून राक्षसांना डोकं वर काढायचंय्. शुक्राचार्यांचं गुरुत्व आम्हांला अत्यंत आवश्यक आहे. देवयानीवर त्यांचं अतिशय प्रेम आहे. तिनं घातलेली अट जर पूर्ण झाली नाही, तर शुक्राचार्य नगरात पाऊल टाकणार नाहीत. त्यांच्या अभावी आपलं राज्य धुळीला मिळेल. अंतराळात स्वच्छंद संचार करू इच्छिणाऱ्या दानवांना क्षुद्र किड्यांप्रमाणे भूमीवर सरपटत राहावं लागेल.
शमा, तू दासी झालीस, तर तुझं आयुष्य धुळीला मिळेल. माझी लाडकी शमा–! शमा दुसऱ्याची दासी होणार? नाही, पोरी! दासी म्हणून डोळ्यांपुढं उभी राहणारी तुझी मूर्ती– छे! दासी म्हणून तुला बघण्यापेक्षा... ती कल्पनासुद्धा सहन होत नाही मला! त्यापेक्षा डोळे फोडून घेतलेले बरे!
शमा, तू देवयानीची अट मान्य केली नाहीस, तरी मी तुझ्यावर रागावणार नाही! शत्रूवरसुद्धा असला प्रसंग परमेश्वरानं आणू नये. पण, पोरी, तुझ्या दुर्दैवी पित्यावर तो आज आला आहे! काय करावं, ते सुचेना! म्हणून तुला हे पत्र घरातल्या घरात लिहिलं आहे. हे सारं मी तुला तोंडानं सांगायला हवं होतं! पण ते कसं सांगू? कोणत्या तोंडानं सांगू? ते सांगायला मी आलो असतो, तर माझ्या तोंडून एक शब्दसुद्धा बाहेर पडला नसता! प्रेमानं कर्तव्याचा पराजय केला असता!
शमा! माझी लाडकी शमा! पोरी, ज्यानं तुला सदैव सुख होईल, असा निर्णय घेण्याची बुद्धी भगवान शंकर तुला देवो!'

५

'घटका भरली' हे शब्द लग्नमंडपात मी लहानपणापासून ऐकत आले होते. अलीअलीकडे त्या शब्दातले काव्य मला कळू लागले होते. दोन प्रणयी जीवांचे मीलन करणारा मंगल क्षण अगदी जवळ आला, हे सुचविणारे ते गोड-गोड शब्द– त्या दोन शब्दांनी हल्ली मला गुदगुल्या होऊ लागल्या होत्या.

पण ते शब्द या क्षणी मला अत्यंत अमंगल वाटत होते. 'घटका भरली' हे

शब्द ऐकायची इच्छा नव्हती मला! ही घटका कधीच भरू नये, या क्षणी काळपुरुषाचा कुणी तरी गळा दाबून प्राण घ्यावा, असे एकसारखे मनात येत होते. घटका भरली, की आई दार उघडून आत येईल. डोळे पुशीत माझ्यापाशी उभी राहील! बाबांना मला निश्चित उत्तर द्यावे लागेल!

देवा! काय उत्तर देऊ मी? आनंदाने दासी होऊ? या दुष्ट देवयानीची दासी होऊ? ते कसे शक्य आहे? आजपर्यंत मी इतरांकडून पायांवर पाणी घेतले. आता ते लोकांच्या पायांवर घालीत बसू? अंगावरले हिरेमाणकांचे अलंकार दूर करून भिकारणीसारखी राहू? अहोरात्र सेवकांना आज्ञा करणारी राजकन्या मी! ती मी इतरांच्या आज्ञा हात जोडून मुकाट्यानं ऐकू? त्यांची बोलणी खाऊ? धनीण देईल, त्या अन्न-वस्त्रांवर हूं की चूं न करता दिवस कंठीत राहू? प्रणयाला, प्रीतीला, पतिसुखाला, वात्सल्याच्या आनंदाला– साऱ्या साऱ्या गोष्टींना पारखी होऊ?

छे! मी बाबांना सांगणार– देवयानीची दासी होण्यापेक्षा मी जोगीण होईन! देवयानीला माझ्यावर सूड घ्यायचाय् ना? ठीक आहे. तिला बोलवा इथं. ती आली, म्हणजे तुम्ही हातात खड्ग घ्या आणि तिच्यासमोर एका घावासरशी शर्मिष्ठेचे मस्तक उडवा! मात्र ते निर्जीव मस्तकसुद्धा तिच्या पायांवर जाऊन पडणार नाही, हे लक्षात ठेवा. प्राण गेला, तरी मी दासी होणार नाही! स्वप्नातसुद्धा देवयानीची दासी होणार नाही!

६

मी एकदम दचकले. कसला तरी आवाज–

घटका भरल्याचे टोल! मी भीत-भीत दाराकडे पाहिले. ते उघडले नाही. आई आत आली नाही, मला बरे वाटले!

खाली मान घालून मी विचार करीत होते!

विचार-विचार-विचार– काळजावर घणाचे घाव बसत होते. मस्तकाच्या चिंधड्या होत होत्या.

–आणि हे सारे कशापायी? हे अंगावरले वस्त्र चुकून मी नेसले, म्हणून!

कचाने भेट म्हणून देवयानीला दिलेले हे पट्टांशुक! ते चुकून– बाबांच्या पायांशपथ चुकून– मी नेसले.

या विलक्षण योगायोगात दैवाचा काही हेतू असेल काय? संजीवनीसाठी कच इथं आला. तो आमचा शत्रू होता; पण त्याची विद्या, त्याची निष्ठा, त्याचा त्याग, त्याचा स्वभाव या सर्वांमुळे मनातल्या मनात मी त्याची पूजा करू लागले. असला

वडीलभाऊ मला लाभला असता, तर मी किती-किती चांगली झाली असते, असे अनेकदा माझ्या मनात येई.

देवयानीने मला त्याच्याशी कधी मोकळेपणाने बोलू दिले नाही, वागू दिले नाही! तिला माझा कसला मत्सर वाटत होता, कुणास ठाऊक! पण कचाकडे नुसते पाहिले, तरी माझे मन प्रसन्न होई. त्याने माझ्याकडे पाहून मंद स्मित केले, तरी मनाला मोठा आनंद वाटे. सहज संभाषणात तो असे काही बोले, की पुढे किती तरी दिवस मी त्याचा विचार करीत राही.

राक्षसांनी त्याला तीनदा हालहाल करून मारले; पण प्रत्येक वेळी जिवंत झाल्यावर तो हसून मला म्हणाला,

'एखादी गोष्ट दुरून जितकी भयंकर दिसते, तितकी ती खरोखर भीतिदायक नसते. मरणसुद्धा असंच आहे. राजकन्ये, अनुभवाचे बोल आहेत हे माझे!' एवढे बोलून तो किती मोकळ्या मनाने हसायचा!

त्याच्या या उद्गारांचा अर्थ काय? कचाला भविष्य कळत होते काय? दासीपण म्हणजे दुसरे काय आहे? मरण– माणसाच्या अभिमानाचे मरण! त्याच्या मोठेपणाचे मरण!

राजकुलात माझा जन्म झाला, म्हणून दासी होणं भयंकर वाटतंय् मला! पण मी एखाद्या दासीच्या पोटी जन्माला आले असते, तर मी आनंदाने माझे जीवन कंठीत राहिले असतेच, की नाही? जगातच साऱ्याच मुली काही राजकन्या म्हणून जन्माला येत नाहीत!

–आणि गुणावगुण काय जातीवर अवलंबून असतात? कच ब्राह्मण, देवयानी ब्राह्मण! पण तिच्या स्वभावात त्याचा एक तरी गुण उतरला आहे का? छे! या जगात जन्मावर, जातींवर काही अवलंबून नाही. राजकन्या दुष्ट असू शकेल, दासी सज्जन असू शकेल!

ब्राह्मण असलेल्या कचाने दानवांच्या नगरीत संजीवनीसाठी येण्याचे केवढे धैर्य प्रगट केले! साऱ्या क्षत्रियांना त्याने लाजविले. दानवांनी त्याचा पुन्हा-पुन्हा वध केला. पण तो भ्याला नाही. डगमगला नाही, पळून गेला नाही. संजीवनी पदरात पडेपर्यंत तो निर्भयपणे इथे राहिला.

हे वस्त्र– कचाने नकळत मला दिलेली भेट आहे ही! ही जन्मभर जपून ठेवायला हवी! कचाची आठवणच मला या संकटातून–

संकटे कुणाला चुकली आहेत! उलट, या जगात मी सज्जनांच्याच वाट्याला अधिक येतात. कच एवढा सालस, एवढा प्रेमळ, एवढा निःस्वार्थी, एवढा बुद्धिमान! असे असून त्याला काय कमी दुःख भोगावे लागले? पण देवयानीने शाप दिल्यानंतर माझा निरोप घेण्याकरिता कच आला, तोसुद्धा हसतमुखाने! प्रेमभंगाचे दुःख, प्रेयसीने शाप दिल्याचे दुःख; पण त्याच्या मुद्रेवर कसल्याही दुःखाची

छायासुद्धा नव्हती!

मलाच राहवेना! मी त्याला म्हणाले,

'लग्न होऊन तुम्ही देवलोकी जायला निघाला असता, तर तुम्हांला मी मोठ्या आनंदाने निरोप दिला असता! पण–'

तो शांतपणे म्हणाला,

'राजकन्ये, जीवन नेहमीच अपूर्ण असतं. तसं ते असण्यातच त्याची गोडी साठवलेली आहे!'

तत्त्वज्ञान म्हणून त्याचे हे बोलणे बरोबर असेल! पण प्रेमभंगाचे दुःख किती मोठे असते, हे मी अनेक काव्यांत वाचले होते. ती काव्ये वाचताना मी घटका-घटका रडले होते. मी म्हणाले,

'माणसाचा प्रेमभंग होण्यापेक्षा त्याचं मुळातच कुणावर प्रेम न जडणं बरं नव्हे का?'

तो हसून उत्तरला,

'छे! प्रेम माणसाला स्वतःच्या पलीकडे पाहायची शक्ती देतं. ते प्रेम कुणावरही असो, ते कशावरही जडलेलं असो. मात्र ते खरंखुरं प्रेम असायला हवं! ते हृदयाच्या गाभ्यातून उमलायला हवं! ते स्वार्थी, लोभी, किवा फसवं असता कामा नये. राजकन्ये, खरं प्रेम नेहमीच निःस्वार्थी असतं. निरपेक्ष असतं; मग ते फुलांवरलं असो, प्राण्यावरलं असो, सृष्टिसौंदर्यावरलं असो, आईबापांवरलं असो, प्रियकर किंवा प्रेयसी यांच्यावरलं असो, कुल, ज्ञाती, राष्ट्र यांच्यापैकी कुणावरलंही असो; निःस्वार्थी, निरपेक्ष, निरहंकारी प्रेम हीच माणसाच्या आत्म्याच्या विकासाची पहिली पायरी असते, असलं प्रेम केवळ मनुष्य करू शकतो!'

त्याचे हे बोलणे त्या वेळी मला काही नीट समजले नाही, पण त्याच्या बोलण्यातल्या जिव्हाळ्यामुळे मला ते इतके आवडले, की मी त्यातला शब्द नि शब्द लगेच टिपून ठेवला. नंतर किती तरी वेळा त्याचे हे टेपून ठेवलेले शब्द मी वाचले होते! त्यांचा अर्थ आता कुठे माझ्या ध्यानात येऊ लागला!

त्या दिवशी कचाला जायची घाई होती. पण त्या घाईतही तो मला म्हणाला,

'शर्मिष्ठे, आमचं प्रेम सफल झालं नाही, म्हणून दुःख करू नकोस. प्रेम लाभलं नसलं, तरी प्रेमाचा अनुभव मला मिळाला आहे. त्याची स्मृती मी जन्मभर जपून ठेवीन. देवयानी तुझी मैत्रीण आहे. ती हट्टी आहे, तापट आहे, अहंकारी आहे, तिच्या या सर्व दोषांची जाणीव आहे मला! तिच्या रूपानं मोहून जाऊन केवळ अंधळेपणानं मी तिच्यावर प्रेम केलं नाही, प्रिय व्यक्तीचा तिच्या दोषांसह स्वीकार करण्याची शक्ती खऱ्या प्रेमाच्या अंगी असते– असली पाहिजे! देवयानीवर तसं प्रेम करण्याचा मी प्रयत्न केला, पण लाखो स्वकीयांच्या कल्याणासाठी मला देवयानीचं मन

दुखवावं लागलं. मी तरी काय करू? जीवनात प्रेम ही एक उच्च भावना आहे, पण कर्तव्य ही तिच्यापेक्षाही श्रेष्ठ अशी भावना आहे! कर्तव्याला कठोर व्हावं लागतं. पण कर्तव्य हाच धर्माचा मुख्य आधार आहे. कधी काळी देवयानी तुझ्याशी मोकळेपणानं बोलली, तर तिला एवढंच सांग– 'कचाच्या हृदयावर कर्तव्याचं स्वामित्व आहे, पण त्या हृदयातला एक लहानसा कोपरा केवळ देवयानीचाच होता, तो सदैव तिचाच राहील!' '

इतका वेळ कचाच्या या शेवटच्या भेटीचा आणि त्याच्या या उद्गारांचा मला कसा विसर पडला होता, कोण जाणे! मी दुःखाने अंधळी झाले होते. अंधारात चाचपडत होते. मला प्रकाशकिरण कुठेच दिसत नव्हता. तो आता दिसला; कचाने तो दाखविला. मी धावतच दाराकडे गेले. इतक्यात घटका भरल्याचे टोल पडू लागले. मी आतून दार उघडणार, तोच आईने बाहेरून उघडले. मी हसत आईच्या गळ्यात मिठी मारून म्हणाले,

'आई, बाबांना माझी तयारी करायला सांग!'

'तयारी? कसली तयारी?'

'हस्तिनापुराला जायची तयारी! देवयानीबरोबर तिची दासी म्हणून जायला शर्मिष्ठा तयार आहे!'

आई एखाद्या पाषाणाच्या पुतळीसारखी निश्चल उभी राहिली! एकदम हुंदके देत तिने माझ्या खांद्यावर आपले मस्तक ठेवले. ते मी नकळत थोपटू लागले. मी आईची आई झाले होते.

७

हस्तिनापूरच्या राजवाड्यात पाऊल टाकताना माझे मन हुरहुरले; नाही असे, नाही. पण लगेच मी सावध झाले. दासी म्हणून वावरू लागले.

देवयानी राजमातेच्या दर्शनाला गेली, तेव्हा तिच्या पाठोपाठ मीही गेले. माझा प्रणाम स्वीकारीत राजमाता म्हणाली,

'ये, मुली. इकडं ये.'

मी थोडी पुढे झाले. खाली मान घालून उभी राहिले. माझी हनुवटी वर करून माझ्याकडे पाहत राजमाता देवयानीला म्हणाली,

'सूनबाई, तुझी मैत्रीणसुद्धा तुझ्यासारखी सुरेख आहे हं!'

देवयानी फणकाऱ्याने म्हणाली,

'ही माझी मैत्रीण नाही.'

'मग?'

'ही दासी आहे माझी!'

' 'नववधूबरोबर राजकन्या शर्मिष्ठा येत आहे', असा महाराजांचा निरोप घेऊन दूत आला होता. तेव्हा मला वाटलं, शर्मिष्ठा पाठराखीण म्हणून येत असेल! ही तुझ्याबरोबर आत आली, तेव्हा हीच शर्मिष्ठा असं...'

देवयानी कुर्ऱ्याने उत्तरली,

'सासूबाई, ही राजकन्या शर्मिष्ठाच आहे; पण पाठराखीण म्हणून मी तिला आणलेली नाही, नि आता ती राजकन्याही नाही. ती दासी आहे– माझी दासी–'

'म्हणजे?'

'ते सारं महाराजांना विचारा, म्हणजे माझे वडील केवढे मोठे ऋषी आहेत, हे...'

'तुझे सासरे नहुषमहाराज हे सुद्धा फार मोठे वीर होते. पण त्यांच्या या वाड्यात एका क्षत्रिय राजकन्येनं दासी म्हणून वावरणं मला बरं वाटत नाही!'

'हा प्रश्न तुमचा नाही, माझा आहे!' असे उत्तर देऊन देवयानी महालातून निघून गेली.

८

सासू आणि सून यांच्या पहिल्या चकमकीत मी अशी नकळत कारणीभूत झाले. मला त्याचे फार वाईट वाटले. पण लवकरच एक गोष्ट माझ्या लक्षात आली. काही कारण असो, नाही तर नसो! या चकमकी अशाच होत राहणार!

देवयानी बाळपणापासून अतिशय लाडांत वाढली होती. आईचे म्हणून मुलीला जे वळण असते, ते तिच्या दुर्दैवाने तिला लाभले नव्हते. आता तर ती हस्तिनापूरच्या राज्याची स्वामिनी म्हणून वाजत-गाजत आली होती. राजमातेला गोडीगुलाबीने वश करण्याची तिला काय जरुरी होती? राजमातेचा स्वभावही थोडासा देवयानीसारखाच असावा! आभाळात दोन विजा अचानक एकमेकींवर येऊन आपटाव्यात ना, तसे दैवाने या दोघींना एकत्र आणले होते!

महाराजांचे राजमातेशी काय बिनसले होते, याची मला कधीच कल्पना आली नाही; पण त्या दोघांचे मनमोकळेपणाने झालेले बोलणे काही मी ऐकले नाही. तिचे मुलाशी इतके सख्य, तिथे सुनेशी कसे जमायचे?

राजमातेला क्षत्रिय जातीचा अतोनात अभिमान! ब्राह्मणकन्या म्हणून देवयानीला स्वतःच्या जातीचा मोठा गर्व! दोघींचे बोलणे सुरू झाले, की त्यात जात हटकून निघे. मग सासू कुठल्या तरी अप्सरेच्या मोहाला बळी पडलेल्या ऋषीची गोष्ट सांगून म्हणे,

'हे सारे विद्वान ब्राह्मण असेच! तप करतात, मेले! बाई बघितली, की लागले पाघळायला!'

या बोलण्यातले 'तप करतात, मेले!' हे शब्द सुनेच्या अगदी जिव्हारी झोंबायचे! सासू आपल्या बापालाच हा टोमणा मारीत आहे, असा ग्रह ती करून घ्यायची! मग शुक्राचार्यांनी संजीवनीकरिता केलेल्या घोर तपश्चर्येचे वर्णन सुरू व्हायचे! त्यात वृषपर्वामहाराजांचा आणि साऱ्या दानवांचा उद्धार व्हायचा! आणि शेवटी एक क्षत्रिय राजकन्या एका ब्राह्मणकन्येची दासी म्हणून तिच्याबरोबर नाक घाशीत तिच्या सासरी कशी गेली, या आख्यानाने या वादविवादाची समाप्ती व्हायची!

देवयानीचे हे बोलणे मला बोचे, टोचे, अगदी काळीज कुरतडीत जाई ते! पण जणू काही मी बहिरी आहे, अशा आविर्भावाने मी ते ऐकत असे. अहोरात्र माझा मंत्र एकच होता– मी दासी आहे; दासीला हात असतात, पाय असतात, पण तोंड नसते! आणि मन? ते तर नसतेच नसते!

असल्या चकमकीचा मला मात्र कधीकधी लाभ होई अगदी अनपेक्षित रीतीने! पाठीवरून मायेने फिरणाऱ्या आईच्या हाताची मला कधी तरी उगीच आठवण होई. मग मन हुरहुरू लागे, झुरू लागे; पण या दोघींची काही बोलचाली झाली की, राजमाता कामाचे निमित्त काढून मला जवळ बोलावी, देवयानीला खिजविण्याकरिता असेल किंवा मी क्षत्रिय राजकन्या होते, म्हणून असेल– माझ्या पाठीवरून हात फिरवी. त्या स्पर्शाने माझी हुरहूर कमी होई. परदेशात येऊन पडलेल्या या पोरक्या पोरीवर प्रेम करणारे एक तरी माणूस या राजवाड्यात आहे, असे वाटून, मनाला धीर येई– तो नुसता भास असेल प्रेमाचा! पण माणसाला जगायला असले भाससुद्धा उपयोगी पडतात या जगात!

राजमातेच्या माझ्यावरच्या या मायेचे एकदा अगदी निराळ्याच रीतीने प्रदर्शन झाले, नगरात कुणी मोठा सामुद्रिक शास्त्रात पारंगत असलेला मनुष्य आला होता. देवयानीने त्याला राजवाड्यात बोलावून घेतले. आपला हात त्याला दाखविला. तिला वर्षभरात मुलगा होईल, असे त्याने सांगितले. ते ऐकून आम्हां सर्वांनाच आनंद झाला.

मी जवळच उभी होते. हात धरून मला खाली बसवीत राजमातेने त्या ज्योतिष्याला माझा हात पाहायला सांगितले. मी नको-नको म्हणत होते. देवयानी डोळे वटारून माझ्याकडे बघत आहे, हे मला कळत होते. पण राजमातेपुढे माझे काही चालेना!

खूप वेळ माझा हात पाहून तो भविष्यवादी म्हणाला,

'मोठी दुर्दैवी मुलगी आहे ही!'

देवयानी म्हणाली,

'अहो, दासी आहे ती! काही कुणी राजकन्या नाही!'

त्या मनुष्याने चमकून वर पाहिले. पुन्हा माझा हात पाहत तो म्हणाला,

'हिच्या कपाळी पुष्कळ कष्ट आहेत, पण हिचा मुलगा-'

देवयानी खो-खो हसत म्हणाली,

'अहो, ही जन्मभर माझी दासी म्हणून इथं राहणार आहे! हिच्याशी लग्न कोण करणार? नि हिला मुलगा तरी कुठून होणार?'

आपल्या ज्ञानाचा उपहास होत आहे, असे वाटून की काय, ज्योतिषीबुवा, संतापले! देवयानीकडे वळून म्हणाले,

'महाराणींनी मला क्षमा करावी मला! मी माझं शास्त्र जाणतो. बाकीचं मला काही कळत नाही. या हातावर मला जे दिसतंय्, ते मी सांगतोय्! हिच्याशी लग्न कोण करील, ते मी कसं सांगू? पण हिचा मुलगा सिंहासनावर बसेल-'

देवयानी गंभीरपणे उद्गारली,

'सिंहासन म्हणजे सिंहाचं कातडं असेल! व्याघ्रासन असतं ना? तसलं! नीट बघा तिच्या हातावर!'

तिच्या या टोमण्याने माझे मन कसे रक्तबंबाळ झाले! मी त्या ज्योतिष्याच्या हातातून हात काढून घेतला आणि डोळ्यांत पाणी उभे राहण्यापूर्वीच महालातून निघून गेले!

९

त्या दिवशी रात्री उशी भिजून झाली, तरी माझी आसवे खळेनात! कोणत्या तरुण मुलीला पतिसुखाची आणि पुत्रमुखाची स्वप्ने पडत नाहीत? त्या अस्फुट मधुर स्वप्नाच्या चिंतनात विशीच्या आत-बाहेरची कोणती मुलगी रमून जात नाही? ती स्वप्ने कोणत्या स्वरूपात खरी होतील, याची कल्पना करीत कोणती तरुणी शय्येवर तळमळत पडत नाही?

मीही अशीच एकत मुलगी होते. पण या सर्व स्वप्नांचा चोळामोळा करून मी हस्तिनापुराला आले होते. मी देवयानीची दासी झाले होते. जन्मभर तिची दासी व्हायचे कबूल केले होते. तिचा माझ्यावर पूर्ण अधिकार होता. कदाचित ती मला कधीच, कुणाशीच लग्न करू देणार नाही. जिथे लग्नाची आशा नाही, तिथे मुलाची- सिंहासनावर बसणाऱ्या मुलाची- आशा माझ्यासारख्या दासीने कशाला करावी? साऱ्या-साऱ्या आशांना तिलांजली देऊन मी आले होते! पण आज त्या ज्योतिष्याने-

हातावरल्या रेषांवरून माणसाचे भविष्य कळत असेल का? ते खरे होते का?

ते खरे होत असेल, तर त्याने सांगितलेल्या या भविष्याचा अर्थ काय? परमेश्वराने माझ्या कपाळी काय लिहून ठेवले आहे?

त्या ज्योतिष्याला वेड-बीड तर लागले नव्हते ना? का देवयानीचा हात पाहिल्यावर तिचेच भविष्य त्याच्या डोक्यात घोळत राहिले आणि त्याने ते मला सांगितले!

काळ्या पाषाणांनी बांधून काढलेल्या समाधीतून एखाद्या कोवळ्या तांबूस पानाने हळूच वर डोकावून पाहावे, तशी त्या भविष्याने माझ्या मनाची अवस्था करून टाकली होती! आई-बापांचा निरोप घेतानासुद्धा ज्या शर्मिष्ठेने डोळ्यातून टीप गाळले नव्हते, ती अशी हस्तिनापूरच्या राजवाड्यातल्या भयाण एकांतात अश्रू गाळीत बसली होती.

बाबांची आठवण होताच माझे मन सावध झाले. त्यांचा निरोप घेतला, त्या वेळचा क्षण नि क्षण मनात जागा झाला.

ज्या राजवाड्यात मी जन्मापासून वाढले होते, तो सोडून मी जायला निघाले. कुणा राजाची राणी म्हणून नव्हे; एका राणीची दासी म्हणून! आईला रडे आवरेना! तिने धड माझा नमस्कारसुद्धा घेतला नाही. मला एकदा घट्ट पोटाशी कुस्करले तिने आणि तोंड फिरवून वेड्यासारखी धावत गेली ती! बाबा मेरु-मांदारासारखे निश्चल उभे होते. मी डोळ्यांची पापणीसुद्धा लवविली नाही. मी त्यांच्याजवळ गेले आणि वाकून नमस्कार करीत म्हटले,

'बाबा! येते मी!'

ते मला आशीर्वाद देतील, म्हणून क्षणभर मी तशीच उभी राहिले; पण काहीच न बोलता माझे हात धरून त्यांनी मला वर उचलले आणि ते काय करीत आहेत, हे कळण्याच्या आधीच माझ्या पायांवर त्यांनी डोके ठेवले!

मी गोंधळले, एकदम मागे सरकले, कसेबसे त्यांना गडबडीने उठवले. उठता-उठता ते म्हणाले,

'पोरी, तुझा नमस्कार घेऊन कोणत्या नरकाचं साधन करू? तू माझी मुलगी नाहीस, आई आहेस, आई. तुझ्या या साऱ्या दुर्दैवी लेकरांना तूच आशीर्वाद दे!'

मी गहिवरून म्हटले,

'बाबा, मी तुमचा मुलगा असते आणि मला युद्धाला पाठवायचा प्रसंग आला असता, तर तुम्हांला काय वाटलं असतं?'

'अभिमान!'

'मग तसाच अभिमान या क्षणीही मनात जागृत करा. तुमची शमा आयुष्यातलं अत्यंत अवघड असं युद्ध जिंकायला निघाली आहे. ती भिऊन, रणांगण सोडून, पळून येणार नाही. तुमच्या कुळाला कलंक लागेल, असं काहीही करणार नाही!

बाबा, तुमची शमा युद्धाला जात आहे; तिला आशीर्वाद द्या!'

हे सारे आठवले, तेव्हा कुठे माझ्या मनाची शांती परत आली. डोळे आपोआप कोरडे होऊ लागले.

१०

माझ्याबरोबर आलेल्या दासी मला राजकन्या मानीत. राजवाड्यातील दासींनाही तसेच वाटे. त्यामुळे त्यांच्यापैकी कुणीच माझ्याशी मिळून-मिसळून वागत नसत. देवयानीचे काही काम नसले, की मी रिकामी राही. मग प्रत्येक घटका मला खायला येई. ज्या जखमा झाल्याच नाहीत, असे मी मनाला पढवीत होते, त्यांच्या खपल्या तीक्ष्ण नखांनी ती घटका काढू लागे. शेवटी मन गुंतवून ठेवण्याचा उत्तम उपाय मला सुचला. चित्रकलेचा छंद पूर्वी मला होताच. आता सवडीची प्रत्येक घटका मी चित्रे काढण्यात घालवू लागले.

कुठला ना कुठला छंद हे दुःखावरले फार गुणकारी औषध आहे. माझी चित्रे कितपत चांगली उतरली होती, कुणास ठाऊक! पण ती काढण्याच्या नादात माझ्या मनाला विरंगुळा मिळे. नुसत्या एका सशाच्या पिलाची मी किती चित्रे काढली, म्हणून सांगू? गुंजेसारख्या लाल-लाल डोळ्यांनी टकमक पाहणारे, चिमणे काने उभारून चाहूल ऐकणारे, माणसे दिसताच भिऊन पळून जाणारे, लुबलुब गवत खाणारे, आपल्या भावंडांशी खोटे-खोटे भांडणारे, इकडे-तिकडे उगी उड्या मारीत जाणारे– त्याचे प्रत्येक रूप मोठे मोहक दिसे, मनात ठसे. मग मी तेच कुंचल्याने सजीव करण्याचा प्रयत्न करी.

सशाच्या पिलाचीच गोष्ट हवी कशाला? हरिण, मोर, हंस– किंबहुना सारे पशू-पक्षी ही सौंदर्याची निधाने आहेत. दाणा टिपायला येणारी चिमणी, भुर्रकन उडून जाणारी चिमणी, पिलांसाठी कुठून तरी काड्या आणि कापूस गोळा करणारी चिमणी– काऊ- चिऊ हे काही केवळ लहान मुलांचे सोबती नाहीत. ते मोठ्या माणसांचेही मित्र होऊ शकतात, हा अनुभव मी चित्रे काढताना घेऊ लागले.

सृष्टीत किती फुले आहेत! त्या फुलांत किती रंग आहेत. किती गंध आहेत! किती विविध वृक्ष, किती विविध वेली! प्रत्येक दिवशीचा सूर्योदय निराळा, सूर्यास्त निराळा. वसंतातले चांदणे, वर्षाकालातील नदी, शरदऋतूतील सस्यश्यामल शेते, शिशिरातले निष्पर्ण वृक्ष– जिकडे पाहावे, तिकडे चित्राला विषय आहेत!

या जाणिवेने मी जीवनाचा विसर करू लागे. मग त्याच्या रहस्यावर थोडा प्रकाश पडे. विविधता हाच या जीवनाचा देह आहे. परस्परविरोधी गोष्टी हाच त्याचा आत्मा आहे. त्याचा रस, त्याचा आनंद, त्याची मोहिनी, त्याचा आत्मा– या

विविधतेत आहे, विरोधात आहे.

या नव्या विचाराने माझ्या मनाला शांती लाभू लागली. देवयानी अनेकदा मला घालून-पाडून बोले; पण ती शल्ये मला पूर्ववत टोचेनाशी झाली.

११

ययातिमहाराजांचा आणि माझा फारसा संबंध येतच नसे. तो येऊ नये, म्हणून देवयानी किती दक्षता घेते, हे पहिल्या दिवशीच माझ्या लक्षात आले. पण केव्हा तरी जाता-येता महाराज सहज माझ्याकडे दृष्टिक्षेप करीत. त्यांच्या दृष्टीत खरीखुरी सहानुभूती होती, की माझ्या दुबळ्या मनाला तो भास होत होता– कोण जाणे! कदाचित तहानेल्या माणसाला दिसणारे मृगजळ असेल ते! पण त्यांनी नुसते माझ्याकडे पाहिले की, मला बरे वाटे.

एक गोष्ट तर कुणाच्याही लक्षात आली असती. दासी म्हणून मला कुठलेही काम सांगणे त्यांच्या अगदी जिवावर येई. एखादी वस्तू मी त्यांना नेऊन दिली आणि जवळपास देवयानी नसली, तर ते हळूच म्हणत,

'तू कशाला आणलीस ही? दासीला सांगायचं होतंस!'

मी हसून उत्तर देई,

'मी सुद्धा दासीच आहे!'

ते हसून म्हणत,

'तू देवयानीची दासी असशील. माझी नाही.'

त्यांच्या स्वभावातल्या या गोडव्यामुळे राजमातेसारखाच त्यांचाही मला आधार वाटे. मात्र महाराजांची सारी कामे आपण करावीत, ते नेहमी प्रसन्न आणि आनंदित राहतील, असे वातावरण निर्माण करावे, असे मनात येत असूनही मी त्यांच्याशी कधी मोकळेपणाने चार शब्द बोललेसुद्धा नाही. देवयानीचा स्वभाव मला ठाऊक होता. सुताने स्वर्गाला जाणारी होती ती!

पण मी इतकी जपत असतानाही एकदा तो प्रसंग आलाच. महाराजांना तांबूल फार आवडे. देवयानी तो त्यांना करून देई. एके दिवशी नित्याप्रमाणे तिने तो दिला; पण त्या विड्याने त्यांचे समाधान झाले नसावे. ते तिला म्हणाले,

'माझं तोंड विडा खाल्ल्यासारखं दिसतं तरी का?'

देवयानी मंचकावर पडली होती. मी तिला वारा घालीत होते. तिने महाराजांना विडा करून द्यायला सांगितले. मी तो दिला. तो त्यांना आवडला. तो खाल्ल्यावर ते आरशापुढे जाऊन उभे राहिले आणि त्यांनी देवयानीला हाक मारली. तिच्या मनात उठायचे नव्हते. महाराज पुन्हा-पुन्हा हाक मारू लागले. शेवटी थोडीशी चडफडतच

ती त्यांच्याजवळ गेली आणि म्हणाली,

'काय हवंय्?'

'माझं तोंड बघा जरा!'

'ही कसली, मेली थट्टा! मला नाही आवडत असला पोरकटपणा!'

'ही थट्टा नव्हे! बाहेरून तोंड बघ, म्हणून मी कशाला सांगू? त्या दिवशी विहिरीतून तू वर आलीस, तेव्हाच पाहिलं आहेस ते! आतून बघ जरा ते!''

त्यांनी तोंड उघडून ते देवयानीला दाखविले. अगदी लहान मुलासारखे! ते लाल झाले होते. विडा चांगलाच रंगला होता.

महाराज तिला म्हणाले,

'मी लहान होतो ना? तेव्हा विड्याविषयी आम्हां मुलामुलींची एक समजूत असे, ठाऊक आहे का ती तुला?'

'माझे वडील मोठे तपस्वी आहेत; ते उठल्यासुठल्या विडा चघळीत बसत नसत. मग मला कुठून या गोष्टी ठाऊक असणार?'

'ज्यांचं प्रेम अधिक असतं, त्यानं केलेला विडा अधिक रंगतो, अशी समजूत–'

'अस्सं! माझ्यापेक्षा शर्मिष्ठेचं प्रेम तुमच्यावर अधिक आहे, म्हणायचं! होय ना? मग हे एवढं आडपडद्यानं कशाला सांगता? तिचं एवढं तुमच्यावर प्रेम होतं, तर तिच्याशीच लग्न करायचं होतंत! तुमच्या मातुःश्रींनाही ते आवडलं असतं. क्षत्रिय राजकन्या आहे ना ती!'

महाराजांनी आधी तिची असली थट्टाच करायला नको होती; पण तिनेसुद्धा अर्थाचा अनर्थ करून अशी डोक्यात राख घालायला नको होती. त्या दिवशी सारा राजवाडा डोक्यावर घेतला तिने. दास-दासींच्या तोंडी ही गोष्ट झाली! लाजेने मेल्याहून मेल्यासारखे झाले मला!

यानंतर मी पुन्हा कधीही महाराजांना विडा करून दिला नाही! पण देवयानी आसपास नसली, म्हणजे विचारीत–

'विडा आहे का?'

माझ्यापाशी तयार विडा कुठून असणार? मला नाही म्हणावे लागे. दहा-पाच वेळा मी नाही म्हटले, मग मलाच नाही म्हणायची चोरी झाली. एक चांगलासा विडा तयार करून, मी तो जवळ लपवून ठेवून देई. महाराजांच्या जवळ कुणी नाही, असे पाहून मी तो त्यांच्या हातात टाकी. मग केव्हा तरी महाराज देवयानीला उद्देशून, पण माझ्या लक्षात येईल, अशा बेताने म्हणत,

'तुझा कालचा विडा चांगला रंगला होता हं!'

१२

आठवणी कशा असतात? स्वच्छंद फुलांसारख्या? पाठशिवणीचा खेळ खेळणाऱ्या मुलींसारख्या हळूहळू मिसळत जाऊन चित्रसौंदर्य वाढविणाऱ्या रंगांसारख्या? वर्षाकाळात आकाशात स्वैरपणं चमकणाऱ्या विजेसारख्या? कुणाला ठाऊक!

जी आठवण सर्वांत आधी सांगायला हवी होती, ती तशीच मनात रेंगाळत राहिली आहे!

हस्तिनापुरातला विवाहोत्सव मोठ्या थाटामाटाने साजरा झाला. महाराज आणि देवयानी यांच्यावर चांदण्याचा वर्षाव करीत पतिपत्नींचे मीलन घडवून आणणारी मधुरात्र उगवली. त्या उत्सवकाळात मी शांत होते. देवयानीच्या सुखाने आपण क्षणभरसुद्धा दुःखी व्हायचे नाही, तिच्याशी स्वप्नातसुद्धा आपली तुलना करायची नाही, तिच्या वैभवाचा अंतर्मनातदेखील हेवा करायचा नाही, असे स्वतःला पटवून मी या दिव्याला तोंड देत होते. ज्या दैवाने देवयानीला सिंहासनावर नेऊन बसविले, त्यानेच शर्मिष्ठेला सिंहासनावरून खाली ओढले! जगात दैवापुढे कुणाचे काही चालत नाही. मग शर्मिष्ठेनेच त्याच्या सत्तेसमोर मस्तक नम्र करताना खळखळ का करावी?

पण माणसाचा खरा वैरी देव नाही; तो माणूसच आहे. माझी शांत वृत्ती पाहूनच की काय, देवयानीला चीड आली. हा आनंदोत्सव पाहून मी अश्रू गाळावेत, तिचे ऐश्वर्य पाहून मी उसासे टाकावेत, तिचे सुख पाहून अस्वस्थ व्हावे, असे वाटत असावे मनातून तिला! पण त्या रात्री ती महाराजांच्या महालात जायला निघेपर्यंत तो आनंद मी तिला मिळू दिला नाही. आपण मोठा विजय मिळविला, असे मला वाटत होते; पण तिच्याजवळ असलेल्या ब्रह्मास्त्राची मला कल्पना नव्हती, महालात जाता-जाता तिने मला आज्ञा केली,

'शर्मिष्ठे, महाराजांना तुझे विडे फार आवडतात. तसले वीस विडे तयार करून एका सोन्याच्या तबकात ठेव आणि ते तबक घेऊन आमच्या महालाबाहेर उभी राहा. मी हाक मारली, तरच दारापाशी यायचं; नाही तर दारापासून शक्य तितकं दूर उभं राहायचं... दासींना थोरा-मोठ्यांच्या एकांतातल्या गोष्टी ऐकून त्या चहाटळपणानं बाहेर सांगायची भारी हौस असते. म्हणून मुद्दाम बजावतेय् तुला. महाराज आणि मी खूप वेळ बोलत बसू– अगदी मध्यरात्रीपर्यंत. त्यांना अधून-मधून विडा लागेल. महाराजांना गाढ निद्रा लागली, म्हणजे मग मी तुला जायला सांगेन. दुसरी कुठलीही दासी आज मला बाहेर नकोय्!'

विड्यांचे तबक काय देवयानीला महालात ठेवता आले नसते? पण–

देवयानी महाराजांच्या शयनमंदिरात गेली. मी भराभर विडे केले. महालाच्या दारापासून दूर विड्यांचे तबक घेऊन उभी राहिले. थोड्या वेळाने महाराज आले.

झटकन् तबकातला एक विडा घेऊन मी तो त्यांच्यापुढे केला. त्यांनी तो घेतला नाही. माझ्याकडे त्यांचे लक्ष नसावे. कुणी तरी दासी इथे उभी आहे. एवढेच, फार तर, त्यांच्या ध्यानात आले असेल! ते स्वाभाविक होते! तिलोत्तमेलाही जिचा हेवा वाटावा, अशी लावण्यवती महालात त्यांची वाट पाहत होती. या वेळी तिच्याशिवाय त्यांना दुसरे काही दिसू नये, सुचू नये, हेच बरोबर होते.

महालाचे दार लागले. मी दूर-दूर उभी राहिले. आज इकडे दुसऱ्या कुणीही दासीने फिरकू नये, असा बंदोबस्त देवयानीने केलाच होता. त्यामुळे हातांत विड्यांचे तबक घेऊन एखाद्या भुतासारखी मी तिथे एकटी उभी होती. मनाला घातलेला लगाम सुटला होता. ते स्वैर उधळले होते. त्या दिवशी मी देवयानीशी भांडले नसते, तर आजचा हा लाजिरवाणा प्रसंग माझ्यावर आला नसता, असे वाटून मी खंत करीत होते; पण माझ्या मनात नुसता पश्चात्ताप नव्हता. तिथे प्रेमाविषयीची कुतूहलबुद्धी होती, नकळत चाळविली गेलेली प्रणयपूर्तीची अतृप्त इच्छा होती.

एक-एक पळ युगासारखे वाटत होते मला; पण मी तशीच उभी होते. महापुरात उभे राहण्याची धडपड करणाऱ्या एखाद्या लहानशा, दुर्बळ वृक्षासारखी!

एकदम रागारागाने उच्चारलेले अस्पष्ट शब्द माझ्या कानांवर पडले! तो आवाज देवयानीचा होता.

ही मधुमीलनाची रात्र! अनुरागाचे तिच्यावर राज्य असायचे. मग हे रागाचे शब्द–

महाराजही बोलत असावेत; पण त्यातले काहीच नीट ऐकू येत नव्हते. ऐकायची इच्छा प्रबळ झाली. मी पुढे पाऊल टाकले. कुणी-कुणी मला पाहत नव्हते. पण मोठ्या कष्टाने मी ते पाऊल मागे घेतले.

प्रेमिकांच्या मीलनात ब्रह्मानंदाची अनुभूती असते, असे मी काव्यात वाचले होते. रिकामा कलश भरला जात असताना आवाज करतो, ते पूर्णपणे भरल्यावर निःशब्द होतो. प्रेमिकांची हृदये तशीच असतातच. ती प्रीतीने भरून गेल्यावर तिथे शब्दांना अवकाश असतो, असे या प्रसंगाचे एका कवीने केलेले वर्णनही मला ठाऊक होते.

पण महालातून तर रागारागाचे बोलणे ऐकू येत होते. देवयानीच बोलत होती. त्या मानाने महाराजांचा आवाज मृदू होता!

एकदम ताडकन् दार उघडून देवयानी बाहेर आली आणि तरतर आपल्या महालाकडे चालू लागली. मी तबक घेऊन थोडी पुढे झाले. तिने माझ्याकडे रागाने पाहिले. माझ्या हातांतले तबक तिने उडवून दिले आणि त्यांतले चार-पाच विडे पायदळी तुडवीत ती चालती झाली!

*

ययाति

१

एकांतातील पहिल्या भेटीची रात्र! इतकी उन्मादक, इतकी काव्यमय, इतकी रहस्यपूर्ण रात्र पति-पत्नींच्या जीवनांत पूर्वी कधीही उगवलेली नसते! दोन नद्यांचे आलिंगन– आकाश आणि पृथ्वी यांचे चुंबन– छे! मीलनाच्या अपेक्षेने उत्कंठित झालेल्या मनाचे वर्णन महाकवीलासुद्धा करता येणार नाही!

संध्याकाळ झाली. दीपोत्सव पाहण्यासाठी नागरिकांच्या झुंडीच्या झुंडी राजमार्गाने जाऊ लागल्या. ते दृश्य पाहत राजवाड्याच्या गच्चीवर मी किती तरी वेळ उभा होतो.

मी वर पाहिले. एक-एक चांदणी लुकलुकत बाहेर येत होती– अगदी सावकाश! पानाच्या आडून एकेक कळी दिसू लागते ना? तशी!

किती तरी वेळ झाला, असे मला वाटले; पण अजून काळोख पुरा पडला नव्हता! प्याल्यात थेंबाथेंबाने मद्य ओतावे, तसे आकाश रजनीच्या चषकात अंधार ओतीत होते, की काय, कुणाला ठाऊक. त्याचा चेंगटपणा मला अगदी असह्य झाला.

देवयानी माझ्या किती जवळ होती! पण जितकी जवळ होती, तितकीच दूर! विहिरीतून वर आलेल्या तिच्या ओलेत्या मूर्तीपासून आज सकाळी होमाच्या वेळी

माझ्याजवळ अलंकारांनी सजून बसलेल्या तिच्या सलज्ज मूर्तीपर्यंत तिची किती-किती रूपे माझ्या मनात पिंगा घालू लागली. त्यांचे सौंदर्य मनसोक्त प्राशन करूनही माझे डोळे अतृप्त राहिले होते. त्या सर्व रूपांच्या पलीकडे असलेली देवयानी मला हवी होती.

एक-एक क्षण मला युगासारखा वाटू लागला. अजून एक प्रहर काढायचा! आणि तो अशा रीतीने तळमळत! माधवाला मी बोलावून घेतले. रथात बसून नगरसंचार करायला आम्ही निघालो. राजमार्गावरून शेकडो लहान-मोठ्या स्त्रिया चालल्या होत्या. किशोरी, मुग्धा, प्रमदा, पुरंध्री! त्यांतल्या अनेकींवर विधात्याने मुक्त हाताने आपल्या कलेचे सिंचन केले होते; पण एकीचेही सौंदर्य माझ्या डोळ्यांत भरेना! ते डोळे देवयानीच्या रूपाने परिपूर्ण भरले होते. दुसऱ्या कुणाच्याही रूपाला तिथे स्थान मिळणे शक्य नव्हते.

माधवाच्या सहवासात चार-सहा घटका मोठ्या मजेत घालवून मी राजवाड्यात परत आलो. फराळाला बसलो; पण खाण्यावर वासनाच जाईना. मन एकसारखे देवयानीचे चिंतन करीत होते. त्याची नाजूक तार क्षणाक्षणाला ताणली जात होती.

मी महालात गेलो. दार उघडले. वळून पाहिले. मंचकावर बसलेली देवयानी अर्धवट उठून माझ्याकडे भावपूर्ण दृष्टीने पाहत होती. रंभेने लज्जित व्हावे, अशी तिची अंगकांती झळाळत होती. मी अधीरतेने पुढे झालो आणि मंचकावर बसलो. तरी ती उभीच होती. मी हसत म्हटले,

'विहिरीतून बाहेर काढताना माणसाचा हात धरावा लागतो. त्याला मंचकावर बसविताना नाही!'

ती हसेल, काही गमतीदार उत्तर देईल, अशी माझी कल्पना होती; पण ती तशीच स्तब्ध उभी राहिली. तिच्या कपाळावर एक आठी दिसत होती. नाकाची चाफेकळी किंचित उमलल्यासारखी– हा राग खरा आहे, की कृत्रिम आहे, हे मला कळेना.

तिला प्रसन्न करण्याकरिता मी म्हणालो,

'माझ्या वडिलांनी एकदा इंद्राचा पराभव केला होता. आता पुन्हा मी तो करणार आहे.'

ती झटकन पुढे होईल आणि 'या वेळी ही युद्धाची भाषा नको, बाई!' असे काही तरी म्हणेल, कदाचित 'त्या स्वारीत मी तुमची सारथी होईन,' असे उद्गार काढील, अशी माझी अपेक्षा होती.

पण ती जागेवरून हलली नाही. मघाची तिची भावपूर्ण दृष्टी आता भावशून्य भासत होती! आईशी तिचा छत्तिसाचा आकडा आहे, हे मला माहीत होते. त्यात आपण मुळीच लक्ष घालायचे नाही, असे मी पहिल्या दिवसापासून ठरविले होते.

आताचा हा राग-रुसवा त्यातलाच असावा, असे मला वाटले.

'मी इंद्रावर विजय मिळविणार आहे, तो तुझ्या साहाय्यानं; अशी एक तरी अप्सरा तुझ्या स्वर्गात आहे का, असा प्रश्न त्याला विचारून–' असे मी पुढे बोलणार होतो; पण ते बोलण्याची संधीच दिली नाही तिने मला!

रुष्ट रमणी अधिक सुंदर दिसू लागते. तिच्याकडे पाहता-पाहता मी भान विसरलो आणि मंचकावर ओणवून तिला माझ्याकडे ओढले. लगेच मी तिचे मुख दोन्ही हातांनी वर केले. तिचे चुंबन घेण्याकरिता मी किंचित वाकलो.

माझे हात झिडकारून चवताळलेल्या नागिणीसारखी ती दूर जाऊन उभी राहिली. तिच्या या विचित्र वागणुकीचा अर्थच मला कळेना. शर्मिष्ठेला दासी करून बरोबर आणताना तिचा हट्टी व तापट स्वभाव पूर्णपणे प्रगट झाला होता. तो मी डोळ्यांनी पाहिला होता. पण माझ्याशी– प्रत्यक्ष पतीशी– या वेळी माझ्याशी ती अशी वागेल–

राग आवरून मी म्हटले,

'देवयानी, तुला कुणी काही बोललं असलं–'

'मला कुणी काही बोललं नाही!'

'तुझा कुणी अपमान केला असला, तर–'

'केला आहे!'

'कुणी?'

'तुम्ही!'

'मी?'

'हो, तुम्ही!'

'केव्हा?'

'आत्ता!'

'मला याचा अर्थच–'

'अर्थ कसला असायचा त्यात? सारा अनर्थच आहे! आज– इथं– या मंगल वेळी– माझ्या आयुष्यातल्या आनंदाच्या क्षणी– दारू पिऊन यायला तुम्हांला– तुमच्या तोंडाचा हा वास–'

दारू? मी दारू प्यालो? छे! मघाशी माधवाबरोबर मी त्याच्या घरी गेलो होतो. कुणी तरी उत्कृष्ट माध्वी त्याला भेट म्हणून आणून दिली होती. माझे स्वागत करताना ती त्याने माझ्याकडे केली, फार चांगली होती ती! म्हणून मौजेने ती मी घेतली.

मी म्हटले,

'देवयानी, मी दारू प्यालेलो नाही! थोडी माध्वी–'

'दारूची सगळी नावं पाठ आहेत मला. ती तुम्ही सांगायला नकोत मला! राक्षसांच्या राज्यात तिचं मोठं स्तोम होतं पूर्वी. या दारूपायीच बाबांची संजीवनी विद्या गेली! तेव्हा कुठं त्यांनी दारू सोडली! ब्राह्मण दारू प्याला, तर त्याच्या घशात शिशाचा रस ओतावा, असा नियम केला त्यांनी!'

'मी ब्राह्मण नाही, हे माझं मोठं भाग्य आहे, म्हणायचं!'' औपरोधिक स्वराने मी म्हणालो.

या आनंदाच्या प्रसंगी कसलेतरी खुसपट काढून साऱ्या रंगाचा भंग करणाऱ्या देवयानीचा मला संताप आला होता.

ती उत्तरली,

'तुम्ही ब्राह्मण नसाल, पण मी आहे. मी माझ्या बाबांची मुलगी आहे, तपस्वी शुक्राचार्यांची कन्या आहे मी! दारूचा वास दुरूनसुद्धा सहन होत नाही मला!'

'तू जशी तुझ्या वडिलांची मुलगी आहेस, तशीच माझी बायकोही आहेस! मी क्षत्रिय आहे; क्षत्रियाला मद्य वर्ज्य नाही!'

'पण बाबांनी दारू सोडून दिली आहे. तो तर दारूचा वैरी होता!'

'तो? तो कोण?' रागाने झपाटलेल्या माझ्या मनात संशयाची भर पडली!

मी तावातावाने प्रश्न केला,

'तो कोण?'

देवयानी स्तब्ध उभी राहिली. इतका वेळ ती मला टोचून, घालून-पाडून बोलत होती! सूड घ्यायची ही चांगली संधी आहे, असे वाटून मी म्हणालो,

'तो कोण, ते सांग ना! आता का दातखिळी बसली?'

दात-ओठ खात तिने उत्तर दिले,

'मला काही चोरी नाही कुणाची त्याचं नाव घ्यायला! कचालासुद्धा दारू आवडत नव्हती!'

मत्सराची सूक्ष्म छटा माझ्या मनाला स्पर्श करून गेली. मी कठोर स्वराने उत्तरलो,

'हा हस्तिनापूरचा राजवाडा आहे. हा शुक्राचार्यांचा आश्रम नाही, किंवा कचाची पर्णकुटी नाही! ज्याला मद्य आवडत नसेल, त्यानं त्याला स्पर्श करू नये! पण इतरांच्या आवडी-निवडींची सक्ती माझ्यावर का? मी काय कुणाचा सेवक आहे? मी राजा आहे! हस्तिनापूरचा राजा ययाति आहे मी! इथला स्वामी मी आहे! इथं कचाचं काही काम नाही! इथं शुक्राचार्यांनी लुडबुड करण्याचं काही कारण नाही! तू माझी धर्मपत्नी आहेस. माझं सुख पाहणं हे तुझं-'

'तुमचं सुख तुम्ही खुशाल पाहत बसा-' असे म्हणून देवयानीने अग्निबाणासारखा एक जळजळता कटाक्ष माझ्याकडे फेकला. मग क्षणभर तिने माझ्याकडे विलक्षण

क्रोधाने पाहिले आणि पिशाचाने झपाटलेल्या एखाद्या स्त्रीप्रमाणे खाडकन् दार उघडून ती निघून गेली!

मी धाडकन् शय्येवर कोसळलो. बाबांना मिळालेला तो भयंकर शाप! बिळातून फुसफुसत निघाल्या क्रुद्ध नागाप्रमाणे तो माझ्या स्मृतिकोषातून वर आला,

'ही नहुषाची मुलं कधीही सुखी होणार नाहीत!'

२

आमच्या प्रीतीच्या साफल्याची पहिली रात्र होती ही! त्या शापाचा प्रत्यय प्रीतीच्या या पहिल्या रात्री इतक्या विपरीत रीतीने येईल, अशी मला कल्पनासुद्धा नव्हती. धो-धो पडणाऱ्या पावसात पांथाने वृक्षाखाली उभे राहावे आणि त्या वृक्षावर कोसळणाऱ्या विजेच्या लोळाने अंध व्हावे, तशी माझी स्थिती झाली. अतृप्त शरीर आणि संतप्त मन यांच्या कात्रीत रात्रभर माझ्या मनाचे तुकडे-तुकडे होत होते!

केवढ्या आशेने मी महालात आलो होतो! मला देवयानी हवी होती. सारी सारी देवयानी हवी होती. केवळ शरीरानेच नव्हे, तर मनाने देवयानी माझी व्हायला हवी होती. अलकेच्या मृत्यूने आम्हां मातापुत्रांत आकाशाला जाऊन भिडणारी भिंत निर्माण केली होती! मुकुलिकेमुळे माझे शरीर काही क्षण सुखावले होते; पण त्या सुखात असलेली पशुता पुढे अलकेच्या सहवासात मला पूर्णपणे कळून चुकली होती. तसल्या क्षुद्र आणि क्षणिक सुखापेक्षा अधिक उच्च आणि उत्कट प्रीतीचा आस्वाद घेण्यासाठी ययाति अत्यंत आतुर झाला होता! पण–

३

अलकेच्या मृत्यूनंतर लवकरच राज्याभिषेकाचा समारंभ झाला. आईने तोंडभरून मला आशीर्वाद दिला. डोळे भरून राजवेषातील आणि राजवैभवातील ययातीकडे तिने पाहिले; पण याच वेळी अलकेची आठवण काढून कलिका कोपऱ्यात डोळे पुशीत उभी होती. मी तिच्याकडे पाहिले. माझ्या काळजात चर्र झाले. एकाच जागी एक महत्त्वाकांक्षी खुनी आई राजमातेच्या वैभवात मोठ्या आनंदाने मिरवत होती आणि एक सालस, निरपराधी आई एकुलत्या एका पोरीसाठी कोपऱ्यात अश्रू गाळीत उभी होती! आपली पोरगी कुठे मेली, कशी, कशी मेली, हेसुद्धा तिला कुणी कळू दिले नाही! राजवाडा–राजवाडाच कशाला हवा? सत्तेचे किंवा संपत्तीचे प्रत्येक केंद्र– हा एक प्रचंड अजगर असतो. तो अत्यंत भयंकर रहस्ये लीलेने गिळू शकतो. ज्याने बाबांना मिळालेल्या शापाचे आणि यतीच्या रूपाने आलेल्या त्याच्या प्रत्यंतराचे

रहस्य सहज पचविले होते, त्या राजवाड्याला अलकेसारख्या यःकश्चित दासीचे मरण लपविणे काय मोठे कठीण होते? आपली मुलगी महामारीने मेली, अशी कलिकेची समजूत करून देण्यात आली होती. आज हा अभिषेक पाहायला अलका हवी होती, असे कुणी तरी सहज म्हणाले. त्या शब्दांनी त्या बिचारीच्या हृदयाची जखम पुन्हा वाहू लागली. अशा मंगलप्रसंगी राजवाड्यात अश्रू गाळणे उचित नाही, हे तिला कळत नव्हते, असे नाही; पण काही केल्या तिला ते आवरेनात!

ते अश्रू आईला दिसले. ती तिला अशी ताडताड् बोलली!

'आत्ताच्या आत्ता आपल्या बहिणीकडे चालती हो! इथं राहून अपशकुन करू नकोस!' असे आई म्हणाली, तेव्हा तर माझ्या अंगावर काटा उभा राहिला!

मला आईचा राग आला! त्या क्षणी मी निश्चय केला, कोणत्या ना कोणत्या मार्गाने अलकेच्या मृत्यूचा सूड घेतलाच पाहिजे!

४

तो सूड घेण्याकरिता मी आईशी अबोला धरला. मद्य-मृगयेमध्ये मी यथेच्छ डुंबू लागलो. आईने दाखवायला आणलेल्या प्रत्येक सुंदर राजकन्येची प्रतिमा मी नावे ठेवून नापसंत केली. या सूडाने अलकेच्या बाबतीत माझे थोडेसे समाधान झाले; पण माझे अंतःकरण पूर्वीइतकेच क्षुधित आणि तृषार्त राहिले.

अशा मनःस्थितीत मृगयेच्या नादात मी हिमालयाच्या पायथ्याकडे गेलो. एका मृगाचा पाठलाग करता-करता राक्षसराज्यात शिरलो; आणि धर्मपत्नी म्हणून देवयानीला बरोबर घेऊन हस्तिनापुराला परत आलो!

५

त्या दिवशी एका घटकेत– घटका तरी कुठली? एका पळात– देवयानीचा मी स्वीकार केला. किती अद्भुत, किती विलक्षण घटना होती ती! मात्र त्या क्षणी ही घटना मला अत्यंत काव्यपूर्ण वाटली होती!

समुद्रमंथनातून वर येणाऱ्या लक्ष्मीप्रमाणे विहिरीतून बाहेर येणारी देवयानी भासली मला!

मी तिच्यावर लुब्ध झालो, तो काय केवळ तिच्या लावण्यामुळे? छे! देवयानीचा स्वीकार केल्याने आईवर चांगला सूड घेतल्यासारखे होईल, असे मला वाटले. आईला सून म्हणून क्षत्रिय राजकन्या हवी होती! मी ब्राह्मण ऋषिकन्येशी लग्न केले, म्हणजे जन्मभर तिच्या मनात हे शल्य सलत राहील! एका निष्पाप मुलीच्या हत्येचा

सूड दैव कसा घेते, हे तिला पुरे पुरे कळेल!

कुठलेही आढेवेढे न घेता मी देवयानीचे पाणिग्रहण केले, ते केवळ या दोनच गोष्टींमुळे नाही. आणखीही एक आशा माझ्या निर्माण झाली होती. ही सुंदर तरुणी शुक्राचार्यांची कन्या आहे, हे कळताच मला ती अधिक कमनीय वाटू लागली, एका थोर ऋषीच्या शापाची छाया आपल्या कुळावर पडली आहे. त्या छायेतून मुक्त व्हायला तितक्याच मोठ्या ऋषीचा आशीर्वाद आपल्याला हवा, असे माझ्या मनात आले. संजीवनीसारखी अपूर्व विद्या मिळविण्याइतकी तपश्चर्या शुक्राचार्यांनी केली होती. अगस्त्य ऋषींचा शाप आपल्या कन्येच्या आणि जावयाच्या संसारात विष कालवीत आहे, असे वाटले, तर ते काय स्वस्थ बसतील? ते उग्र तप करून त्या शापावर उश्शाप मिळवतील. जगातल्या अत्यंत वैभवशाली राजाचा जावई होऊन मी सुखी होऊ शकणार नाही– पण शुक्राचार्यांनी मनात आणले, तर– कोणता सासरा आपल्या जावयाचे कल्याण चिंतीत नाही? जे जावयाचे सुख, तेच मुलीचे सुख. कोणत्या पित्याला आपल्या मुलीची काळजी वाटत नाही?

कुठलाही मागचा-पुढचा विचार न करता, कुणाचाही सल्ला न घेता, देवयानी जितक्या उत्सुकतेने माझी पत्नी झाली, तितक्याच तत्परतेने धर्मपत्नी म्हणून मी तिचे पाणिग्रहण केले.

६

पण शुक्राचार्यांचा मला प्रत्यक्ष जो अनुभव आला, तो अगदी निराळा! त्यांची आपल्या मुलीवर फार माया दिसली; पण एवढा मोठा राजा जावई म्हणून आपल्याला लाभला, याचे त्यांना मुळीच कौतुक वाटले नाही. एका शब्दानेसुद्धा ते तसे बोलले नाहीत. ते मोठे तपस्वी असल्यामुळे जणू काही त्यांच्या कन्येचा माझ्यावर अधिकारच होता! माझ्या सुख-दुःखांविषयी बोलणे लांबच राहिले, राजा या नात्यानेदेखील माझी विचारपूस केली नाही त्यांनी! सर्व वेळ आपल्या मुलीची मनधरणी करीत आणि ही आपल्याला सोडून जाणार, म्हणून उसासे टाकीत त्यांनी काढला. पुन्हा मोठ्या तपश्चर्येला सुरुवात करणार आहेत, म्हणे, ते! त्या संकल्पाचे साग्रसंगीत वर्णनही मी ऐकले; पण ययाति हा इतर माणसांसारखाच माणूस आहे, त्याने कुठल्याही प्रकारचे आढेवेढे न घेता आपल्या कन्येचा स्वीकार केला आहे, त्याच्या सुख-दुःखांशी समरस होणे आणि स्वतःविषयी त्याच्या मनात आपुलकी निर्माण करणे अत्यंत आवश्यक आहे, हे शुक्राचार्यांच्या गावीही नव्हते!

शर्मिष्ठेने देवयानीची दासी होण्याचे क्षणार्धात कबूल केले! शुक्राचार्यांनी डोक्यात राख घालून निघून जाऊ नये; आपल्यामुळे आपल्या ज्ञातीची संकटे वाढू

नयेत, म्हणून तिने देवयानीच्या क्रोधाग्नीत आनंदाने स्वतःची आहुती दिली. हा तिच्या मनाचा मोठेपणा होता; पण तपस्वी म्हणून, एक प्रौढ आनुभविक माणूस म्हणून, निदान वृषपर्वामहाराजांचा गुरू आणि मित्र म्हणून तरी शुक्राचार्यांनी शर्मिष्ठेचे सांत्वन करायला हवे होते, की नाही?

पण ते पडले मोठे ऋषी! त्यांना सामान्य जनांची सामान्य दुःखे कशी दिसणार? आपल्याच तपश्चर्येच्या, मोठेपणाच्या आणि हट्टी मुलीची समजूत घालण्याच्या नादात ते मग्न होते. किती थोडा वेळ मी राक्षसांच्या राज्यात होतो! पण तेवढ्यात एक गोष्ट माझ्या ध्यानात आली– या पिता-पुत्रींचे एक निराळेच आत्मकेंद्रित विश्व आहे! देवयानीच्या दृष्टीने शुक्राचार्यांपेक्षा मोठा ऋषी त्रिभुवनात दुसरा कोणी नाही! शुक्राचार्यांच्या दृष्टीने देवयानीसारखी दुसरी सुंदर गुणी मुलगी आकाशपाताळ धुंडूनही कुठे मिळणार नाही!

मुलीला सासरी पाठवताना प्रत्येक पित्याच्या डोळ्यांत अश्रू उभे राहतात, तसे ते शुक्राचार्यांच्या डोळ्यांतही आले; पण मला लगेच एका बाजूला बोलावून ते म्हणाले,

'राजा, देवयानी माझी एकुलती एक मुलगी आहे. तिचं सुख, तेच माझं सुख, हे कधीही विसरू नकोस. ती सदैव प्रसन्न राहील, असं कर. पुन्हा मोठं तप करून संजीवनीसारखी अलौकिक सिद्धी मी मिळविणार आहे. माझा आशीर्वाद ही जगातली एक अत्यंत मोठी शक्ती आहे, हे अहोरात्र ध्यानात ठेव. मात्र मी जितका थोर, तितकाच कोपिष्ट ब्राह्मण आहे. विचारी पुरुषांना महाविषारी सर्पापेक्षा, अतितीक्ष्ण शस्त्रापेक्षा किंवा ज्वाळांच्या जिभा चाटीत चोहींकडे पसरत जाणाऱ्या प्रज्वलित अग्नीपेक्षा तपस्वी ब्राह्मणाची भीती अधिक वाटते. सर्प एकाला दंश करतो, शस्त्र अनेकांना यमसदनाची वाट दाखवितं. अग्नी उभं गाव जाळतो; पण जर का तपस्वी ब्राह्मण एकदा क्रुद्ध झाला, तर तो सर्व राष्ट्राचा संहार करू शकतो. वृषपर्व्याला मला कसं शरण यावं लागलं; शर्मिष्ठा नाक मुठीत धरून देवयानीची दासी कशी झाली, हे तू डोळ्यांनी पाहिलं आहे. तेव्हा देवयानीला दुःख होईल, असं काहीही, केव्हाही करू नकोस. तिचं दुःख हेच माझं, हे तू विसरू नकोस!'

माझ्याप्रमाणेच देवयानीलाही ते काही उपदेश करतील, असे मला वाटले होते. अशा प्रसंगी राजगृही जाणाऱ्या नववधूला वडील माणसांची सेवा कशी करावी. पतीला सुख होईल, अशा रीतीने वागणे हा पत्नीचा कसा धर्म आहे, सवती असल्या, तरीसुद्धा त्यांचा मत्सर न करता गुण्यागोविंदाने कसे राहावे, हे सांगितले जाते, असे मी ऐकत आलो होतो. पण शुक्राचार्य पडले मोठे तपस्वी! आपल्या मुलीला असला काही लौकिक उपदेश करण्याचे त्यांना सुचलेच नाही! शेवटी मोठ्यांचे सगळेच निराळे, असे मनाशी म्हणत मी त्यांचा निरोप घेतला!

७

मध्यरात्र केव्हाच उलटून गेली होती! दुसऱ्या प्रहराचे टोल मी मघाशीच ऐकले होते! या सर्व आठवणी पुन्हा पुन्हा मनात घोळवीत तळमळत, क्षणाक्षणाला मी या कुशीवरून त्या कुशीवर होत होतो; पण मला झोप येईना.

मनुष्य किती आशाळभूत असतो.

एकदा वाटे, आज देवयानीने जे थैमान घातले, त्याने सारा राजवाडा गोंधळून गेला असेल! दासदासी आपापसांत अजून कुजबुजत बसल्या असतील! पतिपत्नींच्या पहिल्या भेटीत इतक्या उन्मत्तपणाने शयनमंदिरातून निघून जाणारी तरुणी त्यांनी बाहेर कुठेही पाहिली नसेल! ऐश्वर्य जितके मोठे, तितके शिष्टाचारही अधिक बंधनकारक! पण जे कुठेच– गरिबाच्या झोपडीतसुद्धा– घडू नये, ते आज राजवाड्यात घडले होते! ते का घडले, हे कुणालाच ठाऊक नव्हते. ते कोण सांगणार? कुणाला? आणि कसे? देवयानीची समजूत कोण घालणार?

आणखी थोड्या वेळाने सगळीकडे सामसूम होईल, मग इतका वेळ स्वतःच्या महालात तळमळत पडलेली देवयानी पाऊल न वाजविता आपल्या महालात परत येईल. दार लावून ती मंचकावर बसेल, आपले पाय चुरू लागेल. आपण एकदम तिचे हात धरू आणि म्हणू,

'वेडी कुठली! ब्रह्मदेवानं हे सुंदर हात काय पाय चुरण्याकरिता निर्माण केले आहेत?'

मग ती आपल्याकडे पाणावलेल्या डोळ्यांनी पाहील आणि आपल्या कुशीत डोके खुपशीत आणि ते एखाद्या लहान मुलासारखे घाशीत म्हणेल,

'मी चुकले; रागाच्या भरात भलतंच बोलून गेले मी मघाशी. मला क्षमा करायची! करायची ना?'

तिचे मस्तक थोपटीत आपण म्हणू,

'मी तुला क्षमा करायची? म्हणजे तू आणि मी निराळे आहो? छे! वेडी कुठली! तू आणि मी भिन्न नाही. संगम झालेल्या नद्यांचे प्रवाह दोन पात्रांतून कुणी पाहिले आहेत का? मी तुला क्षमा करायची, म्हणजे मी मलाच क्षमा करायची! तू माझी क्षमा मागायचीस, म्हणजे मीच माझी क्षमा मागायची!'

हे ऐकून ती खुदकन हसेल आणि आपण होऊन–

मनोराज्ये करण्याची शक्ती देवाने माणसाला दिली नसती, तर किती बरे झाले असते!

देवयानी आता येईल, मग येईल; ती आली, म्हणजे झाले गेले ते एका क्षणात आपण विसरून जाऊ! आपण तिला म्हणू,

'तुझे संस्कार फार निराळे आहेत! माझ्या लक्षात हे यायला हवं होतं, पण ते आलं नाही. आजच्या चुकीबद्दल क्षमा कर मला. पुन्हा कधीही मद्य प्यालेला ययाति तुला शयनमंदिरात दिसणार नाही. एवढ्यानं तुझं समाधान होत नसेल, तर तुझीच शपथ घेऊन या क्षणी मी मद्याचा संपूर्ण त्याग करतो. पुन्हा कधीही कुठल्याही प्रकारच्या दारूच्या प्याल्याला माझे ओठ स्पर्श करणार नाहीत!'

ती आपल्या गळ्यात हात घालून म्हणेल,

'माझ्याप्रमाणं तुमचेही संस्कार निराळे आहेत. माझ्या ध्यानात हे यायला हवं होतं. तुम्ही क्षत्रिय आहात, वीर आहात, राजे आहात, तुम्हांला राज्यं चालवावी लागतात, युद्धं करावी लागतात. मद्यानं मिळणाऱ्या उन्मादाची तुम्हांला जरुरी आहे. तुमच्या या साध्या सुखाच्या आड मी येणं बरं नव्हे; पण मी तरी काय करू? मला दारूचा वास पळभरसुद्धा सहन होत नाही! एकांतातल्या आपल्या भेटीच्या वेळी आपण मद्य घेतलेलं असू नये, एवढंच माझं आपल्यापाशी मागणं आहे!'

तिसऱ्या प्रहराचे टोल पडले! तरी मी तळमळत होतो! उगीच कान देऊन देवयानीची चाहूल ऐकू येते का, पाहत होतो! पण माझ्या महालाकडे कुणीही फिरकले नाही. येणार तरी कोण? देवयानीच्या आततायी वागण्याने आई मनात खूप संतापली असेल! पण सुनेला उपदेश करायला जाऊन स्वतःचा अपमान करून घेण्यापेक्षा गप्प बसणे बरे, हे ओळखण्याइतकी ती व्यवहारचतुर आहे. शर्मिष्ठा तर बोलून चालून देवयानीची बरोबर आणलेली दासी! मैत्रीण म्हणून काही बोलण्याचा तिला अधिकार आहे कुठे? आणि अगदी न राहवून ती काही सांगायला गेली, तर ती वाघीण काय तिचे वाभाडे काढल्याशिवाय राहील? इतर सेवक आणि दास- दासी बिचारे डोळे असून अंधळे, कान असून बहिरे आणि तोंड असून मुके! ती सारी माणसे आपापल्या जागी अगदी हळूहळू काहीबाही कुजबुजत, हळहळत, झोपी गेली असतील!

त्रस्त मनाने मी मंचकावरून उठलो. अतृप्त शरीर आणि अपमानित मन यांची टोचणी मोठी विचित्र असते. अगदी सर्पविषासारखी! बाह्यतः सूक्ष्म, पण आतून तीव्र परिणाम करणारी!

महालाच्या खिडकीतून बाहेरच्या काळोखाकडे पाहता-पाहता मला मुकुलिकेची आठवण झाली. अलकेची आठवण झाली. मुकुलिकेने जे मला दिले होते, अलकेने जे मला दिले होते, त्याच्यापेक्षा अधिक उदात्त, अधिक उत्कट प्रेम मिळविण्याकरिता मी देवयानीचे पाणिग्रहण केले होते; पण पुष्पशय्या मानून जिच्यावर मी सुखनिद्रा घेण्याकरिता निघालो होतो, तिच्यातून सापाची पिले बाहेर पडली होती!

माझ्यातला मनुष्य जागा झाला! माझ्यातला पुरुष जागा झाला! माझ्यातला राग जागा झाला! मी स्वतःशीच घोकत राहिलो, मला जे सुख हवे आहे, ते या पृथ्वीच्या

पाठीवर केव्हाही, कुठेही मिळवू शकेन! मी असामान्य मनुष्य आहे, मी पराक्रमी पुरुष आहे, मी वैभवशाली राजा आहे; इच्छा असली, तर अंतःपुरात दररोज नवी अप्सरा मी आणू शकेन!

८

दुसऱ्या दिवशी सकाळी उठलो, तेव्हासुद्धा मी घुश्शातच होतो! एक प्रकारची लज्जा वाटत होती मनाला. कुठेतरी दूर मृगयेला निघून जायचा विचार मनात डोकावू लागला.

इतक्यात शर्मिष्ठा महालात लगबगीने आली आणि हात जोडून मला म्हणाली,

'महाराणींची प्रकृती रात्रीपासून बिघडली आहे. राजवैद्य मघाशीच येऊन गेले. काळजी करण्यासारखं नाही काही! पण महाराज त्यांच्या समाचाराला जातील, तर– औषधापेक्षा आपल्या दर्शनानंच महाराणींना अधिक आराम वाटेल!'

बोलता-बोलता शर्मिष्ठेने मोठे मोहक स्मित केले. निरभ्र आकाशात सुवर्णरेषेसारखी नाजूक वीज चमकावी ना, तसे! माझ्या एकदम मनात आले– रात्री महालाबाहेर कसलेसे तबक घेऊन कुणी तरी दासी उभी होती! ती कोण होती? शर्मिष्ठाच का? मी आठवून पाहिले. नीट काहीच आठवेना.

मी शर्मिष्ठेला विचारले,

'तू-तू रात्री महालाबाहेर उभी होतीस?'

होकारार्थी मान हलवीत ती खाली पाहू लागली!

रात्री शर्मिष्ठा मला कशी दिसली नाही? नको नको म्हणता-म्हणता माधवाच्या घरी मी खूप माध्वी घेतली होती काय?

मी विचार करीत आहे, असे पाहून शर्मिष्ठा म्हणाली,

'महाराज, बाळपणापासून महाराणीची मैत्रीण आहे मी. त्या जरा तापट आहेत. महाराजांनी ते मनाला लावून घेऊ नये.'

ती क्षणभर थांबली नि म्हणाली,

'दासींनी काव्याच्या गोष्टी बोलू नयेत, हे मला कळतं; पण– कलहावाचून प्रेमाला गोडी नाही, असं सारे कवी म्हणतात!'

शेवटचे वाक्य ती भीत-भीतच बोलली आणि पुन्हा खाली पाहू लागली. तिच्याकडे पाहता-पाहता माझे मन नकळत द्रवू लागले. ज्या देवयानीने आपल्या रंगमहालावर दासी म्हणून काल रात्री हिला उभे केले, हिच्या साऱ्या कोमल भावनांचा निर्दयपणे चोळामोळा केला, तिच्या सुखाकरिता ही मध्यस्थी करीत आहे!

वद्य अष्टमीचा चंद्रोदय जीवनातसुद्धा असतो का?

माझे अंधारलेले मन हळूहळू उजळू लागले. त्यात प्रसन्न चांदणे पसरले. थट्टेच्या स्वरात मी म्हणालो,

'शर्मिष्ठे, इतकं प्रेम करायला तुला कुणी शिकवलं?'

मेंदीने रंगविलेल्या डाव्या हाताच्या नखांकडे उगीच पाहत तिनेच मला उलट प्रश्न केला,

'प्रत्येक गोष्टीत माणसाला गुरू असावा लागतोच का?'

'या जगात गुरुमुखाशिवाय कुणाला विद्या मिळाली आहे? प्रेम करणं ही तर जगातली सर्वांत श्रेष्ठ अशी विद्या आहे! संजीवनीहूनही मोठी!'

'मग सांगते, हवं तर, माझ्या गुरूचं नाव!' ती थांबली आणि म्हणाली, 'कचदेव!'

'कच?' मी आश्चर्याने उद्गारलो.

कच तर एक विरक्त तपस्वी होता! प्रेम हा शब्द नुसता कानांवर पडला, तरी तीन वेळा स्नान करणारा! त्याने शर्मिष्ठेला प्रेम करायला शिकविले?

म्हणजे हिचे प्रेम त्याच्यावर होते? अरेरे!

शर्मिष्ठा घाईघाईने म्हणाली,

'चलायचं ना महाराणींच्या महालात?'

एखाद्या आईचे बोट धरून हसत-खेळत मूल तिच्यामागून जाते ना? तसा शर्मिष्ठेच्या पाठोपाठ मी देवयानीच्या महालात गेलो. माझे प्रक्षुब्ध मन शर्मिष्ठेशी बोलता-बोलता शांत झाले होते. तिथल्या क्रोधाची जागा क्षमेने घेतली होती.

९

देवयानी खरोखरच आजारी होती का? कुणाला ठाऊक! पण, भुरकट ढगाआडून दिसणाऱ्या चांदण्यात उदास सौंदर्य असते ना? तसे तिचे ते कोमेजलेले मुख मला वाटले. मी तिच्या जवळ जाऊन बसलो. तिचा हात हातात घेतला. जे आम्ही तोंडाने बोलू शकत नव्हतो, जे आमच्या डोळ्यांना नीट बोलता येत नव्हते, ते आमचे दोघांचे हात बोलत होते. त्या हातांचे संभाषण काही क्षण झाले आणि देवयानीचे डोळे पाणावले. तिचे ते अश्रू– कमलदलावरच्या दवबिंदूंसारखे दिसणारे ते अश्रू– मला पाहवेनात. त्यांतला एक बिंदूही डोळ्यांसमोर येऊ देऊ नये, तो तिथल्या तिथेच चुंबन टिपून घ्यावा, अशी तीव्र इच्छा माझ्या मनात निर्माण झाली. पण– पण महालात शर्मिष्ठा होती ना?

मी वळून पाहिले. शर्मिष्ठा कुठेच दिसत नव्हती! पाऊलसुद्धा न वाजविता ती बाहेर गेली होती! एवढासुद्धा आवाज होऊ न देता तिने महालाचे दार लावून

घेतले होते.

देवयानीच्या डोळ्यांतील अश्रुबिंदू ओठांनी टिपून घेण्याकरिता मी वाकलो. एकदम तिने आपल्या दोन्ही हातांत माझे हात घेतले नि मोठ्या लाडीक स्वरात अर्धवट जागे झालेले माणूस बोलते ना? तसे–

ती म्हणाली,

'पुन्हा घेणार नाही ना?'

ती मद्याविषयी बोलत होती, हे माझ्या ध्यानात आले.

माझा अहंकार दुखावल्यासारखा झाला. काही तरी कटू उत्तर द्यावे, असे मनात आले; पण देवयानी आजारी होती, माझी देवयानी आजारी होती! तिला दुःख होईल, असे काही करता कामा नये, हेही त्याच मनाला जाणवले. मनात एक स्वैर उधळलेला घोडा धावत होता, त्याचा लगाम खेचून त्याला आवरण्याचा प्रयत्न एक सारथी करीत होता.

फुलाहूनही मऊ असलेल्या आपल्या हातांचे तळवे माझ्या हातांच्या तळव्यांवर घाशीत देवयानी म्हणाली,

'नाही ना घेणार? माझ्यासाठी–'

तिच्या शेवटच्या शब्दाने मी विरघळून गेलो. मी लगेच उद्गारलो,

'नाही; शयनमंदिरात माझ्या तोंडाला पुन्हा कधीही मद्याचा वास येणार नाही तुला!'

ती हसली आणि म्हणाली,

'मला वचन द्या!'

पुन्हा माझा अहंकार डिवचला गेला. मी हिच्यासाठी इतके करायला तयार झालो; पण हिचा मात्र माझ्यावर काडीचाही विश्वास नाही! ज्या माणसाचा आपल्यावर विश्वास नाही, त्याच्यासाठी आपल्या सुखाचा त्याग–

घोडा पुन्हा उधळू लागला होता. मोठ्या कष्टाने मी तो आवरला.

वरकरणी मी हसत म्हटले,

'या लुसलुशीत हातांचा स्पर्श सतत लाभावा, म्हणून एक सोडून शंभर वचनं देईन मी!'

'अंहं. इतकं सोपं नाही ते! बाबांच्या पायांची शपथ घेऊन तुम्ही मला वचन द्यायला हवं!'

तिच्या वडिलांचा मला विलक्षण राग आला. देवयानी आता माझी पत्नी झाली होती. तिच्या मनात पित्यापेक्षा मला अधिक प्रेमाचे, अधिक आपुलकीचे स्थान मिळायला हवे होते; पण– तिच्या मनावर अजून तिच्या पित्याचेच राज्य सुरू होते.

या वेळी मन आवरताना मला अतिशय त्रास झाला. पण कसेबसे मी ते

आवरले. मी तिला वचन दिले.

देवयानी हसू लागली. ते हास्य नुसत्या प्रेयसीचे नव्हते. ते एका मानिनीचेही होते! रूपाच्या बळावर आपण पुरुषाला शरण आणू शकतो, या अहंकाराची धुंदी चढलेल्या रमणीचे हास्य होते ते!

प्रीतीच्या राज्यातल्या या पहिल्या युद्धात मी पूर्णपणे पराभूत झालो!

१०

मद्यपानाविषयी देवयानीला दिलेले वचन मी अक्षरशः पाळले, आमचे सहजीवन सुरळीत सुरू झाले.

ते दिवस अजून मला आठवतात! दिवस कसले? सूर्य मधेच उगवून आणि चार प्रहर माझा व देवयानीचा वियोग करवून मावळत होता, म्हणूनच त्यांना दिवस म्हणायचे. नाही तर– आठ प्रहरांची रात्र होऊ शकली असती, तर कमलात बंदिवान होऊन पडलेल्या भृंगाची जितकी कुचंबणा झाली असती, तितकाच ययाति सुखसागरात पोहत राहिला असता!

पहाटे बागेतली पाखरे किलबिलू लागली, म्हणजे मला त्यांचा राग येई. मोठी अरसिक वाटत ती मला! त्यांची किलबिल ऐकून देवयानी आपल्या महालाकडे जाण्याकरिता चुळबुळ करी; मी तिला म्हणे,

'अग, ही पाखरं वेडी असतात! पांढरं शुभ्र चांदणं पडलेलं पाहून, उजाडलं, की काय, असा त्यांना भास होतो. अजून पाच-सहा घटका रात्र आहे. स्वस्थ झोप तू!'

पण तिला ते खरे वाटत नसे. ती लगबगीने जायला निघे. मग मी म्हणे, 'आता मोठा कठीण प्रसंग आहे माझ्यावर!'

ती विचारी,

'तो कसला?'

'तुझ्यावाचून चार-पाच प्रहर काढायचा!'

ती मान वेळावून माझ्या उद्गारांची चेष्टा करी; पण तिचे मान वेळावणे इतके मधुर होते– मोरपिसालाही ज्याचा हेवा वाटेल, असे– की ते मला किती तरी वेळ पुलकित करून टाकी.

माझे न ऐकता ती तशीच जायला निघाली, म्हणजे मी म्हणे;

'तुझा हा एवढा दीर्घ काळाचा विरह मी कसा सोसू? उर्वशी नाहीशी झाली, तेव्हा माझे पणजोबा पुरूरवा रानावनांत वेड्यासारखे भटकले, पशुपक्ष्यांना 'माझी प्रिया कुठं आहे' म्हणून विचारू लागले. ही उर्वशीच आहे, असा भास होऊन लता-

वेलींना ते आलिंगन देत सुटले! आज राजवाड्यात तसं काही मी करू लागलो, तर–'

ती मधेच बोले,

'इश्श! काहीतरीच काय बोलता!'

मी म्हणे,

'छे! हा दीर्घ विरह मला सहन होणार नाही. हा काळ मी कसा कंठू? तुझी काही तरी खूण मला दे. तिच्याकडे पाहत–'

तिने झटकन पुढे व्हावे आणि आपणहून माझे कडकडून चुंबन घ्यावे, ओठांवर किंवा गालांवर दंतव्रण दिसेल, असे माझे दीर्घ, उत्कट चुंबन घ्यावे, असे मला फार वाटे; पण माझी ही इच्छा कधीच सफल झाली नाही! मग मीच तिची चुंबनं घेऊ लागे. एक-दोन-तीन-चार, काही केल्या माझी तृप्ती होत नसे...

ती हळूच माझ्या हातांतून आपले मुख सोडवून घेई आणि किंचित चिडक्या स्वरात म्हणे,

'पुरे ना आता! अजीर्ण होईल नाही तर!'

मी उत्तर देई,

'अंहं; आणखी एक–'

ती कृत्रिम स्मित करीत म्हणे,

'अंहं! सारी फुलं संपली!'

'खोटं! अगदी खोटं!'

'कशावरून?'

'उभ्या जगात ही एकच अशी अद्भुत वेल आहे, की जितकी फुलं तोडावीत, तितकी तिच्यावर अधिक फुलं फुलतात!'

'पण तुम्ही एकदा म्हणता आणि शंभरदा–'

'महर्षींच्या आश्रमात वाढलेली मुलगी आहेस तू. तुला हे प्रेमाचं गणित कळायचं नाही. या गणितात एक याचा अर्थ एक हजार, एक लाख, एक कोटी, असासुद्धा होऊ शकतो. प्रसंगावर अवलंबून असतो हा अर्थ!'

ती हसल्यासारखे करी आणि तशीच निघून जाई, मी अतृप्त दृष्टीने तिच्या डौलदार पाठमोऱ्या आकृतीकडे पाहत राही.

११

इतर स्मृतींचे रंग काळाबरोबर पुसट होत जातात; पण प्रीतीच्या आठवणींचे रंग मात्र सदैव उजळ राहतात. असे का व्हावे, ते मला कळत नाही; पण होते खरे!

लग्नानंतरच्या पहिल्या काही महिन्यांतल्या अनेक रात्री माझ्या मनावर जणू कोरल्या गेल्या आहेत– अप्सरांच्या रेखीव आकृतींसारख्या! चांदण्यांचे पैंजण वाजवीत माझ्या रंगमहालात आलेल्या त्या रात्रींनी अगणित मधुघट भरून आणले. ते सर्व मी घटघटा प्यालो; तरी मी तृषार्तच राहिलो! त्या रात्री म्हणजे सुंदर सरोवरे होती. प्रणयक्रीडांच्या विविधरंगी कमळांनी फुललेली–

काय करायचंय्, ते सारं सांगून?

शरीरसुखाच्या गोष्टी मोकळेपणाने बोलणे शिष्टसंमत मानले जात नाही! म्हणून मी त्या सांगायचे टाळीत आहे, असे मात्र नाही. ब्रह्मानंद प्राप्त करून देणाऱ्या आत्मविश्वासाच्या गोष्टींची चर्चा जर चार-चौघांत होऊ शकते, तर स्त्री-पुरुषांना तेवढाच आनंद प्राप्त करून देणाऱ्या प्रीतीविषयी उघडपणे बोलावयाची चोरी का असावी? लाजण्यासारखे, लपविण्यासारखे तिच्यात काय आहे?

त्या मधुर प्रणयस्मृतींचा सुगंध वाऱ्यावर उडून गेला आहे, त्यांच्या पाकळ्या झडून गेल्या आहेत; काटे मात्र मागे उरले आहेत! म्हणूनच मी–

देवयानीचे आणि माझे एक रम्य, स्वतंत्र, अद्भुत जग निर्माण करण्याकरिता काही काळ मी धडपडलो. ज्या जगात मी राजा नाही, देवयानी राणी नाही, ज्या जगात मी शापित नहुषाचा पुत्र नाही आणि देवयानी महर्षी शुक्राचार्यांची कन्या नाही; ज्या जगात तिच्या-माझ्यामधली केवळ शरीराची बंधनेच नव्हेत, तर मनाच्याही शृंखलाही तुटून पडतील; ज्या जगात मृत्यूने 'ययाति' म्हणून म्हणून हाक मारली, तर त्याला देवयानी ओ देईल, आणि काळपुरुषाने 'देवयानी' म्हणून हाक मारली, तर त्याला ययाति ओ देईल; ज्या जगात ययाति नरकात निघाला, तर देवयानी स्वर्गाकडे पाठ फिरवून त्याच्यासाठी आनंदाने रौरवाचा स्वीकार करील आणि देवयानी कितीही वाईट असली, तरी तिने चांगले व्हावे, म्हणून ययाति आपले प्राण पाखडील– असे जग मला हवे होते! पण–

एकदा ऐन मध्यरात्री माझ्या बाहुपाशात असलेल्या देवयानीला मी वेडा प्रश्न केला,

'तू कुणाची?'

ती बोलली नसती, तिने भावपूर्ण डोळ्यांनी माझ्याकडे पाहिले नसते, केवळ माझ्या कुशीत तिने आपले तोंड लपविले असते, तरी जे हवेहवेसे वाटत होते, ते मला मिळाले असते– तेवढ्याने माझ्या हृदयाचा कलश काठोकाठ भरला असता–

पण वेदान्तातला एखादा गहन प्रश्न मी विचारला आहे, असे मानून ती उत्तरली,

'मी बाबांची आहे, मी तुमची आहे, उद्या माझ्या उदरी जन्म घेणाऱ्या मुलाचीसुद्धा

आहे मी! आज मी महाराणी आहे, उद्या मी राजमाता होईन. मी कुणाची आहे, ते कसं सांगता येईल? अनेकांचा अधिकार असतो आपल्यावर!'

१२

प्रत्येक रंगाचे पट्टांशुक तिला शोभे. आकाशाला कुठल्याही रंगाच्या मेघमालेने शोभा येते ना? तसे कुठलेही वस्त्र परिधान केले, तरी ती उठून दिसे. तिने अंगावर हिऱ्यामोत्यांचे दागिने घातले, म्हणजे तिच्या लावण्यामुळे तेच अधिक झळाळू लागत. किती विविध प्रकारची आणि किती रमणीय रीतीने केशरचना करी ती! कधीकधी चारचार घटका तिचे प्रसाधन चाले! हे सारे तिने करावे, असेच मला वाटे; पण अशी नटलेली देवयानी कुठे तरी आपल्या आसपास असावी– अगदी– अगदी दिवसासुद्धा– असे राहून-राहून मला वाटे–

या वाटण्यात वासनेचा किती भाग होता, हे मी सांगू शकत नाही. पण त्यात भावना– साधी, सरळ, निर्मळ भावना– थोडी तरी निश्चित होती. उन्हात जशी वायूची शीतल झुळूक, तशी रूक्ष व्यवहाराने व्यापलेल्या, संत्रस्त झालेल्या पुरुषाच्या जीवनात स्त्री! तिचे ओझरते स्मित, तिची साधी हालचाल, फार काय, तिचे भोवतालचे नुसते अस्तित्वसुद्धा पुरुषाला सुखावह वाटते, उल्हसित करते; निदान मला तसे वाटे. पण देवयानीला हे कधीच कळले नाही. पुरुषाच्या कामुकतेचेच हे प्रदर्शन आहे, असे तिला वाटत होते, की काय, कोण जाणे!

ती लावण्यवती होती, सौंदर्यपूजक होती, शृंगारसाधनेत कुशल होती; पण यांतले काहीही माझ्यासाठी नव्हते. एक अप्सरा शृंगारलेल्या महालात आपल्याभोवती गिरक्या घेत फिरत होती, प्रत्येक आरशात पडलेल्या आपल्या मोहक प्रतिबिंबाचे निरीक्षण करून संतुष्ट होत होती! देवयानीपाशी जे काही होते, ते सारे तिच्यासाठी होते, केवळ स्वतःसाठी होते!

ती फार नृत्यकुशल आहे, असे एकदा शर्मिष्ठेच्या बोलण्यात आले. तिचे नृत्य पाहायला मी उत्सुक झालो! पण 'दरबारात काय कमी नर्तकी आहेत?' असा प्रश्न करून तिने मला धुडकावून लावले! ऋषिकन्या होती, तेव्हा ती हौसेने नृत्य करीत होती. आता ती महाराणी झाली होती. पतीसाठी का होईना, ती नाचली असती, तर तिच्या प्रतिष्ठेला केवढा कलंक लागला असता!

ती स्वतःविषयी पुष्कळ बोले. कान किटेपर्यंत शुक्राचार्यांच्या मोठेपणाच्या गोष्टी सांगे. पण नहुषमहाराजांनी इंद्राचा पराभव कसा केला, हे मला तिने एकदाही विचारले नाही! लहानपणी नगरोत्सवात बेफाम घोड्यावर बसण्यात मी दाखविलेले शौर्य, कुमारवयात अश्वमेधाचा घोडा घेऊन मी केलेला दिग्विजय, या साऱ्या गोष्टी

तिच्या कानांवर आल्या होत्या. पण यांतली कुठलीही गोष्ट तिने मला कधी विचारली नाही, यांतले काही ऐकण्याची कधी उत्सुकता दर्शविली नाही!

उलट, तिच्या संशयी वृत्तीने मला त्रास होई. शर्मिष्ठेचा विडा तिच्यापेक्षा अधिक रंगला, म्हणून सहज थट्टा करण्याकरिता पोरकटपणाने मी बोलून गेलो, 'ज्याचं प्रेम अधिक असतं, त्याचा विडा अधिक रंगतो!'

या एका वाक्याने ती किती चिडली– किती बडबडली! त्या क्षणापासून किती कसोशीने ती शर्मिष्ठेला माझ्यापासून दूर ठेवू लागली!

अलकेने आपली आठवण म्हणून दिलेला सोनेरी केस मी एका सुवर्णमंजूषेत जपून ठेवला होता. ती पेटी एकदा देवयानीच्या हाताला लागली. तिच्यात काय आहे, ते पाहायचा तिने हट्ट धरला. शेवटी मी तिला ती पेटी उघडून दाखविली. तो सोनेरी केस हातात घेऊन तिने एकदम मला प्रश्न केला,

'ही तुमची प्रियकरीण सध्या कुठं आहे?'

मी म्हटले,

'ती प्रियकरीण नव्हती माझी! बालमैत्रीण होती!'

तिने संशयी स्वरात प्रश्न केला,

'सध्या कुठं असते ती?'

मी वर आकाशाकडे पाहिले.

ती हसत म्हणाली,

'मग हा केस कशाला इतका जपून ठेवलात?'

'तिची आठवण म्हणून!'

ती उपहासाने हसली आणि म्हणाली,

'उद्या मी मेले, तर माझी नुसती आठवणसुद्धा ठेवणार नाही तुम्ही! फार प्रेम होतं, वाटतं, हिच्यावर? अगदी जपून ठेवलाय् हा केस–!'

तो केस फेकून देण्याची तिची इच्छा होती. तो तिच्याकडून परत मिळवून त्या सुवर्णमंजूषेत ठेवताना मला काय कष्ट पडले, ते माझे मलाच माहीत!

१३

एके दिवशी झोपेत ती काही बोलत आहे, असे मला वाटले. ती कुणाशी बोलत होती, कुणास ठाऊक!

स्वप्नात ती माझ्याशीच बोलत असेल का? मी स्वप्नातसुद्धा दिसावे, इतके देवयानीचे माझ्यावर उत्कट प्रेम असेल का?

माझ्या रोमारोमांत आनंदलहरी उसळल्या. जिवाचे कान करून मी ऐकू लागलो.

तो झोपेत म्हणाली,

'अंहं-'

बहुधा हा तिने चुंबनाच्या मागणीला दिलेला नकार असावा! तिच्या स्वप्नात मीच आलो असलो पाहिजे!

ती म्हणत होती,

'किती सुंदर आहेत ही फुलं! पण-'

किंचित थांबून ती उद्गारली,

'नाही, गडे, मी नाही ही माळणार!'

काही क्षण गेले. ती निद्रामग्नच होती. जणू काय झोपेत एक नाटक चालले होते आणि ती त्यातले आपले संवाद म्हणत होती. ती म्हणाली,

'अंहं. तुम्ही ती माझ्या केसांत-'

पुन्हा काही क्षण गेले. ती उद्गारली,

'नाही? नाही? मग मी त्यांचा चोळामोळा करून टाकीन!'

तिचे स्मित मावळले. ती एकदम बोलायची थांबली.

झोपेत कुणाला उद्देशून ती हे बोलत आहे, हे मला कळेना. तो संवाद मैत्रिणीशी चाललेला नव्हता, हे निश्चित. ती 'तू' म्हणत नव्हती. 'तुम्ही' म्हणत होती.

दुसऱ्या दिवशी तिला रात्रीचे स्वप्न आठवते, की काय, हे पाहण्यासाठी मी म्हणालो,

'आज थोडा धार्मिक विधी आहे! स्नान झाल्यावर तू-'

'धार्मिक विधी? आज कुठलाच सण नाही!'

'थोडा नवा उत्सव आहे हा!'

'नाव तर कळू दे त्याचं!'

'त्याचं नाव- नाव आहे देवतापूजन!'

'ते तर नित्यच असतं की!'

'अं हं. ही देवता निराळी आहे. सूर्य, वरुण, मरुत् यांच्यासारखी नाही ती! ती स्वर्गात वास करीत नाही.'

'मग?'

'घरोघर तिचा संचार सुरू असतो. तिच्यामुळंच प्रत्येक घराला स्वर्गाचं रूप येतं. पत्नीपूजा हा या उत्सवातला मुख्य भाग आहे.'

तिने हसत विचारले,

'या पूजेचा विधी काय आहे? देवतेला भक्ताचं भय वाटण्यासारखं त्यात काही नाही ना?'

'छे! छे! फार सोपा आहे तो विधी! पतीनं पत्नीच्या केसांत ताजी सुंदर सुगंधी

फुलं गुंफायची!'

'एवढाच?'

'अंहं. आणि, त्या फुलांचा मनसोक्त वास घ्यायचा! प्रसाद घेतल्याशिवाय कुठलीच पूजा कधी होते का?'

'हे पाहा. मी आहे हस्तिनापूरची महाराणी. आपण आहात महाराज! आपला असला पोरकटपणा दास-दासींनी पाहिला, तर राजवाड्यात आपली काही प्रतिष्ठा राहील का?'

प्रतिष्ठा! विषारी बाणासारखा हा शब्द प्रथम कानांत आणि नंतर काळजात घुसला. हाच, हाच शब्द आईने वापरला होता! अलकेला जहाल विष दिल्यावर! राजवाड्याची प्रतिष्ठा! राजघराण्याची प्रतिष्ठा! माणसाला जमिनीत जिवंत पुरून, त्या जागेवर त्याची सुंदर समाधी बांधणारी ही प्रतिष्ठा–

देवयानी ही आईचीच पुढल्या पिढीतली आवृत्ती आहे का? काळ बदलतो, पिढ्या पालटतात, पण माणसे? ती कधीच बदलत नाहीत का?

१४

जे सांगायचे होते, ते काही मी नीटपणे सांगू शकत नाही, असे पुनःपुन्हा वाटतेय् मला! माणूस आपले हृदय पूर्णपणे उघडे करू शकतच नाही का? या हृदयाला दारे तरी किती असतात? लज्जा, संकोच, प्रतिष्ठा, सर्व काही बाजूला सारून माझ्या आणि देवयानीच्या सहजीवनातल्या पहिल्या वर्षाचे वर्णन करावे, असे–

छे! ते कठीण आहे. फार कठीण आहे. पण एक गोष्ट मात्र निश्चित आहे. माझी अपूर्णता मला टोचीत होती, छळीत होती. मला पूर्णतेची तहान लागली होती. ती तहान जशी शरीराची, तशीच मनाचीही होती.

देवयानीने मला थोडे-फार शरीरसुख दिले. ते ऋण मी अमान्य करीत नाही; पण ते देतानासुद्धा ती कधीही उचंबळून आली नाही. अनेकदा ती मंचकावर झोपेचे सोंग करून पडे. महालात पाऊल टाकल्यावर ते माझ्या लक्षात येई. मी मुद्दाम पाऊल न वाजवता तिच्याजवळ जाऊन तिचे चुंबन घेई. पण त्या चुंबनाने मला गारठल्यासारखे होई. मला त्याचा प्रतिसाद मिळत नसे. अश्वमेधाच्या पर्यटनात रतीचे–एका पाषाणमूर्तीचे मी चुंबन घेतले होते. त्याची अशा वेळी नकळत मला आठवण होई. या चुंबनाने माझ्या अंगात वीज सळसळत नसे. माझे एकटेपण, माझे अर्धेपण, माझे अपुरेपण तसेच तळमळत राही. सूर्यप्रकाशात फिरणाऱ्या अंधळ्यासारखे! आम्ही शरीराने जवळ, पण मनाने दूर आहोत, असे राहून-राहून मनात येई.

प्रीती हा कोणत्याही भीतीतून किंवा दुःखातून मुक्त होण्याचा एक सहजसुलभ

मार्ग आहे, हे मी मुकुलिकेपासून शिकलो होतो. तिची ही प्रीती ही अरण्यातली काट्याकुट्यांनी भरलेली अनोळखी वाट होती. कुणाला ठाऊक! तिच्यावर सर्पसुद्धा मला दंश करायला सज्ज होऊन पडले असतील! पण देवयानीची प्रीती अशी नव्हती. तिचा चोरटेपणाशी, पापाच्या कल्पनेशी काडीचाही संबंध नव्हता. ती पवित्र, मंगल, धर्ममान्य होती. सुंदर रंगवल्लिकांनी आलंकृत केलेला आणि जातिपुष्पांच्या पायघड्या घातलेला राजमार्ग होता हा!

पण या राजमार्गावरही मी एकटाच भटकत होतो.

फुलातल्या सुगंधासारखी प्रीती मला हवी होती. न दिसणारी, पण सतत सभोवती मंद मधुरतेचे सिंचन करणारी! देवयानीकडून असली प्रीती तर मला कधीच मिळाली नाही!

समुद्रात पोहायचे सुख यथेच्छ हवे असेल, तर किनारा सोडून आत दूर दूर जावे लागते. आलटून-पालटून लाटांची आलिंगने आणि आघात स्वीकारावे लागतात. पळापळाला खारट चुंबनांची माधुरी चाखावी लागते. निळसर समुद्रात तरंगत राहून दूरच्या निळ्या क्षितिजाला मिठी मारावी लागते. मृत्यूच्या मुखात हसत-हसत सागराच्या अमर गीताला साथ करावी लागते! प्रीतीचेही तसेच आहे. तिच्या राज्यात स्वतःला विसरून जावे लागते, स्वतःला धुंद होऊन झोकून द्यावे लागते. स्वतःच्या अणुअणूंतील फुलांचा चोळामोळा करून त्याच्या सुगंधाचे दान प्रेमिकाला करावे लागते.

हे देवयानीला कधीच उमगले नाही. तिने ते समजावून घेण्याचा प्रयत्न केला नाही. उलट, नकळत असेल–तिने आपल्या उत्कट सुखाचा सदैव उपहास केला! मला सतत जाचत असलेली एकटेपणाची टोचणी तिच्या सहवासातही तशीच कायम राहिली.

१५

मनाने तरी ती माझ्याशी एकरूप होऊ शकली? छे!

आपल्या कवचातून हळूच कामापुरते डोके वर काढणाऱ्या प्राण्यासारखी ती वागे. ते कवच केवळ शारीरिक नव्हते; ते मानसिकही होते. तिला काही हवे असले, तिला एखादी लहर आली, की तेवढ्यापुरती ती कवचाबाहेर येई; पण तिला हवे ते मिळाले, की क्षणार्धात ती त्या कवचात परत जाई. सिद्धीच्या बळावर अंतर्धान पावणाऱ्या हठयोग्यासारखी ती वाटे. तिच्या मानसिक कवचात केवळ एका व्यक्तीला जागा होती–ती म्हणजे शुक्राचार्य! तिथे तिने मला जागा करून दिली असती, तर–तर कदाचित ययातीचे जीवन अतिशय भिन्न झाले असते!

जर–तर हे शब्द म्हणजे शुद्ध आकाशपुष्पे आहेत. देवयानीसारखी सुंदर पत्नी मिळूनही मी मनाने भुकेला राहिलो, हे सत्य आहे–त्रिवार सत्य आहे.

१६

प्रीतीची भूक–भूक नव्हे, तर काय? मध्यान्हीच्या क्षुधेसारखी. मध्यरात्रीच्या निद्रेसारखी; ग्रीष्मातल्या तृषेसारखी असलेली प्रीतीची ही भूक मोठी विचित्र असते. जितकी सूक्ष्म, तितकीच प्रखर!

प्रीतीच्या शारीरिक क्षुधेचे सहज वर्णन करता येते. तारुण्यात पाऊल टाकले, की तिचा अनुभव प्रत्येकाला येऊ लागतो. पण प्रीतीची मानसिक भूक तशी नाही. मलाही तिचे स्वरूप स्पष्ट करून सांगता येत नाही. पण मंचकावर देवयानी जवळच झोपली असतानासुद्धा एकटेपणाची जाणीव मला अनेकदा असह्य होई.

वाटे– मी कुठल्यातरी निर्जन द्वीपावर येऊन पडलो आहे. त्या बेटातल्या वाळूवर माणसाची पावले कधीच उमटलेली नाहीत! फार काय, पशु-पक्षी, वृक्ष-वेली, काही काही नाही तिथे! अगदी उजाड, अक्राळविक्राळ खडकांनी भरलेले, त्या खडकांना लाटांच्या चाबकांनी झोडपणाऱ्या रागीट समुद्राने चोहोंबाजूंनी वेढलेले, स्मशानातसुद्धा गाणाऱ्या भुतासारखे आवाज करीत जाणाऱ्या चावऱ्या वाऱ्याची तेवढी सोबत असलेले, निर्मनुष्य द्वीप होते ते! सूर्याच्या प्रकाशात त्याचा उजाडपणा दुःसह होई. रात्रीच्या अंधारात त्याचा भयानकपणा द्विगुणित होई.

अशा भयाण एकांतात मला दिवस काढायचे होते. तिथे अष्टौप्रहर मला मैत्रीण हवी होती. जिच्याशी बोलून, जिची थट्टा करून, जिला आपले हृद्गत सांगून, मी माझे दुःख हलके करू शकेन, अशी मैत्रीण मला हवी होती. जिच्या मांडीची उशी करून मी शांतपणे झोपी गेल्यावर पायाला विंचू चावला, तरी माझी झोप मोडेल, या भयाने जी हलणार नाही, अशी मैत्रीण मला हवी होती. जिला माझी सारी सोनेरी स्वप्ने सांगता येतील आणि ती सांगता-सांगता हातून घडलेल्या चुकांची कबुली जिच्यापाशी देता येईल, अशी मैत्रीण मला हवी होती. या निर्जन बेटावर काही खायला मिळाले नाही, तरी आपण एकमेकांच्या ओठांतल्या अमृतावर जगू, असा आत्मविश्वास माझ्यामध्ये निर्माण करणारी मैत्रीण मला हवी होती! मृत्यू मला घेऊन जायला आला, तर माझ्या प्रियकराबरोबर मलाही घेऊन चल, असे हसतमुखाने काळपुरुषाला सांगणारी मैत्रीण मला हवी होती.

देवयानी ही माझी भूक कधीच भागवू शकली नाही.

१७

एकदा मी देवयानीला म्हटले,

'माझी एक इच्छा आहे; पण ती या जन्मी तृप्त होईल, असं वाटत नाही!'

ती हसत म्हणाली,

'हस्तिनापूरच्या महाराजांना मिळणार नाही, असं या जगात काय आहे?'

मी उत्तरलो,

'गरिबी!'

'म्हणजे? दरिद्री होण्याची तुमची इच्छा आहे?'

'होय! काही काही वेळा माझ्या मनात येतं, आपल्या राज्यावर कुणी तरी प्रबळ शत्रूनं स्वारी करावी. त्या युद्धात माझा पराभव व्हावा, मग वेष बदलून, तू नि मी लपत-छपत रानावनांत जावं, तिथं गिरिकंदरात राहावं, मी शिकार करून आणावी, तू मांस भाजून त्याचं पक्वान्न बनवावंस, मी झाडावर चढून फळं तोडावीत, खाली उभी राहून ती तू वेचावीस, जवळून साप सरसरत गेला, तर तू भीतीनं मला आलिंगन द्यावंस आणि त्यात भीतीपेक्षा प्रीतीचाच भाग अधिक आहे, असा मला भास व्हावा. रात्री गुहेत आपण परस्परांचं गाढ चुंबन घेत असताना कुणी तरी काजवा आपल्या मुखापाशी चमकावा आणि वनदेवतेनं या चिमुकल्या दीपाच्या प्रकाशात आपलं रहस्य शोधून काढलं, म्हणून तू लज्जित व्हावंस-'

मी आणखी पुष्कळ वेळ असे काही तरी बोलत राहिलो असतो! पण देवयानी कंटाळून मध्येच म्हणाली,

'नहुषमहाराजांच्या पोटी चुकून जन्माला आलात तुम्ही! कुणातरी कवीच्या घरातच-'

पण मी नहुषमहाराजांचा पुत्र होतो, मी हस्तिनापूरचा राजा होतो, म्हणूनच तिने माझ्याशी लग्न केले होते! तिचे प्रेम राजवैभवावर होते, राज्ञीपदावर होते; ययातीवर नव्हते. ययाति हे तिच्या इच्छापूर्तीचे एक साधन होते!

१८

ही जाणीव मला वारंवार बेचैन करी; पण असे असूनही देवयानीला प्रसन्न ठेवण्याकरिता जे जे करणे शक्य होते, ते ते मी केले. ती आईचा अधिक्षेप करी; शर्मिष्ठेला जीव नकोसा करून टाकी. अहोरात्र आपल्या लहरीप्रमाणे वागे; पण मी तिला कधीही विरोध केला नाही! हा माझा सज्जनपणा नव्हता; दुबळेपणा होता! मला कलह नको होता, दुःख नको होते. शक्य तेवढे, शक्य तितके सुखात बुडून

जायचे मी ठरविले होते. दिवसा देवयानीचे सर्व दोष माझ्या लक्षात येत; पण संध्याकाळ झाली, रात्र पडली, की तिच्या मीलनासाठी मी उत्सुक होई. ते मनामनांचे मीलन नव्हते, हे मला सतत जाणवे; पण मला जे सुख मिळत होते, ते सोडायला माझे मन तयार नव्हते. कळत-नकळत तिने आपल्या सौंदर्याच्या पाशात मला अडकवून टाकले होते. मात्र माझे कुठलेच दुःख मोकळेपणाने मी तिला सांगू शकलो नाही.

आमच्या विवाहानंतर लवकरच वृद्ध अमात्यांचे देहावसान झाले. त्यांचा थोरला मुलगा त्या पदावर आरूढ झाला; पण त्याच्या कर्तृत्वाविषयी मला विश्वास नव्हता.

उत्तरेकडे आमच्या सीमेवर दस्यूंचा त्रास होऊ लागला आहे, अशा वार्ता क्वचित येत होत्या. एखाद्या वेळी या वार्तांनी माझे मन व्यग्र होई; पण या व्यग्रतेचे कारण देवयानीने मला कधीच विचारले नाही! ते मी तिला सांगितले नाही! माणसाच्या पोटात शिरण्याचा मार्ग त्याच्या हृदयातून असतो, हे तिला ठाऊकच नव्हते!

११

सदैव स्वतःविषयी विचार करणाऱ्या, अष्टौप्रहर स्वतःच्या पूजेत गुंग असणाऱ्या, रात्रंदिवस स्वतःच्या दृष्टीने साऱ्या जगाकडे पाहणाऱ्या, किंबहुना स्वतःपलीकडे जगच नाही, असे मानणाऱ्या माणसाला हे कधीच समजत नसावे! बहिऱ्या मनुष्याला जशी गाण्याची गोडी कळत नाही, अंधळ्याला जसे सृष्टिसौंदर्य आकृष्ट करू शकत नाही, तसेच हे आहे. स्वतःच्या पूजेत दंग असलेली माणसे नकळत मनाने अंधळी आणि हृदयाने बहिरी होतात.

कुठल्याही गोष्टीतून आपल्या पूर्वग्रहांना पोषक असे जे असेल, तेवढेच देवयानी शोधून काढी.

आमच्या विवाहानंतरच्या पहिल्या नगरोत्सवातली गोष्ट. फार थाटामाटाने साजरा झाला तो! त्या उत्सवात पदोपदी नव्या महाराणीचे कौतुक झाले. दररोज रात्री नाना प्रकारचे मनोरंजनाचे कार्यक्रम होत असत. ते पाहायला आम्ही दोघेही जात असू.

पहिल्याच दिवशी माझे पणजोबा पुरूरवा यांच्या जीवनावरले नाटक झाले. मूळ कथा शृंगार आणि कारुण्य यांनी परिपूर्ण! त्यामुळे नाटकात प्रेक्षक रंगून गेले. पुरूरव्याचे काम करणारा नट जितका रुबाबदार, तितकाच गाननिपुण व अभिनयकुशल होता. त्यामुळे कथेतल्या प्रत्येक प्रसंगाशी प्रेक्षक समरस झाले.

उर्वशी काही अटींवर पुरूरव्याकडे राहिलेली असते. त्या अटींचा नकळत त्याच्या हातून भंग होतो. ती त्याला सोडून निघून जाते. तिच्या वियोगाने राजा वेडा होतो. तिचा शोध करीत तो रानोमाळ भटकू लागतो. शेवटी तो एका जलाशयाजवळ येतो. तिथे त्याला आपली प्रियतमा दिसते. आपल्याबरोबर परत येण्याविषयी राजा तिची परोपरीने मनधरणी करतो. पण तिची कठोरता भंग पावत नाही. शेवटी निराश होऊन तो आत्मघाताला प्रवृत्त होतो आणि म्हणतो,

'हे उर्वशी, तुझ्याबरोबर क्रीडा करणाऱ्या तुझ्या पतीचं हे शरीर या कड्यावरून खाली कोसळो! किंवा इथंच ते जमिनीवर पडो आणि या अरण्यातील हिंस्र लांडगे ते फाडून खावोत!'

उर्वशी त्याला उत्तर देते,

'हे पुरूरवस्, तू प्राणत्याग करू नकोस. या कड्यावरून उगीच उडी टाकू नकोस. अमंगल लांडगे तुझं शरीर न खावोत. राजा, एक गोष्ट लक्षात ठेव. स्त्रियांबरोबर चिरकाल स्नेह टिकणं शक्य नसतं. कारण त्यांची हृदयं लांडग्यांच्या हृदयांसारखी असतात.'

एवढे बोलून उर्वशी अदृश्य होते.

ती उभी असते, त्या जागेला राजा कवटाळतो आणि मूर्च्छित होतो.

या शेवटच्या दृश्याने सारे प्रेक्षक हळहळले, चुकचुकले, स्त्रियांनासुद्धा उर्वशीचे शेवटचे वाक्य फार कठोर वाटले. काहींनी ते ऐकून माना खाली घातल्या. त्या वाक्याला टाळी पडली. ती केवळ एकट्या देवयानीकडून! तिच्या टाळीचा आवाज होताच प्रेक्षक आपल्या करुण तंद्रीतून जागे झाले आणि महाराणीकडे टकमक पाहू लागले. देवयानी हसत विजयी मुद्रेने माझ्याकडे पाहत होती. त्या क्षणी या पिढीतली उर्वशी ती आहे आणि पुरूरवा मी आहे, अशी एक विचित्र कल्पना माझ्या मनाला दंश करून गेली! त्या दंशाचा दाह–छे! नको ती आठवण!

दुसऱ्या दिवसाच्या कार्यक्रमात ऋग्वेदातील अगस्त्य-लोपामुद्रा यांच्या संवादांच्या आधाराने तयार केलेला एक प्रवेश होता. अगस्त्य ब्राह्मण ऋषी, लोपामुद्रा क्षत्रिय राजकन्या. देवयानीला मी विहिरीतून काढले, तेव्हा तिने लोपामुद्रेचा उल्लेख केला होता. म्हणून मी थट्टेने तिला म्हणालो,

'या प्रवेशात अगस्त्याची भूमिका मी आणि लोपामुद्रेची भूमिका तू करायला हवी होतीस!'

> नाट्यप्रवेश सुरू झाला. विवाहित असूनही अगस्त्याने दीर्घकाळ ब्रह्मचर्य व्रत पाळले होते; पण आता त्याला लोपामुद्रेपासून शरीरसुख हवे होते.
>
> तो तिला म्हणत होता,

'दररोज उगवणारी उषा नव्या दिवसाला घेऊन या जगात प्रवेश करते.
पण तो प्रत्येक दिवस तुला आणि मला म्हातारपणाकडे ओढून नेत
आहे. वृद्धपणी माणसाची सारी इंद्रियं विकल होतात. त्याच्या शरीराचं
सौंदर्य कोमेजून जातं. प्रिये लोपामुद्रे, हे कटू सत्य उघड-उघड दिसत
असताना तू आणि मी यापुढं परस्परांपासून दूर राहण्यात काय अर्थ
आहे? अशा प्रकारच्या आचरणात कोणतं शहाणपण आहे? त्यात
कसलं सुख आहे?'
त्याच्या या बोलण्यावर लोपामुद्रा शंका घेते.
तिचे समाधान करण्याकरिता अगस्त्य म्हणतो,
'पति-पत्नींच्या समागमसुखात अनुचित असं काहीच नाही. हे सुख
एवढं निषिद्ध असतं, तर आदिशक्तीनं स्त्री आणि पुरुष ही निरनिराळी
कशाला निर्माण केली असती?'
तरी लोपामुद्रा त्याला आलिंगन देत नाही.
मग अगस्त्य आपले सर्व शरीर कसे काममय झाले आहे, एखाद्या
महानदाला बांध घालून कुणी कितीही अडविले, तरी तो ते सारे फोडून
जसा बाहेर पडतो, तशी आपली स्थिती कशी झाली आहे, हे तिला
सांगतो.
शेवटी लोपामुद्रा त्याच्या स्कंधावर मस्तक ठेवते आणि एवढेच
म्हणते,
'पुरुष बोलून दाखवितात, बायका बोलून दाखवीत नाहीत; पण दोघांनाही
एकाच सुखाची ओढ असते!'
या नाट्यप्रवेशाचे प्रेक्षकांनी मोठ्या रसिकतेने– क्वचित रंगेलपणानेसुद्धा–
स्वागत केले. पण देवयानी मात्र या प्रवेशावर रुष्ट झाली. ती मला म्हणाली,
'ही लोपामुद्रा महामूर्ख आहे! कालच्या उर्वशीसारखं काही तरी उत्तर या
दाढीवाल्याला द्यायला हवं होतं तिनं!'

तिसऱ्या दिवशीच्या कार्यक्रमात मात्र ती रंगून गेली.
एक राजा शत्रूचा रहस्यभेद करण्याकरिता नर्तकीचे सोंग घेऊन जातो आणि
यश मिळवून परत येतो, असे ते कथानक होते. ती भूमिका एका कुशल नर्तकीनेच
केली होती. पण ती पाहता-पाहता देवयानी मला म्हणाली,
'या राजाला नर्तकीचं सोंग कसं साजून दिसतं! तुम्हांला कसलं सोंग शोभेल,
याचा विचार करतेय् मी मघापासून!'
थोडा वेळ विचारमग्न होऊन ती म्हणाली,

'तुम्ही ऋषी फार चांगले दिसाल! जटा आणि दाढी लावली, गळ्यात रुद्राक्षांच्या माळा नि पायांत खडावा घातल्या, हातात कमंडलू आणि काखेत मृगाजिन दिलं, की मीसुद्धा फसेन तुमचं सोंग पाहून!'

एवढे बोलून ती खो खो हसू लागली.

रंगभूमीवर नर्तकीचे शेवटचे नृत्य चालले होते. ते अत्यंत प्रेक्षणीय होते. पण त्यात हसण्यासारखे काय आहे, ते एकाही प्रेक्षकाला कळेना!

मी तिला गप्प बसायला सुचविले. तिने आपले हसणे थांबविले. तिच्या थट्टेची परतफेड करण्याकरिता मी तिला म्हणालो,

'लहानपणी वचन दिलंय् मी आईला!'

'कसलं?'

'मी कधीही संन्यासी होणार नाही, असं!'

'बराय्! बघू कसे होत नाही, ते!'

'म्हणजे?'

माझ्याकडे पाहून ती पुन्हा मोठ्याने हसू लागली.

२०

उत्तरेकडच्या सीमेवर दस्यूंचा त्रास अधिक होत आहे; अशा वार्ता घेऊन दूत येऊ लागले. मध्यंतरी बाबांच्या पराक्रमामुळे- विशेषतः, त्यांनी केलेल्या इंद्राच्या पराभवामुळे- असल्या सर्व वन्य जाती आमच्या राज्यावर कुठल्याही प्रकारचे आक्रमण न करता काळ कंठू लागल्या होत्या. पुन्हा बाबांसारखा दरारा निर्माण केल्याशिवाय हा उपद्रव थांबणार नाही, असे माझ्या मनाने घेतले. मी स्वतः सैन्य घेऊन त्या सीमेवर जायचे ठरविले.

माझ्या प्रयाणाचा मुहूर्त निश्चित झाला. एकेका दिवसाने तो जवळ येऊ लागला. माझ्या वियोगाच्या कल्पनेने देवयानी व्याकूळ होईल, असे मला वाटले होते; पण प्रयाणाच्या आदल्या रात्रीसुद्धा ती शांत होती.

'तुला सोडून जाणं मोठं जिवावर येतंय् माझ्या!' असं मी म्हणालो, तेव्हा ती हसत थट्टेच्या स्वरात उद्गारली,

'तुम्ही अश्वमेधाच्या घोड्याबरोबर खरोखरच गेला होता ना? का आपले कुठल्या जवळच्या खेड्यात जाऊन बसला होता आणि घोडा परत आला, तेव्हा त्याच्याबरोबर दिग्विजयी वीर म्हणून मिरवीत परत राजधानीत आला?'

तिचे हे बोलणे मला फार झोंबले. थट्टेलासुद्धा काही काळवेळ असतो, की नाही? देवयानीने युद्ध पाहिले नसेल? त्याच्या भीषणतेची तिला कल्पना नसेल?

पण मी तिच्यापासून दूर जात आहे, कदाचित युद्धात मी जखमी होईन, या जाणिवेने तिच्या डोळ्यांत अश्रू उभे राहायला हवे होते! आपल्यासाठी दुसऱ्याच्या डोळ्यांत अश्रू आलेले पाहण्यात अपूर्व आनंद असतो. नुसता आनंदच नाही, मोठा धीर असतो त्या अश्रूंत! पण ते अश्रू देवयानीने मला दिले नाहीत–कधीही दिले नाहीत!

२१

अरुणोदय झाला. मी आईला अभिवादन करून तिचा आशीर्वाद घेतला. देवयानीने मला ओवाळून निरोप द्यायचा, एवढेच राहिले होते. शर्मिष्ठा ओवाळणीचे तबक घेऊन आली. देवयानी ते हातांत घेण्याकरिता पुढे झाली. इतक्यात एक दासी लगबगीने आत आली आणि देवयानीला म्हणाली,

'बाहेर एक दूत आला आहे.'

'दूत? कुणाचा?'

'वृषपर्वामहाराजांचा! महर्षी शुक्राचार्यांचं पत्र घेऊन!'

'बाबांचं पत्र? म्हणजे? त्यांची प्रकृती बरी आहे ना?'

देवयानी बाहेर जाऊ लागली.

पुरोहित 'महाराणी...मुहूर्त...' असे काही तरी चाचरत पुटपुटले. तिला ते ऐकू गेले, की नाही, कुणास ठाऊक! ती घाईघाईने महालाबाहेर गेली.

मुहूर्तवेळ टळून चालली, म्हणून पुरोहित गडबड करू लागले. शेवटी आईने शर्मिष्ठेला मला ओवाळायला सांगितले. तिने मला कुंकुमतिलक लावला.

शर्मिष्ठेचा तो पहिला स्पर्श– माणसांचे स्वभाव त्याच्या ओझरत्या स्पर्शातूनसुद्धा प्रगट होतात का? देवयानी निःसंशय शर्मिष्ठेहून सुंदर होती–पण तिच्या स्पर्शाने नेहमीच मला पाषाणमूर्तीचे स्मरण होई. शर्मिष्ठेच्या या स्पर्शाने एकदम पुष्पलतेची आठवण झाली मला!

मला ओवाळून माझ्या मस्तकावर अक्षता टाकताना ऐकू येईल, न येईल, अशा स्वरात ती म्हणाली,

'सांभाळून राहावं हं!'

त्या तीन शब्दांनी माझे तप्त हृदय शांत झाले. मी शर्मिष्ठेकडे पाहिले. तिच्या डोळ्यांत अश्रुबिंदू तरळत होते. जे देवयानीने मला दिले नव्हते, ते शर्मिष्ठा मला देत होती.

२२

देवयानी एखाद्या लहान मुलासारखी वडिलांचे पत्र घेऊन नाचतच आत आली! मुहूर्त टळून जात आहे, म्हणून पुरोहित कुरकूर करीतच होते! पण त्यांच्याकडे लक्ष होते कुणाचे?

माझ्या कपाळावरला कुंकुमतलिक पाहून देवयानी उद्गारली,

'अगबाई! मी तशीच गेले! होय ना? न ओवाळता!' लगेच ती आईकडे वळली आणि म्हणाली, 'सासूबाई, महाराज निश्चित विजयी होऊन येणार हं! नेमका याच वेळी बाबांचा आशीर्वाद मिळालाय् त्यांना!'

तिने ते पत्र वाचण्याकरिता माझ्या हातात दिले. मी ते वाचू लागलो...

'तुझं क्षेमकुशल कळून आनंद झाला. आता तपश्चर्येला बसायला मी मोकळा झालो. नातवाचं तोंड पाहून मग पुरश्चरणाला प्रारंभ करावा, असं माझ्या मनात अनेकदा आलं! नाही, असं नाही; पण–

तू गेल्यावर आश्रम कसा खायला येतोय् मला! इथं मनोभावानं माझी सेवा करणारे शिष्य आहेत. डोळ्यांत तेल घालून माझी काळजी करणारा वृषपर्वा आहे. बाह्यतः सर्व दृष्टींनी मी सुखी आहे. मला काही-काही कमी नाही.

पण काही तरी कमी आहे, अशी हुरहूर मात्र मनाला एकसारखी वाटते. सासरी जाणाऱ्या कन्येच्या प्रत्येक पित्याची अशीच अवस्था होते काय, कुणाला ठाऊक! तू माझी एकुलती एक मुलगी आहेस. कदाचित त्यामुळं मी असा अस्वस्थ होत असेन! पण तुझ्या आवडत्या कुंजातली वेल फुललेली पाहून मनात येतं, देवयानी इथं असती, तर किती तत्परतेनं ही फुलं माझ्या पूजेसाठी तिनं खुडली असती! तू माझ्याकरिता मुद्दाम तयार करून घेतलेल्या मृगाजिनावर बसलो, म्हणजे मला थोडं बरं वाटतं. तुझे पैंजण इथंच–आश्रमातल्या कोपऱ्यात पडून राहिले आहेत. कुणी तरी शिष्यानं झाडलोट करताना ते इकडून तिकडं ठेवले, की क्षणभर ते छुमछुमतात. मग माझ्या मनात येतं. ते मला हळूच विचारताहेत,

'आमची धनीण केव्हा येणार?'

अशा मनःस्थितीत कालक्षेप करीत राहण्यापेक्षा तपश्चर्येला बसावं, असं माझ्या मनानं घेतलं आहे. संजीवनी विद्येचं संरक्षण माझ्या हातून व्हावं तसं झालं नाही; म्हणून माझ्यावर भगवान शंकर कोपले असतील. कदाचित पूर्वीपेक्षा अधिक उग्र तप करावं लागेल! पण तुझा पिता

एखादी अपूर्व विद्या संपादन केल्याशिवाय आपल्या तपश्चर्येची सांगता
करणार नाही, याबद्दल तू निश्चिंत ऐस.

आपल्या पित्यानं उगीच हा देहदंड करून घेऊ नये, असं तुझ्या मनात
येईल; पण, देवयानी, हे जग शक्तीचं आहे. अशी अपूर्व शक्ती मी
मिळविली होती. माझ्या दुर्दैवानं–दुर्दैवानं कसली? दारूच्या आसक्तीपायी–
ती मी गमावली! पण अशी एखादी अलौकिक शक्ती संपादन करून
जगावर स्वामित्व गाजवीत मानानं जगणं निराळं आणि कुठलीही
शक्ती जवळ नसल्यामुळं दुर्बलाचं आणि प्रवाहपतिताचं क्षुद्र आयुष्य
कंठणं निराळं. पहिलं खरं जीवन आहे. दुसरं जिवंतपणीच माणसाला
येणारं मरण आहे!

मृत्यूनंतर आदिशक्तीनं मला आकाशात जागा द्यायचं ठरविलं, तर मी
तिला म्हणेन,

'इतर सर्व ग्रहांपेक्षा अधिक तेजःपुंज स्वरूपात तू मला इथं ठेवणार
असशील, तरच मी गगनमंडळात राहीन. तसं होणार नसेल, तर
कुठल्या तरी मिणमिणणाऱ्या ताऱ्याच्या रूपानं तिथं राहायची माझी
इच्छा नाही. त्यापेक्षा मी पृथ्वीवर सर्वश्रेष्ठ पाषाण होईन.'

मी तपश्चर्येची घाई का करीत आहे, हे यावरून तुझ्या ध्यानात येईल.
हे पत्र हाती पडताच तू निघालीस, तर गुहाप्रवेशापूर्वी तुझी-माझी भेट
होईल. पहिल्या वर्षी तीन-तीन महिन्यांनी आणि दुसऱ्या वर्षी सहा-सहा
महिन्यांनी मी लोकांना दर्शन देण्याकरिता एक दिवस बाहेर येईन. नंतर
तपःसिद्धीपर्यंत मी एकांतात राहीन आणि मौनव्रत धारण करीन. मी पुढं
इतरांना दर्शन द्यावं, की नाही, हे भगवान शंकराच्या इच्छेवर अवलंबून
राहील.

तुझ्या भेटीची मी आतुरतेनं वाट पाहत आहे. राजकाजांतून तुझ्या
पतिराजांना मोकळीक असणं शक्य असल्यास त्यांनाही घेऊन ये.
त्यांना अनेक उत्तम आशीर्वाद.'

पत्र वाचून होताच मी वर पाहिले. शर्मिष्ठा किती उत्सुकतेने माझ्याकडे पाहत
होती! शुक्राचार्यांनी पत्रात आपल्याविषयी पत्रात काही तरी लिहिले असेल, निदान
आशीर्वादापुरती तरी आपली आठवण काढली असेल, अशी आशा तिच्या मनात
निर्माण झाली असावी. तसे काही पत्रात असले, तर मी लगेच ते तिला सांगेन, अशी
तिची खात्री होती. मी काही बोलत नाही, हे पाहून तिची मोठी निराशा झाली. तिचे
भावपूर्ण आणि कारुण्याने भरलेले डोळे जणू काही मला विचारीत होते,

'मी दासी आहे, हे मला ठाऊक आहे; पण मीसुद्धा एक मुलगी आहे. आपल्या

आईबापांचं क्षेमकुशल कळावं, अशी हुरहूर मलाही लागून राहिली आहे. इतके दिवस झाले, पण बाबांनी एकदासुद्धा माझी विचारपूस केली नाही. देवयानीची प्रत्येक पंधरवड्याला आपल्या वडिलांना पत्रं जातात. त्या पत्रांबरोबर कदाचित माझं पत्र जाऊ शकलं असतं. पण मी बाबांना काय लिहू? दासी झालेली तुमची मुलगी फार सुखी आहे, म्हणून? की—

असे काही तरी मनात येऊन मी एक दीर्घ निःश्वास टाकला. तो ऐकून देवयानी म्हणाली,

'इतकं काही वाईट वाटून घेऊ नये महाराजांनी! मी नुसतं बाबांचं दर्शन घेऊन परत येणार आहे. तिथं अधिक दिवस मी राहणार नाही काही! बायका माहेरी गेल्या, तरी त्यांचा जीव सासरीच गुंतून राहतो!'

२३

राजवाड्यातून बाहेर पडण्याचा मुहूर्त टळून गेला, म्हणून पुरोहित चडफडत होते. पण त्यांच्याकडं लक्ष न देता देवयानी म्हणाली,

'मोठमोठ्या ऋषिमुनींना आजच बोलावणं पाठवावं, म्हणते मी.'

मी आश्चर्यानं विचारलं,

'ते कशाला?'

'मी बाबांना भेटून परत आल्यावर त्यांच्या अभीष्टचिंतनाकरिता एक यज्ञ करावा, म्हणते. तोपर्यंत महाराजांचंही परत येणं होईल!'

मी हसत म्हटलं,

'दस्यूंचा उपद्रव थांबवण्याकरिता जातोय् मी. त्यांच्या स्वागताचा स्वीकार करायला नाही! कदाचित महिनाभरात मी परत येईन. कदाचित—'

'ते काही नाही. आपण मुद्दाम परत इथं येऊन यज्ञ पाहून जावं.'

मी तिला विरोध करण्याच्या विचारात होतो. इतक्यात आईच तिच्या साहाय्याला धावून आली. वार्धक्यामुळे असेल किंवा देवयानीने तिचा अधिकार संपुष्टात आणल्यामुळे असेल, अलीकडे ती पारमार्थिक गोष्टींकडे अधिक वळू लागली होती. यज्ञाच्या निमित्ताने मोठमोठ्या ऋषिमुनींचे इथे येणे घडेल, त्यांचे दर्शन आपल्याला होईल, त्यांच्या प्रवचनांनी मनाला शांती मिळेल, अशा आशेने तिने देवयानीची कल्पना उचलून धरली.

मी मुकाट्याने देवयानीच्या संकल्पाला मान्यता दिली.

ती मला म्हणाली,

'यज्ञाची सारी व्यवस्था करूनच जाते मी! निदान पन्नास तरी प्रमुख ऋषी

यावेत, असं करते, कचदेवांनाही बोलवावं–'

कच? मी गोंधळलो. कचाविषयी हिला एवढे अगत्य का वाटते? त्या पहिल्या रात्री कचाला दारूचा अतिशय तिटकारा आहे, असे देवयानीने मोठ्या ऐटीने मला सांगितले. उठल्या-सुटल्या ती आपल्या बापाच्या श्रेष्ठपणाचा आधार घेते, त्याच्या तपाचा मोठेपणा मिरवते; ते कळण्याजोगे आहे! पण कचाचे हिच्या मनावर इतके वर्चस्व का असावे? तो शुक्राचार्यांच्या आश्रमात संजीवनीच्या प्राप्तीसाठी पुष्कळ दिवस होता. त्या वेळी या दोघांचे संबंध कुठल्या प्रकारचे होते? या दोघांमध्ये प्रणयभावना निर्माण झाली असेल काय? का त्या भावनेचे स्वरूप निराळेच होते?

एकदा देवयानी झोपेत फुलाविषयी काही तुटक-तुटक बोलली होती. त्या शब्दांचा अर्थ त्या वेळी मला कळत नव्हता! एका क्षणार्धात स्पष्ट झाला तो आता! कचाशीच बोलत असावी ती स्वप्नात! आश्रमात असताना कच तिच्यासाठी फुले वेचून आणीत असेल; ती फुले त्याने आपल्या केसांत गुंफावीत, अशी तिची इच्छा.

ही इच्छा तर उघड प्रणयिनीची आहे. साध्या मैत्रिणीची नाही ती!

छे! कचाला या यज्ञासाठी इथे बोलावण्यात अर्थ नाही.

शर्मिष्ठेकडे माझी दृष्टी गेली. तिची कोमेजलेली मुद्रा कचाच्या उल्लेखाने फुलून आली होती. 'कचानं मला प्रेम करायला शिकवलं.' असं तिनं मला सांगितलं होतं. त्याचा अर्थ काय होता? तो काही असो! तो आला, त्याची आणि शर्मिष्ठेची गाठभेट झाली, तर एखाद्या कैद्यासारखे आयुष्य कंठणाऱ्या या दुर्दैवी तरुणीला थोडे तरी सुख मिळेल.

मी देवयानीला म्हणालो,

'अमात्यांच्या सल्ल्यानं सर्व प्रमुख ऋषींना निमंत्रण पाठीव तू. मात्र त्यांत अंगिरस ऋषींचं नाव अवश्य असू दे.'

२४

अंगिरसांच्या या अचानक झालेल्या आठवणीमुळे असेल किंवा उत्तर सीमेवरून दिसणारी हिमालयाची सुंदर शिखरे दृष्टीला पडू लागल्यामुळे असेल–त्यांतले ते त्रिशूळासारखे दिसणारे शिखर कितीही पाहिले, तरी डोळ्यांचे समाधान होत नसे!– या स्वारीत यतीची मला पुन्हा पुन्हा आठवण होऊ लागली. गेल्या वर्षात मी त्याला जवळजवळ विसरून गेलो होतो. राक्षस- राज्यात जाऊन शुक्राचार्यांच्या कन्येचे पाणिग्रहण करून मी परत आलो खरा; पण यति इष्ट सिद्धी मिळविण्यासाठी त्याच्याकडे गेला होता, की काय; गेला असल्यास, पुढे त्याचे काय झाले; एवढी साधी विचारपूस करण्याचेसुद्धा भान मला राहिले नाही. मनुष्य नकळत स्वतःभोवतीच

फिरत राहतो! खेडीच्या खेडी जलमय करून टाकणाऱ्या दूरच्या महापुरापेक्षा आपल्या डोळ्यांतील अश्रूच त्याला अधिक महत्त्वाचे वाटतात! तसे नसते, तर देवयानीच्या आणि माझ्या सहजीवनातल्या उणिवा रात्रंदिवस उगाळीत राहणाऱ्या माझ्या मनाला केव्हा ना केव्हा यतीची आठवण व्हायला हवी होती! आता ती या दस्यूंच्या उपद्रवाच्या निमित्ताने या दऱ्याखोऱ्यांत झाली. यतीचा शोध करीत हिमाचलाच्या पायथ्यापर्यंत जावे, असे क्षणभर वाटले. ययातिमहाराज स्वतः सैन्य घेऊन आले आहेत, असे कळताच भुरटे दस्यू रानावनांत पसार झाले. त्यामुळे त्यांच्याशी प्रत्यक्ष युद्ध करावे असे लागलेच नाही!

तसे पाहिले, तर यतीचा शोध करायला मी मोकळा होतो. पण देवयानीची प्रत्येक दिवशी होणारी आठवण मला अस्वस्थ करून सोडी. तिच्यावरले माझे प्रेम केवळ शारीरिक आहे, हे मला कळत होते; नव्हते, असे नाही. पण त्याची मला अनिवार ओढ लागली होती. सीमेवर पुन्हा दस्यूंचा त्रास होऊ नये, अशी नवी व्यवस्था करून मी राजधानीकडे परतलो.

२५

देवयानी माझ्या आधी शुक्राचार्यांच्या गुहाप्रवेशाचा समारंभ साजरा करून आली होती. राजधानीत यज्ञाची पूर्वतयारी प्रचंड प्रमाणात सुरू झाली होती. मात्र तिच्या मनासारखे सर्व चालले असूनही, तिने काही हसतमुखाने माझे स्वागत केले नाही.

तिच्या रोषाची कारणे मला रात्री कळली. पहिले कारण होते अंगिरसांचे पत्र! त्यांनी कळविले होते :

'या यज्ञाला मी येऊ शकत नाही. शुक्राचार्यांची तपश्चर्या सात्त्विक हेतूने प्रेरित झालेली आहे; आणि त्यांना जी सिद्धी प्राप्त होईल, तिचा विनियोग केवळ जगाच्या कल्याणासाठीच होईल, अशी खात्री झाल्याशिवाय मी त्यांच्या अभीष्टचिंतनात भाग घेऊ शकत नाही.'

ते पत्र माझ्यापुढे नाचवून देवयानी म्हणाली,

'कुठला तरी म्हातारा खोकड असेल हा अंगिरस! बाबांच्या मोठेपणाचा मत्सर वाटतोय् मेल्याला!'

अंगिरस कचाचा गुरू आहे, हे मी तिला मुद्दामच सांगितले, तेव्हा क्षणभर ती स्तंभित झाली.

मग कचाविषयी तिची तक्रार सुरू झाली. पत्र घेऊन जाणाऱ्या दूताला कच भेटलाच नव्हता. तो कुठे तीर्थयात्रा करीत फिरत होता, म्हणे! त्याची वाट पाहायची सोडून पत्र ठेवून, दूत परत आला होता! हस्तिनापूरची सारी माणसे अशी

अर्धवटच आहेत!

कच आला नाही, तर शर्मिष्ठेची मोठी निराशा होईल, असे वाटून मी म्हणालो,

'कच आला, तर फार बरं होईल! तो माझासुद्धा बालमित्र आहे!'

ती अभिमानाने म्हणाली,

'पण तो आला, तर माझ्यासाठीच येईल. बाबांचे पाय धरून तीन वेळा जिवंत केलंय् मी त्याला!'

शर्मिष्ठेचा विचार माझ्या मनात घोळत होताच. आल्यापासून कुठेच दिसली नव्हती ती मला. म्हणून मी देवयानीला तिच्याविषयी सहज विचारले. ती म्हणाली,

'तिला अशोकवनात पाठवलंय्.'

'ते का?'

'आता तिकडं पुष्कळ ऋषि-मुनी उतरणार; त्यांची सगळी व्यवस्था नको का व्हायला?'

तिने दिलेले कारण मला पटले; पण मी गप्प बसलो आहे, हे पाहताच ती म्हणाली,

'पुढंही तिथंच ठेवणार आहे मी तिला!'

'तिथं? छे! ती गजबजलेल्या राजवाड्यात वाढलेली मुलगी! त्या एकांत जागी तिला करमणार नाही!'

'तिला तिथं करमणार नाही, की तिच्यावाचून तुम्हांला इथं करमणार नाही?'

'काय बोलतेयूस तू हे?'

'जे खरं आहे, तेच! तुम्ही स्वारीवर गेला, त्या दिवशी तुम्हांला कुंकुमतिलक लावून ओवाळायचा तिचा काय अधिकार होता, हो?'

'शुक्राचार्यांचं पत्र आलंय्, हे कळताच तू बाहेर धावत गेलीस–'

'म्हणजे माझ्या वडिलांवरदेखील मी माया करू नये, असं तुमचं म्हणणं आहे, की काय? ते पत्र घेऊन काही हिमालयात जायला निघाले नव्हते मी!'

'पण आईनं तिला ओवाळायला सांगितलं–'

'सासूबाई पुष्कळ सांगतील! ती क्षत्रिय राजकन्या आहे ना! त्यांना फार जवळची वाटते ती– अगदी एका रक्ताची! तिला पट्टराणी करायचा बेत असेल त्यांचा!'

मी हसत म्हणालो,

'आईचा हवा तो बेत असेल; पण तो तू थोडाच सफल होऊ देणार आहेस?'

'अं! त्यात काय आहे एवढं अवघड? विष देऊन माझा काटा काढणं काही कठीण नाही सासूबाईंना!'

'असलं भलतंसलतं बोलू नये उगीच!'

'तुम्ही आहात पुरुष! आपल्या पायांखाली काय जळतंय्, हेसुद्धा तुम्हांला दिसत नाही; पण कुठं धुराचा वास आला, तरी तोसुद्धा आम्हां बायकांच्या नाकात भरते! अहो, तुमच्या या राजवाड्यात एका दासीला विष देऊन मारलंय् या तुमच्या मातुःश्रींनी! मला विचारा, हवं तर, सारं!'

संभाषणाचा ओघ अत्यंत अप्रिय अशा विषयाकडे वळला. तो थांबावा, म्हणून मी गप्प बसलो.

असल्या कटू संभाषणामुळे माझी ती रात्र अस्वस्थतेत जायला हवी होती. पण झाले मात्र उलटे! त्या रात्रीइतकी सुंदर स्वप्नांनी फुललेली रात्र माझ्या जीवनात क्वतचित आली असेल!

देवयानीने आपले एक रहस्य मला सांगितले. मोठे गोड गुपित होते ते. स्त्रीच्या जीवनातले अद्भुत रहस्य! तिला दिवस गेले होते!

ते ऐकून मी रोमांचित झालो. देवयानीला मूल होणार! आपल्याला मूल होणार! मुलगा होईल, की मुलगी? मुलगा झाला, तर त्याचे रूप कसे असेल? मातृमुखी मुले सुखी होतात, म्हणे! देवयानीला मुलगा होवो, की मुलगी होवो, ते मूल मातृमुखीच व्हावे, अशी प्रार्थना आम्ही दोघांनी प्रत्येक दिवशी केली पाहिजे.

आमची मने एकरूप झाली नसतील; पण हे मूल झाले, की आमची प्रेमग्रंथी आपोआप अधिक दृढ होईल! नातवंड पाहून आईचा आनंद गगनात मावणार नाही. अलीकडे फार उदास दिसते ती! छे! आपण तिच्याशी असा अबोला धरायला नको होता! आता तिचे नातवंड तिच्या हातांत देऊन आपण म्हणू– काय बरे म्हणू आपण? तिची अशी काहीतरी गोड थट्टा केली पाहिजे, की–

मी बाप होणार, तात होणार, 'तत' म्हणून मला एक चिमणे हाक मारणार! देवयानी माता होणार, आई होणार! 'नना' म्हणून तिला एक चिमुरडे हाक मारणार!

त्या रात्री क्षणाक्षणाला माझ्या निद्रेच्या वेलीवर नवनवी मधुर स्वप्ने फुलत होती. त्या स्वप्नलहरींवर हंसासारखा मी आनंदाने तरंगत होतो.

स्वप्नांची देवता कोण आहे? ती खरी करून दाखवायची शक्ती तिच्यापाशी नसावी, ही केवढी दुःखाची गोष्ट आहे!

२६

यज्ञ यथासांग पार पडला. अगस्त्य, अंगिरस असे काही प्रमुख ऋषी उपस्थित झाले नव्हते. एवढे एक वैगुण्य सोडले, तर सर्व समारंभ उत्तम रीतीने पार पडला. कच आज येईल, उद्या येईल, असे देवयानीला राहून-राहून वाटत होते; पण तो आला नाही, त्याच्याकडून काही कळलेही नाही.

यज्ञाकरिता जमलेल्या महाजनांना निरोप देण्याचा दरबार भरला. आईसुद्धा हा समारंभ पाहण्याकरिता मुद्दाम आली. ती सिंहासनामागे पडद्याआड बसली.

सस्यश्यामल भूमीप्रमाणे गर्भवती स्त्रीच्या देहावर काही वेगळीच कांती चढते सभास्थानी नागरिक स्त्रियांचे डोळे देवयानीवर कौतुकाने खिळून राहिलेले मी पाहिले, तेव्हा ही गोष्ट माझ्या लक्षात आली. मला मोठी धन्यता वाटली!

देवयानीला बरोबर घेऊन सर्व ऋषि-मुनींना अभिवादन करताना आणि मग तिच्यासह सिंहासनावर आरूढ होताना माझे मन आनंदतरंगांनी भरून गेले.

देवयानीने आज अशोकवनातून शर्मिष्ठेला अगत्याने बोलावून घेतले होते.

तिला समारंभ पाहायला मिळावा, म्हणून हे निमंत्रण असेल, असे मला प्रथम वाटले होते; पण दरबारच्या वेळी देवयानीचा हेतू माझ्या लक्षात आला. शर्मिष्ठेला आपल्याजवळ उभे करून तिच्याकडून वारा घ्यायचा होता तिला!

आम्हांला आशीर्वाद देण्याकरिता ऋषि-मुनींनी हातात मंत्राक्षता घेतल्या. इतक्यात अमात्य माझ्या कानाशी लागले आणि म्हणाले,

'बाहेर कचदेव आले आहेत!'

त्यांचे बोलणे देवयानीने ऐकले. ती अमात्यांना म्हणाली,

'त्यांना सन्मानपूर्वक आत आणा, आणि ऋषिमंडळींत योग्य जागी बसवा.'

'आत येण्याची त्यांची इच्छा दिसत नाही!'

देवयानीने रागाने विचारले,

'ते का? त्या अंगिरसांचं वारं यांनाही लागलंय् का? राजधानीत येऊन आमचा अपमान करायची त्यांची इच्छा आहे? तसं असेल, तर–'

अमात्य हात जोडून म्हणाले,

'तसं काही नाही, देवी! त्यांच्याबरोबर एक तापसी आहे. तो उन्मन अवस्थेत आहे! म्हणून कचदेव बाहेरच–'

देवयानी म्हणाली,

'ते काही नाही. त्या बैराग्यासकट आत बोलवा त्यांना! नि हे पाहा. मी त्यांची गुरुभगिनी आहे. ते आल्यावर त्यांना वंदन न करता मी सिंहासनावर बसून राहणं उचित होणार नाही. महाराणीनं तेवढ्यासाठी ऋषिमंडळींत जाऊन त्यांना अभिवादन करणं हेही बरं दिसणार नाही. तुम्ही त्यांना घेऊन सरळ सिंहासनाकडेच या. मी त्यांना नमस्कार करीन, त्यांचा आशीर्वाद घेईन; मग त्यांना तुम्ही ऋषिमंडळींत नेऊन योग्य जागी बसवा.'

इतका वेळ अमात्य व महाराणी यांचे बोलणे तरी काय चालले आहे, हे लोकांना कळेना! केवळ सामान्य पौरजनांतच नव्हे, तर ऋषिमंडळींतही चुळबूळ सुरू झाली.

अमात्य लगबगीने बाहेर गेले. थोड्याच वेळात कच आणि दुसरा एक तापसी आत आले. साऱ्या सभेचे डोळे त्यांच्याकडे वळले. 'या, कचदेव, या, कचदेव.' असे स्वागताचे स्पष्ट-अस्पष्ट शब्द ऋषिमंडळींतून ऐकू आले. प्रेक्षकांतील पुरुष आणि स्त्रिया कचाकडे बोट दाखवून आपापसांत कुजबुजू लागल्या. त्याने संजीवनीविद्या किती साहसाने मिळविली आणि दानवांचा डाव त्यांच्यावरच कसा उलटविला, ही रोमहर्षक कथा आबालवृद्धांना ठाऊक झाली होती. त्यामुळे त्याच्या दर्शनाने आश्चर्य व आनंद या भावनांनी प्रेक्षकांची मने पुलकित होऊन गेली.

कच किंचित पुढे येताच मी त्याच्याबरोबरच्या बैराग्याकडे पाहिले.

स्वतःच्या डोळ्यांवर माझा विश्वास बसेना! मी स्वप्नात आहे, की आपल्याला भ्रम झाला आहे, मला कळेना.

तो यति होता. तो उन्मन अवस्थेत आहे, हे कचाने अमात्यांना सांगितले होते. त्याची ही अवस्था कोणत्या प्रकारची आहे? आत्मज्ञानामुळे त्याला शरीराची शुद्धी उरली नाही, की निरनिराळ्या विचित्र सिद्धींच्या मागे लागून त्याचे मस्तक फिरले आहे?

कच व यति यांच्यासह अमात्य सिंहासनासमोर येऊन उभे राहिले. देवयानी कचाला वंदन करण्याकरिता उठली. ती उठल्यावर मी बसून राहणे शोभून दिसले नसते; शिवाय कच माझा जुना मित्र होता. मीही हसत उठलो.

देवयानी कचाला नमस्कार करणार, इतक्यात त्याचे लक्ष तिला वारा घालीत उभ्या असलेल्या शर्मिष्ठेकडे गेले. तो चकित झाला! तो एकदम उद्गारला,

'राजकन्ये, तू? नि इथं?'

वंदनाकरिता किंचित वाकलेल्या देवयानीने एकदम आपली मान वर केली आणि ती कचाला म्हणाली,

'कचदेव, ही राजकन्या नाही आता!'

'म्हणजे?'

'दासी आहे ती! माझी दासी आहे ती!'

'दासी? तुझी दासी?'

देवयानीने उत्तरादाखल नुसते स्मित केले.

इतका वेळ यति नुसता इकडे-तिकडे टकमक पाहत होता. जणू काही राजसभा हा एक पाळणा होता आणि तो त्यात ठेवलेले एक तान्हे मूल होता! आता एकदम त्याला वाचा फुटली. तो शर्मिष्ठेकडे बोट दाखवीत देवयानीला म्हणाला,

'ए! तुझी ही दासी मला देशील?'

एका तापशाने आपल्याला 'ए' म्हणून एकेरी हाक मारावी, याचा देवयानीला एरवी संताप आला असता; पण एक वेडा बैरागी भर दरबारात शर्मिष्ठेला मागणी

घालीत आहे, याची तिला मोठी गंमत वाटली असावी!

तिने यतीला विचारले,

'ही कशाला हवी आपणांला स्वामिमहाराज? बायको म्हणून?'

कच यतीला डोळ्यांनी दटावीत होता. पण त्याचे सारे लक्ष शर्मिष्ठेवर खिळले होते. या साऱ्या प्रसंगाचा शेवट काय होणार, ते मला कळेना! मी दगडी पुतळ्यासारखा स्वस्थ बसून राहिलो.

आम्ही दोघे भाऊ कोणत्या स्थितीत भेटत होतो! यतीची ती अवस्था पाहून, मला तो शाप आठवला–

'या नहुषाची मुलं कधीही सुखी होणार नाहीत!'

यति विकट हास्य करीत म्हणाला,

'बायको? छी! हिला पुरुष करून टाकणार आहे मी!'

सभास्थानी एकदम हशा उसळला; लगेच. तो दबला. त्याच्या पाठोपाठ भीतीचे वातावरण पसरले.

पडद्याआड बसलेली आई संतापाने ओरडली,

'अमात्य, त्या वेड्याला बाहेर न्यायची व्यवस्था करा. तो असले काही भलतं-सलतं बडबडू लागला, तर त्याला फटके मारा!'

अमात्यांनी खूण केली. सेवक यतीला धरण्याकरिता पुढे झाले.

सभास्थानी काय चालले आहे, हे मला कळत नव्हते. माझे मन त्या शापाच्या चक्रात गरगर फिरत होते! यतीची विटंबना मला पाहवेना. मी एकदम उठून उभा राहिलो आणि ओरडलो,

'त्याच्या अंगाला हात लावू नका! या सिंहासनावर त्याचा अधिकार आहे!'

मला वेड लागले, की काय, असे वाटून देवयानी विस्फारलेल्या डोळ्यांनी माझ्याकडे पाहू लागली. मी शांतपणे सर्वांना ऐकू जाईल, अशा आवाजात म्हणालो,

'हा माझा थोरला भाऊ आहे! याचं नाव यति!'

'यति?' असा आर्त चीत्कार पडद्याआड ऐकू आला. लगेच आई सर्व शिष्टाचार सोडून धावत आली. तिने यतीकडे क्षणमात्र पाहिले. त्याचे ते भयानक रूप तिला बघवेना! तिने डोळे मिटून घेतले. 'यति? माझा यति?' असे म्हणत बाहू पसरून ती धाडकन खाली कोसळली!

*

देवयानी

१

हा कच माझा पूर्वजन्मीचा वैरी तर नाही ना? सारा समारंभ कसा सुरेख साजरा झाला होता. दृष्ट लागावी, असा! पण शेवटच्या क्षणी हा अचानक दरबारात येऊन उभा राहिला! आकाशातून पडल्यासारखा! एका क्षणात साऱ्या समारंभावर पाणी पडले! प्रत्येकाचा विरस झाला!

कच मला शाप देऊन निघून गेला होता. तुझ्या शापाने माझे काडीइतकेदेखील वाकडे झालेले नाही, हे त्याला जाणवावे, कुबेराचे डोळे दिपून जातील, अशा वैभवात मी लोळत आहे, हे त्याला कळावे, जी देवयानी तुझ्या झोपडीत झाडलोट करीत राहणार होती, ती महाराणी होऊन सिंहासनावर विराजमान झाली आहे, हे त्याने डोळ्यांनी बघावे आणि मनात लज्जित होऊन माझी क्षमा मागावी, म्हणून या यज्ञाच्या निमित्ताने मी त्याला मुद्दाम निमंत्रण पाठविले होते.

महाराणी झालेल्या प्रियकरणीचे दर्शन घेणे त्याला रुचणार नाही, तो कदाचित येणार नाही, अशी माझी कल्पना होती; पण एके काळी देवयानीवर त्याचे किती गाढ प्रेम होते, मला ठाऊक होते. मनुष्य प्रेम लाथाडील; पण तो ते विसरू शकेल काय?

कच येणार, कच येणार, असे माझे मन सांगत होते; पण यज्ञ सुरू झाला तरी

तो आला नाही, यज्ञ संपत आला, तरी तो आला नाही. माझ्यातल्या महाराणीला आनंद झाला. मात्र माझ्यातली देवयानी दुःखी झाली.

ऐन दरबाराच्या वेळी तो आल्याचे अमात्यांनी सांगितले. माझा आनंद गगनात मावेना! वाटले, त्या दिवसापासून– शर्मिष्ठेने ती वस्त्रांची अदलाबदल ज्या दिवशी केली, तेव्हापासून– दैव मला किती अनुकूल झाले आहे. लक्ष्मीने लाजावे, असा साजशृंगार करून मी सिंहासनावर बसले आहे, हजारो डोळे माझ्या लावण्यावर खिळले आहेत. राजकन्या शर्मिष्ठा दासी म्हणून मला वारा घालीत आहे. मोठमोठी ऋषिमंडळी मंगल मंत्रपठन करीत आम्हांला आशीर्वाद देत आहेत. हे सारे सारे कचाला पाहायला मिळेल! देवयानीचे प्रेम झिडकारण्यात आपण केवढी चूक केली, हे आता त्याच्या लक्षात येईल.

प्रेमाच्या सफलतेचे समाधान कचाने मला लाभू दिले नाही. ते नाही, तर नाही. सूडाच्या सफलतेचे समाधान आता मला मिळणार, म्हणून मी आनंदित झाले होते; पण– अगदी शेवटच्या क्षणी– माझे शस्त्र माझ्यावरच उलटले! सूडाचे समाधान मिळाले खरे! पण ते कुणाला देवयानीला नाही, तर कचाला!

२

सासूबाई, महाराज, सारी सारी कशी वेड्यासारखी वागली त्या वेळी! महाराजांना भावाच्या प्रेमाचा पुळका नेमका याच वेळी आला. थोडा वेळ गप्प बसले असते, तर! नेले असते सेवकांनी त्या वेड्याला बाहेर! बसले असते चार फटके त्याच्या पाठीवर! आपण कुठे आहो आणि काय करीत आहो, याची थोडी तरी जाणीव पाठीतून डोक्यात शिरली असती त्याच्या!

सासूबाई सदान्कदा घुम्या असतात. खोल विहिरीच्या तळासारखे आहे त्यांचे मन! तिथे काय चालले आहे, हे बाहेरून कुणाला कळायचे नाही कधी! पण सारे रीतिरिवाज सोडून आपण राजमाता आहो, हे विसरून त्या एकदम पुढे आल्या काय, 'यति! माझा यति!' म्हणून वेड्यासारखे ओरडल्या काय आणि हजारो लोकांपुढे बेशुद्ध पडल्या काय! छे! राजमातेला शोभण्यासारखे होते का हे?

त्या मूर्च्छित पडल्या मात्र! एकच गोंधळ उडाला दरबारात 'हा वेडा माझा थोरला भाऊ आहे! सिंहासनावर त्याचा अधिकार आहे' अशी वेडगळ घोषणा महाराजांनी केली! मग काय? कुठला ऋषींचा आशीर्वाद नि कुठले काय? छे! छे! बाबांच्या तपश्चर्येला मोठा अपशकुन केला या वेड्याने!

तो यति तर बोलून-चालून वेडा आहे! पण महाराजांनी थोडे शहाणपण दाखविले असते, तर? तो त्यांचा भाऊ आहे; हे त्यांच्याखेरीज साऱ्या सभेत

कुणाला ठाऊक नव्हते. त्याला बरोबर घेऊन येणाऱ्या कचालासुद्धा, तो कोण आहे, याची कल्पना नव्हती!

कुठल्या तरी गावात लोक धोंडे घेऊन या यतीच्या मागे लागले होते! इकडे येत असताना कचाने ते पाहिले. त्याला दया आली. तो त्याला बरोबर घेऊन आला. कचाची गोष्ट कशाला हवी? सासूबाईंनीसुद्धा त्या जोगड्याला ओळखले नव्हते. महाराज घटकाभर मूग गिळून बसले असते, तर किती बरे झाले असते! सारा विरस टळला असता.

का या घराण्याला वेडाचे वरदान आहे? काय तो यति! महाराजांचे वागणेसुद्धा– हा वेडा इथे राहिला, तर काय-काय अनर्थ होतील, हे मला कळेना! त्याच्या नावाने राज्य चालवावे, म्हणून सासूबाई हट्टसुद्धा धरायच्या कदाचित! पुत्रप्रेम आले होते ना त्यांचे उचंबळून! आणि जाता-जाता सुनेचे नाक सहज ठेचता येईल! महाराणी म्हणून ती सगळीकडे मिरवते, उठल्या-सुटल्या आपल्यावर अंमल गाजविते, हे मनातून मुळीच आवडत नव्हते त्यांना! मी पडले ऋषिकन्या! ब्राह्मणाची मुलगी! नावडतीचे मीठ अळणी! मला महाराणी म्हणून मिळणारा मान नाहीसा व्हावा, म्हणून या वेड्या यतीला राजा करण्याचीसुद्धा धडपड केली असती त्यांनी! थोरला भाऊ होता ना तो! स्वतः महाराज भर सभेत म्हणाले,

'त्याचा या सिंहासनावर अधिकार आहे!'

छे! अगदी वेड्यासारखे वागले महाराज दरबारात! हे घराणेच–

३

नुसते वेडाचेच वरदान नाही या कुळाला! बाईचंही वेड दिसतंय् इथं! अगदी आनुवंशिक! माझ्या सासऱ्यांनी, म्हणे, इंद्राचा पराभव केला होता! केला असेल! पण इंद्राणीचे सौंदर्य पाहून त्यांच्या तोंडाला पाणी सुटले आणि– सासूबाईंनी हे सारे माझ्यापासून चोरून ठेवलेय्! पण राजवाड्यातल्या दासी काही कमी नसतात! त्यांतल्या एका म्हातारडीने हे मला पहिल्या दिवशीच सांगितले!

असल्या नहुषमहाराजांची ही मुले! जटा-दाढी वाढविलेला आणि कफनी घातलेला हा यति इतक्या लोकांदेखत शर्मिष्ठेकडे पाहून– ही बाई मला द्या, म्हणाला! पुढे तो आचरटासारखे बोलला; पण लोकांना याचे वेड कोणत्या प्रकारचे आहे, हे त्याच्या मागणीवरून अगदी स्पष्ट कळून चुकले!

त्याला तरी कशाला हसायचे? तो बिचारा लहानपणी रानावनांत पळून गेलेला एक वेडा होता; पण एवढे मोठे पराक्रमी ययातिमहाराज! अश्वमेधाच्या वेळी दिग्विजय करून आलेले! राजे म्हणून प्रत्यक्ष सिंहासनावर आरूढ झालेले! पण

अरण्यातल्या विहिरीतून बाहेर येणारी एक सुंदर तरुणी पाहिल्याबरोबर तेसुद्धा पाघळलेच, की नाही? स्त्रीला पुरुष किती लवकर ओळखता येतो! त्याच्या डोळ्यांत त्याचे सारे गुण आणि सारे अवगुण दिसतात तिला! मी विहिरीतून वर आले, तेव्हा किती अधाशीपणाने पाहत होते महाराज माझ्याकडे!

पुरुषाचे डोळे पाहिले, की तो कामुक आहे, की नाही, हे झटकन स्त्रीला कळते! त्याची लोभस नजर दिसली, म्हणजे हे सावज आपल्या जाळ्यात सहज सापडणार, अशी तिची खात्री होते. विहिरीतून वर आल्यावर मी जी उभी राहिले, 'मला भय वाटतंय्; माझा हात धरून मला काठावर घ्या!' असे ययातिमहाराजांना सांगितले, ते काय उगीच!

त्यांच्या जागी कच असता– तर आधी 'माझा हात धरा' असे म्हणायचा धीरच मला झाला नसता! नि तो झाला असता, तरी त्याने ताडकन् उत्तर दिले असते, 'विहिरीत पडली होतीस; तुला वर काढणं हा माझा धर्म होता. त्या धर्माचं पालन मी केलं आहे. आता, हवं तर, तू विहिरीच्या काठावर ये! नाही तर पुन्हा विहिरीत उडी टाक. मला त्याचं सोयरसुतक नाही!'

कचाविषयी माझ्या मनात आकर्षण निर्माण झाले, ते त्याच्या असल्या वागण्यामुळेच! आश्रमात आल्याबरोबर जर तो माझ्याभोवती पिंगा घालू लागला असता, माझ्या स्पर्शासाठी आसुसलेला दिसला असता, माझ्या सौंदर्याकडे अतृप्त दृष्टीने पाहत असलेला मला आढळला असता, तर– तर मी त्याच्याकडे ढुंकूनसुद्धा पाहिले नसते. पण त्याच्या डोळ्यांत मला कधीही लालसा दिसली नाही! त्याच्या हालचालींत कामुकतेची छटा आढळली नाही कधी! बायकांना असलेच पुरुष आवडतात! स्त्रियांच्या पाठीमागे लागणाऱ्यांकडे त्या पाठ फिरवतात. त्यांच्याकडे पाठ फिरवणाऱ्यांशी त्या पाठशिवणीचा खेळ सुरू करतात! किती विचित्र आहे हे! पण आहे खरे असे!

आपला जीव धोक्यात घालून कच मला आवडणारी फुले रानावनांतून आणीत असे. त्या फुलांनी त्याचे माझ्यावर किती प्रेम आहे, हे मला अनेकदा सांगितले, मध्यरात्री– अगदी माझ्या कानात! पण कचाने ते कधीच बोलून दाखविले नाही.

एकदा बागेत माझ्या पायाला काटा टोचला. त्याची गंमत करण्याकरिता 'मला साप चावलाय्' असे सांगितले, मी त्याला! त्या वेळी त्याच्या डोळ्यांत जे पाणी उभे राहिले, त्याने मला त्याचे हृदय उघडे करून दाखविले.

झोपण्यापूर्वी बागेच्या कोपऱ्यात लताकुंजात जाऊन तो आदिशक्तीची प्रार्थना करी. एकदा ती प्रार्थना मी ओझरती ऐकली. 'देवयानीला सुखी ठेव!' हे शब्द त्या प्रार्थनेत होते. माझ्या कानांवर ते पडले. ते ऐकताच माझ्या अंगावर रोमांच उभे राहिले. त्या शब्दांनी कचाचे माझ्यावर किती प्रेम आहे, हे मला पुनःपुन्हा सांगितले. पुढे किती तरी दिवस ते शब्द माझ्या कानांत घुमत होते! एखाद्या

गोड गाण्याच्या सुरांसारखे!

असे प्रेम मला हवे होते; पण एक सुंदर तरुणी पाहिल्याबरोबर तिच्यावर बसणारे प्रेम– प्रेम कसले? शुद्ध लंपटपणा आहे तो! कुठलीही स्त्री अशा प्रेमाला आपले हृदय वाहून स्वीकार करणार नाही!

जन्मभर प्रेमभंगाची स्मरणी घेऊन बसलेली दुःखी-कष्टी प्रणयिनी राहायचे नव्हते मला! कचाने माझ्या हृदयावर मोठा घाव घातला होता. त्या घावाच्या वेदना विसरून जायच्या होत्या मला! म्हणून माझ्यातल्या प्रणयिनीला मी मनाच्या तळघरात कोंडून ठेवले. अगदी कायमचे! स्वामिनी होऊन त्या धुंदीत सारे जीवन घालवायचा मी निश्चय केला. माझा तो निश्चय व्हायला, शर्मिष्ठेने मला विहिरीत ढकलून द्यायला आणि ययातिमहाराज तिथे यायला एक गाठ पडली! विहिरीत पडलेली देवयानी आणि विहिरीतून बाहेर काढलेली देवयानी या किती भिन्न होत्या! विहिरीच्या काठावर असलेला पुरुष हस्तिनापूरचा राजा आहे, हे कळताच–

त्या क्षणी त्याची राणी– नुसती राणी नाही, महाराणी– व्हायचा मी दृढ निर्धार केला.

भग्न प्रीतीच्या वेदना विसरून जायला मला वैभवाची धुंदी हवी होती. सत्तेचा उन्माद हवा होता, सदैव माझ्या तालावर नाचणारा नवरा हवा होता! लंपट नवराच बायकोच्या मुठीत राहू शकतो!

हे सारे मी मिळविले– एका क्षणात!

पण– कचाबरोबर आलेल्या या जोगड्यामुळे–

हा माझा दीर– वडील दीर– हस्तिनापूरच्या सिंहासनाचा खरा वारस आहे! म्हणजे–

४

हा वेडा इथे राहो, नाही तर कुठेही निघून जावो! मी महाराणी आहे आणि शेवटपर्यंत महाराणीच राहणार आहे. या खुळपंचांगाला कदाचित शर्मिष्ठा आवडेल! तो राज्याचा वारस आहे, असे बघून ही राजकन्या त्याच्याशी लग्न करायलासुद्धा तयार होईल! कुणी सांगावे?

या यतीचे स्तोम माजू नये, म्हणून तर त्याला राजवाड्यात ठेवायचे नाही, असा मी हट्ट धरला. सासूबाईंचा लाडका मुलगा फार दिवसांनी, खूप वर्षांनी घरी परत आलेला! त्यांची फार इच्छा होती त्याला घेऊन इथे राहायची! पण मी जेव्हा डोक्यात राख घालून माहेरी जायला निघाले, तपश्चर्येला बसलेल्या बाबांपुढे अश्शी जाऊन उभी राहते, म्हणून धाक घातला, तेव्हा कुठे महाराज आईच्या मनाविरुद्ध वागायला

तयार झाले.

ते सारे लटांबर अशोकवनात गेले, हे फार बरे झाले! त्या वेड्याने इथे काय-काय गोंधळ घातला असता, कुणाला ठाऊक! उठल्या-सुटल्या तो आपला जर दासींची चुंबने घेऊ लागला असता– अगदी म्हाताऱ्या दासींची सुद्धा–

अशोकवनात तो काय धिंगाणा घालतोय्, ते कळायला हवे, म्हणून मी त्या म्हाताऱ्या दासीला पाठविले आहे तिथे इतर दासींबरोबर– सासूबाईंच्या सेवेला, म्हणून! खूप-खूप गमती सांगत होती ती त्याच्या! अजून आईला ओळखले नाही त्याने! सासूबाई पुन्हा-पुन्हा त्याच्याजवळ जाऊन

'यति, मला एकदा आई म्हणून हाक मार, रे!' असे डोळ्यांत पाणी आणून म्हणतात त्याला!

तो उत्तरे देतो,

'तू आई आहेस, होय ना? मग तू दुष्ट आहेस! जगातल्या सर्व आया, बायका, मुली, मला नाहीशा करायच्या आहेत. तू बाप हो, मग तुला हाक मारीन मी!'

तीर्थयात्रा करता-करता ईश्वर चांगला पावला कचाला! काय पण रत्न मिळाले त्याला! आणि मोठ्या प्रेमाने अगदी अचूक ते इथे घेऊन आला तो!

५

या यतीचा पायगुणच वाईट असावा. त्या निरोपाच्या समारंभाच्या दिवशी आम्ही रथातून दरबाराला गेलो, तेव्हा कसे लख्ख सोनेरी ऊन पडले होते. आकाशाच्या एकाही कोपऱ्यात नावालासुद्धा ढग दिसत नव्हता. हा वर्षाकाळ नसून वसंत ऋतू आहे, असा भास होत होता; पण दरबारात या यतिमहाराजांनी प्रवेश केला आणि आत, बाहेर तिकडे-तिकडे गोंधळ सुरू झाला.

त्या दिवशी आम्ही परतलो, तेव्हा सारे आकाश कसे काळ्याकुट्ट मेघांनी व्यापून टाकले होते. एखाद्या भयंकर भुयारासारखे भासत होते ते! लवकरच विजा कडकडू लागल्या, विजा कसल्या? त्या भुयारातल्या नागिणीच! छे! नागिणी पुरवल्या; या डाकिणी होत्या, शुद्ध डाकिणी! केस मोकळे सोडून तोंडाने काही तरी अशुभ शब्द पुटपुटत या टोकापासून त्या टोकापर्यंत धिंगाणा घालीत होत्या त्या!

मग जो मुसळधार पाऊस पडू लागला– चार दिवस झाले, तरी तो खळला नाही! यमुनामाईला मोठा पूर आला. नगरातले सर्व व्यवहार विस्कळीत झाले. असाच पाऊस पडत राहिला, तर यमुनेच्या काठांवरल्या खेड्यापाड्यांत मोठा अनर्थ होईल, म्हणून अमात्य काळजी करू लागले. मी त्यांना म्हटले,

'हे तुमचे यतिमहाराज आले ना त्या दिवशी? ते हा पाऊस घेऊन आले आहेत!

ते इथून गेल्याशिवाय काही हा पाऊस थांबत नाही!'

६

चौथ्या दिवसाची मध्यरात्र होती ती! पाऊस पडतच होता. प्रथम एखादी मोठी सर कोसळे, मग मग हळूहळू ती ओसरे. ती थांबली, म्हणजे झाडांच्या वरच्या पानांवरून खालच्या पानांवर पडणाऱ्या थेंबांचा टपटप आवाज ऐकू येऊ लागे. घटकाभराने पुन्हा मोठी सर येई.

महाराजांना झोप लागली होती; पण मी जागीच होते! आपल्या बाळाचे रंगरूप कसे असेल, या कल्पनेशी माझे आईचे मन एकसारखे चाळा करीत होते. त्याला पाहिल्यावर कुणालाही माझी आठवण होईल, असे ते असेल ना? त्याचे नाक-डोळे कुणासारखे असतील? त्याचे जावळ कसे दिसेल? त्याची जिवणी अगदी लहान-इवलीशी असेल ना? 'तत' म्हणून महाराजांना हाका मारण्याआधी लुटूलुटू धावत येऊन 'नना' म्हणून ते मला मिठी मारील ना?

किती वेळ या कल्पनांशी मी खेळत होते, कुणाला ठाऊक! अचानक घोड्याच्या टापांचा खाडखाड असा आवाज माझ्या कानांवर पडला. मी दचकून डोळे उघडले. मी स्वप्नात तर नव्हते ना? तो आवाज– कुठे, काय झाले आहे, ते मला कळेना!

मी महालाचे दार उघडून घाईघाईने बाहेर आले. मला ऐकू आलेला टापांचा आवाज खरा होता. सासूबाईंनी पाठविलेला सेवक होता तो!

तो घाईघाईने मला विचारू लागला,

'ऋषिमहाराज राजवाड्यात आले आहेत का?'

दूर कुठे तरी एकांतात ध्यानस्थ बसण्याची कचाची सवय मला ठाऊक होती. मध्यरात्र उलटून गेली, तरी तो अशोकवनात परत आला नसेल! त्यामुळे सासूबाई काळजीत पडल्या असव्यात. तो इकडे आला असेल, अशा समजुतीने त्याची चौकशी करण्यासाठी त्यांनी हा मनुष्य पाठविला असावा!

मी उत्तरले,

'नाही, कचदेव इकडं आले नाहीत!'

तो चाचरत म्हणाला,

'कचदेव आहेत तिथं; पण ते दुसरे ऋषिमहाराज– ते यतिमहाराज!'

'त्यांचं काय झालं?'

'ते कुठं तरी पळून गेले!'

'केव्हा?'

'दीड प्रहर रात्र होईपर्यंत अशोकवनात होते ते. मग सारी माणसं झोपली. मधेच

राजमातेला जाग आली. त्या उठून पाहतात, तो यतिमहाराज जागेवर नाहीत!'

मी महाराजांना उठविले. ते लगेच घोड्यावरून अशोकवनात गेले. दुसऱ्या दिवशी सकाळी ते परत आले. त्यांनी सगळीकडे यतीचा शोध केला होता. अनेक सैनिक आणि सेवक दुथडी भरून चाललेल्या यमुनेच्या काठावर रात्रभर डोळ्यांत तेल घालून फिरत होते. पण कुणालाही तो दिसला नाही!

दुसऱ्या दिवशी नगरातून एक विलक्षण वार्ता ज्याच्या-त्याच्या तोंडी झाली– दुथडी भरून चाललेल्या यमुनेच्या पाण्यावरून चालत पैलतीरी गेलेल्या यतीला कुणीतरी पाहिले होते, म्हणे!

माझ्या त्या म्हाताऱ्या दासीकडून यतीच्या पलायनाचे रहस्य कळले, तेव्हा हसता-हसता पुरेवाट झाली माझी! अशोकवनात तो एकसारखा शर्मिष्ठेच्या मागे-मागे असे, म्हणे! त्या वेड्याचे बहुधा प्रेम बसले असावे तिच्यावर! असे प्रथमदर्शनी जडलेले प्रेम कुणी क्वचितच पाहिले असेल! चार दिवस त्याने ही दर्शनभक्ती केली; पण नुसत्या दर्शनाने कुठल्या प्रेमिकेचे कधी समाधान झाले आहे? मग ही स्वारी स्पर्शभक्तीकडे वळली. मध्यरात्री सगळीकडे निजानीज झाल्यावर हा हळूच शर्मिष्ठेच्या शय्येपाशी गेला. त्याचा हात लागताच जाग येऊन ती ओरडली, की दुसरे कुणी जागे आहे, या भीतीने ती ओरडली, कुणास ठाऊक! पण ती मोठ्याने ओरडली, हे मात्र खरे! त्याचबरोबर हो बुवाजी घाबरले! खिडकीतून उडी टाकून ते बाहेर पसार झाले! यति काळोखात कुठे लपून बसला; शोधणाऱ्या लोकांना न दिसता तो कसा निसटला, मुसळधार पावसातून तो पुढे कुठे गेला, तो यमुनेच्या पाण्यावरून चालत गेला, की यमुनेत बुडून वाहत गेला, काही कळले नाहीच कुणाला!

मी मनाशी म्हटले,

'बरं झालं! सुंठीवाचून खोकला गेला!'

७

सासूबाईंच्या समाचाराला म्हणून मी अशोकवनात गेले. त्यांना राजवाड्यात परत यायचा पुष्कळ आग्रह केला मी! पण यतीला राजवाड्यात मी राहू दिले नाही, हा राग होता त्यांच्या पोटात! तो त्यांनी ओठांपर्यंत येऊ दिला नाही, एवढेच! 'मला इथंच बरं वाटतंय्' असं म्हणून त्या तिथेच राहिल्या.

अशोकवनात कचाची आणि माझी भेट झाली. थोडे बोलणेही झाले; पण ते अगदी नावापुरते. एक दिवसही तो राजवाड्याकडे फिरकला नाही. तिथल्या त्याच्या गोष्टी मात्र मी रोज ऐकत होते. आज काय, निसरड्या सोनचाफ्यावर चढून कुणा अनोळखी चिमुरड्या पोरीला त्याने सोनचाफ्याची फुले काढून दिली, उद्या काय,

कुठले तरी एक आजारी वासरू घेऊन तो त्याची शुश्रूषा करीत बसला! महाराज तर दररोज संध्याकाळी मातुःश्रींच्या सांत्वनासाठी अशोकवनात जात होते. प्रत्येक दिवशी परत आल्यावर ते नेमाने म्हणायचे,

'कचासारखा जुना मित्र भेटला, म्हणून फार बरं वाटतंय् बोलायला मला! त्याचं बोलणं ऐकता-ऐकता वेळ कसा निघून जातो, ते कळत नाही.'

सर्वांशी बोलायला, अगदी क्षुद्र, क्षुल्लक कामे करायला कचाला वेळ होता; फक्त देवयानीकडे जायला मात्र–

अशोकवनात मी त्याला विचारले होते. 'राजवाड्यावर केव्हा येणार?' 'पाहू या' एवढेच उत्तर त्याने दिले होते. त्याचा अहंकार कायम होता. अजून– त्याने देवयानीला ओळखले नव्हते!

८

मात्र आपणहून तो भेटायला येईल, असे माझी मनोदेवता दररोज मला सांगत होती. प्रत्येक दिवशी सकाळचा हसरा सूर्य माझ्या कानात गुणगुणे– 'आज कच येईल! अचानक येऊन तुला चकित करण्याचा विचार आहे त्याचा!' मग मी मोठ्या आनंदाने त्याच्या स्वागताच्या सिद्धतेला लागे. दुरून सिंहासनच भासावे, असे सुंदर आसन, सुवर्णपात्रात सुरेख रीतीने रचून ठेवलेली रसाळ फळे, त्याला आवडणाऱ्या फुलांच्या लहान-लहान नाजूक माळा, मोरपिसांचे मोठमोठे पंखे– सारे सारे साहित्य माझ्या महालात मी सुसज्ज करून ठेवी, बोलून-चालून हा लहरी ऋषी! तो केव्हा प्रगट होईल, कुणी सांगावे!

त्या पुष्पमाला कोमेजून जात, ताजी फळे शिळी होत; तरी तो येत नसे! महालाच्या पश्चिमेकडील खिडकीतून सूर्याची किरणे आत डोकावून पाहत आणि स्वागताचे सारे साहित्य तसेच पडलेले पाहून उदास मुद्रेने हळहळत! हळूहळू अदृश्य होत.

एक-दोन-तीन-चार...

यति नाहीसा झाल्यानंतर असे सात दिवस गेले. महाराज प्रत्येक दिवशी संध्याकाळी अशोकवनाकडे जात. त्यांच्याशी चार-चार घटका गप्पागोष्टी करायला कचाला वेळ मिळे. ते सारे मला कळे; पण माझ्याकडे यायला मात्र त्याला सवड मिळेना! मनात अशी संतापून गेले मी त्याच्यावर! हा हस्तिनापूरला आला, तो इथून यज्ञाचे निमंत्रण गेले, म्हणून! ते निमंत्रण पाठवले मी! महाराजांना कदाचित त्याची आठवणही झाली नसती! ती मला झाली, म्हणून हा इथे येऊ शकला! पण

राजवाड्यात येऊन मला भेटायचा साधा शिष्टाचारसुद्धा त्याने पाळला नाही! देवयानीने नाक मुठीत धरून आपल्याला पुन्हा-पुन्हा बोलवायला यावे, अशी त्याची इच्छा असावी! पण म्हणावे–

मात्र राहून-राहून मला वाटत होते– त्याने एकदा तरी माझ्याकडे यावे, मोकळ्या मनाने माझ्याशी बोलावे, माझे क्षेमकुशल विचारावे, आम्ही दोघांनी एकमेकांच्या सहवासात घालविलेल्या सुखी दिवसांच्या आठवणी काढाव्यात, त्या ऐकून माझे मन व्याकूळ होऊन जावे, माझ्या डोळ्यांत उगीच पाणी उभे राहावे, त्या पाण्यात महाराणी झालेली देवयानी वाहून जावी–

छे! छे! मला शाप देऊन कच निघून गेला, तेव्हा किती तरी दिवस माझे डोळे पाझरत होते! मग मात्र मी सावध झाले, शहाणी झाले, पुन्हा कधी डोळ्यांतून टीप काढायचे नाही, असा निश्चय केला मी! सासरी येताना नमस्कार करून बाबांचा निरोप घेतला. त्यांनी आशीर्वाद देण्यासाठी आपला हात माझ्या मस्तकावर ठेवला. किती कापत होता तो! मी मोठ्या जड मनाने वर मान करून उठले. त्याच क्षणी बाबांच्या डोळ्यातला एक अश्रूबिंदू माझ्या कपाळावर पडला. मी आतून अगदी गदगदून गेले. तरीसुद्धा मी डोळ्यातून टीप येऊ दिले नाही! देवयानी कधीही– पुन्हा कधीही– रडणार नव्हती!

पण कच आल्यावर त्याने आपल्याकडे यावे, दोघांच्या बोलण्यांत जुन्या गोड आठवणी निघाव्यात, त्यात रंगून जाऊन आपण रडावे आणि त्या अश्रूंनी आपले मन हलके करावे, असे मला वाटू लागले होते.

रडण्यात आनंद असतो? छे! डोळ्यांत अश्रू येणे हे दुबळ्या मनाचे लक्षण आहे!

महाराणी देवयानीने रडायचे? आणि ते कुठल्या तरी जुन्यापान्या आठवणी काढून? छे! शक्य नाही ते! महाराणी देवयानीने भेटीसाठी एका ऋषीची आर्जवे करायची? अंहं! ते तिच्या हातून कालत्रयीही होणार नाही!

९

कच मला न भेटता निघून जाणार, अशी माझी जवळजवळ खात्री झाली.

आठव्या दिवशी मी त्याच्या स्वागताची कोणतीही तयारी केली नाही.

पण अकस्मात त्याच दिवशी तो राजवाड्यात आला. माझी तारांबळ उडाली त्याची ऊठ-बस करताना!

सेवकांनी त्याचे भव्य सुंदर आसन माझ्या महालात आणून ठेवले; पण ते आणायच्या आधीच आपले मृगाजिन पसरून तो त्याच्यावर बसला.

मी त्याला त्या उच्च आसनावर बसायला सुचविले. हसतच त्याने नकार दिला. देवयानीच्या वैभवाची आपल्याला काडीइतकीही किंमत वाटत नाही, हे दाखवायचे होते ना त्याला!

मला संताप आला त्याचा! पण वरकरणी स्मित धारण करीत मी म्हणाले, 'कचदेव, आपण आसनावर बसायलाच हवं!'

'ते का?'

'पाहुण्याला घरासारखं व्हावं लागतं, म्हणून!'

'पण मी काही पाहुणा नाही इथं!'

'असं कसं होईल? यज्ञाकरिता बोलावलेले एक थोर अतिथी आहात आपण.'

'आपल्याच घरी मनुष्य पाहुणा कसा होईल?'

'हे आपलं घर आहे?'

'हो, हो माझंच घर आहे! बहिणीच्या घरी भावाला कधी परकेपणा वाटतो का? देवयानी, तुझ्या घरी मी पाहुणा नाही. इथं मी कसलाही संकोच मानीत नाही. आपल्या घरी मनुष्य कुठंही, कसाही बसतो ना? तसा मी इथं–' मग बोलता-बोलता तो थांबला. नुसता हसला.

त्याचे बोलणे त्याच्यावर उलटविण्याकरिता मी म्हणाले,

'पण बहिणीचा हट्ट भावानं पुरवायला नको का? माझ्यासाठी–'

त्या आसनाकडे पाहत तो म्हणाला,

'या सुंदर आसनावर मी बसलो, तर माझ्या अंगाला काही काटे लागणार नाहीत; पण माझा एक लहानसा नेम आहे. उगीच कशाला मोडायचा तो?'

'तुमचा नेम तरी कळू दे!'

'तसा अगदी क्षुद्र आहे तो! मृगाजिनावर अंग टाकून जर झोप येते, तर मंचकावर परांची शय्या पसरण्याचे श्रम घ्यायचे कशाला? आपल्याला जर नित्य कंदमुळं खायची आहेत, तर एखाद्या दिवशी मिष्टान्न देऊन जिभेला नसती चटक लावायची कशासाठी? माणसाची जीभ मोठी वाईट असते हं, देवयानी! दुसऱ्याला दुःख देणारे शब्द ती सतत बोलते, एवढ्यासाठी काही मी तिला वाईट म्हणत नाही; पण एक दिवस एक खमंग पदार्थ खाल्ला, तर, तो दररोज खावा, असं तिला वाटू लागतं; अशी चटक लागली, की– मग ती जिभेला लागो, डोळ्यांना लागो, कानांना लागो– ती तृप्त करण्याकरिता मनुष्य नाही-नाही त्या गोष्टी करू लागतो! प्रसंगी पाप करायलासुद्धा प्रवृत्त होतो. तुझ्या या सुंदर आसनावर मी आता आनंदानं बसेन; पण उद्या अरण्यात तपश्चर्येला बसताना जर मला पुन्हा-पुन्हा त्याची आठवण होऊ लागली–'

त्याला टोमणा मारण्याकरिता मी म्हणाले,

'मग मीसुद्धा महाराणी म्हणून हे उंची वस्त्रालंकार घालणं चुकीचं आहे, म्हणायचं!'

तो स्मित करीत म्हणाला,

'छे! छे! तुझी गोष्ट निराळी आहे. तू गृहिणी आहेस. संसार हा तुझा धर्म आहे. मी यति आहे; संन्यास हा माझा धर्म आहे. संसारात उपभोगाला मानाचं स्थान आहे. संन्यासात तो अक्षम्य आहे!'

मृगाजिनावर बसायचा आपला हट्ट अशा रीतीने त्याने पुरा केला. मग थोडासा फलाहार करून त्याच्याजवळ चौरंगावर सोन्याच्या तबकात ठेवलेल्या फुलांच्या माळांकडे मोठ्या प्रेमाने पाहिले त्याने! त्यांच्याकडे पाहता-पाहता तो उद्गारला,

'माझ्या आवडी-निवडीची अजून आठवण आहे, म्हणायची, तुला! महाराणीपदाची एवढी मोठी जबाबदारी शिरावर असताना इतक्या लहान गोष्टींतसुद्धा तुझं लक्ष आहे, हे पाहून–'

'तुमची आठवण होती, म्हणून तर तुम्हांला इतक्या अगत्यानं यज्ञाला बोलावलं मी!'

'मी तुला शाप देऊन निघून गेलो असूनही, तू माझी आठवण ठेवलीस. इतक्या अगत्यानं मला बोलावलंस! अशी उदार हृदयाची बहीण मला लाभली, हे फार मोठं भाग्य आहे माझं! रागाच्या भरात मी तुला शाप दिला; फार मोठा अपराध झाला तो माझ्या हातून! खरोखरच त्याचा मला पश्चात्ताप होतोय्! माझं ते कृत्य ऋषिकुमाराला शोभण्यासारखं नव्हतं, भावाला तर मुळीच शोभण्यासारखं नव्हतं. त्या अपराधाबद्दल मी तुझी मनापासून क्षमा मागतो.'

बोलता-बोलता त्याने आपले हात जोडले. त्याची मुद्रा किती शांत, किती गंभीर दिसत होती! त्याने माझी क्षमा मागावी, माझ्या महालात येऊन माझ्यापुढे हात जोडावेत, हे मला कसेसेच वाटू लागले! काय करावे, काय बोलावे, हे मला कळेना! आश्रमात असताना त्याने असे काही केले असते, तर मी धावत त्याच्याकडे गेले असते आणि माझ्या हातांनी त्याचे जोडलेले हात दूर करून म्हणाले असते– काय बरं म्हणाले असते मी?

पण मी ययातिमहाराजांची पत्नी होते. कच एक परपुरुष होता. मी हस्तिनापूरची महाराणी होते. तो एक सामान्य संन्यासी होता. मी काही, काही करू शकत नव्हते. त्याने प्रश्न केला,

'मला क्षमा केलीस ना?'

मी खाली मान घालून मानेनेच 'होय' म्हणाले. लगेच माझ्या मनात आले, हे सारे याचे नाटक तर नाही ना? देवयानी याला इतकी जवळची वाटत होती, याला जर तिची क्षमा मागायची होती, तर इतक्या दिवसांत तो एकदासुद्धा इकडे कसा

फिरकला नाही?

मी हसत म्हणाले,

'कचदेव, हस्तिनापुरात येऊन इतके दिवस झाले, तरी तुम्ही इथं आला नाहीत! तेव्हा मला वाटू लागलं, भाऊ बहिणीला विसरला तर नाही?'

'श्रीमंत भाऊ गरीब बहिणीला एक वेळ विसरेल; पण गरीब भावाला श्रीमंत बहिणीचा कसा विसर पडेल?'

'असं! मग काय, राजवाड्याची वाट सापडली नाही त्याला?'

'राजवाड्यापेक्षा दुसरी वाट शोधीत होता तो!'

'कुठली?'

'राजवाड्याच्या स्वामिनीच्या हृदयाची!'

या शब्दाचा अर्थच कळेना मला. पण काळोख पडला, तरी घरटे सापडत नाही, म्हणून आक्रोश करीत फिरणाऱ्या चिमण्या पाखरासारखे माझे मन मूक क्रंदन करू लागले.

काही क्षण तो स्तब्ध राहिला. माझ्या मनात आले. महाराजांनी याला माझ्याविषयी काही विचारले असेल का? काही सांगितले असेल का? त्यांची बाजू घेऊन मला उपदेश करायला तर हा आला नसेल ना?

तो शांतपणे म्हणाला,

'माझी एक मागणी आहे तुझ्याकडं!'

मी चाचरत विचारले,

'ती कोणती?'

'शर्मिष्ठेला तू दासीपणातून मुक्त करावंस, अशी!'

मी रागाने प्रश्न केला,

'आणि मुक्त करून तिला काय करू? महाराणी? माझी जागा तिला देऊ? की सवत करून घेऊन माझ्या डोक्यावर तिला बसवू? आणि तिची दासी मी होऊ?'

त्याची वृत्ती शांत होती. तो म्हणाला,

'तिनं माझी दासी झालं पाहिजे, असा हट्ट रागाच्या भरात तू धरला असशील. त्याबद्दल मी तुला बोल लावीत नाही. जगात राग कुणाला येत नाही? पण माणसाचं मोठेपण विकारांबरोबर वाहत जाण्यात नाही. विचाराच्या साहाय्यानं विकारांवर विजय मिळविण्यातच खरा मनुष्यधर्म आहे.'

मी काहीच बोलत नाही, असे पाहून तो म्हणाला,

'देवयानी, क्षणभर नुसती कल्पना करून पाहा. शर्मिष्ठेच्या जागी तू असतीस, तिची दासी म्हणून जन्म काढायची पाळी तुझ्यावर आली असती–'

मी हेटाळणीच्या स्वरात उद्गारले,

'मी? नि दासी होणार? मी दासी होणार? या शर्मिष्ठेची?'

त्याचा स्वर शांत होता. तो म्हणाला,

'दैव मोठं लहरी आणि निर्दय आहे, देवयानी! ते एका क्षणात आकाशातल्या उल्केला पृथ्वीवरला पाषाण करून सोडतं! ते कुणाला, केव्हा दासी करील, नि दासीला केव्हा राणी बनवील–'

मी तुच्छतेने उद्गारले,

'ही सारी बोलणी समजतात हं मला, कचदेव!'

'तुला लागण्यासारखा शब्द माझ्या तोंडातून गेला असेल, तर क्षमा कर मला. कुणाचंही दुःख असो, ते कळण्याचा मार्ग या जगात एकच आहे, तो म्हणजे त्याच्या जागी आपण आहो, अशी कल्पना करणं हा! बारा-तेरा दिवस या दृष्टीनं शर्मिष्ठेच्या दुःखाचा विचार करतो आहे मी. आजपर्यंत कचानं देवयानीपाशी काही मागितलं नव्हतं. कदाचित ती भावाला भिक्षा घालील, असं–'

त्याच्याशी वाद करून आपला निभाव लागणार नाही, हे मला ठाऊक होते. मी मुकी, अंधळी, बहिरी झाले. बोलता-बोलता तो थांबला. मग एखाद्या वेड्यासारखा माझ्याकडे टकमक पाहू लागला. त्याच्या दृष्टीला दृष्टी भिडविणे– छे! मोठे अवघड काम होते ते! त्या दृष्टीत कठोरता नव्हती, करुणा नव्हती. काही काही नव्हते. पण साऱ्या मंत्रतंत्रांचे आणि जादूटोण्यांचे सार त्याच्या दोन्ही डोळ्यांत उतरले होते. लहानपणी अरण्यातल्या भयंकर अजगराच्या गोष्टी मी ऐकल्या होत्या. त्यांतला अजगर वाटसरूकडे पाहू लागला, की जागेवरून हलायची त्या माणसाची शक्तीच नाहीशी होते, म्हणे! कचाची आताची दृष्टी तश्शी होती!

त्याच्याशी झगडण्याकरिता मी माझे सामर्थ्य एकवटू लागले.

यतीला दरबारात आणून साऱ्या समारंभाचा विरस त्याने केला! छे! बाबांच्या तपश्चर्येला केवढा अपशकुन केला याने! याबद्दल हा अवाक्षरही बोलत नाही. बाबांनी या उतारवयात पुन्हा एवढे मोठे उग्र तप आरंभिले आहे. ते याचे गुरू. तीनदा त्यांनी याला जीवनदान दिले. पण त्यांच्याविषयी आदराचा किंवा भक्तीचा शब्द काढला नाही याने! डोळे दिपवून टाकणारे माझे राजवैभव याने पाहिले; पण एका शब्दाने याने माझे कौतुक केले नाही! आणि मोठ्या शिष्टपणाने शर्मिष्ठेला दासीपणातून मोकळी करायचा उपदेश मला करायला आज इथे आला. याच्या मोहिनीला देवयानी बळी पडणार नाही. माझ्या हृदयावर घाव घालताना याने क्षणभरसुद्धा मागेपुढे पाहिले नाही! नाही– कच देवयानीचा कुणी नाही; त्याला देवयानी कसलीही भिक्षा घालणार नाही!

त्याच्याकडे न पाहता मी महालाबाहेर जायला उठले.

कच माझ्या पाठोपाठ उठला. तो शांतपणे म्हणाला,

'महाराणी, मी उद्या भृगुपर्वतावर जात आहे. तिथं एकांतात आणि चिंतनात काळ घालवावा, असं मी ठरवलंय्! फार-फार अपूर्ण आहे मी अजून! ही अपूर्णता थोडी कमी व्हावी, एखाद्या कणानं का होईना, जगातलं दुःख कमी करायचा मार्ग आपल्याला सापडावा–'

तो बोलत असतानाच मी त्याला नमस्कार केला. आशीर्वाद देत तो म्हणाला,

'पुन्हा आपली भेट केव्हा होईल, कोणत्या स्थितीत होईल, ते त्या आदिशक्तीला माहीत. तिनं महाराणीला सद्बुद्धी द्यावी– आणि, देवयानी, तुला सदैव सुखात ठेवावं, एवढीच माझी इच्छा आहे!'

१०

दुसऱ्या दिवशी सकाळीच सासूबाईंचा निरोप आला. भृगुपर्वतावर कचाबरोबर जायचा त्यांनीही निश्चय केला होता. तो ऐकून महाराज गडबडले. आईने नातवंडाचे तोंड पाहून जावे, म्हणून त्यांनी खूप आग्रह केला. लग्न झाल्यापासून सासूबाईंशी मनमोकळेपणाने ते बोलल्याचे किंवा त्यांनी त्यांची कधी मनधरणी केल्याचे मी पाहिले नव्हते. पण सासूबाई वानप्रस्थ होऊन निघून जात आहेत, असे वाटताच त्यांची स्थिती एखाद्या लहान मुलासारखी झाली. महाराजांच्या डोळ्यांतील पाणी पाहून सासूबाईंचे मन विरघळेल, असे मला वाटले. सुनेला कंटाळून सासू निघून गेली, असे म्हणू नये, म्हणून मीही, सासूबाईंनी जाऊ नये, असा त्यांच्यापाशी हट्ट धरला; पण त्यांनी सर्वांना एकच उत्तर दिले,

'आजाऱ्याची अन्नावरली वासना जाते ना? तसं संसाराहून माझं चित्त उडालं आहे! आजाऱ्याला आग्रह करून खायला घालण्यात काय अर्थ आहे? ते उलट बाधतंच त्याला!'

अशोकवनातून परस्पर त्या गेल्या. जाण्यापूर्वी मला एका बाजूला नेऊन त्या म्हणाल्या,

'मुली, माझा जीव कशातही अडकलेला नाही. पण ययूची मात्र उगीच काळजी वाटते मला. एखाद्या लहान मुलासारखं आहे त्याचं मन! जितकं सरळ, तितकंच हट्टी! पण– ते जाऊ दे. माझा म्हातारीचा संसाराचा एक अनुभव विसरू नकोस. तरुण स्त्रीला नुसती नवऱ्याची बायको होऊन चालत नाही. त्याची मैत्रीण, त्याची बहीण, त्याची मुलगी– फार काय, प्रसंगी त्याची आईसुद्धा व्हावं लागतं तिला!'

त्यांचे हे बोलणे मोठे गूढ वाटले मला; पण त्यांची निघायची वेळ झाली होती आणि–

आणि त्या म्हाताऱ्या दासीने महाराजांचे व सासूबाईंचे बोलणे चोरून ऐकले होते, त्यामुळे तर त्यांनी मला केलेला उपदेश हे सारे सोंग होते, शुद्ध नाटक होते. अशी माझी खात्री झाली.

त्या दासीने त्यांच्या संभाषणातला शब्द नि शब्द मला सांगितला– महाराजांना जपून राहायला सांगून, सासूबाई म्हणाल्या होत्या,

'मला नातू झाला, म्हणजे कळीव हं! त्याचं नाव काय ठेवलंस, तेही– तुझ्या वडिलांचं नाव ठेवलंस, तर बरं वाटेल मला! नि हे बघ. थोडा बागेत येतोस माझ्याबरोबर?'

महाराजांनी विचारले,

'कशाला?'

'एक वनस्पती दाखवून ठेवते तुला!'

'औषधी वनस्पती आहे?'

'हं.'

'मग राजवैद्यांनाच दाखवून ठेव! मी काय करणार ती घेऊन?'

'वैद्यांना दाखवण्यासारखी नाही ती!'

'म्हणजे?'

'हे औषध ज्याचं त्यानंच घ्यायचं किंवा द्यायचं असतं.'

'असं कुठल्या रोगावर आहे ते औषध?'

'त्या रोगाचं नाव– एक निश्चित नाव नाही त्याला! पण माणसाला कधीकधी जीव नकोसा होतो– आपला किंवा दुसऱ्याचा! तुझ्यावर ती पाळी येऊ नये, अशी माझी इच्छा आहे. पण– ययु, तुला शर्मिष्ठेसारखी बायको मिळाली असती, तर निश्चित मनानं मी वनात गेले असते, रे!'

११

कचसुद्धा सासूबाईंच्याच माळेतला मणी! ढोंगी, नाटकी, कपटी! जाताना महाराजांना द्यायला म्हणून शर्मिष्ठेकडे एक पत्र देऊन गेला तो. तिने ते वाड्यावर पाठवून दिले. ते वाचून महाराज किती तरी वेळ विचारमग्न झाले. त्या पत्रात असे काय रहस्य आहे, ते मला कळेना! माझ्याविषयी महाराजांचे मन कलुषित करायचा प्रयत्न कचाने केला नसेल ना? का शर्मिष्ठेला दासीपणातून मोकळे करा, म्हणून महाराजांना विनंती केली आहे त्याने?

पण म्हणावे, ती देवयानीची दासी आहे. महाराजांची नाही. तिच्यावर देवयानीची सत्ता आहे!

शेवटी धीर करून महाराजांना विचारले,

'त्या पत्रात काही कमी-अधिक आहे का?'

ते पत्रच माझ्या हातात देत ते म्हणाले,

'तसं काही विशेष नाही काही! पण राहून-राहून वाटतं. ईश्वरानं मला कचासारख्या तापशाचा जन्म दिला असता, तर फार बरं झालं असतं!'

त्यांच्या खांद्यावर मस्तक ठेवून मी म्हणाले,

'ईश्वर शहाणा आहे! नि त्याला देवयानीची काळजी आहे!'

त्यांनी हसत विचारले,

'ती कशावरून?'

'आपण ऋषी झाला असता, म्हणजे मला ऋषिपत्नी व्हावं लागलं असतं नि माझे असे हाल झाले असते–'

माझ्या केसांवरून हात फिरवीत त्यांनी विचारले,

'देवयानी, ययातीची पत्नी होऊन तू खरोखर सुखी झाली आहेस?'

मी लाजले आणि मानेने 'होय' म्हटले.

'पूर्ण सुखी?'

मी पुन्हा मानेनं होकार दर्शविला आणि हळूच मान वर करून पाहिले.

त्यांची मुद्रा क्षणार्धात किती प्रफुल्लित झाली होती! एखाद्या लहान मुलासारखे त्यांचे मन आहे, असे सासूबाई म्हणाल्या होत्या. किती खरे होते ते!

१२

कचाचे पत्र मी वाचू लागले–

'पुष्कळ दिवसांनी आपण भेटलो. हस्तिनापूरच्या महाराजांशी संभाषण करताना महर्षी अंगरिसांच्या आश्रमातल्या युवराज ययातीशीच मी बोलत आहे, असा मला भास झाला. त्यामुळं फार-फार आनंद वाटला. प्रिय किंवा परिचित व्यक्तीची गाठभेट आणि तिच्याशी मनमोकळेपणानं होणारं संभाषण ही केवळ एक व्यावहारिक गोष्ट नाही, तिच्यात आत्मिक सहानुभूतीचा फार मोठा भाग आहे. अशा प्रसंगी, घटकाभर का होईना, बद्ध आत्म्याला मुक्ततेचा आनंद मिळतो! हा आनंद अष्टौप्रहर लाभावा, म्हणूनच ऋषि-मुनींची तपश्चर्या चालू असते. तो मला आपल्या सहवासात अंशतः मिळाला. या आनंदक्षणांचं मला सदैव स्मरण राहील.

एका गोष्टीबद्दल आपण दोघांनी उदार मनानं मला क्षमा करावी,

अशी प्रार्थना आहे. इथं येईपर्यंत यतीचं नावगाव मला ठाऊक नव्हतं. तीर्थयात्रेतल्या परिभ्रमाणात योगायोगानं तो मला दिसला! लोकांकडून त्याची विटंबना होत होती. एक अनामिक, बुद्धिभ्रंश झालेल्या संन्यासी म्हणून त्याच्याबद्दल मला करुणा वाटली. त्याची विटंबना मला पाहवेना. मी त्याला संभाळण्याचं ठरविलं. हळूहळू त्याच्या मनात माझ्याविषयी विश्वास निर्माण होत आहे, असं मला वाटू लागलं.

अशा स्थितीत मी त्याला दरबारात घेऊन यायला नको होतं; पण अमात्यांनी महाराणीचा निकडीचा निरोप सांगितला. आत अनेक ऋषिमुनी असल्यामुळं यति त्या मंडळींत रमून जाईल आणि स्वस्थ बसेल, अशी माझी कल्पना झाली.

पण जे घडलं, ते फार निराळं! फार विचित्र! आपल्या समारंभाचा माझ्या हातून विरस झाला. यतीचं वेडही– स्त्री-पुरुषांच्या दर्शनानं असेल अथवा संसारी जीवनाच्या प्रतिक्रियेमुळं असेल– इथं वाढलं. तो अचानक नाहीसा झाल्यामुळं राजमातेला अतिशय दुःख झालं!

नकळत तुम्हां सर्वांना त्रास द्यायला मी कारणीभूत झालो! स्नेह क्षमाशील असतो, असं मी ऐकत आलो आहे. म्हणून मी आपणां दोघांकडं क्षमेची याचना करतो.

यतीची कहाणी आपल्याकडूनच प्रथम मला कळली. त्याची आजची अवस्था मोठी अनुकंपनीय आहे. ईश्वराचा शोध करायला तो बाळपणी घराबाहेर पडला आणि आज तरुणपणी आपल्यातला माणूस गमावून तो बसला आहे!

यतीवर ही आपत्ती का ओढवली, याचा मी मनाशी पुष्कळ विचार केला. त्याच्या बुद्धिभ्रंशाचं मूळ त्याच्या अत्यंत एकांगी आणि सदोष विचारसरणीत असावं! शरीर आणि आत्मा, स्त्री आणि पुरुष, अशा अनेक द्वंद्वांवर आपलं जीवन अधिष्ठित झालं आहे. मानवाच्या या मूलभूत अधिष्ठानांविरुद्ध यतीनं बंड पुकारलं. ते कसं यशस्वी होणार? आपले पाय कापून घेऊन कुणी चालू शकेल का? आपले डोळे फोडून घेऊन कुणी पाहू शकेल काय?

संसार असंख्य द्वंद्वांनी भरला आहे. संन्याशाला निर्द्वंद्व अवस्थेत ब्रह्मानंदाची प्रचीती येते, हे खरं! ती यावी, म्हणूच त्याची सारी धडपड सुरू असते. तो अनेक यमनियमांचा आश्रय करतो, ते तेवढ्यासाठीच; पण तो आश्रय करतानासुद्धा त्याला जीवनातलं प्रत्येक द्वंद्व मान्य करावं

लागतं. आत्मा जेव्हा शरीराच्या द्वारा आपलं अस्तित्व दर्शवितो, तेव्हाच त्याचा जगाला साक्षात्कार होऊ शकतो! स्त्रीनं नऊ महिने पोटात गर्भ धारण केला नाही, तर पुरुष जन्माला तरी कसा येईल? किती साध्या गोष्टी आहेत या! सामान्य मनुष्य त्या गृहीत धरूनच जीवन जगत असतो. स्वभावतःच तो निसर्गाचा एक भाग असतो. म्हणून तो स्वामित्व मान्य करतो.

यतीनं निसर्गाचं केवळ स्वामित्व नव्हे, तर त्याचं अस्तित्वही अमान्य करायला सुरुवात केली! फार मोठी चूक होती ही त्याची! मनुष्य हा नुसता निसर्गाचा आविष्कार नाही, हे खरं आहे. त्याचा अर्धा भाग– त्याचं शरीर– अनेक निसर्गनियमांनी नियंत्रित आहे. त्या शरीराच्या द्वारेच त्याच्या आत्म्याचा विकास होण्याची शक्यता असते. असा विकसित मनुष्य निसर्गापेक्षा फार मोठा होतो. तो निसर्गावर राज्य करू शकतो; पण हे सारं तो करतो, ते निसर्गाकडं पाठ फिरवून किंवा निसर्गाला लाथाडून नाही, तर त्याचं अस्तित्व मान्य करून! जीवन म्हणजे शुद्ध आत्मा किंवा जीवन म्हणजे केवळ शरीर या दोन्ही कल्पना अगदी आत्यंतिक टोकाच्या– सर्वस्वी चुकीच्या– आहेत. असल्या एकांगी कल्पनांच्या पायीच माणसं विकृत होत जातात, आपला सर्वनाश ओढवून घेतात.

मनुष्य हा निसर्ग आणि ईश्वर यांच्यांतला सर्वश्रेष्ठ दुवा आहे. ईश्वर सर्व द्वंद्वांच्या पलीकडे आहे. निसर्गाला द्वंद्वाची कल्पनाच नाही. ती आहे फक्त मनुष्याला! जी नदी तहानेनं व्याकूळ झालेली मनुष्याची तृष्णा शांत करते, तीच तो पुढे खोल पाण्यात गेला, की त्याचा प्राण घेते! जीवनातल्या द्वंद्वाची जाणीव निर्माण होते, ती केवळ मनुष्याच्या मनात! जसजसा त्याचा विकास होत जातो, तसतशी ती जाणीव सूक्ष्म व व्यापक होत जाते; जगण्याची दुर्दम्य इच्छा आणि त्याकरिता चाललेली प्राणिमात्राची धडपड हा मानवाला मिळालेला निसर्गाचा वारसा आहे; पण मनुष्य काही केवळ पशूसारखा जगू इच्छीत नाही. चांगल्या रीतीने जगण्याची इच्छा असते त्याची. साहजिकच चांगलं काय आणि वाईट काय, याचा तो विचार करू लागतो. धर्म आणि अधर्म हा भेद निसर्ग करीत नाही; तो केवळ मनुष्यच करू शकतो! एखाद्या आईचं एकुलतं एक मूल बुडू लागलं, तर त्याबद्दल नदीला काडीइतकंही दुःख होणार नाही; पण त्या वेळी नदीच्या काठावर एखादा मनुष्य उभा असला– केवळ जगण्याच्या इच्छेपेक्षा त्याच्या

अन्य भावना विकसित झाल्या आहेत, असा मनुष्य तिथं असला– तर तो आपले प्राण धोक्यात घालून त्या मुलाला वाचविण्याचा प्रयत्न करील.

छे! इतकं लिहूनही मला जे सांगायचं होतं, ते फारसं स्पष्ट झालंच नाही! माझं ज्ञान आणि चिंतन किती अपूर्ण आहे! सत्याच्या शोधाकरिता निघालेला मी एक प्रवासी आहे. पण अजून मला खूपखूप वाटचाल करायला हवी!

आपल्या संभाषणात आत्मा हा शब्द मी अनेकदा वापरला. 'हा आत्मा असतो तरी कुठं?' असं आपण एक-दोनदा हसत विचारलं. त्या वेळी मी आपलं समाधान करू शकलो नाही; पण मानवी जीवनाचं आद्य ऋषींनी चित्रित केलेलं पुढील रूपकात्मक स्वरूप आपण सदैव मनात जागृत ठेवावं, अशी माझी प्रार्थना आहे. ते रूपक असं आहे :

'मानवी जीवनात आत्मा हा रथी, शरीर हा रथ, बुद्धी हा सारथी आणि मन हा लगाम आहे. विविध इंदियं हे घोडे, उपभोगाचे सर्व विषय हे त्यांचे मार्ग आणि इंद्रियं व मन यांनी युक्त असा आत्मा हा त्याचा भोक्ता आहे.'

रथच नसला, तर धनुर्धर बसणार कुठं? तो त्वरेनं रणांगणावर जाणार कसा? शत्रूशी लढणार कसा? म्हणून व्यक्तीनं शरीररूपी रथाची किंमत कधीच कमी लेखता कामा नये. यतीनं ती अक्षम्य चूक केली! इंद्रियं हे या शरीर-रथाचे घोडे होत. कारण त्यांच्यावाचून तो क्षणभरसुद्धा चालू शकणार नाही. रथाला नुसते घोडे जुंपले, तर ते सैरावैरा उधळून, रथ केव्हा, कुठल्या खोल दरीत जाऊन पडेल आणि त्याचा चक्काचूर होईल, याचा नेम नाही; म्हणून इंद्रियरूपी घोड्यांना मनाच्या लगामाचं बंधन सतत हवं; पण हा लगामदेखील सदैव सारथ्याच्या हातांत असायला हवा! नाही तर तो असून नसून सारखाच! म्हणून मनावर बुद्धीचं नियंत्रण हवं. बुद्धी आणि मन ही दोन्ही मिळून संयमानं हा रथ चालवू शकतात.

अशा रीतीनं रथ नीट चालेल; पण त्यात रथीच नसेल, तर शेवटी रथ जाणार कुठं? त्याचं कार्य काय? सर्व मानवांत वास करणारा आणि आपल्यापैकी प्रत्येकात 'मी'च्या रूपानं जागृत झालेला जो ईश्वरी अंश असतो– जो मन आणि बुद्धी यांच्या पलीकडं राहतो– इतकंच नव्हे, तर जन्म आणि मृत्यू यांच्या पलीकडे पाहू शकतो– तो आत्माच या शरीररूपी रथातला रथी होय.

लिहिता-लिहित पत्र फार लांबलं. यतिधर्माचं पालन करणाऱ्या माझ्यासारख्याला असल्या घटपटादी खटपटींत रस वाटला असला, तरी इतरांना ती फार तापदायक होते, हे मी विसरूनच गेलो! तसंच पाहिलं, तर असल्या तात्त्विक काथ्याकूटाची आपल्यासारख्यांना काय आवश्यकता आहे? राजधर्म आणि पतिधर्म पाळताना आपणांला आणि गृहिणीधर्माचं व पत्नीधर्माचं पालन करताना महाराणींना ज्या गोष्टी सहज कळल्या असतील, त्याच अधिक अवघड करून मी या पत्रात लिहिल्या आहेत. होय ना?

खोट्या विनयानं मी लिहीत नाही. अनेकदा मला वाटतं, यतिधर्मापेक्षा संसारधर्म कठीण आहे. प्रत्येक मनुष्याचा आत्मा शरीराच्या पिंजऱ्यात कोंडून पडलेला असतो. या अभेद्य बंधनाची संपूर्ण विस्मृती पडावी, शरीरात राहूनही त्याच्याहून तरल आणि विशाल व्हावं, शरीरसुखाहून उच्च प्रकारचा आनंद उपभोगून मुक्तीची अनुभूती घ्यावी, अशी या बद्ध आत्म्याची धडपड चाललेली असते. मुक्तीसाठी सतत चाललेली आत्म्याची ही धडपड जगात अनंत रूपांनी व्यक्त होते. यतिधर्म हे त्या धडपडीचं एक उग्र रूप आहे.

उलट, स्त्री-पुरुषांची प्रीती हे या मुक्तीच्या धडपडीचं दुसरं रमणीय रूप आहे. मात्र ही प्रीती म्हणजे केवळ शारीरिक आसक्ती नव्हे! त्या आसक्तीनं नुसतं देहांचं मीलन होतं! पण खऱ्या प्रीतीत मनामनांचं मीलन होतं. कालांतरानं ते दोन आत्म्यांचं मीलन होऊ शकतं. हा आत्ममीलनाचा रमणीय मार्ग परमेश्वरप्राप्तीच्या उग्र मार्गाइतकाच अवघड आहे. संसार हा असा श्रेष्ठ आणि पवित्र यज्ञ आहे. सहस्र अश्वमेधांचं पुण्य त्यात सामावलेलं आहे. मात्र हा संसारयज्ञ सफळ व्हावा, म्हणून त्यात पतिपत्नींना जी अगदी पहिली आहुती द्यावी लागते, ती आपापल्या अहंकाराची!

देवयानीला लवकरच मातृपद प्राप्त होईल. आईचं हृदय हे जगातल्या सर्व तत्त्वज्ञानाचं माहेरघर असतं, असं म्हणतात. सर्व काव्यं आणि सर्व तत्त्वज्ञानं मातृहृदयात आपोआप स्फुरतात. कच तुझ्या मुलाचं कौतुक करायला कधी तरी आपणहून येईल, असं देवयानीला अगत्य सांगावं. मला तिच्या निमंत्रणाची आवश्यकता नाही. तिचा भाऊच आहे मी. शुक्राचार्यांच्या आश्रमात तिच्या सहवासात काढलेले आनंदाचे दिवस अजून आठवतात मला! तिची आई लहानपणीच मृत्यू पावली. मलाही माझ्या आईची आठवण नाही! आम्ही दोघं

समदुःखी होतो; म्हणूच आमचा स्नेह लवकर वृद्धिंगत झाला असावा! सुखापेक्षा दुःखातच माणसं अधिक जवळ येतात, की काय, कुणाला ठाऊक!

पाहिलंत! पुन्हा माझी पोपटपंची सुरू झाली! तेव्हा आता इथंच थांबतो.

आपणांवर व महाराणींवर आदिशक्तीची सदैव कृपा असो!'

१३

हे पत्र वाचताना असा कंटाळा आला मला! वाटले, एक दिवस हा कच त्या यतीसारखाच वेडा होऊन माझ्यापुढे येऊन उभा राहणार!

छे! नको, बाई! कच कितीही कठोर असला, तरी ही अभद्र कल्पना काही सहन होत नाही माझ्या मनाला!

पण त्याचे असले पत्र वाचून माझ्यासारखीच्या मनात दुसरे काय येणे शक्य होते?

आत्मा-आत्मा-आत्मा! स्त्री-पुरुषांच्या प्रेमातसुद्धा त्याला आत्मा दिसतोय्! स्वारीने लग्न करायला हवे होते! म्हणजे मग कळले असते त्याला, त्या प्रेमात कितीसा आत्मा असतो, ते! माणसाच्या रक्ताची चटक लागलेला वाघ आणि स्त्रीच्या सौंदर्यावर मोहून गेलेला पुरुष- दोघेही सारखेच! अशा पुरुषाला लावण्य हवे असते. तारुण्य हवे असते, शरीराचे सुख हवे असते; नुसता धुंद करून सोडणारा उन्माद हवा असतो त्याला! एखादी वीणा छेडतानासुद्धा तिच्याविषयी वादकाला दया येत असेल; पण सौंदर्यलोलुप पुरुषाला मात्र–

महाराजांनी ते पत्र माझ्याकडे मागितले. ते पुन्हा वाचायचे होते त्यांना! मी हसत हसत तिकडे विचारले,

'हे पत्र माझ्याहूनही सुंदर आहे?'

माझ्याकडे निरखून पाहत ते म्हणाले,

'तुझ्याहून सुंदर असं काहीच निर्माण करता येत नाही, म्हणून ब्रह्मदेव सध्या मोठ्या विवंचनेत पडला आहे!'

'असं काही तोंडदेखलं बोललं, म्हणजे झालं!' मी लाजून उद्गारले.

माझी हनुवटी वर करून माझ्या डोळ्यांत खोल खोल पाहत ते म्हणाले,

'खरंच, देवयानी, तू पूर्वीपेक्षा अधिक सुंदर दिसू लागली आहेस!'

'पण कशामुळं, हे ठाऊक आहे का?'

'नाही, बुवा!'

त्यांच्या कुशीत तोंड लपवीत मी म्हटले,

'पुरुषांना काही म्हटल्या काही कळत नाही! अहो, मी आता आई होणार आहे!'
आत्ता कुठे सारे त्यांच्या लक्षात आले. मी नको म्हणत असताना त्यांनी माझे
मुख वर केले. किती तरी वेळ टक लावून ते माझ्याकडे पाहत होते!

मग ते म्हणाले,

'तुम्हां बायकांवर ईश्वराची केवढी कृपा आहे ही! सृष्टीतलं सर्वांत मोठं आणि
अत्यंत मधुर रहस्य तो तुमच्या कानात सांगतो.' बोलता-बोलता ते थांबले आणि
म्हणाले, 'तुला आता डोहाळे लागतील, नाही?'

'लागतील कसले? लागलेच आहेत ना?'

'मग मला नाही कधी सांगितलेस ते!'

'आपण होता या साऱ्या गडबडीत! शिवाय माझे डोहाळे आहेत खडतर!'

'तुझी कुठलीही इच्छा सांग आणि तू ती प्रकट केल्याबरोबर पूर्ण होते, की
नाही, पाहा!'

'सांगते हं! माझी पहिली इच्छा– हे तुमच्या मित्राचं पत्र आहे ना? ते पुन्हा वाचू
नका कधी!'

'ते का?'

'वेड लागेल माणसाला असलं पत्र पुनःपुन्हा वाचून! त्याचा अर्थसुद्धा कळला
नाही मला नीट!'

'पण–'

'ते काही नाही; तो कुठला लहानपणाच्या मैत्रिणीचा केस ठेवलाय् ना जपून?
तसंच– त्याच पेटीत, हवं तर– हे मित्राचं पत्र जपून ठेवावं. म्हातारपणी या पत्राची
हवी तेवढी पारायणं करू! पण आज! अंहं! आई होणार, या आनंदानं क्षणाक्षणाला
माझं शरीर आणि मन फुलत असताना, जगातली सारी सुखं आपणां दोघांसमोर हात
जोडून उभी असताना, या आत्म्याच्या आचरट गोष्टी–'

ते हसत उद्गारले;

'जशी तुझी इच्छा!'

१४

पुढचा महिना-दीड महिना मोठा सुखात गेला. डोहाळ्यांचा त्रास असा मला
कधीच झाला नाही. पण मी जी जी इच्छा प्रगट करी, ती ती क्षणाचाही विलंब न
लावता पूर्ण होई. मला कुठे ठेवू नि कुठे नको, असे महाराजांना झाले होते.

नगरोत्सवात केलेली सर्व नाटके पुन्हा एकदा पाहावीत, असे मला वाटू

लागले. महाराजांनी लगेच ती व्यवस्था केली. ती नाटके पाहता-पाहता आम्हां दोघांच्या मागच्या संभाषणाची आठवण झाली मला. तेव्हा मी त्यांना म्हटले होते,

'तुम्ही ऋषी चांगले शोभाल!'

त्या दिवशी कचाचे पत्र वाचून झाल्यावर ते स्वतःच म्हणाले होते,

'त्याच्यासारखा मी तपस्वी झालो असतो, तर फार बरं झालं असतं!'

ऋषि-वेषात महाराज कसे दिसतील, याची मी पुनः पुन्हा मनाशी कल्पना करू लागले.

ती कल्पनाच मोठी गमतीदार होती! पण ती प्रत्यक्षात उतरायची कशी? शेवटी मला एक युक्ती सुचली. मी त्यांना म्हटले,

'एखाद्या ऋषीच्या बरोबर यमुनातीरावर जाऊन चांदण्यात चार घटका स्वस्थ बसावं, असं फार फार वाटतंय् मला!'

ते हसत उद्गारले,

'चांदण्यात यमुनाकाठी केव्हाही जाता येईल; पण एखाद्या ऋषीबरोबर जायची तुझी इच्छा मोठी विलक्षण आहे!'

'एका मोठ्या ऋषींच्या आश्रमातच वाढलेली मुलगी आहे मी! महाराणी झाले, तरी ते संस्कार काही माझ्या मनावरून पुसून गेले नाहीत अजून!'

'पण तेवढ्यासाठी तुझ्या ओळखीदेखीचा ऋषी कुठून आणायचा? तुझे बाबा तपश्चर्येला बसलेले! कच इथं असता, तर–'

'मला काही त्या ऋषींशी वेदांतचर्चा करायची नाही! माझा हा एक वेडा हट्ट आहे आपला! ऋषी होऊन आपण माझ्याबरोबर आलात, तरी चालेल!'

'छेः काहीतरीच काय–'

'तुमचं माझ्यावर खरं प्रेमच नाही!' असे पुटपुटत मी रुसून बसले.

मग एक-दोन दिवस महाराजांशी अगदी अबोला धरला. सारखी त्यांच्यापासून दूर दूर राहू लागले.

स्त्रियांचे रुसव्याचे अस्त्र किती प्रभावी असते, याचा महाराजांच्या बाबतीत अनेकदा अनुभव आला होता. या वेळीही ते ब्रह्मास्त्र यशस्वी झाले. आढेवेढे घेत का होईना, महाराज ऋषी व्हायला तयार झाले. नगरोत्सवातल्या एका कुशल नटाच्या साहाय्याने मी त्या सोंगाची सारी सिद्धता केली. एक चांदणी रात्र निश्चित करून त्या दिवशी संध्याकाळी आम्ही रंगशाळेत गेलो. तेजःपुंज ऋषी हातात दंड-कमंडलू घेऊन चालू लागले!

सारथ्याला रथ यमुनातीरावर न्यायला सांगितले मी. त्या सारथ्याला मी आधीच या रहस्यात घेतले होते. हो, नाही तर तो पुनःपुन्हा मागे वळून पाहायचा आणि

महाराणी एक ऋषिवर्यांशी सलगीने वागत आहे, हे पाहून चकित व्हायचा!

घाटावर चांदण्याची मनसोक्त मौज लुटल्यावर मी महाराजांना म्हटले,

'आज मी एक फार मोठा विजय मिळविला!'

'तो कोणता?'

'उत्सवातल्या एका नाटकाच्या वेळी 'तुम्ही ऋषी चांगले दिसाल!' असं म्हटलं होतं मी! 'मी कधीच ऋषी होणार नाही,' असं तुम्ही मला उत्तर दिलं होतं! पण आज—कुणी जिंकली पैज?'

आम्ही दोघे किती किती वेळ अगदी मनापासून हसत होतो!

१५

यमुनेच्या तीरावरून आम्ही परतलो, तेव्हा मला एक अधिकच गमतीदार कल्पना सुचली. तिथून अशोकवन काही फार लांब नव्हते! या ऋषिवेषात शर्मिष्ठा महाराजांना मुळीच ओळखणार नाही. तेव्हा तिची थोडी थट्टा करून पाहायला काय हरकत आहे, असे माझ्या मनात आले!

महाराज 'नको नको' म्हणत असताना मी रथ अशोकवनाकडे घेण्याविषयी सारथ्याला आज्ञा केली.

रथ थांबताच अशा अवेळी कोण आले आहे, हे पाहण्याकरिता दोन सेवक बाहेर आले. त्यांना मी म्हटले,

'आज वाड्यावर हे थोर महर्षी अतिथी म्हणून आले आहेत. शर्मिष्ठेलाही त्यांचं पवित्र दर्शन व्हावं, म्हणून मी त्यांना इथं घेऊन आले आहे. चार घटकांनी मी यांना न्यायला परत येईन. यांना नीट आत घेऊन जा. शर्मिष्ठेला यांचं दर्शन घेऊ दे.'

महाराजांना नाही-होय म्हणता येईना! हो, भलत्या ठिकाणी सोंग बाहेर पडले, तर सारीच फटफजिती व्हायची! मनातल्या मनात चडफडत ते मुकाट्याने आत गेले.

मला राहून-राहून शर्मिष्ठेचे हसू येऊ लागले. आज ती मोठ्या भक्तिभावाने या ऋषिमहाराजांची ऊठबस करील. पुढे कधीतरी या गोष्टीची आपण तिला आठवण देऊ आणि हे सारे नाटक तिला सांगू! मग ती अशी शरमेल! लाजता-लाजता भुई थोडी होईल तिला!

१६

दोन-तीन घटका पुन्हा यमुनातीरावर चांदण्यात घालवून, मी महाराजांना येऊन

नगराकडे परतले.

वाड्यावर परत जाताना महाराज मला म्हणाले,

'चार घटका हे ऋषीचं साधं सोंग पार पाडताना माझी काय तिरपीट उडली! छे! समुद्रमंथनाच्या वेळी मोहिनीचं रूप घेऊन देव-दैत्यांना अमृत वाढणाऱ्या भगवान विष्णूचे काय हाल झाले असतील, याची पुरी कल्पना आली मला आज!'

एवढे बोलून ते स्वस्थ बसले. मात्र त्यांच्या मुद्रेवर अपूर्व उल्हास दिसत होता. त्यांना इतका आनंद होण्यासारखे काय घडले आहे, ते मला कळेना! पण त्यांच्या मुद्रेकडे पाहता-पाहता संध्याकाळी विविध रंगांनी रंगून जाणाऱ्या पश्चिमेची– प्रातःकाळच्या पूर्वेइतक्या रंगणाऱ्या पश्चिमेची–आठवण मला झाली.

मी विचारले,

'शर्मिष्ठेला आमच्या ऋषिमहाराजांनी आशीर्वाद दिला, की नाही?'

'न देऊन काय करणार? ऋषीचं सोंग तर साजून दिसायला हवं! चांगला तोंड भरून आशीर्वाद दिला.'

'बोलून चालून एक दासी आहे ती! तिला एवढा कसला आशीर्वाद दिला आपण?'

'जो प्रत्येक कुमारिकेला द्यायचा असतो, तो–अनुरूपवरप्राप्तिरस्तु!'

महाराजांनी शर्मिष्ठेला दिलेला तो आशीर्वाद ऐकून मी अशी हसत सुटले! यांच्या आशीर्वादाने तिला आता अनुरूप वर मिळणार! म्हणजे अशोकवनातल्या एखाद्या सेवकाशी तिचे लग्न होणार!

१७

बाबांच्या गुहाप्रवेशाला तीन महिने होत आले. त्यांच्या दर्शनाचा दिवस अगदी जवळ जवळ येत चालला. मी तिकडे जाण्याची घाई करू लागले. हा लांबचा प्रवास आला मला सोसणार नाही, असे महाराज म्हणत होते; पण बाबांना केव्हा पाहीन, असे मला झाले होते. या महिन्यातल्या पुरश्चरणाचा त्यांच्या प्रकृतीवर काही परिणाम झाला असेल, की काय, अशी भीती राहून-राहून वाटत होती मला! त्यांना एकदा डोळ्यांनी पाहिल्याशिवाय माझ्या मनाचे समाधान होणे शक्य नव्हते!

मी बाबांच्या दर्शनाला गेले. त्यांची प्रकृती चांगली आहे, हे पाहून मला फार आनंद वाटला; पण या प्रवासाचा मला इतका त्रास झाला की, तिथे जाऊन मीच आजारी पडले. अपेक्षेपेक्षा अधिक दिवस मला महाराजांपासून दूर राहावे लागले.

१८

महिन्यांमागून महिने गेले– स्वच्छंद उड्या मारीत जाणाऱ्या हरणांसारखे!

योग्य वेळी मी आई झाले. मला मुलगा झाला. साऱ्या नगरातच नव्हे, तर राज्यात आनंदीआनंद झाला.

मुलाचे नाव काय ठेवायचे, हा प्रश्न निघाला. महाराजांनी प्रथम आपल्या वडिलांचे नाव सुचविले. मग आपल्या पणजोबांचे सुचविले. पण मला असले उसने नाव नको होते. मी माझे नाव शोधून काढले. ते होते 'यदु'.

मुलाच्या नामकरणाच्या समारंभाला शर्मिष्ठा वाड्यावर आली. तिची मुद्रा आता सतेज दिसू लागली होती. तिला हे दासीपण इतके मानवले, अशी मला मुळीच कल्पना नव्हती. अशोकवनातल्या त्या एकांतात ती कुढत राहील, मग शेवटी कंटाळून ती मला शरण येईल, आणि 'कृपा करून दासीपणातून मला मोकळं करा!' म्हणून माझे पाय धरील, अशी माझी कल्पना होती. पण जे मी प्रत्यक्ष पाहत होते, ते अगदी निराळे होते. ती सुखी, संतुष्ट, समाधानी दिसत होती.

तिच्या मुद्रेवरून मला असे वाटले खरे; पण तिच्या हालचालींवरून मला निराळीच शंका आली! मी माझ्या म्हाताऱ्या दासीला तिच्यावर थोडा वेळ बारकाईने नजर ठेवायला सांगितले. अर्ध्या घटकेतच ती वृद्ध दासी माझ्यापाशी आली आणि माझ्या कानात काही कुजबुजली. माझ्या मनात नाना प्रकारच्या तर्ककुतर्कांच्या लाटा उसळल्या. ही एवढी राजकन्या! हिने व्यभिचार केला असेल! एखाद्या यःकश्चित सेवकाशी–

ते काही का असेना! तिने व्यभिचार केला होता, हे उघड होते! पाप कधी लपून राहत नाही.

ती पुन्हा माझ्या ताब्यात सापडली होती. अगतिक होऊन माझ्या पायांवर लोटांगण घालावे लागेल, असा अपराध तिने केला होता!

इतर दासींना महालाबाहेर घालवून मी शर्मिष्ठेला आत बोलविले. ती आत आली आणि खाली मान घालून उभी राहिली. मी काहीच बोलत नाही, असे पाहून तिने विचारले,

'काय सेवा करू मी?'

'नुसतं वर पाहा!'

तिने आपली नजर वर केली.

'मला तुला एक प्रश्न विचारायचाय्! त्याचं खरं खरं उत्तर दे. आईबापांच्या पायांशी शपथ घेऊन उत्तर दे.'

ती काही काही बोलली नाही.

मी कठोर स्वराने विचारले,

'तुला दिवस गेले आहेत!'

तिचे ओठ हलले; पण तोंडातून शब्द मात्र बाहेर पडला नाही. शेवटी तिने मानेने 'होय' म्हटले–

'हा व्यभिचार–'

'मी व्यभिचारी नाही! एका थोर ऋषींच्या आशीर्वादानं–'

'ऋषींच्या आशीर्वादानं? कोण ऋषी हे? कुणी केली ही कृपा तुझ्यावर? कचानं?'

ती काहीच बोलली नाही. ती हसली नाही. ती भ्याली नाही. एखाद्या पाषाणाच्या पुतळीसारखी ती नुसती उभी राहिली!

*

शर्मिष्ठा

१

'तुला दिवस गेले आहेत?' हे देवयानीचे शब्द कानांवर पडताच मी अशी चमकले! छे! नुसती चमकले नाही; मी बावरले, घाबरले, गोंधळले! एकाच वेळी लज्जित आणि भयभीत होऊन गेले मी! माझ्या अंगाला कापरे सुटले. मान वर करून 'होय' असे तिला अभिमानाने उत्तर द्यायची किती किती इच्छा होती मला! 'होय'– एक, दोन अक्षरी लहान शब्द; पण तो आतल्या आतच अडखळला! माझ्या मनातच घुटमळत राहिला.

आम्ही दोघी बालमैत्रिणी. अशा मैत्रिणींची मोठेपणी अचानक भेट व्हावी. एकीने दुसरीला हसत 'तुला दिवस गेले आहेत, वाटतं?' असा प्रश्न विचारावा, दुसरीने किंचित लाजत आपले गोड गुपित पहिलीला सांगावे–किती अवीट आनंद आहे या प्रसंगात! पण निर्दय नशिबाने तो माझ्या ललाटी लिहून ठेवला नव्हता!

देवयानीला आनंद झाला होता खरा! पण तो शर्मिष्ठेला पकडल्याचा! शर्मिष्ठेची सर्वत्र अप्रतिष्ठा होईल, या कल्पनेचा! शर्मिष्ठेचे चोरटे प्रेम आता चव्हाट्यावर येईल, याचा! तिला गुदगुल्या होत होत्या, त्या मी तिच्या तावडीत सापडल्याचा! वाघिणीला नवे भक्ष्य मिळाले होते! 'व्यभिचारी, व्यभिचारी' म्हणून ती आता पावलोपावली माझा पाणउतारा करणार होती!

तिच्या तोंडातून 'व्यभिचार' हा शब्द बाहेर पडला, तेव्हा माझे सारे रक्त तापून गेले, उसळून आले. एक शब्द– केवळ एक शब्द उच्चारून मी तिचे तोंड बंद करू शकले असते; त्या एका शब्दाने साऱ्या राजवाड्यात हलकल्लोळ उडवून दिला असता! माझ्या कुशीत वाढणाऱ्या बाळाच्या पित्याचे नाव मी तिला सांगितले असते, तर तिचे तोंड कसे चिमणीसारखे झाले असते!

ते नाव सांगून मला क्षणभर सूडाचे समाधान मिळाले असते; पण त्या एका शब्दाने यदूच्या नामकरणाच्या साऱ्या समारंभाचा विरस झाला असता! राजवाड्यावर क्षणार्धात अवकळा पसरली असती. देवयानीने महाराजांना बोचून, टोचून खाल्ले असते! त्या दोघांत कायमचे वितुष्ट आले असते. आणखी काय काय झाले असते, ते देव जाणे!

स्वतःच्या क्षणिक समाधानासाठी जिच्यावर आपले प्रेम आहे, त्या व्यक्तीला दुःख होईल, अशी गोष्ट करायची? छे! मग ते प्रेम कसले? जे मोकळ्या मुठीने आपले सर्वस्व देते, ते खरे प्रेम!

मी व्यभिचारी नाही! 'एका ऋषींच्या आशीर्वादाने–' हे शब्द आयत्या वेळी मला कसे सुचले, कुणास ठाऊक! पण त्या शब्दांनी मला मोठा धीर दिला. त्यांनी माझी बाजू राखली. ते जितके खोटे, तितकेच खरे होते!

सूर्यासारख्या देवतेच्या किंवा मोठमोठ्या ऋषींच्या आशीर्वादाने कुमारिकांना अपत्यप्राप्ती झाल्याच्या अनेक कथा सर्वांनी ऐकल्या होत्या. त्यामुळे माझे उत्तर ऐकून देवयानीला मनातल्या मनात चडफडत गप्प बसावे लागले, असे मला वाटले होते; पण स्वभावाला औषध कुठे आहे? लगेच कडकडून किती कडू शब्द बोलली ती–

'कुणी केली ही कृपा तुझ्यावर? कचानं?'

कचावर हिचे एवढे प्रेम होते! पण त्याच्याविषयी हा अभद्र संशय घेताना तिची जीभ क्षणभरसुद्धा चाचरली नाही– कचरली नाही.

'कुणी केली ही कृपा तुझ्यावर?' किती संदिग्ध, पण किती लागट, किती विषारी होते हे शब्द! कचाच्या पवित्र मूर्तीवर असे शिंतोडे उडविताना–

शुभ्र कमळांनी ज्या देवतेची पूजा करायची, तिच्यावर कुणी तळ्यातला चिखल काढून तो ओतील का? पण सौंदर्याची राणी असलेल्या देवयानीने ते कृत्य केले होते!

२

'एका ऋषींच्या आशीर्वादानं–' एवढेच मी म्हणाले होते! तिला क्रूरपणाने माझी

थट्टाच करायची होती, तर तिने त्या वेड्या यतीचे नाव घेतले असते, तरी मला इतके दुःख झाले नसते.

नाही तरी त्या दिवशी दरबारात माझी काय कमी विटंबना केली होती देवयानीने! तो खुळा यति माझ्याकडे पाहत तिला म्हणाला, 'ए, तुझी ही दासी मला देशील?' त्याचे डोके फिरले आहे, हे लक्षात घेऊन हिने गप्प बसायचे, की नाही? पण माझ्या जखमेवर मीठ चोळण्याकरिता तिने त्याला विचारले, 'ही कशाला, रे, हवी तुला? बायको म्हणून?' हा यति खराखुरा वेडा होता आणि तो महाराजांचा नाहीसा झालेला भाऊ होता, म्हणूनच मी त्या दिवशी सुरक्षित सुटले. त्याच्या जागी दुसरा लुच्चा बैरागी असता, तर त्याने देवयानीच्या प्रश्नाला लगेच मान डोलावली असती आणि या आदिमायेने त्याच्या झोळीत मला खुशाल टाकले असते! दरबारातला देवयानीचा हा हृदयहीन प्रश्न ऐकून काही क्षण माझे रक्त कसे गोठून गेले होते! धड श्वाससुद्धा घेता येत नव्हता मला!

यति मात्र खरोखरच वेडा होता. त्याच्या वेडाचे कारण मला कधीच कळले नाही! पण रानावनांत तप करायला गेलेल्या माणसाची अशी दुर्दशा का व्हावी, हा विचार राहून-राहून मला सतावून सोडू लागला. त्याच्याबरोबर कचही अशोकवनातच राहायला आला होता. दोघेही तापसी, पण दोघांत आकाश-पाताळाचे अंतर! कच किती प्रेमळ, किती विवेकी, किती मर्यादशील आणि तो यति– काही काही वेळा तो माझ्याकडे अशी टक लावून पाहायचा– त्याच्या त्या दृष्टीत अभिलाषा नव्हती! पण तिच्याहूनही भयंकर असे दुसरे काही तरी होते. राजमातेला दुःख होऊ नये, म्हणून मी त्याच्या त्या दृष्टीची, वेषाची, वागण्याची, बोलण्याची– कशाचीच तक्रार कुणाकडे केली नाही! पण इतके करूनही शेवटी व्हायचे तेच झाले!

एका रात्री मला गाढ झोप लागली होती. थंडगार स्पर्शाने मी एकदम दचकून जागी झाले. कुणी तरी माझ्या गळ्यावर हात ठेवला होता. नुसता हात ठेवला नव्हता. कुणी तरी दोन्ही हातांनी माझा गळा दाबीत होते! मी घुसमटले. अगदी भयभीत होऊन गेले!

थरथर कापत मी डोळे उघडून पाहिले. यति माझ्यापाशी बसला होता. माझा गळा दाबताना त्याचे डोळे कसे विलक्षण चमकत होते. ढोलीतल्या घुबडासारखे! तो स्वतःशीच हसत होता. किती भेसूर होते ते त्याचे हसणे!

जिवाच्या आकांताने मी एकदम ओरडले. तो ताडकन उठला. धावत खिडकीकडे गेला आणि बाहेर उडी टाकून पळून गेला! तो कुठे गेला, ते परमेश्वराला ठाऊक!

मला होणारे मूल असल्या वेड्याचे आहे, असे देवयानीने म्हटले असते, तरी

एक वेळ ते पुरवले असते. त्यात केवळ माझा एकटीचाच अपमान झाला असता; पण तिने कचाचे नाव घेऊन जे कुत्सित उद्गार काढले–

काल केलेले प्रेम माणूस आज विसरते? हो विसरतेच! म्हणून तर कचाविषयी देवयानी असे विचित्र आणि विषारी उद्गार काढू शकली!

अशी काल केलेले प्रेम देवयानी आज तर विसरली असेल; पण ती विसराळू नाही. काल केलेले प्रेम ती आज विसरणार नाहीच, पण शर्मिष्ठा उद्याही– अगदी कल्पान्तीसुद्धा– त्या प्रेमाशी प्रतारणा करणार नाही!

३

कचाला देवयानीचे हे कुत्सित बोलणे कळले, तर तो काय म्हणेल? छे! तो काही बोलणार नाही. तो नुसता हसेल! देवयानीचा स्वभाव काय ठाऊक नाही त्याला?

अशोकवनातून राजमातेला घेऊन जाताना तो माझा निरोप घ्यायला आला, तेव्हा मी त्याला म्हटले,

'कचदेव, आपली भेट आता केव्हा होईल?'

तो हसत उत्तरला.

'कुणाला ठाऊक! दैव मोठं लहरी असतं. ते कदाचित उद्याच इथं मला परत आणील! कदाचित दहा-वीस वर्षं मी इकडं फिरणार नाही!'

त्याचे शेवटचे वाक्य ऐकून माझे मन अतिशय खट्टू झाले. पुन्हा दहा-वीस वर्षांत कचाचे दर्शन होणार नाही! दहा-वीस वर्षांत सूर्याचे दर्शन होणार नाही, असे कुणी सांगितले, तर कसे वाटेल माणसाला?

कच किती थोडे दिवस अशोकवनात होता! पण तेवढ्या अवधीत त्याने माझ्या मनाला केवढा धीर दिला! किती आधार दिला! जणू शर्मिष्ठाच्या आत्म्याचा पुनर्जन्म घडवून आणला त्याने!

म्हणून मी त्याला म्हणाले,

'दहा-वीस वर्षं कुठं जाणार आहात आपण?'

'हिमालयात! तप करायला.'

'कशासाठी तप करणार आहात आपण?'

'माझ्या तपानं जर देवयानीचा स्वभाव बदलणं शक्य असतं, तर तेवढ्यासाठीसुद्धा मी हवी तेवढी उग्र तपश्चर्या केली असती!'

देवयानीचा मी कधीही– स्वप्नात देखील– हेवा केला नव्हता. ती हस्तिनापूरची महाराणी झाली, तरीही! पण कचाचे हे उद्गार ऐकून मात्र मला वाटले. देवयानी किती

भाग्यवान आहे! कचासारखा तपस्वी जिच्यासाठी आपल्या साऱ्या तपावर पाणी सोडायला तयार आहे, तिला या जगात काय कमी आहे? अशा उत्कट, निरपेक्ष प्रेमाइतके मोलाचे या जगात दुसरे काय आहे?

कच हसत-हसत हे बोलला. पण... पण त्या हसण्यातूनच त्याच्या अंतरीची व्यथा मला समजली. देवयानीच्या स्वभावाचे– तिच्या उद्दाम वर्तनाचे– त्याला दुःख होत होते. असे असूनही, तिच्याविषयी त्याला वाटणारी आपुलकी तिळमात्र कमी झाली नव्हती.

प्रीतीच्या या मुक्या दुःखासारखे दुसरे दुःख या जगात नाही! पण या मूक व्यथेच्या वेदना दुसरे कोण, कशा कमी करणार?

मी काही बोलत नाही, असे पाहून तो म्हणाला,

'शुक्राचार्यांनी पुन्हा उग्र तपश्चर्येला सुरुवात केली आहे.संजीवनीसारखी कसली तरी विचित्र विद्या ते आता संपादन करतील. मग पुन्हा देव-दानवांचं युद्ध सुरू होईल! देव, दानव, मानव, दस्यू या सर्वांचं हे जग आहे. पण हे सुंदर जग सदैव त्यांच्या कलहांनी भरलेलं पाहून मला झोप येत नाही. वाटतं, पिढ्यान् पिढ्या हे असंच चालायचं का? युद्ध, दुःख, कलह, संघर्ष यांचंच राज्य या विश्वात असावं, अशीच भगवान उमाशंकराची इच्छा आहे का? उग्र तप करून त्यांना प्रसन्न करून घ्यावं आणि 'मला दुसरा कुठलाही वर नको! पण या जगात शांतीचं राज्य कसं स्थापन होईल, हा मंत्र तेवढा मला सांगा.' असा त्यांच्या पायांशी हट्ट धरावा, असं फार-फार वाटतंय् मला! कदाचित दहा-वीस वर्षं आपली भेट होणार नाही, असं मी तुला म्हटलं ते यामुळंच!'

४

त्या दिवशी कच आणि राजमाता यांना भृगुपर्वताकडे घेऊन जाणारा रथ निघून गेला! अशोकवन कसे ओके-ओके वाटू लागले! मी एक दुर्दैवी दासी आहे, माझा छळ करण्याकरिता देवयानीने मला मुद्दाम अशोकवनात ठेवले आहे, इथल्या एकांतात कुजत, कणाकणाने झिजत, एके दिवशी माझा अंत होणार आहे, स्त्रीचे जीवन फुलविणाऱ्या कुठल्याही सुखाचा किरण देवयानी माझ्या आयुष्यात डोकावू देणार नाही; मी तरुणपणीच म्हातारी दिसू लागले, म्हणजे तिला सूडाचे पुरे समाधान मिळेल– माझ्या मनातल्या या साऱ्या भुतांना किती थोड्या दिवसांत आणि किती थोड्या शब्दांत कचाने पार पिटाळून लावले होते!

भर दरबारात 'शर्मिष्ठा माझी दासी आहे!' म्हणून देवयानीने किती तोऱ्याने कचाला सांगितले! एखाद्या जहरी बाणाच्या टोकासारखे ते शब्द माझ्या काळजात

घुसले! पण त्याच्या पाठोपाठ कचाच्या करुण, स्नेहपूर्ण दृष्टीने त्या जखमेवर जे अमृतसिंचन केले, त्याच्यामुळे त्या शब्दांनी होणारा तीव्र दाह क्षणार्धात नाहीसा झाला.

अशोकवनात पाऊल टाकताच किती तत्परतेने माझे क्षेमकुशल विचारायला तो अतिथिशाळेतून अगदी मागच्या बाजूला असलेल्या माझ्या महालात आला. त्याला पाहताच मी उठून उभी राहिले. तो मला पुनःपुन्हा खाली बसायचा आग्रह करू लागला. शेवटी मी म्हणाले,

'कचदेव, आपल्यापुढं खाली बसायला शर्मिष्ठा आता राजकन्या राहिली नाही, ती दासी झाली आहे!'

माझ्यावर आपली स्निग्ध दृष्टी रोखून तो हसत म्हणाला,

'शर्मिष्ठे, आपल्या अंतरंगात सुगंधित कस्तूरी आहे, हे कस्तूरीमृगाला कधी ठाऊक असतं का? तसं तुझं झालंय्. तुझ्या शरीराला दासीची कामं करावी लागली असतील, पण तुझा आत्मा कुणाचाही, कशाचाही दास नाही! तो पूर्णपणे मुक्त आहे. ज्याचा आत्मा मुक्त असतो, तोच या जगात ईश्वराचं दर्शन घेऊ शकतो. मोठमोठ्या ऋषींना वर्षानुवर्ष तपश्चर्या करूनही मोक्ष मिळत नाही...'

लाजेने लाल होऊन खाली मान घालीत मी म्हणाले,

'कचदेव, मी देवयानीची एक नावडती दासी आहे. माझ्यासारख्या दासीला आत्माबित्मा काही कळत नाही!'

'तू आधी खाली बैस, पाहू! खाली बसण्याचा संबंध माणसाच्या शरीराशी आहे. तो काही त्याच्या आत्म्याशी नाही. तेव्हा तेवढं करणं तुला कठीण जाऊ नये!'

'आपल्यासमोर मी खाली बसले, तर कुणीतरी देवयानीकडे चुगली करील. मग मला तिची बोलणी खावी लागतील. मी दासी आहे, हे–'

'तू दासी नाहीस!'

'मग कोण आहे मी? एके काळी मी राजकन्या होते! पण आज? आज मी कुणाची कन्या नाही, कुणाची पत्नी नाही, कुणाची माता नाही! कुणी कुणी नाही मी या जगात!'

'कोण म्हणतं असं?'

'मी!'

'तू अजून स्वतःला ओळखलं नाहीस. तू बहीण आहेस.'

'बहीण? कुणाची?'

'माझी! कचाला दोन बहिणी आहेत. एक देवयानी आणि दुसरी शर्मिष्ठा.'

किती साधे शब्द होते हे! पण माझ्या मनात त्यांनी केवढे चैतन्य निर्माण केले! मी कचाची बहीण आहे! एवढा विरक्त, एवढा त्यागी, एवढा पवित्र असा भाऊ मला लाभला आहे! मग केवळ माझ्या शरीरावर दासीपणाचा आळ आला आहे,

म्हणून मी कुढत, रडत, झुरत, मरत बसू? नाही– मी मुळीच कुढणार नाही!

कच बोलू लागला,

'तू नुसती माझी बहीण नाहीस, तू माझी गुरू आहेस. संजीवनी विद्या मिळविताना स्वतःच्या ज्ञातीसाठी मी मोठा त्याग केला, असं मला वाटत होतं; पण तू माझ्याहूनही अधिक श्रेष्ठ असा त्याग केला आहेस? तू या दासीपणाचं दुःख उगीच उगाळीत बसू नयेस, असं तुझ्याजवळ तुझ्या या शिष्याचं मागणं आहे! जगाच्या दृष्टीनं तू दासी असशील; पण माझ्या दृष्टीनं तू महाराणी आहेस. खरी दासी आहे देवयानी! वैभवाची, प्रतिष्ठेची आणि अहंकाराची गुलाम होऊन बसली आहे ती! ज्याचा आत्मा स्वार्थाच्या, वासनांच्या आणि मोहांच्या आहारी जातो, तो मनुष्य या जगात सदैव दास्यात खितपत पडतो! स्वार्थावर स्वतःच्या सर्व सुखांवर निखारे ठेवून तू इथं आलीस; माणसाला परमेश्वराशी जोडणारा अतिशय जवळचा पण अत्यंत अवघड असा मार्ग– त्यागाचा मार्ग– तू चोखाळलास. तू खरी स्वामिनी आहेस; दासी नाहीस! शर्मिष्ठे, थोरल्या भावानं धाकट्या बहिणीला अभिवादन केलं, तर तिला आवडणार नाही, हे मला ठाऊक आहे; पण तू वयानं माझ्याहून लहान असलीस, तरी तपानं फार-फार मोठी आहेस. म्हणून–'

बोलता-बोलता मला नमस्कार करण्याकरिता तो हात जोडीत आहे, असे–

मी कुठे आहे, काय करीत आहे, याचे भान मला राहिले नाही. मी झटकन पुढे झाले आणि त्याचे दोन्ही हात माझ्या हातांत धरले. या अतिप्रसंगाचा त्याला राग येईल. तो माझे हात झिडकारून टाकील, असे पुढल्या क्षणी माझ्या मनात आले. आश्रमात असताना देवयानीचा स्पर्श तो किती कटाक्षाने टाळीत असे, याची मला आठवण झाली– मी शरमले, गोंधळले! त्याच्या हातांतून हात सोडवून घेऊ लागले मी! त्याच्या ते लक्षात आले असावे. माझे हात न सोडता तो हसत म्हणाला,

'सारेच स्पर्श सारखे नसतात, ताई! आज माझी आई असती आणि मी हिमालयात जाऊ नये, असं तिला वाटलं असतं, तर आपला मायेचा अधिकार बजावण्याकरिता तिनं मला असंच धरून ठेवलं नसतं का?'

क्षणभराने माझे हात सोडून त्याने हाक मारली,

'ताई!'

मी त्याच्याकडे वेड्यासारखी पाहत राहिले. त्याने मला दुसऱ्यांदा ताई म्हटले. कच मला ताई म्हणून हाक मारीत होता. मी कचाची बहीण होते! मग मला दुःख करायचे काय कारण होते?

कच बोलू लागला,

'ताई, पत्नी होण्यापूर्वीच तू आई झालीस! साऱ्या दानवकुलाची आई झालीस! ज्या आत्मशक्तीने हा त्याग केलास, ती तुझ्या ठायी सतत वाढत राहो, एवढाच

मी तुला आशीर्वाद देतो.'

त्याचा शब्द नि शब्द माझ्या काळजावर कुणी तरी कोरून ठेवीत होते!

५

कच अशोकवनात असेपर्यंत त्याच्या साध्या शब्दांतून निर्माण होणाऱ्या सात्त्विक उन्मादाने माझे मन कसे भरून गेले होते! पण तो निघून गेल्यावर हा उन्माद एकदम ओसरला. चतुर्थीची हसरी चंद्रकोर मावळावी आणि आकाश अगदी उदास दिसू लागावे, तसे मला झाले. तो येण्यापूर्वी अशोकवनातल्या निष्क्रिय आणि नीरस जीवनक्रमाला मी कंटाळून गेले होते. आता तर प्रत्येक पळ कसे घालवावे, या विवंचनेत मी पडले.

राजवाड्यात असताना चित्रे काढण्याचा नाद मी पुन्हा स्वतःला लावून घेतला होता. अशोकवनात आल्यावरही काही दिवस मी दिसेल त्या वृक्षाचे, वेलीचे आणि वस्तूचे चित्र काढीत सुटले होते. पण थोड्या दिवसांनी सृष्टीतले वैचित्र्य मला स्फूर्ती देईनासे झाले. काही झाले, तरी माणसाच्या मनाच्या आरशातच बाहेरच्या सौंदर्याची प्रतिबिंबे पडत असतात. ज्या दिवशी मी दासी झाले, त्याच दिवशी माझ्या मनाचा हा आरसा फुटून गेला! पुढे कित्येक दिवस त्याचे तुकडे जुळवून, त्यांत दिसतील ती मोडकी-तोडकी प्रतिबिंबे मी पाहत आले होते. पण आता ते तुकडेसुद्धा मला जुळविता येईनात! माझ्या हृदयाचे स्मशान झाले होते. तिथल्या फुलवेलीसुद्धा अर्धवट जळून, धुरकटून भुतांसारख्या दिसू लागल्या होत्या!

रिकामा वेळ एखाद्या उपाशी वाघासारखा मला खायला येई. मग ज्या गोष्टी मनातल्या अडगळीच्या खोलीत मी जाणूनबुजून फेकून दिल्या होत्या, त्या तिथून हळूच बाहेर पडून माझ्या मानसमंदिरातल्या मंचकावर येऊन बसत. महाराज युद्धावर निघाले, तेव्हा त्यांनी मी लावलेला कुंकुमतिलक–तो त्यांचा ओझरता स्पर्श! कचाच्या हाताचाही मला स्पर्श झाला होता! पण या दोन्ही स्पर्शांत किती अंतर होते! कचाच्या स्पर्शाचे स्मरण झाले, म्हणजे अरण्यातल्या एखाद्या ऋषींच्या सुंदर, पवित्र आश्रमाची आठवण होई. महाराजांचा स्पर्श आठवला, म्हणजे उद्यानातला उन्मादक लताकुंज डोळ्यांपुढे उभा राही.

महाराजांचा तो स्पर्श काही मनाच्या अडगळीतून एकटाच बाहेर येत नसे! मग महाराज आणि देवयानी यांच्या मधुमीलनाची ती पहिली रात्र आठवे. महालाबाहेर विड्यांचे तबक घेऊन उभी असलेली शर्मिष्ठा दिसू लागे. भांडून महालातून निघून जाणाऱ्या देवयानीच्या जागी आपण असतो, तर तसला लाजिरवाणा प्रसंग कधीच घडला नसता, आपण महाराजांना क्षणभरसुद्धा दुःख दिले नसते. आपणांला मद्य

आवडत नसले, तरी त्यांच्याकरिता तो वास आपण सोसला असता–

छे! ती रात्र मला प्रत्येक रात्री आठवू लागली. ती माझे मन अगदी अस्वस्थ करून सोडी! मग दोन प्रहर उलटून गेले, तरी झोप माझ्याकडे ढुंकूनसुद्धा पाहत नसे! समुद्राला मिळण्याकरिता लगबगीने धावणाऱ्या नदीची आतुरता माझ्या रोमरोमांत संचार करी. मन कसे वारा प्याल्यासारखे होई. शरीरातला कण नि कण तृषार्त होऊन 'प्रेम! प्रेम!' म्हणून आक्रोश करी!

एका रात्री काही केल्या झोप येईना मला! म्हणून मी चित्रे काढायला बसले. पुरूरवा आणि उर्वशी यांचे ते नाटक मला सहज आठवले. त्या प्रसंगाचे चित्र काढावेसे वाटले. मी पुरूरव्याची कल्पना करू लागले. क्षणात महाराजांची मूर्ती माझ्या मनश्चक्षूंपुढे उभी राहिली. पुरूरवा तर फार चांगला मिळाला, म्हणून मी हरखून गेले. मग उर्वशी कशी असावी, याचा मी विचार करू लागले. एकदम देवयानी माझ्या डोळ्यांपुढे उभी राहिली. अप्सरेचे चित्र काढायला अप्सरेसारखी लावण्यवती मिळाली, म्हणून मला आनंद झाला. पण लगेच देवयानी त्या नाटकातल्या उर्वशीसारखीच महाराजांना टाकून बोलत आहे,

'राजा, एक गोष्ट लक्षात ठेव; स्त्रियांच्याबरोबर चिरकाल स्नेह राहणं शक्य नसतं. कारण त्यांची हृदयं लांडग्याच्या हृदयांसारखी असतात' असे त्यांना बजावून सांगत आहे, असा भास झाला मला!

ते चित्र काढायचा धीर मला होईना. पण पुरूरवा म्हणून डोळ्यांपुढे उभी राहिलेली महाराजांची मूर्ती काही केल्या तिथून हलेना. शेवटी एकट्या महाराजांचे चित्र काढायचे मी ठरविले.

त्या चित्राच्या नादात माझे काही दिवस मोठ्या आनंदात गेले.

शेवटी चित्र तयार झाले. ते भिंतीला टेकून ठेवून मी दुरून पाहिले. मी काही चित्रकलेत निपुण नव्हते; पण या चित्रातली महाराजांची आकृती किती सजीव, हुबेहूब भासत होती!

चित्र पुरे झाल्याची पहिली रात्र होती ती. ते कोपऱ्यात ठेवले होते मी. झोप येईना, म्हणून मी उगीच त्याच्याकडे टक लावून पाहू लागले. थोड्या वेळाने मला भास झाला, महाराज माझ्याशी काहीतरी बोलताहेत! ते थट्टा करीत होते माझी–

'इतके सुंदर केस देवानं तुला दिले आहेत; पण तू मात्र एखाद्या वियोगिनीसारखी एकवेणी राहत आहेस! हे नाही आपल्याला आवडत! सिंहाला जशी आयाळ, तशी स्त्रीला केशभूषा!'

ही कसली, बाई, थट्टेची रीत! मी लाजले. खाली पाहू लागले. पुष्कळ वेळाने मी मान वर करून या थट्टेला उत्तर देण्याकरिता तोंड उघडले. पण–

मी उत्तर देणार कुणाला? महाराज होते कुठे त्या महालात? ते कशाला येतील या अशोकवनात? माझ्यासमोर महाराजांचे मीच काढलेले ते चित्र उभे होते.

६

लहानपणी आईला माझ्या लांबसडक, काळ्या कुळकुळीत केसांचा केवढा अभिमान वाटायचा! कितीही कामांत असली, तरी ती स्वतः माझी वेणी घालायची. दररोज अगदी नव्या प्रकारची! दासींनी शमाची वेणी घातलेली तिला मुळीच खपत नसे. लहानपणी मंगल दिवशी न्हाऊन, केस उदवीत मी उभी राहायची. गुडघ्यांपर्यंत रुळणारे ते स्वतःचे मोकळे केस पाहून माझी मलाच मौज वाटायची. मग माझ्या मनात यायचे, मोर आपला पिसारा फुलवून नाचतो ना? हे केस फुलवून जर आपल्याला तसे नाचता आले, तर काय गंमत होईल! पण देवयानी नृत्यात निपुण होती. मला काही केल्या ते नीट जमत नसे; आणि केस फुलविण्याची जादू कुठे मिळते, हे तर मला कधीच कुणी सांगितले नाही.

आई वेणी घालताना नेहमी म्हणे,

'शमा, किती सुदैवी आहेत तू! लाखांत एखाद्याच मुलीचे केस गुडघ्यांपर्यंत पोचतात! अशा मुलीचं भाग्य अचानक उदयाला येतं, म्हणतात!'

किती वेडी समजूत होती ही आईची! शेवटी माझे भाग्य उघडले होते! पण ज्या पेटीतून हिरे-माणके निघायची, तिच्यातून दगडधोंडे घेऊन ते बाहेर पडले होते! अशोकवनात देवयानीची एक नावडती दासी म्हणून रखडत, रडत, कुजत पडले होते! केशभूषा करायचा कंटाळा येई, म्हणून एखाद्या बैरागिणीसारखी राहत होते मी!

नटावे-थटावे, असे कुणा तरुणीला वाटत नाही? पण स्त्रीचा सारा साजशृंगार काय स्वतःसाठी असतो?

रात्री या कुशीवरून त्या कुशीवर वळताना पाठीवरच्या वेणीकडे सहज हात जाई माझा! मग मुग्ध वयात वाचलेले ते मधुर काव्य आठवे–

त्या काव्यातील नायिका माझ्यासारखी जागीच असते. नायक मात्र निद्रावश झालेला असतो. समोरच्या खिडकीतून चंद्रबिंब दिसू लागते. नायिका आपल्या निद्रित पतीकडे पाहते. त्याचा मुखचंद्र आकाशातल्या चंद्रापेक्षा सुंदर आहे, असे तिला वाटते. या बाहेरच्या चंद्राची आपल्या वल्लभाच्या मुखचंद्राला दृष्ट लागू नये, म्हणून ती तो झाकून टाकू इच्छिते. पण आपल्या प्रियकराला तोंडावरून अगदी तलम पांघरूणसुद्धा घ्यायची सवय नाही, हे तिला पुरेपुर ठाऊक असते. तसले पांघरूण घातले, की लगेच त्याची झोपमोड होते! म्हणून ती आपल्या नाजूक पदराने देखील त्याचे मुख झाकू इच्छीत नाही. मग करायचे काय? आकाशातल्या या

मत्सरी चंद्रापासून वल्लभाचे संरक्षण कसे करायचे? एकदम तिला कल्पना सुचते. त्या दिवशी तिने मोठी सुंदर केशभूषा केलेली असते. तिचे कौतुक करून नायक झोपी गेलेला असतो. आता त्या केशभूषेचा तिला काही उपयोग नसतो. झटकन ती विसकटून टाकते ती! तिचा विपुल केशकलाप मोकळा होतो! त्या मोकळ्या केसांनी ती पतीच्या मुद्रेकडे अगदी वाकून, निरखून पाहू लागते. साहजिकच तिच्या प्रियकराचे मुख त्या केसांनी झाकले जाते. त्याला आकाशातल्या चंद्राची दृष्ट लागण्याचा संभव नाहीसा होतो!

हे काव्य वाचल्यावर सोळा-सतरा वर्षांची शर्मिष्ठा किती तरी दिवस मनात म्हणत होती,

'माझे केस असेच लांबसडक आहेत. उद्या लग्न झाल्यावर चंद्र जर माझ्या वल्लभाच्या मुखचंद्राचा हेवा करू लागला, तर मीसुद्धा त्याचं असंच संरक्षण करीन!'

हे मनात म्हणताना तिला कशा गुदगुल्या होत! पण आता? आता त्या काव्याची आठवण तिच्या काळजाचे लचके तोडीत होती!

कुठे आहे तिचा प्रियकर? कुठे आहे तिचा पती? कुठे आहे त्याचा मुखचंद्र? काय करायचंय् तिला सुंदर केशभूषा करून? कुणासाठी ती करायची? देव्हाऱ्यात जर देवाची मूर्ती नसेल, तर रानावनांत भटकून फुले गोळा करायची कुणासाठी?

७

कचाचे सारे बोलणे मी पुनःपुन्हा आठवून पाही. मग घटकाभर मन शांत होई. दिवस कसा तरी सरे; पण रात्र मात्र–!

रात्रीच्या भयाण एकांतात महाराजांचे ते चित्र माझी सोबत करू लागले! मी त्याच्या पुढ्यात बसे. फुलांची माळ घालून त्याची पूजा करी. मग माझे ध्यान सुरू होई. डोळे मिटून महाराजांचे आणि माझे संभाषण मी ऐकत राही. मी डोळे उघडले, म्हणजे महालाच्या भिंती म्हणत,

'मोठी आतल्या गाठीची आहेस हं तू, शर्मिष्ठे! प्रियकराशी घटका-घटका गुजगोष्टी करीत बसतेस! पण त्यातलं अवाक्षरसुद्धा आम्हांला ऐकू येत नाही!'

एके दिवशी मी त्या चित्राला फुलमाळा वाहिली. मग मी ध्यानाकरिता डोळे मिटले. पण आज महाराज माझ्याशी काही केल्या बोलेनात! ते माझ्यावर रागावले आहेत, असे वाटले मला! मी डोळे उघडले आणि त्यांच्या ओठांवर ओठ टेकीत विचारले,

'आता तरी जाईल रुसवा?'

पाच-दहा क्षणांनी माझ्या लक्षात आले, ते महाराज नव्हते, महाराजांचे चित्र होते ते!

त्या चुंबनाची माझी मलाच लाज वाटू लागली. कचाला हे कळले, तर तो मला काय म्हणेल? शर्मिष्ठा त्याची बहीण, त्याची आवडती ताई! तिला आपले मन थोडेसुद्धा आवरता येऊ नये?

किती-किती वेळ मी तळमळत पडले होते! अंधारात कुठे प्रकाशाचा किरण दिसेल का, पाहत होते! आपल्या मनाची दारे आणि खिडक्या बंद करणे अवघड असले, तरी अशक्य नसते! ते मी कसोशीने करीत आले होते. पण कुठल्या तरी झरोक्यातून, वरच्या कौलारातून आणि बंद केलेल्या दाराच्या फटींतून आत चोरपावलांनी येणारे चांदणे– त्याला प्रतिबंध कसा करायचा? मी घेतलेले ते चित्राचे चुंबन म्हणजे अशा चांदण्याचा एक कवडसा होता!

विचार करता-करता कचाच्या पावलावर पाऊल टाकून जाणे किती कठीण आहे, याची मला कल्पना आली. तो पवित्र आहे, प्रेमळ आहे, प्रामाणिक आहे; पण तो पुरुष आहे! त्याचे पावित्र्य, त्याचा प्रेमळपणा, त्याचा प्रामाणिकपणा ही सारी शर्मिष्ठेची पूजास्थाने आहेत. पण–

पण शर्मिष्ठा स्त्री आहे. स्त्रीचे शरीर आणि पुरुषाचे शरीर! स्त्रीचे मन आणि पुरुषाचे मन! स्त्रीचे जीवन आणि पुरुषाचे जीवन! किती-किती अंतर आहे या दोन्हींत! पुरुष अमूर्त गोष्टींच्या मागे सहज धावतो; कीर्ती, आत्मा, तपस्या, पराक्रम, परमेश्वर अशा गोष्टींचे त्याला झटकन आकर्षण वाटते, ते यामुळेच! पण स्त्रीला त्याची चटकन मोहिनी पडत नाही. तिला प्रीती, पती, मुले, सेवा, संसार अशा मूर्त गोष्टींचे आकर्षण अधिक वाटते. ती संयम पाळील, त्याग करील; पण तो मूर्त गोष्टींसाठी! अमूर्ताची तिला पुरुषांसारखी ओढ लागत नाही. आपल्या सर्वस्वाने पूजा करायला किंवा आपल्या अश्रूंचा अभिषेक करायला तिला एक मूर्ती लागते. पुरुष स्वभावतः आकाशाचा पूजक आहे; स्त्रीला अधिक प्रिय आहे पृथ्वीची पूजा!

कितीतरी वेळ हे विचारचक्र माझ्या मनात भिरभिरत राहिले! त्याच्या त्या भ्रमणाला काही दिशा होती, की ते स्वैर फिरत होते, कुणाला ठाऊक! पण या विचारांनी माझ्या मनाला थोडीशी शांती मिळाली.

८

दिवस उगवत होते, मावळत होते. रात्री येत होत्या, जात होत्या. चांदणी रात्र, पौर्णिमेची रात्र– सारे सारे माझ्या लेखी नीरस होते! आपल्या या कंटाळवाण्या

आयुष्याचा शेवट काय होणार, हे माझेच मला कळेना! अधून-मधून मनात येई, मांजर उंदराला खेळवून-खेळवून शेवटी ठार मारते. देवयानी आपल्याला तशीच खेळवीत नाही ना? आयुष्याला कंटाळून मी आत्मघात करावा, अशी तिच्या अंतर्मनाची इच्छा असेल काय?

हा विचार माझ्या मनात आला, की माझ्या अंगावर शहारे उभे राहत. वाटे, पुढे कधीतरी आत्महत्या करायची पाळी आपल्यावर येणारच असेल, तर ती आजच केलेली काय वाईट? चांगली जवळ यमुनामाई आहे! सहज फिरत-फिरत तिच्या तीरावर जावे आणि–

एका चांदण्या रात्री हा काळाकुट्ट विचार मनात घोळवीत मी स्वस्थ बसले होते. बाहेर प्रथम रथाची चाके वाजल्याचा, मग रथ एकदम थांबल्याचा अस्पष्ट आवाज मी ऐकला. इतक्या रात्री रथातून माझ्यासारख्या दासीकडे कोण येणार? देवयानी तर, शर्मिष्ठा जिवंत आहे, की मेली आहे, याची चौकशी करायलासुद्धा इकडे फिरकणार नाही, हे मला पक्के ठाऊक होते. असेल कुणी तरी अतिथी! नाही तरी ऋषी-मुनी! दिले असेल त्याला देवयानीने इकडे पाठवून! आपल्याला त्याच्याशी काय करायचंय्? कोण आले असेल, त्याची सेवक अतिथिशाळेत व्यवस्था करतील.

मी मनात हे म्हणत असतानाच एक सेवक एका ऋषींना घेऊन माझ्याकडे आला. कच या मागच्या बाजूच्या महालात येऊन माझ्याशी बोलत बसे, हे खरे! पण त्याची गोष्ट निराळी होती! या परक्या अपरिचित ऋषीला सेवकाने इथे आणणे उचित नव्हते.

मी कठोर स्वराने त्या सेवकाला म्हणाले,

'तुला वेड लागलंय्, वाटतं. ही काही अतिथिशाळा नाही! या ऋषींना इथं कशाला घेऊन आलास?'

तो म्हणाला,

'आपल्याकडंच घेऊन जायला सांगितलय् यांना!'

'कुणी?'

'महाराणींनी!'

'महाराणींनी? कुठं आहेत त्या?'

'त्या रथातून नुकत्याच परत गेल्या. चार घटकांनी ऋषिमहाराजांना राजवाड्यावर घेऊन जाणार आहेत त्या. यांचं आपणांला दर्शन व्हावं म्हणून–'

मी ऋषिमहाशयांकडे पाहिले. यांना आपण पूर्वी कुठे तरी पाहिले आहे, असे मला वाटले. मग माझे मलाच हसू आले. मी त्यांना कुठे पाहणार? मात्र तसा भास

मला क्षणभरच झाला खरा!

ऋषिवर्यांचा देह मोठा रुबाबदार होता; एखाद्या राजाला शोभेल, असा! गळ्यातल्या रुद्राक्षांच्या माळा रत्नहारांप्रमाणे त्यांच्या शरीराला शोभा देत होत्या. मात्र एकंदरीत स्वारी मोठी बुजरी नि लाजरी वाटली. ते मला दर्शन द्यायला आले होते. पण त्यांचे दर्शन कसे घ्यायचे, हेच मला कळेना! माझ्या दृष्टीला दृष्टी भिडली, की लगेच ते दुसरीकडे पाहू लागत. तर यतीसारखा हाही कुणी स्त्रीद्वेष्टा तापसी माझी कुचेष्टा करण्याकरिता देवयानीने पाठविला नसेल ना? असा संशय माझ्या मनात आला. या बोवाजींशी अगदी जपून वागायचे, असे मी ठरविले.

महालाच्या मध्यभागी मी त्यांना बसायला आसन दिले. पण ते त्या आसनावर बसेनात. घोगऱ्या आवाजात ते म्हणाले,

'आम्ही तापसी नेहमी गुहांत राहणारे! तिथं कोपऱ्यात बसेन मी!'

'मी छपरावर बसतो', असे या महंताने सांगितले असते, तर मी त्याचे काय करणार होते? त्यापेक्षा हे पुष्कळ बरे, असे मनात म्हणत मी आसन उचलले आणि ते समोरच्या कोपऱ्यात नेऊन मांडले. स्वारी लगेच त्याच्यावर बसली. ते बसल्यावर मग मला चुटपूट लागली. त्याच कोपऱ्यात महाराजांचे चित्र होते. त्याला नुकतीच फुलांची माळ वाहिली होती मी! या ऋषिमहाराजांनी ते सारे पाहिले नि देवयानीला जाऊन काहीच्या बाहीच सांगितले, तर–

अरे, देवा! ते साधुमहाराज त्या चित्राकडेच पाहत होते! अगदी टक लावून! मला दरदरून घाम फुटला! मात्र त्यांनी चित्राविषयी अवाक्षरसुद्धा काढले नाही!

थोडा वेळ ध्यानस्थ बसून ते बोलू लागले. किती घोगरा आणि विचित्र आवाज होता त्यांचा! पण मुद्रा मात्र पहिल्यापेक्षा प्रसन्न दिसू लागली होती.

मी त्यांना वंदन केल्यावर ते म्हणाले,

'मुली, तुझी काय इच्छा आहे?'

'काही नाही!'

'खोटं बोलतेस तू!'

मी गप्प बसले.

ते हसत म्हणाले,

'तुझं कुणावर तरी प्रेम बसलं आहे. ती व्यक्ती अगदी जवळ आहे तुझ्या; पण ती फार दूर आहे, आपल्याला दुर्लभ आहे, असं तुला एकसारखं वाटतंय्!'

नाही-होय म्हणायचा धीरच झाला नाही मला! मात्र राहून-राहून मला वाटत होते. माझे मन यांना कसे कळले? हे खरोखरच कुणी त्रिकालज्ञ ऋषी असतील का?

'ज्याच्यावर तुझं प्रेम बसलं आहे, त्याच्यासाठी तू काय करायला तयार आहेस?'

लगेच माझ्या तोंडून शब्द निघून गेले,

'मी माझे प्राणसुद्धा देईन!'

मग नकळत मी जीभ चावली. पण हातातून बाण सुटून गेल्यावर हळहळून काय उपयोग होता?

ऋषिमहाराज नुसते हसले. पुन्हा थोडा वेळ डोळे मिटून ते ध्यानस्थ बसले. मी आपली वेड्यासारखी त्यांच्याकडे पाहत उभी होते!

थोड्या वेळाने डोळे उघडून ते म्हणाले,

'माझ्यावर अजून तुझा विश्वास बसलेला दिसत नाही. हे महालाचं दार लाव, म्हणजे आमचं मंत्रसामर्थ्य किती मोठं आहे, ते तुला दाखवितो.'

महालाचे दार लावायचे? आणि त्या यतीसारखा हा गळाबिळा दाबू लागला, तर?

मी गोंधळून तशीच उभी राहिलेली पाहून ऋषिमहाराज उठले. रागावून चालले, असे वाटून मी भयभीत झाले. पण ते बाहेर गेले नाहीत. जवळ येऊन माझ्या मस्तकावर हात ठेवीत ते म्हणाले,

'जा, दार लाव जा. तुझ्या आयुष्यातला सुवर्णक्षण जवळ आला आहे. जा–'

त्यांच्या स्पर्शात काहीतरी धीर देणारे, आश्वासन देणारे, शांती देणारे होते.

दार लावून मी परत आले.

कोपऱ्यातल्या महाराजांच्या चित्रावर बोट दाखवून त्यांनी विचारले,

'या ययातीवर तुझं प्रेम बसलं आहे?'

मी मुकाट्यानं खाली मान घालून उभी राहिले. ते पुन्हा म्हणाले,

'अजून माझ्यावर तुझा विश्वास बसत नाही! अंतर्ज्ञानानं आम्हांला त्रिभुवनातल्या सर्व गोष्टी कळतात. थांब, तुला प्रत्यक्षच दाखवितो एक प्रत्यंतर! या महालातून एखाद्या भुयारात जाता येतं?'

'छे!'

ते हसले. मग मंचकासमोरच्या भिंतीपाशी गेले. तिथे दिसेल, न दिसेल, अशी एक लहान कळ होती. ती त्यांनी दाबली. मधला पुरुषभर उंचीचा भाग झटकन् बाजूला झाला. ती भुयारात जाण्याची वाट होती, हे स्पष्ट दिसत होते. पण ती अशोकवनातल्या एकाही माणसाला ठाऊक नव्हती. मग ती या ऋषिमहाराजांना कशी कळली?

त्यांनी ती कळ दाबली. भिंत पुन्हा पुर्ववत दिसू लागली.

ऋषिमहाराज माझ्याकडे वळून म्हणाले,

'तू कुठं झोपतेस?'

'इथंच.'

'एकटी?'

'एखाद्या वेळी एकटी असते मी. एखाद्या वेळी कुणी दासी झोपते इथं.'

'आजपासून एक नेम कर. इथं एकट्यानं झोपायचं– महालाचं दार बंद करून! तुझं ययातीवर प्रेम आहे, हे मला कळलं आहे. ते सफळ होईल, असा प्रयत्न मी करीन. हवं तर, माझी सारी तपश्चर्या पणाला लावीन मी! खऱ्या प्रेमाला ऋषिमुनींचा नेहमीच आशीर्वाद असतो. कधीतरी ययाति आपणहून तुझ्याकडे येईल, हे लक्षात ठेव! या भुयारातून तो येईल. तो तुला हाक मारील. तुझे आई-वडील तुला जशी हाक मारीत होते. तशी एकेरी हाक–'

'शमा–'

'ठीक आहे. तोही 'शमा' म्हणूनच तुला हाक मारील. ती हाक ऐकून तू भिऊ नकोस, घाबरू नकोस. ही कळ दाबून दार उघड. महालाबाहेर सदैव तुझ्या विश्वासातल्या दासी झोपतील, अशी दक्षता घे! तुझ्या प्रेमाचा मार्ग काट्याकुट्यांनी भरलेला आहे. पण त्या काट्यांखाली फुलं आहेत– सुगंधी फुलं आहेत, हे विसरू नकोस!'

आपण काय ऐकत आहोत, हे मला कळेना! माझी परीक्षा पाहण्यासाठी देवयानीने कुणा तरी नटाला ऋषीचे सोंग देऊन इथे पाठविले नसेल ना? ही शंका मनात येताच भीतीची एक विलक्षण लहर नखशिखांत सळसळत माझ्या अंगातून गेली.

छे! या महालाचे हे भुयार त्या नटाला कसे ठाऊक असेल?

मी त्या ऋषीकडे टक लावून पाहू लागले. लगेच त्याने आपली मान दुसरीकडे फिरविली. महालाचे दार उघडण्याकरिता तो चालू लागला. त्याची ती चाल मला ओळखीची वाटली. लगेच मला आठवण झाली. पुरूरवा आणि उर्वशी यांचे ते नाटक! त्या नाटकात पुरूरव्याचे काम करणारा नट मोठा रुबाबदार होता. त्यालाच देवयानीने माझी थट्टा करण्याकरिता आणि मला जाळ्यात पकडण्याकरिता पाठविले नसेल ना?

महाराजांचे ते कोपऱ्यातले चित्र– आज त्या चित्राने माझे वैर साधले, असे मला वाटू लागले.

'मी आपणांला फसविलं. ययातिमहाराजांवर माझं प्रेम आहे, म्हणून आपल्याला उगीच सांगितल! हे सारं खोटं आहे!' असे त्या ऋषींना सांगण्याकरिता मी पुढे झालेसुद्धा!

इतक्यात त्यांनी महालाचे दार उघडले. साहजिकच माझे तोंड बंद झाले. हां-हां म्हणता अशोकवनातल्या सर्व दास-दासी ऋषिवर्यांची पायधूळ मस्तकी धारण करण्याकरिता माझ्या महालात गोळा झाल्या, मुनिमहाराज प्रत्येकाला तोंड भरून आशीर्वाद देत होते! हे सारे संपते, न संपते, तोच देवयानीचा रथ बाहेर आला. ती

काही रथातून उतरून आली नाही! पण मी तिची दासी होते, मला बाहेर जाणे प्राप्तच होते.

कधी नाही ते लहानपणीप्रमाणे हाक मारीत देवयानीने मला विचारले,

'काय, शमाताई, कसे आहेत आमचे ऋषिमहाराज?'

किती दिवसांनी– छे! किती वर्षांनी शमाताई म्हणून देवयानीने मला हाक मारली होती! मी कृतज्ञ स्वरात उत्तरले,

'फार चांगले आहेत. महाराणींनी संमती दिली, तर जन्मभर यांची सेवा करीन मी!'

देवयानी नुसती हसली. लगेच त्या हसण्याच्या आवाजात सारथ्याने घोड्यांना मारलेला चाबकाचा आवाज मिसळून गेला.

९

ती सारी रात्र– ती एकच रात्र नव्हे, त्यानंतरची प्रत्येक रात्र उत्कंठा, भीती, कुतूहल, काळजी यांच्या परस्परांत मिसळून गेलेल्या छायांत मी काढली. एकदा वाटे. त्या भुयारातून देवयानीच येईल! मग कृत्रिम आवाज काढून 'शमा, शमा' म्हणून ती आपल्याला हाक मारील. आणि आपण कळ दाबून भिंतीने दार उघडले, की उपहासाने हसत, नाही-नाही ते बोलून, ती आपल्याला फाडून खाईल.

दिवस उजाडला, म्हणजे वाटे– तो ऋषी, त्याचा तो आशीर्वाद, हे सारे सारे एक स्वप्न होते, स्वप्नात काय हवे ते दिसते माणसाला!

पण रात्री महालाचे दार बंद करून झोपायचा, महालाबाहेर माझ्याबरोबर आलेल्या दोन विश्वासू दासी ठेवायचा आणि मध्यरात्रीपर्यंत जागत राहून भिंतीतून कुणी हाक मारतेय्, की काय, हे ऐकत राहण्याचा माझा नेम मात्र कधीच चुकला नाही! माणूस आशेवर जगतो, मग ती आशा कितीही निराधार असो– माणूस स्वप्नांवर जगतो. मग ती स्वप्ने किती असंभाव्य असोत!–

देवयानी वडिलांचे दर्शन घेण्यासाठी चार-दोन दिवसांत जाणार आहे, असे कळले, तेव्हा मी भयभीत झाले, दासी म्हणून आपल्याबरोबर यायला तिने मला सांगितले, तर? बाबांना आणि आईला पाहून यावे, असे मलासुद्धा फार-फार वाटत होते. पण मी देवयानीबरोबर निघून गेले आणि इकडे त्या साधुपुरुषाच्या आशीर्वादाप्रमाणे महाराज आले, तर–

देवयानीने मला काही बरोबर नेले नाही. ती प्रवासाला निघाली, तो दिवस मला मोठा कठीण गेला. आईची नि बाबांची पुनःपुन्हा आठवण येऊन मी अतिशय अस्वस्थ झाले. पण रात्र होताच ती अस्वस्थता नाहीशी झाली. तिची जागा नेहमीच्या

उत्सुकतेने घेतली. महालाचे दार लावून कोपऱ्यातल्या महाराजांच्या चित्राकडे पाहत मी अंथरुणावर पडले. माझा डोळा केव्हा लागला, ते मलाच कळले नाही! मला अर्धवट जाग आली, ती 'शमा, शमा' या हाकांनी! मला क्षणभर वाटले, मी स्वप्नातच त्या हाका ऐकत आहे. लगेच मी डोळे उघडले. मंचकासमोरच्या भिंतीतून त्या हाका येत होत्या. माझे पाय लटपट कापू लागले. कशीबशी मी त्या भिंतीपाशी गेले आणि ती कळ दाबली.

मधला भाग एकदम दूर झाला!

भुयारातल्या पायरीवर महाराज उभे होते.

स्वतःच्या डोळ्यांवर माझा विश्वास बसेना. माझा आनंद गगनात मावेना! मला मूर्च्छा आल्यासारखे झाले. मी खाली पडत आहे, असे पाहताच महाराज पुढे झाले आणि त्यांनी आपल्या बाहुपाशात मला सावरले.

क्षणार्धात नदी सागराला मिळाली!

१०

मी डोळे उघडून पाहू लागले.

कुठे होते मी? इंद्राच्या नंदनवनात? मंदाकिनीतून वाहत आलेल्या पारिजातपुष्पांच्या शय्येवर? मलयगिरीवरून येणाऱ्या शीतल, सुगंधित वायुलहरींच्या हिंदोळ्यावर? जगाने कधीही न पाहिलेल्या सौंदर्यांचा शोध करायला निघालेल्या महाकवीच्या नौकेत?

छे! काही-काही कळत नव्हते मला! महाराजांचा दृढ बाहुपाशसुद्धा मला जाणवत नव्हता!

किती तरी वेळाने माझ्या लक्षात आले, महालाच्या खिडकीतून चावट चंद्र माझ्याकडे डोकावून पाहत आहे आणि गालांतल्या गालांत हसत आहे!

मी लाजले.

महाराज माझी हनुवटी वर करून म्हणाले,

'विवाहाच्या वेळी वधू पुरोहिताला लाजू लागली, तर कसं होईल?'

मी म्हणाले,

'चंद्रावर मोठमोठ्या कवींनी अनेक सुंदर कल्पना केल्या आहेत. पण त्याला पुरोहित बनवलं नव्हतं कधी कुणी!'

महाराज उद्गारले,

'युगानुयुग तुझ्या-माझ्यासारख्यांचे गांधर्व विवाह याच्याच साक्षीनं साजरे होत आले आहेत! प्रेमिकांचा खरा पुरोहित हाच आहे!'

महाराजांच्या स्कंधावर मस्तक ठेवून मी चंद्राकडे टक लावून पाहिले. त्याचे चांदणे माझ्या गात्रागात्रांतून पाझरू लागले. छे! ते चांदणे नव्हते. निद्रित पृथ्वीला सफल प्रीतीची जी स्वप्ने पडत होती, त्यांचा सुगंध होता तो!

या सुगंधात मी हां-हां म्हणत विरून गेले. अगदी विरघळून गेले! आता शर्मिष्ठा राजकन्या नव्हती, की दासी नव्हती! ती वृषपर्वामहाराजांची मुलगी नव्हती! ती तपस्वी कचदेवांची बहीण नव्हती! ती केवळ एक प्रणयिनी होती.

११

त्या रात्रीनंतरच्या अनेक रात्री– त्या अनेक रात्रींतल्या अगणित घटका– आणि त्या अगणित घटकांतील असंख्य पळे– त्यांतले प्रत्येक पळ नि पळ जणू सुखाचे कारंजे होते!

ते सुख– तो आनंद– नाही! कितीही वर्णन केले, तरी तो ब्रह्मानंद–

समुद्र शिंपल्यात घालून कधी कुणाला दाखविता येईल का? फुलाचे चित्र काढून त्याचा सुगंध कुणाला देता येईल का? प्रीतीची अनुभूतीसुद्धा अशीच आहे!

मोक्षप्राप्ती हा शब्द मी लहानपणासून ऐकत आले होते. पण त्याचा खराखुरा अर्थ मला कधीच कळत नव्हता. मूक गीतांनी रंगलेल्या त्या मधुर रात्रींनी तो मला शिकविला.

स्त्रीचे मन शब्दाचा काथ्याकूट करीत बसत नाही. ते फक्त त्या शब्दाच्या मागे असलेली भावना पाहते. पार्वतीमाईने उन्हातान्हात आणि थंडीवाऱ्यात केवढे उग्र तप केले! पण ते काय मोक्षप्राप्तीसाठी? छे! ते होते भगवान शंकराच्या सेवेची संधी मिळावी, म्हणून! स्त्रीने प्रेम कसे करावे, याचा धडाच त्या जगन्मातेने घालून दिला होता. तिच्या पावलावर पाऊन टाकून–

१२

होय; तिच्या पावलावर पाऊल टाकून मी प्रेम केले. ययाति महाराजांवर प्रेम केले मी! ते देवयानीचे पती आहेत, हे ठाऊक असूनही मी त्यांच्यावर प्रेम केले. महालाबाहेर झोपणाऱ्या माझ्या दोन विश्वासू दासींशिवाय माझे प्रेम कुणालाही कळले नाही. ते मोठे गोड रहस्य होते. प्रेमिकांची मैत्रीण असलेल्या रजनीचे रहस्य होते ते! ते माझ्या महालात भिंतीचे रहस्य होते. अष्टौप्रहर काळोखात एकलेपणाने दिवस काढणाऱ्या त्या भुयाराचे रहस्य होते ते!

पहिल्या रात्रीच्या आनंदाची धुंदी माझ्या डोळ्यांवरून उतरायच्या आधीच

दुसऱ्या रात्रीच्या स्वप्नांची धुंदी त्यांच्यावर चढे! पण त्या उन्मादातही कुणीतरी मधेच मला जागे करी; ते कुणीतरी कठोर स्वरात म्हणे,

'शर्मिष्ठे, सावध हो; अजून सावध हो! कुठं चालली आहेस तू? काय करते आहेस तू? हे भयंकर पाप आहे. पापाचा विषवृक्ष विश्वव्यापी असतो! त्याची पानं मोहक दिसतात; त्यांची फुलं धुंद करून सोडतात; पण त्याची फळं– त्याच्या प्रत्येक फळात तक्षक लपून बसलेला असतो. त्याचा दंश कुणाला, केव्हा होईल– तो कदाचित तुला होईल, कदाचित महाराजांना होईल–'

महाराजांच्या स्पर्शाने माझ्या अंगावर जसे प्रीतीचे रोमांच फुलत, तसा पापाच्या या कल्पनेने तिथे भीतीचा काटा उठे.

मी पुनःपुन्हा स्वतःशी म्हणे,

प्रेम म्हणजे दान– सर्वस्वाचे दान! ते पाप कसे होऊ शकेल? देवयानीला माझ्याविषयी विलक्षण दुस्वास वाटतो! तिच्या मनात माझ्याविषयी अढी नसती, तर महाराजांवर जडलेले माझे मन मी आनंदाने तिच्यापुढे उघडे केले असते! मी पदर पसरून तिला म्हणाले असते– मुलगी सासरी जायला निघाली, की प्रत्येक राजकन्येची आई तिला उपदेश करते,

'सवत आपली वैरीण आहे, असं मानू नकोस. ती मैत्रीण आहे, असं समजून तिच्यावर प्रेम कर.'

तू नि मी तर बालमैत्रिणी आहोत. आपण दोघी मिळून महाराजांना सुखी करू या. तूच त्यांची पट्टराणी राहा. मला त्यांच्या जोडीनं सिंहासनावर मिरवायची इच्छा नाही. महाराणी म्हणून मिळणाऱ्या मानमरातबाची मला वांछा नाही. राजकाज संपून महाराज महालात येतील, त्या वेळी त्यांचे पाय चुरायला मिळाले, त्यांचा शीण थोडा हलका करता आला, तरी तेवढ्यानंसुद्धा मी धन्य होईन. तू उषा हो, तू प्रभा हो, तू संध्या हो, मी तुझा हेवा करणार नाही. मी सूर्यफूल होईन आणि माझ्या देवाची दुरून– अगदी दुरून पूजा करीन. तो जिकडे जाईल, तिकडे मान वळवून, डोळे भरून मी त्याला पाहत राहीन.

पापाच्या कल्पनेने बैचेन झालेल्या मनाची अशी परोपरीने समजूत घालीत असे मी! पण केव्हा केव्हा मनाला लागलेली ही टोचणी काही केल्या कमी होत नसे. मग ती पार्वतीमाईची मूर्ती डोळ्यांपुढे आणून, हात जोडून, तिला म्हणे,

'माते, तू जसं भगवान शंकरावर प्रेम केलंस, तसं महाराजांवर प्रेम करण्याचं बळ मला दे. पित्यानं पतीचा अपमान केलेला पाहताच तू यज्ञकुंडात उडी टाकलीस. हे तुझं अग्निदिव्य कधीही विसरणार नाही मी! जी प्रियकराकरिता कुठलंही दिव्य करू शकते, तीच खरी प्रेयसी, याचा स्वतःला मी कधीही विसर पडू देणार नाही. मग तरी मी पापी ठरणार नाही ना?'

१३

अधून-मधून ही टोचणी माझ्या मनाला बेचैन करून सोडी. पण तिची कुसळे टोचत नसत. तेव्हा मी सुखाच्या शिखरावर बसलेली असे. इवले-इवले पंख हलवीत फुलपाखरू फुलांवरून नाचत असते ना? तशी सकाळपासून संध्याकाळपर्यंत माझी स्थिती होई. महाराजांसाठी विडे तयार करून ठेवायचे, सुगंधी फुलांचे गजरे गुंफायचे, महाराजांना आवडेल, अशी वेषभूषा करायची, त्यांना रंजविण्याकरिता नव्या-नव्या कल्पना शोधून काढायच्या– या गोष्टींत दिवस भुर्रकन उडून जाई. मग रात्र किती लगबगीने येई. एखाद्या अभिसारिकेप्रमाणे ती घाईने संकेतस्थळी चालली आहे, असा भास होई. पण चार घटका होऊन गेल्या, की तीच रात्र एखाद्या विरहिणीप्रमाणे मंद पावलांनी चालत आहे, असे वाटू लागे. पळापळाला माझी अधीरता वाढे. काहीतरी अडचण निर्माण होईल आणि आज महाराजांचे येणे घडणार नाही, अशी शंका येऊन मन व्याकूळ होई.

अनेक प्रेमकाव्ये मी वाचली होती. प्रीतीच्या खऱ्या स्वरूपाची काहीच कल्पना नसताना प्रेमगीते रचली होती. पण ती काव्ये वाचताना आणि ती गीते रचताना मिळालेला आनंद ही प्रीतीच्या खऱ्या ब्रह्मानंदाची नुसती पुसट सावली होती. आरशात पडलेल्या चंद्राच्या प्रतिबिंबाला खरा चंद्र मानून बालकाने त्याच्याशी खेळावे, तशी मुग्ध वयातल्या एका कुमारिकेची ती केवळ कल्पनेची क्रीडा होती.

खरी प्रीती– कशी असते? ते कळायला प्रेमिकच झाले पाहिजे– प्रणयिनीच्या गावाला गेले पाहिजे. चंद्राची शीतलता आणि सूर्याची प्रखरता, अमृताची संजीवन देणारी शक्ती आणि हालाहलाची प्राण घेणारी शक्ती यांचा संगम– छे! प्रीती कशी असते, हे सांगणे सोपे नाही!

१४

एके दिवशी मध्यरात्र होईपर्यंत अमात्य राजकाजाच्या गोष्टी बोलत बसले होते. त्यामुळे महाराजांना लवकर येता आले नाही. मध्यरात्र उलटून गेली. माझी स्थिती अगदी वेड्यासारखी झाली. नाही-नाही त्या कल्पना मनात येऊ लागल्या. महाराज आजारी तर नसतील? त्यांना बरं नसलं, तर मी त्यांच्या सेवेला जायला नको का? पण ते मला निरोप कसा पाठविणार? मी तरी उघडपणे राजवाड्यावर कशी जाणार? शर्मिष्ठेला महाराजांच्या हृदयात स्थान आहे; पण त्यांच्या जवळपास मात्र तिला फिरकता येत नाही! दैवाने मला प्रेम दिले होते; पण किती कद्रूपणाने त्याने ते दान केले होते! कुबेराने एखाद्या स्त्रीला पृथ्वीमोलाचा अलंकार द्यावा; पण तो

एकांतात नि अंधारात घालण्याची आज्ञा करावी! घडीघडीला हा अनुभव मी घेत होते.

त्या रात्री मला राहवेना. मन वारा प्याल्यासारखे झाले. मी भिंतीतली कळ दाबली. धीटपणाने भुयाराच्या पायऱ्या उतरले. पण पुढे मात्र पाऊल पडेना. मी काळोखाला भ्याले नव्हते, भुयारात एखादा काळसर्प आपल्या पायाला विळखा घालील, या शंकेनेही मी विचलित झाले नव्हते! मला भय वाटत होते, ते निरनिराळ्या गोष्टींचे. मी भुयारातून महाराजांच्या महालात गेले, तर आमचे प्रेमरहस्य उघडकीस नाही का येणार? एका क्षणी माणसाचा मित्र असलेले दैव पुढच्या क्षणी त्याचा शत्रू बनते! देवयानीने ऋषीचा वेष देऊन महाराजांना माझ्याकडे पाठविले, त्या क्षणापर्यंत दैव माझे शत्रुत्व करीत होते. पण माझ्याशी कपट करणाऱ्या देवयानीलाच दैवाने हातोहात फसविले! त्या क्षणापासून मला अनुकूल झालेले दैव याच क्षणी प्रतिकूल होणार नाही कशावरून? या गुप्त मार्गाने मी महाराजांच्या महालात जावे आणि नेमकी त्याच वेळी देवयानी परत आलेली असावी! देवयानीला माझे हे रहस्य कळल्यावर काय घडेल? ती कल्पनासुद्धा मला सहन होईना. छे! हे रहस्य तिला कळता कामा नये– कधीही कळता कामा नये!

मुकाट्याने भुयारातून मी महालात परत आले. पळापळाला मला वाटले होते, मी किती अभागी आहे! परमेश्वराने मला उघड-उघड प्रेम करायचासुद्धा अधिकार दिला नाही! हस्तिनापुरातल्या एखाद्या दरिद्री दासीला जो अधिकार देवाने दिला आहे, तो राजकन्या असलेल्या शर्मिष्ठेला मिळू नये?

महाराज आले, तेव्हा माझी उशी आसवांनी ओलीचिंब झाली होती.

१५

त्या रात्री महाराजांना गाढ झोप लागली, तरी मी जागीच होते. त्यांच्या बाहुपाशात मी धुंद होऊन गेले होते; पण ती क्षणभरच. मग माझ्या मनातली सगळी भुते जागी झाली. प्रीतीच्या सावलीत विसावलेल्या मनाने मृत्यूकडे धाव घेतली. मनात आले, आम्ही दोघे अशी एकमेकांच्या बाहुपाशात असतांना प्रचंड धरणीकंप व्हावा आणि त्यात हे अशोकवन, हे मंदिर, सारे सारे गडप होऊन जावे! पुढे शेकडो वर्षांनी कोणी तरी शोधक हे सर्व खणून काढील! त्याला परस्परांच्या बाहुपाशात गुरफटून सस्मित मुद्रेने चिरनिद्रा घेत असलेले हे जोडपे दिसेल! प्राचीनकाळच्या शिल्पकाराने खडकात खोदलेल्या या रति-मदनांच्या मूर्ती आहेत, असे एखादा कवी म्हणेल! हे हस्तिनापूरच्या राजाराणीचे जोडपे असावे. असा कुणी तरी इतिहासकार तर्क करील; पण जिला उघडपणे आपल्या प्रियकरावर प्रेम करता आले नाही, अशा

एका प्रेयसीने क्रूर दैवाच्या हातून त्याला नकळत काढून घेतलेल्या हा सुवर्णक्षण आहे, हे मात्र कुणाच्याही लक्षात येणार नाही.

दुसऱ्याच क्षणी या कल्पनाचित्राचा मला राग आला! मी किती दुबळी होते– किती आप्पलपोटी होते! आपल्या सुखाचा विचार करता-करता मी महाराजांच्या म– त्या कल्पनेसरशी माझे सारे अंग शहारले. गाढ झोपेतच महाराजांना माझे ते शहारणे जाणवले असावे. आपला बाहुपाश अधिकच दृढ करीत ते पुटपुटले,

'भित्री कुठली!'

लगेच झोपेतच त्यांनी आपले ओठ माझ्या ओठांवर टेकले.

चंद्रकोर उगवताच काळोख लोप पावावा, तशी प्रीतीत भीती बुडून गेली!

१६

पण दुसऱ्या दिवशीच्या सूर्यप्रकाशाबरोबर ती वर आली. अधिक अक्राळविक्राळ रूप धारण करून! सकाळी उठताच मला मळमळल्यासारखे वाटू लागले. माझ्या दोन्ही विश्वासू दासी जाणत्या होत्या. माझे मस्तक दाबून धरीत असतानाच त्या एकमेकींकडे सूचक दृष्टीने पाहत होत्या. त्यांनी न सांगताच मी ओळखले– मी आई होणार! आनंद, भीती, लज्जा, चिंता, उत्कंठा, कुतूहल या सर्वांचे मोठे विलक्षण मिश्रण होऊन गेले माझ्या मनात?

महाराजांशी उघडपणे माझा विवाह झाला असता, तर हा केवढा आनंदाचा प्रसंग ठरला असता! साऱ्या नगरात हत्तीवरून साखर वाटली गेली असती; पण माझ्या महालातल्या मुंगीलासुद्धा हे गोड गुपित सांगायची मला चोरी होती!

नववधू म्हणून सासरी गेलेल्या आपल्या मुलीला नुकतेच दिवस गेले आहेत, हे कळल्यावर कुठली आई आनंदित होत नाही? माझे हे गुपित कळताच माझ्या आईलाही तसाच हर्ष झाला असता! माहेरी पाऊल टाकताच लाजून मी तिच्या कुशीत तोंड लपवले असते. माझे मस्तक कुरवाळीत ती म्हणाली असती.

'शमा, लहानपणाची तू गोष्ट आठवते का, ग, तुला? एके दिवशी संध्याकाळी बागेत माळी काम करीत होता. ते पाहून एक फूलझाड लावायची लहर आली तुला! मातीत नाचत-बागडत आणि चिखलात हात माखून घेत तू चिमुकलं झाड लावलंस. झोपेपर्यंत दहा वेळा दासींना घेऊन तू ते झाड बघायला गेलीस. मध्यरात्री तू एकदम जागी झालीस आणि माझ्या गालाला गाल घाशीत विचारलंस,

' 'माझ्या झाडाला फूल लागलं असेल का, ग, आई?'

'मी हसून म्हणाले,

' 'वेडी, रे, वेडी! इतक्यात त्याला फूल येईल कसं? आधी त्याच्यावर कळी

यायला हवी! मग त्या कळीचं फूल होईल.' तू रुसलीस, रागावलीस; त्या झाडाला
कळी आहे, की नाही, हे पाहायचा हट्ट धरलास. मी दासीबरोबर तुला बागेत
पाठवलं. तिथून तू आलीस, ती डोळे पुशीतच! आपल्या झाडाला अजून कळी
आली नाही, म्हणून तुला फार दुःख झालं होतं. 'केव्हा येईल, ग, माझ्या झाडाला
कळी? कशी, ग, येते ती?' हा प्रश्न त्या रात्री तू मला शंभरदा विचारला असशील!
शेवटी कंटाळून मी उत्तर दिलं, 'तुझं लग्न झाल्यावर कळेल तुला, कशी कळी येते,
ते.' मग तू दुसरा हट्ट धरलास. 'माझं लग्न कर– आधी माझं लग्न कर. म्हणजे
माझ्या झाडावर केव्हा कळी येईल, ते मला कळेल!' '

यौवनात पाऊल टाकले, तेव्हा गोड गुदगुल्या करणारी ही आठवण आता
माझ्या काळजाला चिमटे घेऊ लागली.

'आधी माझं लग्न कर' म्हणून लहानपणी आईपाशी हट्ट धरणाऱ्या शर्मिष्ठेचे
लौकिक दृष्टीने कधीच लग्न होणार नाही, हे तेव्हा कुणाच्या स्वप्नात तरी आले
असेल का? केव्हा केव्हा सत्य स्वप्नाहूनही भयंकर असते!

महाराणी होण्याची स्वप्ने पाहणाऱ्या मुग्ध शर्मिष्ठेला शेवटी दासी व्हावे
लागले; माणसाइतका निसर्ग दुष्ट नाही! म्हणून ती दासी आता आई होणार होती;
पण निसर्गाचा हा वत्सल वरसुद्धा तिला क्रूर शापासारखा वाटू लागला होता!

मी जितकी आनंदले, तितकीच गोंधळले. भीतीने मनात चूर झाले. हे रहस्य
देवयानीला कळले, तर– ती काय करील? हे सारे आपल्या आईवडिलांच्या कानांवर
गेल्यावर त्या दोघांना काय वाटेल? कुलटा म्हणून ते माझा तिरस्कार करतील का?
मी पापी नाही, हे मला कसे समजावून सांगता येईल?

माझ्या दोघी दासीही गडबडून गेल्या, तपश्चर्येला बसलेल्या शुक्राचार्यांच्या
दर्शनासाठी गेलेली देवयानी अजून परत आली नव्हती. पण ती आल्यावर–

विचार करकरून मी सुन्न झाले. मग एकदम मला कचाची आठवण झाली.
वाटले,

'तो या वेळी इथं असायला हवा होता. त्यानं मला धीर दिला असता. आपली
बहीण पापी आहे, असं त्याला वाटलं असतं, तर तिचं पाप धुऊन टाकायला त्यानं
आपलं सारं तप पणाला लावलं असतं.'

पण– या जगात मी एकटी– अगदी एकटी, अनाथ–

नाही, मी अनाथ नाही, हस्तिनापूरच्या सम्राटाची प्रेयसी अनाथ कशी होईल?
ययातिमहाराजांची आवडती पत्नी अनाथ कशी होईल?

भित्र्या मनाचे माझे मलाच हसू आले.

१७

महाराजांना हे मधुर रहस्य आज सांगायचे, असा प्रत्येक दिवशी सकाळी मी मनाशी निश्चय करी. प्रत्येक दिवशी रात्री ते निश्चय जिभेवर येऊन उभा राही. पण काही केल्या तो ओठांबाहेर पडत नसे. एखाद्या कवीचे मन सुंदर कल्पनेने फुलून जावे, पण ती कल्पना व्यक्त करणारे शब्द त्याला सापडू नयेत, तशी प्रत्येक रात्री माझी स्थिती होई.

शेवटी एकदा धीर करून हसत-हसत मी महाराजांना म्हटले,

'आपलं प्रेम आता फार दिवस गुप्त राहणार नाही हं!'

'म्हणजे? आपल्यावर पाळत ठेवली आहे? कुणी? कुणी? सांग ना? देवयानीची चोंबडी दासी असेल कुणी तरी!'

'छे! दासीबिसी कुणी नाही; पण या महालात काय आपण दोघंच आहोत?'

मला हृदयाशी घट्ट धरीत महाराज म्हणाले,

'दोघं? छे? दोघं कोण? ते कुठं आहेत इथं? ययाति आणि शर्मिष्ठा हे काय भिन्न जीव आहेत?'

किती किती धीर आला या शब्दांनी मला. पण आपले गुपित महाराजांना कसे सांगावे, हे कोडे काही केल्या सुटेना! मी लाजत, अडखळत म्हणाले,

'पण– पण–?'

'बरं, बुवा? या महालात आपण दोघं आहोत, हे मान्य आहे मला!'

'दोघं नाही, तिघं!'

'तिघं? हो, तिघं हेही खरंच! परमेश्वर जळी, स्थळी, काष्ठी, पाषाणी, सर्वत्र असतो! तेव्हा त्याला धरून आपण तिघं–'

'अंहं! मग आपण चौघं आहो इथं!'

'चौघं?'

'मी– मी–मी– लवकरच– आई–'

ते वाक्य मी काही पूर्ण करू शकले नाही. खेळून-खेळून दमलेले मूल जसे आईच्या कुशीत शिरते, तसे महाराजांच्या कुशीत मी माझे मस्तक लपविले.

माझी हनुवटी वर करीत आणि माझ्याकडे टक लावून पाहत महाराज म्हणाले,

'किती सुंदर दिसतेय्स तू, शमा! तुझे हे विस्कटलेले केस– मुद्दाम केलेल्या केशभूषेपेक्षा यात अधिक मोहकता आहे. स्वैरतेतच सौंदर्याचा विलास प्रगट व्हावा.'

मला धीर हवा होता, माझ्या सौंदर्याची स्तुती नको होती. विरसलेल्या मनाने मी म्हणाले,

'मी काही जन्मभर अशीच सुंदर राहणार नाही!'

'का नाही?'

'मी लवकरच आई होईन. मग–'

चंद्रकोर प्रचंड काळ्या ढगाआड दिसेनाशी व्हावी, तसा महाराजांचा शृंगारिक खेळकरपणा कुठल्या कुठे नाहीसा झाला. चिंतेची छाया त्यांच्या मुद्रेवर पसरली. त्यांनी मला पुन्हा हृदयाशी घट्ट धरले, पण त्या आलिंगनात आतुर प्रियकराची उत्सुकता नव्हती. अंधारात घाबरून आईला बिलगणाऱ्या बालकाची आर्तता होती!

त्यांच्या मूकपणाचा आणि स्पर्शातून जाणवणाऱ्या कातरतेचा अर्थ मला कळेना! शेवटी त्यांच्या तुटक-तुटक बोलण्यातून त्यांच्या भीतीचे कारण माझ्या लक्षात आले. त्यांच्या वडिलांचे जीवन एका ऋषीच्या शापाने दग्ध होऊन गेले होते. देवयानीला आमचे प्रेमरहस्य कळले, तर ती तपश्चर्येला बसलेल्या शुक्राचार्यांच्या गुहेपुढे जाऊन आक्रोश करीत उभी राहील. तो कोपिष्ट ऋषी तपाचा भंग झाल्यामुळे चिडून बाहेर येईल. मुलीवरल्या अंधळ्या मायेमुळे ती जे जे सांगेल, ते ते तो खरे मानील आणि शेवटी महाराजांना कसला तरी भयंकर शाप देईल!

मत्सरी आणि आक्रस्ताळी देवयानी, कोपिष्ट आणि आततायी शुक्राचार्य– दोघांचीही मला पुरेपूर माहिती होती. महाराजांची भीती खोटी नव्हती.

शुक्राचार्यांच्या कोपाला महाराज बळी पडले, तर? तर शर्मिष्ठेला चिरकाल शरमेने मान खाली घालावी लागेल. पुढल्या पिढीतल्या प्रणयिनी तिला हसतील! स्वतःच्या अब्रूसाठी, स्वतःच्या सुखासाठी हिने आपल्या प्रियकराचा बळी दिला, म्हणून भावी कवी तुच्छतेने तिच्या जीवनाकडे पाहतील.

खरे प्रेम निःस्वार्थी असते. महाराजांवर मी प्रेम केले, ते काय केवळ सुखाच्या लालसेने? प्रेम करताना मी पार्वतीमाईच्या पावलावर पाऊल टाकून जात आहे, या विचाराने माझी रुखरूख थांबली होती. आताही त्या जगन्मातेच्या मार्गानेच पुढे जायचे मी ठरविले. देवयानीला महाराजांचा कधीही संशय येणार नाही, असे वागायचे! आल्या प्रसंगाला एकटीने तोंड द्यायचे!

पार्वतीमाईचा मार्ग– मी मनाला पुन्हाःपुन्हा बजावू लागले,

'तो मार्ग यज्ञकुंडापर्यंत जातो, हे विसरू नकोस. पित्याच्या यज्ञकुंडात उडी टाकूनच पार्वती सती झाली, हे विसरू नकोस.'

१८

दुसऱ्या, की तिसऱ्या दिवशी देवयानी परत आली. दररोज रात्री माझे विडे सुकून जाऊ लागले. देवयानीला संशय येऊ नये, म्हणून महाराज आपल्या महालात रात्रभर राहत असावेत, हे मला कळे. पण त्यांच्या दर्शनाला आणि स्पर्शसुखाला

मुकलेले मन उगीच तळमळे! मधेच माझा डोळा लागे. बाहेर दूर कुठे तरी कसला तरी आवाज होई; अर्धवट झोपेत मला वाटे, हा दरवाजाचा आवाज असेल का? भुयारातून महाराज– हो! आता देवयानी परत आली आहे! तेव्हा त्यांचे माझ्याकडे केव्हा येणे होईल, हे कसे सांगावे? ते अगदी अवेळीदेखील–

पण तो सारा भास ठरे. मग मन अधिकच उदास होई. पहाटेच्या गाढ झोपेतसुद्धा आपल्या मानेखाली एक प्रेमळ हात नाही, ही जाणीव मला कशी होई, कुणाला ठाऊक! पण बागेतल्या पाखरांच्या किलबिलीपेक्षा या जाणिवेनेच मी जागी होई! आणि मग– मग उशीत तोंड खुपसून मी लहान मुलीसारखी मुसमुसत बसे– आवडते खेळणे न मिळालेल्या बालिकेसारखी!

रात्रीमागून रात्र जाऊ लागली. सुनी-दीनवाणी! डोळ्यांप्रमाणे माझे ओठही तहानेने राहू लागले. शेवटी एके दिवशी मला राहवेना. मी उठले आणि महाराजांच्या त्या चित्राची इतकी चुंबने घेतली, की सांगून सोय नाही! प्रेम वेडे असते, म्हणतात, ना?

काळ एखाद्या चपळ, अवखळ घोड्यारखा दौडत चालला होता. देवयानीला नववा महिना लागला. त्यामुळे ती अशोकवनाकडे कधीच फिरकली नाही. एकदा तिने मला मुद्दाम बोलाविले. मी राजवाड्यावर गेले. तिला माझा काही संशय आला नाही, हे पाहून मला फार-फार बरे वाटले.

–आणि त्याच दिवशी माझे महाराजांच्या विरहाचे दुःख संपले.

महालाच्या खिडकीत संध्याकाळी शोभा पाहत मी उभी होते. एकदम एका उंच वृक्षामागे आकाशात हसणारी चिमुकली चंद्रकोर मला दिसली. तिच्याकडे पाहता-पाहता मी आकाशाएवढी मोठी झाले. आपल्यापाशीही अशीच एक चिमणी चंद्रकोर– आज कुणालाही न दिसणारी गोड गोड चंद्रकोर आहे, ह्या भावनेने माझे मन फुलून गेले. मी माझ्या पोटातल्या बाळजीवाशी बोलू लागले. महाराजांचा सहवास काय कधीकाळी रात्री मिळेल, तेवढाच! पण हा बाळजीव अष्टौप्रहर माझी सोबत करीत होता. त्याचे गोड मुके गाणे दुसऱ्या कुणालाही ऐकू जात नव्हते. पण त्या मधुर संगीताच्या नादात मी माझी सर्व दुःखे विसरून जाऊ लागले. महाराजांच्या विरहाचे दुःख, त्यांच्या स्पर्शाकरिता आसुसलेल्या शरीराचे दुःख, उद्या माझे आणि माझ्या बाळाचे देवयानी कसे स्वागत करील, या भीतीने निर्माण झालेले दुःख– या साऱ्या दुःखांची शल्ये ज्याचा चेहरामोहरा मला अपरिचित होता आणि ज्याचा आवाज माझ्या ओळखीचा नव्हता, अशा त्या अज्ञात बाळजीवाच्या सहवासात बोथट होऊन गेली. कचासारख्या तपस्व्यांना ईश्वराचा साक्षात्कार होतो, तो असाच असेल का? त्याशिवाय का त्यांची मने अशी सदैव प्रशांत आणि प्रफुल्ल राहत असतील?

१९

आई होण्यात केवढा आनंद आहे! वेलीची पाने कितीही सुंदर असली, तरी फुलांशिवाय तिला शोभा नाही!

पर्णभार हे वेलीचे वैभव आहे; पण फूल हे तिच्या सौंदर्याचे आणि सुखाचे सार आहे. एक फूल-फूल कसले? एक निराळे जग ती निर्माण करते. या निर्मितीच्या आनंदाला उभ्या जगात दुसरी जोड नाही. संजीवनी-विद्येचा शुक्राचार्यांना इतका अभिमान वाटला होता, तो काय उगीच?

एकांतात त्या अज्ञात बाळजीवाशी बोलण्यात मला केवढा आनंद वाटे! मी त्याला विचारी,

'तू कुठं होतास, रे, पूर्वी?'

तो काहीच उत्तर देत नसे. मग मी म्हणे,

'आई म्हणून मी आवडेन का तुला? तुझी आई दासी आहे– पण– पण आपल्या देशाकरिता ती दासी झाली आहे, रे! तू पराक्रमी होशील ना? आपल्या आईला सुख देशील ना? माझे वडील एवढे मोठे राजे; पण त्यांना मला सुखी करता आले नाही. माझे पती हस्तिनापूरचे सम्राट! पण त्यांना मला सुखी ठेवता येत नाही. आता मला फक्त तुझीच आशा आहे, रे! माझ्या राजा, माझ्या चिमण्या चंद्रा, तुझ्याशिवाय या जगात माझं असं दुसरं काही काही नाही, रे!'

असे मी किती किती बोलायची, एखाद्या वेळी तो बाळजीव पोटातून हुंकार देत आहे, असे मला वाटायचे! छे! तो भासच असे; पण असे बोलत राहिले, म्हणजे माझे सारे दुःख नाहीसे होई. पाऊस पडून गेल्यावर आभाळ स्वच्छ होते ना? तसे मन उजळून जाई.

मला डोहाळे लागले. मी माहेरी असते, तर– तर आईने माझा प्रत्येक डोहाळा हौसेने आणि थाटामाटाने पुरवला असता! पण...

माझे डोहाळेही मुलखावेगळे होते.

मला वाटे, गर्द अरण्यात खूप खूप फिरावे, तिथल्या हिंस्र पशूंची शिकार करावी, रात्री उंच उंच वृक्षांवर चढावे आणि वरच्या निळ्या वेलीला लागणारी सारी फुले तोडून आणावीत, ती वेणीत घालावीत, एखादा सिंह दिसला, तर आयाळ धरून त्याचे तोंड उघडावे आणि त्याचे सारे दात मोजावेत!

अशा किती तरी गोष्टी माझ्या मनात येऊ लागल्या. माझे मलाच नवल वाटू लागले. मग माझ्या लक्षात आले– त्या माझ्या इच्छा नाहीत, माझ्या वासना नाहीत. मी आता स्वतंत्र उरले होते कुठे? माझ्या पोटातला बाळजीव मला खेळवीत होता!

एके दिवशी तर एक अगदी विलक्षण लहर आली मला. वाटले, म्हातारीचे सोंग घ्यावे– अगदी जख्खड आजीबाईचे– आणि महाराजांच्या पुढे जाऊन उभे राहावे. त्यांनी आपल्याला ओळखले नाही, म्हणजे एकदम ते सोंग टाकून द्यावे आणि म्हणावे,

'तुम्ही ऋषीचं सोंग घेऊन मला फसवलंत. सोंगं काय तुम्हांलाच साधतात, वाटतं? कशी फजिती केली एका माणसाची!'

२०

देवयानीला मुलगा झाला. त्याच्या बारशाला मी गेले. मात्र तिकडे जाण्यापूर्वी मी आरशासमोर उभी राहून प्रसाधन करू लागले, तेव्हा माझे पाय लटपटू लागले. माझे शरीर आता निराळे दिसू लागले होते. इतके दिवस माझे रहस्य गुप्त ठेवणाऱ्या दयाळू निसर्गालासुद्धा माझे रक्षण करणे शक्य नव्हते.

देवयानी आज आपल्या आनंदात गर्क असेल, माझ्याकडे लक्ष द्यायला तिला फुरसत होणार नाही, अशी मी मनाची कशीबशी समजूत घातली. भीत-भीतच मी वाड्यावरल्या समारंभाला गेले. एकसारखी मी तिच्या दृष्टीआड राहण्याचा प्रयत्न करत होते; पण तिने आपला यदु दाखवायला मला जवळ बोलावले. मुलगा दाखवीत असताना ती एकदम माझ्याकडे टक लावून पाहू लागली. मस्तकापासून पायापर्यंत न्याहाळले तिने मला! मग ती म्हणाली,

'अशोकवन तुला चांगलंच मानवलंय्, शर्मिष्ठे!'

मी नुसते 'हूं' म्हटले, लगेच किंचित छद्मी स्वराने तिने विचारले,

'तिथं तुला एकटं-एकटं वाटत नाही?'

'पहिल्या-पहिल्यांदा वाटलं. पण लहानपणापासून मला सांभाळणाऱ्या दोन दासी आहेत माझ्याबरोबर. त्यांच्याशी बोलण्यात नि बालपणाच्या गोड आठवणी काढण्यात पुष्कळ वेळ जातो!'

'अस्सं! आणखी कोण येतं-जातं तिथं?'

'दुसरं कोण येणार? अधूनमधून कुणी तरी ऋषी येतात, त्यांच्या सेवेत वेळ कसा जातो, ते समजतसुद्धा नाही!'

मी तिच्यापासून दूर गेले, तेव्हा वाघिणीच्या गुहेतून बाहेर आल्याइतका आनंद झाला मला.

राजवाड्यातल्या ओळखीच्या दासींशी मी बोलू लागले. मी जिथे जिथे जाई, तिथे तिथे देवयानीची म्हातारी दासी माझ्या मागोमाग येई. प्रथम हे माझ्या लक्षात आले नाही. मग मात्र मी घाबरले. ती म्हातारी सारखी माझ्याकडे पाहत होती. माझे

चालणे, उभे राहणे, वाकणे– सर्व काही ती निरखून बघत होती.

बऱ्याच वेळाने ती थेरडी दूर गेली. माझा जीव भांड्यात पडला.

आता वेळ न काढता देवयानीचा निरोप घेऊन अशोकवनाकडे जावे, असे मी मनात ठरविले. इतक्यात तिच्याकडूनच मला बोलावणे आले. मी भीत-भीत तिच्या महालात गेले. इतर दासींना बाहेर घालवून तिने दार लावून घेतले आणि कठोर स्वराने मला प्रश्न केला,

'तुला दिवस गेले आहेत!'

मी मानेने 'होय' म्हटले.

'हा व्यभिचार–'

'मी व्यभिचारी नाही. एका थोर ऋषींच्या आशीर्वादानं–'

'ऋषींच्या आशीर्वादानं? कोण ऋषी हा? त्याचं नाव, त्याचं गोत्र, त्याचं कुळ– सांग ना? बोल ना! आता का दातखिळी बसली तुझी? कुणी केली ही कृपा तुझ्यावर? कचानं?'

ती सारी रात्र मी तळमळत काढली. माझे प्रेम हे पाप नव्हते. पण ते पाप असले, तरी त्याचा पवित्र कचाशी काय संबंध होता? मला राहून-राहून स्वतःचाच राग येत होता! देवयानी हे विष ओकत असताना मी गप्प का बसले? 'कचाचं नाव उगीच घेऊ नकोस, त्याचा यात काही काही संबंध नाही!' असे तिला ताडकन मी उत्तर का दिले नाही?

ते उत्तर मी दिले असते, तर तिने खोदून-खोदून मला नाही नाही ते प्रश्न विचारले असते! आणि मग–

कचाची मनोमन क्षमा मागण्याखेरीज मला दुसरे काय करता येणे शक्य होते? मी त्याची प्रेमळ मूर्ती डोळ्यांपुढे उभी केली. त्या मूर्तीपुढे गुडघे टेकून हात जोडून मी त्याला म्हणाले,

'भाऊराया, क्षमा कर, तुझ्या या दुबळ्या बहिणीला क्षमा कर!'

२१

दुःखाचे सात समुद्र ओलांडल्याशिवाय आनंदाचे कधीही न सुकणारे फूल माणसाला मिळू नये, असाच जीवनाचा नियम आहे काय?

प्रसूतीच्या वेदनांनी मला मृत्यूच्या दारात नेऊन सोडले. जन्म आणि मृत्यू यांची ती विचित्र सांगड पाहून माझी विचारशक्तीच कुंठित झाली. महाराजांच्या बाहुपाशात जे शरीर क्षणाक्षणाला उमलत होते, फुलून जात होते, तेच आता दुःखाने पळापळाला कण्हत होते, विव्हळत होते! वेदना सहन होईनाशा झाल्या, म्हणजे मी डोळे मिटून

घेई; पण ते मिटताना मला वाटे, आता पुन्हा आपले डोळे उघडणार नाहीत. हे कठोर, पण सुंदर जग आपल्याला पुन्हा दिसणार नाही. आपले बाळ– ते कसे असेल? तो मुलगा असेल का? देवा, मला मरण यायचंच असेल, तर ते त्या बाळाला पाहिल्यावर येऊ दे– एकदा, एकदा त्याला कुशीत घेतल्यावर येऊ दे!

अरण्यातला संधिप्रकाश एकदम मावळला आणि जिकडे तिकडे काळोख पसरावा, तसे झाले. पुढे काय झाले, ते मला कळले नाही. मी डोळे उघडले, तेव्हा मला वाटले, युगायुगांच्या निद्रेतून मी जागी होत आहे. दोन्ही दासी माझ्या कानांशी लागून काही तरी कुजबुजत होत्या; पण ते शब्द प्रथम मला नीट कळेनात! मात्र पाच-दहा पळांतच त्या शब्दांतून त्रिभुवन भरून टाकणारे संगीत निर्माण झाले. मी ऐकत होते– मी जिवाचे कान करून ऐकत होते. माझ्या दासी म्हणत होत्या,

'मुलगा झालाय्! मुलगा– मुलगा– गोरापान– गुटगुटीत– मुलगा–मुलगा!'

माझ्या बाळाच्या बारशाला फक्त तीन माणसे होती. मी आणि माझ्या दोन दासी. देवयानी दुरून सर्व ऐकत होती; पण शर्मिष्ठेला मुलगा झाला, हे जणू काही तिच्या गावीच नव्हते! तिने उघड उघड माझ्याशी वैर पुकारले नव्हते; पण माझ्यावर पाळत ठेवण्याची व्यवस्था तिने केली होती. अशोकवनात काय चालले आहे, हे खडान्‌खडा तिला कळत होते.

माझा बाळ– तो एका सम्राटाचा मुलगा होता. पण तो दुर्दैवी शर्मिष्ठेच्या पोटी जन्माला आला होता. शृंगारलेल्या पाळण्यात घालून त्याचे नाव ठेवण्याचा समारंभ कोण करणार? त्याचे नाव पुरूरवा ठेवावे, असे माझ्या मनात होते. महाराजांच्या पराक्रमी पणजोबांचे नाव होते ते. पण या नावामुळे देवयानीच्या मनात नको तो संशय निर्माण होईल, अशी भीती मला वाटली; परंतु त्या नावाचा मोह मला पूर्णपणे सोडवेना. मी त्याचे नाव ठेवले पूरु! ते ठेवण्याचा समारंभ केला महालाबाहेरच्या बागेत. माझ्या हातांचा पाळणा– त्या पाळण्याच्या वर टांगलेल्या चंद्राचे खेळणे– भोवतालच्या वृक्षवेलींच्या माळा– असे साजरे झाले ते बारसे!

पूरूने माझे जीवन आनंदसागरात बुडवून टाकले. त्याचे कितीही पापे घेतले, तरी माझी तृप्ती होत नसे. त्याला मूळचेच मोठे सुरेख जावळ होते. त्या जावळातून हात फिरवताना नंदनवनातल्या फुलांच्या पायघड्यांवरून मी चालत आहे, असा भास मला होई. पूरूला भूक लागली, पिण्याकरिता माझ्या पदराशी तो झोंबू लागला, म्हणजे मला ब्रह्मानंद वाटे. दूध पिता-पिता तो मधेच थांबे. एखाद्या वेळी 'फूः' करून दुधाचे थेंब उडवून टाकी. ते थेंब त्याच्या गालांवर पडत. मग त्या गालांचे मुके घेऊन मी त्याला पुरेपुरे करून टाकी. त्याच्या गोजिरवाण्या बाळमुठीत कुबेराची संपत्ती होती. माझ्याकडे टक लावून पाहणाऱ्या त्याच्या डोळ्यांत दोन

चिमुकले चंद्र होते. मला पाहताच त्याच्या ओठांवर उमटणाऱ्या चिमण्या स्मितात वसंत ऋतूचे सारे वैभव हसत होते.

पूरू दिवसादिवसाने मोठा होऊ लागला. तो उपडा वळू लागला. रांगू लागला, बसू लागला, काऊ-माऊंशी, फुलांशी, पाखरांशी, चांदण्यांशी त्याची मैत्री जमली.

तपश्चर्येला बसलेल्या शुक्राचार्यांची गुहेबाहेर येऊन दर्शन देण्याची वेळ मध्ये एकदा येऊन गेली, म्हणे! पण यदु आजारी असल्यामुळे त्या वेळी देवयानी गेली नाही. ती हस्तिनापुराबाहेर गेल्याशिवाय महाराजांचे दर्शन आपल्याला होणार नाही, हे मी ओळखून होते; पण मला या विरहाचे दुःख जाणवत नव्हते! पूरूच्या बाललीलांत मी माझी सर्व दुःखे विसरून गेले होते. मी फक्त वर्तमानकाळात राहत होते, भूत-भविष्याची मला काळजी नव्हती...

सुखाचे दिवस हरिणाच्या पावलांनी पळतात का?

पूरूचा पहिला वाढदिवस जवळ आला. याच वेळी दर्शन देण्याकरिता गुहेतून बाहेर येण्याचा शुक्रचार्यांचा दिवस पुन्हा आला. देवयानी त्यांना नातू दाखविण्याकरिता निघून गेली. त्या दिवशी माझे मन एखाद्या नववधूसारखे अधीर झाले. आज दिवस फार रेंगाळत चालला आहे, असे मला वाटले. संध्याकाळी मोठ्या उत्साहाने मी केलेली केशभूषा पूरूने विसकटून टाकली. पहिल्यांदा– अगदी पहिल्यांदा मी त्याच्याकडे डोळे वटारून पाहिले. तो ऐकत नाही, असे पाहून मी त्याला चापट मारली. पण लगेच माझे मन मला खाऊ लागले. मी आसवांनी त्याला न्हाणले. अशा रडण्यातसुद्धा किती सुख असते!

मध्यरात्र उलटून गेली, तरी भुयारातले महालाचे दार वाजले नाही– उघडले नाही. मी निराश झाले. महाराज मला विसरून गेले, असे मला वाटले. आसवांनी माझी उशी ओलीचिंब झाली.

मध्यरात्र उलटून दोन घटका झाल्या. ते गुप्त दार वाजले. हळूहळू सरकू लागले. माझे प्राण डोळ्यांत येऊन उभे राहिले. पुढच्याच क्षणी मी– ढगात वीज शिरते ना, तशी महाराजांच्या बाहुपाशात मी पडले.

दीर्घ वियोगानंतरच ते मीलन– त्या मीलनात केवढा आनंद होता. आम्हांला खूप खूप बोलायचे होते. पण बोलायचा प्रयत्न केला, तरी दोघांच्या तोंडून शब्द उमटत नव्हता. तरीही आम्ही खूपखूप बोलत होतो; डोळ्यांनी नाही! अश्रूंनी, स्पर्शाने.

महाराज किती तरी वेळ गाढ झोपलेल्या पूरूकडे टक लावून पाहत बसले

होते. पण माझे दोन्ही हात हातांत घट्ट धरून ते म्हणाले,

'शमा, मला क्षमा कर. आज तुझ्या-माझ्या लाडक्या पूरूसाठी मला काही करता येत नाही. पण उद्या-उद्या...'

मी त्यांना पुढे बोलू दिले नाही.

देवयानी माझ्यावर पाळत ठेवण्याची व्यवस्था करून गेली होती. तिच्या जाळ्यात सापडायचे नाही, असे आम्ही ठरविले. महाराजांची भेट रोज झाली, तर ती मला काय नको का होती? पण तो मोह मी आवरला. चार-आठ दिवसांनी मिळणाऱ्या त्यांच्या सहवासात मी समाधान मानू लागले.

एके दिवशी रात्री ते आले, तेव्हा पुरू जागा होता. माझ्या एका दासीने त्याला बागेतली वेलीची फुले आपल्या चिमुकल्या हातांनी तोडायचा नाद लावला होता. त्या दिवशी संध्याकाळी ती दासी त्याला बागेत खेळवीत होती. हळूहळू एकेक चांदणी आकाशात उगवू लागली. हां हां म्हणतात आकाशात लखलखू लागले. ते नक्षत्रांचे वैभव पाहून पूरु वेडावून गेला. वेलीवरली फुले तोडायची त्याला सवय होती. तशीच ही आकाशातली फुले तोडता येतील, असे त्याला वाटले असावे! तो दासींना आपल्याला उंच उंच करायला खुणावून सांगू लागला. पण कुणी कितीही उंच केले, तरी आकाशातली नक्षत्रे बालकाच्या हाती कशी लागणार? पूरु त्याचाच हट्ट धरून बसला. रडून-रडून त्याचे डोळे मुठीसारखे सुजले. त्याला घास भरविताना चिऊ, काऊ, माऊ वगैरे त्याचे सारे मित्र बोलावले. पण तो शितालासुद्धा शिवला नाही. मध्यरात्रीपर्यंत मी त्याला खांद्यावर घेऊन थोपटीत होते; पण तो खळीला आला होता. हट्टाने जागा राहिला होता.

महाराजांनी त्याला जागा असा पाहिला, तो याच वेळी. त्याला घेण्यासाठी त्यांनी आपले हात पुढे केले. पूरूने त्यांच्याकडे क्षणभर टक लावून पाहिले. माझ्या अंगावरून त्यांच्याकडे झेप घेतल्यासारखे केले. मग त्याचे त्यालाच काय वाटले, कुणाला ठाऊक! मानेने नकार देत त्याने एकदम महाराजांकडे पाठ फिरवली. महाराज आईच्या खांद्यावरल्या त्याच्या त्या चिमण्या पाठमोऱ्या मूर्तीकडे पाहू लागले.

इतक्यात पूरु आपल्या चिमुकल्या हातांनी माझे तोंड धरून ते वळवू लागला. मला काही तरी दाखवीत होता तो! तो काय दाखवीत आहे, हे चटकन माझ्या लक्षात आले नाही. पण ते लक्षात आले, तेव्हा मात्र–

कोपऱ्यात मी काढलेले महाराजांचे चित्र होते. तो राहून-राहून त्या चित्राकडे आणि महाराजांकडे बोट दाखवीत होता. ते चित्र महाराजांचे आहे, असे तो मला

आपल्या मुक्या वाणीने सांगत होता.

'अरे, लबाडा!' म्हणून महाराजांनी किती वात्सल्याने त्याचे चुंबन घेतले. त्यांनी जिथे त्याचे चुंबन घेतले होते, तिथेच त्याचा पापा घेताना मला कोण गुदगुल्या झाल्या! त्या एकाच चुंबनाने मला दोन रसांनी न्हाऊ घातले– शृंगाराने आणि वात्सल्याने.

२२

देवयानी परत आल्यावर हे सुख सरले. पण पूरु आता एकेक अक्षर बोलू लागला होता. समुद्रमंथनातून अमृत बाहेर येताना पाहून देव-दैत्यांना काय आनंद झाला असेल, याची कल्पना पूरूच्या तोंडातून एकेक अक्षर बाहेर पडू लागले, तेव्हा मला आली. रोज संध्याकाळी त्याला घेऊन मी महाराजांच्या चित्रासमोर बसू लागले. मी त्याला त्या चित्राला नमस्कार करायला लावी, आणि मग म्हणायला शिकवी– 'त-त-', 'त-त'. एखादे वेळी तो हट्ट करी आणि दुसरेच काही तरी बोलू लागे; पण 'माझं बाळ ते'– म्हणून त्याला कुरवाळले आणि त्याचे भराभरा मुके घेतले, म्हणजे आपल्या आईला काय हवे आहे, ते त्याला कळे. त्याने अगदी लवकर 'तत, तत' म्हणायला लागावे, एखाद्या रात्री महाराजांना त्याने तशी हाक मारावी आणि हे सारे आपण पाहावे– ऐकावे, असे माझ्या मनात अनेकदा येई. मग मला वाटे– देवाने माणसाच्या मनाला कल्पनेचे पंख दिले नसते, तर फार बरे झाले असते!

पूरूच्या जीवनात मी इतकी रमून जाई की, अंतर्मनात सलणाऱ्या शल्याची उभ्या दिवसात मला आठवणसुद्धा होत नसे! पण एखादा दिवस मोठा विचित्र उजाडे!

तो दिवस असाच होता! पावसाळा संपत आला होता, तरी सकाळपासून आभाळ काळ्याकुट्ट ढगांनी भरून गेले होते, उगीच उदास वाटत होते. माझ्या एका दासीने पूरूच्या चूळ भरण्याच्या खोडकरपणाचे वर्णन करता-करता माझ्या लहानपणीच्या खोड्या सांगायला सुरुवात केली. ते सुखी, निश्चिंत बाळपण माझ्या डोळ्यांपुढे उभे राहिले. त्या भाग्यवान बाळपणानंतर आलेले करंटे दासीपण–

मनाची एकेक जखम उघड झाली, वाहू लागली!

मन असे अस्वस्थ झाले, की मी कचाची आणि त्याच्या धीर देणाऱ्या शब्दांची आठवण करीत बसे. तेवढ्याने मन स्थिर झाले नाही, स्नान करून, कचाने देवयानीला दिलेले आणि त्या जलविहाराच्या दिवशी चुकून नेसल्यामुळे माझ्याकडे आलेले ते लाल, नाजूक वस्त्र– मी नेसे.

त्या दिवशी मी तसेच केले.

अचानक संध्याकाळच्या वेळी देवयानीकडून मला बोलावणे आले. 'मुलाला घेऊन ये' असा तिचा तातडीचा निरोप होता. मी गडबडले. वस्त्र बदलण्याचेसुद्धा भान राहिले नाही मला!

देवयानीला आमच्या प्रेमरहस्याचा काही सुगावा तर लागला नाही ना? एखाद्या रात्री मला महाराज भेटायला आले असतील! तिने पाळत ठेवायला सांगितलेल्या दासींपैकी कुणी तरी ते आपल्या महालात नाहीत, असे पाहिले असेल! ती चुगली तिच्यापाशी केली असेल! असे ना! त्यात घाबरण्यासारखे काय आहे एवढे? राजकाजासाठी महाराज कुठेही बाहेर गेले असतील! तेवढ्यावरून ते काही अशोकवनात आले होते, असे सिद्ध होत नाही.

२३

भीत-भीतच मी राजवाड्यावर गेले. मी नेसलेले ते लाल अंशुक देवयानीने पाहिले; पण तिच्या कपाळाला काही आठी पडली नाही. मला बरे वाटले.

पूरूला घेऊन तिने मुद्दामच बोलावले होते मला! सामुद्रिक शास्त्रात पारंगत असलेला तो पूर्वीचा पंडितच पुन्हा राजधानीत आला होता. मागे राजमातेने त्याला बोलावून आणले होते. तेव्हा माझा हात पाहून तो म्हणाला होता,

'ही मुलगी फार दुर्दैवी आहे! पण हिचा मुलगा सिंहासनावर बसेल!'

आज त्या पंडिताची परीक्षा पाहण्याकरिता देवयानीने निराळीच युक्ती योजिली. यदु आणि पूरु हे अगदी सख्खे भाऊ दिसतील, असा वेष तिने दोघांच्या अंगांवर चढविला. मग खूप खेळणी देऊन त्या दोघांना आपल्या महालात खेळायला बसविले. मुले खेळांत रंगल्यावर ज्योतिषीबुवांना तिथे बोलावून आणले. त्यांनी त्या दोन्ही मुलांचे उजवे हात पुनःपुन्हा पाहिले. डावे बघितले. शेवटी यदूकडे पाहत ते म्हणाले,

'हा मुलगा दुर्दैवी दिसतोय्!'

देवयानीने ओठ चावून मोठ्या कष्टाने आपला राग गिळला. मग पूरूकडे बोट दाखवीत ती म्हणाली,

'अन् हा?'

खूप वेळ पूरूचा हात पाहून ते म्हणाले,

'चक्रवर्ती राजा होईल!'

अंगावर वीज कोसळावी, तशी देवयानीची स्थिती झाली. ज्योतिषीबुवांची फजिती करण्याकरिता ती म्हणाली,

'अहो! हे दोघे भाऊ भाऊ आहेत! दोघेही राजकुमार आहेत. त्यांच्या आयुष्यांत

इतका फरक कसा पडेल?'

ज्योतिषी शांतपणे उद्गारला,

'दैव ही मोठी अद्भुत शक्ती आहे महाराणी! ज्या आकाशात शुक्राची चांदणी चमकत असते, तिथून उल्का पृथ्वीवर पडते आणि दगड बनते!'

ज्योतिषीबुवांना निरोप द्यायच्या गडबडीत देवयानी होती. इतक्यात महाराज अचानक महालात आले. त्यांच्याबरोबर त्यांचा मित्र माधवही होता. महाराज दिसताच 'त-त, त-त' म्हणून पूरु त्यांच्याकडे जाण्याची धडपड करू लागला. एकदा तर त्याने त्यांच्याकडे झेप घेतल्यासारखे केले. माझ्या तोंडचे पाणी पळाले. देवयानीने मध्येच क्रुद्ध स्वराने 'काय, ग! काय म्हणतोय् तो?' असे मला विचारलेदेखील! मी काहीच बोलले नाही. सुदैवाने पूरूच्या त्या एकाक्षरी मंत्राचा अर्थ कुणाच्याही लक्षात आला नाही!

२४

ज्योतिषीबुवा जाताच महाराजांशी एक शब्दसुद्धा न बोलता देवयानी मला म्हणाली,

'माझं तुझ्याशी थोडं काम आहे. तिकडं महाराजांच्या महालात आपण स्वस्थ बोलत बसू या. नगरात मोठे नृत्यकुशल कलावंत आले आहेत, त्यांची नृत्यं करून दाखवायचा ते आग्रह करीत आहेत. चल, पूरूलाही घे बरोबर.'

महाराजांच्या महालात मी पाऊल टाकताच देवयानीने स्वतःच्या हाताने दार बंद केले. मी मनात चरकले. मंचकावर बसून कठोर स्वराने तिने मला विचारले,

'शर्मिष्ठे, तू माझी दासी आहेस, हे तुझ्या लक्षात आहे ना?'

मी नम्रतेने होकारार्थी मान हलविली.

'दासींचे पुष्कळ दोष मी पोटात घालते–घालीन. पण कुणाही दासीचा व्यभिचार...'

'मी व्यभिचारी नाही!'

ती विकट हास्य करीत उद्गारली,

'नवरा नसलेल्या बाईला मूल होतं, नि तरी तिला कुणी व्यभिचारी म्हणता कामा नये! चांगला न्याय आहे हा!'

'एका ऋषींच्या कृपेनं मला पूरु झाला आहे!'

'त्या ऋषींचं नाव?'

'नावाशी काय करायचंय् जगाला?'

'असल्या भाकडकथा जगाला खऱ्या वाटत नाहीत. म्हणून जग नावाची चौकशी करतं!'

'शुक्राचार्य मेलेली माणसं संजीवनी मंत्रानं जिवंत करीत असत! हीसुद्धा भाकडकथाच का?'

संतापून दात-ओठ खात ती म्हणाली,

'मस्तवाल पोरी! तुझं मस्तक ठिकाणावर आहे का? लहान तोंडी मोठा घास घेतला, की तो घशात अडकून डोळे पांढरे होतात, हे विसरू नकोस. ज्यांच्या तपश्चर्येचा त्रिभुवनाला दरारा वाटतो, ते माझे बाबा कुठं आणि तुझ्यासारख्या दासीचे पाय चाटणारा हा भुक्कड ऋषी कुठं! सांग, तुझ्या या चोरट्या प्रियकराचं नाव सांग.'

'मी सांगणार नाही.'

'मी महाराणी आहे. माझी अवज्ञा केलीस, तर मी देईन, ती शिक्षा तुला भोगावी लागेल. उद्या दरबार भरविणार आहे मी! त्या दरबारात व्यभिचारिणी म्हणून तुला मी उभी करणार आहे. तिथं तुझं पावित्र्य तुला सर्वांना पटवून द्यावं लागेल. तू लोकांची खात्री करू शकली नाहीस, तर– हे लाल वस्त्र तू नेसली आहेस, ते चांगलं केलंस. वधस्तंभाकडे जायच्या वेळी माणसाला तांबडं वस्त्रच नेसावं लागतं!'

माझ्या डोळ्यांपुढे काजवे चमकू लागले. देवयानीचा पुढचा शब्दसुद्धा न ऐकता इथून चालते व्हावे, मग पुढे काय व्हायचे असेल, ते होवो, असा मी मनाशी निश्चय केला. पूरूला घट्ट छातीशी धरून मी दाराकडं धावले.

'कुठं चाललीस?' या देवयानीच्या शब्दांनी माझे पाऊल मधल्या मधे जागच्या जागी थांबले. तिच्या शब्दांत अघोरी मांत्रिकाची अद्भुत शक्ती होती!

'महाराज! महाराज!' म्हणून खूप मोठ्याने ओरडावे, असे मला वाटले–किती किती वाटले! पण माझ्या तोंडून शब्दच बाहेर फुटेना! लगेच मनात आले, महाराज माझ्या मदतीला धावून आले, तर हे सारे प्रकरण भयंकर भडकेल! जे रहस्य आपण इतके दिवस मोठ्या कष्टाने लपवून ठेवले आहे, हे क्षणार्धात चव्हाट्यावर येईल. देवयानीच्या अंधळ्या आणि अमर्याद रागाला महाराज बळी पडतील. शुक्राचार्य त्यांना एखादा विचित्र शाप देतील–

असल्या कोपिष्ट ऋषीच्या शापाने दगड बनलेल्या किंवा जनावर झालेल्या कितीतरी स्त्री-पुरुषांच्या कथा लहानपणापासून ऐकत आले होते. ती भयानक दृश्ये माझ्या डोळ्यांपुढे उभी राहिली.

सारे दुःख आणि सारी भीती गिळून मी एखाद्या खांबासारखी स्तब्ध उभी राहिले.

देवयानीने मला आपल्या मागून येण्याविषयी खूण केली. मी तिच्यामागून चालू लागले. ती महालाच्या पूर्वेकडच्या भिंतीकडे गेली. ती भिंत हुबेहूब इतर भिंतीसारखी दिसत होती. पण तिच्यात कुठे तरी गुप्त कळ होती–अशोकवनातल्यासारखीच देवयानीने ती कळ दाबताच दार उघडले,

'चल, हो पुढं!' ती उद्गारली.

एखाद्या मंत्रमुग्ध माणसाप्रमाणे मी त्या भुयाराच्या पायऱ्या उतरू लागले. माझ्यामागून ती एकेक पायरी उतरत होती.

या भुयारातून ती मला कुठे नेणार आहे, माझे काय करणार आहे, ते मला कळेना. पण ते भुयार फार लांब नव्हते. त्याच्या दुसऱ्या टोकाला एक तळघर होते.

देवयानी माझ्याकडे वळून म्हणाली,

'आत जा. चांगला एकांत आहे या तळघरात. हवं तर, तुझ्या त्या चोरट्या प्रियकराला बोलीव इथं मनसोक्त सुख लुटायला! मात्र एक गोष्ट लक्षात ठेव. आपल्या प्रियकराचं नाव सांगायचं, की नाही, याचा निर्णय आज रात्री तुला घेतला पाहिजे. तो प्रियकर ऋषी आहे ना? मंत्रबळानं येईल तो इथं! तो आला नाही, तर त्याच्या पोराचा सल्ला घे! मी सकाळी येईन. त्या वेळी तुझ्या प्रियकराचं नाव सांगितलंस, तर ठीक आहे; नाही तर नगरात दवंडी पिटवीन–संध्याकाळी दरबार भरवीन, त्यात तुझ्या व्यभिचाराची चौकशी करवीन, आणि–'

बोलता-बोलता ती थांबली. मग नुसती हसली. त्या हसण्यात हालाहलाचा अर्क काठोकाठ भरला होता. लगेच कृत्रिम मृदू स्वरात ती म्हणाली,

'इथं कुणी तपश्चर्येला बसला ना? म्हणजे त्याच्या सेवेला आम्ही कुणाला तरी ठेवतो. तसा एक पहारेकरी ठेवणार होते मी! पण तो तुझ्या सौंदर्याला भुलेल आणि उद्या सकाळी प्रियकर म्हणून त्याचं नाव सांगायला तू मोकळी होशील! म्हणून मी इथं आज कुणालाही ठेवणार नाही. मात्र एक गोष्ट विसरू नकोस. फक्त चार प्रहरांचा अवधी आहे आता. खरं सांग. खरं सांग, तुझ्या या मुलाच्या हातावर चक्रवर्तिपदाची लक्षणं कशी आली?'

मी शांतपणे उत्तरले,

'ऋषींच्या आशीर्वादानं!'

'मग त्याच ऋषींच्या आशीर्वादानं या तळघरातून रात्री तू गुप्तही होशील!'

'होईन ना! त्यात अशक्य असं काय आहे? अशोकवनातून यति मध्यरात्री नाहीसा झाला, ते ठाऊक आहे ना? दुथडी भरलेल्या यमुनेच्या पाण्यावरून तो चालत गेला, म्हणे! मीही तशीच या तळघरातून–'

प्राण गेला, तरी हरकत नाही, पण देवयानीला शरण जायचे नाही, या ईर्ष्येने मी सुचेल ते बोलत राहिले. पण ती जेव्हा तळघराचे दार लावून घेऊ लागली, तेव्हा माझा सारा आवेश एका क्षणात ओसरला. वाटले, धावत जावे, ते दार मागे ओढावे, देवयानीचे पाय धरावेत आणि तिला म्हणावे,

'माझा हवा तो छळ कर, माझा प्राण घे. पण माझं बाळ–याचे हाल करू नकोस. ग! या तळघरात, या अंधारात–'

त्या अंधारात मी युगेच्या युगे बसले आहे, असे मला वाटत होते. काळोखाला भिऊन पूरु रडू लागला. त्याला मी पदराखाली घेतले. आपली आई आपल्याजवळ आहे, या भावनेने माझे पाडस थोड्या वेळाने विश्रब्ध मनाने माझ्या मांडीवर झोपी गेले. पूरूला आई होती, तिचा आधार होता. पण मला–

प्रत्येक क्षण मला खायला येऊ लागला. तळघरात अंधार हळूहळू किंचित विरळ होऊ लागला. मग त्या अंधारात कुणी तरी हालचाल करीत आहे, असा भास झाला. तो भास होता? छे! मला काहीच कळेना.

ती एक तरुण स्त्री असावी! कोण असावी बरे ती? माझ्यासारखीच या तळघरात बळी गेलेली एखादी दुर्दैवी प्रणयिनी? ती कोण होती? ती काय शोधीत होती?

माझ्या मनात आले, विचार करकरून आपल्याला वेड लागावे, म्हणून तर देवयानीने इथे आपल्याला डांबून ठेवले नसेल!

त्या लहानशा खोलीच्या चार भिंती किती किती भयंकर गोष्टी सांगू लागल्या! कामुक राजाचे प्रेम, सवतीचा मत्सर, घराण्याच्या प्रतिष्ठेकरिता केलेला खून, अश्राप तरुणींना पाजेलेले विषाचे प्याले–

भिंतीवर धाड् धाड् डोके आपटून कपाळमोक्ष करून घ्यावा आणि या यमयातनांतून मोकळे व्हावे, असे माझ्या मनात आले. आत्महत्येच्या विचाराने भारावून जाऊन मी उठू लागले. पण मला उठता येईना. पूरु माझ्या मांडीवर झोपला होता. त्याची झोपमोड होईल–

परमेश्वराने किती नाजूक, पण किती दृढ पाशाने मला या जगाशी बांधून टाकले होते!

एकदम खोलीत कुठन तरी प्रकाश चमकून गेला. मी दचकून वर पाहिले. कोपऱ्यात अगदी उंचावर हवा येण्यासाठी एक खिडकी ठेवली होती. बाहेर उंचावर विजा चमकत असाव्यात. तो चकचकाट त्या खिडकीतून–

त्या प्रकाशाने मला धीर आला. मी कचाची आठवण करू लागले. या प्राणसंकटात त्याची आठवण करून देणारे ते आवडते वस्त्र माझ्या अंगावर होते. मी सुदैवी आहे, असे मला वाटू लागले. माझे मन शांत झाले. पूरूला पोटाशी घेऊन मी जमिनीवर झोपले. हळूहळू माझा डोळा लागला.

मी जागी झाले, ते दाराच्या आवाजाने. प्रथम वाटले, हे सारे स्वप्नच आहे. पण ते स्वप्न नव्हते. तळघराचे दार कुणीतरी उघडले होते.

आशा आणि भीती यांच्या कात्रीत मनाच्या चिंधड्या होऊ लागल्या. माझी मुक्तता करायला कुणी आले असेल, की–

देवयानीच विषाचा प्याला हातात घेऊन पुन्हा आली नसेल ना?

विजेचा मोठा चकचकाट झाला. त्या प्रकाशात मला आत आलेल्या व्यक्तीची ओळख पटली. ते महाराज होते. जवळ येऊन त्यांनी माझ्या खांद्यावर हात ठेवला. ते माझ्याशी काही काही बोलले नाहीत. ते दाराकडे चालू लागले. मी पूरूला घेऊन त्यांच्यामागून एकेक पाऊल टाकू लागले.

आम्ही झटकन वर महालात आलो. महालाच्या दक्षिणेकडील भिंतीला कुठे तरी असलेली कळ महाराजांनी दाबली. महाराज पुढे झाले. त्यांच्यामागून मी चालू लागले. या साऱ्या गडबडीत पूरु जागा झाला होता. 'त-त, त-त!' म्हणून तो महाराजांना हाक मारीत होता. त्याच्या तोंडावर हात ठेवून मी त्याला गप्प करीत होते.

भुयारातून भरभर चालत आम्ही अशोकवनाकडे आलो. भुयारातून महालात येण्याचे दार महाराजांनी उघडले. ते मला म्हणाले,

'आता क्षणभरही इथं राहू नकोस. तुझ्या दासींशीसुद्धा यातलं काही बोलू नकोस. बाहेर रथ उभा असेल. त्या रथात बैस. माझा मित्र माधव त्या रथातून तुला– जा, जा, लवकर जा!'

बोलता-बोलता त्यांचे डोळे भरून आले. भरल्या डोळ्यांनीच त्यांनी माझे चुंबन घेतले. त्यांचे अश्रू माझ्या गालावर पडले. पूरूचे मस्तक त्यांनी थोपटले, आणि एकदम भुयाराचे दार लावून घेतले.

माझ्या दासी गडबडून गेल्या होत्या. मला शोधीत होत्या. पण त्यांच्याशी अवाक्षरसुद्धा न बोलता मी बाहेर आले. महाराजांनी सांगितल्याप्रमाणे तिथे एक रथ उभा होता. मी त्या रथात बसले. रथ धावू लागला.

सारथी घोड्यांना एकसारखा चाबूक मारीत होता. घोडे भरधाव धावत होते. आकाशात ढगांच्या पाठीवर विजांचे चाबूक कडाडत होते. ढग खिंकाळत होते.

आम्ही नगराबाहेर पडतो, न पडतो, तोच मुसळधार पाऊस सुरू झाला. हां हां म्हणता सृष्टीने रौद्र स्वरूप धारण केले. उद्या सकाळी शर्मिष्ठा तळघरात नाही, असे पाहून देवयानी असेच अकांडतांडव करील असेल, त्या विकल मनःस्थितीतही माझ्या मनात आले.

रथ धावत होता. शेवटी मार्गाच्या बाजूला असलेल्या एका पडक्या देवालयापाशी तो थांबला.

'महाराणी–' माझ्या कानांवर शब्द पडला. आवाज ओळखीचा वाटला. पण मला त्या संबोधनाचा अर्थच कळेना! मी गप्प बसले. पुन्हा तीच हाक आली. सारथ्याशेजारी बसून ओलाचिंब झालेला माधव मलाच हाक मारीत होता, 'महाराणी... '

त्या हाकेने माझे अंग पुलकित झाले. डोळे मिटून त्या हाकेचा आनंद मी क्षणभर मनसोक्त उपभोगला.

माधव म्हणत होता,

'महाराणींनी इथं उतरावं!'

'महाराजांची तशी आज्ञा आहे?'

'होय, कुणालाही, कसलीही शंका येऊ नये, म्हणून रथ घेऊन मी लगेच राजधानीकडे परत जाणार आहे. महाराणींनी पुन्हा हस्तिनापुरात येऊ नये; त्यात धोका आहे, असं–' बोलता- बोलता तो थांबला.

पूरूला घेऊन मी रथातून उतरले. महाराणीला पावसाचा अभिषेक होत होता. भावी चक्रवर्ती राजावर विजा चवऱ्या ढाळीत होत्या.

मी माधवाला म्हटले,

'महाराजांना माझा निरोप सांगाल?'

'काय?'

'शर्मिष्ठा सदैव आपल्या हृदयात महाराजांच्या पावलांची पूजा करीत राहील. मृत्यूच्या दारातसुद्धा! त्यांची आज्ञा ती कधीही मोडणार नाही. आणि–'

'आणखी काय?'

'आणि माझा पूरु कुठंही असला, तरी त्याच्या मस्तकावर त्यांचा वरदहस्त सतत असावा! महाराजांच्या आशीर्वादानं–'

मला पुढे बोलवेना. भिजून चिंब झालेल्या पूरूला पोटाशी धरून मी म्हटले,

'चला, बाळराजे! चला. नवी सृष्टी निर्माण करणारा पर्जन्य तुम्हांला सोबत करीत आहे. आकाश उजळवून टाकणारी वीज तुमच्या आईच्या हातातल्या दिव्याचं काम करीत आहे. या पर्जन्यापेक्षाही शीतल व्हायला चला, या विजेपेक्षाही तेजस्वी व्हायला चला!'

***

भाग तिसरा

भाग तीसरा

ययाति

१

देवयानीचे पहिले नृत्य संपले.

गौरवदर्शक टाळ्यांचा कडकडाट झाला. तो थांबला, न थांबला. तोच मेघांचा गडगडाट ऐकू येऊ लागला. देवयानी आणि मी राजवाड्यातून नृत्यशाळेकडे आलो, तेव्हाच आकाश काळ्याकुट्ट ढगांनी भरून गेले होते. देवयानीच्या मनातही तितक्याच काळ्याकुट्ट विचारांचे थैमान सुरू असावे!

'शर्मिष्ठेला तुझी नृत्यं पाहण्यासाठी ठेवून का घेतलं नाहीस?' असे मी तिला विचारले.

ती हसत म्हणाली,

'मी फार आग्रह केला तिला, पण तिला बरं वाटत नव्हतं! म्हणून ती संध्याकाळीच अशोकवनात परत गेली!'

पण माझा संशय मला गप्प बसू देईना. देवयानीच्या डोळ्यांत कसला तरी आसुरी आनंद चमकत होता! काळ्याकुट्ट ढगांतून चमकणाऱ्या विजेसारखा!

मी माधवाच्या कानात कुजबुजलो. तो रथ घेऊन अशोकवनात जाऊन आला. शर्मिष्ठेच्या विश्वासू दासीकडे त्याने चौकशी केली. ती अजून परतली नव्हती! देवयानीच्या मनात काही तरी काळेबेरे आले आहे, ती कपटाने शर्मिष्ठेला नाहीशी

करू पाहत आहे, अशी माझी खात्री झाली. मी विचार करू लागलो.

'तिनं कुठं बरं लपवून ठेवलं असेल तिला?'

एकदम राजवाड्यातले ते भुयार—आईने अलकेला विष देऊन जिथे ठेवले होते, ते भुयार मला आठवले. प्रत्येक महाराणीला या भुयाराची परंपरेने माहिती मिळत असावी! शर्मिष्ठेची सुटका कशी करावी—

देवयानीचे वसंतनृत्य सुरू होत होते. राजधानीत आलेल्या काही मोठमोठ्या कलावंतांनी तिच्या नृत्यकौशल्याची कीर्ती कर्णोपकर्णी ऐकली होती. राक्षसराज्यात ही मंडळी गेली, तेव्हा तर 'गुरुकन्या देवयानी इथं असती, तर तुमच्यांतल्या नर्तक-नर्तकींना तिच्यापुढं नृत्य करण्याचा धीरसुद्धा झाला नसता!' असे खुद्द वृषपर्वामहाराज म्हणाले होते. साहजिकच सर्वांना देवयानीची नृत्यकला डोळे भरून पाहण्याची इच्छा होती. माझा अभ्यास आता सुटला आहे, असे सांगून तिने प्रथम पुष्कळ आढेवेढे घेतले; पण शेवटी तिचा अहंकार जागृत झाला. रात्रीचा तिसरा प्रहर होईपर्यंत देवयानी नृत्यशाळेत असणार, हे आता उघड होते.

समोर सुरू असलेले वसंतनृत्य करताना देवयानी किती सुंदर, किती कोमल, किती निष्पाप दिसत होती! पण याच वेळी तिच्या अंतरंगात केवढी क्रूर स्त्री आपल्या भीषण कल्पनातांडवात निमग्न झाली असेल! माणूस हा देव आणि राक्षस यांचा किती विचित्र संकर आहे!

वसंताच्या पहिल्या स्पर्शाबरोबर पालवणारी, मग फुलणारी, मग आपल्याच सुगंधाच्या धुंदीने बेभान होऊन वसंतवायूबरोबर नाचू लागणारी लतिका देवयानीने उत्तम रीतीने आपल्या नृत्यातून प्रगट केली. तिच्या पैंजणांची छुमछुम कोकिलकूजनासारखी वाटत होती, शेवटी ती लता जवळच्या वृक्षाला मिठी मारून त्याच्या खांद्यावर मान ठेवते आणि प्रणयाच्या ब्रह्मानंदात शांतपणे झोपी जाते, हे तिने किती नाजुकपणाने सूचित केले!

माणसातला कलावंत त्याच्यापेक्षा अगदी निराळा असतो का? वसंतनृत्यातून प्रणयभावनेचे विविध रंग प्रगट करताना देवयानी कशी धुंद होऊन गेली होती! ती देवयानी राहिली नव्हती. अंतर्बाह्य ती प्रणयिनी झाली होती; पण तिचे हे मृदुमधुर रूप मी कधीच पाहिले नव्हते. एकांतातल्या परम सुखाच्या क्षणी ती दुसराच कसला तरी विचार करीत आहे, असे वाटे. तिच्या आलिंगनात शर्मिष्ठेच्या उत्कटतेचा अनुभव मला क्वचितच आला असेल! चुंबन देतानादेखील ती माझ्यापासून काही तरी लपवून ठेवीत आहे, असे माझ्या मनात येई.

कलावंत म्हणून ती प्रणयिनी होऊ शकत होती; पण पत्नीच्या भूमिकेवरून प्रणयिनी होणे तिला कधीच साधले नाही. असे का व्हावे बरे? का माणसाने एकरूप असूच नये, असा त्याला नियतीचा शाप आहे? त्याचे मन दुभंगलेले नसेल, तर

तो दुःखी होणार नाही, म्हणून ब्रह्मदेवानेच हा शाप त्याच्या ललाटी लिहून ठेवला आहे काय?

वसंतनृत्यातून ती 'उमाचरित' हे नृत्य करून दाखविणार होती. त्यात दक्षयज्ञातल्या सतीपासून भिल्लीण बनून रागावून निघून गेलेल्या शंकराला भुलविणाऱ्या पार्वतीपर्यंत अनेक दर्शने होती. त्या सर्व प्रसंगांची नृत्ये ती करून दाखविणार होती.

मी आत गेलो. वसंतनृत्य अतिशय सुंदर झाल्याचे देवयानीला सांगितले. ती नुसती हसली. एखाद्या निरागस बालिकेसारखी! ती या वेळी कलेच्या जगात होती, कलावंताच्या धुंदीत होती.

मी हळूच नृत्यशाळेबाहेर आलो. माधवाला मी आधीच बाहेर पाठविले होते. तो रथ घेऊन उभा होताच! त्याने मला राजवाड्यावर सोडले. लगेच तो अशोकवनाकडे निघून गेला. देवयानीच्या वृद्ध दासीची मी मूठ दाबली. तिचे तोंड उघडले. माझा तर्क बरोबर होता. शर्मिष्ठा तळघरातच होती. नुसती शर्मिष्ठाच नव्हे–पूरुही! माझ्या अंगावर काटा उभा राहिला.

देवयानी म्हाताऱ्या दासीला डोळ्यांत तेल घालून महालावर नजर ठेवायला सांगून गेली होती. राजवाड्याच्या द्वाररक्षकांना जाताना ती काही बजावून गेली होती, असेही ती दासी म्हणाली.

पायऱ्या उतरून तळघराकडे जाताना माझी छाती धडधड करीत होती. याच जागी आईने अलकेला विष देऊन जगातून नाहीसे केले होते. आता त्याच जागी देवयानी शर्मिष्ठेचा प्राण घेण्याचा प्रयत्न करीत आहे! अलका– ती गोड सोनेरी केसांची निष्पाप मुलगी! माझ्यापायी– नि आता?

विचार करायला वेळ नव्हता. पळणारे प्रत्येक पळ जीवन आणि मरण यांच्या सीमारेषेवरून धावत होते. शर्मिष्ठेला तळघरातून काढून घाईघाईने भुयाराच्या वाटेने मी अशोकवनाकडे नेले. भुयाराच्या अगदी वरच्या पायरीवर उभे राहून शर्मिष्ठेला निरोप देताना माझ्या हृदयाचे तुकडे झाले! वाटले, काळाला हात जोडून प्रार्थना करावी–

'थांब, थोडा थांब, अशी घाई करू नकोस. या निष्पाप अभागिनीकडे पाहा! या निरागस अर्भकाकडे पाहा!'

पण काळ कुणासाठी थांबला आहे? शर्मिष्ठेला जवळ ओढून, घट्ट घट्ट बाहूपाशात लपेटून टाकावे, ज्या आलिंगनाचा दोघांनाही कधी विसर पडणार नाही, असे आलिंगन तिला द्यावे आणि ज्या चुंबनाची स्मृती मृत्यूच्या क्षणीही आम्हांला आनंदाने पुलकित करील, असे तिचे चुंबन घ्यावे, या इच्छेने मी व्याकूळ होऊन गेलो.

–आणि ते अजाण अर्भक! पोरा, मागच्या जन्मी असे काय पाप केले होतेस,

म्हणून सम्राटाच्या पोटी येऊन एखाद्या गुन्हेगाराच्या मुलाचे निराधार आयुष्य तुझ्या वाट्याला यावे? तुझ्या हातावर चक्रवर्तिपदाची चिन्हे आहेत, म्हणून आज संध्याकाळी ज्योतिष्याने सांगितले आणि त्यानंतर अवघ्या दोन प्रहरांच्या आतच एखाद्या भणंग भिकाऱ्याच्या पोराप्रमाणे तुला नगराबाहेर पडावे लागत आहे!

पूरूला एकदा जवळ घ्यावे, असे मला फार-फार वाटले; पण त्याला जवळ घेतल्यावर पुन्हा दूर करणे कसे शक्य होते? मन घट्ट करून मी शर्मिष्ठेला निरोप दिला. तोंडाने नाही– ओठांनी, डोळ्यांनी, अश्रूंनी!

नृत्यशाळेत परत येताना एक सुंदर रत्नमाळ घेऊन मी आलो, तेव्हा देवयानीचे भिल्लिणीचे नृत्य चालले होते. सर्व प्रेक्षक रंगून गेले होते. भिल्लीण कटाक्षांनी शंकराला क्षणोक्षणी विद्ध करीत होती. मोहक हालचालींनी उन्मादित करीत होती. त्याने थोडीशी लगट केली, की गोड गिरकी घेत त्याच्यापासून दूर जात होती. प्रियकराला खेळविण्याचे आणि सुखविण्याचे सर्व प्रकार देवयानीला अवगत होते; पण ते कलावंत म्हणून! माझ्याशी हे खेळ ती कधीच खेळली नाही! का? असे का व्हावे?

नृत्य संपल्यावर देवयानीला विसावा मिळावा, म्हणून मधे इतरांची नृत्ये झाली. शेवटी देवयानीचे वर्षानृत्य सुरू झाले. वसंतनृत्यात मुग्ध प्रणयाचा आविष्कार होता. या नृत्यात उन्मत्त प्रणय प्रकट करायचा होता. पण देवयानीचे हे नृत्यसुद्धा सुरेख वठले; पुन्हा तेच कोडे माझ्यापुढे उभे राहिले. देवयानीचा हा सारा उन्माद एकांतात कुठे जातो? झुळझुळते पाणी गोठून जावे, तशी ती माझ्या बाहुपाशात भावनाशून्य होते, असे का व्हावे?

नृत्याला रंग चढला होता; पण मी मात्र त्यात रंगू शकलो नाही. माझे सारे लक्ष माधवाच्या वाटेकडे लागून राहिले होते. तो अजून कसा परत आला नाही? त्याचा रथ कुणी अडवला असेल काय? ते शक्य नाही. राजमुद्रा त्याच्याजवळ आहे. मग त्याला परत यायला इतका उशीर का व्हावा? कदाचित रथातून उतरताना शर्मिष्ठा रडू लागली असेल! हळव्या मनाचा माधव! तो तिची समजूत घालीत बसला असेल! कदाचित तो तिला परत घेऊन येईल! तसे झाले, तर– तर देवयानीसारख्या चंडिकेच्या हातून तिची सुटका करण्याकरिता केलेले सारे प्रयत्न वाया जातील!

एका सेवकाने हळूच नृत्यशाळेकडे येऊन राजमुद्रा माझ्या हातात दिली. नगराबाहेर दूर– त्या पडक्या देवळापाशी– माधव शर्मिष्ठेला सोडून परत आला, हे उघड झाले. माझे मन थोडे स्थिर झाले.

वर्षानृत्य संपले. साऱ्या कलावंत-प्रेक्षकांतून गौरवदर्शक टाळ्यांचा कडकडाट झाला. देवयानी सर्वांना अभिमानपूर्वक अभिवादन करीत होती. इतक्यात मी उठलो आणि तिच्या गळ्यात रत्नमाळ घालीत कलावंतांना उद्देशून म्हणालो,

'हे पतीनं केलेलं पत्नीचं कौतुक नाही. हा एका सामान्य रसिकानं एका असामान्य कलावंताला दिलेला लहानसा नजराणा आहे!'

सारी नृत्यशाळा हास्ययुक्त टाळ्यांनी आणि आनंदकल्लोळांनी किती तरी वेळ निनादत राहिली!

२

दुसऱ्या दिवशी देवयानी फार उशिरा उठली. ती अगदी गळून गेली होती. रात्रीच्या नृत्याचा तिच्यावर फार ताण पडला होता.

ती सारी प्रसाधने आटपून माझ्या महालात आली. मग खिडकीतून बाहेर डोकावून पाहत ती म्हणाली,

'मोठी सुंदर सकाळ आहे! पाहावं तरी!'

मी खिडकीपाशी जाऊन उभा राहिलो.

ती हसत मला म्हणाली,

'रात्री महाराजांनी ती रत्नमाळ माझ्या गळ्यात घातली ना? तेव्हा असा आनंद झाला मला! पण खरं सांगू?'

'हं!'

'त्या रत्नमाळेनं काही माझं समाधान झालं नाही!'

'तू हस्तिनापूरची महाराणी आहेस. कुबेरापाशी असलेला अलंकारसुद्धा तुला मिळू शकेल!'

'तसलं काही नकोय् मला!' पुन्हा बागेत उमललेल्या फुलांकडे टक लावून पाहत ती म्हणाली, 'बायकांचं मन पुरुषांना कळत नाही, हेच खरं!'

'त्यांनी ते उघड करून दाखवावं! मग तरी ते कळेल, की नाही?'

मोठे मोहक स्मित करून ती म्हणाली,

'माझी एक इच्छा आहे!'

'सांग ना!'

'बागेत किती-किती सुंदर फुलं फुलली आहेत! त्यांतली महाराजांना आवडतील, ती त्यांनी खुडावीत! खूप-खूप! मी त्या फुलांची वेणी करीन, हार गुंफीन. ती वेणी महाराजांनी स्वतः माझ्या केसांत माळावी. तो हार मी स्वतः महाराजांच्या गळ्यात

घालीन– पोरकट आहे ही माझी इच्छा, पण–'

ती मला बाहेर का घालवीत आहे, हे मला कळले. मनातल्या मनात हसत मी खाली बागेत गेलो. पुष्कळ फुले खुडली.

बराच वेळ झाला, तरी देवयानी बागेत आली नाही.

उन्हे तापू लागली.

मी परत महालात आलो. देवयानी तिथे नव्हती. त्या म्हाताऱ्या दासीला आपल्या महालात नेऊन दारे लावून ती बसली होती. राजवाड्यातल्या इतर दासी नावाला आपली कामे करीत होत्या; पण त्यांचे सारे लक्ष देवयानीच्या महालाच्या बंद दाराकडे आहे, हे उघड-उघड दिसत होते. वादळी पावसाला भिऊन चिमण्या अंग चोरून कुठे तरी आसरा शोधतात ना? साऱ्या दासींचे डोळे तसे दिसत होते.

तिसऱ्या प्रहरी देवयानी माझ्या महालात आली. तिचा चेहरा पार उतरून गेला होता. तिने एकदम तुटकपणाने मला विचारले,

'काल नृत्यशाळेतून महाराज मधेच वाड्यावर आले होते?'

'हो!'

'ते का?'

'तुझं वसंत-नृत्य पाहिल्यावर ती रत्नमाळेची कल्पना मला सुचली!'

माझ्या मुद्रेकडे बारकाईने पाहत ती म्हणाली,

'शर्मिष्ठा नाहीशी झाली, हे महाराजांना कळलं का?'

'शर्मिष्ठा नाहीशी झाली? कशी?'

'अशोकवनातून पळून गेली ती!'

'कुठं गेली ती?'

'पळून जाणारं माणूस, आपण कुठं जातो, हे सांगून जात नाही!'

३

देवयानीचा डाव तिच्यावर उलटला होता. छे! मी उलटविला होता. विजयाचा उन्माद मद्यापेक्षाही विलक्षण असतो. संध्याकाळपर्यंत मी त्या धुंदीत होतो. कुठे गेलो नाही– माधवाकडेसुद्धा! काही केले नाही. पण– तिचा पराभव केल्याचा आनंद किती क्षणभंगुर आहे, हे चार प्रहरांनंतर मला कळून चुकले.

दिवस मावळला. रात्र पडू लागली. आजची रात्र कालच्यासारखी वादळी नव्हती. तिने आपली चंडिकेची भूमिका पूर्णपणे बदलली होती. एखाद्या मुग्ध प्रणयिनीप्रमाणे सलज्ज वृत्तीने ती आकाशाच्या रंगमहालात प्रवेश करीत होती.

मंदिरात येता-येता ही सुंदर रजनी एकेक रत्नदीप लावीत होती.

प्रत्येक चांदणीबरोबर शर्मिष्ठेची एकेक आठवण माझ्या मनात फुलू लागली. हां-हां म्हणता मन अनेक मधुर, उन्मादक स्मृतींनी गजबजून गेले. त्या आठवणी मनाला सुखवीत होत्या. मनाला दुखवीत होत्या. काही वेळाने त्याचे काटेच अधिक बोचू लागले. मध्यरात्र झाली, तरी मंचकावरल्या मृदू शय्येवर मी तळमळत पडलो होतो. काही केल्या त्या आठवणी माझी पाठ सोडीनात. मधाचे पोळे काढणाऱ्या माणसाला दंश करून मधमाश्या पुरेपूर करून सोडतात ना, तशी त्या स्मृतींनी माझी स्थिती केली.

काली रात्री शर्मिष्ठेची सुटका करताना आपण मोठे शतकृत्य करीत आहो, या गोड भ्रमात मी होतो. तो भ्रम आता पार लोप पावला. कालची रात्र पुनःपुन्हा माझ्या मनाला दंश करीत विचारीत होती :

'जिला बाहुपाशात घेताना तुला ब्रह्मानंद होत होता, ती शर्मिष्ठा या वेळी कुठं आहे? तू महालातल्या मंचकावर आहेस! पण ती? बघ, निर्दया, थोडी कल्पना करून बघ; पाहा, निष्ठुरा, डोळे उघडून पाहा. एक निर्जन माळावर ती अभागिनी धरणीवर झोपली आहे. तुझ्या अंतःकरणाइतक्या कठोर असलेल्या दगडाची उशी करून ती दुर्दैवी प्रणयिनी विश्रांती घेण्याचा प्रयत्न करीत आहे. त्या उशीला ती अश्रूंनी न्हाऊ घालीत आहे. 'माझी ना? माझी ना?' म्हणून आपल्याला हृदयाशी कवटाळून धरणाऱ्या प्रियकराचं मन आपल्याला वादळात वाऱ्यावर सोडताना द्रवलं नाही! मग या पाषाणाला कसा पाझर फुटणार! तो कसा मऊ होणार? असं ती आपलं समाधान करून घेत आहे. ज्यांची असंख्य ज्वलंत चुंबनं घेऊन तुझी तृप्ती होत नसे, ते तिचे नाजूक ओठ आणि कोमल गाल आता अंगाला झोंबणाऱ्या चावऱ्या वाऱ्यांचं खेळणं होऊन बसले आहेत. पाहा, निर्घृणा, नीट डोळे उघडून पाहा. पूरूला थंडी बाधू नये, म्हणून, त्याला आपली सारी-सारी ऊब मिळावी, म्हणून, ती कशी धडपडत आहे! आणि तू? इथं आपल्या महालात परांच्या शय्येवर पडला आहेस तू! हेच का तुझं शर्मिष्ठेवरील प्रेम? हेच का तुझं पूरूविषयीचं वात्सल्य? तुझ्या जागी कच असता, तर– तर काल रात्रीच्या वादळात स्वतः रथ हाकीत शर्मिष्ठेला घेऊन तो हसत हिमालयाकडे निघून गेला असता!'

४

'तुझ्या जागी कच असता, तर!'

किती विचित्र कल्पना होती ही! कच आणि ययाति! किती विचित्र तुलना होती ही! पण तुलनेमुळे कचाच्या अनेक आठवणी माझ्या मनात जाग्या झाल्या. अंगिरस

ऋषीच्या आश्रमातली ती आमची पहिली भेट! मी त्या सुंदर पाखरावर बाण सोडणार होतो. पण कचाने मला तो सोडू दिला नाही! मी म्हटले,

'त्या पाखराचे रंग फार आवडले आहेत मला!'

त्याने उत्तर दिले,

'मोठा रसिक दिसतोस तू! पण ज्यानं तुला रसिकता दिली, त्यानंच त्या पाखराला जीव दिला आहे, हे विसरू नकोस!'

माझा पूरु! ते सुद्धा असेच एक निष्पाप, चिमणे, सुंदर पाखरू होते; पण काल रात्री त्याला मी–

आश्रमातली ती चिमुरडी पोरगी! कचावर भारी जीव होता तिचा! अर्धवट उमललेली एक कळी खुडून कचाला द्यायला निघाली ती! पण कचाने ती तिला खुडू दिली नाही. तिचा हात हातात घेऊन तो म्हणाला होता,

'बाळ, तुझी ही सुंदर भेट मला पोचली, पण ती तिथंच वेलीवर राहू दे. तिथंच उमलू दे. मी प्रत्येक दिवशी इथं येईन, तिच्याशी बोलेन, मग झालं ना?'

माझी शमा! तीसुद्धा अशीच एक सुगंधी, गोजिरवाणी, अर्धवट उमललेली कळी नव्हती का? काल रात्री तिला मी–

मी अतिशय अस्वस्थ होऊन गेलो. थोडे मद्य घेऊन बरे वाटेल, म्हणून ते घेतले. शरीराला थोडा आराम वाटला. मन किंचित शांत झाले. हळूहळू माझा डोळा लागला.

पण तो लगेच लागला नसता, तर बरे झाले असते, असे वाटण्याइतके एक विलक्षण स्वप्न मला पडले. अंधारात सर्पदंश झाल्याच्या जाणिवेने मनुष्याने ताडकन उठावे, तसा ते स्वप्न पाहता-पाहता मी मंचकावर उठून बसलो.

पाहता-पाहता असे मी म्हटले! पण त्या स्वप्नात पाहण्यासारखे काहीच नव्हते. फक्त दोन आवाज ऐकू येत होते मला त्या स्वप्नात! पहिला माझा होता. तो चटकन मी ओळखला. पण दुसरा कुणाचा होता. ते शेवटपर्यंत मला नीट कळले नाही. क्षणभर तो अंगिरसाच्या आश्रमातल्या कचाचा वाटे, क्षणात तो अरण्यात मध्यरात्री भेटलेल्या यतीचा आहे, असा भास होई. मग मनात येई, छे! हा दुसरा आवाजही माझाच आहे; पण पहिल्यापेक्षा तो अगदी निराळा आहे; फार कठोर आहे.

हा दुसरा ययाति पहिल्याला विचारीत होता,

'शर्मिष्ठेवर तुझं प्रेम होतं? खरंखुरं प्रेम होतं?'

पहिल्या ययातीने मोठ्या दिमाखाने हसत उत्तर दिले,

'यात काय संशय? तिच्यावर माझं प्रेम नसतं, तर तिची तळघरातून सुटका करण्यासाठी मी काल रात्री साहस केलं, ते कधीच केलं नसतं!'

‘तू तिच्याबरोबर रानावनांत निघून गेला असतास, तर या म्हणण्यात काही अर्थ होता! तुझ्यासाठी शर्मिष्ठेनं काय केलं नाही? बोल. आपलं सर्वस्व तिनं तुला दिलं. तुझ्या पायांची धूळ फुलं म्हणून तिनं मस्तकी धारण केली! आणि तू? तिच्यासाठी या राज्याचा त्याग करणं हे तुझं कर्तव्य होतं. प्रेम म्हणजे माणसाला घटका, अर्धा घटका देहभान विसरायला लावणारं शरीरसुख नव्हे. प्रेम म्हणजे प्रिय व्यक्तीवरून आपले प्राण हसतमुखानं ओवाळून टाकणारी मनाची उत्कटता. ऊठ, अजून ऊठ. आत्ताच्या आत्ता राजवाडा सोड. शर्मिष्ठेचा शोध करायला लाग. तिला शोधून काढ. तिला घेऊन इथं ये. देवयानीसमोर तिला उभी कर आणि देवयानीला सांग, माणसाच्या अंतरंगाला ज्या प्रेमाची भूक लागलेली असते, ते हिनं मला दिलं आहे. माझी आवडती राणी म्हणून ती या राजवाड्यात राहील!’

‘अशक्य! अगदी अशक्य आहे हे! हे देवयानीला सांगायचं धैर्य माझ्या अंगी नाही! तिचा मत्सरी स्वभाव, तिचा तापट बाप! हे अशक्य आहे!’

‘वादळ घोंघावत असताना, मुसळधार पाऊस कोसळत असताना, भयाण भविष्याची काडीमात्र काळजी न करता जे धाष्ट्र्य शर्मिष्ठा प्रकट करू शकते, ते तुला–’

‘बस्स कर!’

‘भ्याड! स्वार्थी! लंपट!’

ते शब्द नव्हते, घणाचे घाव होते. त्यांचा आघात मला असह्य झाला. मी धडपडत उठून बसलो.

५

ती रात्र मी तळमळत काढली. पुनःपुन्हा वाटे, मनसोक्त मद्य प्यावे. मनाच्या नांग्या– या वृश्चिकदंशाच्या वेदना विसरून जावे! या दुःखावर औषधे दोनच– मदिरा आणि मदिराक्षी! पण–

माझे मद्यपान सकाळी देवयानीच्या लक्षात आले, तर? ती आधीच चिडलेली आहे. त्या आगीत तेल पडले, तर?

किती कष्टाने मी माझे मन आवरले!

सकाळी देवयानी आली, ती एक अत्यंत अशुभ वार्ता घेऊनच! माधवाची प्रकृती काल रात्री बिघडली होती. त्याला खूप ताप भरला होता.

एवढे बोलून ती थांबली आणि माझ्याकडे रोखून पाहू लागली. मग ती खुदकन् हसली आणि म्हणाली,

'तुमच्या या मित्राला इतका ताप यायचं कारण ठाऊक आहे का?'

'नाही, बुवा! परवा रात्री तो माझ्याबरोबर तुझी नृत्यं पाहायला आला होता. मधेच तो उठून गेला. बाहेर मोठं वादळ सुरू होतं. तो कुठं गेला, हे मला कळेना. म्हणून मी स्वतः उठून त्याला शोधायला गेलो; पण तो कुठंच दिसला नाही मला!'

'महाराजांना तो दिसणार कसा? स्वारी गेली होती कुठल्या तरी स्वर्गाच्या स्वारीवर! रात्री खूप उशिरा घरी परत आला, म्हणे– अगदी ओलाचिंब होऊन! पावसात भिजत कुठं लोळत पडला होता दारू पिऊन, देव जाणे!'

राजवैद्यांना तत्काळ माधवाकडे पाठविण्याची मी व्यवस्था केली.

दोन घटकांत मीही तिकडे जायला निघालो. मात्र रथात बसताना मन अगदी उदास झालो होते. जीवन काय केवळ सुखदुःखांचा लपंडावाचा खेळ आहे?

६

माधवाचे घर दिसू लागले. रथाची गती मंदावली. मी युवराज होतो, तेव्हा असाच एकदा अस्वस्थ मनःस्थितीत माधवाबरोबर इथे आलो होतो. तो प्रसंग मला आठवला. माधवाची चिमुरडी पुतणी तारका– तिने त्या दिवशी माझ्या मनाला केवढा दिलासा दिला होता! तिचे ते गोड-गोड बोलणे माझ्या कानांत गुंजारव करू लागले.

'युवलाज मंजे?'

'नमत्काल करायला हे काय देवबाप्पा आहेत?'

'युवलाज, तुमचा एक घोला मला द्याल?'

'अहो युवलाज? माझ्या भावलीचा नवला व्हाल काऊ तुमी?'

रथ थांबला. दारात एक मुलगी उभी होती. होय, तारकाच होती ती! पण ती किती मोठी दिसू लागली होती! आता ती मुकी कळी राहिली नव्हती. उमलू लागलेल्या कळीसारखी दिसत होती ती!

मला पाहताच ती लाजली. खाली पाहू लागली. बाळपणीच्या मोकळेपणाने धावता-धावता ती यौवनाच्या उंबरठ्यापाशी आली होती. त्या उंबरठ्याला अडखळली होती. क्षणभराने तिने वर पाहिले. तिचे ते मोहक डोळे– शुक्राच्या दोन चांदण्या जवळ-जवळ पाहिल्याचा आनंद मला झाला होता.

ती झर्रकन वळली आणि आत गेली. माधवाच्या खोलीत पाऊल टाकताच तिच्या लगबगीचे कारण माझ्या लक्षात आले. माझ्यासाठी तिने सुंदर आसन मांडून ठेवले होते.

माधव एखाद्या माशासारखा तळमळत होता. त्याची नाडी हातात घेऊन राजवैद्य बसले होते. त्यांनी माझ्याकडे निराश दृष्टीने पाहिले. मी चरकलो.

इतक्यात एक तरुणी चाटण घेऊन आत आली. तिचा चेहरा मला दिसला नाही. वैद्यबुवांच्या मदतीने ते चाटण माधवाला चाटवू लागली. मी तिला पाठमोरी पाहिली, ओणवी झालेली पाहिली. उकिडवी बसलेली पाहिली. तिच्या शरीराच्या साऱ्या हालचाली पाहिल्या. ही स्त्री आपल्या ओळखीची आहे, असे मला वाटू लागले. माधवाच्या घरात तर एवढी तरुण स्त्री कुणीच नव्हती. माधवाची आई वृद्ध झाली होती. तारकेची आई कधीच मृत्यू पावली होती–

माधवाला भ्रम झाला होता. तो मधेच कण्हत–कण्हत म्हणाला,

'महाराणी, महाराणी–'

ती स्त्री हळूच त्याला सांगू लागली,

'महाराज आले आहेत; महाराणी नाहीत.'

त्या स्त्रीने त्याच्या कपाळावरली औषधी पाण्याची पट्टी बदलली आणि घरात जाण्याकरिता ती वळली. आता तिची मुद्रा मला स्पष्ट दिसली. ती मुकुलिका होती!

७

मुकुलिका! आईने तिला नगरातून हाकलून दिले होते. पण तिच्या हातून जे घडले होते, त्यात काय तिचा एकटीचाच दोष होता? एक विचित्र करुणेची लाट माझ्या मनात उसळली. समोर मृत्युशय्येवर पडलेला माधव– माझ्यासाठी हा परवा मुसळधार पावसात भिजत गेला. आज बेशुद्ध स्थितीत तळमळत पडला आहे. तशीच ही मुकुलिका–

मी सहानुभूतिपूर्ण स्वराने विचारले,

'कसं काय, मुकुलिके? बरी आहेस ना?'

पुढे येऊन मला प्रणाम करीत ती म्हणाली,

'महाराजांच्या कृपेनं दासीचं बरं चाललं आहे.'

सलज्ज स्मित करीत ती कोपऱ्यात उभी राहिली.

तिच्याकडे पाहता-पाहता मला वाटले, यौवन किती नाजूक फूल आहे! मुकुलिका अशोकवनात माझ्या सेवेला होती, तेव्हा–

त्या रात्रीची मला आठवण झाली. बाबांच्या मृत्यूच्या कल्पनेने मला अगदी अस्वस्थ करून सोडले होते. तापलेल्या वाळवंटातून चालणाऱ्या प्रवाशाने झाडाची सावली शोधावी, तसा मी मानसिक वेदनांतून सुटण्याचा प्रयत्न करीत होतो. मुकुलिकेने मला तो मुक्ततेचा मार्ग दाखविला. तिचे आणि माझे ओठ जुळताच माझ्या मनातली मृत्यूची ती विचित्र भीती पार लोप पावली होती.

रुग्णशय्येपाशी बसून जुन्या कामुक आठवणींत रंगून जाणाऱ्या माझ्या मनाची मला

लाज वाटली. राजवैद्यांना अष्टौप्रहर माधवपाशी बसायला बजावून मी खोलीबाहेर आलो.

मुकुलिकाही माझ्या मागोमाग आली. पुन्हा सलज्ज स्मित करीत ती मला म्हणाली,

'महाराणींना पाहिलं नाही मी अजून!'

'माधवाला बरं वाटल्यावर वाड्यावर ये; दर्शन होईल!'

'युवराज चालू लागले का? बोलू लागले का? महाराजांना ते कशी हाक मारतात?'

मी तिला काही उत्तर दिले नाही. पण 'त-त' हा शब्द माझ्या कानांत घुमू लागला. परवा संध्याकाळी मी देवयानीच्या महालात गेलो, तेव्हा शर्मिष्ठेच्या कडेवर बसलेला पूरु आपल्याला अशीच हाक मारीत होता! एखादा झरा जरा डोंगरावरून खळखळत खाली येतो, तसा तो अवखळपणे शर्मिष्ठेच्या कडेवरून माझ्याकडे येऊ पाहत होता. देवयानीच्या भीतीने आपण त्याच्या हाकांकडे लक्ष दिले नाही. आपल्या या उपेक्षेने त्या बाळजीवाला किती दुःख झाले असेल! शर्मिष्ठेचा शेवटचा निरोप घेताना मी त्याला जवळ घेतले नाही, जन्मभर पुरावेत, इतके त्याचे पापे घेतले नाहीत, त्याचे मस्तक आसवांनी न्हाणले नाही. पिता इतका निर्दय होऊ शकतो?

या वेळी पूरु कुठे असेल? शर्मिष्ठा काय करीत असेल? लहानपणी बाहुलीच्या लग्नात अक्षता म्हणून मोती उधळणारी शर्मिष्ठा आज पोटच्या गोळ्यासाठी कुणाच्या दारात टिपे गाळीत चार घासांची याचना करीत असेल?

८

मी काहीच बोलत नाही, असे पाहून मुकुलिका गोंधळली. ती मृदू स्वराने म्हणाली,

'काही चुकलं का माझं बोलताना?'

स्वतःची विकल मनःस्थिती लपविण्याकरिता मी म्हणालो,

'छे! छे! तुझं नाही, माझंच चुकलं! तू इतक्या दिवसांनी भेटलीस. माधवासारख्या माझ्या परम मित्राची शुश्रूषा करताना तू दिसलीस. तरी 'काय बरी आहेस ना?' या शब्दांपलीकडं मी एका अक्षरानंही तुझी चौकशी केली नाही! खरंच, माधवाच्या घरी कशी आलीस तू?'

ती सांगू लागली,

'एका थोर साधूच्या सेवेत आहे मी. ते तीर्थयात्रा करीत-करीत इथं आले आहेत. नृत्यशाळेजवळच्या मठात मुक्काम आहे आमचा. माधवाला ताप भरताच त्याची आई घाबरली. अनेक संकटांनी बिचारीचं मन अगदी अधू होऊन गेलंय्. अलीकडे

माधवाचं मन कुणा एका मुलीवर जडलंय्, म्हणे! लग्नसुद्धा लवकरच व्हायचं होतं. माधव परवा रात्रीच महाराजांना हे सगळं सांगणार होता! पण अगदी अचानक हे विचित्र आजारपण घरात आलं. ताप भरून दोन-अडीच प्रहर झाले नाहीत, तोच माधवाला वात झाला. म्हातारीचा सारा धीर सुटला. ती मठात गुरुमहाराजांच्या प्रवचनाला येत होती. तिनं त्यांच्याकडं धाव घेतली. त्यांनी तिला अंगारा मंत्रून दिला. घरी तारकेशिवाय कुणी नाही, हे कळताच गुरुमहाराजांनी मला इथं पाठवून दिलं!'

'तुझे हे गुरुमहाराज पाहायला हवेत एकदा! त्यांच्या प्रवचनांनी मनाला शांती मिळत असेल, तर मलासुद्धा हवी आहे!'

मुकुलिका काहीच बोलली नाही. ती नुसती हसली.

तिचा निरोप घेत मी म्हणालो,

'मुकुलिके, माधव माझा दुसरा प्राण आहे. असा मित्र त्रिभुवनात शोधून मिळायचा नाही. डोळ्यांत तेल घालून त्याची शुश्रूषा कर. तुझे उपकार मी विसरणार नाही!'

ती सलज्ज स्मित करीत म्हणाली,

'इश्श! हे काय, बाई, भलतंच बोलणं!'

९

त्या दिवशी रात्रीही मला झोप आली नाही. मन प्रथम मुकुलिकेचा विचार करीत होते. राजमाता वानप्रस्थ झाली, हे कळल्यानंतरच तिला हस्तिनापुरात पाऊल टाकायचा धीर झाला असावा! पण मला राहून-राहून आश्चर्य वाटत होते, ते तिने नगरात परत येण्याचे धैर्य दाखविले, म्हणून नव्हे! मागची अशोकवनातली मुकुलिका आणि आजची मुकुलिका– किती विलक्षण बदल झाला होता तिच्यात! ती लंपट मुकुलिका आणि ही सेवाशील मुकुलिका! ज्यांच्या परिवारात ती राहते, त्या साधुमहाराजांचे दर्शन एकदा घ्यायलाच हवे! कुणी सांगावे! एखादा त्रिकालज्ञानी पुरुष असेल तो! शर्मिष्ठा आणि पूरु कुठे आहेत, हे त्याच्याकडून कळले, तर–

हा विचार मनात आला मात्र! कुणी तरी रसरसलेल्या निखाऱ्यांवरून आपल्याला फरफटत ओढीत नेत आहे, असे मला वाटू लागले. शर्मिष्ठा कुठे असेल? पूरु काय करीत असेल? 'त-त' म्हणून हे बालक बडबडू लागले, म्हणजे शर्मिष्ठेच्या मनाची काय अवस्था होत असेल? ती आई-बापांकडे परत जाईल का? ती कुठे जाईल? का शेवटी निराश होऊन एखाद्या पर्वताच्या कड्यावरून पूरूला उराशी धरून खालच्या दरीत उडी टाकील?

शर्मिष्ठा आणि पूरु यांचे दरीत पडलेले रक्तबंबाळ देह माझ्या डोळ्यांपुढे दिसू

लागले. गिधाडे त्यांच्यावर झडप घालीत होती. मी डोळे घट्ट मिटून घेतले, तरी ते भयंकर दृश्य दिसतच होते. त्या छिन्नविछिन्न देहांतून आरक्त अग्निज्वाला उठतच होत्या आणि तांडवनृत्य करीत होत्या.

'कुठं आहे तो कपटी प्रियकर? कुठं आहे तो कामुक पती, कुठं आहे तो बेजबाबदार बाप?'

१०

त्या अग्निज्वाला दिवसभर माझा पाठलाग करीत होत्या. रात्रीसुद्धा त्यांनी माझी पाठ सोडली नाही. मध्यरात्र झाली, तरी झोप येईना. शेवटी झोप यावी, म्हणून कालच्यापेक्षा थोडे अधिक मद्य घेतले. आणखी घ्यावे, असे वाटत होते, कसलेही स्वप्न पडू नये, म्हणून! मद्याच्या धुंदीत शुद्धबुद्ध हरवून जावी, अशी तीव्र इच्छा मनात पुनःपुन्हा निर्माण होत होती; पण देवयानीला दिलेले वचन आठवले. तिचा संतापी स्वभाव डोळ्यांसमोर उभा राहिला. मग मोठ्या कष्टाने मी मन आवरले.

पण एकीकडे आवरलेले मन दुसरीकडे स्वैरपणे भ्रमंती करू लागले. मद्याने उत्तेजित झालेल्या शरीराला स्त्रीसुखाची तहान अधिकच तीव्रतेने जाणवू लागते, की काय, कुणाला ठाऊक! स्त्रीच्या कोमल स्पर्शासाठी मी तळमळू लागलो. एकदा वाटले, उठावे आणि देवयानीच्या महालात जावे; पण लगेच मनात आले, आपल्या तोंडाला मद्याचा वास येत आहे, हे कळताच ती चवताळून जाईल. एकीकडून शर्मिष्ठा कुठे असेल, या कल्पनेने मन व्यथित होत होते आणि दुसरीकडे तिच्या सहवासातील उन्मादक प्रणयक्षणांचे चिंतन करीत होते.

ती सारी रात्र मी अशी काढली.

११

माधवाच्या प्रकृतीची विचारपूस करायला मी त्याच्याकडे जात होतो आणि दररोज उदास मनाने राजवाड्यावर परत येत होतो! माझा मित्र आज ना उद्या शुद्धीवर येईल, मला ओळखील, त्याचा हात हातात घेऊन आपल्या हृदयातील व्याकुळता आपण त्याला सांगू, न उचलणाऱ्या हाताने आपल्या डोळ्यांत उभे राहिलेले पाणी पुसण्याचा तो प्रयत्न करील, अशी फार-फार आशा होती मला. पण–

राजवैद्य प्रयत्नांची पराकाष्ठा करीत होते, माधवाची आई डोळ्यांचा दिवा करून माधवाला दंश करायला टपलेल्या काळसर्पाला रोखून धरत होती. मुकुलिका घटकाभरसुद्धा विसावा न घेता त्याची सेवा करीत होती, मुग्ध तारका माधवाचे पाय

दाबीत एखाद्या भयभीत हरिणीप्रमाणे येणाऱ्या-जाणाऱ्या प्रत्येकाच्या चेहऱ्याकडे टकमक बघत होती.

पाचव्या दिवशी माधव शुद्धीवर येत आहे, असे वाटले. तो खूप कण्हत होता. तारकेने सहज त्याला 'काका, काका' म्हणून हाका मारल्या. त्याने ओ दिली, असे आम्हां सर्वांनाच वाटले. त्याचे ते उत्तर ऐकून तारकेचे डोळे आनंदाने पाणावले; 'आजी, आजी' म्हणत ती आत आनंदाने धावत गेली. राजवैद्यांच्या मुद्रेवर समाधानाची छटा उमटली. मुकुलिका खुलली. मलाही खूप आनंद झाला. मी माधवाच्या उशाशी जाऊन बसलो आणि म्हणालो,

'माधव, माधव, ओळखलंस मला?'

तो कण्हत पुटपुटला,

'महाराणी, महाराजांची तशी आज्ञा आहे!'

आजच– अगदी पहिल्यांदाच हे पुरे वाक्य तो बोलला होता. पण ते कानांवर पडताच कुणी करवतीने काळीज कापत आहे, असे मला वाटले. त्या भयंकर रात्री पूरूला घेऊन रथातून उतरताना शर्मिष्ठेने त्याला विचारले असेल, 'मी उतरायलाच हवं का?' तिला या वादळवाऱ्यात असहाय स्थितीत सोडणे अत्यंत निर्दयपणाचे आहे, हे माधवाला जाणवले असावे; पण त्याला ते करणे प्राप्त होते. त्याने नाइलाजाने शर्मिष्ठेला सांगितले असेल,

'महाराजांची तशी आज्ञा आहे!'

माधवाचे हळुवार मन मला ठाऊक होते. त्याच्या शरीराला जसा तो वादळवारा सोसला नाही, तसा त्या मनाला मी केलेला शर्मिष्ठेचा त्यागही सहन झाला नाही.

–आणि या ययातीला– ज्याच्या स्कंधावर मान ठेवण्यात ब्रह्मानंद आहे, असे शर्मिष्ठेने मानले, ज्याच्या बाहुपाशात आपल्याला कळिकाळही स्पर्श करू शकणार नाही, अशी शर्मिष्ठेची श्रद्धा होती, त्या निरागस प्रेममूर्तीचा त्याग करताना ययातीला मात्र काही काही वाटले नाही!

त्या रात्री माझ्या स्वप्नात ते दोन आवाज मला पुन्हा ऐकू आले. ते दोघे मोठमोठ्याने भांडत होते.

मी दचकून जागा झालो आणि उशीजवळ ठेवलेला मद्याचा चषक उचलला.

तो पेला नव्हता. तो समुद्र होता. माझ्या मनात पेटवलेला वडवानल त्या समुद्रातच बुडविणे शक्य होते.

१२

आठ दिवस झाले, तरी माधवाच्या दुखण्याला उतार पडण्याची चिन्हे मुळीच दिसेनात; पण नवव्या दिवशी अकस्मात त्याचा अंत होईल, याची मात्र कुणालाच– राजवैद्यांनासुद्धा– कल्पना नव्हती.

त्या दिवशी एकदम त्याला खूप घाम येऊ लागला. आज ताप उतरेल, अशी आशा निर्माण झाली. तो शुद्धीवर आला. 'ती कुठं आहे?' म्हणून त्याने मला विचारले. तो शर्मिष्ठेविषयी विचारीत आहे, असे मला वाटले. मी गप्प बसलो; पण त्याच्या आईला त्या प्रश्नाचा रोख नीट कळला नाही. तिने त्याच्या वाग्दत्त वधूला बोलावणे पाठविले. मी तिला आतापर्यंत कधीच पाहिले नव्हते. सतरा-अठरा वर्षांची यौवनात नुकतीच पदार्पण केलेली ती तरुणी माधवाच्या अंथरुणापाशी येऊन विनयाने उभी राहिली. त्या स्थितीतही तिच्या रूपाने माझे मन वेधून घेतले. माझ्या मनात आले, माधव मोठा भाग्यवान आहे.

माधव तिला म्हणाला,

'बैस, अशी जवळ बैस. लाजू नकोस!'

मग राजवैद्यांकडे वळून तो म्हणाला,

'वैद्यराज, मी या दुखण्यातून उठेन ना?'

राजवैद्य उद्गारले,

'थोडे अधिक दिवस लागतील, पण आपण निश्चित बरे व्हाल!'

मग माझ्याकडे वळून माधव म्हणाला,

'महाराज, मला इतक्यात मरायचं नाही. मी मेलो, तर तारकेला कोण सांभाळील? मी असाच तडकाफडकी निघून गेलो, तर या माधवीला मी फसविल्यासारखं होईल. हिनं नि मी खूप खूप बेत केले आहेत. महाराज, मोठी गोड अश्राप पोर आहे ही! तुमची वहिनी! लग्न झाल्यावर आपण जेवायला याल, तेव्हा कोणती पक्वान्नं करायची, हे सुद्धा हिनं ठरवून ठेवलंय्. लताकुंजात नुसत्या डोळ्यांनी आम्ही प्रहर-प्रहर बोलत बसलो आहो. नदीतीरावर एकमेकांच्या हातात हात घालून केवळ स्पर्शानं संभाषण करीत आम्ही किती तरी घटका घालवल्या आहेत. चार डोळ्यांनी आम्ही पाहिलेली स्वप्नं खरी होईपर्यंत मला जगायला हवं. महाराज! मी जगेन ना? महाराज, मला वचन द्या. काही करून तुला जगवीन, असं वचन द्या मला!'

तो बोलला, ते असंबद्ध; पण तो ते वातात बडबडत आहे, असे मला वाटले. त्याच्या समाधानाकरिता मी त्याचा हात हातात घेऊन त्याला वचन दिले,

'काही करून मी तुला जगवीन.'

त्याच वेळी राजवैद्यांनी माझ्याकडे मोठ्या विचित्र आणि विषण्ण दृष्टीने पाहिले.

लगेच आपल्या बटव्यातून त्यांनी कसली तरी मात्रा काढली आणि मुकुलिकेला ती उगाळून घेऊन येण्याविषयी खुणावले.

इतके दिवस बेशुद्ध स्थितीत तुटक-तुटक बोलणारा माधव आता घडघड बोलत होता. तो माधवीला म्हणत होता.

'आपल्याला पहिली मुलगी झाली, तर तिचं नाव मी ठेवायचं नि मुलगा झाला, तर त्याचं नाव तू ठेवायचं. असं आपलं ठरलंय् ना? कबूल आहे ना ते तुला? बघ हं! नाही तर मग भांडायला लागशील!'

ती बिचारी काय बोलणार? एकांतातल्या तरल स्वप्नांचे ते संगीत त्या मृत्युशय्येवरच्या पार्श्वभूमीवर घूत्कारासारखे वाटत होते.

मुकुलिकेने मात्रा उगाळून आणली. राजवैद्य त्याला ती चाटवू लागले. पण त्याने त्यांचा हात एकदम झिडकारून दिला. राजवैद्यांनी त्याच्या भावी वधूला ती मात्रा चाटविण्याविषयी खुणावले. तिने आपला हात त्याच्या तोंडाजवळ नेला, तो तसाच घट्ट धरून म्हणाला,

'हे पाहा, आपलं लग्नं लागलं, होय ना?'

दोन-तीन घटका तो तसाच बडबडला आणि मग एकदम स्तब्ध झाला. आता त्याच्या अंगातून घामाच्या धारा वाहू लागल्या. त्याचे हात-पाय गार पडू लागले. त्याला श्वास लागला, राजवैद्य सारखे धडपडत होते. त्याला काही तरी चाटविण्याचा प्रयत्न करीत होते. पण कशाचाही उपयोग झाला नाही! त्याच्या देहाच्या पिंजऱ्यातून प्राणाचे पाखरू केव्हा उडून गेले, तेसुद्धा कुणाला कळले नाही!

१३

दुपारी 'हे पाहा, आपलं लग्न लागलं' असे माधवीचा हात आपल्या हातात घेऊन तिला सांगणारा माधव संध्याकाळी चितेवर पडला होता. त्याच्या निश्चेष्ट शरीराकडे मला बघवेना. त्याचे तो मोकळे हसणे कुठे गेले? मला, सदैव धीर देणारा त्याचा स्पर्श– मी इथे जवळ उभा असून माधव आपला हात का हलवीत नाही? 'महाराज' अशी गोड हाक त्याच्या मुखातून बाहेर का पडत नाही? जिवाल जीव देणाऱ्या माझ्या मित्राच्या हृदयातला सारा सद्भाव कुठे गेला? माझा माधव कुठे गेला?

एखाद्या लहान बालकासारखे हे प्रश्न मला सारखे सतावीत होते.

चिता पेटली. माधवाचे शरीर हळूहळू भस्मसात होऊ लागले.

मी बघत होतो. प्रथम अश्रू पुशीत; मग एखाद्या दगडाप्रमाणे स्तब्ध उभा राहून!

'मी तुला जगवीन' असे मी माधवाला वचन दिले होते. मी हस्तिनापूरचा सम्राट

होतो; पण ते वचन मला पाळता आले नाही!

जीवन आणि मरण! किती क्रूर खेळ आहे हा! केवळ हा खेळ खेळण्याकरिता मनुष्य या जगात येतो? मनुष्य कशासाठी जगतो? तो का मरतो? माधवासारखा तरुण अगदी अकाली हे जग सोडून का जातो? मनातल्या स्वप्नांच्या कळ्या उमलू लागल्या, न लागल्या, तोच माधव कुठे गेला? माधवीला सोडून जायची त्याची मुळीच इच्छा नव्हती. तरीही त्याला जावे लागले! ते का? त्याने कोणता अपराध केला होता, म्हणून दैवाने त्याला ही शिक्षा केली?

चिता केव्हाच पेटली होती. अग्निज्वाला जिभा चाटीत आपले काम करीत होत्या. माधव! माझा माधव! समोर जळणाऱ्या ज्वाळांचा आणि वाढवणाऱ्या राखेचा एक ढीग दिसू लागला होता. हाच का माझा मित्र! कुठे गेला तो! आता त्याला कसलीही स्वप्ने कधी दिसणार नाहीत! माधवीचीसुद्धा!

मृत्यू! जीवनातले केवढे भयंकर रहस्य आहे हे! समुद्राच्या किनाऱ्यावर लहान मूल वाळूचा किल्ला बांधते. भरतीची एक मोठी लाट येते आणि तो किल्ला कुठल्या कुठे नाहीसा होऊन जातो. त्या वाळूच्या किल्ल्यापेक्षा माणसाचे जीवन काय निराळे आहे? माधव म्हणून आपण ज्याचा गौरव करतो, परमेश्वराची इहलोकातली प्रतिमा म्हणून आपण ज्याच्या कर्तृत्वाची पूजा करतो, तो कोण आहे? विश्वाच्या विशाल वृक्षावरले एक चिमणे पान!

वाऱ्याने केव्हा गळून पडेल, याचा नेम नाही, असे एक चिमुकले पान! आणि- आणि मी- ययाति- मी हस्तिनापूरचा सम्राट- मी कोण आहे? एक क्षुद्र मानव- एक चिमणे पान- जे केव्हा गळून पडेल, याचा नेम नाही!

१४

माधवाचा शेवटचा निरोप घेऊन मी परतलो. ती रात्र! छे! रात्र कसली? क्षणाक्षणाला फूत्कार करीत माझ्या अंगावर चालून येणारी काळी नागीण होती ती!

माझे मन पुनःपुन्हा मृत्यूचा विचार करीत होते. त्या विचारांच्या भयंकर भोवऱ्यातून काही केल्या मला बाहेर पडता येईना. देवयानीने यावे, माझ्याजवळ बसावे, माधवाच्या मृत्यूबद्दल हळहळावे, तिच्या मांडीवर डोके ठेवून मी त्याच्या गुणांचे तिच्यापाशी वर्णन करावे आणि तिच्या डोळ्यांतले अश्रू माझ्या अश्रूंशी मिसळले, म्हणजे मग तिच्या बाहुपाशात झोपी जावे- एखादे भ्यालेले बालक आईच्या कुशीत निर्धास्तपणे झोपते, तसे शांतपणे निद्रेच्या अधीन व्हावे- असे मला फार-फार वाटत होते. पण 'माधव गेला, म्हणून ऐकलं. फार वाईट झालं.' या शब्दापलीकडं तिने एकही अधिक-उणा शब्द उच्चारला नाही; 'माझी अन्नावर वासना

नाही', म्हणून सांगितले, तेव्हा 'दोन घास तरी खा' असा आग्रह केला नाही आणि मी माझ्या महालात जाऊन तळमळत पडल्यावर ती तिकडे फिरकलीसुद्धा नाही! किती तरी वेळ मी शून्य मनाने बाहेरच्या काळोखाकडे पाहत उभा होतो.

त्या काळोखात एकाएकी राजमार्गावर एक रथ दिसू लागला. तो रथ वेगाने, मी उभा होतो, त्या दिशेनेच येत होता; पण त्याच्या चाकांचा आवाज बिलकूल होत नव्हता. त्या रथाला जुंपलेल्या काळ्या घोड्यांच्या टापांचाही आवाज होत नव्हता. होय, त्या काळोखातही ते काळे-काळे घोडे मला स्पष्ट दिसत होते– मी टक लावून पाहत होतो, माझ्या डोळ्यांवर माझा विश्वास बसेना. बागेतल्या सर्व फुलझाडांचा चोळामोळा करीत तो रथ सरळ पुढे आला– मी उभा होतो, त्या खिडकीपाशी येऊन तो थांबला. सारथ्याने हळूच विचारले.

'चलायचं ना, महाराज?'

मी म्हणालो,

'महाराणी झोपली आहे. छोटा यदु झोपला आहे. त्यांचा निरोप घेतल्यावाचून... '

माझे पुढचे शब्द मलाच ऐकू आले नाहीत. पाहता-पाहता त्या सारथ्याचा हात लांब लांब झाला, खिडकीपर्यंत येऊन पोचला, एखाद्या फुलझाडावरले फूल खुडावे, तसे त्याने मला अलगद उचलले आणि आपल्या रथात नेऊन ठेवले.

रथ चालू लागला. हस्तिनापुरातली एक-एक चिरपरिचित जागा मागे पडू लागली, हे देवालय, ही नृत्यशाळा, हे माधवाचे घर, लहानपणी नगरदेवतेच्या उत्सवात त्या उन्मत्त घोड्यावर बसून मी जिथे पराक्रम गाजविला होता, ते हे विशाल क्रीडांगण–

रथ धावत होता, वाऱ्याच्या वेगाने! हे-हे अशोकवन मागे पडले.

आता मला राहवेना. मी सारथ्याला विचारले,

'रथ कुठं चाललाय्?'

उत्तर आले :

'मला ठाऊक नाही!'

'आपण परतणार कधी?–'

'मला ठाऊक नाही!'

मी चिडून विचारले,

'मग तुला काय ठाऊक आहे?'

'फक्त दोन नावं!'

'ती कोणती?'

'पहिलं महाराजांचं–!'

'आणि दुसरं?'

'माझं स्वतःचं–!'

'तुझं नाव काय?'

'मृत्यु–!'

किती भयंकर भास होता तो! त्या खिडकीच्या गजांना दोन्ही हातांनी मी घट्ट धरले, तरी भीतीने थरथर कापणारे माझे शरीर खाली कोसळून पडते, की काय, असे मला वाटू लागले.

मोठ्या कष्टाने मी मंचकावर येऊन बसलो; पण छाती धडधडत होती. पाय थरथरत होते. मन क्षणभरसुद्धा स्थिर होत नव्हते.

मी पुनःपुन्हा मद्य घेतले. भरपूर मद्य घेतले.

दोन-तीन घटकांनी मला बरे वाटू लागले. हळूहळू गुंगी आली; पण त्या गुंगीत मला एक भयंकर स्वप्न पडले. त्या स्वप्नात माझ्यासमोर एक चिता जळत होती. त्या जळत्या चितेत माझ्या एकेका अवयवाची राख होत होती.

बघता-बघता माझे डोळे, कान, ओठ, हात-पाय यांची राख झाली! आता त्यांचा मला काही उपयोग नव्हता. माझ्या डोळ्यांना मुग्ध तरुणीप्रमाणे भासणारी सौम्यसुंदर सकाळ पुन्हा दिसणार नव्हती. उग्र आणि उत्तेजक मद्याप्रमाणे अमृताने भरलेल्या संजीवक ओठांचा स्पर्श पुन्हा माझ्या ओठांना होणार नव्हता.

फुललेल्या सोनचाफ्याचा आणि पिकलेल्या अननसाचा गोड वास जसा पुन्हा माझ्या नाकाला लाभणार नव्हता, तसा दृढ आलिंगनाने एकजीव झालेल्या प्रेयसीच्या केशसंभाराचा सौम्य सुगंधही मला पुन्हा घेता येणार नव्हता.

हे दृश्य पाहता-पाहता माझी गुंगी पार उडाली. मी मंचकावर उठून बसलो. छाती धाडधाड उडू लागली. जणू मृत्यूची भीती माझ्या हृदयावर घावामागून घाव घालीत होती आणि त्या घावांचे प्रतिध्वनी मला ऐकू येत होते!

पारधी मागे लागलेला पाहून हरिणाने जिवाच्या आकांताने पळत सुटावे, तसे माझे मन सैरावैरा धावू लागले. त्याला मद्याखेरीज दुसरे आश्रयस्थान सापडेना.

कितीतरी वर्षांत इतके मद्य मी घेतले नव्हते. हळूहळू त्याची धुंदी मला चढली. तो उन्माद दुसऱ्या उन्मादाची आठवण करून देऊ लागला. मुकुलिका, अलका, शर्मिष्ठा, देवयानी यांच्या कमनीय आकृती माझी वासना चेतवू लागल्या. डोळ्यांपुढे तरळू लागल्या.

अलका खाली वाकून केसांतल्या वेणीचा वास मला देत होती. तो वास घेता-घेता मी धुंद होऊन गेलो. ती दूर होऊ लागली. लगेच मी ती वेणी तिच्या केसांतून हिसकावून घेतली. दोन्ही हातांनी त्या फुलांचा चोळामोळा करीत ती नाकापाशी नेली. कंपित स्वरात अलका उद्गारली,

'असं काय करावं, युवराज?'

मी उत्तर दिलं,

'अजून माझं समाधान झालं नाही! आणखी, आणखी सुगंध हवाय् मला!'

अलकेला बाहुपाशात घट्ट धरून तिच्या ओठांचा, डोळ्यांचा, केसांचा, गालांचा सारा सारा सुगंध पिऊन टाकण्याकरिता मी बाहू पसरले. पण– मी डोळे उघडून पाहिले– पुन्हा पुन्हा पाहिले. माझ्या महालात मी एकटाच होतो; आणि अलका? ती कुठे आहे? तळघरात? छे! का दुसरीकडेच कुठे लपून बसली आहे! सशाच्या बिळात, का सिंहाच्या गुहेत?'

'अलका, अलका!....' मी मोठ्याने हाक मारली.

कुणी तरी ओ दिली; पण ती अलका नव्हती. ती मुकुलिका होती. ती कुठे होती? दूर? छे! माझ्या बाहुपाशात! मी तिची चुंबने घेत होतो. मी मला चुंबने देत होती. मी आकाशातले एकेक नक्षत्र मोजीत होतो आणि तिचे एकेक चुंबन घेत होतो! नक्षत्रे मोजून संपली, की मी माझी चुंबने थांबविणार होतो; पण-पण माझ्या ओठांना हे गारगार असे काय लागतेय्? मुकुलिका कुठे आहे? माधवाच्या घरी ती त्याची सेवा करीत आहे! पण, माधव कुठे आहे? तो-तो मृत्यूचा हात धरून– माझ्या ओठांना गारगार असे जे काही लागले, तो मृत्यूचा हातांचा स्पर्श होता काय?

मी पुन्हा डोळे उघडून पाहिले. माझ्या महालात मी एकटाच होतो. कदाचित मृत्यू माझ्याभोवती अदृश्य स्वरूपात फिरत असेल! ही माझ्या आयुष्यातली शेवटची रात्र असेल काय? कुणी सांगावे? या शेवटच्या रात्रीचा आनंद लुटू दे; पुरेपूर उपभोगू दे. आयुष्याचा रिकामा होत असलेला हा प्याला एकदाच, एकदाच फेसाळणाऱ्या स्त्रीसुखाच्या मद्याने भरून जाऊ दे. शेवटचा प्याला– हो शेवटचा प्याला!

'शर्मिष्ठे– शर्मिष्ठे– शमा, शमा–'

मी उठलो. पाय लटपटत होते. शरीराचा तोल सावरता येत नव्हता. तरी मी उठलो आणि महालाचे दार खाडकन् उघडून चालू लागलो.

१५

देवयानीच्या दारातली दासी पेंगत होती. माझी चाहूल लागताच ती चपापली. दचकून उठली.

ती धावतच आत गेली. ती परत येईपर्यंत वाट पाहावी, असे मला वाटत होते. महाराणींचा निरोप आल्यानंतरच मी आत जाणे योग्य होते. मनाला हे कळत होते; पण शरीर धीर धरायला तयार नव्हते.

कुठलीही वासना वाघासारखी असते काय? तिला ज्या उपभोगाची एकदा चटक लागते, त्याच्यामागे ती वेड्यासारखी धावत सुटते! वासनेला फक्त जीभ

असावी! कान, डोळे, मन, हृदय काही-काही देवाने तिला दिलेले नाही. तिला दुसरे-तिसरे काही कळत नाही. कळते केवळ स्वतःचे समाधान!

मद्याच्या अतिरेकामुळे माझा पावलापावलाला तोल जात होता. तरी मी देवयानीच्या महालात गेलो. तिथे काय घडले, हे नीट आठवत नाही. जणू मी दाट धुक्यातून चालतो होतो.

एक गोष्ट तेवढी आठवते, मला देवयानी हवी होती. क्षणाचाही विलंब न लावता तिने मला मिठी मारायला हवी होती. तिने आपले सर्व सौंदर्य माझ्या सेवेला सादर करायला हवे होते! पण मी मद्य घेतलेले आहे, हे तिच्या लगेच लक्षात आले. ती बेभान झाली. चिडली. संतापली. मी चिडलो. रागावलो. शब्दाने शब्द वाढत गेला. मधेच मी चुकून शर्मिष्ठेचे नाव घेतले! मग भांडण अधिकच वाढले. शुक्राचार्यांच्या रागाच्या आणि त्यांच्या भयंकर शापाच्या गोष्टी ती बोलू लागली. शेवटी मला तिने एक शपथ घ्यायला लावली. शुक्राचार्यांच्या नावाने तिने मला शपथ घ्यायला लावली–

'मी तुला कधीही स्पर्श करणार नाही!'

१६

पराभूत आणि अतृप्त स्थितीत मी तिच्या महालाबाहेर पडलो. ज्या राजवाड्यात माझ्या पत्नीला स्पर्शसुद्धा करण्याचा अधिकार राहिला नव्हता, तिथे आता क्षणभरदेखील थांबण्यात अर्थ नव्हता! मी मनाशी ठरविले, या राजवाड्यात पुन्हा पाऊल टाकायचे नाही. अशोकवनातच कायमचे राहायचे. या देवयानीचे पुन्हा तोंड पाहायचे नाही. अशोकवनात शर्मिष्ठेच्या आठवणींत दिवस कंठायचे.

अशोकवनात जाण्याकरिता मी रथात बसलो. देवयानी आणि शर्मिष्ठा यांच्या मूर्ती माझ्या डोळ्यांपुढे आलटून पालटून नाचत होत्या. दोघीही मला हव्या होत्या; पण एकीने मला झिडकारले होते आणि दुसरी? तिला मी दूर लोटले होते!

रथ मार्गाला लागला, न लागला, तोच त्या दोन्ही मूर्ती एक झाल्या. त्यातून एक निराळी लावण्यवती युवती निर्माण झाली. ती रमणी क्षणोक्षणी नवी उन्मादक रूपे धारण करीत होती. शेवटी ती अलका झाली. मग मुकुलिका बनली.

मुकुलिका! तिचे ते गुरुमहाराज! नृत्यशाळेच्या मठात तिचे गुरू उतरले होते, हे मला आठवले. वाटले, अशोकवनात जाऊन रात्रभर तळमळत पडण्यापेक्षा त्या गुरुमहाराजांना भेटावे, मनःशांताचा काही मार्ग ते दाखवितात का, पाहावे! सारथ्याला मठाकडे रथ न्यायला मी सांगितले.

अपरात्री मला मठाच्या दारात पाहून मुकुलिका क्षणभर दचकली; पण पुढच्याच

क्षणी सलज्ज स्मित करीत तिने आपल्या गुरुमहाराजांकडे नेले.

गुरुमहाराज मोठे राजयोगी दिसले. त्यांना आपण पूर्वी कुठे तरी पाहिले असावे, असे मला वाटले. पण ते क्षणभरच! मला काही-काही आठवेना.

मी माझे दुःख गुरुमहाराजांना सांगितले. मी मद्य पिऊन या पवित्र स्थळी आलो आहे, याबद्दल क्षमा करण्याविषयी त्यांना विनंती केली. त्याबरोबर ते हसून म्हणाले, 'महाराज, मनःशांतीचा अर्धा मार्ग आपण आधीच चोखाळला आहे!'

मला त्यांच्या बोलण्याचा अर्थ कळेना. मी साशंक स्वराने विचारले, 'म्हणजे?'

'महाराज! हा मृत्युलोक आहे. अनंत दुःखांनी माणसाचं इथलं जीवन भरलेलं आहे. या दुःखाचा विसर पाडणाऱ्या फक्त दोन दिव्य औषधी मृत्युलोकात आहेत!'

मी उत्सुकतेने विचारले,
'त्या कोणत्या?'

'मदिरा आणि मदिराक्षी!'

मी स्तंभित झालो; पण मनाचा धीर करून विचारले,
'मद्यपान हे महापाप...'

गुरुमहाराज उद्गारले,
'पाप आणि पुण्य या धूर्त पंडितांनी आणि मूर्ख माणसांनी प्रचलित केलेल्या काल्पनिक गोष्टी आहेत. या जगात सुख आणि दुःख या दोनच काय त्या खऱ्या गोष्टी आहेत. बाकी सर्व माया आहे. पाप आणि पुण्य हे नुसते मनाचे भास आहेत. कल्पनेचे खेळ आहेत. मी माझ्या भक्तांना तीर्थ म्हणून नेहमी मद्यच देतो!'

मी स्वप्नात आहे, की काय, हे मला कळेना.

गुरुमहाराज म्हणाले,
'महाराज, आपल्याला मनःशांती हवी आहे ना? ती देणाऱ्या अनेक देवता मला वश आहेत. त्यांतल्या हव्या त्या देवीची आपण आराधना करा.'

ते उठले आणि चालू लागले. मंत्रमुग्ध मनुष्याप्रमाणे मी त्यांच्यामागून मुकाट्याने जाऊ लागलो. साध्या जमिनीवरून मी चालत होतो, पण पळापळाला मला वाटत होते, मी कुठल्या तरी पर्वताच्या माथ्यावरून खाली गडगडत जात आहे! त्या दरीला अंत नव्हता. सृष्टीच्या प्रारंभापासून तिच्यातल्या एका कणालाही कधी सूर्यप्रकाशाचा स्पर्श झाला नव्हता!

✳ ✳ ✳

भाग चौथा

शर्मिष्ठा

१

मी परत हस्तिनापुराकडे चालले होते! अठरा वर्षांनी! आले होते, त्याच वाटेने! तितक्याच भीतिग्रस्त मनःस्थितीत!

या मार्गावरले मोठमोठे वृक्ष तसेच आहेत. देवळाचे कळस पूर्वीसारखेच सकाळच्या सोनेरी उन्हात चमकत आहेत. रात्रीच्या कुशीत खेडोपाडी मागच्यासारखीच शांतपणाने झोपी जात आहेत. या अठरा वर्षांत काहीही बदलले नाही! पण शर्मिष्ठा मात्र—

ती अठरा वर्षांपूर्वीची शर्मिष्ठा मीच आहे? छे? ही शर्मिष्ठा अगदी निराळी आहे. ती शर्मिष्ठा आई असली, तरी पत्नी होती, प्रणयिनी होती. आज तिच्यातली आई तेवढी जिवंत राहिली आहे. 'माझा पूरु सुरक्षित असेल ना?' या एका प्रश्नाशिवाय तिला दुसरे काही काही सुचत नाही.

शुक्राचार्यांच्या उग्र तपश्चर्येने काळजीत पडलेल्या कच, यति, अंगिरस वगैरे ऋषि-मुनींना वाटणारी भीती माझ्या मनाला स्पर्शसुद्धा करीत नाही. एकाच भयाने माझे मन व्याकूळ झाले आहे. पूरु कुठे असेल? तो विजयी यदूबरोबर हस्तिनापुराला जाईल काय? तो तिथे गेला, तर देवयानी त्याला ओळखील काय? त्याच्या आणि महाराजांच्या चेहऱ्यांत पुष्कळ साम्य आहे! देवयानीने त्याला ओळखले, तर—

माझ्याबरोबर संरक्षक आहेतच. पण त्यांच्याशिवाय ही अलकाही आहे. पूरूवर या सोनेरी केसांच्या पोरीचे प्रेम बसले आहे! ते कधी बोलून दाखवीत नाही ती! पण उमलणारी फुले लपवून ठेवली, तरी ती सुवासावरून ओळखता येतातच ना! या पोरीने माझ्याबरोबर येण्याचा हट्ट धरला. पूरूचे मन वळविण्याच्या कामी हिचा उपयोग होईल, असे मलाही वाटले. म्हणून मी तिला बरोबर घेतली; पण ही धीट पोरगी एका बाजूला जाऊन कातरवेळी डोळे पुसू लागली, म्हणजे मला भडभडून येते! मग मध्यरात्र उलटली, तरी डोळ्याला डोळा लागत नाही. गेल्या अठरा वर्षांतल्या साऱ्या आठवणी सजीव होऊन मनाच्या रंगमंचावर क्रमाक्रमाने येऊ लागतात. अगदी त्या भयंकर मध्यरात्रीपासून–

२

त्या मध्यरात्री माधव निघून गेला. किर्र काळोखात, मुसळधार पावसात मी एकटीच राहिले! एकटी? छे! माझा पूरु होता ना माझ्यापाशी! माझा ओलाचिंब झालेला पूरु– उद्या तो आजारी पडला, तर?

त्या उच्छृंखल पंचमहाभूतांचा मला राग आला. एक आई आपल्या कोवळ्या अर्भकाला घेऊन या निर्जन प्रदेशात एकटीच उभी आहे. एवढेसुद्धा त्यांच्या लक्षात येऊ नये? तिला धीर द्यायचे सोडून, त्यांनी उलट तिला भिववून सोडावे? हा चावरा वारा, हे काळेकुट्ट आकाश, या कडकडणाऱ्या विजा, त्यांना कुठून माझी दया येणार? जिथे माणूस पाषाण होतो, तिथे पाषाणापासून माणुसकीची अपेक्षा करण्यात काय अर्थ आहे? देवयानी तर माझ्या प्राणावर उठली होती. महाराजांनी धीर केला नसता, तर त्या तळघरातच शर्मिष्ठेच्या दुर्दैवी जीवनाचा शेवट झाला असता. पण-

माणसाला प्रेमसुद्धा एका मर्यादेपलीकडे करता येऊ नये, असाच जीवनाचा नियम आहे का? महाराजांनी माझे प्राण वाचविले, हे खरे! पण आपल्या लाडक्या शर्मिष्ठेला असे वाऱ्यावर सोडून देणे त्यांना कसे परवडले?

‘शर्मिष्ठे, मला हे राज्य नको, वैभव नको, मला फक्त तू हवी आहेस. चल, मी तुझ्याबरोबर येतो. आपण दूर कुठं तरी हिमालयाच्या पायथ्याशी जाऊन सुखानं राहू!’ असे काही ते म्हणाले असते, तर मला केवढा आनंद झाला असता, केवढा धीर आला असता!

मी त्यांना माझ्याबरोबर येऊ दिले नसते! पण या गोड शब्दांची शिदोरी त्यांनी मला दिली असती, तरी ढगांच्या गडगडाटातून आणि विजांच्या कडकडाटातून प्रीतीचा तो संजीवनी-मंत्र माझ्या कानांत घुमत राहिला असता! पण शर्मिष्ठा तेवढी सुदैवी होती कुठे?

३

त्या रात्री मी किती चालले, कशी चालले, पूरूला घेऊन इतके चालण्याचे बळ माझ्या अंगी कुठून आले? पिशाचाप्रमाणे किंचाळणाऱ्या वाऱ्याला न भिता, डाकिणीप्रमाणे अंगावर धावून येणाऱ्या विजेची पर्वा न करता, अंधळ्या करून सोडणाऱ्या अंधाराला शरण न जाता रात्रभर मी कशी चालत राहिले, हे माझे मलाच सांगता येतन नाही! संकटकाळी माणसाचे सारे बळ जागे होऊन शत्रूंशी लढू लागते, की काय, कुणास ठाऊक? पण राजकन्या म्हणून लाडांत वाढलेली, मेण्यातून मिरवलेली आणि फुलांच्या पायघड्यांवरून चाललेली शर्मिष्ठा रानावनांतून, काट्याकुट्यांतून, प्रहरामागून प्रहर लोटला, तरी चालत होती, वाट कापीत होती. हस्तिनापूर मागे टाकून मृत्यूच्या त्या गुहेपासून दूर पळत होती! ती वृषपर्वा महाराजांची मुलगी नव्हती. ययातिमहाराजांची प्रेयसी नव्हती. या जगाशी त्या वेळी तिचे फक्त एकच नाते उरले होते. ती एका बाळाची आई होती. त्या कुडकुडणाऱ्या बाळजीवाच्या मिठीने तिच्या अंगात चैतन्य संचारले होते. त्याच्याकरिता ती जगणार होती. त्याला मोठा करणार होती. त्याचा पराक्रम डोळे भरून पाहणार होती आणि मग मृत्यूला सामोरी जाणार होती.

४

दुसऱ्या दिवशी सकाळी एका लहान खेडेगावातल्या देवळात मी विसाव्याकरिता टेकले. पुढे कुठे जायचे, हा प्रश्न माझ्यापुढे उभा राहिला! बाबांकडे जावे का? नातू पाहून त्यांना आनंद होईल; पण शर्मिष्ठा देवयानीची सवत झाली आहे आणि देवयानी तिचा जीव घेण्यासाठी टपली आहे, हे कळल्यावर त्यांचा तो सारा आनंद विरून जाईल! तपश्चर्येसाठी बसलेले शुक्राचार्य उद्या आपल्याला शाप देतील, साऱ्या राक्षसकुळाचा विध्वंस करतील, अशी त्यांना भीती वाटू लागेल. बाबांकडे जाऊन त्यांना असे संकटात टाकण्यापेक्षा–

मी विचार करू लागले.

'खरंच, या गजबजलेल्या जगात माणूस किती एकटा आहे! एवढे मोठे जग माझ्याभोवती पसरले होते; पण त्या जगात एका बाळजीवाशिवाय माझी कुणावरही सत्ता नव्हती!'

सकाळीच देवळात एक दयाळू बाई आली. तिने माझी विचारपूस केली. अगत्याने मला आपल्या घरी नेले. तिची माया पाहून माझे डोळे भरून आले. या जगात परमेश्वर कुणाच्या रूपाने भेटेल, कुणाच्या मनीमुखी उभा राहील, याचा नेम

नसतो, हेच खरे! धाकटी बहीण माहेरी यावी ना, तसे मला पाहून तिला वाटू लागले होते.

चार दिवस मोठे सुखाचे गेले. त्या काळरात्रीच्या त्रासाने पूरु आजारी पडतो, की काय, असे भय मला वाटत होते, ते टळले. हे गाव हस्तिनापुराहून फारसे लांब नव्हते. त्यामुळे इथे राहावे, की नाही, या विचारात मी होते; पण त्या बाईचा लळा लागला होता. तो कसा तोडावा, हे मला कळेना!

पाचव्या दिवशी रात्री मी गाढ झोपले होते. पूरु माझ्या कुशीत एखाद्या कळीसारखा झोपी गेला होता. मधुर स्वप्नांच्या गोड लहरींवर मी तरंगत होते. त्या स्वप्नात पूरु 'त-त, त-त' म्हणून महाराजांना हाक मारीत होता. आपले दोन्ही चिमुकले बाहू पसरून तो त्यांच्याकडे झेप घेत होता. शेवटी त्याचे दोनही हात त्यांच्या गळ्याभोवती पडले.

त्याच क्षणी मी दचकून मी जागी झाले. माझ्या गळ्यात कुणाचे तरी हात? छे! पण एक विचित्र, कापरा, खरखरीत स्पर्श मला जाणवला. माझ्या डोळ्यांपुढे घराच्या मालकाची कामुक दृष्टी उभी राहिली. या पापी स्पर्शाने त्या दृष्टीचा सारा अर्थ एका क्षणात माझ्या लक्षात आला. 'ताई' म्हणून मी ओरडले. लगबगीने बाहेर जाणारी पावले वाजली! दिवा लावून घेऊन ताई धावत माझ्या खोलीत आली. मी घाबरून अंथरुणात उठून बसले होते. माझ्या पाठीवरून हात फिरवीत तिने विचारले,

'काय झालं, बाई?'

मी उत्तरले,

'काहीतरी अंगावरनं सरपटल्यासारखं वाटलं मला.'

तिने घाईघाईने नवऱ्याला हाका मारल्या. तो झोप मोडल्याचे सोंग करीत आत आला. दोघांनी मिळून दिवा घेऊन खोलीभर पाहिले. पण माणसाच्या रूपाने वावरणारा सर्प सुखासुखी कसा सापडणार? मला माझ्या या पूर्वजन्मीच्या बहिणीची दया आली! दैव किती विक्षिप्त असते! त्याने या फुलाची त्या काट्याशी जन्मगाठ बांधली होती!

मी मनाशी एक खूणगाठ बांधली. आजपर्यंत तरी राजवाड्यात वावरले होते. तिथे माझे सौंदर्य सुरक्षित होते. आता बाहेरच्या जगात त्याच्यामुळेच माझ्यावर संकटे येण्याचा संभव होता. केवळ पूरूला संभाळून माझे काम भागणार नव्हते. मला स्वतःलाही संभाळणे प्राप्त होते.

दुसरे दिवशी सकाळी मी मोठ्या कष्टाने, खूप-खूप खोट्या सबबी सांगून, माझ्या त्या बहिणीचा निरोप घेतला. तिचे घर सोडून जाताना मी कितीदा तरी मागे वळून पाहिले. तिची माझी भेट होईल, की नाही, या शंकेने माझे डोळे पाणावले!

संयोग आणि वियोग यांच्या अद्भुत रसायनालाच जीवन म्हणतात का?

५

गावामागून गाव मागे टाकीत मी निघाले. वेड्यावाकड्या वाटेने. मोठी गावे चुकवीत हस्तिनापुरापासून शक्य तितके दूर जायचे, कुठल्याही गावात एका दिवसापेक्षा अधिक राहायचे नाही, कुणाशीही रहस्य करायचे नाही, आपले खरे नाव-गाव कुणालाही सांगायचे नाही, असे पावलापावलाला मी घोकीत होते. नवरा आपल्याला नि तान्ह्या मुलाला सोडून हिमालयात गेला आहे. त्याचा शोध करण्यासाठी आपण चाललो आहो, असे, कुणी अगदी खनपटीला बसले, तर मी सांगत असे-ते ऐकून कुणी डोळ्यांत पाणी आणी. कुणी माझ्या बोलण्याची कुजबुजत थट्टा करीत.

प्रवासातल्या हालांनी पूरु कंटाळेल, अशी भीती मला वाटत होती; पण तसे मुळीच झाले नाही. प्रत्येक नवे खेडे हे जणू त्याला नवे खेळणेच वाटे. रोज नवी घरे, नवी पाखरे, नवी फुले, नवी मुले, नवी देवळे, नवी माणसे त्याला दिसत. नवीनपणात त्याचे मन रमून जाई.

हळूहळू हस्तिनापुराहून मी पुष्कळ लांब आले. चालून-चालून थकले होते. तेव्हा एका खेड्यात थोडे दिवस राहावे, असे मी ठरविले. एका श्रीमंत, वृद्ध विधवेच्या घरी मला आश्रय मिळाला. त्या म्हातारीने 'पोरी, तू कोण? कुठली?' वगैरे सर्व मला खोदखोदून विचारले. मी माझे ठरावीक उत्तर दिले. ती मायेने उद्गारली,

'नक्षत्रासारखी बायको सोडून संन्यासी झाला तुझा नवरा! काय नशीब असतं एकेका माणसाचं!'

सारा दिवसभर ती पुनःपुन्हा माझ्याकडे टक लावून पाहत होती. माझ्या सौंदर्याचे हे कौतुक आहे, की याच्यामागे काही काळेबेरे आहे, हे मला कळेना! मन बेचैन झाले. रात्री अंथरुणावर पडले. किती तरी वेळ झोप येईना! ती यावी, म्हणून महाराजांच्या सहवासातले, अगदी त्यांच्या बाहुपाशातले सुखाचे क्षण आठवू लागले, फुलांच्या सुगंधाचा अर्क काढून तो एखाद्या बंद कुपीत ठेवावा ना, तसे हे क्षण मी जपून ठेवले होते. पण त्या गोड आठवणींनी माझे दुःख आणखी वाढले. शेवटी निद्रेनेच माझ्यावर थोडीशी दया केली.

त्या अस्वस्थ झोपेतून मी दचकून जागी झाले. ती दिव्याच्या प्रकाशाने! कुणीतरी माझ्या तोंडाजवळ दिवा आणला होता. तो दिवा लगेच दूर झाला. मी

किलकिल्या डोळ्यांनी पाहिले. ती म्हातारी एका तरुणाशी काही तरी कुजबुजत होती. मी डोळे मिटून ऐकू लागले. हस्तिनापूर, दवंडी, मोठे बक्षीस असे तुटक-तुटक शब्द कसेबसे माझ्या कानांत शिरले. विषाचे थेंब पडावे, तसे! मी मनात घाबरले.

बोलता-बोलता त्या दोघांचे आवाज थोडे मोठे झाले; तो तरुण म्हणत होता,

'छे! ही शर्मिष्ठा असणं शक्य नाही. हिच्या तोंडावर राजकन्येचं काही तेज आहे का? तुला सुटलीय् त्या बक्षिसाची हाव! म्हणून–'

ती दोघे भांडत-भांडत बाहेर निघून गेली. माझ्या काळजाने ठाव सोडला. कुशीतला पूरु आसवांनी जागा झाला.

दोन घटकांनी घरात सामसूम झाली. मी उठले आणि ऐन मध्यरात्री ते घर सोडले.

६

पारध्याच्या पाठलागाला भिऊन एखादी हरिणी धावत सुटते ना, तशी लपतछपत, मोठी गावे चुकवीत, देवळात, नाही तर धर्मशाळेत रात्रीपुरता आसरा घेत, मी पुढे चालले. एखाद्या दिवशी मन अगदी कंटाळून जाई. वाटे, हा केव्हा केव्हा अंगलट येणारा लपंडाव खेळून काय उपयोग आहे? आज ना उद्या अशा स्थितीतच आपल्याला मरण यायचे असेल, तर हे हाल भोगण्यात काय अर्थ आहे? अस्से परत हस्तिनापुराला जावे, देवयानीसमोर ताठ मानेने उभे राहावे आणि, काय माझे डोके उडविणार आहेस, ते उडीव, असे म्हणावे! पण लगेच कुशीत झोपलेल्या पुरूच्या हसणाऱ्या मुद्रेकडे माझे डोळे वळत. मी मनात म्हणे,

'देवयानीनं माझा शिरच्छेद केला, तरी चालेल; पण माझ्या लाडक्याच्या एका केसालासुद्धा धक्का लागता कामा नये!'

'मला पूरूसाठी जगायला हवं! कितीही हाल झाले, तरी तो मोठा होईपर्यंत मला जगायला हवं. तोपर्यंत हालाहलाचे समुद्र प्यायला हवेत! संकटांचे मेरुमांदार ओलांडायला हवेत!'

चार दिवसांनी मी एका खेडेगावातल्या देवळापाशी आले. संध्याकाळ झाली होती, म्हणून देवळाजवळच्या धर्मशाळेत राहायचे ठरविले. शेजारच्या विहिरीवरून पूरूचे हातपाय धुऊन मी त्याला सभामंडपात खेळायला सोडले. तो लुटुलुटु चालत इकडेतिकडे पाहत होता. येणारे-जाणारे स्त्री-पुरुष मंडपातील घंटा वाजवीत होते. तो घंटानाद ऐकून पूरु आपल्या गोजिरवाण्या हातांनी टाळ्या पिटीत होता. पुनःपुन्हा

ती घंटा पाहून त्याला ती वाजविण्याची लहर आली. मी खांबाआड विसावा घेत बसले होते. तो मला घंटेकडे ओढून नेऊ लागला. मी थोडी टाळाटाळ केली; पण बालहट्टापुढे आईचे काही चालत नाही! किंचित धसमुसळेपणाने मी त्याला उचलले आणि घंटेपाशी नेऊन त्याला उंच केले. खिदळत त्याने आपला चिमुकला हात घंटेकडे नेला. इतक्यात देवळासमोर एक दवंडी ऐकू येऊ लागली. दवंडी पिटणारा ओरडत होता :

'ऐका, लोकहो, ऐका. हस्तिनापूरच्या महाराणी देवयानीदेवी यांच्या राजवाड्यातून एक सुंदर दासी पळून गेली आहे. तिचं नाव शर्मिष्ठा. या शर्मिष्ठेपाशी एक लहान मूल आहे. ही दासी व्यभिचारी आहे. तिला आणि तिच्या मुलाला पकडून हस्तिनापुराला महाराणींच्या समोर हजर करणाऱ्या माणसाला मोठं बक्षीस देण्यात येईल!'

दवंडीचे पहिले शब्द कानी पडताच माझे पाय लटपट कापू लागले. पूरूला मी उंच धरले होते; पण तो माझ्या हातांतून खाली पडतो, की काय, असे मला वाटू लागले. मी अधिकच घाबरले आणि मटकन खाली बसले.

बालकाचे चिमुकले जग किती सुखी असते! त्याचे अज्ञान किती आनंददायक असते! या दवंडीतल्या एका शब्दाचासुद्धा अर्थ पूरूला कळला नव्हता. त्यामुळे घंटा वाजविण्याच्या नादातच त्याचे मन गुंग होऊन गेले होते. घंटा वाजवायला मिळाली नाही, तो म्हणून हात-पाय आपटू लागला. मोठे भोकाड पसरले त्याने. माझ्या कानांत ती दवंडी अजून घुमत होती. छाती सारखी धडधडत होती. पूरु रडत असलेला बघून एक मध्यम वयाचा गृहस्थ माझ्यापाशी आला आणि म्हणाला,

'पोर रडतंय्! त्याला जवळ घे, बाई! काय म्हणतंय्, ते बघ.'

लगेच तो माझ्या मुद्रेकडे टक लावून पाहू लागला.

जाळीतून सावजाकडे रोखून पाहणाऱ्या वाघासारखी त्याची दृष्टी वाटली मला. मी रडणाऱ्या पूरूला उचलून घेऊन धर्मशाळेत गेले. अंधार पडताच ती धर्मशाळा मी सोडली.

त्या दवंडीने माझे मन अगदी गोंधळून गेले. बाजार, देवळे, धर्मशाळा अशा गर्दी असणाऱ्या जागी आता कधी उतरता उपयोगी नाही, हे मला कळून चुकले. बक्षिसाच्या लालसेने, नुसत्या संशयाने, कोण, मला केव्हा पकडून देईल, याचा नेम नव्हता! दवंडीतली दासी मी नव्हे, असे म्हणायला काही तरी निराळे सोंग करायला हवे! पूरूला कोणा तरी मूल नसलेल्या बाईकडे ठेवले, तर आपल्या सोंगाची बतावणी करणे सोपे जाईल, असे मनात आले. पण या कल्पनेने माझ्या काळजाचे तुकडे केले. पूरूपासून दूर जायचे? छे! ते अगदी अशक्य होते. तेलावाचून पणती कधी प्रकाश देत राहील काय? पूरूचे डोळे हे माझे सूर्यचंद्र होते. त्याची नाजूक

मिठी हे माझे संरक्षण करणारे सुदर्शनचक्र होते. त्याचे पापे– कुबेराच्या भांडारालाही लाजविणारे माझे धन होते ते! झोपेत तो हसला, म्हणजे मध्यरात्री अरुणोदय झाल्याचा मला आनंद होई. त्याच्यासाठीच मला आता जगायचे होते!

पूरूला घेऊन तशीच मी अंधारातून निघाले. एक गोष्ट मनावर कोरून ठेवली. कुठल्याही गावात, कुणाकडेही, वस्तीकरिता उतरायचे नाही. गावाबाहेर कुठेही, प्रसंगी पडक्या देवळात, प्रसंगी कुणाच्या झोपडीत, प्रसंगी उघड्या माळावर पाठ धरणीला टेकायची! जीव जायची पाळी आली, तरी हा नेम मोडायचा नाही.

७

पुढले चार-पाच दिवस सुखात गेले. दवंडीची आठवण किंचित पुसट झाली. कचाच्या आठवणीने धीर येऊ लागला. कचाने दिलेले ते लाल अंशुक मी आतापर्यंत बोचक्यात ठेवले होते. आज ते मी प्रथम नेसले.

त्या दिवशी एका गावाबाहेरच्या निर्जन देवळात मी वस्तीकरिता राहिले. देवळाच्या पलीकडे किर्र रान पसरले होते. क्षणभर मनाला भीती वाटली. वाटले, रानातला वाघ देवळात येऊन झोपत असला, तर– मग मनात आले. दुष्ट माणसांपेक्षा हिंस्र जनावरे पुरवली. देवापुढे मंद नंदादीप तेवत होता. पूरूला मांडीवर घेऊन मी थोपटीत होते. इतक्यात एक तापसी देवळात आला. तो सरळ देवमूर्तीकडे गेला. माझ्या मांडीवरच्या पूरूचे लक्ष त्याच्याकडे असावे! तो एकदम उठून बसला. 'त-त-त-त' म्हणून मोठमोठ्याने हाका मारू लागला. देवाच्या मूर्तीपुढे वाकलेला तापसी उठून उभा राहिला. त्याच्या पाठमोऱ्या आकृतीकडे पाहता-पाहता मला नवल वाटले. मागून तो थेट महाराजांसारखा दिसत होता. पूरु त्याला 'त-त-त-त' म्हणून का हाका मारीत होता, हे माझ्या आता लक्षात आले. माणसाचे मन किती भोळे-खुळे असते! आशेने एका क्षणात किती वेडे होते! माझ्या मनात आले, त्या दिवशी अशोकवनात ऋषिवेष धारण करून महाराज माझ्याकडे आले होते. त्याच वेषात ते माझ्या शोधासाठी बाहेर पडले असतील काय? आम्हां दोघांचे पुनर्मीलन या पडक्या देवळात, या निर्जन अरण्यात व्हावे, असा तर ईश्वरी संकेत नसेल ना?

तो तापसी वळून झपझप माझ्या समोरून निघून गेला.

मी त्याची मुद्रा निरखून पाहिली. छे! काही काही साम्य नव्हते त्याचे महाराजांच्या मुद्रेशी.

पूरु मात्र 'त-त-त-त' करीत रडू लागला. अशोकवनात त्याचे रडणे थांबावे, म्हणून मी महाराजांचे चित्र त्याला दाखवीत असे. मग तो शांत होत असे; पण इथे-

इथे माझ्या हृदयात महाराजांची मूर्ती कोरलेली होती; पण तिचा पूरूला काय उपयोग होता?

गार वाऱ्यावर पूरु लवकर झोपेल, म्हणून त्याला घेऊन मी देवळाच्या बाहेर आले. चहूंकडे चांदणे पसरले होते. एखादे सहस्त्रदल शुभ्रकमल उमलावे, तशी सारी सृष्टी दिसत होती. समोर पसरलेले अरण्य चांदण्यात न्हात होते. न्हाणाऱ्या मुलासारखे गोड दिसत होते. एरवी किर्र वाटणारी झाडी या वेळी बागेतल्या फुलझाडासारखी नाजूक भासत होती. चांदण्याचे गीत ऐकत- ऐकत जग धरणीमातेच्या मांडीवर शांतपणे झोपी गेले होते.

एक चिमणे, चुकलेले पाखरू किलबिलत माझ्यासमोरून गेले. 'तो बघ काऊ' म्हणून मी त्या पाखराकडे बोट दाखविले. पूरु पाहू लागला. टाळ्या पिटू लागला. मी थोडी पुढे गेले. पाखरू दिसेनासे झाले; पण पूरु त्याचा हट्ट धरून बसला. खुणेने मला 'पुढं चल' म्हणून सांगू लागला. एखाद्या ऋषीच्या प्रशांत आश्रमासारखे समोरचे अरण्य दिसत होते. मी एका पाउलवाटेने पुढे जाऊ लागले. त्या वाटेच्या कडेला एक नाजूक रानवेल फुलली होती. नखाएवढी निळी फुले होती तिची. त्या फुलांचे झुबके मोठे शोभिवंत दिसत होते. मी त्यांतले दोन गुच्छ तोडून पुरूच्या दोन्ही हातांत दिले. तो ते नाचवीत खिदळू लागला.

आता त्या चांदण्याने मलाच वेडे केले. वृक्षांच्या खाली त्याने किती सुंदर रांगोळ्या घातल्या होत्या. झाडांच्या शेंड्यावर ते जणू गुलाबदाणी शिंपडीत होते. मी एखाद्या परीच्या राज्यात तर नाही ना, असे मला राहून-राहून वाटत होते. हस्तिनापूर सोडल्यापासून मी स्वतःशी कधी गाण्याची एक ओळसुद्धा गुणगुणले नव्हते; पण वेलीवर कळी उमलावी ना, तसे माझ्या आनंदाने ओसंडून गेलेल्या मनात गाणे जागे झाले. मी कुठे आहे, कोणत्या संकटात आहे, कुठे चालले आहे, हे सारे मी विसरले. मी एका तंद्रीत पुढेपुढे चालले होते. चंद्र हा मदनाचा मित्र आहे, असे कवी म्हणतात. ते मला या वेळी पुरेपुरे पटले. प्रीतीसारखीच या चांदण्याची धुंदी होती.

ती पाउलवाट सरळ होती. हां हां म्हणता मी ती मागे टाकली. वनाची ती बाजू एकदम संपल्यासारखी झाली. मी दचकले. समोर पाहिले. एक भला मोठा खडक प्रचंड कासवासारखा पुढे पसरला होता. त्याच्याखाली खोल दरी पसरली होती.

मी इकडेतिकडे पाहिले. उजव्या बाजूला असाच एक खडक पुढे आलेला दिसत होता. दरीत डोकावून पाहणाऱ्या या काळ्या खडकाची क्षणभर मला भीती वाटली. त्याचबरोबर त्याच्याकडे माझे मन ओढू लागले. वाटले, अगदी या खडकाच्या टोकावर जाऊन उभे राहावे आणि खालच्या दरीर वाकून पाहावे! लहानपणी नव्हतो का आपण असे खेळ खेळत?

मी मनात म्हणत होते, आजचे चांदणे अद्भुत आहे. हे सारे सुंदर दृश्यच अपूर्व आहे. हे पुन्हा कधी दिसणार नाही. डोळे भरून हे सौंदर्य पिऊन घ्यावे. हा खडक दरीत थोडा पुढे गेला आहे. पण त्यात भिण्यासारखे काय आहे? मरणाने चारी बाजूंनी वेढलेले जीवन जगण्यातच माणूस आनंद मानीत असतो ना! अशा जीवनातल्या चंदेरी क्षणांचा रस चाखताना इतर गोष्टींचा कोण विचार करीत बसणार?

मी धिटाईने पूरूला घेऊन पुढे झाले. हळूहळू खडकाच्या निमुळत्या भागाकडे जाऊ लागले.

एकदम कुणीतरी कर्कश स्वरात ओरडले,

'थांब, थांब!'

मी दचकले. मी खडकावर पुष्कळ मागे होते, म्हणून बरे!

दुसऱ्याच क्षणी 'थांब, थांब!' हा आवाज प्रतिध्वनित होऊन पुन्हा माझ्या कानांवर पडला.

मी झटकन मागे झाले; पण त्याचबरोबर माझ्या छातीत धडकी भरली. या चांदण्याच्या वेडापायी आता आपल्यावर कुठला प्रसंग गुदरणार आहे, हे मला कळेना. एकदा वाटले, आल्या पाउलवाटेने पळत सुटावे; पण 'थांब, थांब!' म्हणणारा तो आवाज पुरुषाचा होता! पाठलाग करून मला पकडणे त्या पुरुषाला काय कठीण जाईल? त्याचबरोबर त्याचे आणखी किती साथीदार असतील, कुणास ठाऊक! इकडेतिकडे बाजूला जाऊन अरण्यात लपावे, तर–

एका मनुष्याची आकृती माझ्याच रोखाने मला दिसू लागली. पळापळाला ती आकृती जवळजवळ येऊ लागली. तो कुणीतरी तापसी असावा! मघाचा तो तापसी, आताचा हा तापसी. जवळपास कुठे तरी एखाद्या ऋषीचा आश्रम असावा, या कल्पनेने मला धीर आला. इतक्यात ती कृश आकृती अगदी माझ्याजवळ आली. स्वच्छ चांदण्यात त्या तपस्व्याची मुद्रा स्पष्टपणे माझ्या दृष्टीला पडली. माझे मन पुन्हा आशेच्या शिखरावरून भीतीच्या दरीत कोसळले. तो तापसी यति होता!

यति माझ्याकडे टकमक पाहत होता. तो तसा पाहत असताना माझे पंचप्राण लहान मुलाने मुठीत धरलेल्या फुलपाखराप्रमाणे फडफडत होते. त्याचे ते दरबारातले विचित्र बडबडणे, ते अशोकवनातले भयंकर वागणे, तो स्त्रीद्वेष– आता काही आपली धडगत नाही, असे वाटून मी घामाघूम झाले.

यति माझ्याकडे निरखून पाहत होता. माझ्या खांद्यावर मान टाकून झोपी गेलेल्या पूरूकडेही तो निरखून पाहत होता.

मी धीर करून त्याच्या नजरेला नजर दिली.

पूर्वी त्याची ती भ्रमिष्टासारखी दिसणारी दृष्टी आता प्रेमळ वाटली मला! एखाद्या विहिरीतले शेवाळ बाजूला केल्यावर आतले स्वच्छ पाणी दृष्टीला पडावे, तसा भास

झाला मला त्याच्याकडे पाहून!

तोही विचारात पडलेला दिसला. काही क्षण थांबून त्याने मला प्रश्न केला :
'शर्मिष्ठे, तू इथं कशी?'

त्याच्या स्वरात आपुलकी होती; कणव होती.

मला एकदम मोठा हुंदका आला. त्याला काय सांगावे, कसे सांगावे, हे
सुचेना.

माझ्या हुंदक्यामुळे तोही गोंधळल्यासारखा झाला. पण मी माझे मन लगेच
सावरले. हसण्याचा प्रयत्न करीत मी म्हणाले,
'मी मुद्दाम आले हस्तिनापूर सोडून.'

'मुद्दाम? इतकं दूर!'

'हो.'

'का? कशासाठी?'

खांद्यावर झोपलेल्या पुरूकडे पाहत मी म्हणाले,
'काकांना पुतण्या दाखविण्यासाठी. म्हटलं, तुम्ही काही त्याला पाहायला
हस्तिनापूरला येणार नाही. तेव्हा आपणच नेऊन दाखवावं हे त्यांच्या कुळातलं रत्न
त्यांना!'

माझ्या या शब्दांनी आम्हां दोघांच्या मनांवरला ताण एकदम कमी झाला.

यतीने जवळ येऊन विचारले,
'हा माझा पुतण्या? ययातीचा मुलगा?'

मी खाली पाहत होकारार्थी मान हलवली.

यति पूरूजवळ आला. त्याने तो जागा आहे, की नाही, हे पाहिले.

मग तो हसत म्हणाला,
'पुतण्याचा एखादा पापा मिळतो, की काय, हे काका पाहत होता. पण स्वारी
झोपलीय्! झोपू दे तो. माझ्या आयुष्यातला हा पहिला पापा! तो सुमुहूर्तावरच घेतला
पाहिजे.'

मी स्तंभित होऊन त्याच्याकडे पाहत होते. त्याच्या बोलण्यावर विचार करीत
होते.

'हा यति आहे, की कचच यतीचं रूप घेऊन माझ्याशी बोलत आहे? तो
विक्षिप्त, विकृत यति कुठे गेला? त्याच्या जागी हा शहाणा, प्रेमळ, लाघवी यति
कुठून आला? हा चमत्कार कसा घडला? ओसाड वाळवंटात सुंदर सरोवर कसं
निर्माण झालं?'

८

यतीच्या मागून मी त्या वनातल्या आश्रमात गेले. अंगिरस ऋषींच्या एका शिष्याचा आश्रम होता तो. ठिकठिकाणी त्यांचे शिष्य असे पसरले होते, म्हणे!

जीवन ही योगायोगाची मालिका आहे का? या क्षणी तरी निदान मला हे खरे वाटू लागले. देवयानीला कचाने दिलेले ते सुंदर वस्त्र केवळ दासीच्या चुकीने मी नेसले होते. पण जी ठिणगी एरवी सहज विझून जायची, तिच्यातून हां हां म्हणता केवढा वणवा निर्माण झाला! एका राजकन्येवर दासी व्हायची पाळी आली! पुढे या दासीच्या जीवनात महाराणीच्या क्षणिक लहरीमुळे महाराज आले; पण ते तिला जन्मभर पुरणारे प्रेम देऊन गेले. पुन्हा त्या दुर्दैवी दासीवर निर्वासित होण्याची पाळी आली. आपण जगात निराधार आहो, असे तिला वाटू लागले. त्याच क्षणी तिला आधार मिळाला आणि तो कुणाचा? तर साऱ्या जगाने ज्याला वेड्यात काढले होते, अशा एका तपस्व्याचा!

फलाहार केल्यावर पूरूला पर्णकुटीत नीट झोपवून मी बाहेर अंगणात आले. यति माझ्यासमोरच एका लहान शिलाखंडावर येऊन बसला. आमच्या गोष्टी सुरू झाल्या. त्याने दरीत पुढे गेलेल्या त्या दुसऱ्या खडकावरून मला पाहिले होते. मी ते लाल अंशुक नेसले होते. त्यामुळे चांदण्यात त्याचे लक्ष चटकन माझ्याकडे गेले. अपरात्री खडकाच्या अगदी टोकावर एक बाई उभी असलेली पाहून ती खाली दरीत उडी टाकणार असावी, असे त्याच्या मनात आले, म्हणून तो मोठ्याने ओरडला.

मी माझी सारी हकीकत त्याला सरळ सांगितली. ती सांगता-सांगता कचाने मला आपली बहीण मानून केवढा धीर दिला, दासीपणातून माझी मुक्तता करण्याकरिता त्याने देवयानीची किती विनवणी केली, हे मी सांगू लागले. ते सांगताना मला गहिवर आला. इतके उत्कट, इतके निरपेक्ष, इतके पवित्र प्रेम करणारे माणूस लाभणे, हे जीवनातले परम भाग्य आहे, या विचाराने माझ्या डोळ्यांत आनंदाश्रू उभे राहिले. बोलता-बोलता मी थांबले. डोळे पुसू लागले.

माझ्या बोलण्याने यतीला आपले मन मोकळे करावेसे वाटले. तो आपली कहाणी सांगू लागला. अगदी शांतपणाने! जणू काही कुणी दुसऱ्या मनुष्याची गोष्ट तो सांगत आहे, अशा रीतीने!

तो अशोकवनातून निघून गेला, तेव्हा जवळजवळ भ्रमिष्ट मनःस्थितीत होता. तसाच तो खेडोपाडी भटकत होता. पण अंगिरसाच्या शिष्यांचे ठिकठिकाणी आश्रम होते. त्या प्रत्येक आश्रमाला यतीची सर्व माहिती कचाने दिली. तो कुणाला दिसला, तर त्याला भृगुपर्वतावर घेऊन येण्याविषयी त्याने सांगितले. भटकणारा यति सापडताच अंगिरसांच्या शिष्यांनी त्याला चुचकारून कचाकडे पोचविले. कचाने

सख्ख्या भावाप्रमाणे त्याची सेवा केली.

जीवनाविषयीच्या सदोष समजतीमुळे यतीने संसाराची आणि त्यातल्या दुःखाची बाळपणीच धास्ती घेतली होती. 'नहुषाची मुलं कधीही सुखी होणार नाहीत' हा शाप ऐकल्यामुळे यतीच्या मनाचा तोल गेला होता. तो सुखी होण्याचा मार्ग शोधायला बाहेर पडला. नहुषमहाराजांना शाप मिळण्याचे कारण इंद्राणीविषयीचा त्यांचा मोह, हे ज्या क्षणी त्याला कळले, त्या क्षणी गोड फळाच्या आस्वादापासून स्त्रीच्या प्रीतीच्या आस्वादापर्यंत प्रत्येक गोष्टीचा तो द्वेष करू लागला. या द्वेषातून निर्भेळ आत्मसुख आपल्याला मिळणार आहे, अशी तो सतत स्वतःची कल्पना करून घेत गेला. तो ईश्वराचा शोध करायला निघाला होता; पण नकळत मंत्रतंत्र, जादूटोणा आणि अद्भुत सिद्धी यांच्या जाळ्यात अडकला. शुक्राचार्यांनी संपादन केलेल्या संजीवनी विद्येची गोष्ट ऐकताच देहदंडनाचा आणि त्यातून मिळणाऱ्या सिद्धीचा मार्ग बरोबर आहे, असे त्याला वाटू लागले. त्याला कुणी मित्र नव्हता. कुणी शिष्य नव्हता. निरपेक्ष प्रेम करणारे माणूस त्याने कधीही पाहिले नव्हते. वातचक्रामध्ये एखादे पान झाडावरून तुटून गिरगिरत, भिरभिरत आकाशात कुठेतरी दूरदूर जाते! त्या पानाला मात्र वाटत असते, की आपण उंच-उंच जात आहो, स्वर्ग आपल्यापासून फक्त दोन बोटे दूर आहे! तसे यतीचे आयुष्य झाले होते.

हे वातचक्र, हे पान, हे सारे यतीच्या तोंडून बोलण्याच्या ओघातच मी ऐकले. तो खूप-खूप बोलत होता. हिमालयाचे बर्फ वितळू लागले, म्हणजे गंगामाईला पूर येतो ना? तशी त्याची स्थिती झाली होती. त्याचे ते सारे बोलणे आता मला आठवत नाही. वाटते, त्यातला शब्दन् शब्द मी मनामध्ये जपून टिपून ठेवायला हवा होता. तीव्र अनुभवाचे आणि फार अमोलिक असे तो बोलत होता. पण वाऱ्यावरून आलेल्या दिव्य सुवासासारखी, आकाशात लखलखून गेलेल्या सोनेरी विजेसारखी त्याच्या बोलण्याची स्मृती तेवढी माझ्या अजून रेंगाळत आहे; पण ती स्मृतीसुद्धा किती स्फूर्तिदायक आहे!

भृगुपर्वतावर राजमाता होती. तिच्या मायेच्या छायेत यति किंचित सावरला. कच तर अष्टौप्रहर त्याला स्थिर करण्याचा प्रयत्न करीत होता. त्या दोघांची सतत चर्चा चाले. प्रहरप्रहर वादविवाद होत. त्या सर्वांतून शेवटी यतीला जीवनाचा सुवर्णमध्य सापडला. त्याच्या व कचाच्या चर्चेतल्या पुष्कळ तात्त्विक गोष्टी त्या चांदण्या रात्री त्याने मला सांगितल्या. आज त्यांतल्या फार थोड्या मला आठवत आहेत—त्याही त्रुटित स्वरूपात.

यति सांगत होता—

शरीर आणि आत्मा यांचे नाते शत्रुत्वाचे नाही, ही एकाच रथाची दोन चाके आहेत; या चाकांतले कुठलेही एक निखळून पडले, तरी दुसऱ्या चाकावर सर्व

भार पडतो, आणि त्याचा तोल जातो! आत्म्याच्या उन्नतीसाठी शरीराचे हाल करणे किंवा शरीराच्या सुखासाठी आत्म्याला बेशुद्ध करून ठेवणे हे दोन्ही मार्ग चुकीचे आहेत. परमेश्वराने निर्माण केलेले या सृष्टीतले विविध सौंदर्य अपवित्र किंवा अस्पृश्य कसे असू शकेल? स्त्री आणि पुरुष यांचे नाते शरीर आणि आत्मा यांच्यासारखेच आहे. परस्परांचा द्वेष करून नव्हे, तर परस्परांपर उत्कट प्रेम करून–इतके प्रेम करून, की त्यात स्वतःचा पूर्णपणे विसर पडावा- स्त्री-पुरुष संसारात स्वर्गसुख मिळवतात. म्हणूनच संसार यज्ञाइतकाच पवित्र मानला आहे. सर्वसामान्य माणसाचा तोच धर्म आहे. शुक्राचार्य, कच, यति यांच्यासारख्या तपस्व्यांनी जगाच्या कल्याणाची काळजी वाहावी; इंद्र, वृषपर्वा, ययाति यांच्यासारख्या मोठमोठ्या राजांनी आपली प्रजा सुखी कशी राहील, हे पाहावे आणि सर्वसामान्य संसारी माणसांनी आपली बायकामुले, स्नेहीसोबती व संबंधित माणसे यांच्या उन्नतीची चिंता करावी. या सर्वांनी आपले सुख जगातल्या दुसऱ्या कुणाच्याही दुःखाला कारणीभूत होत नाही ना, हे डोळ्यांत तेल घालून पाहिले पाहिजे. व्यक्तिधर्म, संसारधर्म, राजधर्म, यतिधर्म सर्व सारख्याच योग्यतेचे धर्म आहेत. यांपैकी कुठल्याही धर्माला जीवनाचा तिरस्कार करण्याचा किंवा त्याला ज्या मूलभूत मर्यादा आहेत, त्या ओलांडण्याचा अधिकार नाही. स्वधर्माशी प्रतारणा करणे हे पाप आहे. मात्र आपला धर्म कोणता, हे ज्याचे त्याने निश्चित करायला हवे. त्या धर्माचे आचरण करतानाही निरपेक्ष प्रेम हा सर्व धर्मांचा राजा आहे, हे यतीपासून पतीपर्यंत प्रत्येकाने ध्यानात ठेवले पाहिजे.

हे सारे ऐकता-ऐकता कच किती तरी मोठा वाटू लागला मला. देवयानी दुर्दैवी! स्वर्ग आणि पृथ्वी यांचे मीलन ज्याच्या स्वभावात घडले होते, अशा या श्रेष्ठ पुरुषाचे प्रेम तिला लाभले होते; पण त्यालासुद्धा तिने शेवटी शाप दिला. अंगणातला कल्पवृक्ष आपल्या हातांनी तिने तोडला.

पूरूला घेऊन मी पुढे कुठे जावे, हा प्रश्न माझ्यापुढे होताच! तो यतीने सोडविला. तो म्हणाला,

'हिमालयाच्या पायथ्याशी माझ्या ओळखीचे अनेक वन्यलोक आहेत. मोठे शूर आणि प्रामाणिक आहेत ते. अगदी जिवाला जीव देणारे. मी त्यांच्यांत अनेक वर्षे राहिलो आहे. माझ्या मंत्रतंत्रावर त्यांची फार श्रद्धा होती. त्यामुळं माझ्यावर त्यांची भक्ती आहे. ते तुला आणि पूरूला डोळ्यांत तेल घालून जपतील.'

हिमालयाच्या पायथ्याशी एखादी पर्णकुटिका बांधून आम्ही तिघांनी राहावे, आजपर्यंत शरीर कष्टवीत आलेल्या वडील दिराची सेवा करायची संधी आपल्याला मिळावी, असे माझ्या मनात सारखे येत होते. शेवटी ते बोलून दाखविण्याचे धाडस मी केले. तेव्हा यति हसून म्हणाला,

'वहिनी, ते शक्य नाही. कच मोठ्या उग्र तपश्चर्येला बसणार आहे. अशा वेळी मी–'

मी मधेच विचारले,

'कच उग्र तपश्चर्या करणार आहे? ती का?'

'शुक्राचार्यांनी तशाच तपश्चर्येला प्रारंभ केला, म्हणून.'

मी हसत प्रश्न केला,

'जे गुरू करील, ते शिष्यानं करायला हवं, असं शास्त्र आहे का?'

यति गंभीरपणाने उत्तरला,

'कच खरा आदर्श पुरुष आहे. त्याच्या स्वभावात मत्सराचा लवलेश नाही. कीर्तीची लालसा नाही. देवांचासुद्धा गुरू होण्याची हाव नाही; पण संजीवनी विद्या गमावल्यामुळे तिच्यापेक्षाही प्रभावी विद्या मिळवायची आणि पुन्हा दैत्यांना देवाहून भारी करायचं, अशी शुक्राचार्यांची महत्त्वाकांक्षा आहे.'

मी वृषपर्वा महाराजांची मुलगी. शुक्राचार्यांच्या तपश्चर्येमुळे दैत्यांचे बळ वाढणार, या कल्पनेने खरोखर मला आनंद व्हायला हवा होता; पण तो झाला नाही. मी भीत-भीत यतीला विचारले,

'अशी कुठली विद्या शुक्राचार्य मिळवणार आहेत?'

'संजीवनी विद्येनं मेलेला मनुष्य जिवंत करता येई. आता जिवंत मनुष्य नुसत्या मंत्रानं कसा मारता येईल, ही विद्या संपादन करण्याचा शुक्राचार्यांनी निश्चय केला आहे.'

'कच याच विद्येकरिता तप करणार आहे?'

'कचाला मोठं दुःख झालं आहे, ते हेच. तपस्व्यानं विनाशक विद्येच्या मागं लागू नये, असं त्याला फार-फार वाटतं; पण शुक्राचार्यांच्या विध्वंसक शक्तीला आळा घालायचा, तर तो तेवढ्याच विध्वंसाच्या भीतीनं घालता येईल. एरवी ते शक्य नाही, म्हणून तेवढ्यासाठी कच उग्र तपश्चर्येला सुरुवात करीत आहे. ती किती वर्षं चालेल, देव जाणे! पण तो तपश्चर्येला बसला असताना सर्व गुरुबंधूंनी आणि माझ्यासारख्या मित्रांनी जगात शांती नांदावी, म्हणून आपापल्यापरी तप करणं जरूर आहे, खरा यतिधर्म हाच आहे. त्याचं पालन मी आता करणार आहे.'

यावर मी काय बोलणार?

एक गोष्ट मात्र माझ्या मनात आली. मी स्त्री होते, आई होते. माझे मन पूरूभोवती, संसाराभोवती घुटमळत होते. कच आणि यति हे पुरुष होते. घर हे स्त्रीचे विश्व असते; पण विश्व हे कचासारख्या पुरुषांचे घर असते.

दुसऱ्या दिवशी सकाळी यतीबरोबर मी निघाले.

काही दिवसांनी हिमालयाच्या पायथ्याशी पोचले. पूरु तर हिमालय दिसू लागल्यापासून आनंदाने नाचू लागला होता. नव्या जागी मला काहीही कमी पडणार नाही, अशी व्यवस्था यतीने केली.

तो परत जायला निघाला, तेव्हा पूरूला मी त्याच्या पायांवर घातले आणि त्याला वंदन करीत मी म्हणाले,

'भावोजी, तुमची पुन्हा केव्हा गाठ पडेल?'

तो हसत म्हणाला,

'केव्हा? ते त्या त्रिकालदर्शी काळपुरुषालाच माहीत!'

माझे अंतःकरण या उद्गाराने कंपित झाले. मी त्याला लगेच म्हणाले,

'या अभागिनीच्या एकुलत्या एक आशेला तुमचा आशीर्वाद असू द्या.'

त्याने पूरूला उचून वर घेतले, त्याचे जावळ कुरवाळले. मग माझ्याकडे वळून तो म्हणाला,

'वहिनी, काही काळजी करू नकोस तू. तुझा पूरु आज वनवासी असला, तरी उद्या हस्तिनापूरच्या सिंहासनावर बसेल.'

९

पूरु मोठा होऊ लागला. कलेकलेने चंद्रकोर वाढते ना? तसा! मोठा हूड होता तो. त्याला सांभाळता-सांभाळता नाकी नऊ येत माझ्या! पण मी अरण्यात असले, तरी माझ्या सेवेला अनेक माणसे होती. यतीच्या कृपेने एखाद्या वनराणीसारखे माझे जीवन चालले होते. पूरूच्या नाजूक पावलांना खडासुद्धा बोचू नये, अशी काळजी माझ्या भोवतालची मंडळी घेत होती.

पूरु हळूहळू बोलू लागला. त्याला कुठे ठेवू आणि कुठे नको, असे मला होऊन गेले. पूरु चिमुकले धनुष्य आणि चिमणे बाण घेऊन नेम धरू लागला. त्याचा अचूक नेम पाहून माझा आनंद गगनात मावेनासा होई.

पुरु आणखी थोडा मोठा झाला. अर्ध्या कोसावर असलेल्या एका विद्वान ऋषींच्या आश्रमात त्याचे वेदाध्ययन सुरू झाले.

माझ्यासमोर माझे बाळ वाढत होते. माझे होत होते. त्याचे स्वतंत्र अस्तित्व मला जाणवू लागले होते आणि तरीही ते माझेच होते– अगदी माझे एकटीचे होते.

अशी वर्षामागून वर्षे गेली. पूरु दहा-अकरा वर्षांचा झाला. आता मला त्याच्या

पराक्रमाचा अभिमान; पण त्याच्या साहसी स्वभावाची भीती वाटू लागली.

आईचे मन किती वेडे असते! त्याला वाटते, आपल्या बाळाने लवकर लवकर मोठे व्हावे, खूपखूप मोठे व्हावे. मोठेमोठे पराक्रम करावेत; विजयी वीर म्हणून सगळ्या जगात गाजावे. पण त्याच वेळी त्याला वाटत असते, आपले बाळ सदैव लहान राहावे, आपल्या सावलीत ते सदैव सुरक्षित असावे, कळिकाळालासुद्धा त्याच्या केसाला धक्का लावता येऊ नये! शिकारीला गेलेला पूरु परत यायला वेळ लागला, की माझा जीव खाली-वर होई. नाही नाही त्या अमंगळ कल्पना मनात येत. मी साऱ्या देवदेवतांना नवस करीत सुटे. पर्णकुटिकेच्या दारात डोळ्यांत प्राण आणून त्याची वाट पाहत उभी राही. पूरु दिसला, की माझा जीव खाली पडे. त्याने केलेली भली मोठी शिकार पाहून माझे मलाच नवल वाटे. मी स्वप्नात तर नाही ना, असे मनात येई. मला एकदम पूरूच्या नाजूक बाळमुठी आठवत. त्या बाळमुठींनी धनुष्यबाण हाती घेऊन धूड मारावे, हा केवढा चमत्कार होता! अगदी लहानपणी भिंतीवरल्या स्वतःच्या सावलीला घाबरणारा पूरू! तो आता घनदाट अरण्यातल्या हिंस्र पशूंशी किती लीलेने सामना देत होता!

नदी उगमापाशी अगदी लहान असते. एक साधी बोटाएवढी धार! ती डोंगरावरून खाली येते. मैदानात उतरते. तिचे पात्र रुंद होते. ती वळणावळणाने वाहू लागते. तिला दुसऱ्या नद्या मिळतात. ती खूप मोठी होत जाते. पूरूही असाच वाढला. या वनवासातही त्याला अनेक मित्र मिळाले. काही ऋषिकुमार, काही वन्य जातींची मुले. इथल्या उत्सवांत, विनोदात, सुखदुःखांत जीवनाच्या सर्व हालचालींत आणि उलाढालींत त्याचे उमलते मन रमून गेले!

आता मला एक विचित्र अनुभव येऊ लागला. एकदा वाटे, पूरु आपल्या अगदी जवळ आहे. नऊ महिने पोटात जितका जवळ होता, तितकाच! लगेच मनात येई, छे! हा नुसता भास आहे. तो आपल्यापासून दूर दूर चालला आहे. आभाळात गात-गात उंच-उंच उडणाऱ्या पाखराचा घरट्याशी जितका संपर्क राहतो, तितकाच त्याचा आता माझ्याशी संबंध उरला आहे. त्याचे जग आता निराळे होत आहे. ते जग जेव्हा पूर्णपणे फुलेल, तेव्हा त्यात त्याच्या या दुर्दैवी आईला जागा असेल ना? की–

हा विचार मनात आला, म्हणजे माझे मन नकळत उदास होई. मग पूरु मोठ्या मायेने विचारी,

'आई, तुला काय होतंय्?'

मला त्याला काही-काही सांगता येत नसे. माणूस हा अंतरंगी एकटाच असायचा, असा सृष्टीचा नियम आहे का? राहून-राहून मनात येई, मी आईबापांना मुकले, पतीला मुकले; पुत्राला मुकण्याचा तसाच प्रसंग माझ्यावर येणार आहे

काय? मला भविष्यकाळाची भीती वाटू लागे.

१०

असले उदास विचार मनात आले, म्हणजे पर्णकुटिकेबाहेर येऊन मी हिमालयाची शुभ्र बर्फाच्छादित शिखरे पाहत आणि त्यांच्याशी घटका-घटका गुजगोष्टी करीत बसे. आकाशाला भिडू पाहणाऱ्या त्या उत्तुंग शिखरांत मला धीर देण्याची केवढी सुप्त शक्ती होती! याच परिसरात पार्वतीने मोठे तप केले होते. ही पुण्यभूमी आहे, आपले वनवासी जीवन हे एक प्रकारचे तपच आहे. हे तप व्यर्थ जाणार नाही, भगवान शंकरांच्या कृपेने अंती सारे काही ठीक होईल, अशी श्रद्धा हिमालयाच्या पवित्र दर्शनाने माझ्या मनात निर्माण होई.

हिमालयाचीच गोष्ट कशाला हवी? अरण्यातली प्रत्येक वस्तू मला नकळत धीर देत होती. जीवनातले अंतिम सत्य समजावून सांगत होती. वेलींवर कळ्या येत, त्यांची फुले होत. ती फुले रंगांची आणि गंधांची उधळण मुक्त हस्तांनी करीत. मग एके दिवशी ती कोमेजून जात. पण कोमेजतानासुद्धा ती हसत आहेत, असे मला वाटे. माझे यौवन या अरण्यातच सुकून जाणार, या भीतीने मन व्याकूळ झाले, म्हणजे ही फुले मला म्हणत,

'वेडी आहेस तू, शर्मिष्ठे! जे आज फुलते, ते उद्या कोमेजते. हा सृष्टीचा नियमच आहे. आम्ही इतकी फुलं इथं फुलतो. वेलींवरच कोमेजून जातो, पण आम्ही कधी दुःख करीत बसलो आहोत का? जे जीवन वाट्याला आलं आहे, ते आनंदानं जगणं, त्या जीवनातला रस किंवा सुगंध शोधणं, तो सर्वांना आनंदानं देणं हा सुखी होण्याचा सर्वांत सोपा मार्ग आहे.'

खळखळ वाहत जाणारी नदीसुद्धा माझ्या उदास मनाला अशीच ताळ्यावर आणी. पावसाळ्यातले तिचे उन्मत्त रूप पाहिले, तिच्यामुळे घडणारे अनर्थ ऐकले, म्हणजे मनात येई, यौवन हा काही केवळ वर नाही; तो एक शापसुद्धा आहे. तारुण्याच्या धुंदीत मनुष्य किती उच्छृंखल होईल, सुखाच्या पाठीमागे लागून कुठल्या काट्याकुट्यांत किंवा दऱ्याखोऱ्यांत धडपडत जाईल, धावताना किती मंगल आणि कोमल गोष्टी पायांखाली तुडवील, याचा नेम नाही!

ऋषिमुनी अरण्यात जाऊन तपश्चर्या का करतात, हे या वनवासात मला कळले. निसर्ग आणि मनुष्य यांचे अनादी आणि अनंत असे निकटचे नाते आहे. हे दोघे जुळे भाऊच आहेत. म्हणूनच मनुष्य निसर्गाच्या सहवासात असला, म्हणजे जीवन आपल्या सत्यस्वरूपात त्याच्यापुढे प्रगट होते. जीवनाची शक्ती कुठली आणि त्याच्या मर्यादा कुठल्या, हे माणसाला कळू लागते. निसर्गापासून मनुष्य दूर गेला,

की त्याचे जीवन एकांगी होऊ लागते. त्या कृत्रिम, एकांगी जीवनात त्याच्या कल्पना, भावना, वासना या सर्वच गोष्टी अवास्तव किंवा विकृत स्वरूप धारण करतात. माझे दुर्दैव एका दृष्टीने माझे सुदैव ठरले, म्हणून मी इथे आले. जीवनाच्या मुळाशी असलेल्या सत्याचे मला दर्शन झाले.

११

मात्र नेहमीच माझे मन असे विचारशील राही, असे नाही. मी विरहिणी होते. पतीचा दीर्घ वियोग भोगणाऱ्या पत्नीने शृंगार कुणाकरिता करायचा, असे स्वतःलाच मी विचारीत असे; पण एखादा दिवस असा येई की, त्या दिवशी थोडेसे तरी नटावे, असे मला वाटे. सभोवताली उमलणारी शेकडो रंगीबेरंगी रानफुले मला म्हणत,

'अग वेडे, आम्ही तुझ्या शृंगाराकरिता जन्माला आलो आहोत. अशी दूर दूर काय पळतेस आमच्यापासून?'

मग माझ्यातली स्त्री जागी होई. नाना रंगांची आणि गंधांची फुले मी वेचून आणी. साक्षेपाने आपला शृंगार करी. मग महाराजांची आठवण तीव्रतेने माझ्या मनात जागी होई. असा शृंगार करूनच अशोकवनात मी त्यांची वाट पाहत बसत असे. त्या साऱ्या उन्मादक आठवणी माझ्या काळजाचे लचके तोडू लागत. दिवसभर मला काही सुचेनासे होई. रात्री तृणशय्येवर पडल्यानंतर तर मनाची तळमळ आणि शरीराची तगमग अधिकच वाढे. वाटे, यतीला अनेक सिद्धी ठाऊक आहेत. आपण त्या माहीत करून घ्यायला हव्या होत्या. महाराजांचा एकच शब्द, 'शमा' अशी त्यांच्या स्वरातली एकच हाक, मला या पर्णकुटिकेत प्रत्येक दिवशी ऐकू आली असती, तर मी त्या हाकेपुढे स्वर्गसुख तुच्छ मानले असते. त्यांचा एकच स्पर्श, अगदी साधा स्पर्श– हळुवारपणाने पळभर त्यांनी केसांवरून फिरवलेला हात– तेवढा स्पर्श मला मिळेल, तर–

हा सारा जीव घेणारा मनाचा खेळ बंद व्हावा, म्हणून मी खूप धडपड करी. कचाचे आणि यतीचे वैराग्य आठवून पाही. पण मन अगदी ओढाळ गुरू होई. काही केल्या ते माझ्या ताब्यात राहत नसे. ते उडून हस्तिनापुरात जाई. अशोकवनात शिरे. महाराजांची वाट पाहत भुयाराच्या दारात उभे राही.

नाही, माणसाला शरीर सदैव दूर फेकून देता येत नाही!

१२

मोठ्या कष्टाने आवरलेल्या असल्या नाजूक इच्छांचा स्फोट एखाद्या वेळी

अगदी अनपेक्षित होई. पूरु सात-आठ वर्षांचा झाला, तेव्हाची गोष्ट. जवळच वन्य जमातींचा उत्सव होता. तो बघायला आम्ही गेलो. त्या उत्सवात एक नाटक होते. ते पाहायला मी बसले. पूरु ऋषिकुमारांत बसला होता. माझ्याजवळ बसलेल्या एका प्रौढ स्त्रीच्या मांडीवर चार-पाच वर्षांची मुलगी होती. तिचे डोळे मोठे सुंदर होते; पण मला कौतुक वाटले, ते डोळ्यांपेक्षाही तिच्या केसांचे. त्या केसांत मधूनच मोहक सोनेरी छटा असलेले केस विपुल होते. विजेच्या अगदी बारीक तारा काढाव्यात, आणि काळ्या ढगांतून त्या गुंफाव्यात, तशा त्या सोनेरी छटा वाटत होत्या. मुलगी नुसती गोडच नव्हती, तर धीटही होती. मी हात पुढे करताच आढेवेढे न घेता ती येऊन माझ्या मांडीवर बसली. माझ्याकडे टक लावून पाहू लागली. तिची हनुवटी उचलून मी तिला विचारले,

'बाळ, तुझं नाव काय?'

'अलका.'

किती गोड नाव होते ते. त्या बाईला ओळख ठेवण्याविषयी सांगून मी उत्सवातून परतले. आमच्या पर्णकुटिकेत आले. पण मला काही केल्या रात्री झोप येईना. राहून-राहून ती गोड मुलगी डोळ्यांपुढे येऊ लागली. महाराजांच्या सहवासाची आणि त्या सहवासात लाभणाऱ्या सुखाची आठवण तीव्रतेने होऊ लागली. वाटले, पूरूला एखादी अशी गोड बहीण असायला हवी होती! किती तरी दिवस ती हुरहुर पायात सलणाऱ्या काट्याच्या बारीक टोकाप्रमाणे माझ्या मनाला टोचत होती.

किती-किती निरनिराळ्या टोचण्या या शांत जीवनातही माझे मन अस्वस्थ करून सोडीत.

मधे एकदा यति येऊन माझी विचारपूस करून गेला. त्याने राजमातेच्या मृत्यूची वार्ता सांगितली. ती ऐकून मला फार वाईट वाटले. त्यांनी मला फार चांगले वागविले होते. नात्याने तर त्या माझ्या सासूबाई होत्या. त्यांची काही तरी सेवा माझ्या हातून घडायला हवी होती! पण तो योग आला नाही, याचे मला फार दुःख झाले.

हस्तिनापुराहून आलेला एक तापसी एकदा भेटला. त्याच्या बोलण्यात, महाराजांनी राज्यकारभारातून लक्ष काढून घेतले आहे, यदु लहान असल्यामुळे देवयानीच सारा कारभार पाहत आहे, असे आले. असे का व्हावे, हे मला कळेना. देवयानीचे आणि महाराजांचे भांडण झाले असेल काय? झाले, तर झाले! म्हणून काय माणसाने आपले कर्तव्य सोडायचे? या भांडणाचा महाराजांवर काय परिणाम झाला असेल? काही काही माणसांना प्रेमाच्या ओलाव्याची फार गरज असते. तो मिळाला नाही,

तर ती सुकून जातात. देवयानी आणि महाराज यांच्यांत जर कायमचे वितुष्ट आले असेल, तर महाराजांची गत काय होईल?

त्या दिवशी मी अतिशय उदास झाले. वाटले, स्वतःच्या प्राणांची बिलकूल काळजी करू नये. अस्से उठावे, हस्तिनापुराला जावे आणि महाराजांना म्हणावे, 'चला, माझ्या पर्णकुटिकेत. तिथं आपण राजवाडा निर्माण करू.'

पण पूरु अजून लहान होता. देवयानीची ती दवंडी जुनी झाली असली, तरी माझ्या मनावर ती एखाद्या तप्त मुद्रेप्रमाणे उमटलेली होती. मी रडरड रडले. रात्री झोपताना नेहमीप्रमाणे देवाची प्रार्थना करीत म्हटले,

'देवा, त्यांना सुखी ठेव.'

प्रार्थना करताना मी जे जे म्हणत असे, ते ते बाळपणी पूरु मुकाट्याने म्हणे. पण आता तो थोडा मोठा झाला होता, त्या दिवशी त्याला काय लहर आली, कुणाला ठाऊक! त्याने मला विचारले,

'आई, त्यांना म्हणजे कुणाला, ग?'

मी हसत उत्तर दिले,

'त्यांना म्हणजे त्यांना!'

तो हट्ट धरून बसला,

'त्यांचं नाव सांग मला.'

'तू मोठा झाल्यावर सांगेन.'

'मी आता झालोय् की मोठा! मला अचूक नेम मारता येतो, मंत्र म्हणता येतात, पोहता येतं, झाडावर चढता येतं–'

'अंहं! यापेक्षा खूप खूप मोठं व्हायचंय् तुला. खूप खूप विद्या मिळवायची आहे. लढाईत मोठमोठे विजय मिळवायचे आहेत.'

'ते आजसुद्धा मिळवीन मी. कुणाशी लढाई करू, बोल!'

मी त्याचे तोंड कुरवाळीत म्हटले,

'या वेळी नाही लढाई करायची, बाळ, पुढं! तू सोळा वर्षांचा हो. मग त्यांना म्हणजे कुणाला, हे तुला मी सांगेन. आधी नाही.'

१३

पण पूरु सोळा वर्षांचा होण्यापूर्वी माझ्या प्रार्थनेतले ते कोण आहेत, हे सांगायला निसर्गाने सुरुवात केली होती. तो दहा-बारा वर्षांचा होईपर्यंत मातृमुखी आहे, असे मला वाटत होते; पण पुढच्या एक-दोन वर्षांत तो झपाट्याने उंच झाला,

अंगाने भरू लागला आणि चेहऱ्यामोहऱ्याने थोडासा महाराजांसारखा दिसू लागला! त्याच्याकडे पाहून महाराजांची मला अधिक अधिक आठवण येऊ लागली. त्यातच अधूनमधून हस्तिनापुराहून येणारा एखादा तापसी जे काही सांगे, त्याने माझा जीव कसा टांगल्यासारखा होई. महाराजांचा राज्यकारभाराशी काही संबंध उरला नाही. ते महिनेच्या महिने राजधानीच्या बाहेर असतात. नगरात असले, तरी अशोकवनातून बाहेर पडत नाहीत. त्यांच्या विलासप्रियतेला मर्यादा राहिलेली नाही. एक ना दोन. अशा अनेक अशुभ गोष्टी कानांवर पडत. मी कोण, हे ठाऊक नसल्यामुळे बोलणारा सहज बोलून जाई; पण त्याच्या बोलण्याने माझा जीव कासावीस होई!

काय करावे, हे मला कळत नसे. जिच्यावरून जीव ओवाळून टाकताना मी क्षणभरही विचार केला नसता, अशा प्रिय व्यक्तीचे अधःपातापासून आपल्याला संरक्षण करता येऊ नये? छे! मनुष्य किती दुबळा आहे!

हे नवे दुःख विसरण्याकरिता मी चित्रे काढण्यात माझे मन गुंतवू लागले. अशोकवनासारखी साधने इथे कुठून मिळणार? पण वनात राहणाऱ्या माणसांना, नगरात राहणाऱ्या माणसांइतकीच कलेची आवड असते. इथे नाना प्रकारचे पानाफुलांचे रंग होते. केसांचे आणि पिसांचे नाना परींचे कुंचले तयार करता येत होते. उत्तुंग हिमालय, सुंदर वनश्री, अद्‌भुत आकाशरंग. हे सारे चित्रविषय म्हणून हात जोडून पुढे उभे होते. एखाद्या लहान मुलाला नवे खेळणे मिळाले, म्हणजे जसे ते अष्टौप्रहर त्याच्याशी खेळण्यात दंग होऊन जाते, चित्रे काढण्यात मी तशीच गुंग होऊन गेले.

एके दिवशी मला वाटले, आपण पूरूचे चित्र काढावे. मी त्या चित्राची कल्पना करू लागले, पण माझ्यापुढे जे चित्र उभे राहू लागले, ते थेट अशोकवनातल्या महाराजांच्या चित्रासारखे. माझे मलाच या गोष्टीचे नवल वाटले. मग माझ्या लक्षात आले, या वाढाळू वयात पूरु महाराजांच्या सारखा होऊ लागला आहे!

१४

पूरु सोळा वर्षांचा झाला. तो कुणी साधा कुमार नसून, हस्तिनापूरचा राजपुत्र आहे, हे रहस्य मी त्याला सांगितले. ते कळल्यावर आपल्या आईने असे रानावनांत राहणे त्याला बरे वाटेना! देवयानीच्या मत्सरी स्वभावामुळे हस्तिनापूर सोडून आले आहे, अशी मी त्याची समजूत घातली; पण तेवढ्याने त्याचे समाधान होईना.

तो मला म्हणू लागला,

'आपण दोघं हस्तिनापूरला जाऊ या. महाराजांना भेटू या. मी महाराजांना म्हणेन, 'मी तुमचा मुलगा आहे. तुमच्यासाठी वाटेल ते दिव्य करायला तयार आहे; पण माझ्या या आईचे असे हाल करू नका!' '

पंधरा-सोळा वर्षांच्या मुलाची समजूत घालणे फार कठीण काम आहे. यौवनाची पहिली ऊर्मी जितकी उत्साही, तितकीच अंधळी असते. व्यवहारातले काटेकुटे तिला दिसत नाहीत. स्वप्नातल्या फुलांचा सुगंध मात्र सतत तिच्याभोवती दरवळत असतो. आपल्याला महाराज हस्तिनापुराला बोलावून नेतील, अशी वेळ लवकरच येईल. तोपर्यंत आपण इथेच राहणे इष्ट आहे, असे मी त्याला परोपरीने समजावून सांगितले. पण त्याला ते पटले नाही. आईची आज्ञा मोडायची नाही, म्हणून चडफडत तो गप्प बसला. तो महाराजांचा मुलगा आहे, हे रहस्य त्याने मला विचारल्यापासून कुणालाही सांगायचे नाही, अशी शपथ मी त्याला घ्यायला लावली, तेव्हा मला अडविण्यासाठी तो म्हणाला,

'महाराजांनासुद्धा!'

मी हसत उत्तरले,

'अरे वेड्या, महाराज इथं कशाला येतील?'

तो म्हणाला,

'इथं नाही. पण दुसरीकडं कुठंही त्यांची माझी गाठ पडली, तरी मी गप्पच बसायचं? पुत्र म्हणून त्यांना वंदन करायचं नाही? त्यांचा आशीर्वाद मागायचा नाही?'

त्याचे समाधान करण्याकरिता मी म्हणाले,

'असं कोण सांगतंय् तुला? महाराजांना मी तुमचा मुलगा पूरु आहे, असं तू खुशाल सांग, तुला काही आठवत नसेल; पण त्यांची तुझ्यावर फार माया होती. मात्र एक लक्षात ठेव, महाराजांशिवाय कुणालाही तू कोण आहेस, हे कधी सांगायचं नाही. अगदी शपथ आहे माझ्या गळ्याची.'

इतकी वर्षे हृदयात जपून ठेवलेले हे रहस्य मी पूरूला सांगितले; पण त्याने मात्र आपले नवे रहस्य एका शब्दानेही मला सांगितले नाही!

१५

मुले मोठी होऊ लागली, की ती आईबापांपासून दूर जाऊ लागतात, हेच खरे. प्रीती आणि पराक्रम या तरुण मनाच्या दोन मोठ्या प्रेरणा असतात. कुमार-कुमारींना त्यांच्या बाळपणाच्या सुरक्षित जगापासून भुलवीत-भुलवीत त्या दूर नेतात! आईबाप मात्र त्यांची काळजी करीत जुन्या जगातच भ्रमत राहतात!

पूरु तरी याला अपवाद कसा होणार? तो शिकारीकरिता फार दूर जाऊ लागला. हिमालयाच्या शिखरांवरून चढून जाण्याचे स्वप्न त्याला पडू लागले. मिळालेल्या धनुर्विद्येपेक्षा अधिक विद्या कुठे मिळेल, याची चौकशी करायला त्याने सुरुवात

केली. भीती हा शब्द त्याच्या वाऱ्यालासुद्धा उभा राहीनासा झाला.

पण भीती जशी त्याच्या मनाच्या एका दारातून निघून गेली, तशी प्रीती दुसऱ्या दाराने तिथे राहायला आली. मुग्ध, अल्लड, लाजरी, निरागस प्रीती! अरुणोदयाच्या आधी पूर्वेच्या कोपऱ्यात दिसणाऱ्या नाजूक गुलाबी छटेसारखी प्रीती!

पण आपले हे रहस्य त्याने मला कधीच सांगितले नाही. ती सोनेरी केसांची गोड पोरगी अलका! तिची आई माझी जिवलग मैत्रीण बनली होती. हळूहळू मुलांचीही मैत्री झाली. मात्र पूरु सोळा वर्षांचा झाल्यानंतर त्याच्या आणि अलकेच्या वागण्यांत बदल होऊ लागला. दोघे पूर्वीइतक्या मोकळेपणाने दंगा करीनाशी झाली. त्यांच्या हालचालींत अनामिक संकोच दिसू लागला. इतर माणसे आपापल्या कामात आहेत, असे बघून दोघेही एकमेकांकडे टक लावून पाहत. मग गालांतल्या गालांत हसत. लगेच अलका खालच्या मानेने पायाच्या नखाने जमीन उकरू लागे. ती अगदी लहान होती, तेव्हा पूरूचे काही काम करायला सांगितले, तर ती तोंडाचा चंबू करून म्हणायची,

'आम्ही का त्याचं काम करावं? तो कुठं आमचं काम करतो?'

पण आता ती केव्हाही आली, तरी तिचे लक्ष माझ्यापेक्षा त्याच्या सुखसोयींकडेच अधिक असायचे.

हे सारे माझ्या लक्षात हळूहळू येऊ लागले. त्यात वावगे असे काही नव्हते; पण एखाद्या वेळी माझ्या मनात येई, हा प्रेमाचा अंकुर वाढू देणे योग्य आहे का? पूरु राजपुत्र आहे. ययातिमहाराजांचा मुलगा आहे. उद्या देवाला दया येऊन सारे सरळ झाले, तर एखाद्या राजकन्येशी त्याचे लग्न होईल. मग ही गोड, गरीब पोरगी मनातल्या मनात झुरत जाईल. निराश होऊन– छे! सफल न होणाऱ्या प्रेमाचे दुःख असह्य असते. अलकेच्या वाट्याला हे दुःख येऊ देण्यापेक्षा हा प्रेमाचा अंकुर मुळातच खुडून टाकलेला काय वाईट? निराशेपेक्षा खोटी आशा फार वाईट! या अलकेची मावशी पूर्वी हस्तिनापूरच्या राजवाड्यात दासी होती, म्हणे! अशा कुळातली ही मुलगी आणि राजकुळातला पूरु– पृथ्वीवरल्या पणतीने आकाशातली चांदणी होण्याची हाव धरून कसे चालेल?

अशा वेळी माझे दुसरे मन म्हणू लागे,

'तू एके काळी राजकन्या होतीस! पण पुढे दासी झालीसच, की नाही? अलकेचं कुळ मोठं नसेल! पण तिचं प्रेम खरं आहे ना? दासीचं प्रेम आणि राजकन्येचं प्रेम काय निरनिराळं असतं?'

माझ्या मनात असे उलटसुलट विचार येऊ लागले. पण पूरूला किंवा अलकेला या बाबतीत काही बोलायचा धीर झाला नाही मला. अशा बाबतीत तरुण माणसांइतकाच वडील माणसांनाही काही बोलायचा संकोच वाटतो!

अशी दोन-तीन वर्षे गेली.

पूरु एकोणीस वर्षांचा झाला. एके दिवशी प्रक्षुब्ध मनःस्थितीत शिकार अर्धवट सोडून तो परत आला. दस्यूंनी उत्तरेकडे फार मोठा उठाव केला आहे, असे त्याच्या कानांवर पडले होते. हस्तिनापुरावर चाल करून जाण्याकरिता ते निघाले होते. युवराज यदु मोठे सैन्य घेऊन त्या दस्यूंशी लढण्याकरिता निघाल्याचीही वार्ता होती.

त्या रात्री माझ्या डोळ्याला डोळा लागला नाही. पुन्हा पुन्हा माझ्या मनात येत होते.

'यदु सैन्य घेऊन लढाईवर जात आहे. मग महाराज कुठं आहेत? राज्यावर परचक्र आलं असताना ते स्वस्थ बसले असतील? छे! ते शक्य नाही. ते रुग्णशय्येला खिळून पडले असतील? की या पाषाणहृदयी देवयानीनं त्यांना कुठं बंदिखान्यात कोंडून ठेवलंय्?

किती किती कुशंका मनाला सारख्या दंश करीत होत्या!

माझ्यासारखाच पूरूसुद्धा त्या रात्री सारखा या कुशीवरून त्या कुशीवर होत होता. मी दोन-तीनदा त्याला विचारले,

'काय होतंय्, रे, तुला? झोप येत नाही आज?'

'काही नाही, ग, आई...' असे उत्तर देऊन तो गप्प बसला. पुढे एक अक्षरसुद्धा बोलला नाही.

मला हसू आले. वाटले, त्याला अलकेची आठवण होत असावी. हे वय मोठे विचित्र असते. कुणी सांगावे, आज त्याने तिचे पहिले चुंबन घेतले असेल!

१६

रात्री पूरु का तळमळत होता, हे दुसऱ्या दिवशी मला समजले. सकाळी शिकारीकरिता म्हणून तो बाहेर पडला; पण संध्याकाळपर्यंत तो परत आला नाही. रात्र पडली, तरी आला नाही. माझ्या मनात नाही नाही त्या शंका येऊ लागल्या. त्याच्याबरोबर शिकारीला गेलेल्या समवयस्क मित्रांची मी चौकशी केली. त्यांच्यापैकीही कुणी घरी परतला नव्हता! या सर्वांचे झाले तरी काय, हे कुणालाच कळेना. रात्र मला खायला उठली. मला न सांगता पूरु असा कधी बाहेर राहिला नव्हता. अठरा वर्षे झोपलेले दुर्दैव पुन्हा जागे झाले, की काय, हे मला कळेना! भीतीने माझे मन व्याकूळ झाले.

ती रात्र! तसली रात्र देवाने कुणाही आईच्या वाट्याला देऊ नये!

दुसऱ्या दिवशी दोन प्रहरांपर्यंत पाण्याबाहेर काढलेल्या माशासारखे माझे मन

तडफडत होते. मग अलका आली. पूरु आणि त्याचे मित्र दस्यूंशी लढण्याकरिता गेले होते. वडील माणसे परवानगी देणार नाहीत, म्हणून शिकारीचे निमित्त काढून ते घराबाहेर पडले होते. वाटेवरच अलकेचे गाव होते. दुसऱ्या दिवशी दुपारी मला एक पत्र द्यायची कामगिरी अलकेवर सोपवून पूरु पुढे गेला होता.

थरथर कापणाऱ्या हातांनी अलकेने ते पत्र मला दिले. मी ते उघडून पाहिले. त्याच्यात एवढेच शब्द होते–

'हस्तिनापूरच्या राज्यावर पराचक्र आलं आहे. अशा वेळी, माझा धर्म काय आहे, हे काय तुला सांगायला हवं? आयुष्यात पहिल्यांदाच तुझी अवज्ञा करीत आहे! तुला न सांगता तुझ्यापासून दूर जात आहे. आई, क्षमा कर मला. माझी काळजी करू नकोस. जिवाला जीव देणारे मित्र माझ्याबरोबर आहेत. तुझा पूरु लवकरच मोठा पराक्रम गाजवून आणि हस्तिनापूरच्या राज्यावर आलेलं परचक्र परतवून तुला भेटायला येईल.'

पत्र वाचता-वाचता माझ्या डोळ्यांत पाणी उभे राहिले. क्षत्रियाच्या मुलाने रणांगणावर जाऊ नये, असे कोण म्हणेल? पण माझे आईचे मन! ते काही केल्या शांत होईना. ते डोळ्यांवाटे झिरपू लागले.

अलकेने माझी आसवे पुसली. 'रडू नका, माई, रडू नका' म्हणून मिठी मारून ती माझी समजूत घालू लागली.

मी मन घट्ट केले. अश्रू आवरले. तिच्याकडे वात्सल्याने पाहिले. तिच्या सोनेरी केसांवर उन्हाची सौम्य तिरीप पडली होती. मोठे सुंदर दिसत होते ते केस! अशी लाखांत उठून दिसणारी सून आपल्याला लाभणार, या कल्पनेने पूरूची काळजी करीत असलेले माझे मन क्षणभर आनंदले.

आता अलका रडू लागली. स्फुंदत म्हणाली,

'माई, ते सुखरूप परत येतील ना?'

त्या प्रश्नाने माझे हृदय व्याकूळ झाले; पण वरकरणी हसत आणि अलकेला पोटाशी घेऊन तिचे मस्तक थोपटीत मी म्हणाले,

'वेडी कुठली! अग, युद्धावर काय थोडी माणसं जातात? युद्ध हा आम्हां क्षत्रियांचा धर्मच आहे!'

१७

अलकेच्या आसवांत माझी आसवे मिळाली. तेव्हा कुठे आमची दोघींची मने स्थिर झाली!

आम्ही खूप-खूप बोललो. पुष्कळ विचार केला. युद्धाची वार्ता या कोपऱ्यात

कळायला फार वेळ लागणार, तेव्हा आपण हस्तिनापुराहून दहा-पाच कोसांवर असलेल्या एखाद्या खेड्यात जावेत; म्हणजे जाणाऱ्या-येणाऱ्या सैनिकांकडून किंवा दूतांकडून लढाईची बातमी कळत जाईल. तिथे कदाचित पूरु किंवा पूरूचा कोणी मित्र योगायोगाने भेटेल, असे आम्हांला वाटू लागले. अलकेच्या आईने मोठ्या कष्टाने तिला माझ्याबरोबर जायला परवानगी दिली. मात्र आम्हांला निरोप देताना ती हसत म्हणाली,

'मुलगी हे बोलून-चालून दुसऱ्यानं देणं. ज्याचं देणं त्याला वेळेवर देऊन टाकलं, म्हणजे बरं!'

यतीने माझी खास व्यवस्था ज्या मंडळींवर सोपविली होती, त्यांतले दोन शूर प्रौढ पुरुष सोबतीसाठी आमच्याबरोबर यायला सिद्ध झाले. नाना प्रकारच्या कल्पना करीत, कधी आतल्या आत अश्रू गिळीत, तर कधी कुणालाही न दिसतील, असा बेताने ते पुसून टाकीत, कधी पूरूच्या पराक्रमाची स्वप्ने पाहत तर कधी स्वप्नात तो जखमी झालेला पाहून दचकून जागे होत, आम्ही दोघी वाटचाल करू लागलो.

१८

मी परत हस्तिनापुराकडे चालले होते. अठरा वर्षांनी. आलो होते, त्याच वाटेने. तितक्याच भीतिग्रस्त मनःस्थितीत! या अठरा वर्षांतल्या आठवणींच्या स्मरणीचे मणी पुन्हापुन्हा मनात घोळवीत, भविष्याची स्वप्ने पाहत मी चालले होते. ती स्वप्ने कधी सोनेरी दिसायची! कधी काळवंडलेली भासायची!

अठरा वर्षांपूर्वी मी या वाटेने आले, तेव्हा देवयानीपासून चिमुकल्या पूरूचे रक्षण कसे करायचे, या विवंचनेत मी होते. आज तोच पूरु आईला चिंतेच्या डोहात बुडवून रणांगणावर गेला आहे. तो तिथे सुरक्षित असेल ना, या काळजीने माझे मन पावलोपावली व्याकूळ होत आहे. काळजी ही सावलीचीच सख्खी बहीण आहे काय? माणसाची सतत सोबत करायची, एवढेच का देवाने तिला शिकविले आहे?

शेवटी आम्ही हस्तिनापुराहून सहा कोस असलेल्या एका खेड्यात येऊन पोचलो. तो दिवस अत्यंत अशुभ होता. आम्हां दोघींवर वज्राघात करणारी एक वार्ता त्याच दिवशी या गावात येऊन पोचली. एका चकमकीत यदु आणि त्याच्या बरोबरीचे काही शूर सैनिक यांना दस्यूंनी कैद करून नेले होते. शत्रूचा शिरच्छेद करून आणि त्याचे मुंडके भाल्यावर लटकावून ती मिरवीत नेण्याची या दस्यूंची पद्धत होती.

ते चिमुकले गाव भीतिग्रस्त होऊन या अमंगळ वार्तेची चर्चा करीत होते. युवराज यदूचे पुढे काय होणार, या काळजीने हळहळत होते.

पण आम्हां दोघींचे दुःख त्याच्यापेक्षाही फार खोल आणि तीव्र होते! यदूला सोडवायला पूरु बहुधा गेला असेल. त्याच्याबरोबरच्या शूर सैनिकांत तो निश्चित असेल. कदाचित तो यदूबरोबर बंदिवान होऊन पडला असेल!

पूरूचे दर्शन आपल्याला आता कोणत्या स्थितीत होणार आहे? एक विजयी वीर म्हणून? की शत्रूच्या भाल्याच्या टोकावर–

ती कल्पनासुद्धा–

पूर्वजन्मी मी काय पाप केले होते, म्हणून ईश्वर माझा असा अंत पाहत होता?

*

देवयानी

१

अवसेच्या मध्यरात्रीचा हा भयंकर काळोख मला जणू गिळायला उठला आहे. खिडकीतून बाहेर आकाशाकडे पाहिले, तर चांदण्या डोळे मिचकावून माझी थट्टा करीत आहेत, असे वाटले. राजवाड्यात इतकी माणसे आहेत; पण वादळात अंग चोरून वळचणीला असलेल्या चिमण्यांसारखी ती मुकी झाली आहेत. चोहोंबाजूंनी अग्नीच्या उंचउंच ज्वाळा उठाव्यात, कुठल्याही बाजूने त्या आगीतून बाहेर पडता येऊ नये, तशी माझ्या मनाची स्थिती झाली आहे. संध्याकाळी तो दूत ती अशुभ वार्ता घेऊन आला! तेव्हापासून–

यदूचा पराभव झाला–! माझ्या यदूचा पराभव झाला! त्याला दस्यूंनी पकडून नेले! छे! अजून या वार्तेवर विश्वास नाही माझा! हे अघटित कसे घडले? मुंग्यांनी मेरु पर्वत कसा गिळला? महाराणी देवयानीच्या पुत्राचा पराभव? अखिल विश्वात तपस्वी म्हणून गाजलेल्या शुक्राचार्यांच्या नातवाचा पराजय? छे! हे शब्दसुद्धा खोटे वाटतात! भुतासारखे भासतात!

यदु युद्धावर गेला, त्या दिवशी मी त्याला केवढ्या उत्साहाने ओवाळले! किती उत्साहाने त्याच्या कपाळी मी कुंकुमतिलक लावला! केवढ्या उत्कंठेने मी त्याच्या विजयाच्या वार्तेकडे डोळे लावून बसले होते! पण चातकाने मेघाकडे जलबिंदूंच्या

आशेने पाहावे आणि त्या मेघातून त्याच्यावर वीज कोसळावी, तशी माझी स्थिती झाली आहे.

देवयानीने आजपर्यंत कधी खाली मान घातली नव्हती. ती कधी कुणाला शरण गेली नव्हती. पण आज! काय करू मी आता? कुणाला शरण जाऊ? बाबांची दीर्घ तपश्चर्या संपण्याची वेळ आली आहे. या अठरा वर्षांत मी त्यांना कधी भेटले नाही. माझे कुठलेही दुःख मी त्यांच्या कानांवर घातले नाही. ते कोपिष्ट आहेत. मागचा-पुढचा विचार न करता तपश्चर्या अर्धवट टाकून उठतील, म्हणून मी सारे दुःख सोशीत आतल्या आत गिळीत गेले. संजीवनी विद्येसारखी अद्भुत शक्ती कचाला जिवंत करण्याच्या माझ्या हट्टापायी त्यांना गमवावी लागली. आता पुन्हा त्यांना असली शक्ती प्राप्त होण्याची वेळ आली आहे. अशा स्थितीत 'माझ्या यदूला सोडवून आणा.' म्हणून मी त्यांच्याकडे कशी जाऊ? कोणत्या तोंडाने त्यांच्या तपश्चर्येला भंग करू?

छे! असला विचार मी मुळीच करणार नाही. पोटच्या गोळ्यासाठीसुद्धा करणार नाही. गेल्या अठरा वर्षांतील अनेक तीव्र दुःखे माझ्या मनात साठली आहेत. ज्वालामुखीच्या अंतरंगातल्या उष्ण रसासारखी ती, स्फोट व्हावा, म्हणून धडपडत आहेत. ज्यांनी ज्यांनी मला दुखावले, त्यांचा सूड घेणार आहे मी. ती शर्मिष्ठा– तिचे ते चक्रवर्ती होऊ पाहणारे कार्टे– हे ययातिमहाराज– सर्वांचा सूड मला घ्यायचा आहे! पण तो आत्ता नाही! बाबा तपश्चर्या संपवून परत आल्यावर, त्यांना अद्भुत सिद्धी प्राप्त झाल्यावर!

पण ती सिद्धी प्राप्त होईपर्यंत यदु कुठे असेल? त्याला पकडून नेणारे दस्यू त्याच्या जिवाला काही अपाय करणार नाहीत ना? माझा यदु! तो केव्हा सुखरूप परत येईल? त्याचे मस्तक मी आसवांनी केव्हा न्हाणीन? माझा यदु मला हवा आहे. बाकी काही नको! हे राज्य नको, बाबांची सिद्धी नको–

छे! ही देवयानी बोलत नाही. आईचे दुबळे मन बोलत आहे हे! देवयानी नुसती आई नाही. ती शुक्राचार्यांची मुलगी आहे. ती हस्तिनापूरची महाराणी आहे. तिचे मन असे दुबळे होता कामा नये

२

आईचे मन महाराणीच्या मनापेक्षा अधिक सामर्थ्यवान असते काय? काही-काही सुचत नाही! काय करावे? यदूला कसे सोडवून आणावे? एकदम मला महाराजांची आठवण झाली.पूर्ववयातला त्यांचा पराक्रम मी ऐकला होता. आपल्या मुलाला शत्रूने पकडून नेले, हे कळल्यावर एवढा पराक्रमी पिता क्षणभर तरी स्वस्थ

बसेल का? यदु काय केवळ माझा आहे? तो जेवढा माझा, तेवढाच महाराजांचा आहे. त्याच्या पराभवाची, त्याला दस्यूंनी बंदिवान केले, याची वार्ता अजून महाराजांना कळली नसेल? असे कसे होईल? अमात्य माझ्याकडे ही अमंगल वार्ता घेऊन आले.

मी चिंतामग्न झाले.

लगेच ते म्हणाले,

'मी असाच अशोकवनाकडं जातो आणि महाराजांच्या कानांवर ही वार्ता घालतो. साऱ्या राज्यावर मोठा घोर प्रसंग गुदरला आहे, हे कळल्यावर ते स्वस्थ बसणार नाहीत. आजपर्यंतची गोष्ट निराळी होती. हा प्रसंग निराळा आहे. युवराजांना सोडवून आणण्याकरिता ते स्वतः स्वारीवर जातील. महाराणींनी काळजी करू नये.'

अमात्य हे सांगून गेल्याला दीड-दोन प्रहर होत आले. तरी मी काळजी करू नको? तिकडे माझा मुलगा शत्रूच्या कैदेत पडला आहे, तो प्राणसंकटात सापडला आहे. हस्तिनापूरच्या धवल यशाला काळिमा लागला आहे. मी काळजी केली नाही, तर–! मी आई आहे. मी महाराणी आहे- मी गप्प कशी बसू?

महाराज अजून माझ्याकडे कसे आले नाहीत? त्यांनी इथे येऊन मला जवळ घेतले असते, आमची आसवे एकमेकांत मिसळली असती, तर माझ्या मनावरला हा पर्वताएवढा भार थोडा तरी हलका झाला असता! 'मी यदूला सोडवून आणतो, तू आम्हांला दोघांना ओवाळायला तयार रहा!' त्या त्यांच्या शब्दांनी माझ्या अंतःकरणातला सारा अंधार उजळला असता! पण महाराज कुठे आहेत? ते अजून माझ्याकडे कसे येत नाहीत? का यदु पकडला गेला, या बातमीचा अर्थसुद्धा कळू नये, इतके बेभान होऊन ते पडले आहेत? मदिरा आणि मदिराक्षी यांच्या नादात पित्याचे म्हणून काही कर्तव्य असते, एवढेसुद्धा का त्यांना कळू नये? छे! कुठून मला कुबुद्धी झाली आणि हस्तिनापूरची महाराणी होण्याच्या मोहाला बळी पडले? माझे ते लग्न नव्हते, बलिदान होते. विवाह-होमातल्या त्या अग्निज्वाळांत गेली अठरा वर्षं मी जळत आहे.

३

अठरा वर्षे! अठरा वर्षांपूर्वीची ती वादळी रात्री माझ्या डोळ्यांपुढे उभी राहिली. त्या दिवशी मोठमोठे कलावंत माझी नृत्ये पाहून भान विसरून गेले होते. वसंतनृत्य, उमाचरितनृत्य, वर्षानृत्य, माझी सारी नृत्ये त्या रात्री रंगली; पण टाळ्या वाजवून माझे कौतुक करणाऱ्या त्या कलावंतांना एक गोष्ट ठाऊक नव्हती. त्यांतल्या प्रत्येक नृत्याला देवयानीच्या काळजातल्या रक्ताने रंगत आणली होती. तिच्या हृदयाला

फार मोठी जखम झाली होती, साधीसुधी नाही, पतीने अत्यंत निर्दयपणे केलेली जखम! त्याने तिला फसविले होते. तिचा गळा कापला होता. दासी म्हणून तिच्याबरोबर आलेल्या एका कवटाळणीवरून त्याने आपला जीव ओवाळून टाकला होता. त्या दुःखाचा विसर पडावा, म्हणून देवयानी आपला सारा जीव नृत्यात ओतून नाचत होती त्या रात्री!

कलावंतांच्या दुःखानेच कला अधिक सजीव, अधिक सुंदर, अधिक सरस, होते काय? कलावंत दुःखी असावा, असा सृष्टीचा अलिखित नियम आहे काय? कुणाला ठाऊक?

त्या रात्री बाहेर आकाश काळ्याकुट्ट ढगांनी भरून गेले होते. वंचनेने व्यथित झालेल्या माझ्या अंतःकरणासारखे भासत होते ते. क्रोधाचे कढ पुन्हा पुन्हा बाहेर पडू पाहत होते– त्या मेघांतून बाहेर येऊ पाहणाऱ्या विजांसारखे! मनामध्ये महाराजांविषयीचा तिरस्कार चावऱ्या वाऱ्यासारखा घोंगावत होता; पण त्या कलावंतांना माझी नृत्ये दाखविण्याचे मी कबूल केले होते. मी माझी आवडती कला विसरले नव्हते. मी नृत्यशाळेत गेले. पहिल्या नृत्याला सुरुवात झाली. हां हां म्हणता मी माझे सारे दुःख विसरून गेले. विकारांच्या पलीकडे, विचारांच्या पलीकडे, वासनांच्या पलीकडे, सर्व क्षणिक गोष्टींच्या पलीकडे कलेचे जग असावे! मी माझ्या नृत्याने धुंद झाले. आरशात स्वतःचे रूप पाहताना धुंद होत असे, तशी. माझ्या शरीराच्या कणाकणांतून कलेचा आविष्कार होऊ लागला. माझे मन, बुद्धी, हृदय, इंद्रिये, हालचाली सर्व काही एकरूप होऊन त्या आविष्कारातून प्रकट होऊ लागले. शर्मिष्ठा धडधडीत खोटे बोलत आहे, महाराजांचा आणि तिचा चोरटा प्रेमसंबंध आहे, पूरूच्या हातावर चक्रवर्तिपदाची चिन्हे आली आहेत, या दोघांच्या व्यभिचाराचा हा फार मोठा पुरावा आहे. ही चिन्हे मी त्या कार्ट्याच्या हातावर राहू देणार नाही, तो हातच या जगात मी राहू देणार नाही, त्याच्या आईलाही या जगात राहू देणार नाही! नृत्यशाळेत येईपर्यंत मी हे सारखे मनाशी घोकीत होते; पण वसंतनृत्यापासून वर्षानृत्यापर्यंत एकदाही मनात जळणाऱ्या या गोष्टींची मला आठवण झाली नाही. महाराजांनी मला रत्नमाळ दिली, तेव्हाही मी त्या नृत्याच्या धुंदीतच होते. त्या धुंदीतच त्या रात्री मी झोपले. शर्मिष्ठेला मी तळघरात कोंडून ठेवले आहे, ह्याचा जणू मला विसरच पडला होता.

दुसऱ्या दिवशी सकाळी मला जाग आली, ती महाराणी म्हणून! एक वंचित पत्नी म्हणून! एक आपल्या मुलाच्या कल्याणाची काळजी करणारी आई म्हणून! महाराजांना त्यांच्या महालातून बाहेर घालवून मी तळघरात गेले. तिथे ती नव्हती! माझ्या तळपायांची आग मस्तकाला गेली. महाराजांपासून त्या म्हाताऱ्या दासीपर्यंत सर्वांनी कानांवर हात ठेवले; पण सत्य सप्तपाताळात लपविले, म्हणून काय ते

लपून राहते?

४

त्या म्हाताऱ्या दासीच्या पाठीवर चाबकाचे फटकारे बसू लागताच नृत्यशाळेतून महाराज मध्येच राजवाड्यात आल्याचे तिने कबूल केले; पण शर्मिष्ठेला राजवाड्याबाहेर महाराजांनी नेली कशी? वाड्यातले सारे पहारेकरी फितूर झाले असतील? छे! त्यात माझे किती तरी विश्वासू सेवक होते. मी अशोकवनात गेले. शर्मिष्ठेच्या दोन्ही दासींनी प्रथम कानांवर हात ठेवले; पण त्यांना केस काढून विद्रूप करायची आणि साऱ्या नगरीतून गाढवावरून धिंड काढायची धमकी देताच शर्मिष्ठा रथात बसून कुठे तरी निघून गेल्याचे कळले. त्या रात्रीच्या सारथ्याचा पत्ता लागला नाही; पण एक-दोन दिवसांतच माधव अतिशय आजारी पडल्याचे कळले; महाराज त्याच्या समाचाराला जाऊ लागले. उपचार म्हणून मीही गेले. तिथे त्यांची वाग्दत्त वधू माधवी होती. ती पोरगी गडबडून गेली होती. तिच्या डोळ्यांत पुन्हा पुन्हा पाणी उभे राहत होते. तिचे सांत्वन करण्याकरिता तिच्या पाठीवरून मी हात फिरवला. त्याबरोबर तिला भडभडून आले. तिचा दुःखाचा भर ओसरल्यावर आम्ही मोकळेपणाने बोलू लागलो. माधव असा एकदम आजारी कसा पडला, हे तिने सहज सांगितले. त्या नृत्याच्या रात्री माधव नखशिखांत ओलाचिंब होऊन मध्यरात्रीनंतर चार-पाच घटकांनी घरी परत आला होता. तो कुठे गेला होता, का गेला होता, हे त्याने आपल्या आईलासुद्धा सांगितले नव्हते.

माधव महाराजांचा केवढा जीवश्च कंठश्च मित्र आहे, याची मला कल्पना होती. त्या दिवसाच्या पावसात तो कुठे तरी गेला होता, याचा दुसऱ्या कुणालाही तर्क करता आला नसेल; पण मी ते बरोबर ताडले! तो महाराजांच्या कामगिरीवरच गेला होता. शर्मिष्ठेला नगराबाहेर दूरदूर पोचवायला गेला होता. नाही तर मुसळधार पावसात नखशिखांत ओलेचिंब होण्याची त्याला काय जरुरी होती? नगरात तो कुणाच्याही घराचा आश्रय घेऊ शकला असता.

हा धागा घेऊन मी शर्मिष्ठेचे रहस्य खणून काढू लागले. मुद्दाम माधवाच्या समाचाराला जाऊ लागले. माधवला वात झाला व त्याची बडबड सुरू झाली. त्या बडबडीत पुष्कळसा भाग विचूक होता. पण दोन-तीनदा तो जी वाक्ये बोलला, ती ऐकून माझी महाराजांच्या कारस्थानाविषयी खात्री झाली.

एकदा तो म्हणाला,

'सारथी, जलद घोडे हाक.'

दुसऱ्यांदा तो उद्गारला होता,

'महाराणीनं इथं उतरावं.'

प्रथम मला त्याच्या वाक्याचा अर्थ कळेना. माझा काय संबंध होता त्या रात्रीच्या कारस्थानाशी? मग माझ्या लक्षात आले! तो शर्मिष्ठेला 'महाराणी' म्हणत असावा! सारे कोडे या एका शब्दाने उलगडले. महाराजांनी मला फसविले होते. त्यांनी धर्मपत्नीशी प्रतारणा केली होती. ते शर्मिष्ठेच्या नादी लागले होते. तिला महाराणी करायला तयार झाले होते! माझ्या जिवावर उठले होते! बाहेर शर्मिष्ठेला व पूरूला कुठे तरी सुरक्षित ठेवून पुढेमागे त्यांना परत आणायचा त्यांचा बेत असावा.

मी मनाशी निश्चय केला, विषवृक्षाचा अंकुर मुळातच खुडला पाहिजे! ही शर्मिष्ठा आणि हा पूरु यांचा काटा काढून टाकला पाहिजे. मी लगेच साऱ्या राज्यात अगदी खेड्यापाड्यांतसुद्धा दवंडी पिटविली. तिला व तिच्या मुलाला पकडून देणाऱ्याला मोठे बक्षीस जाहीर केले. किती तरी दिवस मला वाटत होते, आज ना उद्या त्या दोघांना घेऊन कुणी तरी माझ्यासमोर येईल; पण ते कधीच घडले नाही. ती दोघे कुठे गेली, हे मला कळले नाही. ती दोघे जिवंत आहेत, की मेली आहेत, देव जाणे!

पहिले काही दिवस महाराजांचा आणि तिचा काही तरी गुप्त पत्रव्यवहार असावा, अशा शंकेने मी अशोकवनात पाळत ठेवली. कोण कुठे जाते, कोण तिथे येते, हे डोळ्यांत तेल घालून पाहत राहिले; पण पूर्वी दासी असलेली ती मुकुलिका, तो कोण तिचा स्वामी आणि विलासमग्न महाराजांच्या सुखसोयींसाठी येणारी-जाणारी माणसे यांच्याशिवाय दुसरे कुणीच कधी आले नाही. शर्मिष्ठा किंवा पूरु– कोणीही, कधीही आले नाही.

५

मघाशी माझ्या मनात आले, यदु पकडला गेला, ही बातमी ऐकून महाराज अजून माझ्याकडे कसे येत नाहीत?

किती वेडे असते आईचे प्रेम! ते कशाला येतील माझ्याकडे? गेल्या अठरा वर्षांत आम्ही दोघे एकमेकांपासून किती किती दूर गेलो आहोत! सात सागर पसरले आहेत आमच्यामध्ये जणू! जगाच्या दृष्टीने ते माझे पती आहेत, मी त्यांची पत्नी आहे. पण अंतरंगात आम्ही एकमेकांचे शत्रू झालो आहोत. सतत शत्रूसारखे वागत आलो आहोत. त्यांच्या हातून राज्यकारभार काढून घेऊन मी तो चालवायला सुरुवात केली. मी त्यांचे चांगले नाक ठेचले; पण विलासात मग्न होऊन आणि आपल्याला देवयानी नावाची पत्नी आहे, यदु नावाचा मुलगा आहे, त्यांच्याविषयी आपले काही कर्तव्य आहे, हे पार विसरून त्यांनी माझ्यावर पुरेपूर सूड घेतला आहे! खरेच,

माणसे शरीराने एकमेकांच्या किती जवळ येतात! पण मनाने ती एकमेकांपासून किती दूर असतात!

अनेकदा वाटते, त्या रात्री मी त्यांना जो नकार दिला, त्यांचा तो अपमान केला, त्यांना जी शपथ घ्यायला लावली, त्या सर्व गोष्टींचा तर हा असा विपरीत परिणाम झाला नसेल ना?

मी तरी काय करू? माधवाच्या मृत्यूच्या आणि महाराजांच्या कुटिल कारस्थानाचे सारे धागेदोरे मला मिळाले होते, माझे मन रागाने, त्वेषाने, द्वेषाने नुसते जळत होते! मला या सर्व रहस्याचा थांगपत्ता लागला आहे, याची महाराजांना कल्पनाही नव्हती. ते एका रात्री माझ्या महालात आले. मद्याने उन्मत्त झालेला मनुष्य स्त्रीलंपट बनतो, म्हणे! पूर्वी मी हे नुसते ऐकले होते; पण त्या दिवशी तो हालाहलाहूनही दाहक असा अनुभव मला आला. माझ्याकडे त्यांनी प्रेमयाचना केली. एखाद्या पशूसारखी! त्यांच्या तोंडाला येणारी दारूची दुर्गंधी मला क्षणभरही सहन होत नव्हती! मी दूर जाऊन उभी राहिले. ते धावत माझ्या अंगावर आले. माझ्याशी झोंबाझोंबी करू लागले. माझ्या मनातल्या साऱ्या साठलेल्या रागाचा आणि द्वेषाचा एका क्षणात स्फोट झाला.

मी विचारले,

'शर्मिष्ठा इथं नाही, म्हणून माझी आठवण झाली, वाटतं, तुम्हांला?'

ते शुद्धीवर नसावेत, नाही तर त्यांनी मला तसले उत्तर दिले नसते! ते म्हणाले,

'शर्मिष्ठा मला हवी! तू मला हवीस! नि अशाच मिळतील, तितक्या सुंदर मुली मला हव्यात! शेकडो, हजारो पोरी मला हव्यात! स्वर्गातल्या अप्सरा मला हव्यात!'

त्यांच्या एकेका उद्गारासरशी माझे भान नाहीसे होऊ लागले. तोल जाऊन मी खाली पडते, की काय, असे मला वाटू लागले.

मी कठोर स्वराने त्यांना म्हटले,

'आधी दूर उभे राहा. माझ्या जवळ येऊ नका. मग काय बडबडायचंय्, ते बडबडा!'

ते विकट हास्य करीत म्हणाले,

'मी बडबडत नाही. मी खरं तेच सांगतोय्! मी नहुष राजाचा मुलगा आहे. पुरूरव्याचा पणतू आहे. मला शर्मिष्ठा हवी, मला देवयानी हवी, मला जगातली प्रत्येक सुंदर स्त्री हवी. दररोज नवी सुंदर स्त्री!–'

ते मला ऐकवेना! एखाद्या वेड लागलेल्या मनुष्यासारखे ते बोलत होते.

माझ्या मनात आले, मागे दरबारात यांचा थोरला भाऊ आला होता. तो स्त्रीचा द्वेष करून वेडा झाला. हे स्त्रीवर प्रेम करून वेडे होणार आहेत काय?

महाराज बडबडत होते–

ते म्हणत होते,

'माझ्या वडिलांना इंद्राणी मिळाली नाही; पण मी ती मिळवणार आहे. जगातल्या साऱ्या सुंदर स्त्रिया मी मिळवणार आहे. एक फूल खुडायचं, वास घ्यायचा, टाकून द्यायचं! पुन्हा एक फुल खुडायचं, वास घ्यायचा, टाकून द्यायचं!'

मी माझ्या कानांवर हात ठेवले. ते खो खो हसत माझ्याजवळ येऊ लागले. माझी सर्व शक्ती एकवटून मी ओरडले,

'दूर व्हा! दूर व्हा! मी कोण आहे, हे ठाऊक आहे ना तुम्हांला?'

ते उत्तरले,

'ठाऊक आहे, तू माझी बायको आहेस.'

मी आवेशाने म्हणाले,

'मी महर्षी शुक्राचार्यांची मुलगी आहे. लग्न झाल्यावर तुम्ही माझ्यापाशी एक शपथ घेतली होती. ती तुम्हांला आठवत नसेल, म्हणून सांगते. मद्य घेऊन कधीही माझ्या महालात पाऊल टाकायचं नाही, असं मी तुम्हांला बजावलं होतं. तुम्ही ते कबूल केलं होतं. आज तर्र होऊन तुम्ही माझ्या महालात आलात! तुम्ही आपली शपथ मोडली आहे. माझे बाबा केवढे मोठे तपस्वी आहेत, हे तुम्हांला ठाऊक आहे. त्यांची माझ्यावर किती माया आहे, हे तुम्हांला माहीत आहे. त्यांच्या तपश्चर्येचा भंग झाला, तरी हरकत नाही. मी अश्शी त्यांच्याकडं जाते आणि तुमचं हे वागणं त्यांच्या कानांवर घालते. एकदा भयंकर शाप मिळाल्याशिवाय तुम्ही शुद्धीवर येणार नाही.'

'शाप' या शब्दाने महाराज दचकले. त्या उन्मत्त स्थितीतही या शब्दाचा अर्थ त्यांना पुरेपूर कळला असावा. ते मागे सरकले. माझ्याकडे शून्य दृष्टीने पाहत उभे राहिले.

मला त्यांची दया आली. किती झाले, तरी ते माझे पती होते. मी त्यांची पत्नी होते. आम्ही दोघांनी आपणहून एकमेकांच्या जीवनांचा संगम घडवून आणला होता. ते बेतालपणाने वागले, कर्तव्यात चुकले, मद्याला स्पर्श करणार नाही, ही आपली शपथ त्यांनी पाळली नाही, हे सारे खरे! पण ते माझे नव्हते का? माणसाचे दोष त्यांच्या आप्तेष्टांनी आणि मित्रांनी पोटात घातले नाहीत, तर दुसरे कोण घालील? मी पत्नी होते. त्यांनी पतिधर्म पाळला नाही, तरी माझा पत्नीधर्म मी पाळायला नको का?

प्रेम ही काय बाजारातली वस्तू आहे? जेवढे मोल मिळेल, तेवढ्याच किमतीची वस्तू द्यायची, हा बाजारातला न्याय झाला! पण संसार हा काही बाजार नव्हे. महाराज चुकत असले, तर मी त्यांना दाखवून द्यायला हवे, पटवून द्यायला हवे. त्यांचा तोल जात असला, तर मी तो सावरायला हवा.

क्षणभर- अगदी क्षणभर का होईना- मी या विचाराने अगदी विरघळून गेले होते.

मनात आले, अस्से पुढे जावे, महाराजांना कडकडून मिठी मारावी, त्यांना मंचकावर नेऊन बसवावे, त्यांच्या खांद्यावर मान टाकून खूप खूप रडावे आणि त्यांना म्हणावे,

'माझ्यासाठी, तुमच्या देवयानीसाठी तुम्ही नाही का चांगलं वागणार? केवळ माझ्यासाठी नाही, तुमच्या यदूसाठीही. यदु आज लहान आहे; पण उद्या तो मोठा होईल! त्याला चांगलं वळण कोण लावणार? त्याला शहाणपण कोण शिकवणार? तो तुमच्यासारखाच पराक्रमी होईल, अशी काळजी कोण घेणार? कुणाच्या पावलावर पाऊल टाकून तो मोठा होणार? मग माझ्यासाठी, तुमच्या-माझ्या यदूसाठी–'

माझी पावले चुळबूळ करू लागली. पण इतक्यात महाराजांनी मला प्रश्न केला,

'शर्मिष्ठा कुठं आहे? माझी शर्मिष्ठा कुठं आहे? राक्षसिणी! तू तिचा जीव घेतलास! तुझ्यासारखी दुष्ट स्त्री साऱ्या जगात नसेल! तू, तू–'

ते पुढे पुढे येऊ लागले. ते गळा दाबून माझा प्राण घेतील, की काय, अशी मला भीती वाटू लागली. मोठ्याने ओरडावे, असे मनात आले. पण तोंडातून शब्द फुटेना. इतक्यात महाराज अगदी माझ्या जवळ आले; माझा गळा दाबण्याचा त्यांचा हेतू स्पष्ट दिसू लागला. पिशाचासारखे त्यांचे ते भयंकर हातवारे पाहून जिवाच्या आकांताने मी म्हणाले,

'दूर व्हा! मी शुक्राचार्यांची मुलगी आहे, हे विसरू नका. त्यांच्या शापानं तुम्ही दगड होऊ पडाल; नाही तर जनावर होऊन जाल! दूर सरा! मागं व्हा! चालते व्हा माझ्या महालातून–'

थरथर कापत महाराज दोन-चार पावले मागे हटले. ते पुटपुटत म्हणाले,

'नाही, मी पुढं येणार नाही.'

महाराजांच्या बोलण्यातल्या शर्मिष्ठेच्या उल्लेखाने माझे मन अगदी भडकून गेले होते. मी त्यांना म्हणाले,

'आधी शपथ घ्या– माझ्या अंगाला कधीही स्पर्श करणार नाही, अशी शपथ घ्या.'

ते म्हणाले,

'घेतो, घेतो!'

त्यांच्याकडे पाहता-पाहता माझ्या मनात आले, त्यांच्या या हातांनी शर्मिष्ठेला मिठ्या मारून मला फसविले, त्यांच्या या ओठांनी शर्मिष्ठेची चुंबनं घेऊन मला फसविले. त्यांच्या या भ्रष्ट शरीराचा स्पर्शसुद्धा मला नको. मी त्यांना दरडावून सांगितले,

'मला कधीही स्पर्श करणार नाही, अशी शपथ घ्या! बाबांचे नाव घेऊन शपथ घ्या!'

महाराजांनी तशी शपथ घेतली आणि ते माझ्या महालातून निघून गेले. आमच्यामधला पति-पत्नीसंबंधाचा, जीवनातला अत्यंत रम्य, रेशमी, नाजूक धागा त्या दिवशी तुटला. एकमेकांकडे पाठ फिरवून आम्ही पृथ्वीप्रदक्षिणेला सुरुवात केली.

६

त्या रात्री जे विपरीत घडले, त्यात माझा काय दोष होता? शुक्राचार्यांची मुलगी, यदूची आई आणि हस्तिनापूरची महाराणी या तिघीही– मी जे केले, तेच उचित होते, असे सतत मला सांगत आल्या आहेत. त्यांच्यापैकी एकीनेदेखील त्या रात्रीच्या माझ्या कठोर निर्णयाबद्दल कधी कुरकूर केलेली नाही.

मग 'तू चुकलीस. तू आपल्या धर्माला जागली नाहीस. तू तुझं कर्तव्य जाणलं नाहीस!' असे अधूनमधून माझ्या कानात कोण कुजबुजते? हे शब्द ऐकून अनेकदा मी दचकून जागी झाले आहे. उलटसुलट विचारांच्या शरपंजरी रात्रभर तळमळत पडले आहे.

आपल्या अंकुशाने सतत अठरा वर्षे मला टोचीत राहणारी ती स्त्री कोण आहे? रात्री बिळातून बाहेर पडणाऱ्या उंदराने उघड्यावर पडलेले सुंदर वस्त्र कुरतडून टाकावे, अशी ही अज्ञात स्त्री निद्रेतल्या बेसावध क्षणी माझ्या निश्चयाचे हळूहळू तुकडे करू लागते. या स्त्रीला नाव नाही, रंग नाही, रूप नाही! तिचे माझे काय नाते आहे, हेही मला नीट कळत नाही! ती ययाति महाराजांची पत्नी आहे, असे पहिल्या पहिल्यांदाच मला वाटले. तिची कुरकूर बंद करण्याकरिता मी म्हणे,

'लबाड, कपटी नवऱ्यावर, विवाहाचं पावित्र्य पायदळी तुडविणाऱ्या पतीवर पत्नीनं प्रेम करावं? तिला काय मन नसतं? हृदय नसतं? अभिमान नसतो? अधिकार नसतो? त्या रात्री मी जो निर्णय घेतला, तोच बरोबर आहे. आपण पतिसुखाला आचवणार, हे ठाऊक असूनही त्या रात्री मी तो निर्णय घेतला. प्राण गेला, तरी तो मी बदलणार नाही.'

त्या वेडीचे समाधान कधीच झाले नाही. इतकी वर्षे झाली! ती तशीच कुरकुरत राहिली आहे! अजूनही एखाद्या उदास क्षणी ती किंचाळू लागते :

'तू आपल्या धर्माला जागली नाहीस, तू आपलं कर्तव्य जाणलं नाहीस. प्रेम काय बाह्य गोष्टींवर अवलंबून असतं? प्रीती एका हृदयातून उगम पावणारी आणि दुसऱ्या हृदयाला जाऊन मिळणारी महानदी आहे. वाटेत कितीही उंच डोंगर येवोत, त्यांना वळसा घालून ती पुढे वाहत जाते. ज्या दिवशी कुठलंही माणूस आपलं होतं, त्याच दिवशी त्याच्या गुणांचा नि अवगुणांचा मनुष्याच्या मनातला हिशेब संपतो. मागे राहते, ती केवळ निरपेक्ष प्रीती! अडखळत, ठेचाळत, धडपडत, पुनःपुन्हा

पडत, पण पडूनही भक्तीच्या शिखराकडं जाण्याचा प्रयत्न करणारी प्रीती! परमेश्वराची पूजा करताना त्यानं आपल्याला काय दिलं आहे आणि का दिलं नाही, याचा आपण कधी आपण कधी हिशेब करतो का? प्रीती ही मानवानं केलेली पूजा आहे. ती पूजा तू मोडलीस, स्त्रीधर्माला तू कलंक लावलास! तू कधीही सुखी होणार नाहीस!'

७

आज असेच झाले. यदूला बंदिवान केल्याची अभद्र वार्ता घेऊन अमात्य आले. ती ऐकून मी सुन्न होऊन बसले. माझ्या या दुःखी मनःस्थितीचा फायदा घेऊन ही कवटाळीण माझ्या कानीकपाळी ओरडू लागली.

'तू स्त्री-धर्माला जागली नाहीस, तू पत्नीधर्म पाळला नाहीस, त्या पापाचं हे फळ आहे!'

छे! अगदी असत्य आहे हे. यदूचा पराभव हे महाराजांच्या पापांचं फळ आहे. अठरा वर्षे त्यांनी रचलेला पापांचा डोंगर आज माझ्या अश्राप पोराच्या मस्तकावर कोसळला आहे!

त्यांच्या पापांची फळे कुणाला चाखावी लागली नाहीत? तो बिचारा माधव! त्यांचा जिवाभावाचा मित्र. शर्मिष्ठेला नगराबाहेर नेऊन सोडण्याच्या कामी त्याने आपले प्राण गमावले!

त्याची वाग्दत्त वधू माधवी! जणू रतीची प्रतिमा! किती सुरेख होते तिचे डोळे! पण एके दिवशी त्या पोरीचे प्रेत यमुनेत सापडले, म्हणे!

माधवच्या घरी त्याची म्हातारी आई आणि त्याची पुतणी तारका अशी दोघेच उरली. तारका हां हां म्हणता मोठी झाली. आजीला नातीच्या लग्नाची काळजी वाटू लागली. म्हातारी एकदा खुरडत-खुरडत हे सांगायला वाड्यावर आली.

'तुमच्या महाराजांना सांगा, की पोरीला चांगला नवरा पाहून द्यायला!' असे शब्द माझ्या ओठांवर आले होते.

पण कुंभाराने ओली माती तुडवावी, तसा काळपुरुषानं तिच्या देहाचा चेंदामेंदा केला होता. तिची दया आली मला.

'बघू या हं तारकेला चांगलासा नवरा!' असे म्हणून मी तिची बोळवण केली.

पुढे काही दिवसांनी कळले, की पोरीला वेड लागले आहे. मला हे खरेच वाटेना!

मी माधवाच्या घरी गेले. तारका फुलांची माळ करीत दारात बसली होती. तिचे रूप कसे फुलून आले होते! पण तिच्या डोळ्यांत भयानक शून्यता दिसत होती. तिने खूप वेळ माझ्याकडे टक लावून पाहिले. पण मला काही ओळखले नाही तिने.

शेवटी मी म्हणाले,

'तारके, तू ही माळ देशील मला?'

ती उठली आणि अर्धवट गुंफलेली माळ माझ्यापुढे करीत म्हणाली,

'घ्या ना, ही माळ घ्या ना!'

लगेच आपला हात मागे घेत ती उद्गारली,

'एक शपथ घ्या आधी. ही फुलं कुस्करणार नाही, अशी शपथ घ्या. मग मी तुम्हांला माळ देईन.'

इतक्यात तिची आजी बाहेर आली. ती तारकेला म्हणाली,

'अग पोरी, यांना ओळखलं नाहीस तू! या आपल्या महाराणी. नमस्कार कर पाहू यांना!'

तिने आजीला विचारले,

'कुठली महाराणी!'

म्हातारी म्हणाली,

'अग वेडे, ययातिमहाराज नाहीत का आपले? त्यांच्या या महाराणी!'

तारका खाली मान घालून काहीतरी पुटपुटली. मग हातांतल्या माळेकडे पाहत ती ओरडली,

'अग बाई, केवढा साप आहे हा! साप, साप!'

ती माळ तिने दूर फेकून दिली.

तिच्याकडे बोट दाखवीत ती म्हणाली,

'आजी! तो बघ साप! त्याला मारायला चांगली काठी आण. हळूच जा; नाही तर तुला चावेल तो! मघाशी मला चावला, बघ! इथं-इथं-इथं!'

तारकेचा महाराजांशी तसा काय संबंध होता? ती त्यांच्या मित्राची पुतणी. पण ती काही दुर्दैवाच्या फेऱ्यातून सुटली नाही.

८

माझा लाडका यदु! तो अशा पित्याच्या पोटी जन्माला आला. घारीने महाराणीचा रत्नहार झडप घालून उचलून नेला. मुलांचे नशीब आईबापांच्या नशिबाशी बांधलेले असते, हेच खरे.

यदु सद्गुणी आणि पराक्रमी व्हावा, म्हणून मी त्याला महाराजांच्या स्वैर जीवनापासून अहोरात्र दूर ठेवले. इतके असूनही जे व्हायला नको होते, ते झाले. दुर्दैवाचा वारसा या जगात देवादिकांना तरी चुकविता येत असेल का?

९

अठरा वर्षांपूर्वीच्या रात्री मी महाराजांना ती शपथ घ्यायला लावली. महाराणी असूनही एखाद्या संन्यासिनीसारखे मी आयुष्य काढले. रात्र रात्र मी तळमळत राहिले. प्रियजनांच्या सहवासात सारी दुःखे विसरून जाऊ इच्छिणाऱ्या मनाला मी तसेच जळत ठेवले.

एखाद्या वेळी माझ्या मनाचे हे सारे बांध फुटत. मग आतून उसळून बाहेर येणाऱ्या महापुरात मी वाहून जाई. मी रथात बसे. अशोकवनाकडे न्यायला सांगे; पण अशोकवनापर्यंत रथ नेऊनही मी कधी आत गेले नाही!

महाराजांनी मात्र आपली शपथ किती विपरीत रीतीने पाळली! ते सहा सहा महिने नगर सोडून बाहेर जाऊ लागले. अष्टौप्रहर विलासमग्न राहायचा त्यांचा क्रम सुरू झाला. पहिल्यापहिल्यांदा हे ऐकले, की माझ्या मनाला विंचू डसल्यागत वेदना होत. स्त्री-पुरुषांमधल्या प्रेमसंबंधांची शिसारी येई. परमेश्वराने हे आकर्षण निर्माण केले नसते, तर जग किती सुखी झाले असते, असे वाटू लागले.

एखाद्या वेळी हृदयाच्या कोपऱ्यातली कुठली तरी एक नाजूक तार कंपित होई. तिच्या किणकिणीतून बोल उमटू लागत,

'वेडे! हा अभिमान सोड. अश्शी धावत जा. महाराज असतील, तिथं जा. ते मद्याच्या धुंदीत असतील, असू देत. अपरिचित अप्सरेच्या बाहुपाशात असतील. असू देत. तिथं तू जा. त्यांचे पाय आसवांनी धुऊन त्यांना विनंती कर, 'काय चालविलं आहे हे तुम्ही? राजराजेश्वरा, कुठं वाहत चालला आहात आपण? आकाशातली उल्का आपल्या उच्च स्थानावरून ढळली, म्हणजे ती दगड होऊन पडते. जिवलगा, तुम्ही माझे आहात. तुमचा कलंक, तो माझा कलंक! तुमचा अधःपात, तो माझा अधःपात. मी तुमची पत्नी आहे. पत्नीची लाज पतीनं राखायला नको? मला दारूचा वास सोसवत नाही. पण तुमचं सुख, ते माझं सुख. तुम्ही माझ्या अंगावर चुळा टाका. मी हूं की चूं करणार नाही! मग तर झालं? एखादं फूल कुस्करावं, तसा तुमच्या सुखासाठी या देवयानीचा चोळामोळा करा; पण ही धर्माची अमर्यादा थांबवा. आपल्या पतिधर्माला जागा. पुत्रधर्माची आठवण ठेवा. राजधर्म विसरू नका.'

१०

महाराजांचे पाय घट्ट धरून असे पुष्कळ बोलावेसे वाटे. पण ते क्षणभरच. दुसऱ्या क्षणी कचाची आठवण होई. त्याचे माझ्यावर किती उत्कट प्रेम होते! केवळ

कर्तव्य म्हणून त्या प्रेमाचा त्याने त्याग केला. संजीवनी विद्या घेऊन तो देवलोकात परत गेला. स्वर्गातल्या साऱ्या अप्सरांनी आपले लावण्य त्याच्यावरून ओवाळून टाकले असेल! पण तो भुलला नाही. चळला नाही, आपल्या व्रतापासून ढळला नाही.

कचाचे वैराग्य आठवले, की महाराजांच्या विलासप्रियतेची घृणा येई. झाले गेले विसरून जाऊन त्यांना शरण जायच्या कल्पनेची शरम वाटे. सारा अभिमान उसळून येई. तो म्हणे,

'दगडाला फुलं कशासाठी वाहायची? पुष्पांचा सुगंध पाषाणाला कधी तरी लागला आहे का? पुरुषाने प्रेम करावे, तर ते कचासारखे. स्त्रीने पूजा करावी, तर अशा पुरुषाची!'

११

कचाशी माझे लग्न झाले असते, तर मी सुखी झाले असते. त्याच्या पर्णकुटिकेत मला जो आनंद लाभला असता, तो या राजवाड्यात एक दिवसही माझ्या वाट्याला आला नाही.

पण– खरेच मी सुखी झाले असते का? माझे त्याच्यावर प्रेम होते; पण केवळ मनाच्या या अंधळ्या ओढीने मनुष्य सुखी होतो का? त्याच्यावरले माझे प्रेम निरपेक्ष होते का? छे! तो आत्मपूजेचाच एक प्रकार होता. माझे जर त्याच्यावर खरेखुरे प्रेम असते, तर त्याला शाप देताना माझी जीभ अडखळली असती. माझे ओठ त्या विषारी शब्दांच्या स्पर्शाने काळेनिळे पडले असते.

प्रेम म्हणजे काय? केवढे मोठे कोडे आहे हे! गेली अठरा वर्षे महाराजांनी मांडलेला किळसवाणा धुमाकूळ हे काय प्रेम आहे? महाराजांनी शर्मिष्ठेवर केले, ते काय प्रेम होते? आपल्या बायकोला फसवून दुसऱ्या बाईच्या नादी लागणे-

शर्मिष्ठा! तिची आठवण झाली, की अंगाची कशी लाही लाही होते. कुठल्या कुमुहूर्तावर तिला माझी दासी करायची दुर्बुद्धी मला झाली! तिच्यापायी महाराज मला दुरावले. मी इकडे त्यांच्या साध्या स्पर्शाला मुकून बसले. ते तिकडे अधःपाताच्या गर्तेत जाऊन पडले. आज युवराज यदूचा पराभव झाला. त्याला शत्रूने कैद करून नेले. इतके अनर्थ घडले; पण यांना काही खंत आहे का कशाची?

महाराजांनी धावत यायला हवे होते. ते यदूला सोडविण्यासाठी निघाले असते; तर त्यांना ओवाळताना माझ्या डोळ्यांत पाणी उभे राहिले असते. ती आसवे हळूच बोटाने निपटीत ते म्हणाले असते,

'वेडी कुठली? पंधरा दिवसांत यदूला तुझ्यासमोर आणून उभे करतो, की नाही, पाहा!'

'वेडी कुठली!' किती गोड शब्द आहेत हे! हे शब्द ऐकण्याकरिता स्त्रीने जन्माला यावे आणि ते ऐकता-ऐकता या जगाचा निरोप घ्यावा. कुणी तरी मायेने आपल्याला जवळ घ्यावे, गोडगोड शब्दांनी धीर द्यावा, आपले मस्तक प्रेमळपणाने थोपटावे, त्या भावपूर्ण स्पर्शाने मनातले सारे वणवे एका क्षणात विझवावेत! छे! एकटेपणाचे हे दुःख सदैव माझा असाच पाठलाग करणार काय? हे सुख मला कधीच मिळणार नाही काय? शेवटपर्यंत मी अशीच भुकेली राहणार काय?

१२

मी सुन्न मनाने बाहेरचा काळोख पाहत उभी होते. अठरा वर्षांतल्या किती तरी स्मृतींच्या अंधूक आकृती काळोखात भटकणाऱ्या भुतासारख्या माझ्या मनात पिंगा घालू लागल्या. माझा धीर सुटला. वाटले, अस्से रथात बसून अशोकवनाकडे जावे, महाराजांच्या गळ्यात पडावे आणि म्हणावे-

अंधारात चांदण्याकडे पाहत चालणाऱ्या माणसाला सर्पदंश व्हावा, तसे मला वाटले. यदूची आठवण झाली. अजून अमात्य परत आले नव्हते. म्हणजे यदूला सोडविण्यासाठी महाराज काही करू इच्छीत नव्हते, हे उघड होते.

१३

दासीने अमात्य आल्याची वर्दी दिली. ते महालात आले, खाली मान घालून मुकाट्याने उभे राहिले. मी तीव्र स्वराने त्यांना प्रश्न केला,

'इतका वेळ का लागला, अमात्य?'

'महाराजांची भेटच होईना!'

'यदूला शत्रूनं कैद केलं आहे, हे कळविल्यावरसुद्धा?'

'हो.'

'का?'

'सेवकाने ते सांगू नये. महाराणींनी ते ऐकू नये.'

'आलं सारं लक्षात. महाराज विलासात मग्न होते. होय ना?'

अमात्य स्तब्ध राहिले.

मी प्रश्न केला.

'शेवटी भेटले, की नाही, महाराज तुम्हांला?'

'भेटले.'

'काय म्हणाले?'

'माझी हकीकत ऐकून ते नुसते हसले.'

'हसले?' माझ्या अंगाचा तिळपापड झाला हे ऐकून! पण मनावर कसाबसा ताबा ठेवून हा प्रश्न मी विचारला.

अमात्य खाली मान घालून बोलू लागले,

'महाराणींचा निरोप मी त्यांना सांगितला. तेव्हा ते पुन्हा हसले. मग म्हणाले, 'महाराणींना म्हणावं, इतक्या वर्षांनी आठवण केल्याबद्दल महाराज आपले फार ऋणी आहेत.' '

मी खालचा ओठ चावला, रक्त येईपर्यंत चावला, तरी मन स्थिर होईना.

अमात्य तर समोर पुतळ्यासारखे स्तब्ध उभे राहिले होते;

मी संतापाने त्यांना प्रश्न केला,

'पुढं?'

ते चाचरत उत्तरले,

'पुढं महाराज जे बोलले–'

माझ्या तळपायाची आग मस्तकाला गेली होती. मी म्हणाले,

'महाराजांच्या बोलण्यातलं अक्षर नि अक्षर मला कळलं पाहिजे.'

कां कूं करीत कापऱ्या स्वरात महाराजांचे ते उन्मत्त शब्द अमात्यांनी सांगितले,

'महाराणीलाही शत्रूनं कैद करून न्यावं. माझी काही हरकत नाही त्याला! महाराणींशी माझा काही संबंध नाही.'

ते शब्द विषारी बाणासारखे माझ्या काळजात घुसले!

मी त्यांची कुणी नाही? मला शत्रूने कैद करून नेले, तरी यांची काही हरकत नाही? कशाला असेल? आयता यांच्या वाटेतला काटा दूर होईल. बरे आहे, म्हणावे!

लग्नाच्या दिवसापासून सुरू झालेल्या आमच्या या युद्धाचे अखेरचे कांड लवकरच सुरू होईल. बाबांची तपश्चर्या संपू दे! मग मी यांची कुणी आहे, की नाही, ते यांना एका घटकेत कळेल. लग्नाच्या वेळीच शर्मिष्ठेशी जपून वागायला बाबांनी यांना बजावले होते; पण ही पडली ओढाळ गुरांची जात! मुसक्या बांधल्या, तरी जाता-जाता जवळच्या शेतात तोंड घातल्याशिवाय कधी राहायची नाही.

यदूला कसे मुक्त करावे, याचा मी आणि अमात्य विचार करू लागलो. इतक्यात एक दासी धावतच आली. तिच्या मुद्रेवरून आनंद ओसंडून वाहत होता. ती घाईघाईने म्हणाली,

'बाहेर एक दूत दौडत आला आहे. देवी, त्यानं घोड्यावरून खाली उडी टाकली, न टाकली, तोच घोडा रक्त ओकून पटांगणावर मरून पडला!'

तिचा राग आला मला! त्या दूताला आणायचे सोडून–

मी लगबगीने महालाबाहेर आले. तिथे तो दूत उभा होता. तो नम्रतेने अभिवादन करून म्हणाला,

'देवी, मोठी आनंदाची वार्ता घेऊन आलो मी. युवराज शत्रूच्या कैदेतून सुटले!'

माझा आनंद गगनात मावेना. यदूच्या शौर्याचा आणि साहसाचा मला विलक्षण अभिमान वाटू लागला. मी अधीरतेने प्रश्न केला.

'युवराज कसे सुटले? कसे निसटले? पहारेकऱ्यांना ठार मारून?'

'अहं! आपला जीव धोक्यात घालून त्यांना सोडवून आणलं!'

'कुणी? सेनापतींनी?'

'सेनापती नाही. युवराजांच्या एवढाच एक तरुण वीर आहे, त्यानं!'

'त्याचं नाव?'

'त्या वीराचं नाव मला माहीत नाही. तो काही आपला सैनिक नाही. देवींना ही शुभवार्ता कळविण्यासाठी सेनापतींनी लगेच मला रवाना केलं. त्या वीराला बरोबर घेऊन महाराणींच्या दर्शनाकरिता युवराज राजधानीकडे यायला निघाले आहेत, असा सेनापतींचा निरोप आहे. पंधरा दिवसांत ते हस्तिनापुराला येतील.'

१४

त्या दूताला कसला अलंकार द्यावा, या विचारात मी होते, तोच दुसरा दूत बाहेर आला आहे, असे सांगत एक दासी धावत आली. माझे मन चरकले. जीव खालीवर होऊ लागला. यदु मला भेटायला निघाल्यावर दबा धरून बसून शत्रूने त्याला पुन्हा पकडून तर नेले नसेल ना? ती पाच-सहा पळे मला पाच युगांसारखी वाटली.

दुसरा दूत आत आला. तो दृष्टीला पडताच मी त्याला ओळखले. तो वृषपर्वा महाराजांचा दूत होता. अतिशय आनंददायक वार्ता घेऊन आला होता तो! बाबांची तपश्चर्या संपली, सफल झाली होती. भगवान शंकरांनी संजीवनीसारखीच एक अद्भुत विद्या त्यांना वर म्हणून दिली होती. राक्षसराज्यात महोत्सव सुरू झाला होता. त्या महोत्सवात मला नेण्यासाठी बाबा इकडे यायला निघाले होते. पंधरा दिवसांत ते इथे पोचतील, असा वृषपर्वा महाराजांचा निरोप होता.

१५

आनंदाच्या लाटांवर तरंगू लागलेली देवयानी दुःखी देवयानीचे सांत्वन करू लागली. तिचे अश्रू पुशीत ती म्हणत होती,

'आज तुझीही तपश्चर्या सफल झाली. अठरा वर्षं तू फार-फार ताप भोगलास,

आता तुझ्या आयुष्यातला उन्हाळा संपला! तू शर्मिष्ठेविषयी थोडेसे शुक्राचार्यांना सांग. मग काय काय चमत्कार होतो, ते पाहा. तुझे बाबा तत्काळ यदूला सिंहासनावर बसवतील. ते महाराजांना अशी शिक्षा करतील–'

माझ्या उघड्या डोळ्यांपुढे एक स्वप्न तरळू लागले. हस्तिनापूरचा सम्राट म्हणून यदूला अभिषेक होत आहे. साऱ्या आर्यावर्तातल्या नद्यांचे पवित्र जल त्याच्या मस्तकावर शिंपडले जात आहे; तरी या अभिषेकात काही तरी कमी आहे, असे कचापासून सर्व ऋषीमुनींना वाटत राहते. शेवटी यदु मला नमस्कार करतो. माझ्या डोळ्यांतून त्याच्या मस्तकावर आनंदाश्रू ओघळू लागतात. बाबा हसून म्हणतात,

'आता यदूचा अभिषेक पुरा झाला!'

इतक्यात महाराज माझ्यापुढे गुडघे टेकून दीनवाणीने म्हणतात,

'तुझ्या वडिलांच्या शापानं माझ्या साऱ्या अंगाची आग होत आहे. तुझ्या अश्रूंनी ती शांत कर. मी तुझा शतशः अपराधी आहे. मला क्षमा कर!'

*

ययाति

१

मी-मी कोण आहे? मी कुठे आहे? स्वर्गात, की नरकात?

मी ययातिच आहे का? नहुषमहाराजांचा पुत्र, हस्तिनापूरचा सम्राट, देवयानीचा पती–

देवयानी? कुठली देवयानी? देवयानी माझी कुणी नाही– कुणी नाही!

कुणी नाही कशी? आहे. ती माझी पूर्वजन्मीची वैरीण आहे! तिने-तिने मला या नरकात ढकलेले आहे!

मी नरकात आहे? छे, किती वेडा आहे मी! हा नरक नव्हे, हा स्वर्ग आहे. किती तरी वर्षे मी या स्वर्गसुखाचा उपभोग घेत आहे.

किती वर्षे? अठरा? छे! अठराशे वर्षे मी या स्वर्गात आहे. अप्सरांच्या ओठांतले अमृत मी अखंड पीत आहे. कल्पवृक्षाखाली माझा मंचक टाकलेला आहे. पारिजातक फुलांच्या शय्येवर मी रात्रंदिवस लोळत आहे. नक्षत्रांना लाजविणाऱ्या कटाक्षांनी मी पळापळाला विद्ध होत आहे. आता-आता मी इंद्राणीला माझ्या बाहुपाशात बद्ध करून-

इंद्राणी- इंद्राणीच्या पायी नहुषमहाराजांना तो भयंकर शाप मिळाला! कोण काय कुजबुजतंय्, हे माझ्या कानात?–

'नहुषाची मुलं कधी सुखी होणार नाहीत?'

पण मी नहुषमहाराजांचा मुलगा आहे. मी सुखी आहे. माझा भाऊ यति- तो रानावनांत पळून गेला. शेवटी वेडा झाला. पण मी सुखसमुद्राच्या लाटांवर तरंगत आहे. माझी सारी दुःखे मी या समुद्रात बुडवून टाकली आहेत.

पण-पण-एक दुःख मात्र- शर्मिष्ठेची स्मृती- शर्मिष्ठा कुठे आहे?- छे, हे दुःख काही केल्या मद्याच्या प्याल्यात बुडत नाही! हे दुःख मृगयेतल्या रक्ताने पुसून टाकता येत नाही! शरीरसुख देणारी कुठलीही शय्या-मैत्रीण आपल्या मिठीत या दुःखाचा चोळामोळा करू शकत नाही!

नाही- ययाति सुखी नाही. तो दुःखी आहे.

मी दुःखी आहे? छे, मी सुखी आहे, की दुःखी आहे, हेच कळत नाही मला. सुख म्हणजे काय? दुःख म्हणजे काय? इतके अवघड प्रश्न जगात दुसरे कोणतेही नसतील! मी ययातिच राहिलो आहे, की मी दुसरा कोणी झालो आहे? मी कुठे चाललो आहे? का? कशासाठी?

मी कुठे आहे? सूर्याचा, चंद्राचा, चांदण्यांचा प्रकाश- प्रीतीचा, वात्सल्याचा, मानवतेचा प्रकाश- सारे सारे प्रकाश कुठे गेले? ते सारे एकदम कसे मावळले? त्या भयाण अंधारात मी कुठे जात आहे?

अंधार- कुठे आहे अंधार? मला वेड लागले नाही ना?

२

माझ्या पुढ्यात हा मद्याचा प्याला आहे. माधव गेल्यापासूनचा माझा एकुलता एक मित्र! दिवसा, रात्री, केव्हाही मला अंतर न देणारा सोबती! काळजातली सारी कुसळे हलक्या हाताने काढून टाकणारा माझा जिवाभावाचा स्नेही!

माझ्या पुढ्यात हा मद्याचा प्याला आहे. मला ब्रह्मानंदात बुडवून कृतकृत्य झालेला रिकामा प्याला- प्याल्यातून हे काय?

मला वेड तर लागले नाही ना? या रिकाम्या प्याल्यातून हा कसला विचित्र आवाज ऐकू येत आहे? या प्याल्यातून हे कोण बाहेर पडत आहे? ही काही एक आकृती नाही; एक-दोन-तीन-

सतरा-अठरा! अठरा नग्न डाकिणी या प्याल्यातून-

किती भयाण नृत्य करताहेत त्या! या डाकिणी कशावर नाचताहेत? ही तर कोवळ्या, सुंदर तरुणींची प्रेते आहेत. प्रीतीची चाहूल कानांवर पडताच बावरलेली ही गोड बालिका. प्रीतीचे पहिले पाऊल अंतःकरणात उमटताच स्वतःलाच लाजणारी ही मोहक मुग्धा, प्रीतीच्या पवित्र स्पर्शाने पुलकित झालेली ही धीट रमणी, सोनेरी

स्वप्नांनी बांधलेल्या संसारमंदिराच्या गाभाऱ्यातून पूजेचे साहित्य घेऊन प्रवेश करणारी ही प्रसन्न प्रमदा- या सर्वांच्या प्रेतांवर या विद्रूप डाकिणी उन्मत्तपणाने नाचताहेत!

नाचता-नाचता त्या गाऊ लागतात. चवताळलेल्या नागिणींच्या फूत्कारांसारखे त्यांचे स्वर-

अरे देवा! त्यांच्या एकेक स्वराने आकाशातला एकेक अक्षय दीप विझत आहे! हां हां म्हणता आभाळ काळवंडून, काजळून गेले! आकाशातले सारे दिवे या डाकिणींनी आपल्या गीतस्वरांनी पटापट मालवून टाकले!

या चेटकिणी हे कसले प्रलयगीत गात आहेत?

हे गीत नाही. हे अंधकाराचे स्तोत्र आहे. ज्या अंधारात माणसाला स्वतःचे कधीही दर्शन होत नाही, ज्या अंधारात पाऊल टाकताच प्रकाशकिरण काळाठिक्कर पडतो; ज्या अंधारात साऱ्या सीमारेषा पार मावळून जातात, अशा घनघोर अंधकाराला या डाकिणी आवाहन करीत आहेत!

गाता-गाता या डाकिणींतली एक पुढे येऊन विकट हास्य करीत मला म्हणते, 'ओळखलंस का मला? वेडा, रे, वेडा! अजून ओळखलं नाहीस तू आम्हां बहिणींना! तुझ्या सुखासाठी आम्ही इतक्या झटलो– अरे कृतघ्ना, आमच्या सहवासात लुटलेल्या सुखाचा मनसोक्त आस्वाद घेऊनही तुला आमची ओळख पटत नाही?'

दुसरी उंच, उन्मत्त डाकीण माझ्या अगदी जवळ येते. खदखदा हसू लागते– नरमांस शिजविणाऱ्या एखाद्या कटोहासारखी!

ती माझ्याशी लगट करीत आहे, असे पाहून, मी भीतीने डोळे मिटून घेतो. माझ्या गळ्यात आपला वळवळणारा हात घालून ती म्हणते,

'चल, माझ्याबरोबर खेळायला चल. आपण द्यूत खेळू या. जुगारात मी हरले, तर मी तुला रोज रात्री नवी, कोवळी लुसलुशीत तरुणी आणून देत जाईन. तू हरलास, तर मात्र तू माझ्याबरोबर अंधाराच्या समुद्रात चल. तिथं देवमाशांच्या पोटात आपण दोघं लपून बसू. मग परमेश्वरालासुद्धा आपला पत्ता लागणार नाही! त्या सुंदर एकांतात आपण यथेच्छ प्रेमक्रीडा करू. मी तुझी पट्टराणी होईन. तू–'

बोलता-बोलता ती थांबते.

मी भीत-भीत डोळे उघडतो.

माझ्या गळ्यातला हात काढून घेऊन ती आपली मूठ झाकते, लगेच उघडते. त्या उघडलेल्या मुठीत कवड्या दिसू लागतात.

कवड्या? छे, हे तर मोहक डोळे आहेत. हे– हे त्या माधवीचे डोळे! हे– हे त्या तारकेचे–

त्या कवड्या नाहीत. हे तरुणींचे डोळे आहेत. या डोळ्यांची मी किती चुंबने घेतली असतील! नाजूक पापण्यांची वल्ही घेऊन प्रीतीचा शोध करायला निघालेल्या

या चिमण्या नौका! या नौकांत बसून मी अगणित वेळा स्वर्गाचा किनारा गाठला असेल!

ती डाकिणी हसत मला म्हणते,

'चल, या कवड्यांनी खेळू या.'

मी नखशिखांत शहारतो. जिवाच्या आकांताने त्या डाकिणीला कसेबसे दूर लोटतो.

३

हा काय सारा भास होता? असले भास गेल्या अठरा वर्षांत मला कधी झाले नव्हते. ते आताच का व्हावेत? हा भास होता, की हे सत्य होते?

माझ्या पुढ्यात फक्त रिकामा प्याला आहे. रिकामा प्याला– शून्य मन– रिक्त हृदय!

ही रितेपणाची जाणीव जिवाला सारखी जाळीत सुटते. वणव्यात सापडलेले पाखरू आक्रोश करीत इकडे तिकडे उगीच फडफडू लागते, तसे माझे मन एकटेपणाच्या पोकळीत घिरट्या घालीत आहे. कुठेही, कुठेही त्याला थारा मिळत नाही. शेवटी मी मद्याच्या समुद्रात उडी टाकतो. त्या समुद्रातल्या प्रत्येक लाटेला मी म्हणतो,

'मला खोल खोल घेऊन जा. विस्मृतीच्या काळ्याकुट्ट सागराच्या तळाशी घेऊन जा. कुठल्या तरी प्रचंड खडकाच्या कपारीत मला लपवून ठेव. तिथं मला स्वस्थ झोपू दे. अनंत काळ मला तिथं सुखानं झोपू दे.'

४

त्या दिवशी मी असाच गाढ झोपलो होतो; पण तिथेही अचानक मला जाग आली. दूर दूर कुठे तरी पहाट झाली असावी. पाखरांची चिमणी किलबिल- ती किलबिल ऐकण्याचा मी प्रयत्न केला; पण मला ती नीट ऐकू येईना! काही दिसेना! काही कळेना!

किती तरी वेळाने माझ्या कानांवर शब्द आले,

'झाली, महाराज.'

'काय झाली?'

'संध्याकाळ.'

कोण बोलत होते हे? कुणी देवदूत तर नसेल ना? काय म्हणाला तो? संध्याकाळ झाली? संध्याकाळ झाली? माझ्या जीवनाची संध्याकाळ झाली?

असे कसे होईल? हा देवदूत वाट चुकला असेल!

'अरे वेड्या, हे हस्तिनापुरातले अशोकवन आहे. मी सम्राट ययाति आहे. कुणा तरी वृद्ध राजाला सांगायचा निरोप घेऊन तू चुकून माझ्याकडं आला आहेस. जा, परत जा. माझ्या जीवनाची संध्याकाळ इतक्यात कशी होईल? माझं यौवन अजून अतृप्त आहे. माझे डोळे, कान, ओठ, हात- माझ्या शरीराचा कणन् कण अजून सुखासाठी पूर्वीइतकाच भुकेलेला आहे. प्रत्येक रात्रीची तो अधीरतेनं वाट पाहत आहे. जा, देवदूता, जा. मृत्युशय्येवर पडलेल्या त्या वृद्ध, गलितगात्र राजाच्या नावाची नीट आठवण कर. त्याला हा निरोप सांग, जा.'

५

'संध्याकाळ झाली. प्रसाधनाची वेळ झाली, महाराज.'

माझे मलाच हसू आले. ही तर मुकुलिका बोलत होती. तिलाच देवदूत समजून मी किती गडबडून गेलो- किती भयभीत झालो.

'मोठी सुरेख संध्याकाळ आहे. प्रसाधनाची तयारी करू ना?'

मी हसत प्रश्न केला,

'फूल मिळालं?'

'हो.'

'ताजं?'

'हो. अगदी ताजं. देवाला कधी बासं फूल वाहतात का? अगदी नुकती उमललेली कळी आहे ही, महाराज!'

त्या कळीच्या अस्फुट सुगंधी लाटांवर तरंगत माझे मन जाणिवेच्या किनाऱ्यावरून नेणिवेच्या किनाऱ्यापर्यंत झर्रकन् जाऊन पोचले. लगेच ते परत आले.

मी मुकुलिकेला म्हणालो,

'मद्याचा प्याला भर. प्रसाधनाची सिद्धता कर.'

६

मी खिडकीपाशी गेलो. आजची संध्याकाळ खरोखरीच मोठी मोहक होती.

माझ्या मनात आले, सारे कवी संकेतांचे दास असतात. अशा सुंदर संध्याकालावर ठरावीक कल्पना करीत बसतात ते! हा पश्चिमेकडला गुलाबी गहिरा संध्यारंग– हा काय संध्यारंग आहे? आपल्या हातातला मद्याचा उष्टावलेला प्याला सूर्याने संध्येच्या मुखाजवळ नेला. ती संकोचली. आढेवेढे घेऊ लागली. 'नको, नको.' म्हणत मधेच

तिने आपला हात पुढे केला. त्याचा धक्का लागून तो प्याला खाली पडला. त्यातले हे मद्य इकडे तिकडे वाहत आहे.

तो तांबडा, लालभडक, संध्यारंग! मृगयेतल्या आनंदाचा हा मूर्तिमंत आविष्कार आहे. काळ्या भिल्लिणीच्या हातांतून पहाटे निसटलेले दिवसाचे सावज आता तिच्या आटोक्यात आले आहे. तिचा बाण त्याच्या उरात खोल रुतला आहे. त्या उरातून वाहणारे हे रक्त पश्चिमेकडे पसरले आहे.

हे भरभर बदलणारे संध्यारंग- केशरी, अंजिरी, नारिंगी! हे बहुमोल शालूंचे रंग आहेत. स्वर्गद्वारात प्रियकराची अधीरतेने वाट पाहणारी कुणी अप्सरा, त्याला कोणती वेषभूषा आवडेल, या संभ्रमात पडली असावी. हा त्याला आवडेल, असे वाटून एक शालू नेसू लागते; पण नेसता- नेसताच तो तिचा नावडता होतो. ती दुसरा अधिक सुंदर वाटणारा शालू नेसू लागते; पण कुठल्याही शालूने तिचे समाधान होत नाही. ती पुन्हा पुन्हा शालू बदलून पाहतच आहे.

समोर पसरलेल्या त्या अद्भुत सौंदर्याला माझी दृष्ट लागेल, असे मला वाटू लागले. मी डोळे मिटून विचार करू लागलो.

७

जगात तीनच गोष्टी खऱ्या आहेत- मद्य, मृगया, मीनाक्षी. या तिन्हींच्या सहवासात मनुष्य आपली सर्व दुःखे विसतो.

मद्यामुळे माणसाच्या मनाला पंख फुटतात. त्या पंखांच्या फडफडाटाने त्याच्या पायांतल्या शृंखला तुटून पडतात. नीतीच्या, कर्तव्याच्या, पापपुण्याच्या साऱ्या साऱ्या कल्पना मद्याच्या मोहक दाहकतेत वितळून जातात!

या जगात ज्याला आपली शिकार होऊ द्यायची नसेल, त्याने सतत इतरांची पारध करीत राहिले पाहिजे. जीवनातले हे अंतिम सत्य शिकवणारा मृगयेसारखा दुसरा गुरू नाही. हे सत्य कठोर वाटते, क्रूर भासते; पण जीवनाच्या महाकाव्यातला हा सर्वांत महत्त्वाचा श्लोक आहे. पवित्र, सुंदर, निष्पाप हे दुबळ्या सज्जनांनी निर्माण केलेले नुसते शब्द आहेत! पवित्र यज्ञकुंड ही बळी दिल्या जाणाऱ्या पशूची चिता आहे! सुंदर स्त्री ही वासनेची क्षणिक तृप्ती करणारी एक सजीव बाहुली आहे! निष्पाप हरिण हे पारध्याच्या माध्यान्हकाळाकरिता सृष्टीने निर्माण केलेले एक खाद्य आहे!

सुंदर तरुणीच्या सहवासात तर मद्य आणि मृगया यांच्या सुखसरितांचा संगमच होतो.

८

मी डोळे उघडून समोर पाहिले. सारे सारे संध्यारंग लोप पावले होते. आकाशात, अवकाशात, पृथ्वीवर सर्वत्र अंधाराचे राज्य सुरू झाले होते. त्या अंधाराकडे मी टक लावून पाहू लागलो. अज्ञानातून एक अतिप्रचंड कासव आपल्या रोखाने हरिणाच्या गतीने चाल करून येत आहे, असा भास झाला मला! छे! ते कासव नव्हते! काळपुरुष होता तो! सर्वभक्षक काळ! त्यानेच त्या सुंदर संध्यारंगाचा स्वाहाकार केला होता!

मला खिडकीपाशी उभे राहवेना. बाहेर पाहवेना. मी वळून महालात आलो.मंचकावर अंग टाकले. मुकुलिकेने प्रसाधनाची सिद्धता केव्हाच केली होती. ती माझ्याभोवती एखाद्या फुलपाखरासारखी उगीच भिरभिरू लागली. मी तिच्या सर्व हालचाली पाहत होतो. मी तिची काही तरी चेष्टा करावी, म्हणून ती माझ्याभोवती नटवेपणाने नाचत होती; पण मी निर्विकार होतो. स्त्री-पुरुषांच्या आकर्षणाचे अद्‌भुत रहस्य जिच्या सहवासात मला प्रथम कळले, ती मुकुलिका ती हीच आहे, हे मला खरे वाटत नव्हते. या वीस वर्षांत तिचे रूप कोमेजले होते. यौवन ओसरले होते. ती स्थूल आणि बेढब दिसू लागली होती.

माझ्या मनात आले, केवळ स्पर्शाने मला पुलकित करणारी ती वीस वर्षांपूर्वीची सुंदर मुकुलिका कोठे आहे? ती आता पोक्त झाली. उद्या म्हातारी होईल. मीही असाच उद्या–

काल-आज-उद्या! छे, काल आणि उद्या यांच्याशी माणसाचा काय संबंध आहे? त्याचा मित्र एकच असतो– चालू क्षण. अठरा वर्षे मी या एका क्षणावर जगत आलो. विजेच्या वेगाने फिरणारे कालचक्र मी मद्याच्या प्याल्यात बुडवून स्थिर केले! रमणींच्या कटाक्षजालात आणि बाहुपाशात त्याला बद्ध करून निश्चल बनविले.

नाही, मागचा-पुढचा कसलाही विचार मी करणार नाही. या पोक्त मुकुलिकेकडे पाहिले, की चोरपावलांनी माणसावर आपले पाश टाकून त्याला अज्ञाताच्या दरीकडे ओढून नेणाऱ्या काळपुरुषाची आठवण मनात जागी होऊ लागते. या मुकुलिकेला आता दूर केले पाहिजे; दुसरी तरुण सुंदर दासी माझे प्रसाधन करायला-

९

मुकुलिकेला दूर करायची? ती सुखासुखी दूर जाईल? छे! तिचे अस्तित्व आणि माझे सुख यांची दैवानेच सांगड घातली आहे!

अठरा वर्षांपूर्वीची ती भयंकर रात्र! 'तुझ्या अंगाला मी कधीही स्पर्श करणार

नाही,' अशी शपथ घेऊन मी देवयानीच्या महालातून बाहेर पडलो. अतृप्त वासनेच्या आगीत मी जळत होतो. अपमानाची विषारी शल्ये माझ्या काळजात सलत होती, नाही नाही त्या कल्पना मनात येत होत्या. सूड, संन्यास, आत्महत्या-

शेवटी मी मुकुलिकेच्या गुरुमहाराजांच्या मठाकडे गेलो. पूर्वी कुठे तरी या महाराजांना आपण पाहिले आहे, असे मला वाटते; पण त्या वेळी मला काहीच आठवेना. पुढे लवकरच हे रहस्य उघड झाले. तो मंदार होता. निष्पाप अलकेच्या मृत्यूला कारणीभूत झालेला दुष्ट मंदार! त्याने आईकडून तिची हत्या करविली. अलका– सोनेरी केसांची माझी ती गोड मैत्रीण– मंदारला ओळखताच तिच्या मृत्यूचा सूड घेण्याची इच्छा माझ्या मनात प्रबळ व्हायला हवी होती! पण उलट, मी त्याच्या भजनी लागतो; नकळत त्याच्या हातांतले बाहुले बनलो.

मंदार मोठा साधू झाला होता. त्याने आपले सोंग उत्तम रीतीने सजविले होते. त्याच्या वाणीला विलक्षण मोहिनी होती. त्याच्या प्रवचनात त्रस्त मनांना शांती देण्याची शक्ती होती. नाना प्रकारची माणसे गोळा झाली होती त्याच्याभोवती. कुणी संसारतापाने पोळलेले, कुणी जीवनाला विटलेले! कुणी जगाचे चित्रविचित्र स्वरूप पाहून, भिऊन पळून आलेले! जगात जितके दुःखाचे प्रकार, तितकेच मंदारच्या भक्तांत माणसांचे प्रकार होते! बाहेर सहज न मिळणारी सुखे, त्याच्या सोंगात सामील झाले, की पदरात पडतात, अशी खात्री झाल्यामुळे अनेकजण त्याचे भक्त झाले होते! त्या मेळाव्यात नुसती म्हातारी-कोतारी माणसेच नव्हती; तरुण, सुंदर स्त्रियांचा भरणाही होता त्यांत. अशा तरुणींचा मंदार मोठ्या कुशलतेने उपयोग करीत असे. अठरा वर्षांपूर्वीच्या त्या रात्री त्याने मला अंकित केले, ते याच साधनाने.

त्या रात्री शर्मिष्ठेचा विसर पडेल, अशी धुंदी मला हवी होती. देवयानीने केलेल्या अपमानाचा विसर पडेल, असा उन्माद मला हवा होता. पापपुण्य, नीती, अनीती यांचा विचार करायला मला सवड नव्हती. या दुःखातून मुक्त होण्याचा मार्ग मंदारने मला त्या रात्री दाखविला. तो माझा गुरू झाला. गेली अठरा वर्षे सतत सुखविलासांत मग्न राहायला मंदार आणि मुकुलिका यांनी मला सर्व प्रकारचे साहाय्य केले. त्या दिवशी मंदार माझ्या आयुष्यात आला नसता, तर–

१०

त्या रात्री मंदारने दुःख विसरण्याचा हा सोपा मार्ग मला दाखविला नसता, तर– आत्महत्येच्या खडकाच्या रोखाने चाललेल्या माझ्या मनाचे सुकाणू त्याने आपल्या हातांत घेतले नसते, तर– तर काय झाले असते, याची कल्पनाही करवत नाही! कदाचित कुठल्या तरी दरीतली गिधाडे हस्तिनापूरच्या सम्राटाच्या छिन्नभिन्न देहाचे

लचके तोडीत राहिली असती! कदाचित शर्मिष्ठेच्या चुंबनांनी तृप्त होऊनही राहिलेले त्याचे ओठ एखाद्या नदीच्या पाण्यातले मासे कुरतडीत राहिले असते!

त्या रात्री मठात मंदारला पाहताच मला यतीची आठवण झाली. अरण्यातल्या एका गुहेत असेच अचानक मला त्याचे दर्शन झाले होते. शरीराचे हालहाल करून परमेश्वराचा शोध लागेल, अशी श्रद्धा उराशी बाळगून यति धडपडला. शेवटी त्या श्रद्धेच्या पायी तो वेडा झाला. मंदारही ईश्वरभक्तीचे नाटक करीत होता. एक साक्षात्कार झालेला साधू म्हणून जन्माला रंगभूमीवर तो वावरत होता. पण या रंगभूमीच्या अगदी मागच्या पडद्याआड तो एखाद्या विलासी राजाचे जीवन जगत होता. सर्व सुखांचा मनसोक्त उपभोग घेत होता.

यति आणि मंदार! किती परस्परविरोधी चित्रे होती ही! मंदारचे तत्त्वज्ञान यतीपेक्षा सर्वस्वी निराळे होते. सामान्य मनुष्याला ते पटत होते– जवळचे वाटत होते. मी त्याच्या आहारी गेलो, तो त्यामुळेच! जीवन हे आज उमलणारे, पण उद्या कोमेजणारे फूल आहे, त्या फुलाचा जितका सुगंध लुटता येईल, तितका लुटावा, मिळेल त्या मार्गाने लुटावा, त्यात कुठलेही पाप नाही, हे मंदारचे मुख्य सूत्र होते.

या नव्या मार्गाने जाताना लहानपणीचे अनेक संस्कार मला अगदी अस्वस्थ करून सोडीत. अंगिरस ऋषींच्या आश्रमातल्या कचाच्या संभाषणापासून त्याच्या त्या प्रदीर्घ पत्रापर्यंत अनेक स्मृती जागृत होत. त्या कठोर स्वराने विचारीत,

'वेड्या, कुठं चालला आहेस तू?'

अशा वेळी मंदार नाना परींनी माझे समाधान करी. कधी तो प्राचीन ऋषींची वचने आधार म्हणून दाखवी, कधी मोठमोठ्या स्त्री-पुरुषांच्या अनिर्बंध विलासांच्या कथा सांगे, कधी व्यवहारातले दृष्टांत देऊन तो जीवनाची क्षणभंगुरता मनात ठसवी.

एकदा तो आणि मी रथात बसून नगरसंचार करीत होतो. राजमार्ग सोडून रथ थोडा बाजूला वळला. त्या रस्त्याच्या कडेला एका कुंभाराचे दुकान होते. त्या दुकानात निरनिराळ्या घाटांची आणि आकारांची सुंदर भांडी होती. त्या भांड्यांकडे बोट दाखवीत मंदार म्हणाला,

'महाराज, भांडी मोठी सुरेख आहेत, नाही?'

मी उत्तरलो,

'हो, प्रत्येक धंद्यात कला असतेच की.'

मंदार हसत उद्गारला,

'ब्रह्मदेवाच्या धंद्यातही ती आहे. तो सुद्धा एक कुंभारच आहे.'

मी कुतूहलाने प्रश्न केला,

'तो कसा?'

'तो सुद्धा अशीच मातीची भांडी तयार करतो. तुमच्या-माझ्यासारखी! ही कुंभाराची भांडी फुटली, की त्यांची माती होते. माणूसही असाच एक दिवस मातीत मिळून जातो. या कुंभाराच्या भांड्यांना जीव असता, तर मी त्यांना उपदेश केला असता, 'बेट्यांनो, जन्मभर उगीच पाणी पीत बसू नका, मद्य प्या, अमृत प्या, जे जे तुम्हांला पिता येण्यासारखं असेल, ते ते पिऊन घ्या. उद्या तुमचे तुकडे झाल्यावर कुठल्याही पेयाचा एक थेंबसुद्धा तुमच्या वाट्याला येणार नाही.'

एकदा फिरत-फिरत मंदार मला स्मशानात घेऊन गेला; तिथे चितेवर एका तरुणाचे प्रेत जळत होते. क्षणाक्षणाला त्या सुंदर देहाची राख होत होती. मंदारने त्या तरुणाची कथा मला सांगितली. परमेश्वराच्या प्राप्तीसाठी तो ब्रह्मचारी राहिला होता. त्याने आपल्या बालमैत्रिणीचा मनोभंग केला होता. ती जन्माची दुःखी झाली होती. मुकुलिकेने मनःशांतीसाठी तिला मंदारकडे आणले होते आणि आज शेवटी हा तरुण चितेच्या मंचकावर ज्वालांचे पांघरूण घेऊन मृत्यूच्या आलिंगनात शून्यता मिळून जात होता. आतापर्यंत त्याने कुठल्याही शरीरसुखाचा आस्वाद घेतला नव्हता. यापुढे त्याला कोणत्याही सुखाचा उपभोग घेता येणार नव्हता.

त्या जळत्या चितेकडे पाहता-पाहता मीच तिथे पडलो आहे, असा मला भास झाला. हा माझा सुंदर, सुदृढ, उजवा हात! तो जळत आहे. आता पुन्हा हा हात मद्याचा प्याला माझ्या ओठांना लावणार नाही. पण माझे ओठ तरी कुठे जागेवर आहेत? त्यांचीही जळून राख होत आहे. त्यांना पुन्हा कुठल्याही सुंदर स्त्रीचे चुंबन घेता येणार नाही. ते अतृप्त आहेत. पण-

माझ्या खांद्यावर हात ठेवून मंदार म्हणाला,

'महाराज, जीवनाच्या जमाखर्चात उधारीला जागा नाही. जो आज सुगंधी फुलांचा वास घेत नाही, त्याला तो उद्या मिळेलच, असे नाही. या जगात उद्याची सोनेरी सकाळ उगवेल! उद्याची सुगंधी फुले फुलतील! पण त्या उद्याच्या जगात हा वास घेणाराच असणार नाही!'

असाच एकदा मंदार मला नगरातल्या एका पंडिताच्या घरी घेऊन गेला. त्या पंडिताला पाहून मी चकित झालो. बाबा मृत्युशय्येवर पडले होते, तेव्हा माधव मला याच घरी घेऊन आला होता. त्या वेळी या महाशयांनी माझ्यापुढे ब्रह्म आणि माया यांची पुष्कळ पोपटपंची केली होती. आता हा गृहस्थ अतिशय वृद्ध झाला होता. त्याला कशाचेही स्मरण राहत नव्हते. नीट दिसत नव्हते. धड चालता येत नव्हते. पण त्याने तारुण्यात लाथाडलेली सुखे त्याच्यावर उलटून त्याचा सूड घेत होती. टोपलीचे झाकण दूर करताच वर फडा काढणाऱ्या नागाप्रमाणे त्याच्या अतृप्त

वासना वेड्यावाकड्या रीतीने प्रगट होत होत्या. तो घरात सहसा स्थिर राहत नसे. राजमार्गावर उभे राहायचे आणि येणाऱ्या-जाणाऱ्या तरुण मुलीकडे टक लावून पाहायचे, असा त्याचा क्रम सुरू झाला होता. पोरे सुद्धा त्याची कुचेष्टा करीत; पण ती त्याच्या गावीही नसे. त्याची मुले त्याला घरात नेऊन कोंडून ठेवीत. पण तिथेही तो कोळशाने भिंतीवर अभद्र चित्रे काढीत सुटे. त्या चित्रांतल्या स्त्रिया अर्धनग्न असत. नातवंडांच्या देखत हा पंडित त्या चित्रांची चुंबने घेई!

या पंडिताप्रमाणेच मंदारच्या मठात येणाऱ्या नाना प्रकारच्या तरुण आणि प्रौढ स्त्री-पुरुषांची जीवने मी पाहिली. त्या सर्वांचे सार एकच होते. धर्म, नीती, पुण्य, आत्मा, इत्यादी पवित्र शब्दांची मनुष्य हरघडी पूजा करीत असतो. पण ती जगाच्या डोळ्यांत धूळ फेकण्याकरिता. मनातल्या मनात तो एकाच गोष्टीसाठी झुरत राहतो. ती म्हणजे सुख- शरीराच्या द्वाराने मिळणारे प्रत्येक प्रकारचे सुख!

जीवन क्षणभंगुर आहे. या जगात, कोणत्या क्षणी माणसाला मृत्यू येईल, याचा नेम नाही. म्हणून आपल्याला मिळणारा प्रत्येक क्षण हा माणसाने सुवर्णक्षण मानला पाहिजे. त्यातला रस, सुगंध, आनंद अगदी कठोरपणाने पिळून घेऊन, माणसाने आपली सुखाची तृष्णा शांत केली पाहिजे, हे तत्त्वज्ञान मंदारने मला शिकवले.

११

या नव्या जीवनमार्गावरला माझा प्रवास वायुवेगाने सुरू झाला. देवयानीच्या कठोर आणि निष्प्रेम वागणुकीमुळे त्याला विजेची गती मिळाली. अष्टौप्रहर विलासांत मग्न राहायचे, एवढेच माझे ध्येय बनले!

अठरा वर्षे ऋतुचक्र फिरत होते. वसंत, वर्षा, हेमंत यांचा पाठशिवणीचा खेळ अखंड चालला होता! अठरा वर्षे कालचक्र फिरत होते. रात्र आणि दिवस चिरंतन लपंडावांत मग्न होती. रात्र दिवसाला शोधून काढीत होती. दिवस रात्रीला शोधून काढीत होता. वर्षामागून वर्षे मागे पडत होती! पण माझ्या या जीवनक्रमात कधीही खंड पडला नाही. बदल झाला नाही.

एखाद्या देवमूर्तीवर आज वाहिलेली फुले उद्या निर्माल्य म्हणून टाकून दिली जावीत, त्याप्रमाणे माझ्या सुखविलासांसाठी नवनव्या सुंदर तरुणी येत होत्या आणि जात होत्या! त्या कुठून येत होत्या आणि कुठे जात होत्या, याची मी कधीच काळजी केली नाही. मला माझ्या सुखाचा प्याला सतत परिपूर्ण राहायला हवा होता. मंदार आणि मुकुलिका यांनी अठरा वर्षे तो भरलेला ठेवला होता, अगदी काठोकाठ भरलेला ठेवला होता.

१२

पण– पण–

या सुखविलासातल्या दोन रात्री अजून मला आठवतात. त्या मनाचे लचके तोडतात. काळरात्रीसारख्या वाटतात त्या!

एका रात्री माझी सोबतीण म्हणून मुकुलिकेने एक सुरेख तरुणी महालात आणली. तिला मंचकावर बसवले. मी मद्याच्या धुंदीत होतो. त्या तरुणीचे डोळे अतिशय सुंदर आहेत, एवढेच ज्ञान त्या वेळी मला झाले. दुसरे काही काही मला कळले नाही.

पहाटे मी सावध झालो. माझ्या बाहुपाशातील ती तरुणी प्रथमच 'माधव, माधव' असे पुटपुटली. ती कुणाला हाक मारीत आहे. हे मला कळेना. पुष्कळ माणसांना झोपेत बोलण्याची सवय असते! ती कदाचित आपल्या धाकट्या भावाला हाक मारीत असेल, असे मला वाटले. तिच्या मानेखालचा अवघडलेला हात मी हळूच दूर करू लागलो. त्यासरशी ती मला अधिकच बिलगली आणि पुटपुटली,

'मी तुझी ना, रे? नको, माधव, मला असं सोडून जाऊ नकोस!'

मी चमकलो. तिच्याकडे निरखून पाहू लागलो. आता मी भानावर आलो होतो. मी तिला ओळखले. ती- ती माधवी होती! अर्धवट गुंगीचे औषध देऊन मग मुकुलिकेने तिला माझ्या महालात आणले असावे! कदाचित मंदारने मंत्रविद्येने तिच्या मनावर मोहिनी घातली असावी! ती दोघे माझा सुखाचा प्याला भरण्यासाठी काय काय करीत होती, ते त्यांचे त्यांनाच ठाऊक!

हळूहळू माधवी शुद्धीवर येऊ लागली. तिने माझ्याकडे निरखून पाहिले. आपण कुठे आहोत, हे तिला कळले असावे. तिची मुद्रा भेसूर दिसू लागली. मग एकदम 'महाराज!' असा आर्त चीत्कार करीत तिने मला दूर ढकलले!

धाडकन् महालाचे दार उघडून वाऱ्यासारखी ती बाहेर धावत गेली.

दुसऱ्या दिवशी तिचे प्रेत यमुनेच्या पाण्यात मिळाले!

अशाच एका रात्री मुकुलिकेने माझ्यापुढे एक मुग्ध रमणी आणून उभी केली. नुकतेच उमललेले यौवन पुढे उभे आहे, यापेक्षा अधिक मला कळले नाही. ती तरुणी तर वर मान करून पाहतच नव्हती. तिने पाहिले असते, तर बेहोश स्थितीत मी तिला ओळखले असते किंवा काय, याची शंकाच आहे मला.

पण दुसऱ्या दिवशी पहाटे मी तिच्याकडे पाहिले. ती तारका होती! मी तिच्याकडे पाहत असतानाच मला जाग आली. तिची दृष्टी माझ्याकडे गेली. सर्पदंश

व्हावा, तिची मुद्रा भयभीत झाली, काळवंडू लागली, पुढच्या क्षणी 'साप, साप!' असे किंचाळत ती महालाबाहेर गेली.

तिला वेड लागले आहे, असे काही दिवसांनी कानांवर आले! आगीच्या ठिणग्यांना फुले मानून ती वेचायला त्या आगीत शिरली आणि जळून मेली, असे काही वर्षांनी कुणी तरी मला सांगितले!

१३

माझ्या जिवाभावाच्या मित्राची वाग्दत्त वधू! माझ्या प्रिय मित्राची लाडकी पुतणी! या दोघींचीही जीवने माझ्यामुळे उद्ध्वस्त झाली. जी माधवी माझ्याकडे वडील दीर या दृष्टीने पाहत होती, तिला क्षणिक सुखाच्या मोहाने मी जीवनातून उठवले! ज्या तारकेला बाहुलीच्या लग्नाचा खेळ खेळताना मी पाहिले होते, तिच्याशी जगातला अत्यंत क्रूर खेळ मी खेळलो! 'खलंच, बाई! नवला कुथून आनायचा? माझ्या भावलीचा नवला व्हाल का तुमी?' तिचे ते बोबडे बोल– छे, छे! जिवंतपणी मरण भोगायला लावले तिला मी! एक फूल हसत-हसत मी आगीत फेकून दिले.

या दोन्ही वेळी किती तरी दिवस मी अस्वस्थ होतो. मंदारचा सुखाचा मार्ग हा अधःपाताचा मार्ग आहे, या जाणिवेने मी अस्वस्थ झालो होतो. माणूस म्हणून सुखाने जगण्याचा प्रयत्न करताना आपण राक्षस झालो नाही ना, या शंकेने मी व्याकूळ होऊन गेलो होतो; पण मंदारचा मार्ग सोडून कुठे जायचे, हे मला कळत नव्हते. मला अष्टौप्रहर सुख हवे होते. मद्याच्या धुंदीत, मृगयेच्या उन्मादात आणि रमणींच्या बाहुपाशातल्या ब्रह्मानंदात मी सुरक्षित आहे, असे मला वाटे. त्याच्याबाहेर पडलो, की मी दुःखी आहे, मी एकटा आहे, मी असुरक्षित आहे, मृत्यू सदैव माझ्याभोवती घिरट्या घालीत आहे, या जाणिवेने माझे मन अस्वस्थ होऊन जाई.

हळूहळू त्या दोन रात्रींची शल्ये बोथट झाली.

ऋतुचक्र फिरत राहिले. कालचक्र फिरत राहिले. माझ्या सुखविलासांचे चक्रही फिरत राहिले.

१४

'दहा घटका रात्र झाली, महाराज...' हे शब्द माझ्या कानांवर पडले.

मी डोळे उघडून पाहिले.

आता माझ्या लक्षात आले. बाहेरच्या अंधाराला भिऊन मी मंचकावर येऊन पडलो. तिथेच माझा डोळा लागला होता. माणसाचे अंतर्मन त्याचे वैरी असते. तो

जागेपणी ज्या गोष्टींवर भरजरी वस्त्रे घालून त्या झाकून टाकतो, त्या उघड्यानागड्या करून दाखविण्यात अंतर्मनाला नेहमी मोठा आनंद होतो! इकडे माझे शरीर निद्रेच्या अधीन झाले होते. तर तिकडे माझे अंतर्मन अठरा वर्षांतल्या आठवणींची उजळणी करीत होते! आत ओल्या असलेल्या जखमांच्या खपल्या काढीत होते!

मी मुकुलिकेकडे हसून पाहिले.

ती लगबगीने पुढे आली. हां हां म्हणता तिने माझे प्रसाधन संपविले.

१५

मी भिंतीतल्या आरशापुढे जाऊन उभा राहिलो. माझ्या पूर्ण प्रतिबिंबाकडे पाहून आनंदित झालो. कुणाही तरुणीला प्रिय वाटावे, असे रूप होते! काळपुरुषाचा नांगर अनेक वेळा माझ्या मुद्रेवरून फिरला होता; पण त्या नांगराची साधी खूण- एक सुरकुतीसुद्धा- तिथे दिसत नव्हती. उलट, मी अधिक तरुण दिसू लागलो होतो! अल्लड अलकेचे मस्तक वाकवून तिचे चुंबन घेण्याचा प्रयत्न करणाऱ्या ययातीइतका मी तरुण दिसत होतो!

मी टक लावून माझ्या प्रतिबिंबाकडे पाहू लागलो.

काही क्षण गेले.

ते प्रतिबिंब धूसर दिसू लागले. त्या धूसरतेतून एकामागून एक अशा तरुणींच्या असंख्य आकृती प्रकट होऊ लागल्या. त्या दात-ओठ खात माझ्याकडे पाहत होत्या. काही तरी पुटपुटत होत्या.

मी दचकून दोन पावले मागे सरकलो. ती धूसरता लोप पावली. मी माझ्या प्रतिबिंबाकडे पाहू लागलो.

माझे केस विस्कटलेले दिसत होते.

मी निरखून पाहू लागलो.

पुढच्याच क्षणी माझ्या मस्तकावर वज्राघात झाला.

त्या विस्कटलेल्या केसांतून एक पांढरा केस वर डोकावून पाहत होता. शाप देणाऱ्या ऋषींच्या भस्मचर्चित हातासारखा तो केस वाटला मला!

ययातीच्या मस्तकावर वार्धक्याने आपले निशाण रोवले होते!

वार्धक्य! जीवन-नाटकातला शेवटचा अत्यंत नीरस अंक!

१६

मी आता म्हातारा होणार! उपभोग घेण्याची माझी शक्ती नाहीशी होणार! छे,

मी अजून अतृप्त आहे. सुखाच्या दृष्टीने क्षुधित आहे. तृषित आहे, नाही, मी इतक्यात म्हातारा होणार नाही.

पण तो पांढरा केस! मघाच्या तरुणीसारखा तो नुसता भास असेल! मी मोठ्या आशेने आरशात पाहू लागलो.

तो पांढरा केस तसाच उभा होता! डोळे वटारून माझ्याकडे पाहत होता. नियतीचे निर्दय प्रतीक होते ते!

मी डोळे मिटून घेतले. आरशात दिसणारा ययाति खोटा आहे, अल्लड अलकेचे चुंबन घेणारा ययाति तेवढा खरा आहे, असे मी मनाला बजावू लागलो. तो पांढरा केस निर्दय भविष्याचा दूत होता. त्याचा संदेश मला ऐकायचा नव्हता. त्याला चुकवून मी भूतकाळात पळत सुटलो!

१७

पळता-पळता मी अलकेपाशी येऊन थांबलो. त्या रम्य संध्याकाळी पाहिलेली अलका– तिचे ते सोनेरी केस– आतापर्यंत शेकडो स्त्रियांच्या लावण्याचा मी आस्वाद घेतला होता. पण सोनेरी केसांची तरुणी–

आरशाकडे पाठ फिरवून मी डोळे उघडले. मग मुकुलिकेजवळ आलो. तिला म्हणालो,

'तुझी ती कळी कुठं आहे?'

'रंगमहालात.'

'तिचे केस सोनेरी आहेत?'

मद्याच्या धुंदीत मी काही तरी बोलत आहे, असा मुकुलिकेचा समज झाला असावा. ती नुसती हसली, लगबगीने पुढे झाली. रंगमहालाचा दरवाजा हळूच उघडला तिने.

मंचकावर बसलेली तरुणी चटकन उठली. माझ्याकडे एक गहिरा कटाक्ष टाकून ती खाली पाहू लागली.

१८

मुकुलिकेने दरवाजा बंद करून घेतला. मी हळूहळू पुढे झालो.

एखाद्या शिल्पकाराने घडविलेल्या अप्सरेच्या मूर्तीसारखी ती तरुणी दिसत होती. पाषाणमूर्तीसारखी ती निश्चल उभी होती. आपला स्पर्श होताच ही मूर्ती कशी सजीव होईल, याचे चित्र माझ्या मनश्चक्षूंपुढे उभे राहिले. जवळ जाऊन मी हळूच

तिच्या खांद्यावर हात ठेवला. किंचित अंग चोरून, अपांग दृष्टीने ती माझ्याकडे पाहू लागली. मी माझे बाहू पसरले–

इतक्यात 'महाराज, महाराज' असे मुकुलिकेचे कापरे आणि घोगरे शब्द माझ्या कानांवर पडले!

काय झाले असावे, हे मला कळेना! अशोकवनाला आग तर लागली नाही ना? मी प्रक्षुब्ध स्वरात विचारले,

'काय?'

ती दाराआडून उत्तरली,

'बाहेर अमात्य आले आहेत.'

'त्यांना भेटायला सवड नाही मला!'

'ते मघाशीच आले आहेत; पण– पण ते ऐकत नाहीत काही केल्या! युवराजांना शत्रूनं कैद केलंय्, म्हणे!'

११

युवराज– कैद– अलका– सोनेरी केस– पांढरा केस– वार्धक्य– मृत्यू!

माझ्या मस्तकात हे सारे शब्द मदोन्मत्त हत्तीप्रमाणे टकरा घेत होते! खाडखाड घोड्यांचा टापा वाजाव्यात, तसे माझ्या कानांत घुमत होते! दुसरे काही मला सुचत नव्हते.

अमात्य खूप बोलले. पुष्कळ बडबडले; पण मला ही पोकळ दरबारी बडबड क्षणभरसुद्धा ऐकायची इच्छा नव्हती. माझे मन महालातल्या त्या तरुणीभोवती पिंगा घालीत होते.

यदु पकडला गेला, म्हणून देवयानी रडत होती! पण ययातीला आपल्या महालातून हाकून देताना, एखाद्या भटक्या कुत्र्याप्रमाणे त्याला राजवाड्यातून बाहेर पिटाळून लावताना, देवयानीला थोडीतरी दया आली होती का? तिच्या डोळ्यांतून एक टीप तरी पडले होते का?

माझ्या राजधर्माची आणि पितृधर्माची आठवण करून देण्याकरिता देवयानीने अमात्यांना पाठविले होते; पण तिने आपला पत्नीधर्म कितीसा पाळला होता? वाटले, अस्से वाड्यावर जावे आणि देवयानीचे दोन्ही खांदे धरून गदागदा हलवीत तिला म्हणावे,

'निर्दये! या अठरा वर्षांत तुला स्वप्नात तरी पतीची आठवण झाली का? त्याला क्षमा करावी, असं एकदा तरी तुझ्या मनात आलं का? तो वाहत जात असताना, प्रवाहात बुडत असताना उडी टाकून त्याला वाचवावं, अशी इच्छा तुला

कधी तरी झाली का? तू त्या महापुराला भ्यालीस! छे! प्रीतीला कधीही, कसलीही भीती वाटत नाही. शर्मिष्ठा अशा वेळी स्वस्थ राहिली नसती! तुझं माझ्यावर प्रेम नव्हतं, हेच खरं! तुला ययाति हवा होता, ते एका सम्राटावर पत्नी म्हणून सत्ता गाजवायला! आता कशाला रडतेस? आता भोग आपल्या कर्माची फळं! राजधर्म पाळावा, पितृधर्म पाळावा, असं तुला आज वाटतंय्! पण एक गोष्ट लक्षात ठेव, जो स्वतःचा धर्म पाळतो, त्यालाच दुसऱ्यानं आपला धर्म पाळावा, अशी अपेक्षा करण्याचा अधिकार असतो. बोल, निर्दये! गेल्या अठरा वर्षांत तुझा पत्नीधर्म कुठं गेला होता?'

अमात्य बडबडत होते. माझी समजूत घालून, मला वाड्यावर नेण्याचा प्रयत्न करीत होते. मला रंगमहालातल्या त्या तरुणीचा कटाक्ष कमलाभोवती रुंजी घालणाऱ्या भ्रमराप्रमाणे माझ्या मनात गुंजारव करीत होता. त्या गुंजारवापुढे अमात्यांची बडबड मला अधिकच कर्कश आणि तापदायक वाटत होती.

यदूला सोडवून आणायला जायचे! रणभूमीवर जायचे! तिथे कदाचित मी मारला गेलो, तर! छे, माझे जीवन अजून अपूर्ण आहे. माझे मन अद्यापि अतृप्त आहे. माझे यौवन अजून असंतुष्ट आहे. सोनेरी केसांची मुलगी– सोनेरी केस– पांढरे केस– वार्धक्य– मृत्यू छे! मी यदूला मुक्त करायला जाणार नाही!

अमात्य बोलून-बोलून थकले. माझा जिभेवर ताबा राहिला नव्हता. विचारावर ताबा नव्हता. पण त्यांना काही तरी उत्तर देणे प्राप्त होते मला. मी त्यांना म्हणालो, 'इतक्या वर्षांनी आठवण केल्याबद्दल महाराज आपले ऋणी आहेत, असं महाराणींना सांगा.'

मुत्सद्दी माणसे घोरपडीसारखी असतात. आपल्या मुद्द्याला चिकटून राहण्यात ती कुणालाही हार जात नाहीत. अमात्य पुन्हा बडबडू लागले. आता माझ्या अधीर मनाचा राग अनावर झाला. मी उत्तरलो,

'यदूलाच काय, पण महाराणींनाही शत्रूनं कैद करून नेलं, तरी मी जागेवरून हलणार नाही.'

२०

मी महालात पाऊल टाकताच माझी ती अनामिक शय्यामैत्रीण उठून उभी राहिली. बिचारी माझी वाट पाहून कंटाळली असावी!

पण तो पांढरा केस माझ्या मनात सलत होता! तो या तरुणीला दिसला, तर? छे! ययातीवर पडू लागलेली वार्धक्याची छाया कुणालाही दिसता कामा नये! त्याच्या प्रतिबिंबालासुद्धा! ययाति चिरतरुण आहे! तो सदैव तरुण राहणार आहे!

मी आरशापुढे जाऊन उभा राहिलो. त्या पांढऱ्या केसाने आपले तोंड काळे केले असेल, अशी केवढी आशा वाटत होती मला! पण तो दुष्ट माझ्या मस्तकावर पाय देऊन उद्दामपणे हसत उभा होता!

त्या पांढऱ्या केसाचा विसर पडावा, म्हणून अलकेच्या सोनेरी केसांची स्मृती मी मनात घोळवू लागलो. मावळत्या सूर्याच्या छटांनी चमकणारे तिचे ते केस माझ्या डोळ्यांपुढे उभे राहिले. मी डोळे भरून ते पाहू लागलो.

मी चमकून पाहिले. ती तरुणी हळूच माझ्याजवळ आली होती. तिने माझ्या खांद्यावर हात ठेवला होता. मी तिच्यापासून असा दूर का उभा राहिलो आहे, हे कोडे पडले असावे तिला! इतकी लगट करूनही मी स्वस्थ आहे, असे पाहून तिने माझ्या छातीवर आपले मस्तक ठेवले. माझ्या गळ्यात आपले दोन्ही हात घातले.

मी तिच्या केसांकडे पाहिले. एकदम तिला दूर ढकलून मी ओरडलो,

'चल, चालती हो इथून! चालती हो–'

आपल्या हातून काय अपराध घडला, हे तिला कळेना! कावरीबावरी होऊन ती माझ्याकडे पाहू लागली. मी रागाने मुकुलिकेला हाक मारली. ती धावतच आत आली. माझ्याकडे टकमक पाहू लागली. मग धीर करून तिने विचारले,

'काय झालं, महाराज?'

'हे तुझं फूल फेकून दे, जा, बाहेर!'

'का? अपमान केला तिनं महाराजांचा?'

'माझी आवड तुला ठाऊक आहे ना?'

'आहे ना! महाराजांना आवडेल, अशीच ही–'

त्या तरुणीजवळ जाऊन तिने तिचे मुख हळूच वर केले.

ती रडत होती.

मी तिच्याजवळ गेलो आणि तिचे मस्तक दोन्ही हातांनी वाकवीत उद्गारलो,

'हिचे केस पाहा. यांत एक तरी सोनेरी केस आहे का? मला सोनेरी केसांची मुलगी हवी आहे!'

मद्याच्या धुंदीत मी काही तरी बोलत आहे, असे मुकुलिकेला वाटले असावे!

पण मुद्रेवर तसा भाव न दाखवता ती म्हणाली,

'गुरुमहाराजांना सांगते मी तसं!'

'सांगतेबिंगते काही नाही! ती केव्हा मिळेल, ते– उद्या!'

'उद्याच कशी मिळेल? महाराजांची ही आवड जरा मुलखावेगळी आहे! थोडा धीर धरला, तर–'

'धीरबीर काही काही नाही! इतकी वर्षं झाली! एकसुद्धा सोनेरी केसांची मुलगी या महालात कधी आली नाही!'

मुकुलिका हात जोडून म्हणाली,

‘पंधरा दिवसांची मुदत द्यावी महाराजांनी. पंधरवड्यात गुरुमहाराज कुठूनही महाराजांना हवी असलेली वस्तू–’

‘ठीक आहे! पंधरा दिवसांची मुदत देतो मी; पण पंधरा दिवसांत अशी मुलगी इथं आली नाही, तर सोळाव्या दिवशी तुझी नि तुझ्या गुरुमहाराजांनी धिंड काढून, हाकलून देईन तुम्हांला! आज तिथी कोणती?’

‘अमावास्या!’

‘ठीक आहे. पौर्णिमा हा तुमचा मुदतीचा शेवटचा दिवस. पौर्णिमेच्या रात्रीपर्यंत जर माझ्या महालात सोनेरी केसांची तरुणी आली नाही, तर–’

मुकुलिका हात जोडून समोर उभी होती. तिच्या अंगावर खेकसून मी म्हणालो,

‘उभी कशाला राहिली आहेस इथं? तो मूर्ख अमात्य चार घटका बडबडत बसला! आता तू– चल, चालती हो.’

२१

दुसऱ्या दिवशी सकाळी उन्हे वर आल्यावर मी जागा झालो. उठताच आरशासमोर जाऊन उभा राहिलो. प्रतिबिंबाकडे निरखून पाहिले. मी स्तंभित झालो. रात्री दिसलेला पांढरा केस तर एखाद्या भुतासारखा माझ्या डोक्यावर नाचत होताच! पण त्याच्या जोडीला तिथे दुसरा पांढरा केस–

विमनस्क स्थितीत मी मंचकावर येऊन पडलो. या कुशीवरून त्या कुशीवर झालो. तळमळलो. तडफडलो. पण मस्तक पोखरून टाकणारे ते विचित्र विचारचक्र काही केल्या थांबेना. शर्मिष्ठेची पुनःपुन्हा आठवण होऊ लागली. वार्धक्याची भीती, मृत्यूची भीती, जीवनातली अतृप्ती हे सारे सारे दुःख कसलाही आडपडदा न ठेवता मी तिला सांगितले असते. तिच्या अश्रूंनी मी माझ्या हृदयातली ही अनामिक आग शांत केली असती; पण मी एकटा होतो. या उभ्या जगात अगदी, अगदी एकटा होतो.

२२

मी विचार करू लागलो. अठरा वर्षे सुखविलास भोगूनही मी अतृप्त का राहावे? प्रत्येक दिवशी नवी नवी सुंदर मैत्रीण लाभूनही, मी एकटा आहे, अगदी एकटा आहे, असे मला का वाटावे? हस्तिनापूरचा सम्राट असूनही मी असहाय आहे, असुरक्षित आहे, या भीतीने माझे मन व्याकूळ का व्हावे?

जीवन म्हणजे काय? मनुष्य कशासाठी जन्मला येतो? तो का मरतो?

जीवनाचा हेतू काय? त्याचा अर्थ काय? जन्म आणि मृत्यू. यौवन आणि वार्धक्य या गोष्टी एकाच नाण्याच्या दोन बाजू आहेत काय? दिवस आणि रात्र यांच्याइतक्याच या जोड्या स्वाभाविक आहेत काय? मग वार्धक्य आणि मृत्यू यांचे मनुष्याला इतके भय का वाटते?

२३

मनुष्य कशावर जगतो? प्रेमावर? पण प्रेम म्हणजे काय?

बाबा-मृत्युशय्येवर होते, तेव्हाचा तो प्रसंग! एका बाजूला धनुष्यबाण असलेली आणि दुसऱ्या बाजूस 'जयतु जयतु नहुषः' अशी अक्षरे असलेली त्यांची ती सुवर्णमुद्रा! नाही, ती अक्षरे खरी नाहीत. जीवनाच्या सुवर्णमुद्रेच्या एका बाजूस असलेले धनुष्यबाण काळपुरुषाचे आहेत आणि दुसऱ्या बाजूला विद्ध मनुष्य आहे! बाबांचे यतीवर आणि माझ्यावर प्रेम होते? मग त्यांनी इंद्राणीचा अभिलाष का धरला? आपल्या मुलांच्या वाट्याला शापित जीवन येईल, याचे भय त्यांना कसे वाटले नाही? छे! प्रीती, ममता, वात्सल्य हे सारे जगातले मुखवटे आहेत. मनुष्य फक्त स्वतःच्या सुखासाठी जगतो, केवळ आपल्या अहंकाराच्या तृप्तीसाठी जगतो. तसे नसते, आईचे माझ्यावर खरेखुरे प्रेम असते, तर तिने अलकेची निर्दयपणे हत्या केली असती का? त्या हत्येने ययातीला किती दुःख होईल, याचा तिने क्षणभर तरी विचार केला नसता का?

आईबापांचे प्रेम, पतिपत्नींचे प्रेम, सारी सारी प्रेमे ही सोंगे असतात! ती नुसती नाटके असतात! मनुष्य अंतरंगात प्रेम करतो, ते फक्त स्वतःवर, आपल्या शरीरावर, आपल्या सुखावर, आपल्या अहंकारावर! स्त्री-पुरुषांच्या गूढ, नाजूक आणि अद्भुत आकर्षणातसुद्धा प्रेमाचे हे स्वार्थी स्वरूप बदलत नाही! देवयानीने मला काय दिले? घटका-दोन-घटकांचे शरीरसुख म्हणजे काय प्रेम? उद्दाम वासनेची तृप्ती म्हणजे काय प्रेम?

छे! प्रेम निराळे, वासना निराळी! स्त्री-पुरुषांच्या प्रेमातही वासनेचा अग्नी धगधगत असतो, पण तो यज्ञकुंडातला अग्नी असतो, जीवनधर्माच्या सर्व मर्यादा पाळणारा अग्नी असतो.

२४

या अग्नीचे पावित्र्य मी सांभाळले नाही. गेल्या अठरा वर्षांतले माझे स्वैर जीवन— तो अरण्यात पेटलेला वणवा आहे! त्या वणव्यात किती निष्पाप पाखरे होरपळून

गेली असतील! किती सुकुमार सुगंधी वेलींची राखरांगोळी होऊन गेली असेल!

हा पश्चात्ताप आहे? छे, या दोन पांढऱ्या केसांच्या दर्शनामुळे मला अकाली वैराग्य येऊ लागले आहे. अठरा वर्षांत जे घडले, ते काय केवळ माझ्या दोषामुळे? देवयानीने स्वतःवर प्रेम केले. मीही स्वतःवर प्रेम केले. सुखाचा शोध करीत मी जगभर धावत सुटलो. धावता-धावता माझ्या पायांखाली अनेक कळ्यांचा चोळामोळा झाला असेल! पण त्याला मी काय करणार?

सुखामागे मी अठरा वर्षे धावलो. ते हस्तगत करण्याकरिता प्रत्येक क्षण मी उपभोगात घालविला. असे असूनही मी अतृप्त का? मी दुःखी का? अगणित क्षणभंगुर सुखांच्या सिंधूतून अमर सुखाचा एक बिंदूसुद्धा कसा निर्माण होत नाही?

२५

खरंच, सुख म्हणजे काय?

सुख हे फुलपाखरू आहे. ते या फुलावरून त्या फुलावर मुरडत उडत जाते. ते फुलाफुलांतला मध चाखते. पण फुलपाखराला कधी गरुड होता येते का? स्वर्गातून अमृतकुंभ आणायचा असेल, तर फुलपाखरू ते काम करू शकणार नाही. ते गरुडाचे काम आहे, फुलपाखरू आणि गरुड! क्षणभंगुर सुख निराळे आणि अविनाशी आनंद निराळा! मी सुखाच्या मागे धावत सुटलो. पण सुख मिळूनही मला आनंद मिळाला नाही!

आनंद कुठे असतो? त्याचा कुठल्याही शारीरिक सुखाशी काहीच संबंध नाही का? परमेश्वराचा शोध करता-करता वेड्या झालेल्या यतीच्या पदरात शेवटी कसला आनंद पडला? मंदारने दाखविलेले ते स्मशानातले दृश्य! त्या ब्रह्मचारी तरुणाने कोणता आनंद मिळविला?

नाही. मी अठरा वर्षे जे स्वच्छंद जीवन जगलो, त्यात कुठलीही चूक नाही. मी स्वतःवर प्रेम केले, केवळ स्वतःच्या सुखाकडे लक्ष दिले, यात माझा काय दोष होता?

२६

माणसाचे प्रेम काय केवळ स्वतःवर असते? अलकेचे माझ्यावरले प्रेम, माधवाचे माझ्यावरले प्रेम, कचाचे माझ्यावरले प्रेम, ही सारी प्रेमे काय स्वार्थी होती? निरपेक्ष नव्हती?

आणि शर्मिष्ठा– तिचे माझ्यावरले प्रेम! तिने ही अठरा वर्षे कशी काढली

असतील? कुठे काढली असतील? रानावनांत? कुणाची तरी दासी होऊन? ती
जिवंत असेल, की—

माधवाबरोबर तिने पाठविलेला तो शेवटचा निरोप—

'शर्मिष्ठा सदैव हृदयात महाराजांच्या पावलांची पूजा करीत राहील.'

तिकडे ती रानावनांत, कंदमुळे भक्षण करीत, हृदयात माझ्या पावलांची पूजा
करीत असेल. आणि इकडे मी? मी तिच्या पवित्र स्मृतीवर अष्टौप्रहर दारूच्या चुळा
टाकीत आहे! तिच्या ओठांनी पावन झालेले ओठ कुठल्याही उष्ट्या ओठांत बुडवीत
आहे!

असे का व्हावे? शर्मिष्ठेसारखे प्रेम मला का करता येऊ नये? कचासारखे
संयमी जीवन मला का साध्य होऊ नये?

वासना— कुठलीही वासना— हा काय माणसाचा दोष आहे? छे! वासना हा तर
मानवी जीवनाचा आधार आहे. मग माझे चुकले कुठे? माझी वासना उद्दाम झाली?
या जगात प्रत्येकाचे लहानसहान सुखसुद्धा त्याच्या स्वभावाने, परिस्थितीने आणि
जीवनाच्या अपूर्ण स्वरूपाने मर्यादित केलेले असते, याची जाणीव मला झाली नाही!

२७

माझ्याप्रमाणे कचापुढेही सुखविलास हात जोडून उभे होते. तो संजीवनी विद्या
संपादन करून स्वर्गात गेला, तेव्हा देवांनी त्याचा जयजयकार केला असेल. इंद्राने
त्याला आपल्या अर्ध्या आसनावर बसविले असेल. अप्सरांनी आपल्या सुंदर, कोमल
काया त्याच्यावरून कुरवंडून टाकल्या असतील; पण तो होता तसाच राहिला. हे
सामर्थ्य त्याच्या अंगी कुठून आले?

कच काही जन्मतः विरक्त नव्हता. देवयानीवर त्याचे मनोमन प्रेम होते. त्याने
स्वतःच्या सुखापेक्षा स्वजातीविषयीचे कर्तव्य श्रेष्ठ मानले. त्या कर्तव्यापायी प्रेमाचा
त्याग केला. त्या त्यागाने त्याचे जीवन विफल, उदास किंवा निष्क्रिय झाले नाही.

देवयानीच्या सहवासात मी संसारसुख अनुभवले. शर्मिष्ठेच्या रूपाने रम्य आणि
उदात्त अशा प्रीतीचे मला दर्शन झाले. पण मी अतृप्त राहिलो! अजून अतृप्त आहे!
आणि तरुणींच्या लुसलुशीत ओठांतले अमृत ज्याने एकदाही चाखले नाही, तो कच
तृप्त आहे! असे का व्हावे? कुठे चुकले माझे?

२८

याच अशोकवनातून कचाने मला लिहिलेले ते पत्र! ते पत्र पुन्हा एकदा वाचावे,

असे फार-फार वाटते; पण ते तर राजवाड्यात राहिले आहे. या अठरा वर्षांत कधी मला त्याची इतक्या तीव्रतेने आठवण झाली नाही. त्या दोन्ही वस्तू एका ठिकाणीच ठेवल्या आहेत! अलकेचा सोनेरी केस आणि कचाचे सोनेरी पत्र!

पत्र कधी सोनेरी असते का? विचार करकरून मला वेड तर लागले नाही? छे! मला साऱ्या गोष्टी स्पष्ट आठवताहेत! मंदारने पौर्णिमेपर्यंत सोनेरी केसांची तरुणी या महालात आणून उभी केली नाही, तर–

सोनेरी केस– कचाचे पत्र! ते पत्र वाचून माझ्या मनाला शांती मिळेल का? पण देवयानी ते दुसऱ्या कुणाकडेही देणार नाही. ते आणायला मी स्वतः राजवाड्यावर गेलो, तर? अंहं! ते अशक्य आहे. त्या रात्री देवयानीने केलेल्या अपमानानंतर मी पुन्हा राजवाड्यात पाऊल टाकले नाही. प्राण गेला, तरी टाकणार नाही!

२९

पण या अशोकवनात तरी मी सुखी आहे का? एखाद्या भुंग्याने सुंदर स्तंभ पोखरावा, त्याप्रमाणे असह्य अनामिक अतृप्ती माझे मन सारखे अस्वस्थ का करीत आहे? पांढऱ्या केसाने निर्माण केलेली मृत्यूची भीती सोनेरी केसांच्या उन्मादात बुडवून टाकण्याची ही इच्छा माझ्या मनात सारखी उफाळून का येत आहे?

वासना भुतांसारख्या असतात का? कुमारवयातली अलकेविषयीची माझी इच्छा तशीच अतृप्त राहिली. इतकी वर्षे मनाच्या तळघरात कोंडून ठेवलेली ती इच्छा आज मुक्त कशी झाली?

या वासनेवर मला विजय का मिळविता येऊ नये? मी सामान्य मनुष्य झालो, तर मला आपले मन ताब्यात ठेवणे सोपे गेले असते का? स्वतःच्या सुखाचा शोध सोडून दिल्याशिवाय जीवनातल्या अंतिम सत्याचा बोध होऊ नये, असाच सृष्टीचा नियम आहे काय? देवयानीने सदैव यदूला माझ्यापासून दूर ठेवले. या अठरा वर्षांत माझे वात्सल्य तृषित राहिले. अतृप्त राहिले. यदूची सोबत मिळाली असती, तर माझ्या मनाची पोकळी भरून निघाली असती का? यदु नाही, तर नाही; पण पूरु मला मिळाला असता, तर? पूरु! कुठे असेल तो? काय करीत असेल? कुणासारखा दिसत असेल? माझ्यासारखा का शर्मिष्ठेसारखा? किती निर्दय आहे मी! या अठरा वर्षांत मी त्याला पार विसरून गेलो!

विलासांनी माणसाचे मन बधिर बनते का? या बधिरतेमुळे त्याची माणुसकी नाहीशी होते काय?

या यमुनेत जीव देणारी माधवी– ही आगीत जळून मेलेली वेडी तारका– या कशा आल्या इथं? या इथून पळून गेल्या होत्या ना? नाही, मी यांच्याशी क्रूरपणाने

वागलो नाही. मी सुखाचा शोध करीत होतो– अंधळेपणाने शोध करीत होतो!

३०

कच कसा संयमी झाला? तसे होणे मला का साधले नाही?

माझी कामुकता हा वडिलांकडून मला मिळालेला वारसा आहे! तो माझा शाप ठरला. माझी सहधर्मिणी माझी वैरीण ठरली!

पण मी जीवनाच्या अनिर्बंध प्रवाहात असा वाहत का गेलो? उलट पोहण्याचा प्रयत्न मी का केला नाही? वासना म्हणजे वर्षाकाळातील महापुराने बेफाम झालेली नदी! भावना म्हणजे आपल्या पात्रातून संथपणे वाहणारी शरद ऋतूतील निर्मळ सरिता. या दोघींतले अंतर मला अठरा वर्षांपूर्वी कळले असते, तर–

३१

बाह्यतः मी मंचकावर स्वस्थ पडलो होतो. जणू गाढ झोपलो होतो; पण माझ्या डोक्यात घणाचे घावामागून घाव बसत होते. नको असलेल्या गोष्टी पुन्हापुन्हा स्मृतीच्या खिडक्या उघडून डोकावून पाहत होत्या. माझ्या काळजाची कालवाकालव करीत होत्या. गतजीवनाकडे निर्भयपणे पाहण्याचा धीर मला होत नव्हता. या साऱ्या दुःखांतून मुक्त होण्याचा मार्ग एकच होता– आत्महत्या!

माझे अंग शहारले. लगेच माझे मला हसू आले. आत्महत्या करायला लागणारे धैर्य माझ्या अंगी असते, तर ती मी अठरा वर्षांपूर्वीच केली नसती का?

मनाच्या या विचित्र उदासीनतेतून बाहेर पडण्याचा एक उपाय मला चिरपरिचित झाला होता. तो म्हणजे विलासातील सुखक्षणांचे स्मरण! ती स्मरणी मी हातात घेतली.

माझ्या सुखाच्या प्याला सदैव भरलेला ठेवणाऱ्या अनेक आकृती माझ्या डोळ्यांपुढून जाऊ लागल्या. ही ती गोरी, शेलाटी तरुणी! हिचा केशकलाप किती सुंदर होता! त्याच्यावरून हात फिरविताना माझ्या मनात आले होते, हा केशकलाप नाही, हिच्या मुखकमलाच्या आकर्षणाने जवळ आलेल्या भृंगांचा थवा आहे. माझ्या स्पर्शाने तो थवा आपल्या समाधीतून जागृत होईल. गुंजारव करू लागेल–

ही ती सावळी, पण सुरेख रमणी! ती मागल्या जन्मी द्राक्षलता होती काय? तिच्या ओठांवर नुसते ओठ टेकले, तरी सारे शरीर मधुर रोमांचांनी बहरून जाई–

ही ती लाजरी श्यामला! हिचे मुख वर करून चुंबन घेताना झालेला तो आनंद! ढगांनी भरून आलेल्या आभाळात मधेच चंद्रकोर दिसावी, तसा तो अनुभव होता–

आणि ही ती धीट, प्रसन्न प्रमदा! मदनालाही प्रणयक्रीडेचे धडे शिकविण्याइतकी

चातुरी होती हिच्या अंगी!

अशा अगणित स्त्रिया आल्या आणि गेल्या. सुंदर कटाक्षांचे, नाजूक बाहुपाशांचे आणि रेशमी केशकलापांचे सुख मी खूप खूप लुटले; पण अजून सोनेरी केसांची तरुणी–

३२

'आज प्रकृती बरी नाही का महाराजांची?' मुकुलिका माझ्या उशाशी उभी राहून, वाकून, हळूच विचारीत होती.

मी डोळे उघडले. माझी अस्वस्थता नकळत माझ्या चिडक्या स्वरात प्रकट झाली. मी रागारागाने म्हणालो,

'मला उठवायचं कुणी? माझं प्रसाधन कुणी करायचं? कुठं होती तू इतका वेळ?'

ती भयभीत उत्तरली,

'वाड्यावर गेले होते मी.'

'सकाळीच?'

'हो अगदी पहाटे उठून गेले होते मी.'

'का?'

'रात्री अमात्य फार रागावून गेले, म्हणे, इथनं. महाराणींना त्यांनी काय सांगितलं असेल नि काय नाही, याचं भय वाटू लागलं मला! आम्ही गरीब माणसं. महाराजांच्या सावलीत सुखानं मीठ-भाकरी खाणारी. महाराणी रागावल्या नि त्यांनी ही सावली काढून घेतली, तर– तेव्हा म्हटलं स्वतःच जावं, काय झालंय्, ते पाहावं–'

'काय काय पाहिलंस तिथं?'

'आनंदी-आनंद चाललाय् राजवाड्यात.'

'एवढा कसला आनंद झाला आहे महाराणींना! मी तर अजून जिवंत आहे! हं! आलं लक्षात. यदूला शत्रूनं पकडल्याचा उत्सव साजरा करीत असतील त्या!'

मुकुलिका चपापून माझ्याकडे पाहू लागली. मग ती म्हणाली,

'युवराज कैदेत नाहीत. ते सुटले!'

रात्री यदु पकडला गेल्याची वार्ता येते काय आणि सकाळी तो सुटल्याची बातमी कानी पडते काय! सारेच अघटित होते. मी आश्चर्याने उद्गारलो,

'युवराज सुटले? कसे?'

'कुणी तरी शूर तरुणानं आपला जीव धोक्यात घालून त्यांना सोडविलं, म्हणे! त्या मित्राला घेऊन युवराज इकडं यायला निघाले आहेत. ही शुभवार्ता घेऊन

आलेला दूतच सांगत होता हे मला!'

यदु शत्रूच्या कैदेतून सुटला, हे ऐकून माझे हृदय उचंबळून यायला हवे होते; पण माझ्या तोंडून शब्द बाहेर पडले,

'यदु सुटला? बरं झालं!'

या चार शब्दांची माझी मलाच भीती वाटली! माझ्या साऱ्या भावना आटल्या होत्या काय? माझे काळीज गोठले होते काय? गेल्या अठरा वर्षांत ययाति जीवन अधिक-अधिक जगत होता, की तो कणाकणाने मरत होता? ययातीचा कोणकोणता भाग तृप्त झाला आहे? कोण-कोण कुजबुजले हे?–

ययातीचे फक्त शरीर जिवंत आहे!

मुकुलिका गडबडीने सांगू लागली,

'देवींचे वडील लवकरच येताहेत इकडं.'

'कोण शुक्राचार्य? छे, ते तर मोठ्या तपश्चर्येला बसले आहेत.'

'त्यांची ती तपश्चर्या संपली, म्हणे!'

शुक्राचार्य इथे येणार? मग आपण हस्तिनापूर सोडून कुठे दूर जावे का?

मुकुलिका बोलतच होती–

'कचदेवांनाही बोलावणं गेलंय् महाराणींचं!'

बोलता-बोलता मुकुलिका अगदी जवळ आली आणि माझ्या कानात कुजबुजू लागली,

'युवराजांना राज्याभिषेक करायचा ठरवलंय् महाराणींनी. शुक्राचार्य आणि कचदेव या दोघांचेही आशीर्वाद या नव्या सम्राटांना मिळावेत, म्हणून–'

देवयानी माझ्यावर पुन्हा सूड घेऊ पाहत होती! मनाशी निश्चय केला :

नाही, काही झाले नाही, तरी हस्तिनापूर सोडायचे नाही– सिंहासन सोडायचे नाही.

माझ्या मनात आले. देवयानीने अगत्याने बोलावणे पाठविले, तर कच येणार कसा?

मी मुकुलिकेला म्हणाले,

'शुक्राचार्यांप्रमाणे कचही तपश्चर्येला बसला होता.'

'हो, पण त्यांचीही तपश्चर्या संपली, म्हणे.'

मी हसत म्हटले,

'सर्वांचीच तपश्चर्या संपण्याची वेळ आलेली दिसते! ठीक आहे! मग माझीसुद्धा तपश्चर्या संपली!'

'म्हणजे?'

'आधी प्याला भर. मग सांगतो तुला सारं.'

'सकाळीच–?'

'अधिक बोलायचं कारण नाही दासीला! मी विषाचा प्याला मागितला, तर तो मुकाट्यानं भरून द्यायचा, एवढंच काम आहे तुझं.'

मुकुलिका आरशाजवळ ठेवलेली मद्याची सुरई आणावयाला गेली. तिच्या पाठोपाठ माझी दृष्टीही तिकडे वळली. ते दोन पांढरे केस डोळ्यांपुढे नाचू लागले. लगेच त्या पांढऱ्या केसांतून जटाभार धारण केलेल शुक्राचार्य प्रगट झाले. त्यांचे डोळे खदिरांगारांसारखे लाल दिसत होते. मला त्यांच्या डोळ्याला डोळा देता येईना. त्यांच्यापासून दूरदूर पळून जाण्याचा मार्ग– त्या काळ्याकाळ्या समुद्रातल्या प्रचंड खडकांच्या कपारीत जाऊन लपणे एवढाच मार्ग मोकळा होता! मद्य हाच त्या मार्गावरला माझा परम मित्र होता!

प्याला तोंडाला लावीत मी मुकुलिकेला म्हटले,

'ती सोनेरी केसांची मुलगी महालात आली, की मला जागं कर; तोपर्यंत मला झोपू दे; अगदी स्वस्थ झोपू दे.'

३३

ते पंधरा दिवस!

दिवस केव्हा उजाडत होता नि केव्हा मावळत होता, हे मला नीट कळतसुद्धा मला नव्हते; पण प्रत्येक दिवशी रात्र झाली, की माझे मन त्या काळ्या काळ्या समुद्राचा तळ सोडून एखाद्या माशाप्रमाणे वर येई. आकाशातल्या चंद्राकडे ते टक लावून पाही. कलेकलेने वाढणारा चंद्र पाहून ते स्वतःशी म्हणे,

'आज चतुर्थी! आज सप्तमी! आज नवमी! आज द्वादशी! पौर्णिमेच्या आत ती सोनेरी केसांची अप्सरा–!'

पण या जाणिवेच्या क्षणी दुसरीही जाणीव मला होऊ लागे. ती हळूच म्हणे,

'ययाति, वेड्या माणसा, कुठं चालला आहेस तू? हा नरकाचा रस्ता आहे!'

मी मद्याचे घुटके घेत उत्तर देई,

'स्वर्ग आणि नरक हे दोन्ही जवळ असतात! होय ना?'

ती पुटपुटते,

'होय, त्यांच्या सीमा एकमेकींना अगदी बिलगल्या आहेत.'

मी हसत म्हणे,

'मग तुला माझं इतकं भय कसलं वाटतं? उद्या एका क्षणात मी त्या नरकाचा मार्ग सोडीन आणि स्वर्गाचा रस्ता सुधारीन!'

ती डोळ्यांत पाणी आणून म्हणे,

'वेड्या, स्वर्ग आणि नरक यांच्या सीमारेषेवर पावलापावलाला दरवाजे आहेत! माणसाच्या बाळपणी ते सारे उघडे असतात; पण पुढं मनुष्यच स्वतःच्या हातांनी त्यांतला एकेक दरवाजा बंद करीत जातो.एकदा लावलेला कुठलाही दरवाजा पुन्हा कधीही उघडत नाही! अभाग्या, आता तुझा केवळ एकच दरवाजा उघडा आहे, रे! तो आपल्या हातांनी असा बंद करू नकोस! माझं ऐक!'

ही टोचणी मी मद्याच्या प्याल्यात बुडवून टाकी! पण रोज रात्री पडणारे ते स्वप्न मात्र काही केल्या कशातही बुडत नसे.

त्या स्वप्नात प्रथम एक प्रचंड रथ दिसे. त्या रथाला सहा घोडे जुंपलेले असत. सारे घोडे मोठे उमदे दिसत. पण त्यांतला पहिला घोडा तर सौंदर्याचा मूर्तिमंत पुतळा होता! स्वप्नात रथ दिसू लागला, की कुठला तर अज्ञात हात प्रत्येक घोड्याचे मस्तक छाटून टाकी. लगेच तो हात त्या ठिकाणी माणसाचे मस्तक लावीत असे. हळूहळू ती मस्तके मला स्पष्ट दिसू लागत. ते प्रत्येक मस्तक माझे असे. त्या रथाचा सारथी? तिथेही ययातीच बसलेला दिसे. त्या सारथ्याच्या हातांतले लगाम-? प्रत्येक लगाम या सारथ्याच्या रक्तवाहिन्यांनी तयार केलेला आहे, असा भास होई. त्याच्या हातात चाबूक- तो त्याच्या मज्जातंतूचा होता, की काय, कुणास ठाऊक! स्वप्नातला तो सारथी प्राण पणाला लावून घोडे आवरण्याचा प्रयत्न करी; पण काही केल्या ते घोडे त्याला ताब्यात ठेवता येत नसत. ते स्वच्छंदाने धावत, हवे तसे दौडत, खाच-खळग्यांतून रथ खिळखिळा करीत पुढे जात!

प्रत्येक रात्री हेच स्वप्न मला पडे; पण चतुर्थीच्या रात्री हा रथ एका अवघड मार्गाने धावू लागला. एका बाजूला उंच-उंच पर्वत! दुसऱ्या बाजूला खोल-खोल दरी! रथाच्या सहाच्या सहा घोड्यांतला तो सर्वांत सुंदर दिसणारा घोडा उधळला, बेफाम झाला. दरीच्या बाजूने धावू लागला. लगाम तुटले! चाबकाचे फटकारे हवेच्या पाठीवर बसू लागले. हां-हां म्हणता रथ दरीत कोसळला! दरीतून एक कानठळ्या बसविणारा आवाज ऐकू आला- आकाश कोसळून पडावे, तसा! मी 'शमा, शमा' असे ओरडतच उठलो.

मी स्वप्नात शर्मिष्ठेला हाक का मारली? ती तर त्या रथात कुठेही नव्हती. मला हे स्वप्न अतिशय अशुभसूचक वाटले. ते मला पडले, त्याच वेळी कुठल्या तरी अज्ञात स्थळी पूरूच्या मांडीवर डोके ठेवून शर्मिष्ठेने या क्रूर जगाचा निरोप घेतला असेल काय?

काही, काही सुचेना! झोप येईना! रात्रभर मी मद्याच्या धुंदीत मंचकावर पडून राहिलो! एखाद्या प्रेतासारखा!

३४

सूर्य मावळत होता. पौर्णिमेचा चंद्र उगवत होता. या चंद्राला प्याल्यातून मद्य पिता-पिता आकाश आनंदाने पुलकित होऊ लागले होते. त्याच्या हातातला तो पेला अर्धवट कलंडला होता. त्या पेल्यातले मद्य चांदण्याच्या रूपाने पृथ्वीवर वाहत येत होते.

तिसऱ्या प्रहरीच मुकुलिकेने ती आनंदाची वार्ता मला सांगितली. सोनेरी केसांची परी मंदारने मोठ्या कष्टाने मिळविली होती. आज रात्री ती माझ्या सेवेला येणार होती.

मला धीर धरवेना. तिसऱ्या प्रहरी मन एकाच गोष्टीचा विचार करीत होते. तिचे सोनेरी केस कुस्करताना अलका मिळाल्याचा आनंद आपल्याला होईल काय?

मी मुकुलिकेला बोलावून विचारले,

'तुझं ते सोनेरी फूलं कुठं आहे?'

'गुरुमहाराजांच्या मठात.'

'गेले पंधरा दिवस मी सारखा पीत आहे. माझ्यावर मद्याचा अंमल पुरा चढला आहे. पण एक गोष्ट लक्षात ठेव. मंदारनं आणि तू मला फसविण्याचा घाट घातला असला, तरी मी फसणार नाही. तिचे केस सोनेरी नसले, तर– तर तुमचा शिरच्छेद होईल. नाही, तुझे केस कापून नगरातून तुझी धिंड काढीन नि त्या मंदारचे केस– त्यांना आग लावून देईन. मी कोण– मी कोण आहे, ते ठाऊक आहे ना तुला? मी हस्तिनापूरचा सम्राट आहे.'

बोलता-बोलता मी थांबलो. माझा स्वतःवरचा ताबा सुटत चालला होता.

पण लंपट कुतूहल मला गप्प बसू देईना. मी मुकुलिकेला प्रश्न केला,

'कुठं मिळाली ही सोनेरी परी तुम्हांला?'

'इथंच.'

'ती इथं असून, आत्तापर्यंत माझ्या सेवेला कशी आणली नाही तुम्ही तिला? तो मंदार लुच्चा आहे! तू लबाड आहेस!'

'क्षमा करावी, महाराज. पण–पण– ती परी हस्तिनापुरातली नाही. आज नगरात आली ती!'

'कशाला?'

'आपल्या प्रियकराला शोधायला!'

'प्रियकराला शोधायला!' शब्द उच्चारून मी खो-खो हसू लागलो. मला पुढे बोलायचे होते; पण काही केल्या माझे हसू आवरेना. शेवटी मोठ्या कष्टाने मी ते थांबविले आणि मुकुलितेला म्हणालो,

'तिचा प्रियकर इथं अशोकवनात आहे, हे तिला अजून सांगितलं नाही कुणी?'

'उद्या तिला तसं वाटेल; पण आज–'

'आज तिचा प्रियकर कोण आहे? तू?'

मुकुलिका हसत म्हणाली,

'तिचा प्रियकर कुणी युद्धावर गेलेला तरुण आहे. युवराजांच्या बरोबर तो नगरात येणार आहे, असे तिला कुणी तरी सांगितले. ती वेडी पोरगी त्याच्या भेटीसाठी अगदी अधीर झाली आहे. बरोबर असलेल्या वडील बाईला मागे सोडून आज ती सकाळी एकटीच ती नगरात आली. आपल्या प्रियकराचा शोध करू लागली. युवराज आज रात्री येणार आहेत, ते तिला इथं आल्यावर कळलं. बिचारी निराश झाली. ती असा शोध करीत असतानाच मठातल्या एका शिष्याला भेटली!'

'आत्ता काय करतेय् ती?'

'मोठी द्वाड मुलगी आहे ती! गुरुमहाराजांनासुद्धा बघेना! मठातल्या अंधारकोठडीत कोंडून ठेवली, तेव्हा आरडाओरडा करू लागली. म्हणून तिला गुंगीचं औषध दिलं आहे. दहा घटका रात्रीला ती हळूहळू शुद्धीवर येईल.'

'दहा घटका रात्र! इतका वेळ मी थांबायचं? ते कशासाठी? इतकं गुंगीचं औषध का दिलं तिला तुम्ही?'

'ती फार दंगा करीत होती, महाराज! आज मठात नाना प्रकारच्या माणसांची गर्दी झाली आहे. कुणी शुक्राचार्यांचं दर्शन घ्यायला आली आहेत. कुणी युवराजांचा नगरप्रवेश पाहायला आली आहेत. या परक्या माणसांपैकी कुणाला काही कळलं, तर? शिवाय शुक्राचार्य सहा घटका रात्री राजवाड्यावर पोचतील, असा निरोप घेऊन दूत आला आहे. त्याच वेळी महाराज युवराज येतील. मग महाराजांना दहा घटका रात्र होईपर्यंत तरी तिकडं अडकून पडावं लागेल, असं गुरुमहाराजांना वाटलं–'

'तू एक मूर्ख आहेस आणि तुझे गुरुमहाराज शतमूर्ख आहेत. ही सोनेरी परी सोडून त्या जटाधारी म्हाताऱ्याला मिठी मारायला जाण्याइतका ययाति अजून अरसिक झालेला नाही! युवराजांच्या त्या नगरप्रवेशाशी मला काही कर्तव्य नाही. यदूला सिंहासनावर बसवायचं कारस्थान राजवाड्यावर शिजतंय् ना? ते शिजू दे! चल, जा तू आपल्या कामाला! कुणालाही संशय येणार नाही, अशा बेतानं त्या सोनेरी परीला मेण्यातून आत्ताच्या आत्ता इकडं आण.'

३५

रंगमहालात मंचकावर बेशुद्ध स्थितीत पडलेल्या त्या तरुणीकडे पाहून मी स्वप्नात आहे, की मी माझी अलका खरोखरच पुन्हा पाहत आहे, हे मला कळेना!

मंदार आणि मुकुलिका यांनी मला फसविले नव्हते! या तरुणीचे केस तर सोनेरी होतेच; पण तिच्याकडे पाहता-पाहता अलकाच मंचकावर झोपली आहे, असा भास मला सारखा होत होता. किती तरी वेळ डोळे भरून मी तिच्याकडे पाहिले. मधली वीस वर्षे नाहीशी झाली. माझी अलका मला परत मिळाली!

तिच्या स्पर्शासाठी मी अधीर होऊन गेलो. मला मंदार आणि मुकुलिका यांचा राग आला. तिला इतके गुंगीचे औषध द्यायला कुणी सांगितले होते यांना? विलास काय प्रेताबरोबर करायचे असतात?

बाहेर किती रात्र झाली होती, कुणाला ठाऊक! गेल्या पंधरा दिवसांतल्या अखंड मद्यपानाने आता माझे मस्तक भ्रमू लागले होते! हातात पेला उचलून घेतला, तरी तो तोंडाला लावण्याची वासना उरली नव्हती! या क्षणी मला सारे-सारे विसरून जायचे होते! मी ययाति आहे, हे सुद्धा विसरून जायचे होते! उद्याचा दिवस कसा उगवेल, कोण जाणे! ते शुक्राचार्य, ती देवयानी–

आज– आत्ता– हा क्षण माझा होता! तो सुवर्णक्षण होता!

मला धीर धरवेना. मी त्या निश्चेष्ट तरुणीच्या उशाजवळ जाऊन उभा राहिलो. तिच्या सोनेरी केसांचे चुंबन घेण्याकरिता वाकलो. पांढरे केस– वार्धक्य– मृत्यू, या सर्वांची भीती माझ्या मनातून आतापार निघून गेली होती. मी पुन्हा यौवनात पदार्पण करीत होतो. आज अलका माझी प्रियकरीण होणार होती. वर्षानुवर्ष उरात जपून ठेवलेले ते सोनेरी स्वप्न आज खरे होणार होते.

पण माझे ओठ त्या सोनेरी केसांना लागण्यापूर्वीच मुकुलिका दाराआडून चीत्कारली,

'महाराज, बाहेर या, लवकर या.'

मी संतापाने मान वर केली आणि विचारले,

'का?'

'महाराणी आणि महर्षी शुक्राचार्य आत येत आहेत. महाराज कुठं आहेत, असं शुक्राचार्य रागारागानं प्रत्येकाला विचारीत आहेत!'

माझे पाय लटलट कापू लागले. जीभ कोरडी पडली. एखाद्या चिररुग्ण मनुष्याप्रमाणे कष्टाने एकेक पाऊल टाकीत मी कसाबसा बाहेरच्या महालात आलो.

३६

मला पाहताच मंचकावर बसलेल्या देवयानीने तिरस्काराने तोंड फिरविले.

शुक्राचार्य रागाने महालात येरझारा घालीत होते.

शुक्राचार्यांना प्रणाम करण्याकरिता पुढे होण्याचा मी प्रयत्न केला; पण माझे

पाऊल पुढे पडेना! सारा महाल माझ्याभोवती फिरू लागला. मी खाली कोसळून पडतो, की काय, असे मला वाटू लागले. जवळच असलेल्या भिंतीतल्या आरशाला टेकून मी कसाबसा उभा राहिलो. स्वतःला मोठ्या कष्टाने सावरले.

फेऱ्या घालता-घालता शुक्राचार्य एकदम थांबले, त्यांनी पाच-दहा क्षण माझ्याकडे रोखून पाहिले. मग क्रुद्ध मुद्रेने ते म्हणाले,

'ययाति, मी महर्षी म्हणून तुझ्याकडे आलो नाही. तुझा सासरा म्हणून अशा अवेळी या तुझ्या महालात मी पाऊल टाकलं आहे. तुझ्या पापांत माझे पाय बुडविले आहेत. मला ओळखलंस तू?'

मी भीत-भीत होकारार्थी मान हलविली.

उपहासाने हसत शुक्राचार्य उद्गारले,

'मद्यपानानं तुझं डोकं कदाचित ठिकाणावर नसेल! म्हणून मी कोण, हे तुला पुन्हा सांगतो. मी महर्षी शुक्राचार्य आहे. ज्यानं संजीवनी विद्या संपादन करून देवांना 'त्राहि, भगवन्' करून सोडलं, तो राक्षसांचा अजिंक्य गुरू शुक्राचार्य तुझ्यापुढं उभा आहे! ज्यानं संजीवनीसारखीच दुसरी अद्भुत विद्या तपश्चर्येनं पुन्हा संपादन केली आहे, तो देवयानीचा पिता तुझ्यापुढं उभा आहे. इतक्या वर्षांनी आपल्या लाडक्या लेकीचं संसारसुख पाहायला मी इथं आलो; पण मी दुर्दैवी ठरलो. माझी मुलगी दुःखसागरात आकंठ बुडालेली पाहण्याचं दुर्भाग्य माझ्या कपाळी आलं. मर्कटा, मी पृथ्वीमोलाचं रत्न मोठ्या विश्वासानं तुझ्या स्वाधीन केलं; अन् ती गारगोटी आहे, असं मानून तू ते दूर भिरकावून दिलंस!'

शुक्राचार्यांचा रुद्रावतार पाहून माझी गाळण उडाली. काय बोलावे, ते सुचेना. तोंडातून शब्द फुटेना. शेवटी सारा धीर एकवटून मी म्हणालो,

'महाराज, मी अपराधी आहे. आपला शतशः अपराधी आहे; पण दुर्दैवानं जे घडलं, त्यात देवयानीचाही दोष आहे!'

माझ्या तोंडातून ते शब्द बाहेर पडताच, तोंड फिरवून मंचकावर बसलेली देवयानी चवताळून उठली आणि अधिक्षेपाने माझ्याकडे पाहत म्हणाली,

'बाबा, इथं पावलोपावली माझा अपमान कसा केला जातो, हे डोळ्यांनी पाहण्यासाठी का तुम्ही मला इथं घेऊन आला आहा? तरी मी तुम्हांला सांगत होते, उद्या सकाळी अशोकवनाकडं जाऊ या, म्हणून! तुम्ही प्रवासानं शिणला आहा. चला, राजवाड्यावर परत चला. व्यसनात बुडालेली माणसं पिशाचापेक्षाही भयंकर असतात. रात्री त्यांचं तोंडसुद्धा पाहू नये!'

माझा संताप अनावर झाला. तोंडातून शब्द निघून गेले,

'आणि अहंकारात बुडालेली माणसं?'

देवयानी अधिकच संतापली. शुक्राचार्यांजवळ जाऊन त्यांच्या खांद्यावर हात

ठेवीत ती म्हणाली,

'बाबा, तिकडं यदु मोठ्या थाटानं नगरात प्रवेश करीत असेल, नि इकडं तुम्ही दारूत आणि बायकांत बुडालेल्या एका–'

शुक्राचार्यांनी तिचा हात झिडकारून टाकला. ते रागाने म्हणाले,

'देवयानी, तू माझं सर्वस्व आहेस. पण तू मूर्ख आहेस. वेडी आहेस. कुठल्या वेळी कसं वागावं, हे तुला कळत नाही. माग कचाला जिवंत करण्याची गळ घालून तू माझी संजीवनी विद्या वाया घालविलीस. इतक्या वर्षांनी मी इथं आलो; पण आल्याबरोबर तुझं पतिपुराण सुरू झालं! आता तुझं अवाक्षरही मी ऐकणार नाही. तुझ्या अठरा वर्षांच्या दुःखाचा सोक्षमोक्ष या क्षणी झाला पाहिजे. जावई म्हणून मी या ययातीची गय करणार नाही. याला जन्मभर आठवण राहील, अशी शिक्षा–'

देवयानी पुन्हा त्यांच्याजवळ जाऊन गोड वाणीने सांगू लागली,

'यदूला सिंहासनावर बसवलं, म्हणजे यांचे डोळे चांगले उघडतील. आता दुसऱ्या कसल्याही संसारसुखाची माझी इच्छा राहिलेली नाही. सिंहासनावर बसलेल्या यदूला एकदा डोळे भरून पाहीन आणि तुम्ही जिथं तपाला बसला, तिथं तुमची सेवा करायला येईन.'

तिचे नाटक पाहून माझ्या अंगाचा तिळपापड झाला. मला राज्याचा लोभ नव्हता! पण माझी संमती न घेता यदूला सिंहासनावर बसवून देवयानी माझा अपमान कूर पाहत होती. तो मला असह्य झाला. मी तीव्र स्वराने उद्गारलो,

'मी राजा आहे. माझ्या संमतीवाचून यदूला अभिषेक कसा होईल?'

शुक्राचार्य शांतपणे म्हणाले,

'राजा, तुझा अधिकार मला मान्य आहे. पण तुला एक साधा प्रश्न विचारायचा आहे मला. राजा म्हणून जसा तुला काही अधिकार आहे, तसा देवयानीला पत्नी म्हणून आहे, की नाही? तिचं पाणिग्रहण करताना 'नातिचरामि' अशी शपथ तू घेतली होतीस ना?'

'होय, महाराज.'

'तिचं पालन तू केलंस?'

'महर्षींनी क्षमा करावी. माझ्या हातून तिचं पालन झालं नाही.'

'का?'

'तो माझ्या यौवनाचा दोष होता! मी मोहाला बळी पडलो.'

'यौवनाचा दोष? तू तरुण होतास नि देवयानी काय म्हातारी झाली होती? तू मोहाला बळी पडलास! परमेश्वरानं काय तुझ्यासाठीच या जगात मोह निर्माण केले आहेत? मूर्खा, तुझ्यापेक्षा माझ्यासारख्या तपस्व्याभोवती पसरलेलं मोहाचं जाळं अधिक सूक्ष्म आणि बळकट असतं. त्याच्या तपश्चर्येचा भंग व्हावा, म्हणून इंद्र

अप्सरा पाठवितो; पण या शुक्रासारखा तपस्वी असल्या मोहाकडं ढुंकूनसुद्धा पाहत नाही. क्षुद्र मोहांना क्षुद्र माणसंच बळी पडतात!'

'मला क्षमा करा, महाराज. मी अपराधी आहे. शतशः अपराधी आहे.'

'क्षमा माणसाच्या पहिल्या अपराधासाठी असते. निर्ढावलेला गुन्हेगार साध्या शिक्षेनं सुधारत नाही.'

बोलता-बोलता ते विचारमग्न झाले. गुरगुरू लागलेल्या ज्वालामुखीच्या तोंडावर प्रचंड खडकाला साखळदंडाने बांधून ठेवलेल्या माणसासारखी माझी स्थिती झाली!

३७

माझ्याकडे तिरस्काराने पाहत शुक्राचार्य म्हणाले,

'राजा, देवयानीला लाथाडून तू शर्मिष्ठेला जवळ केलंस. खरं आहे ना हे?'

'देवयानीवर माझं प्रेम नव्हतं! ते शर्मिष्ठेवर होतं!' हे शब्द माझ्या जिभेवर धावत आले; पण त्यांना ओठांबाहेर काढायचा धीर मला झाला नाही.

शुक्राचार्यांचा स्वर चढत चालला होता. काळ्याकुट्ट ढगांचा गडगडाट होत राहावा, तसे त्यांचे शब्द वाटत होते. ते रागारागाने माझ्याजवळ आले आणि म्हणाले,

'शर्मिष्ठेच्या बाबतीत जपून राहायला मी तुला सांगितलं होतं ना?'

मी होकारार्थी मान हलविली.

'माझी आज्ञा– देवयानीच्या पित्याची आज्ञा– महर्षी शुक्राचार्यांची आज्ञा तू मोडलीस. या आज्ञाभंगाचं प्रायश्चित्त तुला भोगलंच पाहिजे.'

'पण– पण– महाराज, यौवन अंधळं असतं!'

'तुझा हा अंधळेपणा जावा, एवढीच माझी इच्छा आहे. शर्मिष्ठेसारख्या दासीकडं कामुकतेनं पाहण्याची इच्छा तुझ्या डोळ्यांना पुन्हा होऊ नये, म्हणून, मी त्यांच्यांत चांगलं अंजन घालणार आहे. यौवन अंधळं असतं! यौवनानं तुला मोहवश केलं! होय ना? मग माझा तुला एवढाच शाप आहे– हे तुझं यौवन या क्षणी नष्ट होवो! भगवान महेश्वराच्या कृपेनं लाभलेल्या नव्या विद्येचं स्मरण करून, हा शुक्र एवढीच इच्छा करीत आहे, की माझ्यासमोर उभा असलेला हा पापी ययाति या क्षणी जख्ख म्हातारा होवो!'

३८

ती शापवाणी ऐकताच अंगावर वीज पडावी, तशी माझी स्थिती झाली. सारे जग शून्य झाले. मन सुन्न झाले.

शेवटी धीर करून, भीत-भीत मी जवळच्याच आरशात माझ्या प्रतिबिंबाकडे पाहिले. मी जे पाहिले, त्याने मला प्राणांतिक वेदना होऊ लागल्या.

माझा चेहरा सुरकुत्यांनी भरून गेला होता. माझ्या डोक्यावर रूक्ष पांढरे केस पसरले होते. आरशापुढे एक गलितगात्र वृद्ध उभा होता. मृत्यू कोठे राहतो, याची जणू तो दीन वाणीने चौकशी करीत होता!

पण या वृद्ध शरीरातले ययातीचे मन पहिल्याइतके तरुण होते. मला रंगमहालात त्या सोनेरी केसांच्या सुंदरीची आठवण झाली. दहा घटका रात्र केव्हाच होऊन गेली असेल! ती तरुणी आता सावध झाली असावी! मघाशी तिच्या त्या सुरेख, सोनेरी केसांचे चुंबनसुद्धा आपण घेतले नाही. आता–आता– कधीही ते आपल्याला ते मिळणार नाही. आपल्या साऱ्या इच्छा आता अतृप्त राहणार! मनातल्या मनात सुकून जाणार! ती अलकेसारखी दिसणारी मोहक तरुणी–

विचार कर-करून मी व्याकूळ होऊन गेलो. मी शुक्राचार्यांकडे पाहिले. ते मंचकावर खाली मान घालून बसले होते. देवयानी त्यांचे पाय धरून मुळूमुळू रडत होती.

'बाबा! काय केलंत हे? काय केलंत हे, बाबा?' असे ती पुनःपुन्हा म्हणत होती.

माझ्या मनात आशेचा अंकुर निर्माण झाला.

मी पुढे झालो. शुक्राचार्यांना साष्टांग नमस्कार घातला. मग हात जोडून म्हणालो,

'महाराज, माझ्यावर दया करा. माझे मन अजून तरुण आहे. माझ्या अनेक इच्छा अतृप्त आहेत. देवयानीबरोबर आनंदानं संसार करावा, असं फार-फार वाटतंय् मला! पण माझ्यासारख्या वृद्ध पतीबरोबर संसार करण्यात आता तिला कसलं सुख होणार आहे? माझं तारुण्य आपण मला परत दिलं, तर...'

देवयानी मधेच करुण स्वराने म्हणाली,

'बाबा, यांच्याकडं बघवत नाही मला. यांना पुन्हा तरुण करा. यांचं पहिलं रूप यांना परत द्या.'

शुक्राचार्यांनी आपली मान वर केली. ते मंद स्वरात म्हणाले,

'राजा, वीराचा बाण आणि तपस्व्याचा शाप हे कधीच विफल होत नाहीत! माझा शाप तुला भोगलाच पाहिजेच; पण तू माझ्या लाडक्या देवयानीचा पती आहेस. तिच्याबरोबर सुखानं संसार करण्याची इच्छा, उशिरा का होईना, तुझ्या मनात निर्माण झाली आहे. म्हणून मी तुला उश्शाप देतो. तुझ्या वार्धक्याचा स्वीकार करायला तुझ्याच कुळातला, तुझ्याच रक्ताचा कुणीही तरुण आनंदानं पुढं आला, तर तू इच्छा करशील, त्या क्षणी ते वार्धक्य त्याच्याकडं जाईल. त्याचं तारुण्य तुला मिळेल. मात्र एक गोष्ट लक्षात ठेव. तुझं ते उसनं तारुण्य तुझ्या मृत्यूनंच त्या

तरुणाला परत मिळेल. दुसऱ्या कोणत्याही मार्गानं नाही. माझं स्मरण करून, तीनदा 'हे तारुण्य मी परत करीत आहे' असं म्हटलंस, की तू मृत होऊन पडशील–'

देवयानी किंचाळली,

'बाबा, हा कसला उश्शाप? हा तर मघाच्या शापाहूनही भयंकर आहे!'

शुक्राचार्य क्रोधाविष्ट होऊन ताडकन मंचकावरून उठले. देवयानीकडे रागाने पाहत उद्गारले,

'मुली, इथं येताच तुझा विस्कटलेला संसार सुरळीत करायला मी धावलो. माझी चूक झाली ही! लहानपणापासून फार लाड केले मी तुझे. पण या वृद्ध पित्याच्या पदरात त्याचं फळ काय पडलं? काय पडलं? अपमान! नुसता अपमान! तुझ्या पायी अपमान आणि पराजय यांच्याशिवाय माझ्या वाट्याला दुसरं काही काही आलं नाही. असं का घडावं, हे मला कळत नाही, माझ्या तपश्चर्येतच काही दोष असला पाहिजे. तो शोधून काढण्यासाठी मी आल्या पावली परत हिमालयात जात आहे. आतापर्यंत तुझ्यासाठी जे जे करता येणं शक्य होतं, ते ते मी केलं. आता तू आहेस, हा तुझा नवरा आहे. तुम्ही तरुण व्हा, वृद्ध व्हा, संसार करा, नाही तर मरा! मला त्याच्याशी काही कर्तव्य नाही!'

३९

बोलता-बोलता शुक्राचार्य बाहेर निघून गेले.

महालात आम्ही दोघेच राहिलो होतो. एक वृद्ध पुतळा– एक तरुण पुतळी! देवयानीला माझ्याकडे पाहण्याचा धीर होत नव्हता. मला तिला तोंड दाखविण्याची लाज वाटत होती. किती विलक्षण आणि विपरीत प्रसंग होता हा! आम्ही दोघे पतिपत्नी– एकमेकांना सुखी करण्यासाठी आम्ही एकत्र आलो होतो! अठरा वर्षे आम्ही परस्परांपासून दुरावलो होतो! ती माझे दुःख विभागून घेऊ शकत नव्हती. मी तिच्याजवळ जाऊन तिचे सांत्वन करू शकत नव्हतो. आम्ही एका महालात उभे होतो! पण दोन भिन्न जगांत वावरत होतो!

रंगमहालातून एक अस्फुट आवाज कानी आला. ती सुंदर तरुणी शुद्धीवर येत असावी. तिचे ते सोनेरी केस–

मी आरशात पाहिले. माझे हे विद्रूप म्हातारे ध्यान– शुक्राचार्यांच्या उश्शापाने मी एका क्षणात तरुण होऊ शकत होतो! पण माझं वार्धक्य कोण घेणार? माझ्या रक्ताचा तरुण–

दासीने दारातून उच्चारलेले शब्द माझ्या कानावर पडले,

'देवी, युवराज आपल्या दर्शनाला येत आहेत.'

४०

त्या शब्दांच्या मागोमाग दोन तरुण महालात येताना दिसले. मी झटकन माझे तोंड फिरवले. माझा हा विद्रूप, वृद्ध अवतार यदूने पाहिला, तर–

पण– पण यदु माझा मुलगा होता, माझ्या कुळातला होता. माझ्या रक्ताचा होता. आपले यौवन देऊन माझे वार्धक्य घेणे त्याला शक्य होते.

माझे कान रंगमहालातून येणाऱ्या आवाजाकडे लागले.

कोण कुजबुजत होते तिथे? ती सोनेरी परी जागी होऊन एखादे गाणे गुणगुणू लागली होती? प्रियकराची उत्कंठतेने वाट पाहणाऱ्या विरहिणीचे गीत–

पण आता तिचा प्रियकर म्हणून तिच्यापुढे मी कसा उभा राहणार?

यदु देवयानीशी बोलत होता. ते बोलणे माझ्या कानांवर पडत होते. नगरप्रवेशाच्या वेळी आई कुठेही न दिसल्यामुळे तो अस्वस्थ झाला होता. ती अचानक अशोकवनाकडे गेली आहे, हे कळताच तो इकडे धावत आला होता.

माझ्या शरीराचा कणन् कण रंगमहालातल्या त्या सुंदरीचे चिंतन करीत होता. मला या क्षणी यौवन हवे होते. त्या यौवनाने मिळणारे त्या सुंदरीच्या सहवासातले सुख हवे होते.

एकदम एक कल्पना विजेसारखी माझ्या मनात चमकून गेली. मी वळून पाहू लागलो.

माझा चेहरा दिसताच ते दोघे तरुण दचकले. मी शांतपणे यदूला जवळ बोलाविले. तो पुढे आल्यावर मी म्हणालो,

'यदु, मला ओळखलंस? मी तुझा पिता ययाति. तुझ्या बापावर तुझं प्रेम आहे?'

'आहे, महाराज.'

'माझ्यासाठी कुठलाही त्याग करायला तू तयार आहेस?'

'मातृदेवो भव, पितृदेवो भव, अशी धर्माची आज्ञाच आहे, महाराज!'

देवयानी मधेच किंचाळली,

'यदु, यदु–'

देवयानीने अठरा वर्षे माझ्यावर सूड घेतला होता. त्याचा परत सूड घ्यायची ही सुवर्णसंधी मला मिळाली होती. एखाद्या भुकेल्या वाघाप्रमाणे माझी स्थिती झाली. माझी कामुकता, माझी सूडाची इच्छा, साऱ्या साऱ्या वासना चवताळून उठल्या. शुक्राचार्यांचे भय आता उरले नव्हते! या क्षणी यदूचे यौवन आपल्याला मिळावे आणि देवयानीच्या डोळ्यांदेखत रंगमहालात जाऊन त्या सुंदर तरुणीच्या गळ्यात गळा घालून तिला बाहेर घेऊन यावे, या एका इच्छेने माझी सारी बुद्धी बधिर करून

टाकली.

मी यदूला म्हणालो,

'यापुढं राजा राहायची इच्छा नाही माझी. तुला अभिषेक करावा–'

'जशी वडिलांची आज्ञा.'

'पण हा अभिषेक केवळ माझा मुलगा म्हणून तुला होणार नाही. त्यासाठी तुला–'

देवयानी मधेच ओरडली,

'महाराज, महाराज– राक्षस आहात तुम्ही!'

मी तिच्याकडे लक्ष न देता यदूला म्हणालो,

'माझे हे वार्धक्य तुला दिसतंय् ना?'

'हो.'

'एका शापानं ते माझ्या कपाळी आलं आहे. राज्याच्या मोबदल्यात ते घेणारा माझ्या कुळातला, माझ्या रक्ताचा तरुण हवा आहे मला! माझा मृत्यू ज्या क्षणी होईल, त्या क्षणी त्याचे यौवन त्याला परत मिळेल. शुक्राचार्यांनी तसा उश्शाप दिला आहे. हे खरं आहे, की नाही, हे, हवं तर, तुझ्या आईला विचार.'

माझे पहिले शब्द ऐकताच यदु दचकला. चार पावले मागे सरकला. तो मग लगबगीने देवयानीकडे गेला. तिने त्याला घट्ट पोटाशी धरले, त्याला कुरवाळीत ती म्हणाली,

'यदु, तुझ्या वडिलांना वेड लागलंय्! तरुण होण्याचं वेड लागलंय् त्यांना! वेड्या माणसाशी बोलू लागलं, की ते अधिकच चेकाळतात. चल, आपण राजवाड्यावर जाऊ या. त्यांना बसू दे इथं आरशात आपले पांढरे केस कुरवाळीत!'

देवयानीचा मला संताप आला. पण मी अगतिक झालो होतो.

यदूने माझ्याकडे केविलवाण्या दृष्टीने पाहिले. त्याच्या दृष्टीत नकार प्रतिबिंबित झाला होता!

माझी आशा मावळून गेली!

४१

यदूबरोबर आलेल्या त्या तरुणाकडे पाहत देवयानी म्हणाली,

'यदु, या तुझ्या मित्राचं नाव तू अजून मला सांगितलं नाहीस! आपलं हे गृहच्छिद्र परक्याच्या दृष्टीला पडायला नको होतं! पण आजचा दिवसच, मेला, अशुभ आहे. बाबा रागावून आल्या पावली निघून गेले. माझी ही कर्मकहाणी या परक्या तरुणापुढं–'

तो तरुण विनयाने देवयानीला म्हणाला,

'आई, मी कुणी परका नाही.'

'तू यदूचे प्राण वाचविले आहेस, बाळ. मी तुला परका कसं मानीन? पण आत्ता तू जे ऐकलंस, ते घरातल्या भिंतींनीसुद्धा कधी ऐकू नये, असं होतं!'

'आई, युवराजांना ज्याचं भय वाटतंय्, ते करायला मी तयार आहे.'

माझी आशा एकदम पालवली. मी त्या तरुणापाशी आलो आणि म्हणालो,

'तू माझं वार्धक्य घ्यायला तयार आहेस?'

'आनंदानं.'

'पण– पण– ते तुला घेता येणार नाही. माझ्या कुळातल्या, माझ्या रक्ताच्या तरुणालाच माझं हे वार्धक्य घेता येईल.'

'माझ्या शरीरातल्या रक्ताच्या कणाकणावर आपला अधिकार आहे, महाराज! मी आपला मुलगा आहे.'

हे शब्द कानी पडताच देवयानी थरथर कापू लागली. त्या तरुणाकडे रोखून पाहत ती म्हणाली,

'महाराजांचा एकच मुलगा आहे. राज्यावर त्याचाच अधिकार आहे!'

'मला राज्य नकोय्! आई, मला पुत्रधर्म पाळायचा आहे. मला बाबांची इच्छा पुरी करायची आहे. मी महाराजांचा मुलगा आहे. त्यांचं वार्धक्य घेण्याचा माझा अधिकार कुणीही अमान्य करू शकणार नाही.'

देवयानी त्याच्याकडे क्रोधाने पाहत उद्गारली,

'तू– तू– तू– शर्मिष्ठेचा मुलगा आहेस?'

तो उत्तरला,

'होय, माझं नाव पूरु.'

देवयानीवर सूड घेण्याची ही संधी सोडायची नाही, असा मी निश्चय केला.

रंगमहालातल्या शय्येवरची चुळबूळ माझ्या लंपट कानांना स्पष्टपणे ऐकू येऊ लागली. उद्दाम वासनेने माझा सारा देह पेटून गेला.

त्या पेटलेल्या देहाचा प्रत्येक कण म्हणत होता,

'लक्षात ठेव, असा सूड पुन्हा कधीही घेता येणार नाही. तुझे यौवन तुला परत मिळत आहे. देवयानीचे सारे दुष्ट संकल्प धुळीला मिळत आहेत. सूडाची ही संधी सोडू नकोस.'

मी पूरूकडे पाहिले.

तो निश्चल उभा होता. त्याच्या मुद्रेवर भीतीचे कुठलेही चिन्ह दिसत नव्हते.

मी पाहिलेला चिमुकला पूरु आता यौवनाच्या उंबरठ्यावर उभा असलेला उमदा पुरुष झाला होता. भविष्याची किती तरी सुखस्वप्ने त्याच्या तरुण डोळ्यांपुढे तरळत

असतील. त्याचे मन कदाचित कुणा तरी मुलीवर जडले असेल. युद्धावरून परत आल्यावर या शूर प्रियकराशी आपले लग्न होईल, या आशेने कुणी तरी तरुणी त्याच्या वाटेकडे डोळे लावून बसली असेल. अशा पूरूजवळ मी यौवनाची याचना करीत होतो. माझे वार्धक्य त्याला द्यायला निघालो होतो. छे, छे! ज्याचे जावळ मी वात्सल्याने कुरवाळले, तो, तो पूरु सारे केस पांढरे झालेला वृद्ध म्हणून समोर उभा राहिला, तर मला पाहवेल तरी का?

माझे मन डळमळू लागले!

४२

चार घटकांतल्या विलक्षण घडामोडींनी देवयानी भडकून गेली होती. बेभान होऊन ती पूरूजवळ गेली आणि त्याला म्हणाली,

'तू पूरु आहेस ना? खरोखरच पूरु आहेस ना? शर्मिष्ठेचा मुलगा आहेस ना? मग आता असा गप्प का बसलास? तिचं ह्यांच्यावर मोठ्ठं प्रेम होतं, म्हणे! त्याच आईचा तू मुलगा! तुलाही वडिलांचा पुळका आला असेल! विचार कसला करतोस? दे, आपलं तारुण्य यांना दे! घे, त्यांचं वार्धक्य तू घे!'

मनातल्या साऱ्या वासना कानांत ओरडू लागल्या,

'ती सुंदर तरुणी रंगमहालात तुझी वाट पाहत बसली आहे. गेले पंधरा दिवस तू तिचा ध्यास घेतला होतास! आज तो अमृताचा प्याला तुझ्या हाताशी आला आहे. तो ओठांना न लावताच तू दूर फेकून देणार? मग अठरा वर्षांपूर्वीच संन्यासी का झाला नाहीस? विचार कर; वेड्या, विचार कर. सुदैवानं तुला उश्शाप मिळाला आहे. त्याचा उपयोग करून घे. चार-दोन वर्षं तुझं वार्धक्य घेतल्यानं पूरूची अशी काय मोठी हानी होणार आहे? उलट, या मोबदल्यात त्याला राज्य मिळणार आहे. काही वर्षं यथेच्छ उपभोग घे; सर्व वासना शांत कर आणि मग पूरूचं यौवन त्याला परत दे.'

देवयानीने चिडवल्यामुळे की काय, पूरु चटकन पुढे आला. आपले मस्तक माझ्या पायांवर ठेवून म्हणाला,

'बाबा, राजकन्या असून, आपल्या कुळासाठी दासी झालेल्या आईचा मी मुलगा आहे. मी आपलं वार्धक्य घ्यायला तयार आहे.'

'ठीक आहे.' एवढे दोनच शब्द माझ्या तोंडून बाहेर पडले! लगेच त्या शब्दांचा अर्थ लक्षात येऊन मी माझे डोळे मिटून घेतले.

काही क्षणांनी पूरूला आशीर्वाद देण्याकरिता मी ते उघडले; पण त्याला आशीर्वाद द्यायला माझा हात वर होईना!

समोर उठून उभा राहिलेला पूरु जख्ख म्हातारा झाला होता!

४३

हा चमत्कार दृष्टीला पडताच देवयानी हतबुद्ध झाली! यदूला घेऊन ती तत्काळ महालातून निघून गेली.

पूरु आरशासमोर जाऊन उभा राहिला. त्याने आपले रूप न्याहाळले. क्षणभर दोन्ही हातांनी त्याने आपले तोंड झाकून घेतले. त्याला आपल्या त्यागाचा पश्चात्ताप होत आहे, की काय, हे मला कळेना! पण लगेच शांत मुद्रेने तो मंचकावर जाऊन बसला. ते पाहून माझे मन थोडे स्थिर झाले.

मघाशी मला स्वतःच्या प्रतिबिंबाकडे पाहवत नव्हते. आता पूरूकडे पाहवेना. नगर सोडून जाताना शर्मिष्ठेने निरोप पाठवला होता, 'महाराजांचा वरदहस्त सदैव पूरूच्या मस्तकावर असावा!' पण आज मी त्याच्या मस्तकावर वज्राघात केला होता! त्याच्याजवळ जावे, त्याला घट्ट पोटाशी धरावे, त्याचे सांत्वन करावे, असा विचार माझ्या मनात येऊन गेला; पण तो क्षणभरच! तो धीर मला होईना.

पाप किती भित्रे असते!

४४

चार घटकांत इकडचे जग तिकडे झाले होते. या अल्प अवधीत किती विलक्षण घटना घडल्या होत्या. मी एका अद्भुत स्वप्नात आहे, की काय, हे मला कळेना! मद्यामुळे माणसाला नाही नाही ते भास होऊ लागतात! हा एक तसाच भयंकर भास होता काय? विचारांच्या भोवऱ्यात माझी संवेदना बुडू लागली. मला गुदमरल्यासारखे झाले.

कठोर सत्य वृद्ध पूरूच्या रूपाने माझ्याकडे टक लावून पाहत होते.

मी वळून दुसरीकडे पाहू लागलो.

आरशात माझे प्रतिबिंब मला दिसले.

मी पूर्वीपेक्षाही अधिक तरुण दिसू लागलो होतो. मी या वयाचा होतो, तेव्हा अलकेविषयी माझ्या मनात केवढी आसक्ती निर्माण झाली होती! पण ती तशीच अतृप्त राहून गेली होती. अलका– तिचे सोनेरी केस– ही दोन तपांची अतृप्ती– एकच एक वासना प्रलयकाळच्या अग्नीप्रमाणे माझ्या मनात उफाळून उठली. साऱ्या जगाचा विसर पडला मला! मी रंगमहालाकडे वळलो.

४५

मी आत आलो. ती तरुणी मंचकावर उठून बसली होती. इकडे तिकडे आश्चर्याने पाहत होती. आपण या महालात केव्हा आलो, कसे आलो, हे कोडे काही केल्या तिला उलगडत नव्हते. तिने माझ्याकडे पाहिले. ती हसली. माझ्या यौवनाचे सार्थक झाले, असे मला वाटले. मी पुढे झालो. तिच्या मुद्रेवर भीतीची छटा उमटली! ती उठली आणि दूर कोपऱ्यात जाऊन उभी राहिली. मला तिच्या या वागण्याचा अर्थ कळेना! तो समजावून घ्यायला मला सवड नव्हती. वादळात एखादी होडी एकसारखी उलटीसुलटी व्हावी, तशी मघापासून माझ्या मनाची स्थिती झाली होती. झाले गेले, सारे सारे मला विसरून जायचे होते! ते विसरून जायचे एकच साधन माझ्या परिचयाचे होते.

त्या तरुणीचा हात धरण्याकरिता मी पुढे झालो, इतक्यात बाहेरच्या महालात कुणी तरी स्फुंदू लागले! माझा हात जागच्या जागी लुळा होऊन पडला.

४६

प्रथम मला वाटले, बाहेर पूरूच स्फुंदत असावा! आपल्या अविचारी त्यागाचा त्याला पश्चात्ताप होत असावा! पण ऐकू येणारे हे हुंदके स्त्रीचे होते!

पूरूला बाहेरच्या महालात ठेवून आपण आत आलो, ही फार मोठी चूक केली, असे मला वाटले. त्याला आधीच दुसरीकडे पाठवून द्यायला हवे होते! मघाशी महालात घडलेला सारा प्रकार इतक्यात अशोकवनातल्या दासींना कळला असेल काय? त्याशिवाय स्त्रीच्या रडण्याचा आवाज येण्याचा दुसरा संभव नव्हता.

मला नीट तर्क करता येईना. बाहेरचे हुंदके थांबेनात. ते अधिक अधिक मोठे होऊ लागले. परम सुखाच्या क्षणी असला विक्षेप मला नको होता. मी रागारागाने बाहेर आलो.

४७

मंचकावर पूरु पुतळ्यासारखा बसला होता. त्याला मिठी मारून एक स्त्री रडत होती, स्फुंदत होती. तिचे सारे शरीर गदगदा हलत होते, खाली-वर होत होते.

एखाद्या दासीने पूरूशी इतकी सलगी करावी? मला राग आला.

मी दोन पावले पुढे झालो आणि म्हणालो,

'पूरु, तू आता राजा झाला आहेस! राजानं आपल्या प्रतिष्ठेला शोभेल, असं

वागलं पाहिजे. ही कोण दीड दमडीची दासी तुझ्या गळ्यात—'

पुढले शब्द माझ्या गळ्यात अडकले. माझा आवाज कानी पडताच त्या स्त्रीने आपली मान वळविली.

तिला पाहताच पृथ्वी दुभंगून ययातीला पोटात घेईल, तर फार बरे होईल, असे मला वाटू लागले.

ती शर्मिष्ठा होती! पूरूची ही अवस्था पाहून ती धाय मोकलून रडत होती. मला तिच्याकडे पाहवेना! तिचे हुंदके ऐकवेनात! मी खाली मान घालून उभा राहिलो.

अठरा वर्षांपूर्वी अशोकवनातल्या भुयाराच्या पायरीवर उभे राहून शर्मिष्ठेला निरोप देताना मी म्हटले होते,

'आता तुझी भेट केव्हा आणि कोणत्या स्थितीत होईल, ते देव जाणे!'

ती भेट आज व्हायची होती! अशा स्थितीत व्हायची होती!

माझी संवेदना बधिर होऊ लागली. मी डोळे मिटून घेतले. मी जागच्या जागी खिळून राहिलो.

शर्मिष्ठा— माझी लाडकी शमा! तिला पोटाशी धरावे. तिचे अश्रू पुसावेत, तिचे दुःख हलके करावे, या इच्छेने मन तळमळू लागले; पण तिचे दुःख हलके कसे करायचे? पाडसाचा जीव घेणाऱ्या पारध्याला हरिणीची समजूत घालता येईल का? त्याला तिचे समाधान करता येईल का?

एकांतात अनेक वेळा 'शर्मिष्ठा आणि ययाति हे दोन निराळे जीव नाहीत!' असे मी तिला सांगितले होते. पण आज— आज मी तिचा वैरी झालो होतो! ती ज्याची जन्मभर अंतःकरणातल्या फुलांनी पूजा करीत आली होती, त्याने तिला अग्निकुंडात फेकून दिले होते!

४८

शर्मिष्ठेची आसवे माझ्या पायांवर पडत होती; पण त्यांतला प्रत्येक अश्रुबिंदू माझ्या काळजाला डागण्या देत होता! या देवतेने आपल्यासारख्या पिशाचाचे पाय धरावेत, याची मला लाज वाटू लागली. पण तिला उठविण्याकरितासुद्धा तिच्या शरीराला स्पर्श करण्याचा धीर मला होईना!

तिने मधेच वर पाहिले. तिच्या दृष्टीत अनंत मरणांचे कारुण्य एकवटले होते. थरथरत्या ओठांनी ती उद्गारली,

'महाराज, काय झालं हे?'

तिच्या मातृहृदयातून तो व्याकूळ उद्गार बाहेर पडला होता; पण मला वाटले, माझ्या विलासी, अंधळ्या, उन्मत्त आणि पातकी जीवनक्रमाला उद्देशूनच तिने

'महाराज, काय झालं हे?' हा प्रश्न विचारला होता! खरेच काय झाले होते हे?

झाले होते? छे, मी आपल्या पापी हातांनी केले होते! पूरूला वार्धक्य देऊन मी यौवन घेतले, ते जाणूनबुजून! पूर्ण विचार करून! माझ्या लंपट मनाच्या वासनेची क्षणिक तृप्ती व्हावी, म्हणून!

मी पितृधर्म लाथाडला होता, वात्सल्य लाथाडले होते. माणुसकी लाथाडली होती! अनिर्बंध वासनेच्या हातातले कोलीत झालो होतो मी! स्वतःच्या क्षणिक सुखासाठी पोटच्या गोळ्याचा बळी दिला होता मी! अठरा वर्षे एका राक्षसी वासनेचे मंदिर मी बांधीत आलो होतो. आज त्याच्यावर किती भयंकर कळस चढवला होता मी!

शर्मिष्ठा माझी होती. तिने मला निस्सीम, निरपेक्ष प्रेम दिले होते! तिच्या एका अश्रुबिंदूसाठी प्राण वेचणे हे माझे कर्तव्य होते, नुसते कर्तव्य नव्हते. अशा प्राणदानात सुखाचे समुद्र भरले होते.

मी विचार करू लागलो. शर्मिष्ठेला सुखी करायचे, तर– तर पूरूचे यौवन त्याला परत दिले पाहिजे. एका क्षणाचाही विलंब न करता! पण– पण– माझ्या मृत्यूवाचून त्याला यौवन परत मिळण्याचा दुसरा मार्ग नव्हता.

मृत्यू– लहानपणापासून पावलोपावली मला भिववीत आलेला माझा अदृश्य शत्रू! प्रत्येक वेळी ज्याच्या भीतीने मी शरीरसुखाच्या अधीन होत गेलो होतो, तो अज्ञात, अनामिक मृत्यू! या क्षणी त्याला हसत कवटाळायचे? मागे-पुढे न पाहता त्याला आनंदाने मिठी मारायची?

४९

मी शर्मिष्ठेकडे पाहिले. केवढ्या आशेने ती माझ्याकडे पाहत होती. अठरा वर्षांपूर्वी अज्ञातवासात जाताना तिने क्षणभर तरी कुरकूर केली होती का? देवयानीच्या क्रोधापासून माझे रक्षण करण्यासाठीच तिने हे दिव्य केले होते! नाही का?

शर्मिष्ठेचे प्रेम– माधवाचे प्रेम– कचाचे प्रेम–

मीही असेच प्रेम करायला नको का?

आजपर्यंत कधीही न दिसलेला माझ्या मनातला एक कोपरा मला दिसू लागला. त्या कोपऱ्यात एक मंद ज्योत तेवत होती. हळूहळू ती मोठी होऊ लागली. तिच्या प्रकाशात माझा मार्ग मला दिसू लागला.

स्वतःसाठी जगण्यात जेवढा आनंद आहे, त्याच्यापेक्षा दुसऱ्यासाठी जगण्यात– दुसऱ्यासाठी मरण्यात– शतपटींनी अधिक आनंद आहे!

केवढे अद्भुत, उदात्त सत्य होते हे! पण आज प्रथमच त्याची प्रचीती आली मला!

शुक्राचार्यांनी माझे बाह्यरूप बदलून टाकले होते, आता शर्मिष्ठा माझ्या अंतरंगात क्रांती घडवून आणीत होती. आतापर्यंत मी न पाहिलेला ययाति माझ्यासमोर उभा राहिला. तो मृत्यूच्या खांद्यावर हात ठेवून म्हणत होता,

'या जीवनात दोनच गोष्टी खऱ्या आहेत. प्रीती आणि मृत्यू! चल, मित्रा, चल. या काळोखात तुला सोबत करायला मी आलो आहे. भिऊ नकोस. अगदी भिऊ नकोस. माझ्या हातातला हा दिवा पाहिलास का? काय म्हणतोस? 'ही शुक्राची चांदणी आहे?' वेडा, रे, वेडा! ही शर्मिष्ठेची प्रीती आहे!'

आता शर्मिष्ठेला स्पर्श करण्याचा धीर मला आला. तिचे दोन्ही हात हळूच हातांत घेऊन मी तिला उठवले. तिचे मस्तक थोपटीत मी म्हटले,

'शमा, काही काही काळजी करू नकोस. देवाच्या दयेनं सारं सुरळीत होईल?'

तिने करुण स्वरात विचारले,

'पूरु पहिल्यासारखा होईल?'

मी हसत उत्तरलो,

'होईल– या क्षणी होईल?'

ती पाणावलेल्या डोळ्यांनी म्हणाली,

'नाही, महाराज! तुम्ही फसवताय् मला! पूरु पहिल्यासारखा होणार नाही! कुणी तरी भयंकर शाप दिला आहे त्याला!'

'होय.'

'कुणी? कुणी दिला माझ्या बाळाला हा शाप? शुक्राचार्यांनी? माझ्या पोरानं यदूचे प्राण वाचविले; पण देवयानीला काही त्याची दया आली नाही. काय झालं हे, महाराज? काय झालं हे?'

तिची आसवे हातांनी पुशीत मी म्हणालो,

'शांत हो, शमा, शांत हो. तुझा पूरु पूर्वीसारखाच होईल. त्याल शुक्राचार्यांनी शाप दिलेला नाही. तो दिलेला आहे–'

'कुणी– कुणी दुष्टानं–'

'त्या दुष्ट मनुष्याचं नाव ययाति!'

ती दचकली. आश्चर्याने माझ्याकडे पाहू लागली.

'मी– मी पितृधर्म विसरलो! माणुसकी विसरलो! शापानं मला आलेलं वार्धक्य मी पूरूला दिलं. त्याचं यौवन मी घेतलं. हा लंपट, कामुक, अधम ययाति तुझा अपराधी आहे. पूरूचा अपराधी आहे!'

ती वेड्यासारखी माझ्याकडे पाहू लागली. माझ्या बोलण्यावर तिचा विश्वास बसेना.

माझ्यावरची ही श्रद्धा पाहून मला भडभडून आले! खरेच, मनुष्य किती चांगला

आहे! तो दुसऱ्यावर किती विश्वास ठेवतो! विश्वास, श्रद्धा, निष्ठा, प्रीती, भक्ती, सेवा यांच्या बळावर तो जगतो. यांच्या बळावर तो मृत्यूला सामोरा जातो! पण या सर्व भावनांचा संबंध माणसाच्या शरीराशी नाही. तो त्याच्या आत्म्याशी आहे.

गेल्या अठरा वर्षांत हा माझा आत्मा मी गमावून बसलो आहे. आपल्या श्रद्धेच्या बळावर शर्मिष्ठेने स्वतःचा आत्मा सुरक्षित राखला होता, विकसित केला होता. गमावलेला आत्मा शोधून काढण्याचा एकच मार्ग मला मोकळा होता– तो म्हणजे ज्या शरीराच्या क्षणिक सुखासाठी मी पिशाच झालो होतो, त्या शरीराचा हसतमुखाने त्याग करणे– प्रीतीच्याच उत्कटतेने मृत्यूला मिठी मारून पूरूचे यौवन त्याला परत देणे–

५०

पूरूसाठी मला मृत्यू स्वीकारला पाहिजे, हे ऐकताच शर्मिष्ठा गोंधळली, गडबडली, स्फुंदू लागली! शेवटी ती म्हणाली,

'महाराज, मी जशी आई आहे, तशी पत्नीही आहे! मला माझे दोन्ही डोळे हवेत– दोन्ही डोळे हवेत, महाराज!'

तिला पुढे बोलवेना. तिचे माझ्यावरचे ते प्रेम पाहून मी गहिवरून गेलो. पण ही वेळ प्रेमाचे दान घेण्याची नव्हती– त्या दानाची पुरेपूर परतफेड करायची होती!

मी शर्मिष्ठेला म्हणालो,

'रात्र फार झालीय्. उद्या सकाळी नीट विचार करू या आपण. काही झालं, तरी तुझा पूरु पूर्वीसारखा होईल, असं मी तुला वचन देतो. जा, त्याच्याजवळ जाऊन बैस, जा. असा त्यागी पुत्र तुझ्या पोटी जन्माला आला. तू खरी वीरमाता होशील! जा, त्याच्या पाठीवरून हात फिरव, जा!'

शर्मिष्ठेची पाठ फिरताच मी शुक्राचार्यांचे स्मरण केले. मी मनात म्हणू लागलो,

'हे उसनं यौवन मला द्यायचं आहे. ते ज्याचं त्याला परत मिळावं, म्हणून मी मृत्यू स्वीकारायला तयार आहे' मी दोनदा हे म्हटले. तिसऱ्यांदा म्हटले की– पाठमोऱ्या शर्मिष्ठेकडे पाहत मी ते शब्द मनातल्या मनात उच्चारू लागलो. एकदम सारा महाल मुलांच्या खेळण्यातल्या एखाद्या चक्रासारखा गरगर फिरत आहे, असा मला भास झाला. त्या भासातच माझ्या कानांवर शब्द आले,

'कचदेव आले आहेत.'

पुढच्या क्षणी मी खाली कोसळून पडलो!

५१

किती दिवसांनी मी शुद्धीवर येत होतो, कुणास ठाऊक!

संध्याकाळची वेळ असावी. कुणी तरी गोड वाणीने काही तरी म्हणत होते. ते मंत्रपठन मग थांबले. एक आकृती हळूहळू माझ्या मंचकाजवळ आली. तिने माझ्या कपाळी विभूती लावली.

मी निरखून पाहिले.

तो कच होता.

मी त्याच्याशी बोलण्याचा प्रयत्न केला; पण माझ्या तोंडून शब्द उमटेना. कचाने माझ्या मस्तकावर आपला स्निग्ध हात ठेवला. 'स्वस्थ पडून राहा.' असे त्याने खुणेने सुचविले. तो काही बोलला नाही. नुसता हसला. त्या हसण्याला उत्तर म्हणून माझ्या ओठांवर स्मितरेषा चमकून गेली असावी! तो पुन्हा हसला.

स्मित ही मानवाची किती मधुर भाषा आहे!

पुन्हा मी जागा झालो, तेव्हा सकाळ झाली होती. पूर्वेकडल्या खिडकीतून अरुणोदय दिसत होता. मला वाटले, जगाच्या कल्याणाची काळजी वाहणाऱ्या ऋषींनी प्रज्वलित केलेले यज्ञकुंडच मी पाहत आहे.

मी डोळे मिटून स्वस्थ पडलो. कुणाचे तरी श्लोकपठन सुरू झाले. मी डोळे उघडून पाहिले.

कच पूर्वेकडच्या अग्निनारायणाला नमस्कार करीत होता. त्याची प्रार्थना मला स्पष्टपणे ऐकू येऊ लागली–

'हे सूर्यनारायणा, तुझं स्वागत असो. वासनांवर विजय मिळवणाऱ्या आत्मशक्तीचं तू प्रतीक आहेस. तू अंधकारावर विजय मिळवला आहेस. जसा तू या विश्वाचा आत्मा आहेस, तसा मानवाच्या भावविश्वाचाही तू आत्मा आहेस. तुझा सारथी पांगळा असला, तरी तू आपल्या कर्तव्यात कधी चुकत नाहीस. तुझा पवित्र प्रकाश गिरिकुहरांप्रमाणं आमच्या मनःकुहरांतही प्रवेश करो. तिथंही हिंस्र श्वापदं लपून बसतातच! हे सहस्रकिरणा, तुझं स्वागत असो.'

सकाळ-संध्याकाळ कचाचे असले श्लोकपठन चालू असे. एरवीसुद्धा तो माझ्या महालात आला, की काही ना काही श्लोक म्हणत इकडून तिकडे फेऱ्या घालीत राही. तो हे श्लोक सहज आत्मरंजनासाठी म्हणत होता, की माझ्यासारख्यांच्या कानांवर ते पडावेत, म्हणून हेतुपूर्वक म्हणत होता, ते देव जाणे! पण मला त्याचे हे पठन अतिशय आवडू लागले. उठायचे नाही, बोलायचे नाही, अशा स्थितीत अष्टौप्रहर रुग्णशय्येवर मी पडून होतो; पण हे श्लोक त्या शय्येवरून मला एका

निराळ्या जगात घेऊन जात. त्या जगातल्या फुलांना काटे नव्हते; पण पाषाणांना सुगंध मात्र होता! कचाच्या या पठनातले किती तरी श्लोक माझ्या मनात कोरल्यासारखे झाले आहेत–

फुलांचा सुगंध डोळ्यांना दिसत नाही; पण तो नाकाला कळतो. आत्माही त्या सुगंधासारखाच आहे.

कोणत्याही प्रकारचा उन्माद म्हणजे मृत्यू! नेहमीच्या मृत्यूहून हा मृत्यू फार भयंकर असतो. कारण, त्यात माणसाचा आत्माच मृत होतो.

हे शिखराच्या रोखाने उड्डाण करणाऱ्या गरुडा, पलीकडली दरी किती खोल आहे, याची तुला कल्पना आहे ना? अंधळेपणाने क्षणभंगुर सुखाच्या मागे लागणाऱ्या मानवाला ती दरी कशी आहे, ते सांग. हे अमृत त्याला आणून दे.

बुद्धी, भावना आणि शरीर यांचा त्रिवेणी संगम म्हणजे मानवी जीवन. संगमाचे पावित्र्य एकेका नदीला कसे येईल?

धावून उरी फुटणाऱ्या या हरिणाचे दुःख तुला जाणून घ्यायचे आहे ना? तर मग, हे पारध्या, या हरणाला शिकारी होऊ दे. तुझे धनुष्यबाण त्याच्यापाशी राहू देत. आणि तू?– तू हरिण हो.

वायू हा जगाचा प्राण आहे. त्याच्या मंद लहरी सदैव सर्वांना प्रिय वाटतात; पण तोच झंझावाताचे स्वरूप धारण करतो, तेव्हा जगाला नकोसा होतो. प्रत्येक वासनेची स्थिती अशीच असते.

हे संसारी स्त्री-पुरुषांनो, तुम्हीसुद्धा थोर तपस्वी आहा. प्रपंच हाच तुमचा यज्ञ आहे. प्रीती, वात्सल्य, कारुण्य हे तुमचे ऋत्विज आहेत, निरपेक्ष प्रेमाचे बोल हे तुमचे मंत्र आहेत. सेवा, त्याग, भक्ती या तुमच्या संसार-यज्ञातल्या आहुती आहेत.

प्रेम कसे करावे, हे तुला शिकायचे आहे ना? तर मग नदीला गुरू कर. वृक्षाला गुरू कर. मातेला गुरू कर.

उपभोग घेऊन वासना कधीही तृप्त होत नाही. आहुतींनी अग्नी जसा अधिकच भडकतो, तशी उपभोगाने वासनेची भूक अधिक वाढते!

असे किती श्लोक सांगू? रुग्णशय्येवरल्या काळातले माझे जिवलग सोबती होते ते!

५२

हळूहळू राजवैद्यांनी मला थोडे बोलायची परवानगी दिली. मग मी उठून बसू लागलो. या मधल्या काळात केवळ माझाच नव्हे, तर देवयानीचाही पुनर्जन्म झाला आहे, असे दिसू लागले. ती किती संयमी आणि सेवाशील झालेली दिसत होती.

हा चमत्कार– हा कचाने केलेली ही जादू होती, की त्या भयंकर रात्रीने केलेली क्रांती?

त्या रात्री मी कोसळून खाली पडल्यानंतर काय काय घडले, याची साखळी मी मनातल्या मनात जुळवू लागलो. कच, शर्मिष्ठा, देवयानी, पूरु, यदु यांच्या बोलण्यांतून सहज मिळणाऱ्या धाग्यादोऱ्यांनी मी मनातल्या मनात ती कथा गुंफू लागलो–

त्या रात्री शुक्राचार्यांचे स्मरण करून पूरूला त्याचे यौवन परत देण्याची प्रार्थना मी दोनदा केली होती. ती मी तिसऱ्यांदा करू लागलो. पण ती पूर्ण झाली नाही. 'कचदेव आले आहेत' या शब्दांनी ती प्रार्थना अर्धवट राहिली. शरीराने केलेली कुपथ्ये आणि मनाची ओढाताण एकत्र येऊन मी त्याच क्षणी कोसळून पडलो.

कचानेही तप करून शुक्राचार्यांसारखी विद्या मिळविली होती. एवढेच नव्हे, तर शुक्राचार्यांसारखा कोपिष्ट तपस्वी कुणाला केव्हा वार्धक्याचा शाप देईल, याचा नेम नसल्यामुळे असले कृत्रिम वार्धक्य दूर करण्याची सिद्धीही त्याने प्राप्त करून घेतली होती. त्या सिद्धीच्या बळावर त्याने एका क्षणात पूरूचे यौवन त्याला परत दिले होते.

मात्र तपस्वी, त्यांची तपश्चर्या आणि त्यांना प्राप्त होणाऱ्या विद्या यांच्याविषयी बोलताना कच अतिशय अस्वस्थ होत असे. मधेच तो स्तब्ध राही. विचारमग्न होई. मग तो बोलू लागे–

'महाराज, मनुष्य पशू नाही, पशूंना संस्कृतीची कल्पना नसते; पण संस्कृतीनं मनुष्य बदलत आला, ते फक्त बाह्य मनात. त्याचं अंतरंग अजून तसंच– अंधळ्या जीवनप्रेरणेमागून धावणाऱ्या पशूसारखंच राहिले आहे! गुरुनिंदा हे पाप आहे. पण सत्य लपवून ठेवणं हे त्याहूनही मोठं पाप आहे. म्हणून शुक्राचार्यांविषयी थोडं बोलतो. त्यांच्यासारखा महर्षी वृद्ध झाल्यावरसुद्धा पदोपदी क्रोधाच्या आहारी जातो, हो पाहिलं, की मला मनुष्याच्या भवितव्याविषयी चिंता वाटू लागते. स्वतःवर विजय मिळविण्याची शक्ती नसलेल्या मानवानं उग्र तपश्चर्या करून मोठमोठ्या सिद्धी मिळविल्या, तरी त्यांचा उपयोग सर्वांच्या सुखासाठीच होईल, अशी खात्री कोण देणार? शुक्राचार्यांनी संजीवनी विद्या मिळवावी, तिच्या बळावर राक्षसांनी देवांचा पराजय करावा, मग देवपक्षाच्या कचानं ती विद्या संपादन करावी आणि दोन्ही पक्षांचं बळ सारखं होऊन युद्धं कायम राहावीत– काय अर्थ आहे अशा जीवनात? असंच का हे जग चालायचं आहे? छे, मानवतेला सुखी व्हायचं असेल, तर मानवानं प्रथम आपल्या मनावर विजय मिळविला पाहिजे.'

कच असा बोलू लागे. मी ऐकत राही. त्याची तळमळ मला व्याकूळ करून सोडी. त्याच्या शब्दाशब्दांतले सत्य मला पटे; पण त्याचे समाधान कसे करायचे, हे मात्र कळत नसे.

माझ्या रुग्ण स्थितीत तो आणि मी अधिकच जवळ आलो. तपश्चर्या संपताच

त्याने माझी आठवण केली होती. माझ्या अधःपाताची कुणकूण कानी पडताच तो इकडे यायला निघाला होता. देवयानीचे निमंत्रण वाटेत मिळाले होते त्याला. त्यातील यदूच्या राज्याभिषेकाची वार्ता ऐकून तो अत्यंत अस्वस्थ झाला होता. नगरात प्रवेश करताच मी अशोकवनात आहे, असे त्याला कळले. तो सरळ माझ्याकडे आला.

किती, किती वेळेवर आला तो! तो आल्यामुळे माझा मृत्यू टळला! पूरूला त्याचे यौवन परत मिळाले! आणि- आणि– एका महापातकातून माझी मुक्तता झाली!

ती सोनेरी केसांची मुलगी–

अगदी शेवटच्या क्षणी तळघरातल्या अलकेने ययातीची सेवा करायची आपली इच्छा अपुरी राहिली आहे, अशी परमेश्वराला प्रार्थना केली असेल का? तसे नसते, तर अलका पुन्हा आपल्या मावशीच्या पोटी अशी जन्माला आली असती? माझी सून म्हणून ती हस्तिनापुरात यावी, अशा घटना का घडल्या असत्या?

५३

कचासारखीच शर्मिष्ठाही किती वेळेवर आली! युद्धावर गेलेल्या पूरूचे क्षेम कळावे, म्हणून ती हस्तिनापुराजवळच्या एका खेड्यात येऊन राहिली होती. पूरूवर प्रेम करणारी अलकाही तिच्याबरोबर होती. यदूबरोबर पूरूलाही शत्रूने कैद केले असेल, या कल्पनेने ती अगदी वेडी होऊन गेली होती. यदूच्या नगरप्रवेशाची वार्ता कळताच तिने व अलकेने पहाटे उठून हस्तिनापुरात यायचे ठरविले; पण मध्यरात्री शर्मिष्ठा जागी झाली, तेव्हा अलका तिच्याजवळ नव्हती! नाही नाही त्या शंका तिच्या मनात आल्या. रात्रभर त्या खेड्यात तिने अलकेचा शोध केला; पण ती कुठे गेली, कळेना! एका दुःखात दुसऱ्या दुःखाची भर पडली! कष्टी मनाने ती कशीबशी संध्याकाळी हस्तिनापुरात येऊन पोचली. यदूच्या नगरप्रवेशाच्या वेळी त्याच्याबरोबर असलेल्या पूरूला तिने पाहिले. तिचा आनंद गगनात मावेनासा झाला. यदूला मुक्त करणारा वीर म्हणून लोक पूरूचा जयजयकार करीत होते. यदूपेक्षा पूरूवर अधिक पुष्पवृष्टी होत होती. ते पाहून तिच्या डोळ्यांचे पारणे फिटले; पण त्या क्षणी पूरूला आपली दृष्ट लागेल, या भयाने ती व्याकूळ झाली. जवळ जाऊन त्याला डोळे भरून पाहावे, म्हणून बरोबरच्या माणसांना मागे सोडून ती गर्दीत घुसली; पण तिला फारसे पुढे जाता येईना. इतक्यात यदु आणि पूरु कोठे तरी निघून गेले. जिकडे तिकडे एकच गोंधळ उडाला! नगरावर शत्रूची स्वारी आली, की काय, हे तिला कळेना. शेवटी एका म्हाताऱ्याने 'ते दोघे अशोकवनात महाराणीला भेटायला गेले आहेत.' असे तिला सांगितले. ती भयभीत झाली. अठरा वर्षांपूर्वीची ती दवंडी तिच्या कानांत

घुमू लागली. आपण कोण आहो, हे पूरूने यदूला सांगितले असेल, तर? आपल्या मुलाचे प्राण वाचविणारा वीर म्हणून देवयानी त्याला आशीर्वाद देईल, की सवतीचा मुलगा म्हणून त्याच्यावर सूड घेईल?

एका क्षणात तिच्या भोवतालचे पौर्णिमेचे चांदणे नाहीसे झाले. अठरा वर्षांपूर्वीची काळरात्र पुन्हा तिच्याभोवती पसरली. पूरूला सुरक्षित ठेवण्यासाठी काय करावे, हे तिला कळेना. ती वेड्यासारखी अशोकवनाच्या वाटेने धावत सुटली.

५४

शर्मिष्ठा आणि कच यांना दैवाने अगदी वेळेवर आणले. त्यामुळे माझा पुढचा अधःपात टळला. माझ्या आत्म्याचा पुनर्जन्म झाला. केवढे अद्भुत घडले होते हे! पण– यतीला पाहताच अद्भुतापेक्षा असे या जगात पुष्कळ आहे, याची जाणीव मला झाली.

मी रुग्णशय्येवर पडून आहे, हे कळताच यति मुद्दाम मला भेटायला आला. मी उठून त्याला अभिवादन करणार होतो; पण त्याने मला उठू दिले नाही. धावत पुढे येऊन त्याने मला कडकडून मिठी मारली. अरण्यात मला भेटलेला कठोर यति आणि आजचा प्रेमळ यति– केवढा विरोध होता या दोन चित्रांत! माझ्या मनात आले, आम्हां दोन भावांची ही भेट पाहायला आई हवी होती आज.

यति माझा निरोप घेऊन जाऊ लागला, तेव्हा विनोदाने मी त्याला म्हणालो,

'आता तुला इथून जाता येणार नाही.'

'का?'

'तू माझा वडील भाऊ आहेस. हे राज्य तुझं आहे. आता तुला सिंहासनावर बसलं पाहिजे.'

तो हसत उत्तरला,

'सिंहासनापेक्षा मृगाजिनाचा आनंद फार मोठा असतो, ययाति! एकदा अनुभव घे याचा!'

यति हे सहज बोलून गेला; पण त्याचे ते शब्द माझ्या मनात खोल खोल गेले. तिथे रुजले. हां हां म्हणता त्या अंकुराचा मोठा वृक्ष झाला.

जीवनात आसक्तीच्या आत्यंतिक टोकापर्यंत जाऊन तिथून मी परतलो होतो. आता विरक्तीचा अनुभव मी घेणे क्रमप्राप्तच होते.

मी वानप्रस्थ होण्याचा निश्चय केला. माझ्या या निश्चयाला कचाने संमती दिली आणि शर्मिष्ठा माझ्या बरोबर अरण्यात यायला तयार झाली, यात काही नवल नव्हते. मला आश्चर्याचा मोठा धक्का दिला, तो देवयानीने! माझ्याबरोबर वनात

येण्याचा आपला निर्धार प्रकट करून!

५५

मी रुग्णशय्येवर प्रथम शुद्धीवर आलो, तेव्हापासून देवयानी मनाने बदलली आहे, हे सारखे माझ्या लक्षात येत होते. राहून-राहून मला या गोष्टीचे आश्चर्य वाटत होते.

मी शुद्धीवर येऊ लागलो, त्या दिवशीची ती रात्र. काही क्षण मला चांगली शुद्ध आली होती. उन्मत्त घोड्याने फेकून दिल्यामुळे मी जखमी झालो आहे आणि अलका माझ्या उशाशी बसली आहे, असा मला प्रथम क्षणभर भास झाला; पण दुसऱ्याच क्षणी ती देवयानी आहे, हे मी ओळखले. हातातल्या पंख्याने ती मला वारा घालीत होती.

मी दृष्टी खाली वळवली. शर्मिष्ठा माझे पाय चुरीत बसली होती.

त्याच रात्री पुन्हा काही क्षण मला चांगली शुद्ध आली. त्या दोघींची कुजबूज ऐकू येऊ लागली. देवयानी शर्मिष्ठेला म्हणत होती,

'तू आता वारा घाल, मी पाय चुरीत बसते.'

शर्मिष्ठेने विचारले,

'ते का?'

देवयानी म्हणाली,

'पाय दाबून दाबून तुझे हात दुखू लागले असतील.'

शर्मिष्ठेने हसत उलट प्रश्न केला,

'वारा घालून हात दुखत नाहीत, वाटतं?'

देवयानी हसत उत्तरली,

'माझा एक हात दुखत असला, तर तुझे दोन्ही हात दुखत असतील. उद्या लोक म्हणतील, 'पाहा, ही देवयानी सवतीला कशी वाईट वागवते, ते!' मी तुझ्याहून मोठी आहे. माझं ऐकायलाच हवं तुला. चल, हा घे पंखा.'

मग दोघीही हसू लागल्या. दोघींचे मनमोकळे हसणे मिळून गेले; दोन नद्या मिळतात, तसे.

देवयानीत इतका बदल कसा झाला, याचा पडल्या-पडल्या पुष्कळ दिवस मी विचार करीत होतो. कचाने तिला पुष्कळ उपदेश केला असेल, हे उघड होते. पण हा उपदेश काही तिला अपरिचित नव्हता. मग ती इतकी बदलली कशामुळे? त्या रात्रीच्या भीषण अनुभवामुळे? शुक्राचार्यांपेक्षा कच खरा ज्ञानी आहे, अशी खात्री झाल्यामुळे?

शेवटी कचाशी बोलता-बोलता मी हा विषय काढला. देवयानीच्या या पुनर्जन्माचे कारण हसत-हसत मी त्याला विचारले.

या परिवर्तनाचे सारे श्रेय मी त्याला देत आहे, असे दिसताच तो म्हणाला,

'तुमची चूक होतेय्, महाराज. जे घडावं, म्हणून इतकी वर्षं मी धडपडत होतो, ते त्या रात्री घडलं; पण माझ्यामुळं नव्हे. पूरूमुळं.'

मी चकित होऊन विचारले,

'ते कसं?'

'पूरूनं तुमचं वार्धक्य घेतलं, तेव्हा तुम्ही त्याला आपलं राज्य दिलं होतं; पण यौवन परत मिळताच पूरु धावत देवयानीकडे गेला. तिच्या पायांवर डोकं ठेवून तो म्हणाला, 'आई, यदु माझा वडील भाऊ आहे. बाबांनी मला राज्य दिलंय्, पण मी ते घेणार नाही. यदूचा अपमान करून मी सिंहासनावर बसणार नाही. यदूच राजा होऊ दे. तो जी आज्ञा करील, ती मी पाळीन. तुझ्या पायांची शपथ घेऊन सांगतो मी, आई. शर्मिष्ठामातेच्या पायांची शपथ घेऊन सांगतो. मला तू हवीस. आई म्हणून तू हवीस. भाऊ म्हणून यदु हवा. मला राज्य नको, मला आई हवी. भाऊ हवा!'

'पूर्वी कधीही कशानंही न विरघळलेली देवयानी पूरूच्या या त्यागानं आणि प्रेमानं द्रवून गेली. त्याला पोटीशी धरून त्याचं मस्तक आसवांनी न्हाणीत ती म्हणाली, 'पूरु, पुढं सिंहासनावर कुणा बसायचं, ते महाराज ठरवतील– प्रजा ठरवील. पण जगातली सारी राज्यं ज्याच्यावरून ओवाळून टाकावीत, असं राज्य तू मला दिलंस. तुझ्यासारखा त्यागी, पराक्रमी मुलानं आई म्हणून मला हाक मारली, पूरु हे प्रेम करायला तुला कुणी शिकवलं? मला हे कुणी लहानपणी शिकवलं असतं, तर फार बरं झालं असतं! आता तुझ्यापासून मी ते शिकणार आहे. वडिलांचं वार्धक्य तू आनंदानं घेतलंस. भावासाठी सिंहासनावरचा आपला हक्क तू आनंदानं सोडलास. पूरु, मला दुसरं काही नको. तुझं हे प्रेम करण्याचं बळ तेवढं मला दे.' '

५६

पूरूने राज्यावरला आपला हक्क सोडला होता. पण साऱ्या प्रजेला तोच राजा व्हायला हवा होता. यदूच्या पराभवामुळे तो लोकांच्या मनांतून उतरला होता. उत्तरेकडचे दस्यूंचे बंड मोडून काढणे आवश्यक होते. त्यासाठी पराक्रमी राजा सिंहासनावर असणे आवश्यक होते. देवयानीनेसुद्धा लोकांच्या या इच्छेला आनंदाने मान दिला.

पूरूच्या राज्याभिषेकाच्या दिवशी आम्ही वानप्रस्थ झालो. अभिषेकाचा समारंभ संपताच कचाने आम्हां तिघांना प्रश्न केला,

'तुमची काही इच्छा राहिली आहे का?'

देवयानी आणि शर्मिष्ठा या दोघींनीही 'काही नाही' असे तत्काळ उत्तर दिले.

मी मात्र स्तब्ध राहिलो.

तेव्हा कच म्हणाला,

'महाराज–'

मी म्हणालो,

'आता मला महाराज म्हणून एक हाक मारायची नाही! ययाति! म्हणून हाक मारायची. आपण दोघे बरोबरचे मित्र आहो. अगदी अंगिरस ऋषींच्या आश्रमातल्या त्या शांतियज्ञापासून. आज पुन्हा आपण बालमित्र झालो.'

कच हसत म्हणाला,

'ठीक आहे. ययाति, तुझी काही इच्छा राहिली आहे?'

'होय, माझ्या दोन इच्छा अतृप्त आहेत.'

'कोणत्या दोन इच्छा?'

'माधवाची आई म्हातारी झाली आहे. तिला वनात बरोबर न्यावं, म्हणतो. तिची सेवा हातून घडावी, अशी फार इच्छा आहे. आणि– आणि आम्ही तिघांनी आपली ही कहाणी कुठलाही आडपडदा न ठेवता जगाला सांगावी!'

राजा झालेला पूरु आमचे आशीर्वाद घेण्याकरिता आला. मी त्याला आशीर्वाद दिला.

'तुझ्या नावानं हे कुळ प्रसिद्ध होवो. तुझ्या पराक्रमाप्रमाणं तुझा त्यागही वाढत राहो.'

'आणखी काय, महाराज?'

'मी आता महाराज नाही.'

'आणखी काय, बाबा?'

'मी आता संसारी मनुष्य नाही.'

'आणखी काय–'

'सुखात, दुःखात सदैव एक गोष्ट लक्षात ठेव. काम आणि अर्थ हे महान पुरुषार्थ आहेत. मोठे प्रेरक पुरुषार्थ आहेत. जीवनाला पोषक असे पुरुषार्थ आहेत. पण हे स्वैर धावणारे पुरुषार्थ आहेत. हे पुरुषार्थ केव्हा अंध होतील, याचा नेम नसतो! त्यांचे लगाम अष्टौप्रहर धर्माच्या हातांत ठेव.

* 'न जातु कामः कामानामुपभोगेन शाम्यति
हविषा कृष्णवर्त्मेव भूय एवाभिवर्धते।'

* कामेच्छा ही अधिकाधिक उपभोगाने शांत होत नाही. यज्ञातील अग्नि हविर्द्रव्यांमुळे (आहुतींमुळे) जसा अधिकच भडकतो, तसेच कामेच्छेचे आहे.

***

पार्श्वभूमी

१

'ययाति' कादंबरीची जाहिरात तीन वर्षांपूर्वी प्रथम प्रसिद्ध झाली. ती वाचून अनेकांनी मला विचारले, 'ही कादंबरी पौराणिक आहे, की सामाजिक आहे?' 'कांचनमृग' व 'क्रौंचवध' या माझ्या दोन कादंबऱ्यांची नावे पुराणकथांशी संलग्न आहेत. पण त्यांचे अंतरंग सर्वस्वी सामाजिक स्वरूपाचे आहे. तेव्हा 'ययाति' सुद्धा पौराणिक नावाची, पण सामाजिक कादंबरी असावी, असा या पृच्छकांचा तर्क होता! परंतु या तर्काला धक्का देणारे 'रथा'सारखे काही शब्द त्या जाहिरातीत होते. सामाजिक कादंबरीतला नायक, श्रीमंत असल्यास, अद्ययावत मोटार-गाडीतून मिरवेल! त्याच्या मोटारीला किरकोळ अपघात होऊन, त्या नाजूक अपघातात त्याला एखाद्या सुंदरीचे प्रेमही लाभेल! गाडी नादुरुस्त झाल्यामुळे या दोघांना एखाद्या मालवाहू ट्रकमधून थोडा वेळ प्रवासही करावा लागेल! नाही, असे नाही. पण ट्रक हे कितीही अवजड धूड असले; तरी ते आधुनिक आहे! 'रथ'– हा शब्द त्याच्या बाबतीत कसा वापरता येईल? ही मंडळी साशंक झाली होती, ती त्यामुळेच!

'या कादंबरीचा पुराणाशी केवळ नावापुरता संबंध नाही. एका प्रसिद्ध पौराणिक उपाख्यानाचे धागेदोरे घेऊन, ते मी स्वतंत्र रीतीने गुंफले आहेत', असे

मी या मंडळींना सांगितले, म्हणजे ती अस्वस्थ होत. त्यांना वाटत असावे, गेल्या वीस वर्षांत जगात अतर्क्य घडामोडी झाल्या आहेत. ज्यांच्यापुढे पुराणांतले चमत्कारही फिक्के पडतील, अशा घटना आजही घडत आहेत. खुद्द आपल्या देशात मोठ्या वेगाने स्थित्यंतरे होत आहेत, समाजपुरुष अंतर्बाह्य, नखशिखांत बदलत आहे. काल-परवाचे ज्वलंत प्रश्न हे बेरीज-वजाबाकीच्या उदाहरणांइतके सोपे वाटावेत, अशा नव्या सामाजिक, राष्ट्रीय आणि जागतिक समस्या दत्त म्हणून पुढे उभ्या राहिल्या आहेत! अशा वेळी आजच्या कादंबरीकाराने कथासूत्राकरिता पुराणांकडे धाव घेणे हा वैचारिक पळपुटेपणा नाही का? आपण पुराणपुरुष झालो आहो, याचा त्याने स्वतः दिलेला हा कबुलीजबाब नाही काय?

आजच्या पेटत्या प्रश्नांकडे पाठ फिरवून, त्यांच्याशी काडीचाही संबंध नसलेल्या आणि अद्भुतरम्यतेच्या धुक्यात पूर्णपणे झाकळून गेलेल्या काळाचा ललितलेखकाने आश्रय करण्यात कसली कला आहे? कसली सामाजिकता आहे?

अशा पृच्छकांचा पुराणांशी जो संबंध आलेला असतो, तो बहुधा लहानपणी वाचलेल्या 'बाल-रामायण', 'बाल-भारत', इत्यादी पुस्तकांच्या द्वारे! त्यांनी पुराणकथांचे विशाल आकाश पाहिलेले असते, पण ते अंगणातल्या पाण्याच्या हौदात पडलेल्या त्याच्या प्रतिबिंबाच्या रूपाने. हे प्रतिबिंबही त्यांनी पाहिलेले असते, ते दिवसा! आकाश निरभ्र असताना! पावसाळ्यातल्या काळ्या ढगांनी भरून गेलेले आणि चिंताग्रस्त वृद्धासारखे भासणारे उदास आकाश, दुग्धपानाने तृप्त झालेल्या बालकाप्रमाणे दिसणारे शरदऋतूतल्या पौर्णिमेच्या रात्रीचे हसतमुख आकाश, अलंकारांनी नटलेल्या आणि त्यांना आपल्या विभ्रमांनी नटविणाऱ्या नववधूप्रमाणे भासणारे हिवाळ्यातले अमावास्येचे नक्षत्रखचित आकाश– या बिचाऱ्यांनी डोळ्यांनी यांतले काहीच पाहिलेले नसते. मग डोळे भरून अशा आकाशाचे दर्शन घेणे दूरच राहिले! त्यामुळेच अशा लोकांना पुराणकथा या भाकडकथा वाटतात! पण खरोखर आपल्या पुराणकथा या साहित्यिकाच्या दृष्टीने सोन्याच्या खाणी आहेत. ग्रीक पुराणकथांनी सोफोक्लीजपासून युजिन ओनीलपर्यंत अनेक कलावंतांच्या प्रतिभेला आवाहन केले आहे; मानवी भावनांच्या आणि वासनांच्या संघर्षांनी रसरसलेले साहित्य नवनिर्मितीकरिता त्यांच्या हाती दिले आहे. भारतीय पुराणकथांतही हे सामर्थ्य निःसंशय आहे.

हे माझे मत आजकालचे नाही. माझ्या कथा-निबंधांतून येणाऱ्या पौराणिक संदर्भांवरूनही माझे पुराणकथांवरील प्रेम सहज लक्षात येण्याजोगे आहे. ज्यांना हे संदर्भ कळत नाहीत, असे आधुनिक विद्वान त्यांच्यावर टीका करीत असतात, ही गोष्ट निराळी!

२

कुमारवयात मी बहुतेक सर्व पुराणकथा गोडीने ऐकल्या आहेत, आवडीने वाचल्या आहेत. पन्नास वर्षांपूर्वी कीर्तने आणि पुराणे ही आपल्या समाजातील लोकांचे रंजन व शिक्षण यांची प्रभावी साधने होती. कितीतरी पुराणिक आणि कीर्तनकार आपली सर्व वाचिक, बौद्धिक आणि कलात्मक शक्ती खर्ची घालून पुराणातील प्रसिद्ध आख्याने रंगवीत असत. त्यांच्या वाणीच्या रसाळपणामुळे आबालवृद्ध श्रोत्यांपुढे या कथा मूर्तिमंत उभ्या राहत. त्या ऐकता-ऐकता मनावर सुसंस्कार घडत. या कथांमध्ये असलेले काव्य, नाट्य आणि तत्त्वज्ञान माझ्या कुमारमनाच्या मुळांपर्यंत वर्षानुवर्ष झिरपत होते. पुढे लेखक झाल्यावर सामाजिक व वाङ्मयीन परिस्थितीमुळे ललित वाङ्मयातील सामाजिकतेवर मला अधिक भर द्यावा लागला. पण सामाजिकतेचा पुरस्कार करीत असतानाही पौराणिक कथांतील काव्यात्मकतेचे, तात्त्विकतेचे आणि नाट्यपूर्णतेचे मला वाटणारे आकर्षण कायमच राहिले. ललित वाङ्मयातल्या सामाजिकतेचा कैवार घेत असतानाही, जीवनाचा भाष्यकार व दर्शनकार या दृष्टीने इब्सेनपेक्षा शेक्सपिअर श्रेष्ठ आहे, याचा मला कधीच विसर पडला नाही!

लेखक म्हणून झालेली माझ्या मनाची घडण थोडी स्पष्ट करण्यासाठी एका पुराणकथेचा माझ्या कुमारमनावर कसा आणि किती परिणाम झाला होता, ते सांगतो. सांगली हायस्कूलमधले आणचे मराठीचे शिक्षक शंकरशास्त्री केळकर यांचे कीर्तन ऐकताना वसिष्ठ-विश्वामित्रांचे आख्यान पहिल्याने माझ्या कानांवर पडले. चार तपे उलटली, तरी त्याचा संस्कार अजून कायम आहे. त्या दिवशी सांगलीतल्या जुन्या मंडईजवळच्या दत्ताच्या देवळात मी कुठे बसलो होतो, हेसुद्धा आज मला स्पष्टपणे आठवते. या आख्यानाच्या रूपाने जीवनातला एक सनातन संघर्ष आपल्यापुढे साकार होत आहे, हे लक्षात येण्याचे माझे ते वय नव्हते. सत् व असत् यांमधला तो चिरंतन कलह आहे, हे मला त्या वेळी बिलकुल कळले नाही. नैतिक शक्ती व भौतिक शक्ती यांचे मानवी जीवनात अखंड सुरू असलेले भांडण त्या प्रसंगात प्रतिबिंबित झाले आहे. पण कीर्तन ऐकताना त्याची जाणीव मला झाली नाही. मात्र शंकरशास्त्री इतके रंगून गेले

होते, मोरोपंतांच्या या आख्यानाच्या आर्या ते इतक्या प्रभावी रीतीने म्हणत होते आणि त्या आर्यांवर इतके सुबोध भाष्य करीत होते की, आपण एका देवळात कीर्तन ऐकत बसलो आहोत, हे मी विसरून गेलो. खाडिलकरांच्या 'भाऊबंदकी'सारखे एक सुरस नाटक आपण पाहत आहोत, असा माझ्या कुमारमनाला भास झाला.

१९१० साली ऐकलेल्या या आख्यानाचा खरा अर्थ मला कळला, तो १९३० साली! शिरोड्याला मिठाचा कायदेभंग सुरू झाल्यावर–वसिष्ठ-विश्वामित्रांचा तो सनातन संघर्ष नवे स्वरूप धारण करून माझ्यासमोर उभा राहिल्यावर! त्या सात-आठ दिवसांतल्या अनुभवातून मी जशी 'सहगमन' ही कविता लिहिली, 'दोन टोके' ही सामाजिक कथा जशी माझ्या हातून लिहून झाली, तशीच पुराणांचा आधार असलेली 'सागरा! अगस्ति आला' ही रूपककथाही निर्माण झाली.

३

याचा अर्थ लेखनासाठी १९३० पूर्वी मी पुराणकथांकडे कधीच वळलो नव्हतो, असा नाही. १९२७-२८ साली अहल्येच्या करुण कथानकावर 'शीलशोधन' नावाचे नाटक मी लिहिले होते, पण ते कोकणातल्या दशावतारी रंगभूमीवरसुद्धा कधीही येऊ शकले नाही! माझे पुराणप्रेम त्यापूर्वीही लेखरूपाने प्रगट झाले होते. कॉलेजात पाऊल टाकताच 'उषास्वप्ना'च्या कथेवर आधारलेले 'स्वप्न-संगम' नावाचे महाकाव्य मी लिहायला घेतले. त्याचे किती सर्ग करायचे, प्रत्येक सर्गात कुठले वृत्त वापरायचे, पूर्वकवींच्या काव्यांतून कुठल्या कल्पना चोरायच्या, इत्यादी बाबतींत मी जय्यत तयारी केली. पण माझे ते महाकाव्य दुर्दैवाने लघुतम काव्य ठरले! बिचारे धड पहिल्या सर्गाचा शेवटसुद्धा गाठू शकले नाही! याचे कारण त्याचा उगम प्रतिभेच्या स्फुरणात नव्हता, हेच असावे! तो बहुधा माझ्या वयात असावा, त्या वेळी मी सोळा वर्षांचा होतो. पंचविशीइतके सोळा वर्षांच्या वयाबद्दल सुभाषितकार वाईट बोलत नाहीत; पण मला वाटते, हे नऊ वर्षांचे अंतर फार फसवे आहे!

मी महाकवी होण्याचा तो योग– खरे सांगायचे म्हणजे, काव्यसृष्टीवर येऊ घातलेली एक मोठी आपत्ती– अशा रीतीने टळली; पण उत्कृष्ट काव्य, नाटक किंवा कादंबरी लिहायला उपकारक होतील, अशा अनेक कथा पुराणांत आहेत, हे त्या वेळचे माझे मत अजूनही बदललेले नाही. उलट, पाश्चात्त्य वाङ्मयाच्या

परिशीलनाने ते अधिक दृढ झाले आहे.

आपल्या प्रतिभेची जात, तिची शक्ती आणि तिच्या मर्यादा यांची योग्य जाणीव झालेल्या लेखकाने आत्मविष्काराला योग्य अशी कथा निवडली, साहित्याच्या ज्या माध्यमातून ती प्रगट व्हावयाची आहे, त्याच्यावर या कलाकारांचे प्रभुत्व असले, पुराणकथांत जे भव्य-भीषण संघर्ष आढळतात, त्यांचे मंथन करण्याइतकी शक्ती त्याच्या चिंतनात असली, जीवन एका बाजूने जसे क्षणभंगुर आहे, तसेच दुसऱ्या बाजूने ते चिरंतन आहे, ते जितके भौतिक आहे, तितकेच आत्मिक आहे, या गोष्टींचे आकलन त्याला झाले असले, तर पौराणिक कथेतून चांगली ललितकृती कशी निर्माण होते, हे पाहायला कुणालाही परदेशाचा प्रवास करायला नको! कालिदास (शाकुंतल), भवभूति (उत्तररामचरित), रवींद्रनाथ (कच-देवयानीसारखे नाट्यसंवाद) व खाडिलकर (कीचकवध आणि विद्याहरण) या चौघांपैकी कुणाचीही साक्ष या बाबतीत पुरी आहे. कुणीही रसिक न्यायाधीश ही साक्ष अमान्य करणार नाही. अधिक आधुनिक साक्ष हवी असल्यास ती पु. शि. रेगे यांचे 'रंगपांचालिक' देईल.

४

१८८० ते १९२० या काळात पौराणिक कथांच्या आधारे आपल्याकडे विपुल नाट्यनिर्मिती झाली. खाडिलकरांसारखा एक प्रभावी नाटककारही पुराणकथांनी रंगभूमीला दिला; पण कथा किंवा कादंबरी यांच्या बाबतीत मात्र मराठी लेखकांनी पुराणांचा असा उपयोग करून घेतला नाही. त्या काळी ऐतिहासिक कादंबरी लोकप्रिय होती; पण पौराणिक कादंबरी मात्र उपेक्षितच राहिली.

पौराणिक कथा ही बोलून-चालून एक फार जुनी गोष्ट, अतिशय प्राचीन काळातल्या समाजाची कथा, असंभाव्य चमत्कारांनी भरलेली अद्‌भुत कहाणी– या किंवा अशा प्रकारच्या कल्पनांचा त्या वेळच्या लेखकवर्गाच्या मनावर पगडा होता. पहिल्यानेच अस्सल सामाजिकतेकडे वळलेल्या, मध्यम वर्गाच्या तत्कालीन सुधारकी दृष्टीने भविष्याची सोनेरी स्वप्ने पाहणाऱ्या आणि नव्यानेच परिचित झालेल्या वाङ्मयीन वास्तवतेच्या मर्यादा न कळलेल्या तत्कालीन कथालेखकांनी पुराणकथांकडे पाठ फिरवावी, हे स्वाभाविकच होते. विषयांच्या दृष्टीने कादंबरी नेहमीच नाटकाच्या पुढे धावत असते. त्यामुळे एकीकडे पौराणिक नाटक निर्माण होत राहिले, प्रेक्षकांना आवडत राहिले! पण दुसरीकडे पौराणिक कादंबरी मात्र रूढ झाली नाही. या क्षेत्रात फक्त सामाजिक

कादंबरीचीच चलती होत राहिली.

नाही म्हणायला विद्यार्थिदशेत दोन पौराणिक कादंबऱ्या वाचल्याचे मला आठवते. १९१५ ते २५ या दशकात 'नवयुग' या मासिकात त्या क्रमशः आल्या होत्या. त्या वेळचे एक व्यासंगी लेखक ल. वि. परळकर यांनी बंगालीतून अनुवादित केल्या होत्या. मी सामाजिक कादंबरीचा भक्त होतो, असे असूनही मला त्या आवडल्या होत्या. तसे काही तरी लिहावे, असे त्या वेळी मला वाटले होते. त्या काळात असे नेहमीच वाटे, म्हणा! फक्त काही चांगले लिहिता येत नव्हते, एवढीच काय ती अडचण होती! या कादंबऱ्या किंवा ना. के. बेहेऱ्यांची 'अहिल्योद्धार', साने गुरुजींची 'आस्तिक' अशा काही हाताच्या बोटांवर मोजता येण्याजोग्या कादंबऱ्या सोडल्या, तर मराठी कादंबरीकारांचे लक्ष पुराणकथांकडे जावे, तसे गेलेले नाही, असेच दिसून येईल

५

माझीच गोष्ट पाहा ना! मी लहानपणापासून पौराणिक कथांची पारायणे केली होती. त्यांतल्या विविध रसांचा मनसोक्त आस्वाद घेतला होता. रूपके, प्रतीके व संदर्भ म्हणून त्यांचा मुक्त हस्ताने वापर केला होता. असे असूनही, १९४२ पूर्वी पौराणिक कादंबरी लिहायची इच्छा मनात कधीही निर्माण झाली नाही.

१९४२ साली मी 'क्रौंचवध' लिहिली. ती लिहून एक-दोन वर्षे होईपर्यंत सामाजिक कादंबरीच्या मर्यादा मला फारशा जाणवल्या नव्हत्या, पण १९४२ ते १९५२ या दशकात त्या क्रमाक्रमाने मला कळू लागल्या, वाढत्या तीव्रतेने जाणवू लागल्या. हे दशकच मोठे विलक्षण होते. उत्पातांचे, उन्मादांचे, उदासीनतेचे आणि त्यातच दुसरे महायुद्ध संपले किंवा आपली मातृभूमी स्वतंत्र झाली, या भावनेने उचंबळून येणाऱ्या उत्साहाचे! १९४२ च्या भूमिगत चळवळीपासून स्वातंत्र्यप्राप्तीनंतरच्या आकाशाला कवटाळू पाहणाऱ्या धडाडीपर्यंतच्या या दशकात या माझ्या सर्व प्रतिक्रिया सामाजिक कादंबरीच्या द्वारे प्रकट करण्याचा मी अल्पसा प्रयत्न केला; पण कुठलीही कादंबरी पूर्वीच्या सुलभतेने पुढे जाईना. वेग घेईना. पूर्ण होईना. पहिली काही पाने लिहून व्हावीत, मग, आमटीत मीठ नसावे, तसे या कादंबरीत काही तरी कमी पडते आहे. ही जाणीव व्हावी, संपूर्ण कथानक हाताशी असावे, पण रेंगाळत-रेंगाळत लेखन मध्येच थांबावे, असे अनेकदा घडले! याचे कारण मी शोधू लागलो. हळूहळू ते माझ्या लक्षात आहे. चार भिंतींतल्या भारतीय जीवनाच्या कक्षा— मग

त्या भिंती स्वतःच्या घराच्या असोत, सामाजिक निर्बंधांच्या असोत अथवा परक्या सरकारच्या तुरुंगाच्या असोत– एकदम विस्तारल्या होत्या. दुसऱ्या महायुद्धानंतरच्या दहा वर्षांत पूर्वीच्या चार भिंती हां हां म्हणता जमीनदोस्त झाल्या होत्या. त्यांची जागा चार दिशांनी घेतली होती.

त्या चार दिशांतले जीवन 'उल्का', 'दोन ध्रुव' आणि 'क्रौंचवध' यांच्या पद्धतीने मी चित्रित करू पाहत होतो. ते अशक्य होते! दुसऱ्या महायुद्धात बेचिराख झालेले वॉर्सा, बेचाळीसच्या चळवळीत फाशी गेलेल्या तरुणाची दिवस गेलेली निष्पाप, निराधार प्रेयसी, बंगालच्या दुष्काळात तडफडून मेलेली माझ्यासारखी लक्षावधी माणसे, देशाचे दोन तुकडे होताना वाहिलेला रक्ताचा पूर आणि लाखो निर्वासितांचा असह्य दुःखाने भरलेला ऊर, भारतीय संस्कृतीच्या ऐसपैस गप्पा मारीत पांढऱ्या टोप्या घालून समाजकंटकांनी केलेला काळा बाजार, तिरंगी झेंड्याकडे अभिमानाने पाहताना डोळ्यांसमोर उभी राहणारी कोट्यवधी दीनदलितांची दुःखाने काळवंडलेली मुखे, स्वातंत्र्यप्राप्तीनंतर पूर्वी पवित्र मानल्या गेलेल्या प्रत्येक निष्ठेचे होऊ लागलेले अवमूल्यन, पंडुरोगाने आजारी असलेल्या माणसाला भरजरी पोशाख चढवावा, त्याप्रमाणे प्रेरणाशून्य झालेल्या समाजाच्या प्रगतीसाठी चाललेली पुढाऱ्यांची धडपड, 'ऊप्दो, पैद र्फेन हद न्ेग्दह, जीेग! (ज्यांच्या अंगी द्रष्टेपण नसते, ते नष्ट होतात)' या मॅझिनीच्या अमर उक्तीचा गल्लीतल्या पंत-पाटलांपासून दिल्लीतल्या पंत-पाटलांपर्यंत सर्वांना पडलेला विसर, विनोबांचे स्वयंपूर्ण खेडेगावाचे स्वप्नही चांगले आणि नेहरूंचे यंत्रशक्तीच्या द्वारे समाज सुखी करायचे ध्येयही चांगले, या थाटात पुढचा मार्ग आक्रमणारा समाजपुरुष– या किंवा अशा अनुभवांचे चित्रण परंपरागत सामाजिक कादंबरीतून कसे करायचे? पुष्करिणीच्या तरंगांत समुद्राच्या प्रक्षुब्ध लाटांचे प्रतिबिंब पाहण्याचा प्रयत्न केल्यासारखे ते होईल, असे मला वाटू लागले! या मनःस्थितीतच मी पौराणिक कादंबरीकडे वळलो.

६

आज मी सादर करीत असलेल्या ययातीच्या जन्मकथेचा हा पूर्वरंग झाला! मात्र या कथानकाचे आकर्षण वर वर्णन केलेल्या १९४२ ते ५२ या दशकातल्या अनुभूतीनंतर माझ्या मनात निर्माण झाले, असा कुणी तर्क केला, तर तो अगदी चुकीचा ठरेल! गेली पंचेचाळीस वर्षे हे कथानक माझी सोबत करीत आले आहे. लहानपणी ते मी वाचले, तेव्हा त्यातल्या अद्भुताचे–वार्धक्य आणि तारुण्य यांच्या क्षणात होणाऱ्या मजेदार अदलाबदलीचे– आकर्षण मला

वाटले असेल! पण देवयानीशी लग्न झाले असूनही, ययाति शर्मिष्ठेवर प्रेम का करू लागतो, किंवा या दोघींपासून पाच मुलगे झाले असूनही, 'अजून माझी सुखोपभोगाची इच्छा अतृप्त आहे!' असे तो का म्हणतो, हे त्या वेळी मला बिलकूल कळले नाही. उलट, मुलाचे तारुण्य उपटणाऱ्या या ययातीचा रागच आला होता मला! हुमायून मृत्युशय्येवर असताना आपले उरलेले आयुष्य त्याला मिळावे, अशी अल्लाची प्रार्थना करणाऱ्या बाबराची गोष्ट त्या वेळी मी वाचली होती. त्याच्या त्या पितृप्रेमाने मी गहिवरून गेलो होतो. त्या बालवयात जर कुणी प्रकाशकाने माझ्याकडे कादंबरी मागितली असती, तर 'ययाति' ऐवजी निश्चित 'बाबर' ही कादंबरी मी त्याला दिली असती!

मी कॉलेजात पाऊल टाकीपर्यंत गोष्ट म्हणूनसुद्धा या कथेची ओढ मला कधी लागली नव्हती. कॉलेजात पहिल्या वर्षाला 'शाकुंतल' होते. त्यात शकुंतला सासरी जायला निघते, तेव्हा कण्व तिला आशीर्वाद देतो, 'ययातेरिव शर्मिष्ठा भुर्तुर्बहुमता भव' (ययातीला जशी शर्मिष्ठा अतिशय प्रिय होती, तशी तू आपल्या पतीला प्रिय हो) हा आशीर्वाद माझ्या मनाला खटकू लागला. ययातीची कथा मला थोडीथोडी आठवत होती. जे आठवत होते, त्यावरून ययातीला देवयानीपेक्षा शर्मिष्ठा विशेष प्रिय होती, असे मला वाटेना. उलट, शुक्राचार्यांने वार्धक्याचा शाप दिल्यानंतर त्याच्याकडे आपले तारुण्य परत मागताना पुराणातील ययाति म्हणतो,

'देवयानीसह सुखोपभोग घेण्याच्या कामी माझं अद्यापि समाधान झालेलं नाही. त्या बाबतीत मी अजून अतृप्त आहे. म्हणून कृपा करा आणि माझं तारुण्य मला परत द्या.'

डॉ. गुणे आमचे संस्कृतचे प्राध्यापक होते. त्यांना माझी ही शंका मी विचारली. त्यांनी उत्तर दिले,

'ययातीचा शर्मिष्ठेशी गांधर्व विवाह झाला होता. दुष्यंत-शकुंतला यांचा विवाहही असाच होता. शिवाय दुष्यंत हा पूरूच्या कुळातला– म्हणजे ययातीचा वंशज होता. तेव्हा त्याच कुळातलं पूर्वीचं गांधर्व विवाहाचं उदाहरण देऊन शकुंतलेला आशीर्वाद देण्यात कालिदासानं मोठं औचित्य दाखवलं आहे.'

हे उत्तर परीक्षेच्या दृष्टीने ठीक होते; पण त्याने माझ्या मनाचे काही समाधान केले नाही. 'भर्तुर्बहुमता भव' या शब्दांत अधिक अर्थ भरला आहे, असे मला सारखे वाटू लागले. लग्ने सगळ्यांचीच होतात. (अर्थात पसाभर ब्रह्मचारी आणि मूठभर ब्रह्मवादिनी सोडून!) पण सर्व पति-पत्नी परस्परांवर उत्कट प्रेम करतात, असे मुळीच नाही! शर्यतीच्या मैदानावर 'र्‍द' र्‍ह' (हेही धावले) या सदरात येणारे घोडे असताता ना? शेकडा साठ-सत्तर जोडपी

अशीच असतात. ती यथाशक्ति संसाररथ ओढीत धावत असताना तडजोड, गोडीगुलाबी, आत गिळलेले दुःख यांच्यामुळे त्यांचे संसार सुरळीत चालतात, सुखी दिसतात; पण त्यांत प्रीतीची उत्कटता नसते. ययातीला शर्मिष्ठा फार प्रिय होती, हे कालिदासाला मान्य होते. आकर्षण, शरीरसुख, विश्वास, आदर, भक्ती या प्रीतीच्या सर्व पायऱ्या चढून जाणाऱ्या पत्नीविषयीच पतीच्या मनात ही भावना निर्माण होईल; पण महाभारतातल्या ययातीच्या कथेत तर अशा भावनेला काडीचाही आधार नव्हता.

ती कथा अशी आहे :

'ययाति राजा अशोकवाटिकेत आला असता, शर्मिष्ठेने त्याची एकांती गाठ घेतली आणि आपले मनोगत त्यास कळविले. शर्मिष्ठा त्याला म्हणाली,

' 'माझं रूप, शील व कुलीनता तुम्हांस माहीत आहेच. स्वतःचा पती काय व धनिणीचा पती काय, दोघे दासींना सारखेच असतात! मी देवयानीची दासी– म्हणजे तुमचंच धन झाले आहे. माझ्यावर तुमची देवयानीइतकीच सत्ता आहे.' '

'शर्मिष्ठेचे हे मायावी भाषण ऐकून तिच्या रूपयौवनाचा लोभ ययातीला सोडवेना; पण ययातीला तिचे हे म्हणणे एकदम कबूलही करवेना. 'शर्मिष्ठेशी सलगी ठेवू नकोस', असे शुक्राने त्याला लग्नाच्या वेळी बजावले होते. त्या गोष्टीचीही त्याला आठवण झाली. शेवटी 'शर्मिष्ठा याचक आहे. आपल्याकडे ती प्रेमाची याचना करीत आहे, याचकाचे मनोरथ पूर्ण करणं हे आपलं व्रत असून ते आपण पाळलं पाहिजे!' असे मनाचे खोटे समाधान करून घेऊन त्याने शर्मिष्ठेचे मनोरथ पूर्ण केले. या गुप्त समागमातून तिलाही योग्य काळी एक पुत्र झाला.'

हे वाचून माझ्या डोळ्यांपुढे दोन चित्रे स्पष्ट उभी राहिली. पहिले ययातीचे– एक कामुक, लंपट, स्वप्नातही ज्याला संयम ठाऊक नाही, असा पुरुष! दुसरे शर्मिष्ठेचे–मायावी व लाघवी भाषणाने आपली कामेच्छा व पुत्रेच्छा तृप्त करून घेण्याकरिता या पुरुषाभोवती आपल्या रूपयौवनाचे जाळे पसरणाऱ्या स्त्रीचे!

साहजिकच या मूळ कथाभागाने मला अधिकच गोंधळात टाकले.

'भर्तुर्बहुमता भव' असे कालिदास कण्वाच्या मुखाने म्हणत होता. पुरुषाला स्त्रीविषयी असीम प्रेम वाटायला केवळ कामतृप्तीवर आधारलेला दोघांचा संबंध उपयोगी पडत नाही. कामुकतेच्या पलीकडे जाणारी– इतकेच नव्हे, स्वतःच्या सुखाच्या पलीकडे सहज पाहणारी–स्त्रीची अद्भुत प्रीती लाभली, तरच पुरुषाच्या तोंडून असले उद्गार निघू शकतील!

मी कालिदासाच्या बाजूला होतो. त्यामुळे पुराणकथेतले शर्मिष्ठेचे चित्रण

माझ्या मनाला पटेना! आपल्या ज्ञातीसाठी तिने केवढा त्याग केला होता! स्वतःचा द्वेष करणाऱ्या देवयानीची दासी होण्याचे दिव्य करणारी स्त्री निःसंशय असामान्य असली पाहिजे! अशी तरुणी केवळ वासनेच्या तृप्तीकरिता ययातीला आपल्या जाळ्यात ओढील, किंवा चोरट्या संबंधाने तिच्यापासून मिळणाऱ्या शरीरसुखामुळे ती त्याला प्रिय आणि आदरणीय होईल, हे अशक्य होते. मी विचार करू लागलो. अग्नि-ब्राह्मणांच्या साक्षीने ययातीने देवयानीचे पाणिग्रहण केले होते; पण पाणिग्रहणाने हृदय-मीलन होते, असे थोडेच आहे? तेव्हा देवयानी ययातीला जे देऊ शकली नव्हती, असे काही तरी शर्मिष्ठेने त्याला दिले असले पाहिजे. शरीरसुखाच्या पलीकडचे, वासनातृप्तीच्या पलीकडचे प्रेम त्याला शर्मिष्ठेपासून लाभले असले पाहिजे, हे उघड होते. त्यामुळेच शर्मिष्ठा ययातीला अत्यंत प्रिय असल्याची कथा प्रचलित झाली असावी आणि कालिदासाने तिचा कौशल्याने उपयोग केला असावा! कालिदासाच्या 'भर्तुर्बहुमता भव' या शब्दांचा मागोवा घेत मी शर्मिष्ठेच्या जीवनाची स्वतंत्रपणे मांडणी करू लागलो. अशा रीतीने १९१४-१५ साली या कादंबरीतल्या शर्मिष्ठेने माझ्या कल्पनासृष्टीत प्रवेश केला.

७

मूळ कथा वाचता-वाचता दुसरी एक गोष्ट माझ्या लक्षात आली. ती म्हणजे खाडिलकरांच्या 'विद्याहरणा'मुळे परिचित झालेली देवयानी ही महाभारतातल्या देवयानीहून अत्यंत भिन्न आहे, ही! देवयानीची भूमिका बालगंधर्वांसाठी योजून, खाडिलकरांनी मोजून-मापून लिहिली आहे, हे उघड आहे. कुशल शिंपी कपडे बेतण्यात जे चातुर्य दाखवितो, तेच कुशल नाटककाराच्याही अंगी असावे लागते. 'मानापमाना'त बालगंधर्वांचे जे अभिनय-गुण प्रकट झाले होते, ज्या रसांची अभिव्यक्ती करण्यात त्यांनी कौशल्य दाखविले होते, त्यांच्या ज्या अनेक गोड लकबी उघड झाल्या होत्या, त्या सर्वांना अवसर मिळावा, हे लक्षात घेऊन खाडिलकरांनी 'विद्याहरणा'तल्या देवयानीचे चित्रण केले. ही देवयानी मुख्यतः प्रणयिनी आहे. हट्टी, अल्लड, पण प्रेमभावनेत स्वतःला विसरून जाणारी अशी प्रेयसी आहे. महाभारतातली देवयानी अशी उत्कट प्रणयिनी नाही. तिच्या स्वभावात विविध गुणदोषांचे मिश्रण झालेले आहे.

शर्मिष्ठेला मुलगा झाल्याचे कळताच महाभारतातल्या देवयानीला राग येतो. दुःख होते. मात्र तोपर्यंत तिला या चोरट्या प्रेमसंबंधांविषयी कसलीही शंका

आलेली नसते. ही दूधखुळी देवयानी मुलासंबंधी शर्मिष्ठेला विचारते. शर्मिष्ठा उत्तर देते,

'एक धर्मात्मा व वेदवेत्ता ऋषी इथं आला होता. त्याच्यापासून मला हा पुत्र झाला आहे. त्या ऋषीच्या तपाचं तेज पाहून मी दिपून गेले. म्हणून त्याचं नाव व कुळ विचारायचं भान राहिलं नाही.'

एवढ्याने देवयानीचे पूर्ण समाधान होते व तिचा राग निघून जातो!

पुढे शर्मिष्ठेला ययातीपासून तीन मुलगे होईतोपर्यंत देवयानीला या भानगडीचा काही पत्ता लागत नाही! मग ती उठते आणि धुसफुसत, रडत शुक्राकडे जाते. तिथे ती पित्याला सांगते,

'हा राजा मोठा धर्मात्मा आहे, म्हणून म्हणतात; पण यानं धर्ममर्यादा सोडून कुकर्म केलं आहे. याच्यापासून शर्मिष्ठेला तीन, पण मला अभागिनीला दोनच पुत्र झाले! अर्थात कनिष्ठानं वरिष्ठाचा, अधर्मानं धर्माचा पाडाव केला, असंच म्हटलं पाहिजे.'

'शर्मिष्ठेला तीन मुलगे झाले, पण मला दोनच झाले!' म्हणून नवऱ्यावर रागावणारी महाभारतातली देवयानी आणि उत्कट प्रेमाच्या भावनेत स्वतःला विसरून जाणारी खाडिलकरांची देवयानी या दोन्ही स्वभावरेखा ययातीच्या उपाख्यानाच्या द्वारे कवीला जे जीवनदर्शन घडवावयाचे होते, त्याच्या दृष्टीने मला अगदी एकांगी वाटू लागल्या.

मी मुळातले कच-देवयानीचे आख्यान नीट वाचले. मर्म लक्षात येऊन, ययाति व देवयानी यांचे वैवाहिक जीवन दुःखी का झाले, याची मांडणी केली. देवयानीचे खरे प्रेम कचावर होते. ते तिचे पहिलेवहिले आणि उत्कट प्रेम होते. तिने ययातीशी लग्न केले, ते महत्त्वाकांक्षेने प्रेरित होऊन. तिने शर्मिष्ठेला आपली दासी केले, ते सूडाच्या समाधानासाठी. अशी अहंकारी, महत्त्वाकांक्षी, मनात दंश धरणारी आणि प्रेमभंगाने अंतरंगात द्विधा झालेली स्त्री कशी वागेल, याचा विचार करून मी या कादंबरीतील देवयानीचे चित्रण केले आहे.

देवयानी ही स्वतःच्या दुःखाला पुष्कळ अंशी जबाबदार आहे. मात्र त्या दुःखात दैवाचाही हात आहे. पहिले विफल प्रेम पचवायला लागणारी मानसिक शक्ती तिच्या ठिकाणी नाही. ती लहानपणापासून अतिशय लाडावलेली एकुलती एक मुलगी आहे. शुक्राचार्यांसारख्या कोपिष्ट व एककल्ली पित्याच्या स्वभावाचा वारसाही तिच्याकडे आला आहे. पतीला पत्नीकडून जे प्रेम हवे असते, त्यात जी आर्तता, आर्द्रता, उत्कटता आणि उदात्तता लागते, ती अशा देवयानीकडून ययातीला मिळण्याचा मुळीच संभव नव्हता! अशा स्थितीत शर्मिष्ठेसारख्या त्यागी प्रेयसीने केलेल्या निरपेक्ष प्रेमामुळे ती त्याला अतिशय

प्रिय वाटू लागणे स्वाभाविक आहे. 'शर्मिष्ठा ययातीला अतिशय प्रिय होती', असे कालिदास म्हणतो. त्याचे मर्म लक्षात यायला देवयानीच्या या विशिष्ट स्वभावाची पूर्ण कल्पना यायला हवी.

८

शर्मिष्ठा व देवयानी या दोन नायिकांच्या स्वभावरेषांची बीजे कैक वर्षांपूर्वी माझ्या मनात कशी पडली, याचे हे त्रोटक दिग्दर्शन आहे. ययातीची कथा हे महाभारतातले एक उपाख्यान आहे. ते मध्यवर्ती कथानक नाही. राम-सीता किंवा कृष्ण-द्रौपदी यांच्या स्वभावचित्रणात ललित-लेखकाने आमूलाग्र बदल करणे हे साहित्याच्या दृष्टीने अतिक्रमण होईल. संस्कृतीच्या दृष्टीने तो अपराध होईल! पण पुराणातल्या दुय्यम व्यक्तींना हा नियम लागू करण्याचे कारण नाही. उपाख्यानातील पात्रे ही बहुधा जनमनाकडून पिढ्यान् पिढ्या पूजिली जाणारी दैवते नसतात. आदर्श म्हणून काही ती महाकवींनी निर्माण केलेली नसतात. या प्रज्ञावंत प्रतिभावंतांना जे शिकवायचे असते किंवा सांगायचे असते, त्याला उपयुक्त असे त्यांनी या पात्रांचे स्वभावचित्रण केलेले असते. त्यात सूक्ष्मता नसते. म्हणून पुराणकथेच्या आधाराने कलाकृती निर्माण करताना ललित-लेखकही असल्या उपाख्यानात आपल्याला अनुकूल असे बदल सहज करू शकतो. कालिदासाची शकुंतला व्यासाच्या शकुंतलेहून भिन्न झाली आहे, ती याच कारणामुळे. भवभूतीचा राम हा आदिकवीचा प्रभू रामचंद्र नाही. खाडिलकरांचा कीचक महाभारतातल्या कीचकापेक्षा अगदी निराळा आहे. त्यांच्या देवयानीचे मूळच्या देवयानीशी फारसे साम्य नाही. या थोर लेखकांच्या पावलावर पाऊल टाकून माझ्या मनात अनेक वर्षे साकार होत गेलेली शर्मिष्ठा मी या कादंबरीत चित्रित केली आहे; मला जाणवलेले देवयानीचे विशिष्ट स्वरूप मी शब्दांनी रंगविण्याचा प्रयत्न केला आहे.

नायक ययाति व दोन्ही नायिका मूळ कथेहून जिथे भिन्न झाल्या आहेत, तिथे इतर पौराणिक पात्रे किती बदलली असतील आणि अनेक काल्पनिक पात्रांचे चित्रण करताना मी संपूर्ण स्वातंत्र्य कसे घेतले असेल, हे वर्णन करून सांगण्याची आवश्यकता नाही. 'ययाति' ही शुद्ध पौराणिक कादंबरी नाही. पुराणातल्या एका उपाख्यानातील कथासूत्राचा आधार घेऊन लिहिलेली स्वतंत्र कादंबरी आहे. या स्वातंत्र्याचा मी सदुपयोग केला आहे, की नाही, हे रसिकांनी ठरवायचे आहे.

९

या कादंबरीतील कच पाहावा, म्हणजे 'ही स्वतंत्र कादंबरी आहे', असे मी का म्हणतो, ते लक्षात येईल. संजीवनी विद्येचे हरण करून देवलोकी गेलेला महाभारतातील कच पुन्हा आपल्याला कधीच भेटत नाही! पण या कादंबरीत मी त्याचे उत्तरचरित्र अर्थात काल्पनिक– चित्रित केले आहे. ययाति, देवयानी व शर्मिष्ठा यांच्याशी निरनिराळ्या नात्यांनी तो निगडित झाला आहे. प्रेमाची जी विविध स्वरूपे या कादंबरीत चित्रित झाली आहेत, त्यांतल्या एका श्रेष्ठ स्वरूपाचा तो प्रतिनिधी आहे. किंबहुना ययाति हा जरी या कादंबरीचा नायक वाटत असला, तरी ही कादंबरी जशी दोन नायिकांची आहे, तशीच ती दोन नायकांचीही आहे. कचाचे हे पुढले चरित्र रंगविण्याची कल्पना मला १९३० च्या आसपास सुचली. 'गडकरी– व्यक्ती आणि वाङ्मय' या पुस्तकातील उपसंहाराच्या प्रकरणात या कचाचा उल्लेख झाला आहे.

१०

सामान्य मनुष्याच्या दृष्टीने पाहिले, तर कचाचे आयुष्य पूर्णपणे सुखी आहे, असे म्हणता येणार नाही. त्याचे देवयानीवरले प्रेम दुर्दैवाने सफल होऊ शकले नाही; पण तो विचारी, संयमी आणि ध्येयवादी तरुण आहे. त्यामुळे त्याचे मन वैफल्याच्या गाळात रुतून बसलेले नाही. प्रेयसी म्हणून त्याने देवयानीवर केलेल्या प्रेमातील कामवासनेचा अंश आत्मिक सामर्थ्याने त्याने बाजूला काढून ठेवला आहे; पण देवयानीविषयीचे निरपेक्ष प्रेम मात्र त्याच्या मनात आहे. अगदी काठोकाठ भरलेले आहे.

केवळ देवयानीविषयीच नाही, तर यति, ययाति, शर्मिष्ठा, पूरु, राजमाता या सर्वांविषयी त्याच्या मनात उत्कट व निरपेक्ष प्रेम आहे. किंबहुना निरपेक्ष प्रेम हा त्याच्या स्वभावधर्म होऊन बसला आहे. त्यामुळे त्याच्या मनातली विफलतेची शल्ये बोथटून गेली आहेत. आपल्या सुहृदांची जीवने सुखी व्हावीत, देवयानी, यति व ययाति यांचा गेलेला तोल त्यांना परत मिळावा, एवढीच त्याची इच्छा आहे. विफल स्त्रीप्रेमाचे त्याने विशाल मानवप्रेमात रूपांतर केले आहे. त्याच्या त्यागी व ध्येयवादी आत्म्यात मूलतःच या विशालतेची बीजे आहेत. संजीवनी विद्येसाठी त्याने केलेल्या साहसात, सेवेत आणि अंतिम त्यागात या बीजांचा विकास घडला आहे. मानवी आत्मा हे अनेक सुप्त, सात्त्विक शक्तींचे भांडार आहे, याची कचाला परिपूर्ण जाणीव आहे. उठल्या-

सुटल्या शरीराची पूजा करीत सुटणाऱ्या आणि इंद्रियसुखे हीच जीवनातील सर्वश्रेष्ठ सुखे मानणाऱ्या मनुष्याला– मग तो जुन्या काळातील ययाति असो अथवा नव्या काळातील कुणी अतिरथी-महारथी असो– स्वतःच्या या सुप्त शक्तींची जाणीव असत नाही. पण मानवाची आत्मिक शक्ती– पशुपक्ष्यांहून भिन्न आणि उच्च अशी अनेक सामर्थ्ये सृष्टीने त्याला दिली असल्यामुळे, पिढ्यान् पिढ्या त्या सामर्थ्यांची बीजे पेरून नवी नवी पिके काढण्याचे स्वातंत्र्य त्याला लाभले असल्यामुळे आणि या प्रगतीच्या प्रयत्नात धर्म, नीती, कला, शास्त्र, संस्कृती, इत्यादी नव्या सामर्थ्यांचा साक्षात्कार त्याला होत असल्यामुळे, वृद्धिंगत होऊ शकणारी आत्मिक शक्ती– ही त्याच्या जीवनातील एक अपूर्व शक्ती होऊन बसली आहे. तो सर्व चरावर सृष्टीपेक्षा भिन्न आहे, तो इथेच!

सद्गुणी मनुष्य या जगात सुखी होईलच, असे नाही. किंबहुना मनुष्याचा आत्मा जितका अधिक विकसित, तितके त्याचे दुःख अधिक! पण हा आत्मा सुखी नसला, तरी इतरांना सुखी करण्याच्या कामी तो सतत झटत राहतो. कारण त्याच्या भावविश्वात केवळ स्वतःच्या सुखांच्या इच्छांनाच स्थान असते, असे नाही! त्याच्या सुखाशी ज्यांचा काडीइतकाही संबंध नाही, अशा जीवनाला उपकारक असणाऱ्या सर्वच गोष्टींना त्यात स्थान असते.

कच हा असा विकसित आत्मा आहे. अणुबाँब आणि हैड्रोजन बाँब यांच्याकडे भीतिग्रस्त दृष्टीने पाहणाऱ्या जगाला जो नवा मानव हवा आहे, त्याचा तो पुराणकाळातील प्रतिनिधी आहे. नीतीची प्रगती अंती मानवी मनाच्या विकासावर आणि मानवी आत्म्याच्या विशालतेवर अवलंबून असते; हे या कादंबरीत आपल्या वाणीने आणि कृतीने त्याने अनेकदा सूचित केले आहे. जगात शांती नांदावी, म्हणून बड्या बड्या सत्ताधाऱ्यांनी (या कादंबरीतला शुक्राचार्य हा त्यांचा प्रतिनिधी आहे!) केवळ सदिच्छा व्यक्त केल्याने काही शांती प्रस्थापित होणार नाही; त्यांनी आपले व आपल्या देशांचे विविध मनोविकार आधी नियंत्रित केले पाहिजेत. वैयक्तिक व सामाजिक जीवनात वासनांचे आणि विकारांचे नियंत्रण किंवा उदात्तीकरण करणारा मानव जोपर्यंत निर्माण होणार नाही, तोपर्यंत मानवतेला सुख आणि शांती यांची प्राप्ती होण्याचा संभव नाही. उलट, यंत्रयुगाने जीवनाला आलेल्या वेगाने आणि भौतिक सौंदर्य व नैतिक कुरूपपणा यांच्या होऊ लागलेल्या विचित्र मिश्रणाने सामान्य मानवाची दुःखे वाढत जातील. त्याच्या सुखाच्या समस्या अधिक अवघड होऊन बसतील. जीवनातील संपूर्ण रस पिळून घेण्याच्या नादात मनुष्य अधिकाधिक विफल होत जाईल. त्या वैफल्यामुळे तो आत्महत्येला– आणि ते जमत नाही, म्हणून आत्मलोपाला प्रवृत्त होईल. कच हा आत्मविकासाची

धडपड करणाऱ्या मानवाचा प्रतिनिधी आहे. ययाति हा अष्टौप्रहर सुख भोगण्याच्या निराधार नादात आत्मलोपाला– अंतरीचा दिवा मालवायला प्रवृत्त झालेल्या मानवाचा प्रतिनिधी आहे.

११

शर्मिष्ठा, देवयानी व कच ही तिघे निरनिराळ्या कारणांनी माझ्या मनाच्या रंगभूमीवर दीर्घकाळ उभी होती; पण १९५२ साली 'ययाति' कादंबरी लिहायला मी प्रवृत्त झालो, तो त्यांच्यापैकी कुणामुळेही नाही. ही अंतिम प्रेरणा खुद्द ययातीच्या स्वभावरेखेनेच मला दिली. १९४२ ते १९५३ या दशकातले जगातले आणि आपल्या देशातले विचित्र परिवर्तन– भौतिक प्रगती आणि नैतिक अधोगती हातात हात घालून हसत-खेळत चालत असल्याचे विलक्षण दृश्य– जर माझ्या दृष्टीला पडले नसते, तर ही कादंबरी मी लिहिली असती, की नाही, कुणाला ठाऊक! १९४२ पूर्वी मी ती लिहिली असती, तर तिचे स्वरूप किती निराळे झाले असते. बहुधा शर्मिष्ठेची प्रेमकथा म्हणून मी ती लिहिली असती.

महाभारतातल्या मूळ कथेत आलेले 'ययाती'चे चित्रण अतिशय प्रातिनिधिक आहे. याची जाणीव पूर्वी कधीही झाली नव्हती, इतक्या तीव्रतेने या दशकात मला झाली. ययाति हा आजच्या सर्वसामान्य मनुष्याच्या पुराणकाळातील प्रतिष्ठित प्रतिनिधी आहे. विविध सुखे मिळूनही तो सदैव अतृप्त आहे– नवनव्या सुखांच्या मागे अंधळेपणाने धावत आहे. सुख आणि आनंद यांच्यांतील फरक त्याला कळत नाही. सुख– क्षणभर मिळणारे शरीरसुख– हे चिरंतन सुख मानून, ते सतत कसे मिळेल, याचे तो चिंतन करीत आहे. त्याच्या भावविश्वात अन्य कुठलेही मूल्य नाही! जुनी आत्मिक मूल्ये उद्ध्वस्त झाली आहेत आणि नवी आत्मिक मूल्ये निर्माण झालेली नाहीत. अशा संधिकाळात सर्वसामान्य मनुष्य ययातीसारखाच वावरत आहे. सुखाचा अंधळा शोध हाच त्याचा धर्म होऊ पाहत आहे. एका दृष्टीने ते स्वाभाविकही आहे, म्हणा! केव्हाही झाले, तरी जगात कच थोडे, ययाति फार!

१२

पुराणातील ययातीची सुखविलासाची कल्पना स्त्रीसुखापुरतीच मर्यादित होती. आजचा ययाति हा तसा नाही. शास्त्राने, यंत्राने आणि संस्कृतीने निर्माण केलेले सारे आधुनिक सुंदर व संपन्न जग त्याच्यापुढे पसरले आहे.

सुखोपभोगांची विविध साधने हाती घेऊन ते त्याला पळापळाला आणि पावलोपावली मोह घालीत आहे. प्रत्येक क्षणी त्याची वासना चाळवली जात आहे, भडकवली जात आहे. त्याच्या सुखस्वप्नांत कुणालाही,कशालाही मज्जाव नाही! पडद्यावर कामुक हावभाव करणाऱ्या सुंदर नट्यांपासून रस्त्यावरून जाणाऱ्या नटव्या तरुणींपर्यंत सर्व स्त्रिया त्यांत येतात आणि जातात. मोटारी, बंगले, बँकबुके, नाना प्रकारची नवी नवी पक्वान्ने, घटके-घटकेला बदलायचे सुंदर वेष, गुदगुल्या करणारी गोड, नाचरी, हलकी-फुलकी गाणी, हरघडी गळ्यात पडणारे गेंदेबाज, प्रतिष्ठित पुष्पहार, आकाशाला भिडलेली सत्तेची उत्तुंग शिखरे– सारे सारे काही या सुखस्वप्नांत येते आणि जाते! ते त्याच्या अंतर्मनाला भूल घालते आणि त्याची तृप्ती न करता, स्वर्गात निघून जाणाऱ्या अप्सरेप्रमाणे अदृश्य होते. अशा रीतीने चाळवल्या जाणाऱ्या असंख्य वासनांमुळे आधुनिक मानवाचे मन हा एक अतृप्त, हिंस्र प्राण्यांनी भरलेला अजबखाना बनत आहे.

सार्वजनिक व्यवहारातली लाचलुचपत, समाजातील वाढती गुन्हेगारी, कुटुंबसंस्थेतील अस्वस्थता व असंतुष्टता, विद्यार्थिवर्गात पसरलेले बेशिस्तीचे वातावरण, नाचगाण्यांचे उत्तान चित्रपट, कामवासना आणि प्रेमभावना यांची समाजात वाढत्या प्रमाणात होत असलेली गल्लत, कोणत्याही दुर्गुणाविषयी दिसून येणारी सामाजिक बेफिकिरी, किंबहुना कुठल्या तरी शास्त्राच्या अर्धवट आधाराने त्याचे मंडन करण्याची प्रवृत्ती, यांचा परस्परांशी किंवा सामान्य माणसाच्या मनाला आलेल्या या अवकळेशी काही संबंध नाही, असे ज्यांना वाटत असेल, ते भाग्यवान आहेत, पण त्यांच्या पंक्तीत परमेश्वराने माझे पान मांडलेले नाही. मी अभागी आहे. समाजात दिसून येणाऱ्या या सर्व अप्रिय गोष्टी एकाच विषवृक्षाच्या फांद्या आहेत, असे मला वाटते. वेगाने बदलणारे व माणसाला यांत्रिक करून सोडणारे जीवन या विषवृक्षाचे संवर्धन करीत आहे. उद्या हा विषवृक्ष फळांनी लगडून जाईल आणि ती फळे आपल्या समाजाला– ज्या समाजाचे सुखदुःख सहोदरपणामुळे मला अधिक तीव्रतेने जाणवते, अशा या माझ्या समाजाला– चाखावी लागतील, या कल्पनेने मी अतिशय अस्वस्थ होतो.

माझे हे दुःख आजकालचे नाही. दहा वर्षांपूर्वी 'सांजवात' हा माझा कथासंग्रह प्रसिद्ध झाला, त्या संग्रहातल्या कथांत आणि त्यांच्यापेक्षाही अधिक स्पष्टपणाने त्या संग्रहाला जोडलेल्या 'पार्श्वभूमी'त माझ्या अंतरीची ही व्यथा व्यक्त झाली आहे. ययातीचे चित्रण त्याच व्यथेचा, पण अत्यंत भिन्न स्वरूपाचा आविष्कार आहे.

१३

आपल्या नैतिक जगात जे घडले आहे, आणि जे घडत आहे, जे घडण्याचा संभव आहे, ते कितीही अप्रिय असले, अनिष्ट असले, अमंगल असले, तरी त्यात सामान्य मनुष्याचा दोष थोडा आहे! तो सामान्य असतो, याचा अर्थच तो प्रवाहपतित असतो! परिस्थितीमुळे त्याला तसे व्हावे लागते. अंतर्मुख होऊन विचार करायची आणि स्वतंत्र विचार करून त्याप्रमाणे आचार करायची शक्ती त्याच्यापाशी नसते. चिंतनाला लागणारे स्वास्थ्य त्याला कधीही लाभत नाही. चरितार्थाच्या चिंतेतून मुक्त होण्याची संधी त्याला सहसा मिळत नाही. त्यामुळे सामान्य मनुष्याचे गुण काय किंवा अवगुण काय, दोन्हीही त्या त्या काळच्या सामाजिक गुणावगुणांच्या सरासरीइतकेच असतात.

आजचा सामान्य मनुष्य पूर्वीच्या सामान्य मनुष्याहून फारसा निराळा नाही. पण त्याची सामाजिक परिस्थिती अत्यंत भिन्न झाली आहे. मनुष्याच्या नैसर्गिक वासना, कल्पना, प्रवृत्ती या निसर्गातल्या इतर गोष्टीप्रमाणेच शतकानुशतक आपला आविष्कार– रम्य, रुद्र, भव्य, भीषण, उग्र, उदात्त असा आविष्कार– करीत आल्या आहेत, पुढेही करीत राहतील, पण आजचा मनुष्य शरीरसुखाच्या प्राप्तीच्या दृष्टीने जितका सुदैवी आहे, तितकाच या सुखांच्या मर्यादांची कल्पना आणि स्वतःच्या आत्मिक शक्तीची जाणीव यांच्या दृष्टीने दुर्दैवी आहे.

पूर्वीचा सामान्य मनुष्य परलोकाच्या कल्पनेने, स्वर्गाच्या आशेने, नरकाच्या भीतीने, ईश्वराच्या श्रद्धेने आणि अनेक धार्मिक, सामाजिक व कौटुंबिक बंधनांनी एका पोलादी चौकटीत ठाकून-ठोकून बसविला गेला होता. बिचाऱ्याला इकडे-तिकडे तसूभर हलतासुद्धा येत नव्हते. अशा रीतीने त्याच्या ठिकाणी निर्माण केलेले पावित्र्य पुष्कळ अंशी कृत्रिम होते. पण ते त्याला सन्मार्गापासून ढळू देत नव्हते. त्याच्या अनेक निष्ठा अंध होत्या, पण त्या प्रामाणिक होत्या. तो भाविक मूर्तिपूजक होता! त्याच्या या पूजेच्या मुळाशी अज्ञान नव्हते, भीती नव्हती, असे कोण म्हणू शकेल? पण त्या भाविकपणामुळेच उठल्या-सुटल्या मूर्तिभंजन करण्याच्या प्रवृत्तीपासून तो अलिप्त राहिला होता.

आजचा मनुष्य त्या जुन्या पोलादी चौकटीतून मुक्त झाला आहे. त्याच्या पायांतल्या निरर्थक रूढींच्या बेड्या गळून पडल्या आहेत. हे जे झाले, त्यात काही गैर आहे, असे नाही! हे होणे आवश्यक होते, अपरिहार्य होते, स्तंभातून प्रगट होणारा नरसिंह सामान्य मनुष्याला खोटा वाटू लागला, म्हणून हळहळण्याचे काही कारण नाही; पण त्या मनुष्याला अजून स्वतःच्या अंतःकरणातल्या देवाचा पत्ता लागला नाही, ही खरी दुःखाची गोष्ट आहे!

आजचा मनुष्य मूर्तिभंजक झाला आहे, याचे मला वाईट वाटत नाही; पण समोर दिसेल ती मूर्ती फोडणे हाच आपला छंद आहे, अशी जी त्याची समजूत होऊ पाहत आहे– आणि भल्याभल्यांकडून तिची जी भलावणा केली जात आहे– ती मानवतेच्या दृष्टीने मोठी धोक्याची गोष्ट आहे.

शतकाशतकांनी क्वचित पिढीपिढीलासुद्धा, जीवनातल्या पूजामूर्ती बदलणे स्वाभाविक आहे. अनादिकालापासून मानव हे करीत आला आहे. ज्ञान-विज्ञानाच्या कक्षा जसजशा वाढत गेल्या, उत्पादनाच्या साधनांपासून भोवतालच्या सामाजिक परिस्थितीपर्यंत जसजसे क्रांतिकारक बदल घडत गेले, सृष्टीतल्या स्वतःच्या स्थानाची मानवाची कल्पना जसजशी पालटू लागली, तसतशी जुनी ध्येये बाजूला पडून, नवी ध्येये जन्माला आली. जुन्या निष्ठांचे सामर्थ्य नाहीसे होऊन नव्या निष्ठा प्रज्वलित झाल्या.

इंग्रजी अंमल सुरू झाल्यावर आपल्या समाजात हे स्थित्यंतर फार मोठ्या प्रमाणात घडले; पण टिळक, आगरकर हे जसे कडवे मूर्तिभंजक होते, तसेच ते डोळस मूर्तिपूजकही होते. एकीकडे जुन्या जीर्णशीर्ण किंवा प्रगती कुंठित करणाऱ्या राजकीय व सामाजिक मूर्तींवर ज्या हातांनी त्यांनी घाव घातले, त्याच हातांनी त्यांनी राजकीय व सामाजिक पूजामूर्तींची प्राणप्रतिष्ठा केली. त्याच द्रष्टेपणाने त्यांनी नवी स्वप्ने पाहिली, नवे राष्ट्र पाहिले, नवा समाज पाहिला. प्राणपणाने त्यांनी नव्या निष्ठा कवटाळल्या. त्यांच्यासारखे झुंजार आणि अंतर्बाह्य पवित्र असे नेते लाभल्यामुळे त्या काळातल्या सामान्य मनुष्याच्या गुणांची सरासरीसुद्धा थोडीशी वाढली.

१४

पण आजची परिस्थिती– स्वातंत्र्य आल्यानंतरच्या तपातली परिस्थिती– दुर्दैवाने अगदी निराळी झाली आहे. पिढ्यापिढ्यांनी पाहिलेले राजकीय स्वातंत्र्याचे स्वप्न साकार झाल्यावर सामान्य मनुष्याला खरोखर नवे स्फुरण यायला हवे होते. त्याच्या मनात नवी ध्येये, नव्या निष्ठा यांची बीजे रुजायला हवी होती. नव्या मूर्तींच्या पूजेसाठी तो उत्सुक व्हायला हवा होता. निढळाच्या घामाची फुले घेऊन, या पूजेसाठी तो धावत यायला हवा होता; पण जे प्रत्यक्ष घडलेले आहे, ते अगदी निराळे आहे.

या सामान्य मनुष्याने जुने कृत्रिम पावित्र्य झुगारून दिले आहे; पण नवे अंतःस्फूर्तीने निर्माण होणारे पावित्र्य त्याला अजून लाभलेले नाही. त्याचे दर्शन व्हावे, म्हणून तो फारसा उत्सुकही नाही. अव्वल इंग्रजीत देवावरली श्रद्धा मागे

पडून देशावरल्या भक्तीने तिची जागा घेतली; पण आज ती भक्ती देशात कितीशा प्रमाणात आढळत आहे? याचे प्रात्यक्षिक पाहायचे असेल, तर छोट्यामोठ्या पुढाऱ्यांच्या बंगल्यांपासून त्यांच्या बँकबुकांपर्यंत, पत्रकारांच्या तोकड्या अग्रलेखांपासून त्यांच्या पत्रातल्या लांबलचक जाहिरातींपर्यंत, क्षुद्र मने सूक्ष्मदर्शकाने न्याहाळीत बसण्याच्या साहित्यिकांच्या आवडीपासून मोबदल्याकरिता चालणाऱ्या त्यांच्या गट्टीतुट्टीपर्यंत, सामान्य मनुष्याच्या सिगारेटीपासून त्याच्या सिनेमापर्यंत आणि बायकोच्या अंगावरल्या तलम परदेशी कपड्यापासून त्याच्या पोराच्या हातांतल्या आठ खून असलेल्या रहस्यकथेपर्यंत कुठेही नजर टाकावी!

१८५७ ते १९४७ या काळात जे पवित्र यज्ञकुंड पेटले होते, त्याच्या ज्वाला विझून गेल्या आहेत. मोठमोठे ऋत्विज यज्ञकुंड सोडून दूरदूर निघून गेले आहेत. उदात्त जगात नेऊन सोडणारा त्या काळातला गंभीर मंत्रघोष वातावरणात विलीन झाला आहे. मग आहुती कोण देणार आणि कुणाला देणार! उरली आहे फक्त राख! आणि सर्व संकटे क्षणार्धात दूर करणारी विभूती म्हणून त्या राखेची विक्री करीत सुटलेले यज्ञमंडपातले ढोंगी भटभिक्षुक!

१५

व्यक्तिसुख आणि व्यक्तिस्वातंत्र्य या गोष्टी अत्यंत इष्ट आणि फार महत्त्वाच्या आहेत, हे खरे! पण त्या सुखाला आणि स्वातंत्र्याला इतरांच्या सुखाची आणि स्वातंत्र्याची बंधने असतात, हे क्षणभरही विसरून चालणार नाही. नाही तर रशियात राज्यक्रांती झाल्यानंतर घडलेल्या एका गोष्टीतल्या बाईसारखी समाजाची स्थिती होते!

तिथल्या राज्यक्रांतीनंतर माणसांनी आणि वाहनांनी गजबजलेल्या मॉस्कोच्या रस्त्यावरून एक बाई अगदी मधून हवी तशी चालू लागली.

पोलिसांनी तिला कडेने चालण्याची सूचना देताच ती उत्तरली,

'आता मी स्वतंत्र झाले आहे. मी हवे तसे चालणार! तुम्ही कोण मला हुकूम करणार? मी स्वतंत्र झाले आहे!'

त्या बाईचे पुढे काय झाले, हे मला माहीत नाही; पण आपल्या सध्याच्या सामाजिक मनाचा आणि सामान्य मनुष्याच्या जीवनाचा प्रकार त्या बाईसारखा होऊ पाहत आहे! माणसाचे सुख ही गोष्ट अत्यंत महत्त्वाची आणि मोलाची गोष्ट आहे. पण कुणाही व्यक्तीने सुखासाठी जी धडपड करायची असते, ती इतर व्यक्तींच्या सुखाला छेद देऊन नव्हे, तर त्यांतल्या प्रत्येकाचे सुख

आपल्या सुखाइतकेच महत्त्वाचे आहे, असे मानून! जत्रेतल्या गर्दीत प्रत्येक मनुष्याने दुसऱ्याला आपला धक्का लागणार नाही, ही काळजी जशी घ्यायला हवी, तशीच समाजाच्या सर्व लहानथोर घटकांनीही आपले सुख हे दुसऱ्याचे दुःख होणार नाही, अशी दक्षता घेतली पाहिजे! पण आजचा मनुष्य ती घेण्याच्या मनःस्थितीत नाही. हे तत्त्वज्ञानच त्याला पटत नाही! त्याच्या मनातली जुन्या मूल्यांची पूजा उधळली गेली आहे! नव्या पूजेची मूर्ती अजून त्याला मिळालेली नाही. त्या न मिळालेल्या मूर्तीसाठी फुले वेचून ठेवण्याची भाविकताही त्याच्या ठिकाणी नाही. एखाद्या घरातले मनुष्य गेले, म्हणजे त्या घरावर ती विचित्र विषण्ण अवकळा पसरते, तिने सामान्य मनुष्याच्या आत्म्याला आज ग्रासले आहे, तो संपूर्णपणे बहिर्मुख होत आहे. 'जे का रंजले गांजले' हा तुकोबांचा अभंग त्याच्या दृष्टीने शुद्ध थोतांड आहे! 'कशाला उद्याची बात' हा त्याचा पवित्र महामंत्र होऊ पाहत आहे. बऱ्यावाईट मार्गांनी जे जे शरीरसुख मिळेल– मग ते खानपानाचे असो, चुंबन-आलिंगनाचे असो अथवा लूट, खून अशा पद्धतीचे असो– ते ते घेत राहावे, कारण या जीवनात वासनांच्या तृप्तीशिवाय दुसरे काहीही सत्य नाही, असे त्याला वाटू लागले आहे. साहजिकच कधी विफल, विमनस्क स्थितीत, तर कधी धुंद, बेबंद स्थितीत तो आला दिवस कंठीत आहे. त्याच्या जीवनाचे जहाज भोवतालच्या समुद्रात डोंगरलाटांत सापडून हेलकावे खात आहे. स्थिर होण्यासाठी कुठे नांगर टाकावा, तर ते जहाज किनाऱ्यापासून फार दूर-दूर खोल समुद्रात वाहत चालले आहे. शरीरसुख– अधिक सुख– नवे, नवे सुख– मिळेल त्या मार्गांनी सुख– ही त्या अंतर्मनाची एकच एक घोषणा होऊ पाहत आहे.

१६

या कादंबरीतले कथासूत्र फार जुन्या काळातले असले, तिच्यावर अद्भुताची थोडी छाया असली, हे एका सम्राटाच्या जीवनाचे आणि त्याच्या मानसिक चढ-उतारांचे चित्रण असले, तरी 'ययाति' हा आजच्या सामान्य मनुष्याचा प्रतिनिधी आहे, असे जे मी म्हणतो, ते वर लिहिलेल्या अर्थाने. पुराणातल्या ययातीची अनिर्बंध कामवासना किती अमानुष स्वरूप धारण करू शकते आणि भोगाच्या समुद्रात मनुष्य किती डुंबला, तरी त्याची वासना कशी तृप्त होत नाही, याचे चित्रण आले आहे; पण आजचा मनुष्य केवळ अंध, स्वैर आणि क्रूर कामवासनेलाच बळी पडत आहे, असे नाही! त्याचे सर्वच मनोविकार अनिर्बंध आणि अनियंत्रित होऊ पाहत आहेत. त्याच्या विविध वासना उच्छृंखल होत

आहेत. यांत्रिक जीवनाने त्याचे समाधान नष्ट केले आहे. महायुद्धाच्या भीषण छायेखाली वावरणाऱ्या जगात तो राहत असल्याकारणाने सुरक्षितपणाच्या भावनेने त्याच्या मनातून पळ काढला आहे. त्यामुळे चोवीस तास कुठल्या तरी फुसक्या सुखात मन गुंतवून ठेवण्याखेरीज आनंदाचा दुसरा मार्ग त्याला आढळत नाही. आत्मानंद ही भावनाच त्याला अपरिचित होऊन बसली आहे. अंतर्मुख होऊन एकांतात केलेले स्वतःविषयीचे आणि जीवनाविषयीचे चिंतन ही त्याच्या दृष्टीने मृगजळात लावलेल्या कल्पवृक्षाच्या फुलांची वंध्याकन्येने गुंफलेली माळ झाली आहे! सुखांत, विलासांत, उपभोगांत स्वतःला बुडवून टाकायचे, दररोज पक्वान्नांपासून पोशाखापर्यंत नव्या-नव्या टुमी काढायच्या आणि त्यांच्या आस्वादात वा प्रदर्शनात निमग्न राहायचे, हाच त्याचा जीवनधर्म होत आहे. कुठल्याही खोल भावनेशी किंवा उदात्त विचाराशी त्याचा दृढ परिचय होत नाही. मग एखाद्या ध्येयाशी जीवश्चकंठश्च मैत्री होणे दूरच राहिले! त्यागाची अपेक्षा करणारी कुठलीही निष्ठा त्याच्या मनात रुजत नाही! रुजली, तरी दृढमूल होत नाही. या आधुनिक मानवाचे आणि आत्मलोपाने ग्रासलेल्या त्याच्या यांत्रिक शरीरनिष्ठ जीवनाचे चित्र जोडने आपल्या Decadence या पुस्तकात आणि एरिक फ्रामने आपल्या Sane Society, Man for himself आणि Fear of Freedom या पुस्तकांत मोठ्या सहानुभूतीने, पण स्पष्टपणे काढले आहे. 'पण लक्षात कोण घेतो!' हे उद्गार हरिभाऊंच्या काळापेक्षा फार निराळ्या आणि अधिक भीषण अर्थाने काढण्याची पाळी आज आली आहे. हरिभाऊंच्या पुढील समस्या घराच्या किंवा रूढींच्या भिंतींतली होती. या नव्या राक्षसी समस्येचे हात-पाय जगाच्या चार भिंतींपर्यंत पसरले आहेत.

१७

आजचा मनुष्य अधिक सुखांच्या मागे धावण्यात मग्न आहे. ती जास्तीत जास्त प्रमाणात मिळावीत, म्हणून तडफडत आहे. सुख आणि आनंद यांतला फरक त्याला कळेनासा झाला आहे. कुठलेही शरीरसुख– मग ते जिभेला चटका देत आपल्या खमंगपणाने तिला गुदगुल्या करणाऱ्या उनउनीत बटाटावड्याचे असो अथवा दुसरे कोणतेही इंद्रियजन्य आणि इंद्रियनिष्ठ सुख असो– ते एकदा भोगल्याने, दहादा भोगल्याने, हजारदा भोगल्याने मनुष्य तृप्त होतो, असे थोडेच आहे? उलट, ते क्षणिक सुख जाता-जाता त्या-त्या इंद्रियाला आपला चटका लावून जाते. या चटक्यातून चटक निर्माण होते! मग

गरज आणि चैन यांतले अंतर ओळखण्याच्या कामी मनुष्य अंधळा होतो, कुठल्याही क्षणिक सुखाची चटक लागलेली सर्व इंद्रिये हट्टी मुलांप्रमाणे त्या सुखाची पुनःपुन्हा मागणी करू लागतात. मग दुष्टचक्र सुरू होते! क्षणभर ते सुख घ्यायचे, ते संपले, की त्याच्यासाठी झुरत राहायचे, ते पुनःपुन्हा मिळावे, म्हणून धडपडायचे आणि ते सतत मिळावे, म्हणून सूक्तासूक्त मार्गांचा अवलंब करायचा, हे मनुष्याचे जीवनसूत्र होऊन बसते!

ययातीला देवयानी आणि शर्मिष्ठा या दोन सुंदर तरुणींच्या सहवाससुखाचा लाभ झाला होता; पण तेवढ्याने त्याची तृप्ती कुठे झाली? इंद्रियसुखांच्या बाबतीतली चिरंतन अतृप्ती हा मानवी मनाचा अत्यंत दुर्बल भाग आहे. एका साध्या उपाख्यानाच्या द्वारे या सनातन समस्येवर बोट ठेवण्यातच महाभारतकारांच्या प्रज्ञेचे स्वरूप पूर्णपणे प्रगट झाले आहे.

१८

'उपभोग– अधिक उपभोग' या ययातीच्या मार्गाने जाऊन मानव सुखी होणार नाही, ही गोष्ट उघड आहे; पण याचा अर्थ प्रत्येक मनुष्याने वैराग्य स्वीकारले पाहिजे, ब्रह्मचारी राहिले पाहिजे, संन्यासी बनले पाहिले, अमुक खाता नये, तमुक पिता नये, असा मुळीच नाही. सामान्य मनुष्याच्या जीवनात शारीरिक सुखाला फार मोठे स्थान आहे. त्याला पोटभर भाकरी मिळायला हवी, त्याला अंगभर कपडे हवेत, त्याला राहायला, लहानशी का होईना, पण स्वच्छ, नीटनेटकी जागा हवी. आवश्यक गरजा निराळ्या आणि अनावश्यक विलास निराळे. प्रत्येक शारीरिक गरज ही जीवनाचा आधार आहे. प्रत्येकाची ती गरज भागलीच पाहिजे. प्रत्येकाच्या घरात जसा एखादा दिवा असावाच लागतो, तसेच हे आहे; पण एखाद्याने केवळ प्रदर्शनासाठी अथवा लखलखाटासाठी लाखो दिवे पाजळू नयेत, त्यांचा लोभ धरू नये! लोभातून पाप निर्माण होते. हिंसा, गुन्हा, पाप या एकापुढच्या एक अशा पायऱ्या आहेत. पापी मनुष्य सवयीने महापातकाला प्रवृत्त होतो. महापातक माणसाला अमानुष करून सोडते.

सामान्य मनुष्याच्या सर्व गरजा चांगल्या रीतीने भागविल्या जातील, तरच संतांपासून पुढाऱ्यांपर्यंत सर्व लोक ते नीतिपाठ देत असतात, ते त्यांच्या गळी उतरतील. मनुष्य सुखासुखी किंवा सहजासहजी चांगला होत नाही. उपभोगाइतकी त्यागाची प्रवृत्ती स्वाभाविक नाही. ती संस्कृतीने मानवाला दिलेली सर्वांत मोठी देणगी आहे. माणसाला चांगले बनवावे लागते. तो तसा बनला, तरी त्याचे चांगुलपण टिकवावे लागते. म्हणून या सर्व गोष्टींना अशी सामाजिक

परिस्थिती निर्माण करणे हे सर्व काळी, सर्व क्षेत्रांतल्या नेत्यांचे काम असते.

कमीत कमी शरीरसुख असला खुळचट दंडकही माणसावर लादण्यात अर्थ नाही. मनुष्य हा स्वभावतःच विरागी नाही, तो भोगी आहे. प्रश्न आहे, तो त्याला स्वतःच्या भोगाच्या मर्यादा सदैव कशा कळत राहतील, हा! पूर्वी धर्माचे, नीतीचे आणि ईश्वरी श्रद्धेचे नियंत्रण त्याच्या मनावर होते. आता मानवतेचे, सामाजिकतेचे, सहजीवनाचे नियंत्रण तिथे आले पाहिजे. पशुपक्ष्यांना न लाभलेली आत्मिक शक्ती आपल्याला मिळाली आहे, ही जाणीव त्याच्या अंतःकरणात नंदादीपाप्रमाणे सतत तेवत राहिली पाहिजे.

नैतिक आणि सामाजिक मूल्यांच्या घसरगुंडीच्या या काळात खरा महत्त्वाचा प्रश्न हा आहे. आकाशातले दीप मालवले, देवळातले तारे विझले, म्हणून काही हरकत नाही. जोपर्यंत मनुष्याच्या अंतःकरणातली माणुसकीची ज्योत प्रकाशत राहील, त्याचे डोळे ध्येयाच्या ध्रुवताऱ्याचा शोध करीत राहतील, संयम म्हणजे आपले स्वातंत्र्य गमावणे नव्हे, तर दुसऱ्याच्या स्वातंत्र्याला अवसर देणे होय, हे तो विसरणार नाही, तोपर्यंत मानवाचे भवितव्य भीषण होईल, अशी भीती बाळगण्याचे कारण नाही.

११

पण गेल्या अनेक वर्षांत संयम हा शब्द आबालवृद्धांना जुनाट वाटू लागला आहे. तो जवळ-जवळ हास्यास्पद झाला आहे. व्यक्तिजीवनात आणि समाजजीवनात संयम हा फार मोठा गुण आहे, हे आपण जवळ-जवळ विसरून गेलो आहो. जीवनेच्छा व तिच्यातून निर्माण होणारी भोगेच्छा ही मानवाची प्रमुख प्रेरक शक्ती आहे, हे कोण नाकारील? पण ती सर्वस्वी अंधळी व स्वच्छंद शक्ती आहे. तिचे नियंत्रण करणारी कोणत्याही स्वरूपाची आत्मिक शक्ती आज आपल्या समाजात अस्तित्वात नाही. उलट, पूर्वीच्या चार पुरुषार्थांची जागा अर्थ व काम हे दोनच पुरुषार्थ कसे घेतील, याची काळजी गेली कैक वर्षे आमचे अनेक पंडित करीत आले आहेत! या दोन पुरुषार्थांतील अर्थाचा पुरस्कारसुद्धा ही मंडळी नाइलाजाने करीत असावीत. सकाळी उठल्यावर पैसे टाकल्यावाचून उपाहारगृहात चहा मिळत नाही, म्हणून! या पंडितांचे मत काही असो, अर्थ व काम यांच्या स्वैर संचारावर आणि नग्न वर्तनावर ज्या समाजात धर्माचे नियंत्रण नसेल— मग तो धर्म जुन्या काळच्या ईश्वर-श्रद्धेसारखा अथवा कर्तव्यनिष्ठेसारखा असो किंवा नव्या काळातल्या समाजसेवेसारखा अथवा मानवप्रेमासारखा असो— त्या समाजाचे अधःपतन आज ना उद्या झाल्याशिवाय राहत नाही. ययातीच्या

कथेची चिरंतन स्वरूपाची ही शिकवण आहे. भारतीय समाजाला तिचा केव्हाही विसर पडू नये, एवढीच माझी नम्र इच्छा आहे.

२०

ही कादंबरी ययातीची काम-कथा आहे, देवयानीची संसार-कथा आहे, शर्मिष्ठेची प्रेमकथा आहे आणि कचाची भक्तिगाथा आहे, हे लक्षात घेऊन वाचकांनी ती वाचली, तर मला आनंद वाटेल. कलात्मक रंजन, भावनांचे आवाहन, सामाजिक शिकवण आणि सूक्ष्म किंवा विशाल जीवनदर्शन अशा अनेक चढत्या पातळ्यांवर चांगली कलाकृती एकाच वेळी विहार करू शकते. त्यांतल्या कुठल्या पातळीला मी स्पर्श केला आहे, कुठल्या पातळीला स्पर्श करायला मी असमर्थ ठरलो आहे, ते रसिकच सांगू शकतील.

कामवासना ही अन्नाच्या वासनेइतकीतच स्वाभाविक वासना आहे. अन्नाच्या गरजेइतकीच आवश्यक गरज आहे. तिचे मानवी जीवनातील अस्तित्व, तिचे सौंदर्य, तिचे सामर्थ्य ही सर्व मला मान्य आहेत; पण मनुष्याची कुठलीही वासना, सदैव वासना या स्वरूपातच राहिली, तर तिचे उन्मादात रूपांतर होण्याचा संभव असतो. तिला कोणत्या तरी बाजूने उदात्ताचा स्पर्श झाला पाहिजे. कामक्रोधादी विकारांकडे पाहण्याचा माझा दृष्टिकोन पूर्वग्रहदूषित नाही. हे मनोविकार आपले शत्रू आहेत, असे प्राचीन काळी मानले जात असे; पण ते मानवाचे मित्र आहेत, त्यांच्यावाचून त्यांचे जीवन नीरस होईल, याची परिपूर्ण जाणीव मला आहे. तथापि, कुत्रा हा माणसाचा अत्यंत इमानी मित्र असला, तरी तो पिसाळला, म्हणजे त्याचा शत्रू बनतो! तशी या सर्व मनोविकारांची स्थिती आहे. म्हणूनच वैयक्तिक आणि सामाजिक अशा दोन्ही प्रकारच्या जीवनांत मनुष्याच्या सर्व वासना एका मर्यादेपर्यंत सुजाण पद्धतीने तृप्त होण्याची सोय असली पाहिजे आणि त्या मर्यादेनंतर त्या नियंत्रित कशा करता येतील, याचीही काळजी, व्यक्तीने आणि समाजाने घेतली पाहिजे. या बाबतीत फ्रॉईडपासून किन्सेपर्यंतचे पाश्चात्त्य कामशास्त्रज्ञ काय म्हणतात, ते मला ठाऊक आहे; पण कामवासनेने काय किंवा दुसऱ्या कुठल्याही वासनेने काय, मानवी जीवनात सतत वासनेच्या स्वरूपातच कायम राहणे भयप्रद आहे. मानवी मनाची व जीवनाची रचना या गोष्टीला अनुकूल नाही. मनुष्याने मोठ्या कष्टाने निर्माण केलेली संस्कृती तर कंठरवाने या गोष्टीचा निषेध करीत आली आहे. कामवासना, कामभावना, प्रीतिभावना आणि भक्तिभावना ही या एकाच वासनेची क्रमाक्रमाने अधिक सूक्ष्म, सुंदर, उन्नत आणि उदात्त होत जाणारी चार रूपे

असेत. या चारही रूपांचे जीवनातले असामान्य स्थान सामान्य माणसाला सतत जाणवले पाहिजे. या कादंबरीच्या काही वाचकांच्या मनांत, अगदी अंधुकपणे का होईना, ही जाणीव निर्माण झाली, तर ती लिहिण्याचे माझे श्रम सार्थकी लागतील.

२१

किती तरी वर्षे निरनिराळ्या कारणांनी मनात घोळत असलेली कादंबरी आज हातावेगळी होण्याचा योग येत आहे. कच, ययाति, शर्मिष्ठा आणि देवयानी यांचा निरोप घेताना दूरदेशी जाणाऱ्या प्रिय व्यक्तींना निरोप देताना मनाला जी हुरहूर लागते, तिचा अनुभव मला येत आहे. विशेषतः, निरोप घेताना मन अधिकच व्याकूळ झाले आहे. १९१४ सालापासून ती माझी जिवाभावाची मैत्रीण झाली होती!

पण आयुष्याच्या प्रवासात कुठे ना कुठे तरी आपणां सर्वांच्या वाटा फुटतातच! शेवटी ज्याला-त्याला आपल्या वाटेने पुढे जावे लागते. या जगात जिवलग व्यक्तींचेसुद्धा निरोप घ्यावे लागतात. अगदी अकाली आणि तेसुद्धा कायमचे! सुदैवाने मानसपुत्र आणि मानसकन्या यांच्या बाबतीत एक गोष्ट शक्य असते, ही माणसे चिरविरह झालेल्या प्रिय व्यक्तींसारखी जिथून कुणीही कधीही परतू शकत नाही, अशा काळनदीच्या पैलतीरावर गेलेली नसतात!

म्हणूनच शर्मिष्ठा मला पुन्हा केव्हा तरी भेटेल, अशी मला आशा आहे. ती वानप्रस्थ झाली आहे, हे खरे! पण कथाकादंबऱ्यांना आवश्यक असणाऱ्या घटना केवळ नगरात आणि राजवाड्यात घडतात, असे थोडेच आहे? त्या अरण्यात– प्रसंगी वानप्रस्थांच्या आश्रमातही– घडतात! कुणाला माहीत, प्रौढ शर्मिष्ठा केव्हा तरी अचानक भेटायला येईल आणि आपले पुढले अनुभव मला सांगेल. ती केव्हाही येवो! कोणत्याही रूपाने येवो! तिचे मी आनंदाने स्वागत करीन.

पुणे
२६/१०/५९

वि. स. खांडेकर

***

प्रीती म्हणजे काय? यौवन आणि सौंदर्याच्या मुशीतील सुगंधवेल की वासना, अहंकार आणि आत्मपूजेत रुजलेली विषवेल? नव्हे! ती आहे उदात्त करुणा आणि निरपेक्ष आपुलकीच्या शिंपणानं बहरलेली अमृतवेल!

अमृतवेल

वि. स. खांडेकर

'...या चित्रातल्या वेलीवर नाना रंगांची फुलं उमलली आहेत. प्रीतीही या वेलीसारखीच आहे, बाळ. प्रीती म्हणजे केवळ यौवनाच्या प्रेरणेतून उद्‌भवणारी वासना नव्हे! त्या वासनेची किंमत मी कमी मानत नाही. साऱ्या संसाराचा आधार आहे ती! पण या वासनेला जेव्हा खोल भावनेची जोड मिळते, तेव्हाच प्रीती ही अमृतवेल होते. मग या वेलीवर करूणा उमटते, मैत्री फुलते. मनुष्य जेव्हा - जेव्हा आत्मप्रेमाचे कवच फोडून बाहेरच्या विश्वाशी एकरूप होतो, तेव्हा — प्रीतीचा खरा अर्थ जाणवतो. या बाहेरच्या विश्वात रौद्र - रम्य निसर्ग आहे, सुष्टदुष्ट माणसं आहेत, साहित्यापासून संगीतापर्यंतच्या कला आहेत, आणि महारोग्याच्या सेवेपासून विज्ञानातल्या संशोधनापर्यंतची आत्म्याची तीर्थक्षेत्रं आहेत.

'पण हीच प्रीती नुसती आत्मकेंद्रित झाली, आत्मपूजेशिवाय तिला दुसरं काही सुचेनासं झालं, म्हणजे मनुष्य केवळ इतरांचा शत्रू होत नाही; तो स्वत:चाही वैरी बनतो! मग या वेलीवर विषारी फुलांचे झुबके लटकू लागतात...'